संपूर्ण योगविद्या या पुस्तकात योगाच्या सर्व प्रकारांचे अत्यंत अर्थपूर्ण वर्णन करण्यात आले आहे. या पुस्तकात योगाच्या अभ्यासकांसाठी करण्यात आलेले अत्यंत सुस्पष्ट आणि सचित्र विवेचन हे या पुस्तकाचे वैशिष्ट्य आहे. ज्ञानाविषयी जिज्ञासा असलेल्यांसाठी; तसेच विद्यार्थ्यांसाठी आणि संशोधकांसाठी हे पुस्तक मार्गदर्शक ठरेल अशी मी आशा करतो.

– प्रो गणेश शंकर गिरी
यौगिक विज्ञान विभागप्रमुख,
डॉ हरिसिंह गौर विश्वविद्यालय, सागर

हे पुस्तक वाचून, कोणताही वाचक आपल्या अंतरंगाचा आणि बाह्यांगाचा विकास घडवून आणून वर्तमान कालानुरूप बहुआयामी व्यक्तिमत्त्वाचा बनू शकतो, हे या ज्ञानवर्धक पुस्तकाचे वैशिष्ट्य आहे. त्याबरोबरच वाचक आपल्या शारीरिक, मानसिक, शैक्षणिक, आध्यात्मिक आणि सांस्कृतिक जीवनातही मनोवांछित परिवर्तन घडवून आणू शकतो.

– डॉ शैलेंद्र पाराशर
प्रोफेसर आणि संचालक,
आंबेडकर पीठ, विक्रम विश्वविद्यालय, उज्जैन

श्री. राजीव जैन 'त्रिलोक' यांनी लिहिलेले *संपूर्ण योगविद्या* हे पुस्तक; म्हणजे पुस्तकविश्वाच्या बगिच्यातील एक पुष्पगुच्छ आहे. ज्या प्रकारे पुष्पगुच्छ बनवण्यासाठी माळी बागेतील सुंदर फुलांची निवड करतो, त्याच प्रकारे श्री. त्रिलोकजींनी योगविश्वातील विविध क्रियांची निवड करून त्या या पुस्तकात दिल्या आहेत. योगाविषयी जिज्ञासा असलेल्यांप्रमाणेच विद्यार्थ्यांसाठी आणि योगाच्या साधकांसाठीही हे पुस्तक अत्यंत उपयुक्त आहे.

– श्री. एम. पी. यादव
प्रशिक्षक, राज्य योग प्रभारी, मध्य प्रदेश
शासकीय योग प्रशिक्षण केंद्र, भोपाळ

पोलिसांच्या आत्यंतिक व्यग्र आणि अनियमित दिनचर्येमुळे त्यांच्यामध्ये नकळत मानसिक आणि शारीरिक व्याधी निर्माण होतात. अशाच प्रकारच्या व्याधींमुळे कामकाजाच्या किंवा नोकरीच्या ठिकाणी, व्यवहारात आणि दैनंदिन जीवनात हिंसा, आत्महत्या यांसारख्या दुर्घटना घडतात आणि त्यांचे समाजावर, परिसरावर आणि कुटुंबांवर परिणाम होतात. *संपूर्ण योगविद्या* या पुस्तकात या समस्येवरचे वैज्ञानिक उपचार देण्यात आले आहेत. हे उपचार कोणत्याही प्रशिक्षकाखेरीज शिकता येतील आणि त्यांचा लाभ मिळवता येईल. निरोगी पोलीस कर्मचारीही या पुस्तकातील ज्ञानाद्वारे चांगली निर्णयक्षमता मिळवू शकतील आणि अथक परिश्रम करण्याचे सामर्थ्य मिळवू शकतील. प्रत्येक स्तरातील पोलीस कर्मचाऱ्यांनी आणि अधिकाऱ्यांनी आपल्याजवळ बाळगावा, असा हा एक अमूल्य ग्रंथ आहे.

– डॉ सुभाष अत्रे, आयपीएस
प्रमुख सचिव, गृहखाते, छत्तीसगड

अमेरिकेत योग शिकणाऱ्यांच्या संख्येत प्रचंड वाढ झाली असून, योग शिकवणाऱ्या संस्थांचे पेव फुटले आहे. परंतु, 'स्वयं' योगाभ्यासाकडे कोणीही वळत नाही. अमेरिकेच्या पाश्चात्त्य संस्कृतीच्या वातावरणात मानसिक आणि शारीरिक स्वास्थ्य मिळवण्यासाठी संपूर्ण योगविद्या हा अत्यंत उपयुक्त ग्रंथ आहे. त्यात योगासने करण्याच्या व्यवहार्य पद्धती दिल्या आहेत.आणि त्यांचे वैद्यकशास्त्रीय महत्त्व अत्यंत रोचक आणि सुबोध पद्धतीने देण्यात आले आहे. अशा प्रकारचे लेखन इतर कोणत्याही पाश्चात्त्य लेखकाच्या पुस्तकात पाहावयास मिळत नाही. दूरवरच्या देशांमध्ये एकट्याने राहणाऱ्या आमच्या सर्व लोकांना यामुळे लाभ होईल.

– सौरभ शर्मा

ग्लोबल डिलिव्हरी मॅनेजर, क्राईसलर

– स्पर्श शर्मा

ट्रॉय, डेट्रॉईट, मिशिगन (अमेरिका)

श्री. राजीव जैन यांनी अथक परिश्रमांनी आणि गहन संशोधन करून 'गागर में सागर' ही हिंदीतील म्हण सत्यात उतरवली आहे. या पुस्तकात क्रियात्मक ज्ञान आणि अनुभव यांचे अद्‌भुत मिश्रण दिसते. आधुनिक युगातील तणाव, पर्यावरणाचे प्रदूषण आणि गतिमान जीवनशैली यांमध्ये योगाचे ज्ञान आणि उपयोग या गोष्टी अपरिहार्य आहेत. सर्व प्रकारच्या जीवनशैलींमध्ये निरोगी आणि प्रसन्न राहाण्यासाठी उपयुक्त असलेला हा एक अजोड ग्रंथ आहे.

– उदय उपरीत

संचालक, एटीसलात, दुबई (यूएई)

श्री. राजीव जैन यांनी केलेला हा प्रयत्न अत्यंत अभिनव आहे. त्यांनी या पुस्तकात भारतीय तत्त्वज्ञानाच्या दृष्टिकोनातून योगाच्या सम्यक् स्वरूपाची व्याख्या केली आहे. योगाच्या क्षेत्रात निश्चितच ही एक मोलाची कामगिरी आहे. त्याबद्दल त्यांचे अभिनंदन. वाचकांना यामुळे लाभ होईल, अशी आमची आशा आहे आणि अपेक्षाही आहे.

– डॉ महेश जैन

संचालक, महर्षी पतंजली संस्कृत संस्थान, भोपाळ

योग शिकण्यासाठी इच्छुक असलेल्या व्यक्तींसाठी हा एक संपूर्ण मार्गदर्शक ग्रंथ आहे. त्याबरोबरच योगाभ्यास करणाऱ्यांसाठी तो एक अत्यंत महत्त्वपूर्ण संदर्भग्रंथही आहे.

– डॉ मोहन सिंह

ओंटारियो, कॅनडा

संपूर्ण योगविद्या

योगासने, प्राणायाम, मुद्रा, बंध, षट्कर्म, ध्यान आणि कुंडलिनी योग वैज्ञानिक आधारासह

राजीव जैन 'त्रिलोक'

अनुवाद : मीना शेटे-संभू

मंजुल पब्लिशिंग हाउस

मंजुल पब्लिशिंग हाउस

व्यावसायिक आणि संपादकीय कार्यालय

दुसरा मजला, उषा प्रीत कॉम्प्लेक्स, 42 मालवीय नगर, भोपाळ – 462 003

विक्री आणि विपणन कार्यालय

सी-16 सेक्टर 3, नोएडा, उत्तर प्रदेश – 201301, भारत

www.manjulindia.com

वितरण केंद्रे

अहमदाबाद, बेंगलुरू, कोची, कोलकाता, चेन्नई,
हैदराबाद, मुंबई, नवी दिल्ली, पुणे

राजीव जैन ''त्रिलोक'' लिखित *संपूर्ण योगविद्या*
या मूळ हिंदी पुस्तकाचा मराठी अनुवाद

मूळ हिंदी आवृत्ती 2008 साली प्रथम प्रकाशित

प्रथम मराठी आवृत्ती 2019 साली प्रकाशित
प्रस्तुत पाचवी आवृत्ती 2026 साली प्रकाशित

ISBN : 978-93-88241-85-4

मराठी अनुवाद : मीना शेटे-संभू

मुद्रण व बाइंडिंग : सौरभ प्रिंटर्स प्रा. लि.

अनुक्रमणिका

श्रद्धांजली

गुरुदेव आचार्य श्री. १०८ विमलसागरजी महाराज आणि आचार्य श्री. ज्ञानसागरजी महाराज यांना प्रणाम करून माझे पूज्य पिताजी स्व. विजयकुमार जैन (केवलारी, मध्य प्रदेश) आणि माताजी स्व. श्रीमती कमलाबाई जैन आणि पितृतुल्य स्व. श्री. कृष्णचंद्र रखेजा सा. आणि माताजी स्व. श्रीमती मंजुलदेवी रखेजाजी यांनाही शतशः प्रणाम करतो. त्यांनी केलेले संस्कारच माझ्यासाठी आत्मोद्धारक बनले आहेत.

मी जेमतेम दोन वर्षांचा असताना माझ्या आईचा मृत्यू झाला. त्यानंतर ज्या आईने माझे बोट धरून मला मार्गदर्शन केले, ती होती श्रीमती उमादेवी जैन. आता तीही निर्वाण प्राप्त करून घेण्यासाठी दुसऱ्या जन्माच्या प्रवासास निघून गेली आहे. तिच्या स्मृतीस मी पुनःपुन्हा वंदन करतो.

अर्पणपत्रिका

ज्यांना निरोगी बनायचे आहे किंवा जे निरोगी आहेत त्यांना; तसेच सर्व प्राणिमात्रांना आरोग्य प्रदान करण्यासाठी ज्या ईश्वरी शक्तीने मला निमित्तमात्र बनवले, त्या शक्तीला अर्पण. त्याबरोबरच, या मार्गाद्वारे संपूर्ण प्राणिमात्र मोक्षमार्गी, सुखी आणि निरोगी व समृद्ध झाल्याचे पाहू इच्छिणाऱ्या सर्वांना अर्पण.

ऋणनिर्देश

मंजुल पब्लिशिंग हाउसचे संचालक श्री. विकास रखेजा साहेब आणि श्रीमती अनु रखेजा यांचे मी सर्वप्रथम आभार मानतो. त्यांनी मला केवळ पुस्तक लिहिण्याची प्रेरणाच दिली नाही; तर आपले वात्सल्यही दिले.

दीपक शर्मा आणि प्रवीण शर्मा यांनी एकाग्रतेने, चिकाटीने आणि सर्जनशीलतेने काम केल्यामुळे या पुस्तकाचे टाईपसेटिंग, अंतर्गत सजावट आणि डिझायनिंग ही कामे पार पडली. पुस्तकाला सुंदर स्वरूप प्राप्त करून दिल्याबद्दल मी या दोघांचा मनापासून आभारी आहे.

सर्व शुभचिंतकांचा, वाचकांचा मी आभारी आहे. तसेच, सदैव माझ्यासोबत माझी सावली बनून राहिलेली माझी पत्नी आशा जैन, मुलगी अनुश्री जैन आणि मुलगा आदीश जैन यांचाही मी आभारी आहे.

दोन शब्द

भारतीय संस्कृतीमध्ये अनेक आत्मज्ञानी लोक होऊन गेले. त्यांनी आपल्या ज्ञानाने नेहमीच या धरेचे पोषण केले आणि सम्यक् ज्ञानाचा प्रकाश दाखवून या पृथ्वीतलाला ते कल्याणाच्या मार्गाकडे घेऊन गेले. याच ज्ञानाच्या प्रकाशातील एक किरण पूर्वीपासूनच आपल्या शरीराला स्वास्थ्य किंवा आरोग्य प्रदान करत आला आहे. माझा सुपात्र शिष्य राजीव जैन 'त्रिलोक' याने या ज्ञानाचे आणि परंपरेचे विनम्रतेने ग्रहण केले असून लोकांनी शारीरिक, मानसिक आणि भौतिक सुख प्राप्त करत असतानाच आत्मकल्याणही साधावे, यासाठी *संपूर्ण योगविद्या* या पुस्तकाच्या स्वरूपात ते लिहून काढले आहे. आजच्या सर्व गरजा लक्षात घेऊन हे पुस्तक लिहिण्यात आले आहे. योगासनांवर आधारित शेकडो पुस्तके आज बाजारात उपलब्ध आहेत. परंतु, त्यांच्यामध्ये नेहमीच कोणती ना कोणती कमतरता असल्याचे जाणवते. या कमतरता दूर करण्याच्या उद्देशाने राजीव जैन 'त्रिलोक' याने केलेला हा प्रयत्न प्रशंसनीय आहे. एकाच पुस्तकात कित्येक प्रकारचे विषय समाविष्ट करण्यात आल्याने *संपूर्ण योगविद्या* या पुस्तकाचे नाव 'सार्थ' ठरले आहे. अशा प्रकारे कित्येक दृष्टिकोनांतून विचार करता हे पुस्तक वाचनीय आणि पठणयोग्य बनले आहे. माझ्याकडून लेखकाला आशीर्वाद आणि खूप खूप शुभेच्छा!

गोविंद प्रसाद गुप्ता
संस्थापक
भारतीय योग अनुसंधान परिषद

शुभाशीर्वाद

१०८ श्री विमल सागरजी महाराज, आर्यिकारत्न माता ज्ञानमतिजी, श्री कृष्ण दासजी परमहंस, महाराज नेपालीबाबा, स्वामी सत्यानंद सरस्वतीजी महाराज, हरदा (मध्य प्रदेश) येथे माझे नामकरण करून मला 'स्वामी प्रणवानंद सरस्वती' म्हणून संबोधित करणारे स्वामी सच्चिदानंद सरस्वतीजी, जम्मू-काश्मीरमधील कटरा येथील आंतरराष्ट्रीय विश्वायतन योगाश्रमाचे संचालक स्वामी धीरेंद्र ब्रह्मचारी या माझ्या गुरूंकडून आणि आचार्यांकडून मी अत्यंत मनापासून आणि निष्ठेने त्यांनी दिलेले ज्ञान आत्मसात केले आणि कला आत्मसात केली. आता ते ज्ञान लोकांपर्यंत पोहोचवण्याचा मी प्रयत्न केला आहे आणि सातत्याने तसा प्रयत्न करत राहिलो आहे, त्याबद्दल मला अत्यंत समाधान वाटत आहे.

याच प्रकारे, माझा सुयोग्य शिष्य प्रिय राजीव जैन 'त्रिलोक' यानेही मनुष्यजातीच्या जीवनात सुख, शांती, आरोग्य आणि आत्मोन्नती यांची प्राप्ती होण्यासाठी साहाय्यभूत ठरावे, यासाठी या पुस्तकाची रचना करून ते समाजाला अर्पण केले आहे. मानवी जीवनाचे सार्थक व्हावे यासाठी आवश्यक असलेले आणि मनुष्यप्राण्यासाठी हितकारक असलेले जवळजवळ सर्व विषय या पुस्तकात समाविष्ट झाले आहेत.

लोकांना आरोग्याचा लाभ होण्याबरोबरच त्यांची आध्यात्मिक, भावनिक उन्नती व्हावी आणि त्याद्वारे मानवी जीवन सफल होऊन आध्यात्मिक उंचीपर्यंत पोहोचावे, यासाठी गेली सुमारे ५० वर्षे गुरुजनांचे हे ज्ञान मी कोणताही लोभ न धरता निःस्वार्थीपणे वाटत आलो आहे.

इथे मला प्रामुख्याने एक गोष्ट सांगावीशी वाटते. माझे योग गुरू स्वामी सत्यानंद सरस्वतीजी आणि स्वामी धीरेंद्र ब्रह्मचारीजी मला नेहमीच एक गोष्ट सांगत असत, की ज्या प्रकारे आम्ही आमची योगकला तुला शिकवली आहे, त्याप्रमाणेच तूसुद्धा ती जशीच्या तशी आपल्या शिष्यांपर्यंत आणि लोकांपर्यंत पोहोचव. त्यांचे हे म्हणणे लक्षात घेऊन (खरेतर, तो एक आदेशच होता) मी सुमारे २० वर्षे साधना करत असलेल्या माझ्या शिष्याला; राजीव जैन 'त्रिलोक' याला असे सांगितले की, 'तू योगाचे वर्ग घे किंवा कोणत्याही प्रकारचे योगाचे पुस्तक लिही; परंतु या पुस्तकांमध्ये माझ्या गुरूंनी जसे सांगितले आहे, तसेच्या तसे लिही. त्यामुळे, त्यांनी सांगितलेल्या योगकलेचा ऱ्हास होणार नाही आणि त्यांचे नाव अजरामर होईल. त्याबरोबरच, तूसुद्धा आध्यात्मिक उंची गाठशील. माझ्या या शुभेच्छा आणि आशीर्वाद बरोबर घेऊन तू गुरुपरंपरेने चालत आलेली आणि माझ्याकडून तुला शिकवली गेलेली योगकला जनसामान्यांपर्यंत पोहोचवण्याचे कार्य करत राहा.'

इति शुभम्

योगाचार्य डॉ फूलचंद 'योगीराज'

'आयोग मित्र' (म. प्र. मानव अधिकार आयोग),

उपाध्यक्ष, मध्य प्रदेश योग परिषद

मनोगत

प्राचीन काळापासून ज्ञानाच्या परंपरेचा विकास करणाऱ्या अलख निरंजन भगवान शिव १००८ आदिनाथ यांना मी वंदन करतो आणि त्यांच्या ओंकाररूपी दिव्यघोषाला आणि वीर प्रभूंच्या शासनकाळापर्यंत माता सरस्वतीचे रूप घेऊन 'माता जिनवाणी' म्हणून ओळखल्या जाणाऱ्या त्या शारदादेवीलाही (वाणीला) माझे शतशः नमन.

हेच सम्यक् ज्ञान मोठमोठ्या संतांनी, महात्म्यांनी, ऋषिमुनींनी आणि आचार्यांनी आपल्या शिष्यांना जसेच्या तसे प्रदान केले. त्यामुळेच, भारतीय संस्कृती तशीच फुलत राहिली आणि प्रफुल्लित होत राहिली. संपूर्ण देशात तिने आपली स्वतंत्र ओळख बनवली.

'हा ज्ञानाचा पुंज म्हणजे त्यांचेच आशीर्वाद आहेत.'

हे आध्यात्मिक ज्ञान सर्वप्रथम माझ्या पूज्य पिताजींकडूनच मला प्राप्त झाले. कित्येक वेळा दिव्य आत्म्यांशी त्यांची भेट होत असे. दिवसेंदिवस माझ्या अंतःकरणातही आध्यात्मिक विकास होत गेला ही देवाची कृपाच आहे. आध्यात्मिक जिज्ञासेत वाढ होत गेली. मी कित्येक विषयांचे अध्ययन केले. आध्यात्मिक विषय अत्यंत गहन आणि व्यापक असल्यामुळे त्याचा साधक बनून मी निरंतर अभ्यास करत राहिलो. आजही एखाद्या ठिकाणी आध्यात्मिक किंवा योगक्रियांशी संबंधित शिबिराचे आयोजन केले गेले, तर एखाद्या निरागस बालकाप्रमाणे आपला कोणताही परिचय न देता मी अत्यंत विनम्रपणे तिथे दिले जाणारे ज्ञान आणि शिकवल्या जाणाऱ्या क्रिया ग्रहण करण्याचा प्रयत्न करतो. आपण जितके अधिक शिकू, तितके आपले ज्ञान अधिक विकसित होऊ शकेल, असा हा विषय आहे.

ज्यांच्याकडून मला प्रत्यक्षपणे अगर अप्रत्यक्षपणे ज्ञान प्राप्त झाले, त्या सर्व संतांचा, आचार्यांचा आणि योग्यांचा मी नामोल्लेख करू इच्छितो.

सुरुवातीला, मी गौतम गणधराचार्य यांना नमन करतो आणि श्री. कुंदकुंदाचार्य, श्री. शुभचंद्राचार्य, प.पू. आचार्य विद्यासागरजी, प.पू.क्षु.ध्यान सागरजी महाराज, महर्षी पतंजली महाराज, ऋषी घेरंड, मुनी वसिष्ठजी, स्वामी शिवानंद, स्वामी सत्यानंद सरस्वती, श्री.बी.के.एस. अय्यंगार, श्री. बर्फानी बाबा, स्वामी विशुद्धानंद परमहंस 'ज्ञानगंज', मं.म.पं. गोपीनाथ कविराज, स्वामी कार्तिकेयजी, स्वामी धीरेंद्र ब्रह्मचारी, परमहंस निरंजनानंद सरस्वती, डॉ के एम गांगुलीजी, बाबा रामदेव, श्रीमती शशी सूद, श्री. एस डी सूद या सर्वांना वंदन करतो. ज्ञान देणारे हे पुस्तक म्हणजे, या सर्वांचा आशीर्वादच आहे, कारण या सर्वांच्या ज्ञानात्म्याला आणि त्यांच्या सर्वांच्या सम्यक् दृष्टीला सर्वांना निरोगी पाहाण्याची तळमळ लागून राहिली आहे.

आदरणीय पं. राजमलजी यांनाही मी प्रणाम करतो, त्यांच्यामुळे मला अध्यात्माची प्रेरणा मिळाली.

'त्रिलोक प्राच्य विद्या रिसर्च सेंटर'ची संपूर्ण टीम आणि स्व. अजयकुमार वर्मा, डॉ. एच. मालवी, श्री. एम. पी. यादव, डॉ. श्री. अशोक जनवदे, डॉ. सुभाष अत्रे (माजी डीजीपी), श्री. मनोज कुलकर्णी, श्री. हेमंत चौहान (अतिरिक्त पोलीस अधीक्षक), डॉ. महेश भार्गव, श्री. चंदगोपाल जेठवानी, श्री. देवेंद्र शर्मा (व्यंग्यचित्रकार), डॉ. शोभित, स्व. दीदी सविता सैनी, नेहा त्रिपाठी (आहार आणि पोषण या विषयात पदव्युत्तर पदवी प्राप्त), डॉ. प्रमोद शंकर सोनी, श्री. संजीव दुबे आणि डॉ. अक्षय जैन यांचाही मी अंतःकरणापासून आभारी आहे.

केवळ योगच नव्हे; तर भारतीय संस्कृतीतील प्राच्य विद्या अबाधित राखण्यासाठी आणि तिच्यावर अधिकाधिक संशोधन व्हावे व तिचा संपूर्ण विश्वाला लाभ मिळावा, हे हेतू प्रत्यक्षात उतरवण्यासाठी आम्ही 'त्रिलोक प्राच्य विद्या रिसर्च सेंटर'ची स्थापना केली आहे. हे केंद्र गेली कित्येक वर्षे आपले कार्य उत्तम प्रकारे पार पाडत आहे. या संशोधन केंद्रात अधिकाधिक माहिती अंतर्भूत असावी, असा विचार करून आम्ही कित्येक योगी, हठयोगी, ज्योतिषी, वास्तुविशारद, आयुर्वेदाचार्य, तंत्र, मंत्र आणि त्राटक तज्ज्ञ, कुंडलिनी जागरण विद्या, रहस्यपूर्ण अलौकिक वास्तू/स्थाने, सिद्धभूमी, पारद विज्ञान, स्वर्णतंत्र, दुर्मीळ औषधी वनस्पती, सूर्य विज्ञान (या शास्त्राद्वारे एका वस्तूचे दुसरीत रूपांतर करता येते.) हस्तलिखित ज्योतिषशास्त्र, परामनोविज्ञान, आदी अनेक प्राचीन विद्या आणि अनेक अनुभव एकत्रित केले आणि आपल्या जिज्ञासू साधकांना आम्ही हे सगळे अनुभव आणि प्रयोग हळूहळू, एका पाठोपाठ सांगणार आहोत.

हे संपूर्ण जग आणि तुम्ही स्वतः भौतिक, आध्यात्मिक, शारीरिक आणि मानसिक या सर्वच पातळ्यांवर सुखी आणि समृद्ध बनावे, असा आमचा प्रयत्न आहे.

हे पुस्तक तयार करण्यासाठी आम्ही खूप परिश्रम घेतले आहेत. सर्व संतांच्या, गुरूंच्या, योग्यांच्या पुण्यवान किरणांमुळेच हे शक्य झाले आहे. आसनांची अधिक प्रचलित नावे देता यावीत यासाठी आम्ही मोठेच प्रयत्न केले आहेत. तरीही विशेषतः असे दिसून येते की, देश आणि कालानुरूप वेगवेगळ्या गुरूंनी किंवा आचार्यांनी एकाच आसनाला वेगवेगळी नावे दिली आहेत आणि कित्येक वेळा असेही दिसून आले आहे की, एकच नाव असलेली आसने वेगवेगळ्या प्रकारे करवून घेतली जातात. अनेक वेळा एकाच आसनाच्या क्रियेत थोडासा बदल करून त्याचे नावही बदलले जाते. परंतु, साधकांना मी असे सांगू इच्छितो की, त्यांनी अशा प्रकारच्या बदलांकडे; भिन्नत्वांकडे लक्ष देऊ नये आणि त्या योगासनांच्या लाभांविषयी स्वतः माहिती घ्यावी व इतरांनाही ती द्यावी. तसेच, यासाठी आत्मकल्याणाची आणि जनकल्याणाची भावना मनात बाळगावी. विद्यार्थ्यांना माझे असे सांगणे आहे की, त्यांनी योगासनाचे नाव, त्याचे चित्र आणि ते करण्याची क्रिया याविषयी योगशिक्षकाकडून विवेकपूर्वक माहिती घ्यावी. या पुस्तकाची रचना करताना, मी कित्येक बाबी लक्षात घेतल्या आहेत, तरीही योगविद्येशी संबंधित कोणतीही क्रिया करण्याआधी एखाद्या योगशिक्षकाचा किंवा गुरूचा सल्ला अवश्य घ्यावा. जर तुम्हाला आपले कोणतेही म्हणणे मांडायचे असेल किंवा एखादी त्रुटी राहून गेली असेल, तर निःसंकोचपणे ती सांगण्याची कृपा करावी. त्याबद्दल आम्ही आपले आभारी राहू.

इति शुभम्

योगाचार्य राजीव जैन 'त्रिलोक'
संचालक : हिमालय योग निकेतन समिती,
त्रिलोक प्राच्य विद्या रिसर्च सेंटर,
मो. 09826530366
rajeevjaintrilok@gmail.com

अभिप्राय

अज्ञान हेच माणसाच्या सर्व दुःखांचे मूळ आहे आणि संतसदृश आचरणातच खरे सुख सामावलेले आहे. स्वाध्यायामुळे अज्ञानाचा नाश होतो. माझे प्रिय लेखक श्री. राजीव जैन 'त्रिलोक' यांनी या *संपूर्ण योगविद्या* नावाच्या ग्रंथाची केलेली रचना ही भूतलावरच्या स्वर्गाच्या रचनेसारखी आहे. मानसिक, शारीरिक आणि आध्यात्मिक क्लेश दूर करण्याच्या उपायांचे विवेचन करून त्यांनी अत्यंत चतुराईने कमीतकमी शब्दांत मोठ्या आशयपूर्ण गोष्टी सांगितल्या आहेत. सध्याच्या काळात हा 'योग'ग्रंथ घराघरांत घरच्या वैद्याचे कार्य करेल. सध्या, योगचिकित्सा कमालीची लोकप्रिय होत चालली आहे. या ग्रंथाची मागणी नेहमीच वाढेल. गेली ३२ वर्षे मी योगविषयक अनेक ग्रंथांचा अभ्यास केला आहे. परंतु, संपूर्ण योग विद्या या पुस्तकाच्या रूपाने विविध योगरूपी मोत्यांची माळ गुंफल्याचे मला प्रथमच आढळले. योग हा परमात्म्याची भेट घेण्याचा केलेला अलौकिक असा एक प्रयत्न आहे. त्यात कोणतेही चैतन्यशील चित्र नाही. तो परमानंद आहे. योगाचा कोणताही चरमबिंदू नाही. त्याला मोजण्याचे कोणतेही एकक नाही. या पुस्तकाच्या लेखकाची शुभ व सकारात्मक चिंतनाची अनुभूती या लेखनातून झळकते. ज्याची आत्मशक्ती जागृत असेल, त्याच्याकडून केली जाणारी सत्कर्मे तडीस नेण्यासाठी नेहमीच सामर्थ्यशाली निसर्गाचे नियम तत्पर असतात.

हा 'योग'ग्रंथ पूर्णपणे सार्वभौम व वैज्ञानिक दृष्टिकोनावर आधारित आहे. त्याला ना सांप्रदायिकतेचा गंध आहे; ना धार्मिक संकुचिततेचा वारा लागलेला आहे. या ग्रंथाची रचना देश, काळ, धर्म, जाती, लिंग आदींमधील भिन्नत्व लक्षात

घेऊन करण्यात आली आहे. मानवजातीसाठी हा अमूल्य असा एक वारसा आहे. या ग्रंथाचा अभ्यास करणाऱ्यांनी हे लक्षात घेतले पाहिजे की, ज्याप्रमाणे पोहायला शिकण्यासाठी पुस्तकी ज्ञान उपयोगी ठरत नाही; तर त्यासाठी प्रत्यक्ष पाण्यातच उतरावे लागते, त्याप्रमाणेच या ग्रंथातील संपूर्ण ज्ञान प्राप्त करण्यासाठी प्रत्यक्ष साधनेची, अभ्यासाची गरज आहे. प्रयोगाद्वारेच आत्मज्ञान प्राप्त होते आणि आत्मज्ञानानेच मुक्ती प्राप्त होते. या ग्रंथातून दाखवण्यात आलेला मार्ग हा स्वयंपूर्ण आहे. योगरूपी ज्ञानाची हरवलेली प्राचीन परंपरा पुनर्जागृत करून ते ज्ञान प्रदान करणे हा या ग्रंथाचा उद्देश आहे.

हे ज्ञान निरालस वृत्तीने सहजगत्या आत्मसात करता यावे, अशा अत्यंत सुलभतेने लेखकाने या ग्रंथाची रचना केली आहे. या ग्रंथाच्या अध्ययनाने वाचकांच्या जिज्ञासेची नक्कीच पूर्तता होईल, असे माझे मत आहे, कारण योगाच्या सर्व प्राचीन ग्रंथांचे सार काढून त्याद्वारे या ग्रंथाची अत्यंत नैसर्गिक रचना करण्यात आली आहे. सध्याच्या काळात मानवी समाज सातत्याने असाध्य आजारांनी ग्रस्त होत चालला आहे. या क्लेशांपासून मुक्ती मिळवण्याच्या मार्गाचा उल्लेख लेखकाने आगळ्यावेगळ्या प्रकारे केला आहे. या ग्रंथात शारीरिक, मानसिक आणि आध्यात्मिक क्लेशांचे शमन कसे करावे, त्याचेही योग्य प्रकारे वर्णन करण्यात आले आहे. मानवी चेतनेचा मार्ग दर्शवणारा हा एकमेव ग्रंथ आहे. जिज्ञासू लोकांच्या हितासाठी तो लिहिण्यात आला आहे. हे पुस्तक म्हणजे, अज्ञान आणि अंधःकार दूर करणारी ज्ञानाची ज्योत आहे. आधीच्या आवृत्तीतील मजकुरात आणखी दुरुस्त्या करून ही आवृत्ती आणखी सुलभ, चांगली, स्पष्ट आणि त्रुटीरहित बनवण्याचा प्रयत्न केला आहे. या नवीन चांगल्या प्रयत्नामुळे योगाविषयी जिज्ञासा असलेल्या लोकांसमोर योगाचे वास्तव, सत्य स्वरूप उकलून दाखवून हा ग्रंथ त्यांना संतोष मिळवून देईल असा आम्हाला विश्वास वाटतो. रोग आणि व्याधी हेच आपले भाग्य आणि नशीब आहे, असा विचार आज लोक करतात आणि हेच व्यक्तींच्या दुःखाचे एकमेव कारण आहे. रोगांविषयीच्या आणि व्याधींविषयीच्या या सामुदायिक विक्षिप्त विचारातून बाहेर पडण्यासाठी आणि आरोग्यपूर्ण, आनंदी व विधायक पूर्णत्वाचा अनुभव घेण्यासाठी आपल्या दैनंदिन जीवनात क्रमाक्रमाने योगाचा समावेश करणे आवश्यक आहे. रोगांचे मूळ असलेल्या दैनंदिन जीवनशैलीचाही या पुस्तकात समावेश करण्यात आला आहे. चुकीची दैनंदिन जीवनशैली हे सर्व रोगांचे मूळ असून हे मूळ कारण नष्ट करणारी योगचिकित्सा प्रणाली सहजपणे कशी वापरता येईल, हे समजावून सांगण्यात आले आहे. योग-अंगांचा अभ्यास करून ती आचरणात आणण्याबरोबर रोगांचा समूळ नायनाट व्हावा, अशी इच्छा असलेल्या लोकांनी हे लक्षात घेतले पाहिजे की, केवळ पुस्तक वाचून स्वतःवर उपचार करू नयेत. एखाद्या कुशल मार्गदर्शकाकडून, योगनिष्णात वैद्याकडूनच हे उपचार करवून घेतले पाहिजेत. जे लोक चारही बाजूंनी

रुग्णावस्थेने घेरले गेले आहेत आणि योगोपचारांनी किंवा योगाभ्यासाने ज्यांना त्यातून बाहेर पडण्याची इच्छा आहे, अशा शारीरिक क्लेशांनी, दैवी आणि भौतिक क्लेशांनी त्रस्त असलेल्या सर्वसामान्यांना योगाकडे वळण्याची प्रेरणा देण्याच्या उद्देशाने हे पुस्तक लिहिण्यात आले आहे.

मनात प्रविष्ट होऊन, एक प्रभावी विचार बनून प्रत्यक्ष आचरणात उतरणारी आणि त्याद्वारे कष्ट दूर करण्याचे समर्थ साधन असल्याचे सिद्ध होणारी एक ऊर्जा या ग्रंथात आहे. उपचारांच्या नवनवीन आयामांचा शोध घेऊ इच्छिणाऱ्या चिकित्सकांसाठी किंवा वैद्यांसाठी हा संदेश देणारा मार्गदर्शक ग्रंथ आहे. स्वावलंबी, विजयी अशा त्रैलोक्याच्या; अखंड ब्रह्मांडाच्या सत्तेकडून या ग्रंथाचे संचालन व्हावे, अशी माझी इच्छा आहे.

डॉ. एल. ए. पचौरी

शासकीय चिकित्सा अधिकारी,

प्राकृतिक आणि योगचिकित्सा विज्ञान,

भोपाळ (मध्य प्रदेश)

प्रस्तावना

संपूर्ण योगविद्या या पुस्तकाचे लेखक श्री. राजीव जैन 'त्रिलोक' यांनी या पुस्तकात आपले अनुभव समाविष्ट करून एका लोकोपयोगी ग्रंथाची निर्मिती केली आहे. हा ग्रंथ केवळ सर्वसामान्यांसाठीच नव्हे; तर योगाच्या अभ्यासकांसाठीही उपयुक्त आहे. तसे पाहता, आज बाजारात योगविषयक अनेक पुस्तके उपलब्ध आहेत. परंतु *संपूर्ण योगविद्या* हा आपले नाव सार्थ ठरवणारा ग्रंथ आहे.

योग आणि निसर्गोपचारपद्धती या माणसाला रोगनिवारणाबरोबरच त्याच्या सर्वांगीण विकासासाठीही मदत करतात. या पद्धती कुठल्याही प्रकारची हानी न करणाऱ्या नसून त्या अत्यंत सोप्या, प्रभावी आणि जलद परिणाम देणाऱ्या पद्धती आहेत.

योग आणि निसर्गोपचार या पद्धतींना आज सर्वत्र मागणी आहे, कारण या पद्धती 'उपचारपद्धती' म्हणून समोर आल्या आहेत. वास्तविक, आज संशोधनाच्या कसोटीवर घासून प्रामाणिकपणे लिहिल्या जाणाऱ्या साहित्याची आवश्यकता आहे. *संपूर्ण योगविद्या* हे पुस्तक या दृष्टीने महत्त्वपूर्ण भूमिका बजावते.

पुस्तक चांगल्या प्रकारे लिहिले गेले असून, त्यातील आकृत्यांमुळे व चित्रांमुळे ते अधिक उपयुक्त ठरले आहे.

– डॉ राजीव रस्तोगी,
साहाय्यक संचालक (प्रा.चि.),
केंद्रीय योग आणि नैसर्गिक चिकित्सा संशोधन परिषद, नवी दिल्ली

मंगल पाठ

ओंकारं बिंदुसंयुक्तं नित्यं ध्यायन्ति योगिनः।
कामदं मोक्षदं चैव ओंकाराय नमो नमः ।।

प्रार्थना

ॐ संगच्छध्वं संवदध्वं
सं वो मनांसि जानताम्
देवा भागं यथा पूर्वे
सञ्जानाना उपासते।।

आपण सर्वांनी प्रेमाने एकत्रितपणे चालावे, एकत्रितपणे बोलावे आणि सर्वांनी ज्ञानी बनावे. आपल्या पूर्वजांप्रमाणे आपणही सर्व कर्तव्यांचे पालन करावे.

प्रार्थना

योगेन चित्तस्य पदेन वाचां,
मलं शरीरस्य च वैद्यकेन।
योऽपाकरोतं प्रवरं मुनीनां
पतञ्जलिं प्राञ्जलिरानतोऽस्मि ।।

हरिहर, ब्रह्मा, बुद्ध, जिनेश्वर, परम पिता अल्लाह ताला,
वाहे गुरू यह अरज करूँ मैं, बना रहूँ मैं दिल वाला।

निरपराध को कभी न मारूँ, बनूँ नही मन का काला,
चाहे कोई क्यों न मुझे दे, पारसमणियों की माला।

निर्बल दुखियारे जीवों पर, सक्रिय करुणा सदा करूँ,
अवसर पर मैं बनूँ सहायक, धीरज साहस सदा धरूँ।

कष्टों में मुस्काना सीखूँ, दुष्कर्मों से सदा डरूँ,
वर्तमान में जीना सीखूँ, लेकर प्रभू का नाम मरूँ।

जो बर्ताव मुझे अप्रिय हो, वह न किसी के साथ करूँ।
छोटों को दे प्रेम बडों से, मैं आदर से बात करूँ ।

योगाभ्यास करूँ मैं प्रतिदिन, अच्छी सेहत प्राप्त करूँ,
'ध्यान' योग के अवलंबन से, सब रोगों का नाश करूँ।

योगशास्त्राच्या सर्व क्रिया क्रमशः धैर्यपूर्वक,
आत्मविश्वासाने आणि संपूर्ण आस्थेने सातत्याने केल्या,
तर त्या आपल्याला शारीरिक आणि मानसिक
लाभाबरोबरच आध्यात्मिकतेच्या परमोच्च आनंदाची
अनुभूतीही मिळवून देतात.

– राजीव जैन त्रिलोक

पुरिसायारो अप्पा, जोई वरणाणदंसण समग्गो।
जो झायदि सो जोई, पावहारो भवदिणिद्दंदो॥

अर्थ : पुरुषाच्या शरीरात असलेला जो आत्मा योगी बनून उच्च ज्ञान आणि तत्त्वज्ञान यांनी परिपूर्ण असलेल्या आत्म्याचे ध्यान करतो, तो रोग आणि पापे नष्ट करणारा आणि रागरहित व द्वेषरहित असतो.

मोक्ष पाहुण
आचार्य श्री कुंद कुंद स्वामी

आपले आरोग्य आपल्या या विश्वालाही
आरोग्य प्रदान करण्यात सहयोग देते.

– राजीव जैन त्रिलोक

योग म्हणजे काय?

एक वैचारिक दृष्टिकोन

ऐतिहासिकदृष्ट्या विचार करता, योगविद्या कधी, कशी आणि कुठे अस्तित्वात आली, हे सांगणे अत्यंत कठीण आहे. प्राचीन ग्रंथांवर दृष्टिक्षेप टाकला, तर वेदांमध्ये आणि जैन धर्मीयांच्या ग्रंथांमध्ये योगविद्येचा उल्लेख सापडतो. त्यामुळे, योगविद्येची परंपरा प्राचीन काळापासून चालत आली आहे, असे आपण म्हणू शकतो. ज्या वेळी योगाशी संबंधित ज्ञान लिखित स्वरूपात तयार झाले नव्हते आणि मौखिक पद्धतीने गुरू-शिष्य परंपरेद्वारे शिकवले जात होते, त्या काळापासून योगविद्येचा उपयोग केला जात आहे. मात्र, योगाचा जन्म नेमका कधी झाला आणि योगविद्येचा जनक कोण या वादविवादात अडकणे फारसे महत्त्वाचे नाही; तर योगसाधनेची रहस्ये कधी आणि कोणी उकलून समोर आणली, हा प्रश्न अधिक महत्त्वाचा आहे. हजारो वर्षांपासून योगाने जगावर आपले वर्चस्व प्रस्थापित केले आहे. योगाने जगातील सर्व धर्मांना प्रमाणित केले आहे, मान्यता दिली आहे आणि मानवजातीला योग्य दिशेने पुढे नेले आहे.

वास्तविक, योग हा 'सार्वभौम वैश्विक मानव धर्म' आहे. योगाच्या दृष्टिकोनातून धर्म हे एक विज्ञान आहे; परंतु योगाला कोणत्याही एखाद्या विशिष्ट धर्माशी न जोडता त्याचा अभ्यास केला, तर आपल्याच धर्मातील एखाद्या धार्मिक भागाचे आपण पठण आणि आचरण करत आहोत आणि आपला विश्वास, श्रद्धा व धार्मिक भावना मानवजातीच्या कल्याणासाठी आणि उत्थानासाठी आपण अधिक दृढ करत आहोत, असे वाटेल. अशा प्रकारे आपण योगाचे रहस्य स्पष्टपणे समजून घेण्याचा प्रयत्न करू शकतो.

ज्या ऋषींनी आत्म्याचे दर्शन घेतले होते, त्यांनी प्रतिपादन केलेल्या विधींची ही ओळख आहे. योगातून आध्यात्मिक आचारप्रणालीचे क्रमवार दर्शन घडवले जाते आणि साधकाला आपल्या लक्ष्यापर्यंत पोहोचण्यासाठी योग साहाय्य करतो. अशा प्रकारे, व्यावहारिकदृष्ट्या योग दीक्षात्मक तत्त्वज्ञान आणि सार्वभौम धर्म यांचे प्रतीक आहे.

आज लोक असे मानतात की, महर्षी पतंजलींनी योगाचे निरूपण केले. मात्र, योगाचे पहिले गुरू भगवान शिव हेच आहेत. हिरण्यगर्भाने लिहिलेली योगसूत्रे आज कालौघात नष्ट झाली आहेत. परंतु काही लोकांच्या मते, हिरण्यगर्भाच्या या योगसूत्राच्या आधारावर 'पतंजली योगदर्शना'ची रचना करण्यात आली. महर्षी पतंजलींनी अष्टांग योगदर्शनाची माहिती दिली. हा योग यम, नियम, आसन, प्राणायाम, प्रत्याहार, धारणा, ध्यान आणि समाधी या आठ अंगांच्या स्वरूपात गृहीत धरण्यात आला आहे. भारतीय वाङ्मयात योगावर मोठ्या प्रमाणात चिंतन करण्यात आले आहे. गीतेत भगवान श्रीकृष्णाने म्हटले आहे की,

तपस्विभ्योऽधिको योगी ज्ञानिभ्योऽपि मतोऽधिकः।
कर्मिभ्यश्चाधिको योगी तस्माद्योगी भवार्जुन।। (६/४६)

हे अर्जुना, तू योगी बन, कारण तपस्वी, ज्ञानी आणि सकाम कर्म करणारे या सगळ्यांमध्ये योगी श्रेष्ठ आहे.

श्रीमद् भागवत महापुराणात आपला सखा, उद्धवाला उपदेश करताना श्रीकृष्ण म्हणतो,

जितेन्द्रियस्य युकृस्य जितश्रवासस्य योगिनः।
मयि धारयतश्चेत उपतिष्ठन्ति सिद्धयः।। (११/१५/१)

प्रिय उद्धवा, ज्या वेळी योगी इंद्रिय, प्राण आणि मन यांच्यावर नियंत्रण मिळवून आपले चित्त माझ्यात लीन करतात आणि माझे चिंतन करू लागतात, त्या वेळी त्यांच्यासमोर अनेक सिद्धी प्रकट होतात. याचा असा स्पष्ट अर्थ आहे की, योगाद्वारे अणिमा, महिमा, लघिमा, प्राप्ती, प्रकाम्य, ईशिता, वशिता, कामावसायिता अशी नावे असलेल्या सर्व अष्टसिद्धी आपोआपच प्राप्त होतात. मात्र योगातून प्राप्त होणारे लाभ हे सिद्धी प्राप्त करणे एवढ्याच संकुचित दृष्टिकोनापुरते मर्यादित नाहीत. आत्मज्ञान, आत्मदर्शन, आत्मसुख आणि आत्मबल यांची प्राप्ती हा योगाचा अत्युच्च, सर्वश्रेष्ठ लाभ आहे.

योगाच्या विविध पद्धतींचे आणि उपासनेच्या अनेकानेक विधींचे प्रमुख उद्दिष्ट हे चित्ताला राग, द्वेष आदी दोषांपासून मुक्त करून चित्तात सत्त्वगुणाची वृद्धी करणे आणि वृत्तींना निर्मलता प्रदान करणे, हे आहे. आत्मरूपाच्या किंवा 'स्व'रूपाच्या

बोधापासून स्वरूप-प्राप्ती किंवा स्वरूप-उपलब्धीपर्यंतचा प्रवास; म्हणजे योग होय. अंतर्यामीच्या चेतनेला जागृत करण्याचे योग हे उत्तम साधन आहे.

चरित्राच्या निर्मितीमध्ये योगाचे असलेले महत्त्व अगदी स्पष्ट आहे. मानवाच्या मनात असलेले सात्त्विक तत्त्व ज्या वेळी योगाच्या साधनेद्वारे जागृत होते, त्या वेळी त्या व्यक्तीचे मन मानवी सद्‌गुणांनी सुशोभित होते. दया, क्षमा, करुणा, ज्ञान-दर्शन आणि वैराग्य यांची अभिवृद्धी या चरित्रनिर्मितीच्या भित्तिका आहेत.

योगाचे प्रकार

प्राचीन ग्रंथांमध्ये योगाच्या अनेक प्रकारांचा उल्लेख आढळतो. या योगांच्या अनुयायांचेही रुचिभेदानुसार कित्येक प्रकार आहेत. 'योग प्रदीप'मध्ये राज योग, अष्टांग योग, हठ योग, लय योग, ध्यान योग, भक्ती योग, क्रिया योग, मंत्र योग, कर्म योग आणि ज्ञान योग या प्रकारांचा उल्लेख सापडतो. याखेरीजही, योगाचे कित्येक प्रकार असल्याचे मानले गेले आहे. भगवान श्रीकृष्णाने तीन योगांचा उपदेश केला आहे. ज्ञानयोग, कर्मयोग आणि भक्तियोग हे ते योग होत.

योगाचा अर्थ आणि व्याख्या

'योग' या शब्दाचा सर्वसामान्य अर्थ आहे - जोडले जाणे, मिसळणे, युक्त होणे किंवा एकत्रित करणे. संस्कृतमधील 'युज' या धातूपासून योग या शब्दाची व्युत्पत्ती झाल्याचे मानले जाते. संस्कृतमध्ये 'युज' धातूचा उपयोग रुधादिगणातील संयोगासाठी करण्यात आला आहे. 'युजिर योगे'*. दिवादिगण समाधीसाठी 'युज समाधौ' ** चुरादिगणात संयमनासाठी हाच शब्द 'युज संयमने' *** असा वापरला गेला आहे. या अर्थांमध्ये वर्णन करण्यात आलेल्या 'युज' धातूमध्ये 'धञ' प्रत्यय जोडल्यानंतर 'योग' हा शब्द व्युत्पन्न झाला आहे.

'योग' या शब्दाचा व्यावहारिक अर्थ अत्यंत व्यापक आहे. त्याचे क्षेत्रही अतिशय विस्तृत आहे. अशा प्रकारे योगाचे विभिन्न अर्थ सापडतात.

'योग' हे सांख्याचेच क्रियात्मक रूप आहे. 'योग' हा जगातील सर्व धर्म, संप्रदाय, मत-मतांतरांचे भिन्नत्व आणि तर्क-वितर्क यांपैकी कशाचाही मागमूस नसलेला 'सार्वभौम' धर्म आहे. हा धर्म स्वानुभवाद्वारे तत्त्वाचे (आत्म्याचे) ज्ञान प्राप्त करण्यास शिकवतो आणि साधकाला त्याच्या अंतिम उद्दिष्टापर्यंत नेतो.

---

* *'युजिर योगे' सिद्धांत कौमुदी धातुक्रम संख्या १४४४*

** *'युज समाधौ' सिद्धांत कौमुदी धातुक्रम संख्या ११७७*

*** *युज संयमने' सिद्धांत कौमुदी धातुक्रम संख्या १८०७*

आज, योगाशी संबंधित अनेक प्रकारांविषयी कित्येक शंका-कुशंका आणि गैरसमज पसरलेले आहेत. स्पष्ट शब्दांत मांडायचे झाले, तर स्थूलतेपासून सूक्ष्मतेच्या दिशेने जाणे आणि बाह्यात्म्यापासून अंतरात्म्यापर्यंत जाणे; म्हणजे योग होय. चित्ताच्या वृत्तींच्याद्वारे आपण स्थूलतेकडे जातो. म्हणजेच, स्थिरचित्त किंवा एकाग्रचित्त न होता आपण बहिर्मुख बनतो. आपले चित्त जेवढे अस्थिर बनत जाईल, तेवढे रज आणि तम गुणांचे प्राबल्य वाढत जाईल. परंतु, ज्या वेळी आपण चित्ताला अंतर्मुख करत जाऊ, त्या वेळी आपल्या अंतःकरणात तेवढ्याच प्रमाणात 'सत्' म्हणजे सम्यक् ज्ञानाचा आणि सम्यक् दर्शनाचा प्रादुर्भाव होत जाईल आणि आत्मदर्शन होऊन आपण निर्विकल्प अवस्थेपर्यंत (निःशब्द, विचाररहित जागृतावस्था) पोहोचू.

आपल्या योगदर्शनाच्या 'समाधी पादा'च्या दुसऱ्या सूत्रात पतंजलींनी योगाची व्याख्या अशी केली आहे :

योगश्चित्तवृत्तिनिरोधः ।।२।।

अर्थात, चित्तवृत्तींचा निरोध म्हणजेच योग होय.

पतंजली पुढे लिहितात,

तदा द्रष्टुः स्वरूपेऽवस्थानम् ।।३।।

म्हणजेच, त्या वेळी (चित्तवृत्तींच्या निरोधानंतर) द्रष्ट्याच्या स्वरूपात सातत्य निर्माण होते.

वृत्तिसारुप्यमितरत्र ।।४।।

दुसऱ्या अवस्थेत द्रष्ट्याचे रूप हे त्याच्या वृत्तीसारखेच असल्याचे प्रतीत होते.

वर दिलेल्या दुसऱ्या सूत्रात केवळ 'चित्तवृत्ती निरोध' हा शब्द आहे. 'सर्व चित्तवृत्ती निरोध' असा शब्द नाही.

अशा प्रकारे, सूत्रकारांनी 'संप्रज्ञात आणि असंप्रज्ञात अशा दोन्ही प्रकारच्या समाधी म्हणजे योग' असल्याचे म्हटले आहे. 'असंप्रज्ञात' समाधीमध्ये सर्व वृत्तींचा निरोध होतो आणि अशी निरुद्ध अवस्था; म्हणजे योग होय. परंतु, 'संप्रज्ञात' समाधीमध्ये सात्त्विक एकाग्रता तशीच शाबूत राहते. ही एकाग्रावस्थाही योगाच्या लक्षणांमध्येच येते. म्हणजेच, ज्या वेळी चित्तावरची रज आणि तम ही मलरूपी आवरणे दूर होतात, त्या वेळी 'सत्'च्या प्रकाशात जी एकाग्रता टिकून राहते, तिलाही 'योग'च म्हटले पाहिजे.

योगाच्या विविध व्याख्या आणि विविध ग्रंथांमधील तुलना

★ **वेदान्तानुसार :** जीवात्मा आणि परमात्मा यांचे एकमेकांत पूर्णपणे विलीन होणे, त्यांचे पूर्ण मीलन म्हणजे 'योग' होय.

★ देहविषयक अर्थात, देहात्म बुद्धीचा त्याग करून म्हणजेच शरीराविषयीची आसक्ती दूर करून आत्मभाव उत्पन्न करणे म्हणजे 'योग' होय.

★ **'सांख्य'मध्ये व्यक्त करण्यात आलेल्या मतानुसार :** 'पुंप्रकृत्योर्वियोगेऽपि योग इत्यभिधीयते' म्हणजेच पुरुष आणि प्रकृती यांना एकमेकांपासून अलग करून, त्यांचा वियोग घडवून आणून पुरुषाचे स्व-रूपात स्थिर होणे म्हणजे 'योग' होय.

★ **योग कर्मसु कौशलम् :** कर्माचे कौशल्यपूर्ण रूप म्हणजे योग होय. म्हणजेच, कौशल्यपूर्वक केलेले कर्म म्हणजे योग होय. ।। गीता ।।

★ प्राण आणि अपान वायू यांचा संयोग, चंद्र आणि सूर्य यांचे मीलन, शिव आणि शक्ती यांचे ऐक्य यांनाही 'योग' म्हणतात.

★ **योग भाष्यानुसार :**
'योगःसमाधिः स च सर्व भौमश्चित्तस्य धर्मः ।'

★ **महात्मा याज्ञवल्क्य यांच्या मते :**
'संयोग योग इत्युक्तो जीवात्म परमात्नो ।'

★ **योगशास्त्रात व्यक्त करण्यात आलेल्या मतानुसार,**
'सर्व चिंता परित्यक्तो निश्चिंतो योग उच्यते ।'

★ **प्रत्यभिज्ञान दर्शनानुसार :**
शिव आणि आत्मा अभेद्य असल्याच्या ज्ञानाचे नावच 'योग' आहे.

★ **योग वसिष्ठांच्या मते :**
भवसागरातून तरून जाण्याच्या युक्तीलाच योग असे म्हणतात.

★ **श्री. भारती कृष्णतीर्थ यांच्या मते :**
नारायणाशी नराचा संयोग घडवून आणणाऱ्या साधनालाच 'योग' म्हणतात.

★ **श्री. अरविंद यांच्या मते :**
'ईश्वरप्राप्ती हाच केवळ योगाचा अर्थ नाही; तर ज्या क्रियेद्वारे भगवत् चैतन्याची अभिव्यक्ती होते आणि जी क्रिया स्वतःच भगवत् कर्माचा एक भाग बनू शकते, त्या क्रियेला 'योग' असे म्हणतात.'

★ **संपूर्णानंद (चिद्‌विलास) यांनी लिहिले आहे की :**
योग ही आत्मसाक्षात्कारासाठीची एकमेव उपाययोजना आहे.

★ **भगवान श्रीकृष्णाने म्हटले आहे की :**

नात्यश्नतस्तु योगोऽस्ति न चैकान्तमनश्नतः।
न चाति स्वप्नशीलस्य जाग्रतो नैवचार्जुन॥
युक्ताहार विहारस्य युक्त चेष्टस्य कर्मसु।
युक्त स्वप्नावबोधस्य योगो भवति दुःखहा॥ गीता ६-१६/१७

जो खूप भोजन करतो, त्याचा योग सिद्धीस जात नाही. जो उपवास करतो; निराहार राहतो, त्याचाही योग सिद्धीस जात नाही. जो खूप निद्रा घेतो, त्याचाही योग सिद्धीस जात नाही आणि जो खूप जागरण करतो, त्याचाही योग सिद्धीस जात नाही.

जो माणूस आहार-विहारात, इतर कर्मांमध्ये, निद्रा घेण्यात-जागण्यात मर्यादाशील आहे, त्याने आचरलेला योग त्याच्या दुःखाचे हरण करतो.

★ **या पुस्तकाच्या लेखकाच्या विचारानुसार (राजीव जैन 'त्रिलोक') :**

'या स्थूल शरीरात असलेल्या सुप्त मनाद्वारे सम्यक् रूपाने प्रारूपात लीन होऊन आत्मदर्शन घेणे; म्हणजेच 'योग' होय.'

★ **श्रीमद् योगगीतेनुसार :**

'प्राणापानसमायोगो योगश्चित्तात्मनोस्तथा
यत्र जीवेशयोर्योगस्तं योगं विद्धि भूपते॥'

ब्रह्मानंद म्हणतात की, 'हे भूपती, ज्याच्या अभ्यासामुळे, सरावामुळे प्राण आणि अपान यांचा संयोग होतो; चित्त आणि आत्मा तादात्म्य पावतात आणि जीव व ईश्वर एकरूप होतात, तो योग असल्याचे तू समजून घे.' म्हणजेच, योगाचे हेच खरे लक्षण आहे.

★ **श्री यशोविजयकृता 'द्वात्रिंशिका' मध्ये असे म्हटले आहे की,**

मोक्षेण योजनादेव योगो ह्यत्र निरुच्यते।

म्हणजेच, ज्या ज्या साधनांनी आत्म्याची शुद्धी आणि मोक्ष यांचा संयोग निर्माण होतो, त्या साधनांना 'योग' म्हणतात.

'यशोविजय द्वात्रिंशिका' मध्ये पुढे लिहिण्यात आले आहे की :

समितिगुप्ति धारणं धर्मव्यापारत्वमेव योग त्वम्।

म्हणजेच, मनाने, वाचेने आणि शरीराने (मानसिक, वाचिक आणि कायिक हे समितीचे तीन प्रकार) शरीरादी गोष्टींना संयमित करणारा धर्मव्यापार म्हणजेच योग होय.

★ **एका योग्याने असे म्हटले आहे की :**

योगं वदान्यै बल बुद्धि श्रेष्ठं
पौरुष भवेत सदचित्त सौख्यंः

आत्मं परमात्मं भवतां नरेणं
क्षेमं च श्रेय योगं सुधीनः ।।

म्हणजेच, संपूर्ण जीवनात योग हाच एकमेव असा मार्ग आहे की, ज्याद्वारे पुरुषाला सामर्थ्य, बुद्धी, श्रेष्ठत्व, पौरुष आणि सत्‌चरित्र हे सर्वोत्तम पाच गुण प्राप्त होतात.

योगाच्या साहाय्यानेच व्यक्ती सामान्य स्तरावरून उन्नत होऊन आत्म्यापर्यंत आणि परमात्म्यापर्यंत पोहोचण्याची क्षमता प्राप्त करून घेते आणि त्या माध्यमातूनच व्यक्तीला कल्याणकारीत्व, शुभत्व आणि भान प्राप्त होते.

वर्तमानकाळात योगाची आवश्यकता

आधीच्या काळाच्या तुलनेत आजच्या काळात योगाची आवश्यकता अधिक आहे. आधीच्या काळात पर्यावरण, वातावरण, खाणे-पिण, जीवनशैली या सर्व गोष्टी आजच्या तुलनेत बऱ्याचशा नैसर्गिक होत्या. परंतु, आज दूषित वातावरण, प्रदूषित पर्यावरण, फास्ट फूड आणि डबाबंद अन्नपदार्थ, जीवनसत्त्वे (व्हिटॅमिन्स) आणि प्रथिने यांचा अभाव असलेले खाद्य-पेयपदार्थ, बदलते वातावरण आणि विकृत मानसिकता या सर्व गोष्टींचा आपल्या संपूर्ण आरोग्यावर विपरीत परिणाम झाला आहे. आज संशोधकांनी कित्येक सुविधा उपलब्ध करून दिल्या आहेत. मात्र त्याच वेळी, या सुविधांच्या विपरीत परिणामांमुळे आपल्या आरोग्यावर नकारात्मक परिणाम झाले आहेत. या सर्व गोष्टींमुळे आज योगशिक्षणाची आत्यंतिक आवश्यकता आहे. कारण, योगाद्वारे आपण केवळ आताच्या पिढीलाच नव्हे; तर भविष्यातील पिढ्यांनाही योग्य विचार देऊ शकतो आणि खरेखुरे मार्गदर्शन करू शकतो.

योग काय करतो?

योग काय काय करतो हे सांगणे कठीण आहे. त्याचा वापर आणि प्रयोग केल्यानंतरच ते समजू शकते. तरीही, काही शब्दांच्या माध्यमातून आम्ही हे सांगण्याचा प्रयत्न केला आहे.

योगसाधनेच्या मार्गाचा अवलंब करण्यास प्रवृत्त झाल्यानंतर अपचन, तोंडाला चव नसणे, अजीर्ण, मलावरोध, गॅस, आंबट ढेकर येणे यांसारख्या पोटाच्या आजारांत आराम पडतो. योगात सांगितलेल्या आहारामुळे रक्तदाबाचे विकार, मधुमेह, हृदयरोग यांसारख्या घातक आजारांपासून दूर राहणे शक्य होते. शांतता आणि संतोष या भावना जीवनात नैसर्गिकरीत्याच समाविष्ट होतात. कपट-कारस्थाने, असत्य, चोरी आणि चारित्र्यहीनता यांपासून योगाचा साधक दूरच राहतो. योगामुळे वैयक्तिक आणि सामाजिक अशा दोन्ही पातळ्यांवर नैतिकतेचा विकास होतो.

योग आपल्याला शारीरिक संपन्नतेबरोबर मानसिक शक्तीही प्रदान करतो. त्यामुळे, मानसिक तणावांपासून मुक्ती मिळते. योगनिद्रेद्वारे आणि ध्यानाद्वारे आपण

आपली स्मरणशक्ती वाढवू शकतो. आपल्या कार्यकौशल्यात आणि कार्यक्षमतेत योगामुळे अभूतपूर्व वृद्धी होते.

योगामुळे शरीराची रक्ताभिसरण क्रिया, पचनक्रिया, श्वसनक्रिया आणि उत्सर्जनक्रिया या सक्रिय होतात. शास्त्रीय संशोधनांमधून असे सिद्ध झाले आहे की, वाढत्या वयामुळे येणारे शारीरिक शैथिल्य आणि वैचारिक अस्थैर्य यांचे निदान करणे योगामुळे शक्य होते. योगाद्वारे आपली नकारात्मकता आपण दूर करू शकतो आणि आपल्या रोगप्रतिकारशक्तीचा विकासही करू शकतो.

अशा प्रकारे, योग ही केवळ एक 'शारीरिक व्यायामपद्धती' नसून, ती एक 'शास्त्रीय पद्धती' आहे, हे निर्विवादपणे सत्य आहे. योगातील आसने आणि षट्कर्मे यांच्यामुळे शरीर निरोगी आणि सुडौल बनते आणि रोगप्रतिकारशक्तीही वाढते; तर प्राणायाम आणि ध्यान यामुळे मानसिक एकाग्रता, शारीरिक योग आणि तेज यांमध्ये वाढ होते.

जवळजवळ, सर्वच भारतीय तत्त्वज्ञानांमध्ये हे मान्य केले आहे की, जोपर्यंत माणसाचे चित्त किंवा अंतःकरण निर्मळ होत नाही, त्याच्या इच्छा-आकांक्षा कमी होत नाहीत; तोपर्यंत त्याला सम्यक् दर्शन आणि सम्यक् ज्ञान यांचा बोध होऊ शकत नाही. योग हे आत्म-उत्थानाचे सर्वोत्तम साधन आहे. त्याच्यामुळे शरीराची आणि मनाची शुद्धी होते.

योगविज्ञानाद्वारे जगण्याविषयी खरेखुरे मार्गदर्शन मिळते. ज्ञानाचा जीवनाशी थेट संबंध असल्याने प्रत्येक क्षेत्रात प्रयोगात्मक, क्रियात्मक विज्ञानाची आवश्यकता असते. योग पूर्णपणे प्रयोगशील मनोविज्ञान आहे. अशा प्रकारे, योग माणसाचा सर्वांगीण विकास करतो. योग हे शास्त्र तर आहेच; शिवाय त्याबरोबरच योग आपल्याला एक उत्तम जीवन जगण्याची कलाही शिकवतो.

योग म्हणजे नेमके काय?

इंग्रजीमध्ये 'योग' या शब्दाचे स्पेलिंग आहे, YOGA. या चार अक्षरांचा विचार केला आणि या प्रत्येक अक्षरातून कोणता अर्थबोध होतो – ते पाहिले, तर आपल्याला नेमके काय दिसते?

Y ield	योग व्यक्तीला कोणते परिणाम प्रदान करतो?
O btains	योगामुळे व्यक्तीला कोणत्या नवीन गोष्टींचा लाभ होतो?
G ive up	योगाद्वारे व्यक्ती काय काय सोडून देऊ शकते?
A ttains	योगामुळे व्यक्तीला अखेरीस काय प्राप्त होते?

Yield (योग व्यक्तीला कोणती फलप्राप्ती करून देतो?)

- शारीरिकदृष्ट्या श्वासावरील नियंत्रण दृढ होते.
- ध्यानामुळे मानसिक स्थैर्य प्राप्त होते. संवेगात्मक संतुलन निर्माण होण्यास साहाय्य होते. सुख-दुःखात मानापमानाची चिंता राहत नाही.
- मनोवैज्ञानिक स्वरूपाचा विचार करता चांगले वाटणे, जीवन प्रसन्नचित्ताने जगणे, समाजाशी चांगल्या प्रकारे संलग्न होणे, कल्याणकारी कार्यांबरोबरच संतुष्टतेची जाणीव होणे या गोष्टी प्राप्त होतात.
- सर्व शाश्वत मूल्ये, सत्य, धर्म, शांती, प्रेम आणि अहिंसा या बाबी आपले जीवन सदैव सुखमय बनवतात आणि त्यांच्या पालनामुळे आध्यात्मिकतेची जाणीवही होते.

Obtains (योगामुळे व्यक्तीला कोणत्या नवीन गोष्टींचा लाभ होतो?)

- योगाद्वारे उद्देशपूर्ण जीवनाची निर्मिती होते आणि जीवनाची दिशा निश्चित होते.
- योगाद्वारे व्यक्तीमध्ये जागृती, चेतना, सजगता कायम राहते. त्यामुळे त्याला आपल्याकडून केल्या गेलेल्या कर्मांची, विचारांची आदि गोष्टींची माहिती होते. प्रगल्भ जाणिवेच्या, तात्त्विक आणि चांगल्या माणसासारखे जीवन तो व्यतीत करतो.
- त्यामुळे व्यक्ती गहन ज्ञानाच्या माध्यमातून एकाग्रचित्त होते आणि त्या सर्व शक्तिमान परमेश्वरासमोर स्वतःला समर्पित करून आपल्या 'अहम्'चा त्याग करते.
- योगामुळे व्यक्तीमध्ये चांगल्या आणि सुनियोजित पद्धतीने काम करण्याची प्रवृत्ती निर्माण होते.
- व्यक्तीमध्ये सकारात्मकता, विधायकता आणि विरक्तीचे भाव निर्माण होतात.

Give up (योगाद्वारे व्यक्ती काय काय सोडून देऊ शकते?)

- वाईट सवयी, चुकीच्या प्रवृत्ती, मादक पदार्थांचे सेवन, खंडित व्यक्तिमत्त्व यांमुळे व्यक्तीची हानी करणाऱ्या समस्या निर्माण होतात. या सर्व गोष्टी व्यक्ती सोडून देऊन शकते.
- हळूहळू तिचे नकारात्मक आणि विध्वंसक विचार नाहीसे होऊ लागतात आणि तिला स्वतःविषयीचे सम्यक् ज्ञान प्राप्त होऊ लागते.
- ऐहिक गोष्टींविषयीची आसक्ती, धनलोलुपता, मान-सन्मानाची इच्छा, गरजांच्या पूर्ततेची चिंता आदी हळूहळू कमी होऊ लागतात.

- स्वतःसाठी अहितकारक असलेली आणि सामाजिक वातावरण बिघडवणारी अनैच्छिक आणि अतार्किक कार्ये व्यक्ती सोडून देते. म्हणून योग करण्याने मनाचा निर्मळपणा वाढतो.

Attains (योगामुळे व्यक्तीला अखेरीस काय प्राप्त होते?)

- सर्वांगीण स्वास्थ्य प्राप्त होते. शरीर धष्टपुष्ट होते. मन शांत राहते. सगळीकडून आनंद आणि खुशी मिळते. तसेच अध्यात्माची प्राप्ती होते.
- जीवनात कौशल्याचा विकास होतो. जीवन गुणवत्तापूर्ण बनते. मानवी सद्गुणांचा जन्म होतो. सगळीकडे श्रेष्ठत्व आणि चांगुलपणाच दिसू लागतो. प्रत्येक वातावरण मोहक वाटते. जीवन लयपूर्ण आणि रसपूर्ण बनते. पूर्णत्वप्राप्तीची इच्छा निर्माण होते आणि जीवन प्रेमाने परिपूर्ण बनते.
- चित्त प्रसन्न राहते. प्रत्येक मनुष्यप्राण्यामध्ये जीवन दिसू लागते. जगण्यात आनंद वाटू लागतो. भावनांचे आदान-प्रदान होते.
- सर्व नकारात्मक गोष्टींविषयीची चिंता दूर होते. आराम मिळाल्याचा अनुभव येतो. शांतता लाभल्याची जाणीव होते. मन आणि हृदय शून्यात; निर्विचारात लीन होते. द्वंद्व विचार, मनाची द्विधा अवस्था आणि त्रासदायक विचार यांचा अंत होतो. शारीरिक व्याधी नष्ट होतात आणि व्यक्तीला शांततेची प्राप्ती होते.
- या सर्व गोष्टींमुळेच व्यक्ती स्वतःला यशस्वी समजू लागते आणि त्याला जिंकल्याची जाणीव होते. आपल्या आत्म्याच्या खऱ्या मूल्याचे त्याला ज्ञान होते.

योगाच्या साहाय्याने जीवन जगण्याची कला

'योग' म्हणजे केवळ व्यायाम, योगासने, प्राणायाम या शारीरिक क्रिया असाच बहुधा लोकांनी अर्थ घेतला आहे. परंतु, आपण जर योगाविषयी सखोल माहिती घेतली, योगाची खोली जाणून घेतली आणि त्याचा खरा अर्थ काढला, तर योग ही आपल्या जीवनातील सर्वाधिक मोठी प्राप्ती आहे, हे लोकांच्या लक्षात येईल. योगामुळे आपण केवळ शारीरिक, मानसिक किंवा भौतिक श्रेष्ठत्वच प्राप्त करत नाही; तर आपला जीवनमार्ग सुखी आणि समृद्ध करून संपूर्ण कुटुंबाकडे संपूर्ण लक्ष पुरवून आपण आध्यात्मिकतेच्या चरम शिखरापर्यंतही पोहोचू शकतो.

मी ज्या ज्या वेळी योगशिबिर घेतो, त्या प्रत्येक वेळी शिबिरार्थींना योगाबरोबरच त्यांच्या जीवनाच्या उत्कर्षासाठीही प्रेरित करतो. त्यांनी जगण्याची कलाही आत्मसात करावी यासाठी मी त्यांना आपल्या व्याख्यानाद्वारे ही कलाही शिकवतो.

- आपण जसा विचार करतो, तसेच शरीरात घडते हा एक नियम आहे. उदाहरणार्थ, आपल्याला संताप आला की, आपले हावभावही तसेच बनतात. भुवया ताणल्या जातात. रक्ताभिसरण वाढते. स्नायू खेचले जातात. शरीरातील एकत्रित ऊर्जा अनावश्यक पद्धतीने नष्ट होते. त्यामुळे मानसिक तणाव वाढतो. आपल्या आसपासचे वातावरण बिघडते. आपली छबी बिघडते आणि आपल्यात नकारात्मकतेचा प्रवेश होतो. शरीरात हानिकारक विषाची निर्मिती होते. सातत्याने संतापत राहिल्यास शरीराची रोगप्रतिकारशक्ती कमी होते. त्यामुळे लवकरच शरीर थकते, दुर्बल बनते आणि सहजगत्या रोगग्रस्त बनू लागते. जीवनात आपल्या बाबतीत कित्येक घटना घडत असतात. आपण शारीरिक व मानसिक रोगांनी ग्रस्त होतो आणि आर्थिकदृष्ट्या दुर्बल बनतो. आपल्याला त्याच प्रकारचे मित्रही मिळतात. अनेक वेळा चुकीच्या सवयी जडतात. उदाहरणार्थ, मादक पदार्थांच्या सेवनामुळे चमकदार चेहरेही सुकून जातात. आपण आहार घेतो; परंतु शरीरावर त्याचा सकारात्मक परिणाम दिसत नाही. दिवसेंदिवस शरीराची अवस्था अधिकाधिक वाईट बनत जाते. कुटुंबे उद्ध्वस्त होतात. मुले संस्कारक्षम बनू शकत नाहीत. समाज अशा लोकांकडे तिरस्काराच्या दृष्टीने पाहू लागतो. त्यामुळे आपण उपेक्षेचे शिकार बनतो. ऐहिक जगाचा वीट येतो आणि आयुष्य अर्थहीन वाटू लागते. सकाळपासून संध्याकाळपर्यंत चिंता वाटत राहते आणि रात्री झोपही येत नाही. जीवन औषधांच्या साहाय्याने जगावे लागते. सर्वत्र निराशा दिसू लागते. मग आपण यासाठीच जन्माला आलो आहोत का? याचा अर्थ, उर्वरित आयुष्यात आपण काहीही करू शकणार नाही का?

तुम्ही काहीही करू शकणार नाही असे कोण म्हणते? तुम्ही यःकश्चित आहात, असे कोण म्हणते?

तुम्ही अनंत शक्तींचा पुंज आहात.

तुम्ही आजही तसेच आहात. तुमच्या आत्म्यामध्ये कोणताही अवगुण नाही. जे अवगुण आले होते, ते बाहेरूनच आले होते आणि बाहेरच राहिले आहेत. तुमच्या आतमध्ये अनंत ज्ञान आहे. तुम्ही खरे, सच्चे माणूस आहात. तुमच्यामध्ये खूप क्षमता आहेत. त्या विकसित करा. तुमच्यामध्ये सुखाचे भांडार आहे. आताच उठा! अगदी मोठ्या उत्साहाने आणि सर्व शक्तिनिशी जोशात उठा. चांगल्या गोष्टी करू लागा. समाजाकडे लक्ष देऊ नका. ज्या वेळी तुम्ही समाजाला विश्वासात घ्याल त्या वेळीच समाज तुम्हाला साथ देईल.

एकट्यानेच संघर्ष करा. तुमच्याबरोबर अदृश्य शक्ती आहेत. तुमच्या पूर्वजांचे किरण आहेत. असे समजू लागा, की आतापासूनच तुमच्या आत एका नव्या चेतनेचा उदय झाला आहे.

आजपासूनच मी एका नवीन जीवनाला सुरुवात करणार आहे, क्रोधाला थारा देणार नाही, संतापणार नाही, मांसाहार करणार नाही. मादक पदार्थांचे सेवन करणार नाही, अपशब्द बोलणार नाही अशी शपथ घ्या. मी अहंकाराचा त्याग करेन, मायेपासून मला मुक्ती हवी आहे आणि मी लोभ सोडून देत आहे असे ठरवा.

आता आपल्या शुद्धत्वाबरोबरच मी राहू लागेन असा निश्चय करा.

मी सर्वांवर प्रेम करेन, सगळ्यांना स्नेहपूर्वक वागवेन. कोणाचीही उपेक्षा करणार नाही. सर्वांना वात्सल्य देईन, असा विचार करा. असे केल्याने आपल्या आजूबाजूला सर्वत्र शांतीच शांती पसरल्याचे तुम्हाला आढळेल. सर्वत्र शुद्ध वातावरण असेल. तुमचा मान-सन्मान वाढल्याचे दिसेल. तुम्ही हसलात, तर संपूर्ण विश्व हसू लागते.

काही दिवसांनंतर तुम्हाला असे दिसेल की, तुमचे शरीर आधीच्या तुलनेत अधिक चांगले झाले आहे. मानसिकदृष्ट्या तुम्ही अधिक निरोगी, शांत आहात. तुम्ही स्वतःच्या आणि दुसऱ्यांच्या नजरेतही अधिक चांगले बनला आहात. तुम्ही हर प्रकारे चांगले झाला आहात.

आपण जसा विचार करतो, त्याप्रमाणेच आपल्या शरीरात रासायनिक तत्त्वे निर्माण होऊ लागतात, हे सांगणे हाच हे छोटेसे उदाहरण देण्यामागचा आमचा हेतू आहे. आपले विचार चांगले असतील, तर आपल्या शरीरात अमृततुल्य रसायने निर्माण होतील आणि ती आपल्याला मृत्यूपर्यंत पोषकता प्रदान करतील. मग आजपासूनच आपल्या जीवनात आपण यम, नियम यांचा समावेश का करू नये?

- उपनिषदात असे सांगितले गेले आहे की, 'यथा पिंडे तथा ब्रह्मांडे' म्हणजेच 'जे जे पिंडी, ते ते ब्रह्मांडी.' या छोट्याशा वाक्यात कित्येक गोष्टी दडलेल्या आहेत. आपले हे शरीर ही ब्रह्मांडाची अभिव्यक्ती आहे. ज्या तत्त्वांमुळे आणि शक्तींमुळे या ब्रह्मांडाची निर्मिती झाली आहे, तीच तत्त्वे आणि शक्ती आपले शरीर, मस्तक आणि सूक्ष्म शरीर यांचीही निर्मिती करतात. तुम्हाला आणि मलाही माहिती आहे की, वातावरण असंतुलित होत चालले आहे. त्यामुळेच, आपले ब्रह्मांड आजारी पडले आहे आणि सर्वत्र नैसर्गिक आपत्ती उद्‌भवू लागल्या आहेत. अशा प्रकारे, जर आपले खाणे-पिण, आचार-विचार यांमध्येही असंतुलन घडून आले, तर हे शरीर आणि मेंदूही रोगग्रस्त होईल. आपण पराधीन होऊ. म्हणून संतुलित जीवन जगा. काळजी सोडून द्या. अशा प्रकारे जीवन जगण्याची पद्धती बदलून आणि योगाला आत्मसात करून आपण हे जीवन सफल आणि सुंदर बनवू शकतो.

योगासनांमुळे होणाऱ्या लाभांची शास्त्रीय कारणे

योगाचे सूक्ष्म व्यायाम, योगाचे स्थूल व्यायाम, पवनमुक्तासन गट, वायुरोधक आणि शक्तिबंध क्रियांचे लाभ – सकाळच्या वेळी शरीरात कडकपणा असतो. उच्चाभ्यासासाठी शरीर लगेच सज्ज नसते. म्हणून या वेळी हलके व्यायाम केल्याने अंग-उपांगांमध्ये लवचीकता येते आणि नरमाई येते. हलक्या व्यायामांमुळे आपल्या अस्थिसंस्थेसह संपूर्ण शरीराचे सांधे खुले होतात. रक्ताभिसरणही योग्य प्रमाणात होऊ लागते आणि त्यानंतर योगासने करताना कोणत्याही प्रकारच्या समस्या येत नाहीत.

संपूर्ण शरीरात वेग निर्माण होतो आणि शरीर हलके होऊन जाते. शरीरात स्फूर्ती निर्माण होते. सांध्यांचे जोड मोकळे झाल्यामुळे त्यांच्यामध्ये अडकलेला वायू गतिशील रक्ताभिसरणामुळे तिथून बाहेर पडतो. संपूर्ण शरीरात एक प्रकारचा ताजेतवानेपणा, चैतन्य निर्माण होते. मेंदूत गतीने रक्तप्रवाह वाहू लागल्यामुळे मेंदू सक्रिय बनतो. अशा प्रकारे, पायाच्या अंगठ्यापासून तळवा, घोटा, पोटरी, गुडघा, जांघ, नितंब, ओविशेष बाबोटाचा भाग, कंबर, पोट, पाठ, पाठीचा कणा, फुप्फुसे, हाताची बोटे, कोपरे, खांदा, मान, डोळे, डोके, पचनसंस्थेचे अवयव आदि सर्व अवयव सक्रिय बनतात आणि त्यांचे विकार दूर होऊन आपल्याला निरोगी शरीर बहाल केले जाते.

पद्मासनाशी आणि ध्यानाशी संबंधित आसनांमुळे होणारे लाभ : पद्मासन आणि त्याच्याशी संबंधित सर्व आसने करण्याने आपली कुंडलिनी चक्राची शक्ती ऊर्ध्वगामी होते. त्यामुळे मूलाधारापासून सहस्रधार चक्रापर्यंतच्या ऊर्जेला आपण आत्मसात करून त्यांच्यापासून मिळणारे सर्व लाभ प्राप्त करून घेऊ शकतो. साहजिकच, जीवनात नवीन चैतन्याचा उद्‌भव होतो. या अवस्थेत बसून ध्यान केल्यामुळे आपल्याला आत्मसाक्षात्कार होऊ शकतो. पद्मासनात बसण्यामुळे आपल्या पाठीच्या कण्याला स्थैर्य प्राप्त होते. त्यामुळे वृद्धापकाळात वाकण्याची समस्या निर्माण होत नाही. पद्मासनात बसून ध्यान आणि धारणा करून त्याद्वारे आपली स्मरणशक्ती आपण अधिक प्रखर बनवू शकतो.

वज्रासनाशी संबंधित आसनांचे लाभ : आपण वज्रासनात बसतो, त्या वेळी ओटिपोट, गर्भाशय, प्रजननसंस्थेचे आणि पचनसंस्थेचे अवयव यांच्यामधील रक्ताभिसरण सुरळीत होते आणि हे अवयव सुदृढ बनतात. प्रजननसंस्थेच्या अवयवांच्या अन्य कित्येक रोगांमध्ये या आसनामुळे लाभ होतात. हर्निया, लिंग शैथिल्य, शुक्राणू तयार न होणे, मूळव्याध, अंडकोश ग्रंथीची वृद्धी, हायड्रोसील आदी विकारांमध्ये लाभ होतो आणि महिलांच्या मासिक पाळीच्या विकारांमधील दोषही दूर होतात.

उभे राहून केल्या जाणाऱ्या आसनांचे लाभ : या प्रकारच्या आसनांमुळे पोटरी, मांड्या आणि जांघा यांचे स्नायू मजबूत होतात. त्यामुळे संधिवात, कंपवात, पोटऱ्या दुखणे,

गुडघ्याच्या समस्या यांसारख्या आजारांपासून सुटका होते. उभे राहून केल्या जाणाऱ्या आसनांमुळे पाठीच्या पेशी ओढल्या जातात आणि त्यामुळे त्या व्यवस्थितपणे कार्य करू लागतात.

मागे झुकून केल्या जाणाऱ्या आसनांचे लाभ : मागे झुकून केल्या जाणाऱ्या आसनांमुळे आपली फुप्फुसे प्रसरण पावतात. त्यामुळे त्यांना अधिक प्रमाणात प्राणवायू संग्रहित करता येतो आणि आपल्या शरीराला नवयौवन प्रदान करता येते. मागे झुकल्यामुळे पोटाच्या भागाच्या पेशी ताणल्या जातात. त्यामुळे पचनक्रियेला बळकटी प्राप्त होते, कारण पचनसंस्थेला योग्य प्रमाणात रक्तादी गोष्टींचा पुरवठा होतो आणि पचनसंस्थेच्या अवयवांची चांगली मालीश होते.

मागे झुकल्यामुळे पाठीच्या कण्याचे मज्जातंतू बळकट बनतात. पाठीच्या कण्याशी संपूर्ण शरीर जोडलेले असते. म्हणून त्याचे संतुलन योग्य प्रकारे झाले की स्लिप डिस्क, सायटिका, स्पाँडिलायटिस आणि पाठीच्या कण्याचे अन्य कित्येक रोग बरे होतात.

पुढे झुकून करावयाच्या आसनांचे लाभ : या प्रकारच्या आसनांमुळे पोटाचा भाग आकुंचित होतो. त्यामुळे त्याच्यावर अधिक दबाव पडतो. पाठीचे स्नायू उद्दीपित होतात. पाठीच्या बाजूला योग्य प्रमाणात रक्तपुरवठा होतो. त्यामुळे तो आपले काम व्यवस्थितपणे करू लागतो. पोटाच्या भागाचे आकुंचन होते आणि या भागावर दबाव पडल्यामुळे पोटाच्या भागातील अवयवांची चांगली मालीश होते. त्यामुळे पचनक्रियेचे रोग नष्ट होतात आणि मूत्रपिंड, यकृत आणि स्वादुपिंड आदी अवयव मजबूत होतात व निरोगी बनतात.

पाठीचा कणा वाकवून केल्या जाणाऱ्या आसनांचे लाभ : आपल्या शरीराला आधार देणारा खांब किंवा स्तंभ; म्हणजे पाठीचा कणा होय. तो निरोगी असेल, तर आपले शरीर वृक्षाच्या खोडासारखे बळकट दिसेल. पाठीचा कणा वाकवून केल्या जाणाऱ्या आसनांमुळे आपल्या शरीरांतर्गत अवयवांची चांगली मालीश होते. स्नायूंना चांगला व्यायाम मिळतो. पाठीचा कणा अधिक बळकट व लवचीक बनतो. पाठीचा कणा वाकवून किंवा वळवून केल्या जाणाऱ्या आसनांमुळे पचनसंस्थेच्या अवयवांनाही चांगला व्यायाम मिळतो. त्यामुळे हे अवयव उद्दीपित होऊन चांगल्या प्रकारे कार्य करतात.

डोक्याच्या साहाय्याने केल्या जाणाऱ्या आसनांचे लाभ : डोक्याच्या साहाय्याने केल्या जाणाऱ्या आसनांमुळे मेंदूतील रक्ताभिसरण वाढल्याने मेंदूला संपूर्ण पोषण मिळते. पियुष ग्रंथीची कार्यप्रणाली अधिक चांगली बनते. त्यामुळे आपल्या विचार करण्याच्या, समजून घेण्याच्या शक्तीचा चांगला विकास होतो. आपल्या संपूर्ण

शरीरातच तीव्रतेने रक्ताभिसरण सुरू झाल्यामुळे हृदयाचा भाग व्यवस्थित होऊन आपल्या रक्ताच्या शुद्धतेत वाढ होते. ओविशेष बाबोटाच्या आतील अवयव, पाठ आदींची कार्यप्रणाली अधिक चांगली बनते. जर आपण मानसिक रोगी असू, आपले केस गळत असतील, चेहऱ्याच्या सौंदर्यात वाढ करायची असेल, तर या सर्व गोष्टी या आसनांनी साध्य होतात. खरेतर, डोके, खांदे यांच्या शक्तीच्या आधारे केल्या जाणाऱ्या आसनांमुळे आपला कायाकल्पच घडतो, असेही आपण म्हणू शकतो.

शरीराच्या अवयवांवर योगासनाचा परिणाम : एक वैज्ञानिक दृष्टिकोन

आपल्या ऋषिमुनींकडे प्रचंड ज्ञान होते यात शंकाच नाही. परंतु, आपल्या ज्ञानाच्या सर्वोच्च सीमेशी आपण नेहमीच त्यांच्या ज्ञानाची तुलना करतो आणि अनेक तर्क-वितर्क करून त्यांचे ज्ञान चुकीचे असल्याचे सिद्ध करतो किंवा मग पाश्चात्त्य देशांतील संशोधकांचे म्हणणे मान्य करतो. प्राचीन संतांनी चुकीच्या गोष्टी सांगितल्या असे पाश्चात्त्यांनी सांगितले की, आपण 'त्या चुकीच्या होत्या' असे मानतो. जर त्यांनी तुमच्या ऋषींनी योग्य प्रतिपादन केले आहे असे म्हटले, तर लगेच आपण 'ते योग्य आहे' असे मानू लागतो. आपली बुद्धी सकारात्मकतेने वापरण्याची आपली इच्छाच नसते. आता योगाचेच उदाहरण घ्या. लाखो वर्षांपासून आपल्याकडे योगाची परंपरा सुरू आहे. मात्र, गेली कित्येक दशके आपण अज्ञान, आळस यांमुळे योगासनांकडे लक्ष देणे बंद केले होते किंवा कोणी करत असेल, तर आपण त्याला हसत होतो आणि त्यामुळे आपल्यासमोर आसने करणाराही कित्येक वेळा आसने करणे सोडून देत असे. आता, पाश्चात्त्य देशातील लोकांनी योगाचा स्वीकार करण्यास सुरुवात केल्यावर आपलेही डोळे उघडले.

केवळ योगासनांच्या बाबतीतच ही गोष्ट घडली आहे असे नाही; तर अशा अनेक गोष्टी अद्यापही आपण मानत नाही. उदाहरणार्थ, कित्येक महान आत्म्यांनी असे सांगितले आहे की, रात्रीच्या वेळी भोजन, मद्य आणि मांस यांचे सेवन करू नये. परंतु, अशा अनेक गोष्टींकडे आपण डोळेझाक करत आहोत. आता आपण रात्री भोजन न करण्याचे शास्त्रीय कारण पाहिले तर असे दिसते, की डॉक्टरही असे सांगतात की, झोपण्यापूर्वी चार तास भोजन केले पाहिजे. जेवल्याबरोबर लगेच आपण झोपी गेलो, तर अन्नाचे पचन होणार नाही. रात्रभर ते तसेच पोटात पडून राहील आणि भोजन सडून जाईल. अशा परिस्थितीत आपली पचनसंस्था जीवनसत्त्वे, प्रथिने यांचे शोषण करण्याचे आणि आपली इतर कार्ये पूर्ण करू शकत नाही. पोटाला कधी विश्रांतीच मिळत नाही. जेवणाचे पचन होत नसेल, तर त्यामुळे वायुविकार उद्भवतात. त्यांच्यामुळे कित्येक प्रकारचे आजार होण्याची शक्यता असते.

म्हणून, आचार्यांनी झोपण्यापूर्वी चार तास आधी जेवण करण्यास सांगितले आहे. यामागच्या शास्त्रीय कारणाचा आपण विचार केला, तर आपल्या लक्षात येईल

की, या चार तासांत आपण बरेच परिश्रम केलेले असतात आणि त्यामुळे जेवणाच्या पचनाची समस्या उद्‌भवत नाही.

शाकाहाराविषयी आपल्या ऋषिमुनींनी असे सांगितले आहे की, शाकाहार पूर्णपणे पचू शकतो. त्याबरोबरच, तो आपल्याला शारीरिक, मानसिक आणि आध्यात्मिक ऊर्जाही पुरवतो आणि आपण कित्येक प्रकारच्या पापांपासून, दोषांपासून वाचतो. आपल्या मनात तामस भाव निर्माण होत नाही, कारण असे म्हटले जाते की, 'जसे अन्न खावे, तसे मन बनते.' चांगल्या आहारामुळे चांगले विचार निर्माण होतात. घरातील वातावरणात सुख, शांती आणि समृद्धी नांदू लागते.

आत्यंतिक प्रमाणात वासना निर्माण झाली, तर आपल्याला अनेक प्रकारचे रोग होतात. शरीराचे ओज, तेज नष्ट होते. चेहऱ्यावरचे तेज, कांती नष्ट होते. चेहरा सुरकुत्यांनी भरून जातो. शरीर दुर्बल बनते. मानसिक दुर्बलता निर्माण होतात. डोळ्यांमध्ये फरक दिसू लागतो. हाता-पायांतील शक्ती कमी होऊ लागते. आठवण कमी होते. आधुनिक संशोधनातून असे दिसून आले आहे की, आत्यंतिक वासनेमुळे मेंदू आकुंचित होऊ लागतो.

अशा शेकडो गोष्टी आपल्या पूजनीय ऋषिमुनींनी, संतांनी, आचार्यांनी सांगितल्या आहेत. जर आपण त्यांच्या शिकवणीकडे लक्ष देऊन त्यावर अंमलबजावणी केली, तर आपल्या आयुष्यात खूप चांगले परिवर्तन घडेल.

योगासनांचा आपल्या शरीरावर नेमका काय परिणाम होतो, याचं आता आपण शास्त्रीय विश्लेषण पाहू या.

पचनसंस्था

या भूमीवरचा असा नियम आहे की, ज्या वस्तूचा आपण उपयोग करत नाही, तिची कार्यक्षमता हळूहळू कमी होत जाते. आज कित्येक आधुनिक उपकरणे आली आहेत. त्यामुळे माणसाची शारीरिक कार्यक्षमता कमी झाली आहे. साहजिकच, संबंधित अवयवांची कार्य करण्याची सजगताही कमी झाली आहे.

आज पचनसंस्थेवरही अशा प्रकारच्या अनेक कारणांचा प्रचंड प्रभाव पडत आहे. त्यामुळेच मलावरोध, अजीर्ण, वायुविकार, मूत्रपिंडे खराब होणे, आतड्यांचे कार्य व्यवस्थितपणे सुरू न राहणे, अल्सर, हगवण किंवा जुलाब, मूळव्याध यांसारख्या कित्येक रोगांचा त्रास होत आहे.

यासाठी पोटाच्या भागावर दाब येण्यासारखी आसने आपण केली पाहिजेत. उदाहरणार्थ, पुढे झुकून करण्याची आसने, पश्चिमोत्तानासन, योगमुद्रासन, नौकासन आदी. धनुरासन, भुजंगासन, मत्स्यासन, चक्रासन यांसारखी पोटाचा भाग खेचला जाणारी किंवा त्याच्यावर ताण पडणारी आसने केली पाहिजेत. पोटाच्या दोन्ही बाजूंवर दबाव टाकणारी आसने केली पाहिजेत. यांमध्ये कटिचक्रासन, अर्धमत्स्येंद्रासन,

तिर्यक ताडासन, तिर्यक भुजंगासन, उत्तान मंडुकासन आदी आसनांचा समावेश होतो. अशा प्रकारे वर दिलेल्या आसनांमुळे पचनसंस्थेच्या सर्व अवयवांची चांगल्या प्रकारे मालीश होते. रक्ताभिसरणात वाढ होते. त्यामुळे, रक्तातील अडथळे दूर होतात. पचनक्रिया चांगल्या प्रकारे काम करू लागते. आपल्या अनियमित आणि अति व्यग्र जीवनशैलीमुळे निर्माण झालेले अडसर दूर होतात. या आसनांमुळे संपूर्ण पोटाच्या भागाच्या अवयवांची कार्यक्षमता वाढते. पोटाच्या समोरच्या भागाच्या स्नायूंना (फ्रन्ट ॲब्डॉमिनल मसल्स) पूर्णपणे योग्य व्यायाम मिळतो. त्यामुळे आपण केलेल्या भोजनातून पचनक्रिया जीवनसत्त्वे, प्रथिने आदी पोषक तत्त्वांचे शोषण करून आपल्याला आरोग्य मिळवून देते आणि कित्येक आजारांपासून आपला बचाव करते.

अशा प्रकारे, प्राणायाम (अंतर्कुंभक, बाह्यकुंभक) केल्यामुळेही फुप्फुसे आणि पोटातील अवयव यांचे कार्य व्यवस्थितपणे सुरू राहते.

मुद्रांसह तिन्ही बंध आणि नौली व शुद्धी क्रिया केल्यामुळे पचनसंस्थेचे सर्व अवयव योग्य प्रकारे कार्य करू लागतात. ध्यानाच्या आसनांमध्ये बसल्यानेही पोटाच्या भागाचे अनेक लहान-मोठे दोष दूर होतात, कारण ध्यानासनात बसल्यामुळे पोटाच्या समोरच्या भागाच्या स्नायूंमध्ये हलका तणाव निर्माण होऊन संपूर्ण पोटाच्या भागाला त्याचा लाभ मिळतो. म्हणून आपण असे म्हणू शकतो की, योग क्रियांमुळे पचनसंस्थेचे कार्य अधिक चांगल्या प्रकारे होण्यासाठी साहाय्य मिळते.

श्वसनसंस्था

आज आपण पाहात आहोत की, संपूर्ण वायुमंडळ प्रदूषित झाले आहे. वातावरण अशुद्ध झाले आहे आणि तुम्ही एखाद्या व्यस्त असलेल्या व्यक्तीला योगासन करण्यास सांगितले तर ती म्हणते की, 'मला तर श्वास घ्यायचीही फुरसत नाही, योग वगैरे कधी करणार?' त्यावर आम्ही त्याला असे सांगू की, 'बाबा रे, श्वास तर व्यवस्थितपणे घे; नाहीतर जगशील कसा?' ही तर एक औपरोधिक गोष्ट झाली. परंतु, या उपरोधातून सर्वसामान्य माणसाचे आयुष्य कसे झाले आहे, ते स्पष्ट होते.

श्वास घेण्याची कला येणे आवश्यक आहे, अन्यथा फक्त हृदय आणि फुप्फुसेच कमजोर होणार नाहीत; तर श्वसनसंस्थेची संपूर्ण कार्यप्रणाली योग्य प्रकारे काम करू शकणार नाही. एवढेच नव्हे; तर आपल्या शरीरात सुमारे सहाशे खर्व लहान मोठ्या पेशी आहेत. त्यांना निरोगी राहण्यासाठी शुद्ध वायूची; म्हणजेच प्राणवायूची गरज असते. म्हणून योगासनाच्या आणि प्राणायामाच्या विशेष क्रिया करून आपण फुप्फुसांच्या आणि कोठ्याच्या पेशींनाच नव्हे; तर संपूर्ण शरीराला आरोग्य प्राप्त करून देऊ शकतो.

श्वसनसंस्थेसाठी चक्रासन, मयुरासन, सर्वांगासन, हलासन, शलभासन, पश्चिमोत्तानासन, मंडुकासन ही आसने अत्यंत लाभदायक आहेत. ही सर्व आसने पोट

आणि हृदय पोकळ्यांवर दबाव आणि ताण आणून श्वसनविषयक स्नायूंना अधिक कार्यक्षम आणि सक्रिय बनवतात.

आपल्या योगाचार्यांनी श्वसनक्रिया मजबूत बनवण्यासाठी प्राणायामाचा उपयोग करण्यास सांगितले आहे. विविध प्रकारच्या प्राणायामांचा उद्देश जवळजवळ सारखाच आणि एकच आहे. अंतर्कुंभक, बाह्यकुंभक, दीर्घ, पूर्ण आणि समगती आदी क्रियांमुळे श्वसनसंस्थेच्या अंतर्गत अवयवांची मालिश होते आणि त्याबरोबरच या अवयवांद्वारे शुद्ध होणारे रक्त अधिक शुद्ध बनते. रक्ताभिसरण सुरळीत होते. त्यामुळे, जीवनशक्तीमध्ये वाढ होते. फुप्फुसे मजबूत, अधिक सक्रिय आणि लवचीक बनतात. सर्व नाडी-केंद्रांमध्ये संतुलन निर्माण होऊन उच्च रक्तदाब आणि कमी रक्तदाब या आजारांच्या रोग्यांना लाभ मिळतो.

उड्डियान बंध, बाह्य आणि अंतर्कुंभक, कपालभाती, नाडी-शोधन प्राणायाम, नौली, नेती, धौती आदी सर्व क्रिया संपूर्ण श्वसनसंस्थेला निरोगी ठेवतात. त्यामुळे श्वसनाशी संबंधित रोग, दमा, सर्दी, पडसे आणि उच्च रक्तदाब, कमी रक्तदाब, रक्त अशुद्ध होणे यांसारखे रोग होऊ शकत नाहीत.

रक्ताभिसरण संस्था आणि हृदयाचा भाग

हृदयाला 'रक्ताभिसरण संस्थेचे मध्यवर्ती केंद्र' म्हटले जाते. योगक्रियेत केल्या जाणाऱ्या आसनांमुळे त्या आसनाशी संबंधित अवयवांत विशेष रक्ताभिसरणासहित दबाव व तणाव उत्पन्न होऊन त्या अवयवांत सुधारणा होऊ लागतात आणि त्या अवयवांत आतल्या व बाहेरच्या जंतूंशी लढण्याची क्षमता निर्माण होते आणि तो अत्यंत योग्य प्रकारे कार्य करू लागतो. उदाहरणार्थ, शरीराच्या खालच्या भागासाठी वज्रासन, गोमुखासन, मंडुकासन, भद्रासन, शशांकासन आदी. कमरेच्या वरच्या भागासाठी पद्मासन, योगमुद्रा, बद्ध-पद्मासन, मत्स्यासन आदी. पोटाच्या आणि ओविशेष बाबोटाच्या भागासाठी शलभासन, धनुरासन, पश्चिमोत्तानासन, हलासन, सर्वांगासन, मयुरासन, चक्रासन, मूलबंध, नौली, कुंजली आदी. शीर्षासन आणि त्याचा गट, विपरीत करणी, पश्चिमोत्तानासन, त्रिकोणासन, शशांकासन, उत्तानमंडुकासन, तोलांगुलासन, द्वि-पाद कंधरासन आदी आसनांमुळे शरीराचे सर्व स्नायू, अवयवसंस्था आदी भागांमध्ये योग्य प्रकारे रक्ताभिसरण होऊ लागते आणि ते अवयव या आसनांमुळे निरोगी राहतात.

शीर्षासन, सर्वांगासन आदी आसनांमध्ये पाय वरच्या स्थितीत राहातात. त्यामुळे रक्ताभिसरणाची मंद गती दूर होऊन शिरांमधून हृदयप्रदेशातील सर्व शिरांच्या आणि धमन्यांच्या रक्तदाब-प्रणालींना सुव्यवस्थित केले जाते आणि त्या सुयोग्यपणे कार्य करू लागतात. कित्येक वेळा आपल्याला असे दिसून येते की, आपण अधिक शारीरिक आणि मानसिक कार्य केले, तर हृदयाची गती आणि रक्तदाब यांमध्ये

अनावश्यक तणाव उत्पन्न होतो आणि त्यामुळे हृदयप्रदेशाला हानी पोहोचण्याची शक्यता असते. यासाठी शवासन, शिथिलीकरणाची क्रिया, ध्यानाची आसने, प्राणायाम आदी क्रिया कराव्यात. त्यांच्यामुळे हृदयाला लाभ मिळतो. परिणामी, हृदयविकाराचा झटका किंवा हृदयाशी संबंधित कोणतेही विकार या क्रियांमुळे निर्माण होत नाहीत आणि आपले शरीर निरोगी राहते.

नाडी-संस्था

एकूण ७२,००० नाड्या असलेल्या या मानवी देहाला निरोगी ठेवण्यासाठी बराच विचार करण्याची आवश्यकता असते आणि केवळ विचारविनिमयच पुरेसा नसतो; तर तो विचार आचारातही आणण्याची गरज असते. ज्याप्रमाणे टेलीव्हिजनचा एखादा छोटासा भाग जरी खराब झाला तरी चित्र स्पष्ट दिसू शकत नाही, तसेच हे असते. तो भाग दुरुस्त केल्यानंतरच चित्र स्पष्ट दिसू लागते. आपल्या या शरीराची स्थितीही अशीच आहे. जोपर्यंत आपण या शरीरात राहात आहोत, तोपर्यंत त्याची बरीच काळजी घ्यावी लागते, कारण हे शरीर भौतिक द्रव्याच्या अनेक परमाणूंनी बनले आहे.

नाडी-संस्थेवर परिणाम करणारे जवळजवळ सर्वच योग-व्यायाम प्रभावी असल्याचे दिसून आले आहे. तरीही सूर्यनमस्कार, उत्तानपादासन, पश्चिमोत्तानासन, लोलासन, कुक्कुटासन, धनुरासन आदी आसने अधिक लाभदायक आहेत. धारणा आणि ध्यान यांबरोबरच शवासन, शिथिलीकरण या क्रियांद्वारेही योग्य प्रमाणात लाभ मिळू शकतो.

ही आसने केल्यामुळे तणाव, निद्रानाश, चिंता, अशांती, चिडचिडेपणा, आक्रमकता, क्रोध आणि मानसिक विकार यांचा नाश होऊन व्यक्ती शांत, आध्यात्मिक बनते. ती हसतमुख तरीही अंतर्मुख प्रकृतीची बनते.

लसिका-संस्था

लसिका संस्थेच्या सुरळीत कार्यांसाठी रक्ताभिसरणाच्या प्रणालीवर परिणाम करणारी आसनेच परिणामकारक ठरतात. त्यामुळे यासाठी रक्ताभिसरण संस्थेच्या संदर्भात देण्यात आलेली आसनेच पाहावीत.

अंतःस्रावी ग्रंथींवर परिणाम करणारी आसने

१. **पीनियल ग्रंथी** : सूर्यनमस्कार, योगमुद्रा, पाद-हस्तासन, भ्रामरी, कपालभाती, त्राटक, नेती आणि शीर्षासन.

२. **पिट्युटरी ग्रंथी** : हिच्यावर शीर्षासनाचा अधिक परिणाम होतो.

३. **थायरॉईड ग्रंथी** : सर्वांगासन, हलासन आणि विपरीतकरणी.

४. **यकृत** : मत्स्येंद्रासन (डाव्या बाजूचे)
५. **प्लीहा** : उड्डियान बंध, नौली क्रिया
६. **स्वादुपिंड** : मत्स्येंद्रासन (डाव्या बाजूचे)
७. **ॲड्रिनल** : मयुरासन, सिंहासन, नेती, उज्जायी प्राणायाम
८. **वृक्क किंवा मूत्रपिंड** : भुजंगासन, सूर्यनमस्कार, मार्जारासन
९. **अंडकोष** : सिद्धासन, पद्मासन, वज्रासन आणि मूलबंध, वज्रोली मुद्रा आणि योनिमुद्रा

शरीराच्या विविध अवयवांवर परिणाम करणारी आसने

जठर, यकृत, प्लीहा आणि आतडी यांसारख्या संपूर्ण उदरपोकळीतील अवयवांवर परिणाम करणारी आसने : जठर : वज्रासन, सर्वांगासन, हलासन, पश्चिमोत्तानासन, भुजंगासन, शलभासन, मत्स्येंद्रासन, शीर्षासन, उत्तानपादासन, पवनमुक्तासन, शक्तिबंधाची आसने.

हृदय : शीर्षासन, सर्वांगासन, शवासन, योगनिद्रा, नाडी-शोधन, प्राणायाम, सूर्यनमस्कार.

फुप्फुस : चक्रासन, मयुरासन, सर्वांगासन, हलासन, शलभासन, पश्चिमोत्तानासन, उड्डियान बंध, नाडी-शोधन प्राणायाम, कपालभाती.

मेंदू : शीर्षासनांचा गट, सर्वांगासन, मत्स्यासन, पद्मासन, सिद्धासन, योगमुद्रासन.

डोळे : शीर्षासन, सूर्यनमस्कार, सूत्र नेती, जल नेती, सामान्य त्राटक.

नाक, दात, कान : सूर्यनमस्कार, सर्वांगासन, मत्स्यासन, सिंहासन, नाडी-शोधन, भ्रामरी प्राणायाम.

आयुर्वेदातील वात, पित्त आणि कफ

भारतातील सर्वांत प्राचीन रोगोपचार पद्धतींत आयुर्वेदाचा समावेश होतो. आयुर्वेदाच्या मते, आपल्या शरीरातील रोगांचे मूळ त्रिदोषांत आहे. ज्या वेळी हे त्रिदोष सम अवस्थेत असतात, त्या वेळी शरीर निरोगी राहते. मात्र एखादा दोष विषम बनला, की त्याच्याशी संबंधित रोग निर्माण होतात. आनुवंशिकतेमुळे व्यक्तीच्या शरीरात जन्मजातच एक किंवा दोन दोषांचे प्राबल्य असू शकते. त्यानुसार तिची प्रकृती निश्चित होते. म्हणून कोणत्या प्रकृतीच्या व्यक्तीने कोणती आसने करावीत, ते खाली दिले आहे.

वात प्रकृती

पवनमुक्तासनाच्या गटातील क्रिया, शक्तिबंधाची आसने, वज्रासन, वीरासन, मत्स्येंद्रासन (अर्ध आणि पूर्ण), धनुरासन, चक्रासन, सर्वांगासन, शंखप्रक्षालन क्रिया, नौली, उड्डियान बंध, सूर्यनमस्कार, मार्जारासन.

पित्त प्रकृती

नौकासन, भुजंगासन, शलभासन, उड्डियान बंध.

कफ प्रकृती

शीर्षासन, सर्वांगासन, पश्चिमोत्तानासन, उत्तानपादासन, कपालभाती, उड्डियान बंध.

आयुर्वेदात तीन प्रकारच्या प्रकृतींचे वर्णन करण्यात आले आहे. वर दिलेल्या तीन प्रकृती; म्हणजे प्रत्येकी एकेक दोष आहेत. याखेरीज, तीन द्वि-दोष प्रकृती असतात. त्यांना 'वात-पित्त प्रकृती', 'वात-कफ प्रकृती' आणि 'पित्त-कफ प्रकृती' असे म्हणतात. अशा द्वि-दोष प्रकृतीच्या लोकांनी दोन्ही दोषांसाठी सांगितलेली आसने करावीत. चौथ्या प्रकृतीला 'सन्निपातिक' असे म्हटले जाते. या प्रकृतीसाठी तिन्ही दोषांसाठी सांगितलेली आसने गुरूंच्या सल्ल्याने करावीत. अशा प्रकारे, योगाभ्यासाच्या माध्यमातून आपले शरीर आपण नेहमीच निरोगी राखू शकतो.

वात, पित्त आणि कफ यांचे शमन करणारी आसने

'वात' दोष शांत करण्यासाठी

१. ताडासन
२. उत्कटासन
३. त्रिकोणासन
४. हस्तपादासन
५. सूर्यनमस्कार
६. जानुशीर्षासन
७. पश्चिमोत्तानासन
८. मेरू वक्रासन
९. उग्रासन
१०. योगमुद्रा
११. नौकासन (पाठीच्या आणि पोटाच्या साहाय्याने)
१२. विपरीतकरणी
१३. हलासन
१४. शलभासन
१५. शवासन

'पित्त' दोष शांत करण्यासाठी

१. मार्जारासन
२. नौकासन, विपरीत नौकासन
३. पर्वतासन
४. सर्वांगासन
५. विपरीतकरणी
६. अश्वसंचालन आसन
७. जानुशीर्षासन
८. उग्रासन
९. पश्चिमोत्तानासन
१०. हस्त उत्तानासन
११. सेतुबंधासन
१२. भुजंगासन
१३. सुप्त वज्रासन
१४. आकर्ण धनुरासन
१५. शवासन

'कफ' दोष शांत करण्यासाठी

१. हस्त उत्तानासन	२. पर्वतासन	३. ताडासन
४. वृक्षासन	५. त्रिकोणासन	६. वीरासन
७. भुजंगासन	८. शलभासन	९. उग्रासन
१०. अश्वसंचालन आसन	११. सेतुबंधासन	१२. नौकासन
१३. धनुरासन	१४. चक्रासन	१५. आकर्ण धनुरासन
१६. शवासन		

अष्टांग योग

अष्टांग योगाचा उपयोग

योगाङ्गानुष्ठानादशुद्धिक्षये ज्ञानदीप्तिराविवेकख्यातेः। (प.यो.द. २/२८)

अर्थ : योगाच्या अंगाचे अनुष्ठान (प्रयोग, क्रियात्मक रूप) केल्याने अशुद्धीचा नाश झाल्यावर ज्ञानाचा प्रकाश, विवेक-ख्यातीपर्यंत पसरतो.

स्पष्टीकरण : योगाच्या पुढे देण्यात आलेल्या आठ अंगांचे अनुष्ठान केल्याने, म्हणजेच त्यांना आचरणात आणल्याने चित्तातून मल नष्ट होऊन ते पूर्णपणे निर्मळ होऊन जाते. त्या वेळी योग्याच्या ज्ञानाचा प्रकाश विवेक-ख्याती (सात प्रकारांतील सर्वोच्च अवस्था असलेली प्रज्ञाबुद्धी) पर्यंत पसरतो. म्हणजेच, त्याला बुद्धी, अहंकार आणि इंद्रिये यांपासून संपूर्ण भिन्न असलेल्या आत्म्याचे स्वरूप दिसते.

अष्टांग योगाचे कार्य आणि महत्त्व

अधिक सखोल विचार केला, तर योगाची आठ अंगे ही सर्वसामान्य कार्ये करत नाहीत; तर ऋषिमुनींचे हे खूप मोठे, श्रेष्ठ ज्ञान आहे. त्यांनी आपल्यावर मोठीच कृपा केली आहे आणि ही आठ अंगे स्वतंत्रपणे सांगून त्यांना पुन्हा एका माळेच्या स्वरूपात गुंफून आपल्याला त्यांची माहिती दिली आहे. कारण, या सर्व आठही अंगांची कार्ये भिन्न आहेत. आपल्या पायाच्या नखापासूनच्या सर्व अवयवांवर काम करण्यापासून आपल्याला मोक्षाचा रस्ता दाखवण्यापर्यंतची कार्ये ती करतात. त्या महान आत्म्यांनी आपल्याला दिलेली ही एक खूप मोठी भेट आहे. आपल्यासाठी आणि या संपूर्ण विश्वासाठीच ही एक मोठी लाभदायक बाब आहे, आपल्याला झालेली ही मोठी प्राप्ती आहे. ती आत्मसात करून आपण त्यांच्याविषयी कृतज्ञता का व्यक्त करू नये?

अष्टांग योगाची आठ अंगे : (यम, नियम, आसन, प्राणायाम, प्रत्याहार, धारणा, ध्यान आणि समाधी).

१. **'यम'**: हे अंग आपल्याला अनुक्रमे सामाजिक आणि धार्मिक रूपाने जगण्याविषयीची शिकवण देते. त्यामुळे, आपल्या सामाजिक - नैतिक मूल्यांमध्ये वाढ होते.

२. **'नियम'** : आपल्या संपूर्ण जीवनाची कार्यपद्धती बदलून टाकतो. हे अंग आपले चरित्र उज्ज्वल बनवते आणि आपल्याला शिस्तबद्धपणे राहण्यास शिकवते.

३. **'आसन'** : जीवनाच्या अंतिम क्षणापर्यंत आपल्याला निरोगी ठेवते. आपल्या शरीराचा उत्तरोत्तर विकास करते.

४. **'प्राणायाम'** : आपल्या प्राणाला एक नवीन आयाम प्रदान करते. प्राणायाम आपल्याला श्वास घेण्याची कला शिकवतो आणि आपल्या प्राणाचे उत्थान व विकास करतो.

५. **'प्रत्याहार'** : आपल्या इंद्रियांवर विजय मिळवून देतो. प्रत्याहार स्वतःपासून स्वतःला जिंकून घेण्याची कला शिकवतो. तो आपला मानसिक विकास करतो.

६. **'धारणा'**: हे अंग आपल्या मनाला एकाग्र बनवून आपला बौद्धिक विकास करते.

७. **'ध्यान'** : यापासून आपल्याला अनेक लाभ मिळतात. जीवनाच्या जवळजवळ सर्वच कार्यक्षेत्रांसाठी आपल्याला ध्यानाच्या जिन्याची गरज पडते. ध्यानाद्वारे आपण आत्मज्ञान प्राप्त करू शकतो.

८. **'समाधी'** : या अंगाद्वारे आपल्या सुप्त मेंदूचा विकास करून आपण जीवनाचे अंतिम उद्दिष्ट असलेल्या परमानंदाची प्राप्ती करून घेऊ शकतो.

अशा प्रकारे, अष्टांग योगाद्वारे आपल्या जीवनातील सर्व क्षेत्रांचा विकास करून आपण संपूर्ण जीवन क्रमबद्धतेने जगण्याची कला शिकू शकतो.

अष्टांग योगाची अंगे

यमनियमासनप्राणायामप्रत्याहारधारणाध्यान समाधयोऽष्टावङ्गानि।

(प.यो.द. २/२९)

अर्थ : यम, नियम, आसन, प्राणायाम, प्रत्याहार, धारणा, ध्यान आणि समाधी ही योगाची आठ अंगे आहेत. या आठ अंगांची दोन भागांत विभागणी केली जाते.

१. बहिरंग २. अंतरंग

यम, नियम, आसन, प्राणायाम आणि प्रत्याहार या पाच अंगांना 'बहिरंग' म्हटले जाते, कारण त्यांची वैशिष्ट्ये बाह्य क्रियांशी संबंधित आहेत. उर्वरित; म्हणजे अर्थातच धारणा, ध्यान आणि समाधी ही तीन अंगे म्हणजे 'अंतरंग' होत. त्यांचा संबंध केवळ अंतःकरणाशी असल्याने त्यांना 'अंतरंग' असे म्हटले जाते.

आता या आठ अंगांचे विवेचन करू या.

यम

अहिंसासत्यास्तेयब्रह्मचर्यापरिग्रहा यमाः। (प.यो.द. २/३०)

अर्थ : अहिंसा, सत्य, अस्तेय (चोरी न करणे), ब्रह्मचर्य आणि अपरिग्रह (संग्रह न करणे) हे पाच यम आहेत.

१. **अहिंसा : अहिंसा प्रतिष्ठायां तत्सन्निधौ वैरत्यागः।** (प.यो.द. २/३५)

ज्या वेळी योग्याच्या मनातील अहिंसेचा भाव पूर्णपणे दृढ बनतो आणि स्थिर होतो, त्या वेळी त्याच्या निकट असलेले हिंसक जीवही आपला वैरभाव सोडून देतात. कोणत्याही जीवाला मनाने, वाचेने आणि शरीराने म्हणजेच काया, वाचा, मने कोणत्याही प्रकारे किंचितसाही त्रास न देणे; म्हणजेच 'अहिंसा' होय. जैन धर्मात या पाच यमांना 'पाच महाव्रते' असे म्हटले गेले आहे. त्यांना धर्माचा पाया मानण्यात आले आहे. धर्मशास्त्रांमध्ये लिहिले आहे की, सर्व जीवांबरोबर संयमाने वागणे; म्हणजे 'अहिंसा' होय. जगात जितके जीव किंवा प्राणी आहेत, त्यांना कळत-नकळत स्वतः मारू नये आणि दुसऱ्यांकडून मारायलाही लावू नये. ज्या व्यक्ती स्वतः प्राण्यांची हिंसा करतात, दुसऱ्यांकडून हिंसा करवून घेतात आणि हिंसा करणाऱ्यांना अनुमोदन किंवा प्रोत्साहन देतात, ते या जगात स्वतःसाठी वैरभाव वाढवून घेतात. याखेरीज, 'अहिंसा परमोधर्मः' आणि 'जगा आणि जगू द्या,' असेही म्हटले गेले आहे.

म्हणूनच, मनाने, वाचेने आणि शरीराने कोणत्याही प्राण्याला यत्किंचितही दुःख न देणे; म्हणजे अहिंसा आहे आणि दुसऱ्यांचे दोष विसरून जाणेही या अंतर्गतच येते.

२. **सत्य : सत्य प्रतिष्ठायां क्रिया फलाश्रयत्वम्।** (प.यो.द. २/३६)

नेहमी आळस न बाळगता सजग राहून असत्याचा त्याग करून हितकारी सत्य वचन बोलले पाहिजे. सत्याची स्थिती दृढ झाल्यावर बोललेले शब्द सत्य होण्याची शक्ती प्राप्त होते. योग्याला वरदान किंवा शाप देण्याचे सामर्थ्य प्राप्त होते.

३. **अस्तेय : अस्तेय प्रतिष्ठायां सर्वरत्नोपस्थानम्।** (प.यो.द. २/३७)

चोरी न करण्याची दृढस्थिती निर्माण झाल्यानंतर योग्यासमोर सर्व प्रकारची रत्ने प्रकट होतात. सजीव अगर निर्जीव पदार्थ असो, कमी अगर जास्त वस्तू असो; परंतु ती जिच्या ताब्यात आहे, तिच्या परवानगीखेरीज पूर्ण संयमी साधक ना स्वतः ती वस्तू ग्रहण करतात ना इतरांना ती ग्रहण करण्यासाठी प्रेरणा देतात किंवा संमती दर्शवतात. दुसऱ्यांनी न दिलेली वस्तूही चोरून घेता कामा नये.

४. **ब्रह्मचर्य : ब्रह्मचर्य प्रतिष्ठायां वीर्यलाभः।** (प.यो.द. २/३८)

ब्रह्मचर्य हे धर्माचे मूळ आहे. म्हणून निग्रंथ मुनी ब्रह्मचर्याचे अत्यंत दृढपणे, निग्रहाने पालन करतात. ज्या वेळी साधक संपूर्ण ब्रह्मचर्याचे पालन करतो, त्या वेळी त्याचे शरीर, मन आणि आत्मा यांच्यामध्ये असीम शक्तीचा प्रादुर्भाव होतो.

५. **अपरिग्रह : अपरिग्रहस्थैर्ये जन्मकथन्तासंबोधः।** (प.यो.द. २/३९)

अपरिग्रह; म्हणजे संग्रह करण्याचा प्रयत्न न करणे. आवश्यकतेहून अधिक वस्तूंचा संग्रह न करणे; म्हणजे अपरिग्रह होय. निग्रंथ मुनी कोणत्याही प्रकारचा परिग्रह करत नाहीत. अपरिग्रही व्यक्तीला योग साधना आणि धार्मिक क्रियाकलापातून उत्तम फलप्राप्ती होते.

नियम

प्रत्येक साधकाच्या जीवनात नियम असणे आवश्यक असते. व्यक्तीच्या मनात संसारसुखाची इच्छा असो किंवा तिला आध्यात्मिक सुख प्राप्त करायचे असो; तिच्या जीवनात उत्कृष्ट नियम असलेच पाहिजेत. पतंजलींच्या मते, खालील पाच नियम महत्त्वाचे आहेत.

१. शौच **२. संतोष** **३. तप**

४. स्वाध्याय **५. ईश्वर प्रणिधान**

१. **शौच : शौचात्स्वा'जुगुप्सा परैरसंसर्गः।** (प.यो.द. २/४०)

शौचाचे पालन करणाऱ्याच्या मनात आपल्या शरीराविषयी वैराग्यभाव आणि दुसऱ्याच्या शरीराशी संपर्क करण्याच्या इच्छेचा अभाव असतो. म्हणजेच, आपल्या आणि दुसऱ्याच्याही शरीराविषयी त्याच्या मनात आसक्ती नसते. मैत्री वगैरे भावनांच्या द्वारे किंवा जप-तप आदी इतर कोणत्याही साधनाद्वारे आंतरिक शौचासाठी अभ्यास केल्यावर राग, द्वेष, ईर्ष्या आदी मल नष्ट होतात आणि अंतःकरण निर्मळ आणि स्वच्छ बनते. मनाच्या व्याकुळतेचा नाश होतो आणि मन नेहमीच प्रसन्न राहते. विक्षेप-दोषाचा किंवा विचलित होण्याच्या दोषाचा नाश होतो आणि एकाग्रता निर्माण होते. सर्व इंद्रिये मनाच्या ताब्यात येतात. त्यामुळे मनाला आत्मदर्शनाची योग्यता प्राप्त होते.

२. **संतोष : संतोषादनुत्तमसुखलाभः।** (प.यो.द. २/४२)

संतोषाहून आणखी उच्च कोणतेही सुख नाही. कोणीतरी असे म्हटले आहे की, संतोषामृत प्राशन करा. म्हणजेच, संतोषरूपी अमृत प्या. (संतोषवृत्ती धारण करा.) साधकाला संतोष झाला की, त्याच्या तृष्णेचा नाश होतो. इच्छा नाहीशा होतात. कोणा कवीने म्हटले आहे की,

गोधन, गजधन, बाजधन और रत्नधन खान।
जब आवै संतोष धन, सब धन धूरि समान।।

३. **तपः कायेन्द्रियसिद्धिरशुद्धिक्षयात्तपसः।** (प.यो.द. २/४३)

तपाच्या प्रभावाने अशुद्धींचा नाश होतो. तपांचे अनेक प्रकार आहेत; परंतु स्वानुभवाचे दर्शन घडवणाऱ्या, अंतरंग व बहिरंग या दोहोंनाही शुद्ध करून, त्यांचे उत्थान घडवून आणणाऱ्या तपालाच 'तप' असे म्हटले जाते.

४. **स्वाध्याय : स्वाध्यायादिष्टदेवतासम्प्रयोगः।** (प.यो.द. २/४४)

स्वाध्यायाद्वारे इष्टदेवतेचे दर्शन होते. जैन धर्मात 'स्वाध्यायः परम तपः।' असे मानले गेले आहे. इथे 'स्व'चा म्हणजे आत्म्याचा (मी) अभ्यास, चिंतन-मनन करणे म्हणजे स्वाध्याय होय. शास्त्रांचे अध्ययन, अध्यापन करणे, म्हणजे 'स्वाध्याय' होय.

५. **ईश्वर प्रणिधान : समाधिसिद्धिरीश्वर प्रणिधानात्।** (प.यो.द. २/४५)

ईश्वर प्रणिधानाने समाधीची सिद्धी होते. साधक ज्या वेळी आपली इच्छा, कर्म आणि ज्या ज्या गोष्टींमुळे आपल्या अहंकाराला बळकटी प्राप्त होते, ती प्रत्येक वस्तू ईश्वराला समर्पित करतो, त्या वेळी त्याला 'ईश्वर प्रणिधान' असे म्हणतात. ज्या वेळी अनन्यभावाने व्यक्ती स्वतःला ईश्वराला अर्पण करते, त्या वेळी ती समाधीच्या परमावस्थेत पोहोचते. ज्या वेळी ती भेदविज्ञानाच्या दृष्टीने; म्हणजेच जड किंवा अचेतन आणि चेतन किंवा सजीव वस्तूंना स्वतंत्र-स्वतंत्रपणे पाहू लागते, त्या वेळी तिला सम्यक् दर्शन आणि सम्यक् दृष्टी प्राप्त होते आणि त्याच वेळी तिला ईश्वराचा साक्षात्कार होतो. यालाच 'ईश्वर प्रणिधान' असे म्हणतात.

आसन

आसन हे योगाचे तिसरे अंग आहे. महर्षी पतंजलींनी दिलेल्या माहितीनुसार,

स्थिरसुखमासनम्। (प.यो.द. २/४६)

सुखपूर्वक स्थिरपणे बसणे, यालाच आसन म्हणतात.

स्पष्टीकरण : ज्या क्रियेद्वारे स्थिरपणे (हालचाल न करता) शांत मनाने सुखपूर्वक दीर्घकाळापर्यंत बसता येते, त्याला 'आसन' असे म्हणतात. स्थिर आणि सुखपूर्ण असलेल्या शारीरिक स्थितीमुळे मानसिक संतुलन निर्माण होते. मनाची चंचलता थांबते. आसनांच्या अभ्यासाद्वारे योगी शरीर आणि मनावर विजय प्राप्त करून आपले जीवन धन्य करतात. साधकाला हे माहिती असते की, निरोगी शरीरातच निरोगी मेंदूचा विकास होतो. आसनांच्या सातत्यपूर्ण अभ्यासामुळे शारीरिक दुर्बलता आणि मानसिक अडथळे यांपासून व्यक्ती स्वतःला मुक्त करून घेते आणि तिला हलके वाटते. परमात्म्याच्या प्राप्तीसाठी साधक आकाशाकडे पाहत नाही, पर्वतांमध्ये

जाऊन कशाचा शोध घेत नाही. अभ्यासाच्या साहाय्याने तो परमात्मा आपल्या आतच असल्याची जाणीव करून घेतो.

प्रयत्नशैथिल्यानन्तसमापत्तिभ्याम्। (प.यो.द. २/४७)

प्रयत्नशैथिल्यातून आणि अनंतामध्ये (परमात्म्यामध्ये) मन गुंतवल्यामुळे आसन सिद्ध होते.

स्वाभाविक शरीराच्या प्रयासांना 'प्रयत्न' असे म्हटले जाते. त्या नैसर्गिक किंवा स्वाभाविक प्रयत्नाद्वारे अंगमेजयत्वाला (शरीराच्या अवयवांमधील कंपाला) रोखण्यासाठी शरीर थोडे सैल सोडणे किंवा सैलावणे; म्हणजे प्रयत्नांचे शैथिल्य होय. प्रयत्नांच्या या शैथिल्यातून आसन सिद्ध होते. त्यानंतर साधक शरीराची आणि मनाची उपेक्षा करत नाही. त्याला नष्ट करण्याचे प्रयत्न करत नाही. तो शरीराला ज्ञानप्राप्तीचे उपकरण मानतो.

ततो द्वंद्वानभिघातः। (प.यो.द. २/४८)

अर्थ : असे सांगितले जाते की, आसनसिद्धी प्राप्त झाल्यानंतर किंवा आसनसिद्धीचा अधिकार प्राप्त झाल्यानंतर थंडी-उकाडा, तहान-भूक, जय-पराजय, मान-अपमान, शरीर-मन अशा प्रकारची द्वंद्वे समाप्त होतात. त्या वेळी साधक योगमार्गाची चौथी पायरी असलेल्या प्राणायामापर्यंत पोहोचतो.

प्राणायाम

(अधिक माहितीसाठी पुढे प्राणायामावर विस्तृत विवेचन केले आहे.)

तस्मिन सति श्वासप्रश्वासयोर्गतिविच्छेदः प्राणायामः। (प.यो.द. २/४९)

अर्थ : त्या आसनाच्या सिद्धीनंतर श्वास-उच्छ्वासाच्या गतीचा विच्छेद होणे, म्हणजे 'प्राणायाम' आहे.

श्वास : नाकाद्वारे प्राणवायूचा शरीरात प्रवेश होणे; म्हणजे श्वास होय.

उच्छ्वास : पेशींमधील वायू नाकपुड्यांच्या छिद्रांतून बाहेर पडणे याला प्रश्वास किंवा उच्छ्वास असे म्हणतात.

श्वास-उच्छ्वासच्या गतींचा प्रवाह रेचक, पूरक आणि कुंभक यांद्वारे बाहेर किंवा आत रोखून धरणे यालाच 'प्राणायाम' असे म्हणतात. इथे आसनसिद्ध झाल्यानंतर प्राणायाम केला पाहिजे, असे सांगितले गेले आहे. त्यावरून असे दिसते की, आसनाच्या स्थैर्याचा अभ्यास केल्याखेरीज प्राणायाम करतात, ते चुकीच्या पद्धतीने योग करतात. प्राणायामाचा अभ्यास करताना आसन स्थिर असलेच पाहिजे.

बाह्याभ्यन्तरस्तम्भवृत्तिर्देशकालसंख्याभिः परिदृष्टोदीर्घसूक्ष्मः। (प.यो.द. २/५०)

अर्थ : बाह्यवृत्ती, अभ्यांतरवृत्ती आणि स्तंभवृत्ती अशा तीन प्रकारचा प्राणायाम असतो. देश, काळ आणि संख्या यानुसार तो दीर्घ किंवा हलका असतो.

बाह्यवृत्ती प्राणायाम

कोठ्यातील वायू बाहेर काढून त्याच्या स्वाभाविक गती नष्ट करणे याला 'रेचक' किंवा 'बाह्यवृत्ती प्राणायाम' असे म्हटले जाते.

अभ्यांतरवृत्ती प्राणायाम

प्राणवायू नाकाच्या छिद्रांमधून (नाकपुड्यांतून) आत खेचून घेऊन त्याची स्वाभाविक गती थांबवणे याला 'पूरक प्राणायाम' किंवा 'अभ्यांतरवृत्ती प्राणायाम' असे म्हणतात.

स्तंभवृत्ती प्राणायाम

श्वास-उच्छ्वास या दोन्ही गती नाहीशा करून प्राणवायू जिथे असेल, तिथेच अचानक रोखणे याला 'स्तंभवृत्ती प्राणायाम' किंवा 'कुंभक' असे म्हणतात.

शरीरप्रदेश, काळ आणि संख्या यांचा विचार करून प्राणायामाची व्याख्या अशा प्रकारे केली जाते.

१. **शरीरप्रदेशाच्या किंवा भागाच्या दृष्टिकोनातून**

शरीरप्रदेशाचा विचार केला किंवा त्याच्या साहाय्याने मापन केले, तर रेचकामध्ये नाकापर्यंत प्राणवायू ओढला जातो. पूरकामध्ये मूलाधारापर्यंत श्वास नेला जातो आणि कुंभक, नाभिचक्र आदींमध्ये अचानक प्राणवायू रोखला जातो.

२. **काळाच्या दृष्टिकोनातून**

काळाच्या दृष्टिकोनातून विचार करता ठरावीक काळ श्वास आत घेणे, ठरावीक काळ रोखणे आणि ठरावीक काळ उच्छ्वास बाहेर टाकणे अशा प्रकारे केले जाते. उदाहरणार्थ, रेचकामध्ये दोन सेकंद श्वास रोखला जातो. पूरकामध्ये एक सेकंद आणि कुंभकात चार सेकंद रोखला जातो.

३. **संख्येच्या दृष्टिकोनातून**

मनातल्या मनात आकडे मोजले जातात आणि अमुक आकडे मोजेपर्यंत पहिला, अमुक आकडे मोजेपर्यंत दुसरा आणि अमुक आकडे मोजेपर्यंत तिसरा प्राणायाम अशा प्रकारे प्राणायाम केला जातो. अशा प्रकारे केला जाणारा प्राणायाम दीर्घ आणि सूक्ष्म, म्हणजेच लांबलचक आणि सौम्य असतो.

तात्पर्य : जसजसा साधक आपला अभ्यास वाढवत जातो, तसतसा रेचक, पूरक आणि कुंभक या तिन्ही प्रकारचा प्राणायाम शरीरप्रदेश, काळ आणि आकडे या परिमाणाने मोजला असता, दीर्घ आणि सूक्ष्म म्हणजे, अधिक लांबीचा आणि सौम्य होत जातो. आता चौथ्या प्राणायामाच्या वर्णनाकडे वळू या.

बाह्याभ्यन्तरविषयाक्षेपी चतुर्थः। (प.यो.द. २/५१)

अर्थ : चौथा प्राणायाम हा बाह्य आणि अंतर्गत प्राणायामांची समीक्षा करणारा आहे.

या अवस्थेत साधक बाह्य आणि अंतर्गत विषय-कषायांच्या; म्हणजेच ऐहिक विषयांविषयीच्या, भोगांविषयीच्या आसक्ती किंवा लालसा यांच्या चिंतन-मननाचा त्याग करतो. अर्थातच, या वेळी प्राणवायू बाहेर पडत आहे किंवा आत जात आहे किंवा सुरू आहे, की थांबलेला आहे याकडे लक्ष न देता साधक मनाला इष्ट-चिंतनात व्यग्र ठेवतो. या वेळी शरीरप्रदेश, काळ आणि आकडा यांच्या ज्ञानाखेरीज आपोआपच प्राणवायूची गती जिथे कुठे रोखली जाते, तिथे आपोआप रोखली जाते. यालाच 'चौथा प्राणायाम' असे म्हणतात. वर दिलेल्या तिन्ही प्रकारच्या प्राणायामांपासून हा संपूर्णपणे भिन्न आहे. यामध्ये, मनाची चंचलता शांत झाल्यामुळे आपोआपच प्राणांची किंवा प्राणवायूंची गती रोखली जाते.

प्राणायामाचे फळ

ततः क्षीयते प्रकाशावरणम्। (प.यो.द. २/५२)

अर्थ : त्या प्राणायामाच्या अभ्यासाने ज्ञानरूपी प्रकाशाला झाकून टाकणाऱ्या किंवा झाकोळणाऱ्या अज्ञानाचे आवरण क्षीण होत जाते.

पंचशिखाचार्यांच्या मते,

तपो न परं प्राणायामात् ततो विशुद्धिर्मलानां दीप्तिश्च ज्ञानस्य ।

अर्थ : प्राणायामाहून अधिक श्रेष्ठ तप नाही. त्याच्यामुळे कर्मफळ धुतले जाते आणि ज्ञानाचा प्रकाश पसरतो.

भगवान मनुच्या म्हणण्यानुसार,

ज्याप्रमाणे अग्नीवर तापवलेल्या सुवर्णादी धातूंवरची घाण किंवा मल नष्ट होतो त्याप्रमाणे प्राणायाम केल्यामुळे इंद्रियांचा मल नष्ट होतो.

प्राणायामाचे दुसरे फळ असे सांगितले जाते. ते असे की,

धारणासु च योग्यता मनसः। (प.यो.द. २/५३)

अर्थ : धारणांमध्ये मनाची योग्यता असते.

स्पष्टीकरण : प्राणायामाने मन स्थिर होते आणि त्यामध्ये धारणेची योग्यता येते.

प्रत्याहार

आता प्रत्याहाराची लक्षणे पाहू या.

स्वविषयासम्प्रयोगे चित्तस्वरूपानुकार इवेन्द्रियाणां प्रत्याहारः।
(प.यो.द. २/५४)

अर्थ : आपल्या विषयांशी संबंध नसलेल्या चित्ताच्या स्वरूपाचे अनुकरण; म्हणजे इंद्रियांचा प्रत्याहार होय.

स्पष्टीकरण : सूत्रकार म्हणतात की, प्राणायामाच्या अभ्यासामुळे पंचेंद्रियांचे बाह्य विषय आणि मन यांना हळूहळू निर्मळपणा प्राप्त होत जातो. साधकाचे ध्यान अंतर्मुख होत जाते. विषय-कषायाच्या सगळ्या गोष्टी नष्ट होत जातात. याचेच नाव 'प्रत्याहार' आहे. यालाच 'इंद्रिय संयमन' असेही म्हटले जाते. ही योग्याची पाचवी अवस्था आहे. साधक अंतरात्म्याच्या ज्ञानदीपाने बाहेरच्या इंद्रियजन्य विषय-कषायांना जाळून टाकून सम्यक् दृष्टीचा बनतो.

पुढे प्रत्याहाराचे फळ सांगण्यात आले आहे.

ततः परमा वश्यतेन्द्रियाणाम्। (प.यो.द. २/५५)

अर्थ : त्या प्रत्याहारामुळे इंद्रियांचे उत्तम वशीकार होते.

याज्ञवल्क्यांनी प्रत्याहाराचे लक्षण सांगताना असे लिहिले आहे की, नैसर्गिकरीत्याच आपापल्या विषयांत विहरणाऱ्या इंद्रियांना जबरदस्तीने अचानक आपल्याकडे आकर्षित करणे; म्हणजे प्रत्याहार होय. म्हणजेच इंद्रियांवर ताबा मिळवणे, त्यांना आपल्या ताब्यात ठेवणे; म्हणजे प्रत्याहार होय.

ज्याप्रमाणे विषयांपासून चित्ताने विरक्त राहणे म्हणजे प्रत्याहार असतो, त्याप्रमाणेच, इंद्रिये एकाग्र होणे; म्हणजेही प्रत्याहार असतो.

गोरक्ष पद्धतीत सूत्रकार म्हणतात, की घ्राण, चक्षू, जिव्हा, कर्ण आणि स्पर्शन् (नाक, डोळे, जीभ, कान आणि त्वचा) यांची गंध, दृष्टी, स्वाद, श्रवण आणि स्पर्श ही अनुक्रमे कार्ये आहेत. त्यांचा हळूहळू ज्ञानेद्रियांना साधनांच्या साहाय्याने त्याग करायला लावणे; म्हणजेच ज्ञानेंद्रियांना त्यांच्या विषय-कषाय यांपासून दूर करणे, म्हणजेच 'प्रत्याहार' होय. आसन आणि प्राणायाम सिद्ध केल्यानंतर मानसिक विषय-विकार दूर होऊन आपल्या स्वरूपात स्थिर होणे; यालाच 'प्रत्याहार' म्हणतात. ते पुढे म्हणतात की, ज्याप्रमाणे कासव आपले डोके आणि पाय वगैरे अवयव आकसून घेऊन आपल्या आत दडवून ठेवते, त्याप्रमाणेच योग्यांनीही आपल्या इंद्रियांच्या विषयांपासून दूर होऊन त्यांच्या वृत्तींना आत्म्याकडे वळवले पाहिजे; त्यांना आत्म्यामध्ये रत केले पाहिजे. विषयसुखांमध्ये आसक्ती ठेवून हा जीव आपले खूप मोठे नुकसान करून घेत असतो. म्हणून त्या सर्वांचा

त्याग करून व्यक्तीने आत्मकल्याण साधून घेतले पाहिजे. प्रत्याहाराची हीच खरी सार्थकता आहे.

मागच्या अध्यायात यम, नियम, आसन, प्राणायाम आणि प्रत्याहार या पाच बहिरंग साधनांचे फळासह वर्णन केले आहे. आता या अध्यायात उर्वरित तीन अंतरंगांचे म्हणजेच धारणा, ध्यान आणि समाधी यांचे वर्णन दिले आहे. ज्या वेळी आसनांच्या साहाय्याने शरीर व्यवस्थित बनवले जाते आणि प्राणायामाच्या अग्नीने मन (चित्त) शुद्ध केले जाते आणि प्रत्याहाराच्या द्वारे इंद्रियांना वशीभूत करून घेतले जाते किंवा त्यांच्यावर संयम प्राप्त केला जातो, त्या वेळी साधक अष्टांग योगाच्या सहाव्या अवस्थेप्रत म्हणजेच धारणेप्रत पोहोचतो.

धारणा

देशबन्धश्चित्तस्य धारणा। (प.यो.द. ३/१)

अर्थ : इथे 'देश' या शब्दाचा अर्थ कोणत्याही अवयवाच्या आसपासचे स्थान असा आहे. उदाहरणार्थ, कटिप्रदेश, उदरप्रदेश (पोटाचा भाग), ललाट प्रदेश इत्यादी. हे सगळे शरीराच्या अंतर्गत असलेले 'प्रदेश' आहेत. (स्थान अगर जागा आहेत.) सूर्य, चंद्र किंवा एखाद्या देवतेची प्रतिमा यांसारख्या बाहेरच्या स्थानांपैकी एखाद्या स्थानामध्ये मनाची वृत्ती एकाग्र करणे याला 'धारणा' असे म्हणतात. (धारणा प्रकरणही वाचा.)

ध्यान

तत्र प्रत्ययैकतानता ध्यानम्। (प.यो.द. ३/२)

अर्थ : 'त्या'च्यामध्ये वृत्ती एकसारखी स्थिर ठेवणे म्हणजे ध्यान होय.

स्पष्टीकरण : धारणेत ज्या वृत्तीमुळे चित्त ध्येयात गुंतते, ती वृत्ती इतर कोणत्याही वृत्तीमध्ये न येता ज्या वेळी समान प्रवाहाच्या रूपात सातत्याने निर्माण होत राहते, त्या वेळी त्याला 'ध्यान' असे म्हणतात. अनेक आचार्यांनी ध्यानाच्या अनेक प्रकारच्या व्याख्या केल्या आहेत. (ध्यानावरचे प्रकरणही पाहा.)

वाचस्पती मिश्र यांनी म्हटले आहे की,

मन एकाग्र आणि एकतान बनणे म्हणजे ध्यान होय.

'न्याससूत्र - वृत्ती'चे के. श्री. विश्वनाथ यांच्या मते,

प्रणिधान चित्त एकाग्रमिदम।

म्हणजे, प्रणिधानात चित्त एकाग्र होते.

ध्यान ही मनाची चंचलता नष्ट झालेली स्थिर अवस्था आहे. या अवस्थेतच चित्तवृत्तीचा निरोध होतो. तिथे राग-द्वेष नष्ट होतात. रजोगुण आणि तमोगुण जवळजवळ शून्यस्थितीला पोहोचलेले असतात. चित्ताच्या क्षिप्त, विक्षिप्त आणि मूढ या अवस्था विलीन झालेल्या असतात. चित्ताची चौथी अवस्था एकाग्रवस्था असते. तिथे सद्‍गुणाचे प्राबल्य झाल्यामुळे मानसिक शक्ती केवळ आणि केवळ एकाच विषयावर किंवा प्रदेशावर केंद्रित झालेल्या असतात.

निरुद्धावस्था ही चित्ताची पाचवी अवस्था आहे. इथे मन, बुद्धी, अहंकार, राग आणि द्वेष यांचा भेद उरलेला नसतो. सर्व आंतरिक शक्ती परमात्म्याला शरण गेलेल्या असतात किंवा त्याच्या सेवेसाठी समर्पित करण्यात आलेल्या असतात. इथे 'मी'आणि 'माझे' याचा बोध दूर झालेला असतो आणि ध्यानस्थ अवस्था निर्माण झालेली असते.

समाधी

तदेवार्थमात्रनिर्भासं स्वरूपशून्यमिव समाधिः। (प.यो.द. ३/३)

अर्थ : ज्या वेळी ध्यानात केवळ ध्येयाचाच भास होतो आणि स्वरूप शून्यासारखे झालेले असते, त्या वेळी त्या अवस्थेला 'समाधिस्थ अवस्था' असे म्हटले जाते.

ध्यानाच्या अंतिम अवस्थेचे नाव समाधी आहे. ती स्थिरचित्ताची सर्वोत्तम अवस्था आहे. आत्मविस्मृतीसारखे ध्यान; म्हणजेच 'समाधी' होय. ध्यान करता-करता ज्या वेळी साधकाचे आत्मभान हरपते; ज्या वेळी केवळ ध्येयाविषयीची सत्ताच प्राप्त होत राहते आणि आपली सत्ता विस्मृतीत जाते; ध्येयापासून आपण भिन्न असल्याचे ज्ञानगोचर होत नाही, त्या वेळी ध्येयविषयावर ज्या प्रकारे चित्त स्थिर झालेले असते, त्या प्रकारच्या चित्तस्थैर्याला 'समाधी' म्हणतात. समाधीखेरीज, आत्मसाक्षात्काराची स्थिती प्राप्त होत नाही. समाधी साध्य करणे ही साधनेच्या शोधाची अखेर आहे.

त्रयमेकत्र संयमः। (प.यो.द. ३/४)

अर्थ : धारणा, ध्यान आणि समाधी या तिन्हींना एकत्रितपणे 'संयम' म्हटले जाते. या तिन्हींना मिळून शास्त्रीय भाषेत 'संयम' असे म्हटले जाते. म्हणूनच, या ग्रंथात यापुढे जिथे कुठे संयम असे म्हटले जाईल, तिथे धारणा, ध्यान आणि समाधी असा त्याचा अर्थ आहे, हे लक्षात घ्यावे.

योगासनांची नावे : रहस्यमय, तर्कनिष्ठ असा एक दृष्टिकोन

हठयोगाच्या अंतर्गत विविध प्रकारच्या आसनांचे वर्णन येते. आपल्या आचार्यांनी; योगगुरूंनी विविध प्रकारच्या आसनांना भिन्न-भिन्न प्रकारे नावे दिली आहेत. त्यांनी अत्यंत अर्थपूर्ण नावे दिली आहेत. काही आसनांची नावे पक्ष्यांशी संबंधित आहेत. बकासन (बगळा), मयुरासन (मोर), कुक्कुटासन (कोंबडा), हंसासन (हंस). काही आसनांची नावे कीटकांशी संलग्न आहेत. वृश्चिकासन (विंचू), शलभासन (नाकतोडा) ही याची काही उदाहरणे आहेत. काही आसनांची नावे जनावरांच्या नावांवर आधारित आहेत. श्वानासन (कुत्रा), उष्ट्रासन (उंट), सिंहासन (सिंह), गोमुखासन (गाय), वातायन (घोडा) ही याची उदाहरणे आहेत. काही आसनांची नावे झाडे-फुले आदींवरून ठेवण्यात आली आहेत. वृक्षासन (झाड), ताडासन (ताड), पद्मासन (कमळ) इत्यादी याविषयीची उदाहरणे आहेत. काही आसनांची नावे जलचर आणि उभयचर प्राण्यांशी संबंधित आहेत. मत्स्यासन (मासा), कुर्मासन (कासव), भेकासन (बेडूक), मकरासन (मगर) या आसनांची नावे याची उदाहरणे म्हणून सांगता येतील. जमिनीवर सरपटणाऱ्या प्राण्यांच्या नावांवरून सर्पासन आणि भुजंगासन ही आसनांची नावे ठेवली गेली आहेत. हनुमानासन, वीरासन, महावीरासन, बुद्धासन यांसारख्या आसनांची नावे परमेश्वराच्या नावांशी संबंधित आहेत. याखेरीज, कपिल (कपिलासन), वसिष्ठ (वसिष्ठासन), विश्वामित्र, भगीरथ यांसारख्या महान ऋषींच्या नावांवरूनही आसनांची नावे ठेवण्यात आली आहेत. या देवता आणि ऋषी यांच्या स्मरणार्थ ही नावे दिली गेली आहेत.

आपल्या महाज्ञानी ऋषिमुनींनी अखेरीस ही नावे आसनांशी जोडण्याचे नेमके काय कारण असावे? इथे अगदी सरळपणे असा तर्क करता येतो की, या आसनांच्या अंतिम स्थितीत आपण पोहोचतो, त्या वेळी संबंधित प्राणी, कीटक, वृक्ष वगैरेंच्या आकारासारखी ती स्थिती दिसते. उदाहरणार्थ, मयुरासन. आपण हे आसन धारण करतो, त्या वेळी ती स्थिती मोरासारखी दिसते आणि साधकाला त्याच्याविषयी आवडही निर्माण होते. याविषयी आणखीही तर्क बांधले जातात. माझ्या (लेखकाच्या) मते, जेव्हा विविध प्रकारच्या प्राण्यांच्या आकृतीप्रमाणे आपण आपल्या शरीराची आकृती तयार करतो, त्या वेळी त्या त्या प्राण्याविषयी साधकाच्या मनात सन्मानाची आणि प्रेमाची भावना उत्पन्न झाली पाहिजे आणि प्राण्यांविषयी त्याच्या मनात घृणा उत्पन्न होता कामा नये. कारण, सृष्टीतील छोट्या सजीवांपासून मोठमोठ्या महात्म्यांपर्यंतच्या प्रत्येक सजीवाच्या शरीराद्वारे तो विश्वात्मा किंवा परमात्माच श्वास घेत असतो. तो असंख्य रूपे धारण करतो. त्याचे निराकार रूप हेच त्याचे महान रूप आहे. तसे पाहता, इथे असाही तर्क मांडला जातो की, ईश्वराने प्रत्येक प्राण्याला एकेक विशेष गुण प्रदान केला आहे.

अगदी झाडाझुडपांमध्येही कोणता ना कोणता वैशिष्ट्यपूर्ण गुणधर्म असतोच. माणूस आपल्यात त्यांच्यापैकी अधिकाधिक चांगले गुण समाविष्ट करू इच्छितो, त्यामुळे आसनाद्वारे त्या त्या प्राण्याचे चांगले, वैशिष्ट्यपूर्ण गुण आत्मसात करू इच्छितो आणि त्या आसनापासून होणारे लाभही त्याला हवे असतात. यामागचे आणखी एक कारण सांगितले जाते, की आपण निसर्गाचे गुणधर्म आत्मसात करावेत यासाठी योगाचार्य आपल्याला निसर्गाच्या अधिक निकट नेऊ इच्छितात.

व्यक्ती सुरुवातीला धन कमावण्यासाठी आरोग्याकडे दुर्लक्ष करते आणि नंतर आरोग्य चांगले ठेवण्यासाठी धनाकडे दुर्लक्ष करते. आश्चर्यच आहे!

– राजीव जैन त्रिलोक

आपले पोट आपलेच आहे हे माहिती असूनही व्यक्ती पोटात काहीही घालत राहते. अर्थात, काय खाल्ले पाहिजे आणि काय खाऊ नये याची व्यक्ती चिंता करत नाही. ही विचार करण्यासारखी गोष्ट आहे.

– राजीव जैन त्रिलोक

स्वर्गासारखे सुख प्राप्त करण्यासाठी
शरीर निरोगी राखणे आवश्यक आहे.
– राजीव जैन त्रिलोक

वात रोगाला शांत करण्यासाठी सकारात्मक विचार करा.
पित्त रोगाला शांत करण्यासाठी शुभ ध्यान करा.
कफ रोगाला शांत करण्यासाठी ऊर्जावान बना.
– राजीव जैन त्रिलोक

योग : दक्षतेचे उपाय/नियम

योगाभ्यास सुरू करण्याआधी साधकांनी बरेचसे नियम पाळण्याकडे आणि दक्षता राखण्याकडे लक्ष देण्याची आवश्यकता असते. म्हणूनच, प्रत्येक साधकाने खाली दिलेल्या गोष्टी नक्कीच लक्षात ठेवल्या पाहिजेत. ज्याप्रमाणे बांधलेली इमारत कित्येक दिवस स्थिर आणि मजबूत राहावी यासाठी घराची उभारणी करण्याच्या वेळी त्याचा पाया मजबूत बनवण्याकडे आपण विशेष लक्ष पुरवतो, त्याप्रमाणेच जर योगक्रियांविषयक नियम आणि दक्षता यांचे आपण जीवनात पालन केले, तर आपल्या जीवनात येणाऱ्या कित्येक कठीण गोष्टींवर आपोआपच उपायही योजले जातात आणि त्या दूर होतात.

अभ्यासाची पद्धत

- एखाद्या योग्य प्रशिक्षकाच्या देखरेखीखालीच योगासने आणि योगाच्या क्रियांचा अभ्यास केला पाहिजे.
- कोणतेही योगासन केले, तरी मूळ स्थितीत परत जाण्याच्या वेळी ज्या क्रमाने आसन धारण करण्याची क्रिया केली असेल, त्याच्या उलट क्रमाने आसन सोडण्याची क्रिया करावी.
- योगाभ्यास क्रमाक्रमाने आणि क्रियात्मक रूपाने (प्रत्यक्ष क्रिया करून) केला, तर त्याचा अधिक लाभ होतो.
- योगासन तसेच योगक्रिया करताना अभ्यास एकाग्रतेने करावा.
- कोणाचे केवळ पाहून योगक्रिया करू नयेत आणि कोणालाही त्या दाखवण्यासाठीही करण्याचा प्रयत्न करू नये.

- योगाभ्यास ही स्वार्थाची म्हणजेच स्व-अर्थाची क्रिया आहे. तो जसा केला जाईल, त्याप्रमाणेच त्याचे फळ मिळेल.
- योगाभ्यासाची जी कालबद्धता आणि गती निश्चित करण्यात आली आहे, त्याप्रमाणेच तो केला जावा; अन्यथा हानी होण्याची शक्यता असते.
- यम-नियमांच्या पालनाकडे विशेष लक्ष पुरवावे.
- या पुस्तकाचा संपूर्ण अभ्यास केल्यानंतरच आपल्याला कोणते योगासन करायचे आहे आणि कोणते करायचे नाही याचा निर्णय घ्यावा.
- कोणतेही आसन लगेच करू नये. पहिल्यांदा हलका व्यायाम, सूक्ष्म आसन, स्थूल आसन किंवा पवनमुक्तासनाशी संबंधित आसने करावीत. त्यामुळे, शरीराचा कडकपणा नाहीसा होतो आणि शरीर नरम बनून स्नायूपेशी लवचीक बनतात. त्यानंतर प्रारंभिक, मध्यम, उच्च अभ्यास या क्रमाने प्राणायाम आणि ध्यान करणे उपयुक्त ठरते.
- कोणतेही आसन जबरदस्तीने करू नये. हळूहळू, क्रमवार केलेल्या अभ्यासाने आसन सुलभरीत्या करता येते.
- योगाच्या कोणत्याही क्रियेनंतर लक्षात ठेवून शवासन केलेच पाहिजे. शवासन केल्यामुळे अभ्यास करताना आलेला कोणत्याही प्रकारचा तणाव दूर होऊन प्रसन्नता लाभल्याचा अनुभव येतो.
- एखादे आसन पुढे झुकून करायचे असेल, तर क्षणभर विश्राम घेऊन मागे झुकून करावयाचे आसन करावे. (या संदर्भात आपले वय, रोग आदी गोष्टींचा अवश्य विचार करून तारतम्याने आसने करावीत. त्यामुळे, कोणत्याही प्रकारची विकृती निर्माण होत नाही).

श्वास-उच्छ्वास

- कोणतीही योगक्रिया करताना श्वास-उच्छ्वास यांकडे विशेष लक्ष दिले पाहिजे.
- श्वास नाकानेच घेतला गेला पाहिजे; तोंडाने नाही.
- प्रत्येक आसनाचा आपला स्वतःचा श्वास-उच्छ्वासाचा एक क्रम असतो. त्याकडे लक्ष दिलेच पाहिजे.

आहार

- आसनांचा सराव करण्यापूर्वी मूत्राशय आणि आतडी रिकामी असली पाहिजेत.
- जर कोणाला मलावरोधाचा त्रास असेल, तर त्याने प्रथम एखाद्या गुरूच्या मार्गदर्शनाखाली या पुस्तकात देण्यात आलेली शंखप्रक्षालनाची क्रिया पार

पाडावी किंवा त्याविषयी त्यांचा सल्ला घ्यावा. त्यानंतरच योगाभ्यास सुरू करावा.

- शरीराला स्फूर्तिवान, चपळ, सुंदर आणि चिरतरुण बनवण्यासाठी आपण योगाला जितके महत्त्व देतो, तितकेच महत्त्व आहारालाही दिले पाहिजे.
- अति खारट, तिखट, तामसी, शिळे आणि पचनास जड अन्न खाता कामा नये. आपले भोजन सात्त्विक, शाकाहारी, शुद्ध, ताजे आणि हलकेफुलके असावे, ही गोष्ट आज संशोधकही मान्य करत आहेत.
- आसने करण्याच्या थोडा वेळ आधी एक ग्लास थंड आणि ताजे पाणी आपण पिऊ शकतो. त्यामुळे सांध्यांच्या ठिकाणी साचलेला मल काढण्यास साहाय्य होते.
- साधकाने दारू, गांजा, भांग, तंबाखू, विडी, सिगरेट आदी मादक पदार्थांचे सेवन करता कामा नये.
- जर साधकाला एखादा आजार असेल, तर त्याने एखाद्या जाणकाराकडून आसनाविषयीची आणि आहाराविषयीची माहिती घ्यावी.
- भोजनाच्या आधी अर्धा तास आणि भोजनानंतर किमान चार तासांनंतरच योगाभ्यास करावा.
- मलावरोधाचा जास्त त्रास नसेल, तर सामान्य पचनक्रियेचा हा विकार योगाभ्यासामुळे दूर होतो. हा त्रास नसला, तरीही वर्षातून एकदा किंवा दोनदा शंखप्रक्षालन केलेच पाहिजे.
- अंडी, मासे, मांस यांसारख्या तामसी भोजनाचा त्याग केला पाहिजे, कारण आपण जसे अन्न खातो तसेच आपले मन बनते.

स्नान

- आसनांच्या अभ्यासाआधी आणि आसने केल्यानंतर थोड्या वेळाने स्वच्छ आणि थंड पाण्याने स्नान करावे. (ऋतू आणि वयोमानानुसार.)

वस्त्रे

- आसने करताना घट्ट बसणारे, तंग कपडे वापरू नयेत. मोकळेढाकळे, सैलसर, आरामदायी आणि सुती व सुविधाजन्य वस्त्रे घालावीत.
- आसने करताना बसण्यासाठी सतरंजीचा वापर करावा.
- सतरंजीसारख्या गोष्टीचा वापर केल्याने योगाभ्यासाच्या वेळी किंवा आसनांच्या सरावाच्या वेळी निर्माण होणारा विद्युतप्रवाह नष्ट होत नाही.
- पुरुष-साधकांनी अंतर्वस्त्र किंवा लंगोट यांचा वापर केलाच पाहिजे.

वेळ

- सकाळी सूर्योदयाच्या वेळी योगाभ्यास करणे चांगले मानले जाते.
- सकाळी सूर्यापासून मिळणारी ऊर्जा आपल्याला नवीन ताकद देते, कारण ती ऊर्जा जीवनाला गती प्राप्त करून देणारी असते.
- सकाळी योग करण्यामागे 'बहुधा या वेळी व्यक्ती तणावमुक्त असते', हे कारणही असावे.
- प्रत्येक आसन किती काळ धारण करावे, हे आपल्या शारीरिक स्थितीनुसार निश्चित करावे.
- सकाळी व्यक्तीजवळ वेळ नसण्याची समस्याही नसते.
- सकाळी योग केल्यामुळे व्यक्ती दिवसभर ताजीतवानी राहते आणि तिला दिवसभर ऊर्जा मिळाल्याचा अनुभव येतो. म्हणून ती दिवसभर प्रसन्न चित्ताने प्रत्येक काम करते. काही कारणाने उन्हातून आल्यानंतर योगाभ्यास करायचा असेल, तर योगाभ्यास करण्याआधी काही काळ विश्रांती घ्यावी.
- रोज ठरावीक वेळी एकाच जागी केलेला योगाभ्यास अधिक प्रभावशाली ठरतो.

स्थान

- अभ्यास करण्याची जागा स्वच्छ, हवेशीर, शांत आणि मन प्रसन्न करणारी असावी. तिथे चांगले आणि प्रदूषणमुक्त वातावरण असावे.
- योगाभ्यासाचे स्थान किंवा जागा समतल, सपाट असावी.
- जर बंद खोलीत योगाभ्यास करत असाल, तर खोलीची खिडकी आणि दरवाजे उघडून टाका.

दिशा

- झोपून किंवा आडवे पडून केल्या जाणाऱ्या आसनांमध्ये पायांची दिशा उत्तरेला किंवा पूर्वेला असणे, ही अत्युत्तम बाब असते.
- उभे राहून केल्या जाणाऱ्या आसनांमध्ये तोंड पूर्वेकडे असेल, तर अधिक लाभ मिळतो.
- प्रार्थना वगैरे करताना ईशान्य दिशेची निवड करावी. त्यामुळे खूप जलद गतीने आरोग्याचा लाभ होतो.
- दिशांच्या योग्य वापरामुळे आपली चेतना ऊर्ध्वमुखी बनते. दिशांना यासाठीही महत्त्व दिले जाते. शिवाय, यांमुळे आपल्याला आध्यात्मिक ऊर्जेबरोबरच इतरही अनेक लाभ आपोआपच होतात.

दृष्टी

- सुरुवातीला डोळे बंद करू नका. योगाभ्यास झाल्यानंतर डोळे बंद ठेवा. मात्र मन निष्क्रिय आणि चंचल होऊ देऊ नका.
- योगशिक्षकाच्या आज्ञेनुसार डोळे बंद केल्यावरसुद्धा मेंदू दक्षच ठेवा.

अवस्था किंवा वय

- योगासनासाठी वयोमानाची कोणतीही अट नाही. परंतु, व्यक्तीने आपले वय, अवस्था, अभ्यास आदी गोष्टींचा तारतम्याने, विवेकाने विचार करूनच ती करावीत.

रुग्णांसाठी

- योगासनाविषयीच्या क्रिया या रोग दूर करून आरोग्य प्रदान करण्यासाठीच असतात; परंतु तरीही, ज्या आसनामुळे आपला रोग किंवा त्रास वाढत असेल, त्या क्रिया किंवा आसने रुग्णाने करू नयेत. उदाहरणार्थ, उच्च रक्तदाबाचा त्रास असलेल्या रुग्णाने शीर्षासन किंवा सर्वांगासन करू नये.
- कोणत्या रोगासाठी कोणते आसन करावे किंवा कोणते आसन करू नये हे त्या संदर्भातील प्रकरणात अवश्य वाचावे. त्याबरोबरच रोग असेल, तर एखाद्या योग्य शिक्षकाच्या सल्ल्यानंतरच आसन करावे.

ध्यान

- जो रोग दूर करण्यासाठी तुम्ही योगक्रिया करत असाल तो दूर होत आहे, असा सकारात्मक विचार आसन करताना करा.
- योगाभ्यासाच्या कालावधीत मनाला चिंता, क्रोध, भीती, घृणा, ईर्ष्या, अहंकार, सूड आदी उद्वेगांपासून दूर ठेवा.

योगाभ्यासाच्या दरम्यान लक्षात ठेवण्याच्या विशेष गोष्टी

- योगक्रिया पूर्णपणे विवेकाने आणि तारतम्याने कराव्यात.
- मनात पूर्ण विश्वास, धैर्य, सहनशीलता आणि सकारात्मक विचार बाळगावेत.
- मनात ईर्ष्या, क्रोध, मत्सर किंवा जळणे, द्वेष आणि खिन्नता बाळगू नये.
- मादक पदार्थांचे सेवन करू नये आणि घाणेरडी मानसिकता बाळगू नये किंवा तसे विचार करू नयेत.
- एखादे आसन करताना त्रास होत असल्यासारखे वाटले, तर योग्य गुरूचा सल्ला घ्यावा किंवा स्वतःच्या विवेकाचा वापर करावा.
- जड, तिखट, तामसी भोजन, मांसाहार, आत्यंतिक वासना आणि रात्री उशिरापर्यंत जागणे यांसारख्या सवयींचा त्याग करावा.

योग करणाऱ्या साधकांनी या सगळ्या दक्षता बाळगल्या पाहिजेत आणि नियमांचे पालन केले पाहिजे; अन्यथा शरीरात अनेक प्रकारचे विकार उत्पन्न होऊ शकतात. हाडे सरकणे, सांध्यांमधील वेदना वाढणे, हृदयाचे ठोके कमी किंवा जास्त होणे, नाभी सरकणे, मलावरोध किंवा जुलाब होणे, स्नायूंमध्ये वेदना होणे, श्वासाची गती अनियंत्रित बनणे, थकल्यासारखे वाटणे, यांसारखे दुष्परिणाम जाणवू लागतात. त्याबरोबरच आणखीही अनेक प्रकारची शारीरिक, मानसिक आणि आर्थिक हानी होण्याची शक्यताही असते.

प्रत्येक व्यक्तीने आपल्या जीवनात योगसाधनेचा स्वीकार केला पाहिजे. परंतु, योगाभ्यास करण्यासाठी साधकाने प्रथम योगाभ्यासाशी संबंधित सर्व गोष्टी व्यवस्थित समजून घेणे आणि त्यानुसार आचरण करणे उचित असते. असे केल्याने अधिक लाभ मिळतो.

– राजीव जैन त्रिलोक

योगाचे सूक्ष्म व्यायाम

(हलके व्यायाम/सुलभ क्रिया)

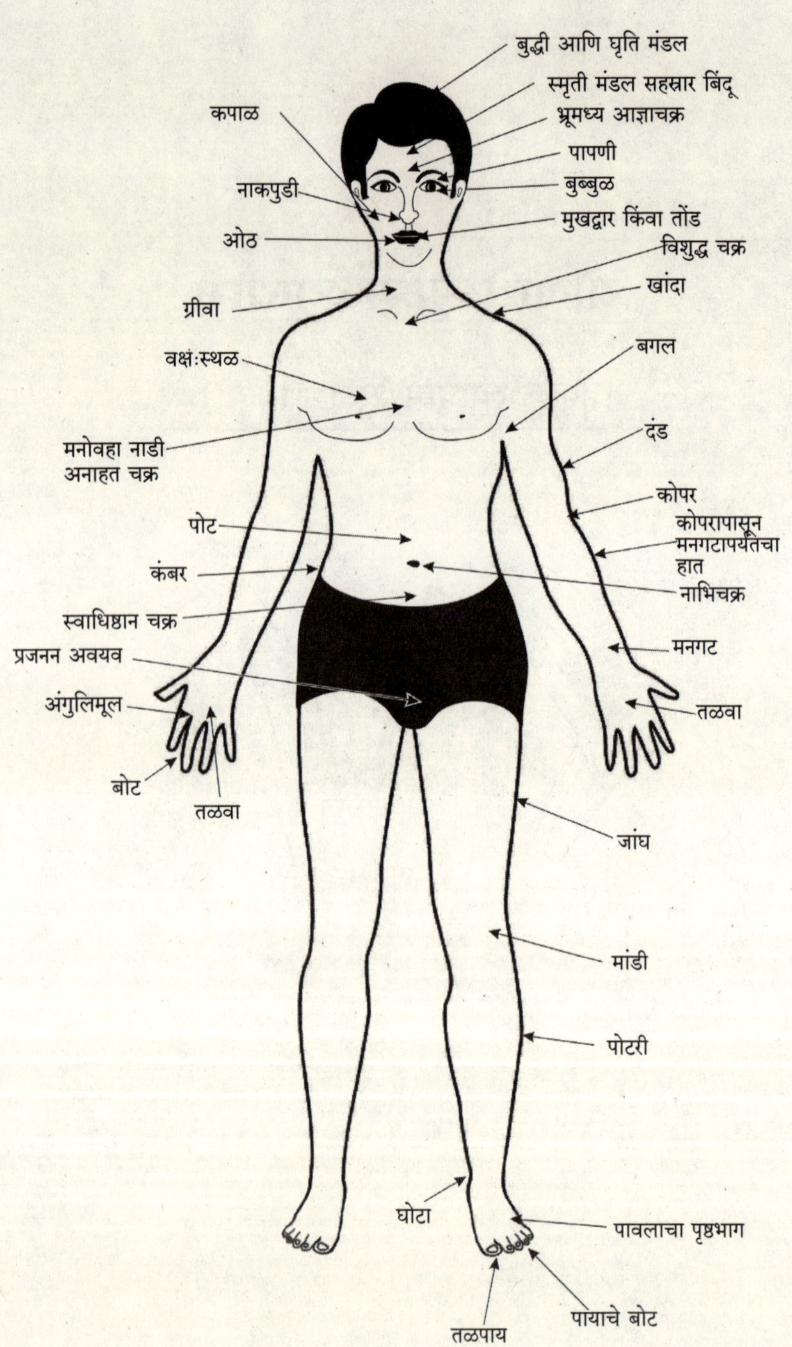
बुद्धी आणि घृति मंडल
स्मृती मंडल सहस्रार बिंदू
कपाळ
भ्रूमध्य आज्ञाचक्र
पापणी
बुब्बुळ
नाकपुडी
मुखद्वार किंवा तोंड
ओठ
विशुद्ध चक्र
खांदा
ग्रीवा
बगल
वक्षःस्थळ
मनोवहा नाडी
अनाहत चक्र
दंड
कोपर
कोपरापासून
मनगटापर्यंतचा
हात
पोट
कंबर
नाभिचक्र
स्वाधिष्ठान चक्र
मनगट
प्रजनन अवयव
अंगुलिमूल
तळवा
बोट
तळवा
जांघ
मांडी
पोटरी
घोटा
पावलाचा पृष्ठभाग
पायाचे बोट
तळपाय

योगाचे सूक्ष्म व्यायाम

(हलके व्यायाम/सुलभ क्रिया)

कुठलेही काम लगेच किंवा झटपट होत नाही, ही गोष्ट आपण पूर्णपणे लक्षात ठेवलीच पाहिजे. त्यासाठी अभ्यासाची आणि सरावाची गरज असते. मग ते योगासन असो वा व्यायाम! सकाळी शरीर कडक, काहीसे आखडल्यासारखे असते. त्यामुळे आसनांचा सराव किंवा अभ्यास सहजगत्या होऊ शकत नाही. म्हणून शरीर मोकळे (लवचीक) करण्यासाठी आणि योगासनाची तयारी करण्यासाठी काही सूक्ष्म व्यायाम करण्याची गरज असते. त्यामुळे आसनांचा अभ्यास करण्यात सुलभता येते आणि कोणतेही दुष्परिणाम होत नाहीत. तसे पाहता योगाचार्यांच्या मते, सूक्ष्म व्यायामामुळे सूक्ष्म प्राणाचा नियमित विकास होतो आणि त्यांच्या नावानुसार ते शरीराला संतुलितही ठेवतात.

जवळजवळ ही सगळी आसने गतिमान वायुनिरोधक (पवनमुक्तासन) आणि शक्तिबंध-समूहाच्या आसनांतर्गत येत असल्यामुळे यांची वेगळी व्याख्या न देता त्या सर्वांना सूक्ष्म व्यायामातच समाविष्ट केले आहे. साधकांनी यांचा उपयोग करून क्रमाक्रमाने त्यांचा लाभ घ्यावा. (लेखकाने कित्येक ठिकाणी योगकेंद्रांमध्ये जाऊन पाहिले आहे की, काही ठिकाणी यांना 'पवनमुक्तासन समूह' म्हणतात; तर काही ठिकाणी त्यांना 'सूक्ष्म व्यायाम' म्हणतात.)

योगाचार्य गुरुदेव फूलचंद योगीराज यांनी त्यांचे गुरू स्वामी धीरेंद्र ब्रह्मचारी यांच्याकडून योगाचे सूक्ष्म व्यायाम शिकून घेतले आणि नंतर त्यांनी मला ते शिकवले. गुरुदेवांचे असे म्हणणे आहे की, स्वामी धीरेंद्र ब्रह्मचारी नेहमीच असे म्हणत असत की, हे सूक्ष्म व्यायाम अनेकानेक लोकांपर्यंत पोहोचले पाहिजेत आणि सर्वांना त्यांचा लाभ मिळाला पाहिजे. मी गुरुदेवांचे, स्वामी कार्तिकेयजींचे आणि स्वामी धीरेंद्र ब्रह्मचारी यांचे आभार मानतो.

१. योगाची प्रार्थना

पद्धत : दोन्ही पावले जुळवून *समस्थितीत उभे राहा. हात जोडून अंगठे गळ्याच्या हाडाजवळ ठेवा. कोपराच्या पुढील मनगटापर्यंतचा भाग छातीजवळ दाबून धरा. श्वासोच्छ्वास नेहमीसारखा सर्वसामान्य ठेवा. मन एकाग्र करा आणि आता हात सैल सोडा. किमान अर्धा मिनिट देवाचे ध्यान करा. श्वास आणि मन एकाग्र करा.

लाभ :

- मनाची एकाग्रता वाढते.
- मानसिक शांती आणि आत्मसाक्षात्कार यांसाठी लाभदायक असते.
- मनोवहा नाड्यांवर दबाव येऊन मन संयमित होते.
- मानसिक रोग ठीक होतात.

२. उच्चारण स्थल आणि विशुद्ध चक्र यांचे शुद्धीकरण

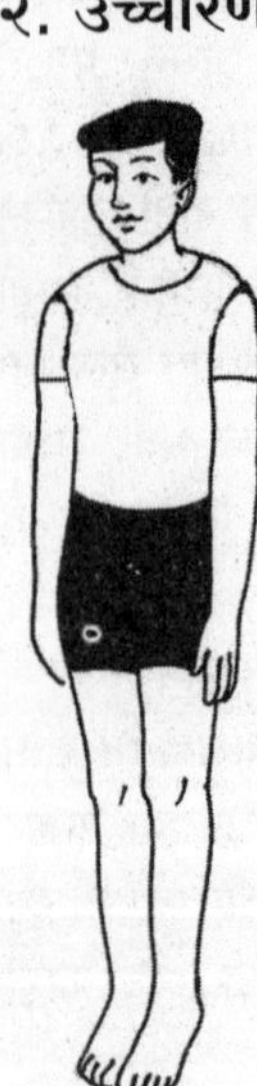

पद्धत : *समस्थितीत उभे राहा. डाव्या हाताच्या कनिष्ठिका, अनामिका, मध्यमा आणि तर्जनी (अंगठा सोडून असलेली चारही बोटे) या चारही बोटांना गळ्यावर ठेवा. हाताचा तळवा आतल्या बाजूला असावा. उजव्या हाताची तर्जनी डाव्या हातावर उलटी ठेवा. दोन्ही हात खांद्याच्या रेषेत सरळ ठेवा. मान याच अवस्थेत स्थिर ठेवून हात बाजूने पूर्वावस्थेत आणा. छातीच्या साहाय्याने २५ वेळा श्वासोच्छ्वास करा. क्रिया समाप्त करून विशुद्ध चक्रावर किंवा गळ्यावर लक्ष केंद्रित करा.

लाभ :

- ही क्रिया केल्यामुळे जिथे वात, पित्त आणि कफ एकत्रित होतो, त्या गळ्याच्या सर्व नाड्यांमधील वात, पित्त आणि कफ पोटात जातो आणि स्पष्ट शब्दोच्चारण होऊ लागते.
- तोतरे बोलणे किंवा बोलताना चाचरणे यांसारखे विकार बरे होतात. कटू स्वर मधुर बनतो.
- संगीतज्ज्ञांसाठी ही क्रिया विशेष लाभदायक आहे.
- मेंदूचे विकारही बरे होतात.
- विचारशक्तीत वाढ होते.

३. बुद्धी आणि धृती शक्ती विकासाची क्रिया

पद्धत : समस्थितीत उभे राहा. मान हळूहळू वर करा. भ्रूमध्यात म्हणजेच दोन्ही भुवयांच्या मध्यभागी पाहा. दुर्बुद्धी दूर होऊन बुद्धीचा विकास होत आहे आणि ती तीव्र, प्रखर बनत आहे अशी कल्पना करून ही क्रिया करा. छातीच्या साहाय्याने २५ वेळा श्वासोच्छ्वास करा. आपले लक्ष शेंडीच्या जागी केंद्रित करा.

लाभ :
- शिखा मंडलाचे रोग दूर होण्यास साहाय्य होते.
- बुद्धीचा विकास होतो.
- शारीरिक आणि मानसिक क्षमतेत वाढ होते.
- इच्छाशक्ती किंवा संकल्पशक्तीचा उदय होतो.
- मंद बुद्धी कुशाग्र बनते आणि विश्लेषणशक्तीतही वाढ होते.

४. स्मरणशक्तीच्या विकासाची क्रिया

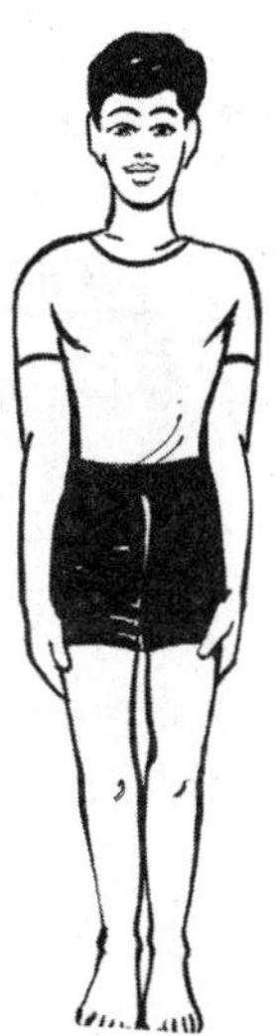

पद्धत : समस्थितीत उभे राहा. पायाचे अंगठे सरळ खालच्या बाजूला वळवा आणि सुमारे साडेचार फूट दूरवर पाहा. ही क्रिया करताना आपण विस्मरण दूर करून स्मरणशक्ती तीव्र आणि प्रखर बनवत आहोत अशी कल्पना करा. छातीच्या साहाय्याने २५ वेळा श्वासोच्छ्वास करा. या वेळी लक्ष टाळूच्या स्थानी एकाग्र करा.

लाभ :
- टाळूच्या स्थानापासून शिखा मंडलापर्यंतचा (शेंडीचा भाग) भाग कफ विकारापासून मुक्त होतो.
- मेंदूचा थकवा आणि विस्मृती दूर होते.
- विक्षिप्त अवस्था बरी करण्यास साहाय्यभूत ठरते.
- मानसिक शक्ती तीव्र बनते.

---

* *दोन्ही पाय आणि पावले जुळवून उभे राहून समोर पाहणे म्हणजे समस्थिती होय. पावलांचे पंजे आणि टाचा जुळवा आणि हात सरळ मांड्यांजवळ चिकटवून ठेवा. हातांचे तळवे आतल्या बाजूला असावेत. खांद्यापासून पायांपर्यंतचे शरीर सुलभतेने ताठ सरळ ठेवा. या अवस्थेला समस्थिती असे म्हणतात*

५. बुद्धीच्या विकासासाठी क्रिया

पद्धत : समस्थितीत उभे राहा. हनुवटी गळ्याशी टेकवा. डोळे बंद करा. छातीच्या साहाय्याने २५ वेळा श्वासोच्छ्वास करा. गळ्याच्या मागच्या बाजूला असलेल्या गाठीसारख्या, मजबूत स्थानावर; म्हणजेच मेधा चक्रावर लक्ष केंद्रित करा. क्रिया समाप्त करून पूर्वस्थितीत या.

लाभ :
- गळ्याच्या आणि मानेच्या ग्रंथींचे शुद्धीकरण होते.
- सहस्रार चक्रातून निघणारे अमृत शरीराला आणि मनाला विकसित करण्यास साहाय्य करते.
- आळस, निद्रा यांसारखे शरीरातील रोग बरे होतात आणि ऊर्जाशक्ती प्रखर बनते.
- शरीरातील कफ विकार बरे होतात. विस्मरण आणि मंद बुद्धीही बरी होते.
- साधकाचे शरीर चपळ, तेजस्वी आणि आकर्षक बनते.

६. नेत्रशक्तीच्या विकासाची क्रिया

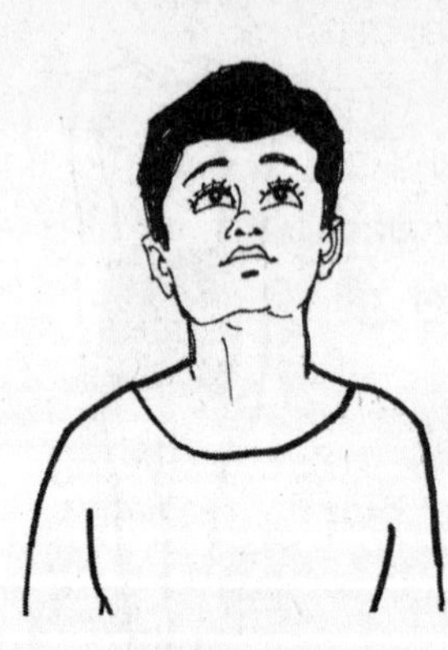

पद्धत : समस्थितीत उभे राहा. नासिकाग्राकडे (नाकाच्या टोकाकडे) पाहात मान हळूहळू मागे न्या. कुंकू, बिंदी किंवा टिळा लावण्याच्या जागी पापणी लवू न देता अनिमिष नेत्रांनी पाहात राहा. अश्रू आले तरी तसेच सुकू द्या. श्वासोच्छ्वास नेहमीसारखा सामान्यपणे करत राहा. हळूहळू मूळ स्थितीत परत या. डोळ्यांकडेच लक्ष असू द्या.

लाभ :
- डोळ्यांची दृष्टी वाढते. डोळ्यांत अश्रू येणे, कमी दिसू लागणे आदी विकार नष्ट होतात.
- आकर्षणशक्तीचा उदय होतो. साधकाला दुसऱ्या व्यक्तीला प्रभावित करण्याची क्षमता प्राप्त होते.
- ही क्रिया त्राटक क्रियेसाठी साहाय्यभूत आहे. तिच्यामुळे मन एकाग्र होऊन चित्त शुद्ध बनते.
- या क्रियेचा सातत्यपूर्ण सरावाचा काळ वाढवल्याने चष्माही जाऊ शकतो.

७. कपोलशक्तीच्या विकासाची क्रिया

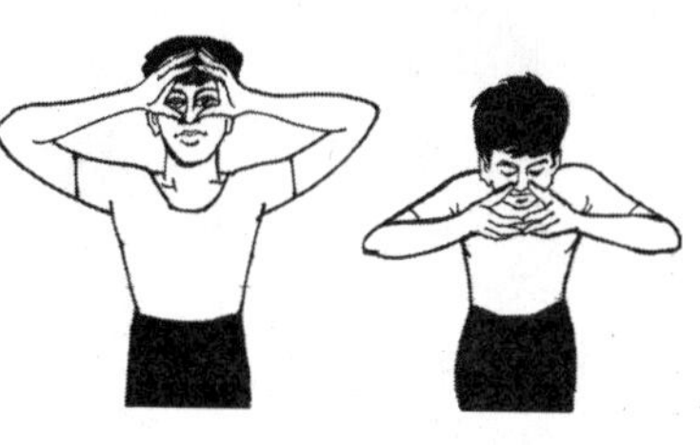

पद्धत : समस्थितीत उभे राहा. आकृतीत दाखवल्याप्रमाणे हातांची बोटे एकमेकांशी जुळवून अंगठ्यांनी नाकपुड्या बंद करा. मान वरच्या बाजूला न्या. तोंडाचा चंबू बनवा. शिट्टी वाजवल्यासारखा आकार होईल. आता मनात आठपर्यंत आकडे मोजा आणि तोपर्यंत तोंडाने श्वास आत घेऊन लगेच तोंड बंद करा. गाल फुगवा. डोळे बंद ठेवा. हनुवटी गळ्याला चिकटवा. आता मनात ३२ पर्यंत आकडे मोजा आणि तोपर्यंत श्वास रोखून ठेवा. त्यानंतर मान सरळ करून नाकपुड्यांवरचे अंगठे दूर करा. मनात सोळापर्यंत आकडे मोजत श्वास बाहेर सोडा. श्वास रोखताना कनिष्ठिका किंवा करंगळी छातीवर ठेवा. दोन्ही हात खांद्यांच्या रेषेत सरळ ताठ ठेवा. हीच क्रिया तीन वेळा करा.

लाभ : ○ साधक दीर्घायुष्यी बनतो. ○ तहान भागते. ○ तोंडाचे रोग दूर होतात. ○ दात बळकट बनतात आणि मुखदुर्गंधी दूर होते. ○ चेहरा प्रफुल्लित होतो. गालावरच्या सुरकुत्या, चेहऱ्यावरची मुरुमे नाहीशी होतात. सौंदर्यप्रसाधनांची आवश्यकता भासत नाही. ○ डोकेदुखी, नेत्रदोष, पोटातील उष्णता, केस पिकणे, गळणे आदी विकार बरे होतात.

८. कर्णशक्तीच्या विकासाची क्रिया

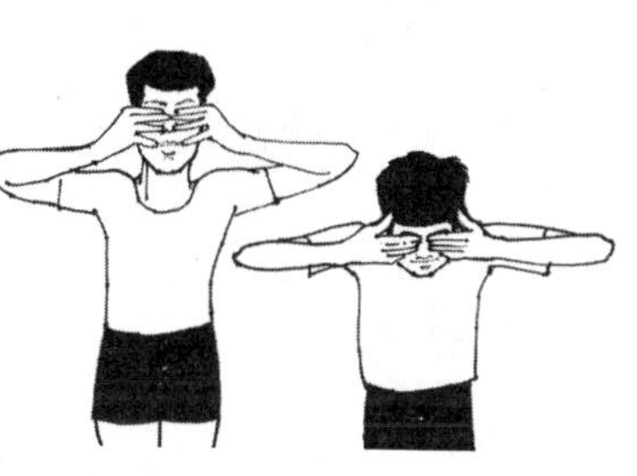

पद्धत : समस्थितीत उभे राहा. हातांच्या अंगठ्यांनी कान बंद करा. तर्जनीने डोळे आणि मध्यमाने (मधल्या बोटाने) नाक बंद करा. वरच्या सातव्या क्रमांकाच्या क्रियेप्रमाणे मान वरच्या बाजूला न्या. आठ आकडे मोजेपर्यंत तोंडात श्वास भरा. गाल फुगवा. हनुवटी गळ्याच्या खोलगट भागावर (कंठकुपावर) टेकवा. ३२ पर्यंतचे आकडे मनात मोजा आणि तोपर्यंत श्वास रोखून धरा. दोन्ही हातांना खांद्याच्या सरळ रेषेत जमिनीशी समांतर ठेवा. मान सरळ करून मध्यमा बोट बाजूला घेऊन १६ आकडे मोजेपर्यंत नाकातून श्वास बाहेर सोडा. ही क्रिया तीन वेळा करा.

लाभ : ○ कानातील मळ, कान वाहणे, कमी ऐकू येणे आदी विकार नष्ट होतात. ○ कर्णरंध्राची शक्ती जागृत होते आणि ती मजबूत बनतात. ○ कान, नाक, डोळे आणि तोंड बंद केल्यामुळे सुषुम्ना नाडीच्या मार्गाचे शुद्धीकरण होते. त्यामुळे विविध प्रकारचे नाद ऐकू येऊ लागतात. ○ प्राणायामासाठी ही क्रिया विशेष लाभदायक आहे.

९. ग्रीवाशक्तीच्या विकासाची क्रिया/मानेचे स्नायू बळकट करण्यासाठी क्रिया - १

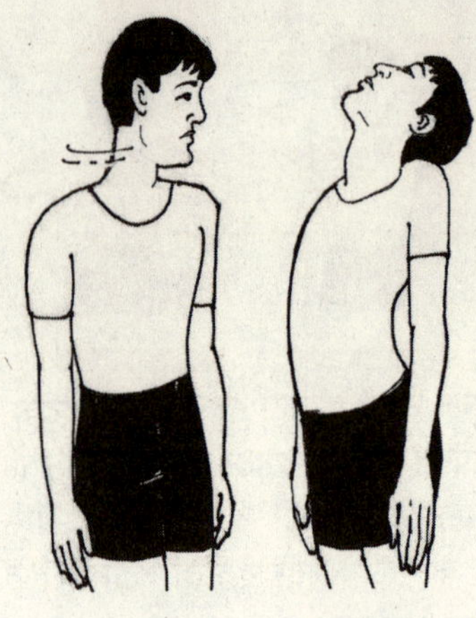

पद्धत : भाग - क : समस्थितीत उभे राहा. श्वास आत घेत असताना मान डाव्या खांद्याच्या बाजूला आणा. न थांबता मान उजव्या खांद्याच्या बाजूला न्या. श्वास सोडा. आता मान उजव्या खांद्याच्या रेषेत ठेवा. अशा प्रकारे हीच क्रिया दहा वेळा करा.

भाग ख : श्वास घेऊन मान खालून वरच्या दिशेला न्या. वर पाहा. श्वास सोडून मान परत खालच्या बाजूला आणा.

लाभ : मानेचे सर्व दोष दूर होतात. गळ्याचा लठ्ठपणा कमी होतो. टॉन्सिल्सचे आजार गंडमाळा यांसारखे रोग बरे होतात. आवाज मधुर आणि गोड बनतो. तोतरेपणा आणि चाचरणे यांसारखे विकार दूर होतात. मान मजबूत आणि शक्तिशाली बनते.

१०. ग्रीवाशक्तीच्या विकासाची क्रिया - २/मानेचे स्नायू बळकट करण्यासाठी क्रिया - २

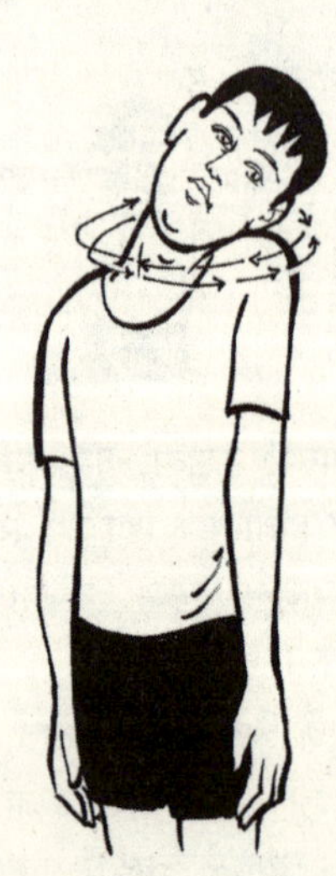

पद्धत : समस्थितीत उभे राहा. हनुवटी कंठकुपाला टेकवा. डोळे बंद करू नका. श्वास घेऊन रोखून धरा. डोके एकदा डाव्या खांद्याच्या बाजूने चक्राकार फिरवून समोर आणा. श्वास सोडा. पुन्हा श्वास घ्या. डोके उजवीकडून डावीकडे चक्राकारात फिरवा. चक्र पूर्ण झाले की श्वास सोडा. दोन्ही वेळा कानांचा खांद्यांना स्पर्श होण्याइतपत मान झुकवण्याचा प्रयत्न करा. खांदे वर उचला. ही क्रिया तीन वेळा करा.

लाभ : मानेचे सर्व दोष दूर होतात. गळ्याचा लठ्ठपणा कमी होतो. टॉन्सिल्स, गंडमाळा यांसारखे रोग बरे होतात. स्वर मधुर आणि गोड बनतो. तोतरेपणा आणि बोलताना चाचरणे यांसारखे विकार बरे होतात. मान बळकट आणि मजबूत बनते.

११. ग्रीवाशक्तीच्या विकासाची क्रिया - ३/मानेचे स्नायू बळकट करण्यासाठी क्रिया - ३

पद्धत : समस्थितीत उभे राहा. श्वास सोडून पोट आत ओढून घ्या. नंतर श्वास घेऊन पोट फुगवताना गळ्याच्या नसाही ताणा. ही क्रिया दहा वेळा करा.

लाभ : मानेचे सर्व दोष दूर होतात. गळ्याचा लठ्ठपणा कमी होतो. टॉन्सिल्स, गंडमाळा यांसारखे रोग बरे होतात. स्वर मधुर आणि गोड बनतो. तोतरेपणा आणि बोलताना चाचरणे यांसारखे विकार बरे होतात. मान बळकट आणि मजबूत बनते.

१२. खांदा आणि बगल यांच्या शक्तीच्या विकासाची क्रिया

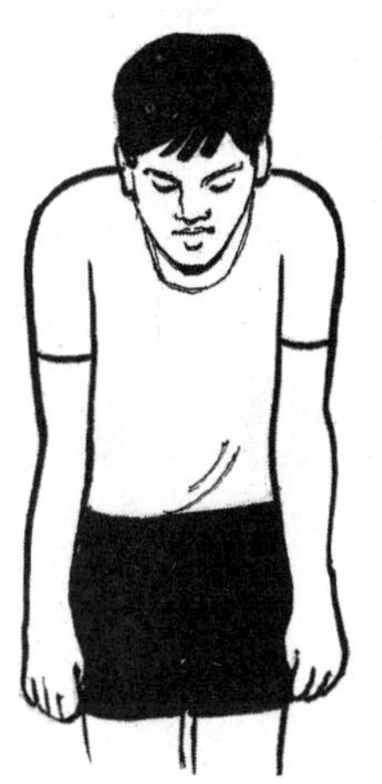

पद्धत : समस्थितीत उभे राहा. अंगठा आत घेऊन मूठ वळा. मुठीचा पृष्ठभाग समोरच्या बाजूला घ्या. वर दिलेल्या क्रिया क्र. ७ आणि ८ या पायऱ्यांप्रमाणे मान वर घ्या. ओठांचा चंबू बनवा. मनात आठपर्यंत आकडे मोजेपर्यंत तोंडाने श्वास आत घ्या. तोंड बंद करून गळा फुलवा. हनुवटी गळ्याला टेकवा. डोळे बंद ठेवा. मनात ३२ पर्यंत आकडे मोजत खांद्यांना ताकद लावून खालपासून वरच्या बाजूला फिरवा. हात सरळ ताठ ठेवा. कोपरात हात वाकू देऊ नका. मान सरळ करून मनात १६ अंक मोजेपर्यंत नाकाने श्वास बाहेर सोडा. खांदे हलवणे बंद करा. ही क्रिया तीन वेळा करा.

लाभ : खांद्यांची हाडे आणि स्नायू शक्तिशाली बनतात. खांदे सुडौल आणि सुंदर बनतात. खांद्यांचे दुखणे दूर होते. मानेचे विकारही दूर होतात.

१३. दंडाच्या शक्तीच्या विकासाची क्रिया

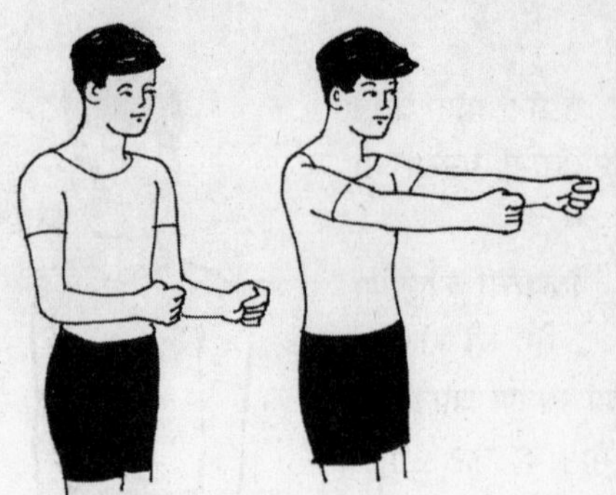

पद्धत : समस्थितीत उभे राहा. अंगठा आत घेऊन मूठ वळा. कोपरात हात वाकवून हाताचा कोपरापर्यंतचा भाग जमिनीशी समांतर ठेवा. श्वास घेऊन हात खांद्यांच्या रेषेत समोर आणा. मुठीचा पृष्ठभाग समोर ठेवा. श्वास सोडून हात पूर्वस्थितीत आणा. हीच क्रिया ५ ते १० वेळा करा.

लाभ : हात आणि खांदे यांचे दुखणे थांबते. मनगटापासून कोपरापर्यंतचा भाग मजबूत बनतो. हात मोठे होतात. रखवालदार आणि सैनिक यांच्यासाठी हे आसन लाभदायक आहे.

१४. कोपराच्या शक्तीच्या विकासाची क्रिया

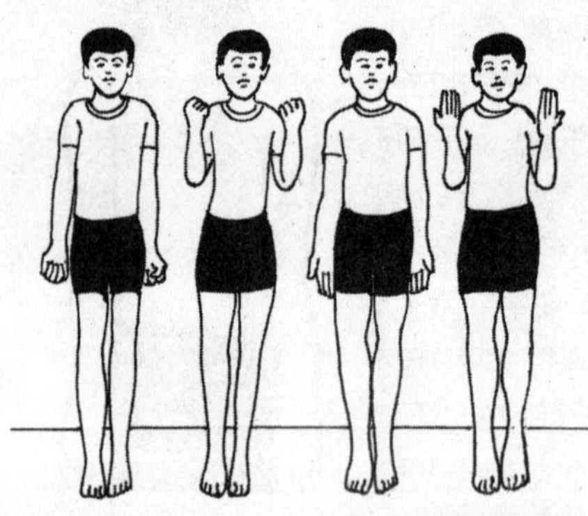

पद्धत : समस्थितीत उभे राहा.

भाग क : अंगठा आत घेऊन मूठ वळा. हाताची कोपरे कमरेला चिकटवून हात खाली सोडा. हाताचे तळवे पुढच्या बाजूला आणि तळव्यांचा पृष्ठभाग मागच्या बाजूला ठेवा. श्वास घेत कोपरातून हात वाकवून खांद्यापर्यंत आणा. श्वास सोडा. हात पूर्वस्थितीला न्या. अशा प्रकारे ही क्रिया दहा वेळा करा.

भाग ख : हाताची मूठ उघडा. बोटे जुळवा. तळवे पुढच्या बाजूला आणि तळव्यांचा पृष्ठभाग मागच्या बाजूला करा. हाताची कोपरे कमरेशी जुळवा. भाग-क प्रमाणे ही क्रियाही दहा वेळा करा.

लाभ :
- कोपरांचे दुखणे नष्ट होते.
- हाडांचे सांधे बळकट बनतात.
- हातांची कोपरे सुंदर आणि आकर्षक बनतात.

१५. मनगटापासून कोपरापर्यंतच्या शक्तीच्या विकासाची क्रिया

पद्धत : समस्थितीत उभे राहा.

भाग क : श्वास घेत डावा हात एका बाजूने खांद्याच्या वर न्या. दंडाचा कानाला स्पर्श होऊ द्या. हाताचे तळवे बाहेरच्या दिशेला ठेवा. श्वास सोडत पूर्वस्थितीला या. ही क्रिया १० वेळा करा.

भाग ख : श्वास आत घेऊन उजवा हात एका बाजूने खांद्याच्या वर न्या. दंडाचा कानाला स्पर्श होऊ द्या. हाताचा तळवा बाहेरच्या बाजूला ठेवा. श्वास सोडत पुन्हा पूर्वस्थितीला या. ही क्रिया दहा वेळा करा.

भाग ग : श्वास घेत दोन्ही हात वरच्या बाजूला न्या. दंडांचा कानांना स्पर्श होऊ द्या. श्वास सोडत पुन्हा पूर्वस्थितीला या. ही क्रिया दहा वेळा करा.

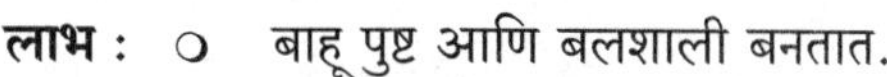

लाभ :
- बाहू पुष्ट आणि बलशाली बनतात.
- कोपरांपासूनचा मनगटापर्यंतचा भाग संतुलित बनतो आणि तेथील दुखणे दूर होते.
- दंड शक्तिशाली बनून त्यांची कार्यक्षमता वाढते.

महान योगी काही वेगळ्या योगक्रिया करत नाहीत.
मात्र ते प्रत्येक क्रिया सकारात्मक विचाराने करतात.
– राजीव जैन त्रिलोक

१६. पूर्ण बाहुशक्तीच्या विकासाची क्रिया

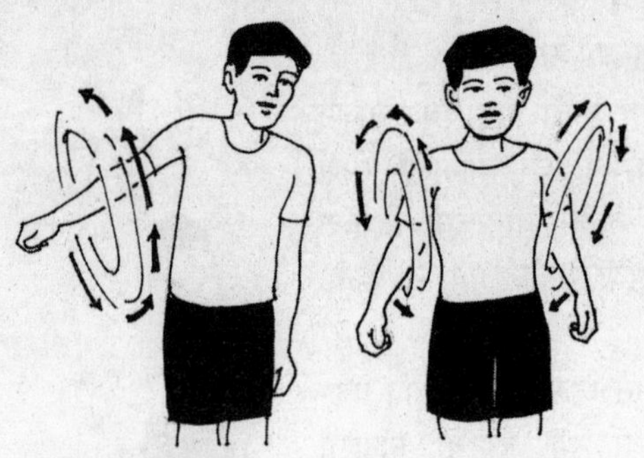

पद्धत : समस्थितीत उभे राहा.

भाग क : अंगठा आत घेऊन हाताची मूठ वळा. हात खांद्याच्या समोर आणि जमिनीशी समांतर पसरा. हात कडक बनवा. श्वास आत घेऊन रोखून धरा. हात वरून खाली अशा पद्धतीने दहा वेळा चक्राकार फिरवा. कोपरातून हात वाकवून कमरेला चिकटवा. श्वास सोडत हात जोरात समोर सोडून द्या.

भाग ख : भाग क प्रमाणे डावा हात खालून वरच्या दिशेने दहा वेळा फिरवा. हात कोपऱ्यामध्ये वाकवून कमरेला चिकटवा. श्वास सोडत हात समोर जोरात सोडा.

भाग ग : अंगठा आत घेऊन उजव्या हाताची मूठ वळा. खांद्याच्या समोर हात जमिनीशी समांतर पसरा. श्वास आत घेऊन रोखून धरा. उजवा हात वरून खालच्या दिशेने दहा वेळा चक्राकार फिरवा. कोपरातून हात वाकवून कमरेला चिकटवा. श्वास सोडत हात समोरच्या बाजूला जोरात सोडा. आता क्रिया समाप्त करा.

भाग घ : भाग ग प्रमाणे कृती करत दोन्ही हात खालून वरच्या दिशेने दहा वेळा फिरवा.

भाग च : अंगठा आत घेऊन मूठ बंद करा. दोन्ही हात खांद्याच्या समोर जमिनीशी समांतर पसरा. क आणि ग प्रमाणे कृती करून दहा वेळा हात वरून खाली फिरवून कृती पूर्ण करा.

लाभ :
- शरीराचे वातविकार दूर होतात.
- हातांच्या नसा, नाड्यांचे आणि सांध्यांचे दुखणे नष्ट होते.
- हातांचे सौंदर्य वाढते. भुजा शक्तिशाली आणि पुष्ट बनतात.
- खांदे मजबूत होतात.

१७. मनगटाच्या शक्तीच्या विकासाची क्रिया

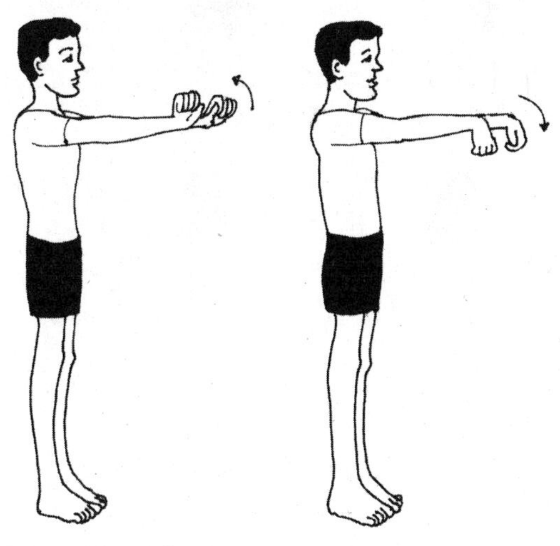

पद्धत : समस्थितीत उभे राहा.

भाग क : अंगठा आत घेऊन मूठ वळा. दोन्ही हात खांद्याच्या समोर घेऊन जमिनीशी समांतर पसरा. हातांमध्ये दोन्ही खांद्यांमधील अंतराएवढेच अंतर ठेवा. हातांचे तळवे खालच्या बाजूला असू द्या. श्वास आत घेऊन मनगट ताकदीने हळूहळू खालून वरच्या बाजूला आणा. श्वास सोडून मनगट वरून खालच्या बाजूला वळवा. ही क्रिया पाच वेळा करा.

भाग ख : कोपरात हात वाकवून छातीच्या समोर जमिनीशी समांतर पसरा. अंगठा आत घेऊन मूठ बंद करा. उर्वरित क्रिया भाग क सारखीच करा.

लाभ : या सर्व क्रिया केल्याने मनगट, हाताचे तळवे, तळव्यांचा पृष्ठभाग आणि बोटे पुष्ट होतात आणि त्यांचा चांगला विकास होतो. तळवे शक्तिशाली बनतात. या क्रिया केल्याने मनोनहा नाड्यांवर प्रभाव पडतो. त्यामुळे शरीर आणि मन एकाग्र होऊन आध्यात्मिक उन्नती होते. हातांमध्ये कंपन असेल तर ते दूर होते. सांधेदुखी नाहीशी होते. टाईपरायटरवर काम करणाऱ्या सर्व साधकांना याचा लाभ होतो.

१८. तळहाताच्या पृष्ठभागाच्या शक्तीच्या विकासाची क्रिया

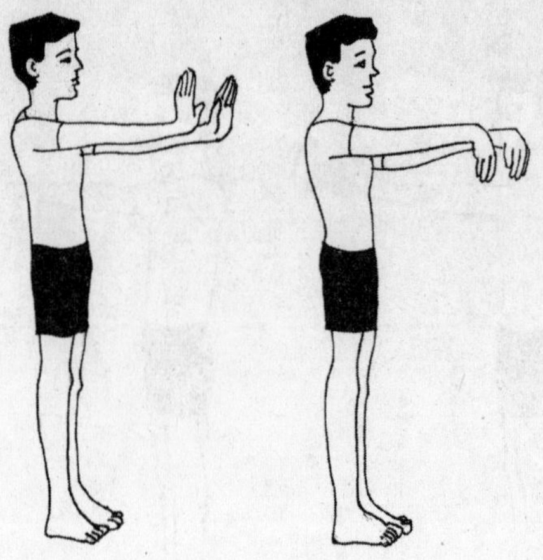

भाग क : समस्थितीत उभे राहा. हाताच्या मुठी उघडून बोटे एकमेकांना चिकटवून दोन्ही हात खांद्याच्या समोर जमिनीशी समांतर पसरा. श्वास घेत तळव्याला ताकदीने हळूहळू खालून वर आणा. श्वास सोडत हाताचे तळवे हळूहळू वरून खाली घ्या. ही क्रिया पाच वेळा करा.

भाग ख : कोपरात हात वाकवून छातीच्या समोर जमिनीला समांतर पसरा. तळव्याचा भाग खाली करून भाग क प्रमाणेच बाकी सर्व क्रिया पूर्ण करा. ही क्रिया पाच वेळा करा.

अष्टांग योगामुळे शारीरिक आणि मानसिक रोगच दूर होत नाहीत; तर कौटुंबिक आणि सामाजिक संबंधांमध्येही सुधारणा होऊन शांतता आणि आनंद प्राप्त होतो.

– राजीव जैन त्रिलोक

१९. तळव्यांच्या शक्तीच्या विकासाची क्रिया

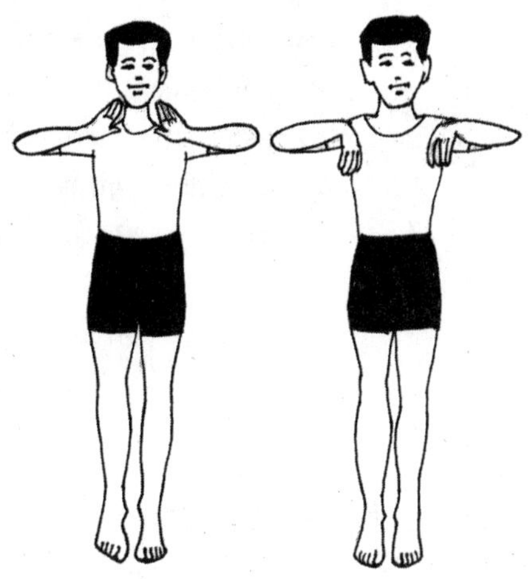

पद्धत : भाग क : समस्थितीत उभे राहा. दोन्ही हातांची बोटे पसरून खांद्यासमोर हात जमिनीला समांतर घ्या. तळव्यांचा भाग खालच्या बाजूला असावा. श्वास घेत तळवे ताकदीने हळूहळू खालून वरच्या बाजूला ताणून धरा. श्वास सोडत तळवे ताकदीने वरून खालच्या बाजूला आणा. ही क्रिया पाच वेळा करा.

भाग ख : दोन्ही हात कोपरात दुमडून बोटे पसरून छातीसमोर जमिनीला समांतर ठेवा. तळव्याचा भाग जमिनीच्या दिशेला करा. उर्वरित क्रिया भाग क मध्ये दिल्याप्रमाणे करा. एकूण पाच वेळा ही क्रिया करा.

योगामुळे उद्देशपूर्ण जीवनाची निर्मिती होते
आणि जीवनाला नवी दिशा मिळते.

– राजीव जैन त्रिलोक

२०. बोटांच्या मुळाच्या शक्तीच्या विकासाची क्रिया

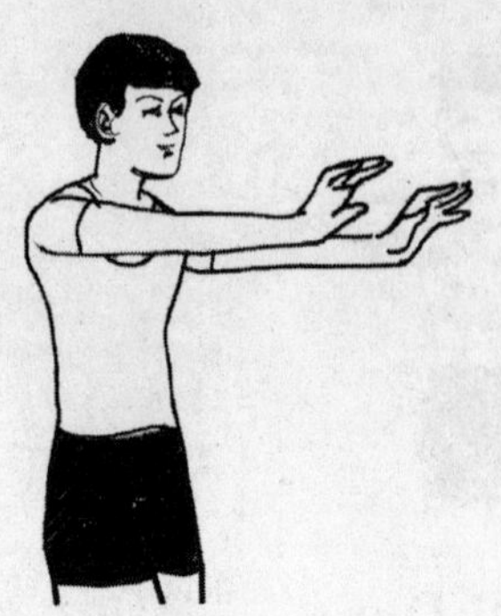

पद्धत : समस्थितीत उभे राहा. दोन्ही हातांचा मनगटांपर्यंतचा भाग कडक ठेवून हात खांद्यापासून जमिनीशी समांतर पसरा. तळवे ढिले सोडा. तळव्यांचा भाग जमिनीच्या दिशेला करा. सर्वसामान्यपणे श्वासोच्छ्वास करत बोटे ताकदपूर्वक १०-१५ वेळा मागे-पुढे हलवा.

२१. बोटांच्या शक्तीच्या विकासाची क्रिया

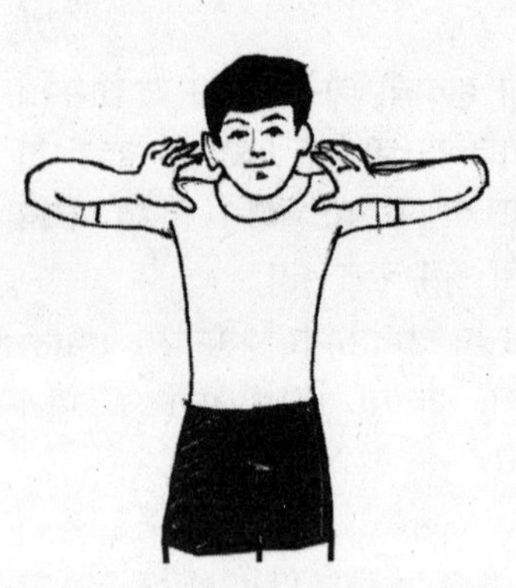

पद्धत : भाग क : दोन्ही हातांचे तळवे पसरून खांद्याच्या समोर जमिनीला समांतर ताणून धरा. श्वासोच्छ्वास नेहमीप्रमाणे सर्वसामान्यपणे करत १०-१५ वेळा बोटांचा अग्रभाग ताकदीने वरून खाली वाकवा.

भाग ख : हात कोपरात वाकवून छातीसमोर जमिनीला समांतर ताणून घ्या. भाग क प्रमाणे तळवे पसरा. १०-१५ वेळा क्रिया करा.

लाभ : क्रिया क्र. १७ पासून २१ पर्यंतचे लाभ : या सर्व क्रिया केल्याने मनगट, तळव्याचा पृष्ठभाग, तळवा आणि बोटे पुष्ट बनतात आणि त्यांचा विकास होतो. हात शक्तिशाली बनतात. या क्रिया केल्यामुळे मनोवहा नाड्यांवर परिणाम होतो. त्यांच्यामुळे शरीर आणि मन एकाग्र होते आणि आध्यात्मिक उन्नती होते. हात थरथरत असतील, कंप पावत असतील, तर हा आजार दूर होतो. सांध्यांच्या वेदना नाहीशा होतात. संगणकावर काम करणाऱ्या साधकांना लाभ होतो.

२२. छातीचे स्नायू बळकट करण्याची क्रिया – १

पद्धत : समस्थितीत उभे राहा. तळवे आतल्या बाजूला घेऊन हात मांडीच्या पुढच्या भागावर ठेवा. श्वास घेऊन दोन्ही हात वर न्या. हातांच्या मध्यभागी डोके ठेवून वर पाहा. कमरेतून पूर्णपणे मागे झुकून या अवस्थेत काही काळ थांबा. पुन्हा श्वास सोडत हळूहळू पहिल्या अवस्थेत या. ही क्रिया तीन वेळा करा.

२३. छातीचे स्नायू बळकट करण्याची क्रिया – २

पद्धत : समस्थितीत उभे राहा. हात मांडीच्या बाजूला ठेवा. श्वास आत घेत दोन्ही हात मागच्या बाजूला पाठीच्या बाजूला खेचून धरा. वर पाहा. छाती फुलवा. श्वास सोडून पूर्वावस्थेत या. हीच क्रिया तीन वेळा करा.

दोन्ही क्रियांचे लाभ : फुप्फुसे पुष्ट होऊन त्यांचे रोग नष्ट होतात. हृदयरोग दूर होतात. क्षयरोग, दमा, कफ, खोकला आदी रोग नाहीसे होतात. पाठीच्या कण्याचा बाक नष्ट होतो. छाती मोठी आणि पुष्ट बनते.

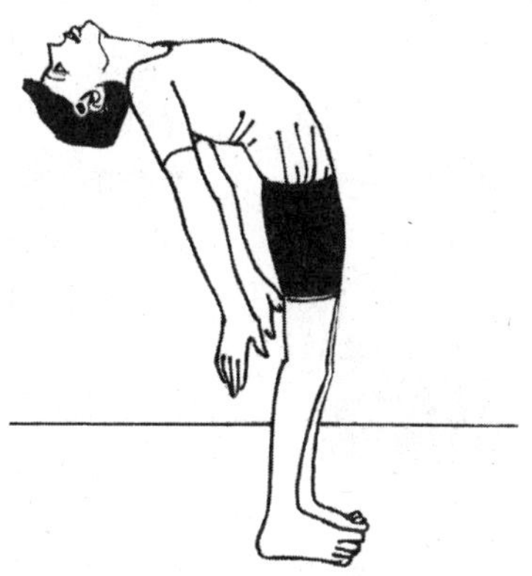

२४. पोटाच्या शक्तीच्या विकासाची (अजगरी) क्रिया - १

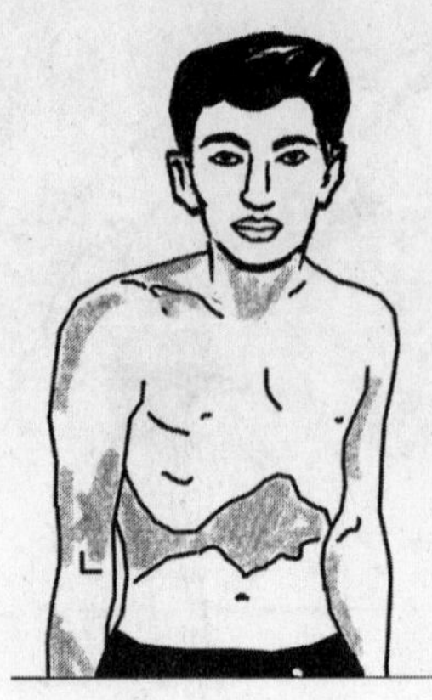

पद्धत : समस्थितीत उभे राहा. श्वास सोडून देऊन पोट आत खेचून पाठीजवळ न्या. शक्य होईल तेवढा वेळ श्वास रोखून धरा. त्यानंतर श्वास आत घेऊन पोट फुगवा. शक्य होईल तेवढा वेळ श्वास रोखून धरा (आंतरिक कुंभक). हीच क्रिया तीन वेळा करा.

२५. पोटाच्या शक्तीच्या विकासाची क्रिया - २

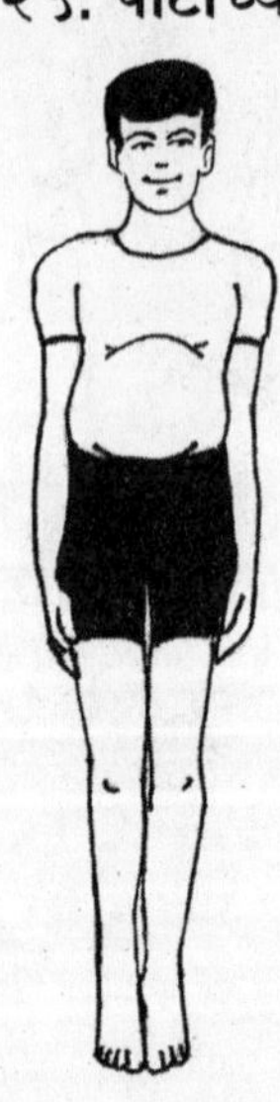

पद्धत : समस्थितीत उभे राहा. सूक्ष्म व्यायामाच्या दुसऱ्या क्रमांकाच्या क्रियेप्रमाणे डाव्या तळहाताचा अंगठा सोडून इतर सर्व बोटे गळ्यावर ठेवा. उजव्या हाताची तर्जनी डाव्या हातावर उलटी ठेवा. मान याच अवस्थेत ठेवून दोन्ही हात बाजूने खाली आणा. (अर्थातच, मानेला थोडेसे; म्हणजे सुमारे अर्धे बोटभर वर उचला.) श्वास बाहेर सोडून पोट आत ओढून घ्या. श्वास घेऊन पोट फुगवा. लक्ष पोटावर केंद्रित करा आणि न थांबता भराभरा ही क्रिया २५ वेळा करा.

२६. पोटाच्या शक्तीच्या विकासाची क्रिया - ३

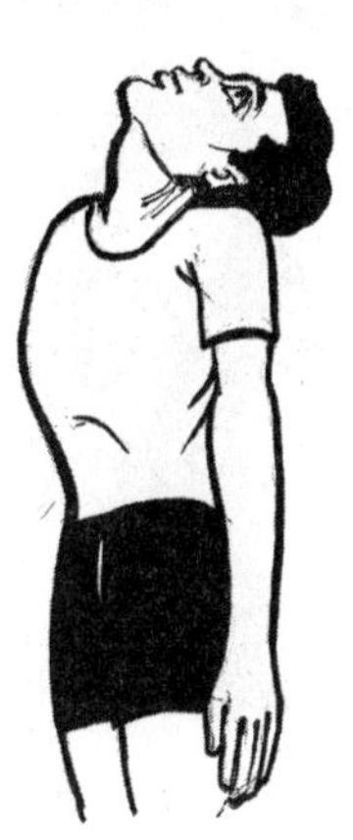

पद्धत : समस्थितीत उभे राहा. सूक्ष्म व्यायामाच्या तिसऱ्या क्रमांकाच्या क्रियेप्रमाणे मान हळूहळू वर घ्या. दोन्ही भुवयांच्या मध्यभागी म्हणजेच भ्रूमध्यात पाहा आणि श्वास सोडत पोट आत खेचून घ्या. श्वास आत घेऊन पोट फुगवा. न थांबता भराभरा हीच क्रिया २५ वेळा करा.

२७. पोटाच्या शक्तीच्या विकासाची क्रिया - ४

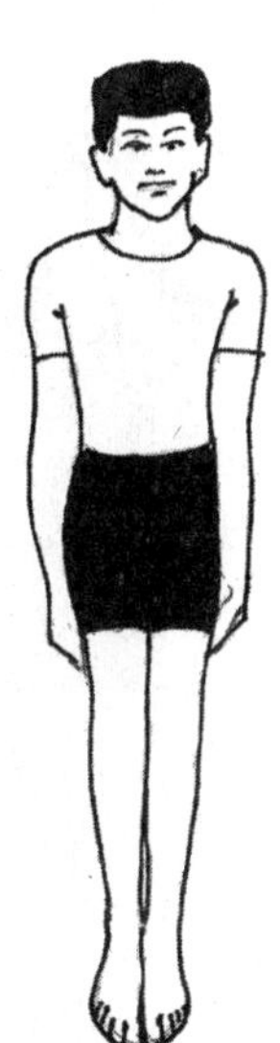

पद्धत : समस्थितीत उभे राहा. चार क्रमांकाच्या क्रियेप्रमाणे पायाच्या अंगठ्यावरून नजर सुमारे साडेचार फूट दूरपर्यंत टाका. श्वास सोडून पोट आत खेचून घ्या. श्वास घेऊन पोट फुगवा. न थांबता ही क्रिया २५ वेळा करा.

योगामुळे जीवन जगण्याच्या कलेचा विकास होतो.
- राजीव जैन त्रिलोक

२८. पोटाच्या शक्तीच्या विकासाची क्रिया – ५ (कुंभक)

पद्धत : समस्थितीत उभे राहा. ७ ते १२ क्रमांकांच्या क्रियांप्रमाणे मान हळूहळू वर करा. कावळ्याच्या चोचीसारखा तोंडाचा आकार बनवा आणि मनात आठपर्यंत आकडे मोजा. तोंडाने श्वास आत घेऊन तोंड बंद करून लगेच गाल फुगवा आणि हनुवटी गळ्याच्या हाडाजवळ टेकवा. १ ते ३२ पर्यंत अंक मोजा आणि तोपर्यंत श्वास रोखून धरा. त्यानंतर मान सरळ करत १६ पर्यंत अंक मोजत श्वास बाहेर सोडून द्या. ही क्रिया एक वेळ करा.

२९. पोटाच्या शक्तीच्या विकासाची क्रिया – ६

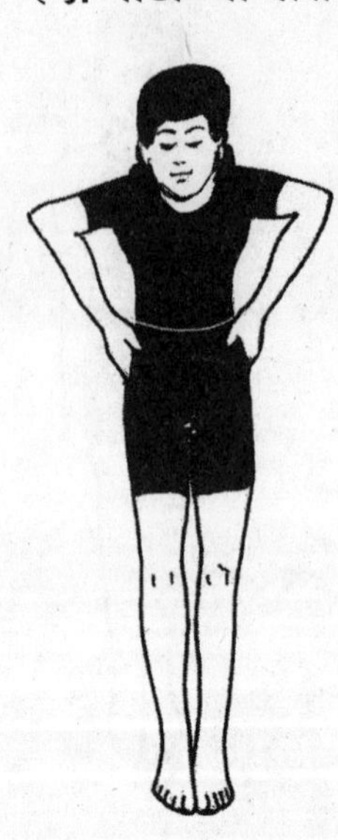

पद्धत : समस्थितीत उभे राहा. अंगठा पोटाच्या बाजूला येईल अशा प्रकारे दोन्ही हात कमरेवर ठेवा. ६० अंशाच्या कोनात झुका. समोर पाहा आणि श्वास सोडून पोट आत खेचून घ्या. श्वास घेऊन पोट फुगवा. ही क्रिया २५ वेळा करा.

योगविद्या

ज्या सुखाची कधीच समाप्ती होत नाही, असे सुख केवळ निर्विकल्प ध्यानातूनच प्राप्त होते.

– राजीव जैन त्रिलोक

३०. पोटाच्या शक्तीच्या विकासाची क्रिया - ७

पद्धत : समस्थितीत उभे राहा. अंगठा पोटाच्या बाजूला ठेवून दोन्ही हात कमरेवर ठेवा. ९० अंशांच्या कोनात झुका. समोर पाहा. श्वास सोडून पोट आत खेचून घ्या. श्वास घेऊन पोट फुगवा. ही क्रिया २५ वेळा करा.

३१. पोटाच्या शक्तीच्या विकासाची क्रिया - ८

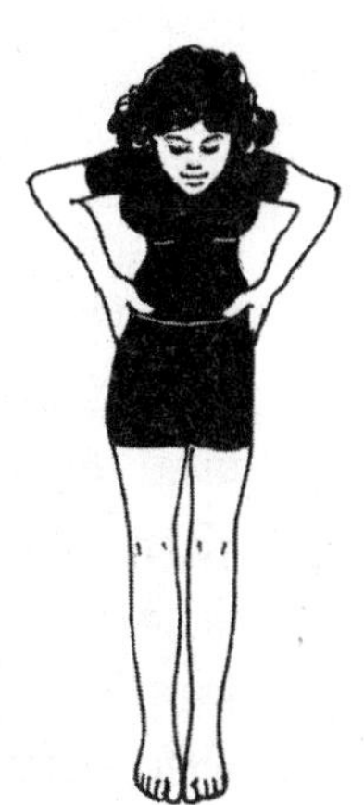

पद्धत : समस्थितीत उभे राहा. अंगठा पोटाच्या बाजूला ठेवून दोन्ही हात कमरेवर ठेवा. ६० अंशांच्या कोनात समोर झुका आणि समोर पाहा. श्वास सोडून बाह्य कुंभक करून आंतरिक शक्तीने पोट भराभरा हलवा. ही क्रिया जितकी जमेल तेवढी करा.

३२. पोटाच्या शक्तीच्या विकासाची क्रिया - ९

पद्धत : समस्थितीत उभे राहा. अंगठा पोटाच्या बाजूला ठेवून दोन्ही हात कमरेवर ठेवा. ९० अंशांच्या कोनात समोरच्या बाजूला झुका आणि समोर पाहा. श्वास सोडून बाह्यकुंभक करून आंतरिक शक्तीने रिकाम्या पोटाला भराभरा मागे-पुढे हलवा. ही क्रिया यथाशक्ती एक वेळा करा.

३३. पोटाच्या शक्तीच्या विकासाची क्रिया - १० (नौली)

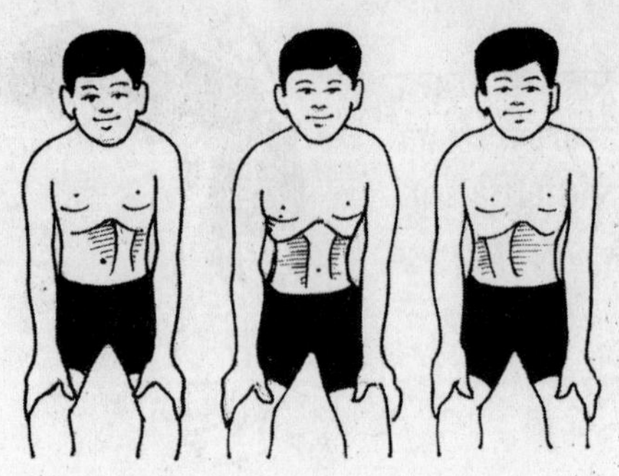

पद्धत : दोन पायांच्या मध्ये एका हाताचे अंतर ठेवून उभे राहा. पुढे झुकून दोन्ही हात गुडघ्यांवर ठेवा.

१. मध्य नौली : उच्छ्वास पूर्ण सोडून पोट रिकामे करा. आंतरिक शक्तीने रिकामे पोट मागे-पुढे हलवा. पोटाला आंतरिक शक्तीने आत खेचून घेऊन मध्य नौली बाहेर काढा. डाव्या हाताने डाव्या गुडघ्यावर दाब देऊन डावी नौली बाहेर काढा. अशाच प्रकारे उजव्या गुडघ्यावर दाब देऊन उजवी नौली बाहेर काढा. श्वास घेण्याची इच्छा झाली, की पोट हलवणे बंद करा. ही क्रिया तीन वेळा करा.

२. **वाम नौली :** पुन्हा उच्छ्वास सोडून पोट रिकामे करा. उजव्या हाताने उजवा गुडघा किंचित दाबून आंतरिक शक्तीने रिकाम्या पोटाला डावीकडून उजवीकडे शक्य होईल तेवढे फिरवा. श्वास घेण्याची इच्छा झाली, की ही क्रिया बंद करा. याला 'वाम नौली' म्हणतात.

३. **दक्षिण नौली :** श्वास सोडून देऊन पोट रिकामे करा. डाव्या गुडघ्यावर डाव्या हाताने किंचित दाब देऊन आंतरिक शक्तीने रिकामे पोट उजवीकडून डावीकडे फिरवा. श्वास घेण्याची इच्छा झाली की, ही क्रिया बंद करा. याला 'दक्षिण नौली' म्हणतात.

क्र. २४ पासून ३३ पर्यंतच्या क्रियांचे लाभ :

१. पोटाचे सर्व विकार दूर होतात.
२. पोटाचे सर्व अवयव शक्तिशाली बनतात.
३. पोटावर साठलेली चरबी कमी होते.
४. आध्यात्मिक शक्तीचा विकास होतो.
५. साधक दीर्घायुष्यी बनतो.
६. कुंडली जागरणासाठी साहाय्य होते.
७. पचनसंस्थेचे कार्य जलद गतीने होऊ लागते.
८. नाभि-केंद्र व्यवस्थित ठेवण्यात साहाय्य होते.
९. रक्ताभिसरण चांगल्या प्रकारे होऊ लागते.
१०. शरीरातील सर्व नाड्यांची शुद्धी होते.

३४. कटिशक्तीच्या विकासाची क्रिया - १

पद्धत : भाग क : समस्थितीत उभे राहा. दोन्ही हात मागे न्या. उजव्या हाताने डावा हात पकडा. अंगठा आत घेऊन डावी मूठ बंद करा. श्वास आत घेऊन मान आणि कंबर शक्य तेवढी मागे न्या. वर पाहत मागे झुका.श्वास सोडून डोके, मान, कंबर सरळ करा आणि आता समोरच्या बाजूला वाकून डोके गुडघ्यांपर्यंत नेण्याचा प्रयत्न करा. ही क्रिया तीन वेळा करा.

भाग ख : डाव्या हाताने उजव्या हाताचे मनगट पकडा आणि अंगठा आत घेऊन उजवी मूठ बंद करा. उर्वरित क्रिया भाग-क प्रमाणेच करा. ही क्रिया तीन वेळा करा.

३५. कटिशक्तीच्या विकासाची क्रिया - २

पद्धत : समस्थितीत उभे राहा. दोन्ही पायांत शक्य तेवढे अंतर घ्या. अंगठा पोटाच्या बाजूला ठेवून कमरेवर हात ठेवा. श्वास आत घेत मान आणि कंबर जास्तीतजास्त मागे झुकवा. वर पाहात श्वास सोडून डोके जास्तीत जास्त खाली न्या. ही क्रिया तीन वेळा करा. तिसऱ्यांदा ही क्रिया करताना दोन्ही हात जमिनीवर ठेवा आणि डोके जमिनीवर टेकवण्याचा प्रयत्न करा. डोके टेकवून हात कमरेवर ठेवा आणि शक्य असेल तेवढा वेळ त्या अवस्थेत थांबा. त्यानंतर हाताचे साहाय्य घ्या आणि उडी मारून पूर्वस्थितीत या.

३६. कटिशक्तीच्या विकासाची क्रिया - ३

पद्धत : दोन्ही पायांत चार बोटांचे अंतर ठेवून उभे राहा. हातांचे तळवे आत घेऊन मांडीला हात चिकटवून ठेवा. श्वास सोडत मान, कंबर जास्तीतजास्त मागे झुकवा. वर पाहा. श्वास सोडा. शरीराचे वजन पेलत डोके गुडघ्यांपर्यंत आणण्याचे प्रयत्न करा. डोळे उघडे ठेवा. हात पाठीच्या दिशेला ताणून धरा. ही क्रिया भराभरा दहा वेळा करा.

३७. कटिशक्तीच्या विकासाची क्रिया - ४

पद्धत : भाग क : समस्थितीत उभे राहा. दोन्ही हात खांद्याच्या रेषेत जमिनीशी समांतर पसरा. तळवे जमिनीच्या दिशेला ठेवा. बोटे चिकटवा. श्वास आत घेत डावीकडे ३० अंशाच्या कोनात झुका. उजवा हात १५० अंशात वर ताणा. अशा प्रकारे दोन्ही हात एका रेषेत आणा. त्याबरोबरच मान आणि कंबरही झुकवा. श्वास सोडून पूर्वस्थितीत या. पुन्हा श्वास घेऊन मान आणि कमरेबरोबर उजवा हात ३० अंशाच्या कोनात खालच्या बाजूला झुकवा. डावा हात १५० अंशात वरच्या बाजूला ताणून धरा. दोन्ही हात एका सरळ रेषेत ठेवा. श्वास सोडून पूर्वस्थितीत या. ही क्रिया दहा वेळा करा.

भाग ख : दोन्ही पायांत एका हाताचे अंतर घेऊन सरळ उभे राहा. भाग क प्रमाणेच संपूर्ण क्रिया दहा वेळा करा.

३८. कटिशक्तीच्या विकासाची क्रिया - ५

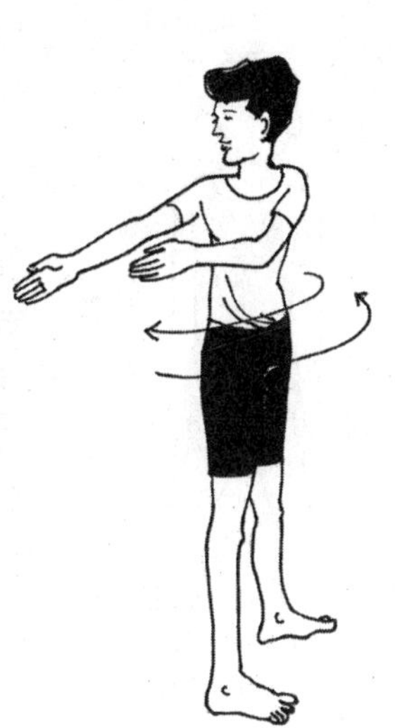

पद्धत : दोन्ही पावलांत एक फुटाचे अंतर ठेवून उभे राहा. श्वास घेत फक्त कमरेचा वरचा भाग हाताबरोबरच उजवीकडे अर्धचंद्राकार फिरवा. श्वास सोडत मूळ अवस्थेत या. आता हीच क्रिया डाव्या बाजूने करा. ही क्रिया पाच-सहा वेळा करणे शक्य असते.

लाभ : ३४ पासून ३८ क्रमांकापर्यंतच्या क्रियांच्या अभ्यासामुळे कंबर सुंदर, सुडौल आणि बारीक बनते आणि पुष्टही होते. कंबरदुखी थांबते. कंबर लवचीक बनते आणि नृत्य कलाकारांसाठी ती अत्यंत उपयुक्त ठरते. शरीर कांतिमान आणि चपळ, चैतन्यमय बनते. साधक लहान असेल, तर वयाच्या वीस वर्षांपर्यंत त्याची उंची वाढत राहते.

३९. मूलाधार चक्र शुद्धीकरण क्रिया

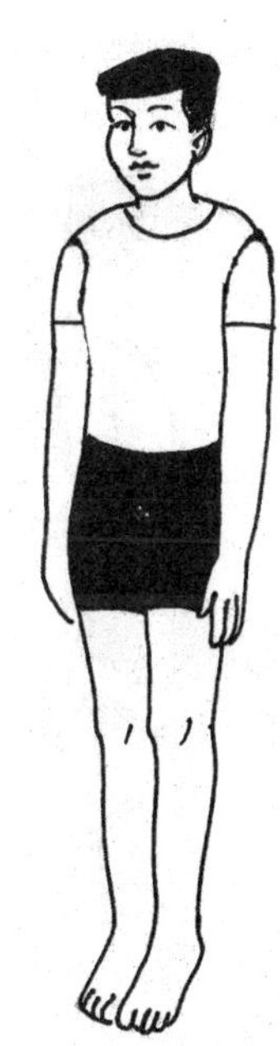

पद्धत : भाग क : समस्थितीत उभे राहा. श्वास बाहेर सोडून देऊन पोट रिकामे करा. गुदद्वाराला आंतरिक शक्तीने बेंबीच्या बाजूला खेचून घ्या. शरीरात कंपन निर्माण झाल्यावर ही क्रिया समाप्त करा. ही क्रिया एकदा करा.

भाग ख : दोन्ही पावलांत चार बोटांचे अंतर ठेवून उभे राहा. भाग क प्रमाणेच बाकी सर्व क्रिया करा. ही क्रिया एकदा करा.

लाभ : प्राण आणि अपान वायू एकत्र झाल्यामुळे कुंडली जागरणात हे साहाय्यभूत ठरते. शरीर शक्तिसंपन्न बनते. मलावरोध दूर होतो. मूळव्याधीचा त्रास नष्ट होतो. शरीर चपळ, चैतन्यमय बनते आणि व्यक्ती दीर्घायुष्यी बनते.

४०. प्रजननअंग आणि स्वाधिष्ठान चक्राचे शुद्धीकरण

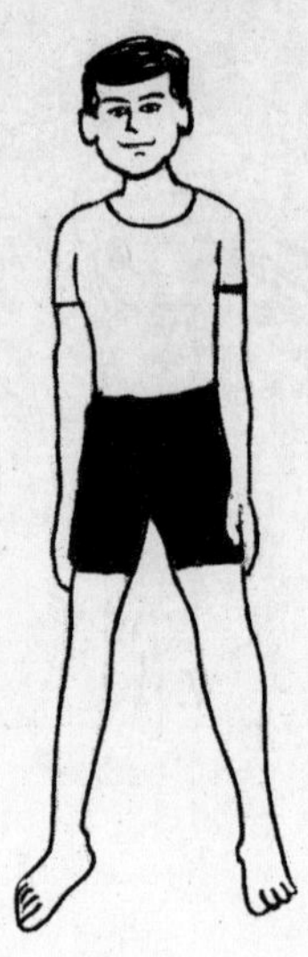

पद्धत : दोन्ही पायांत एका हाताचे अंतर ठेवून सरळ उभे राहा. श्वास आत घेऊन जननेंद्रिय आणि गुदद्वार यांना एकाच वेळी शक्य तितके बेंबीच्या दिशेला खेचून घ्या. पायांत कंप निर्माण झाला की, ही क्रिया समाप्त करा. ही क्रिया एक वेळा करा.

लाभ : मूत्राशय आणि गुद यांचे रोग बरे होतात. मधुमेह, भगंदर, मूळव्याध यांसारखे रोग बरे होतात. महिलांसाठी ही क्रिया विशेष लाभदायक आहे. गर्भाशयाविषयीचे रोग बरे होतात. ब्रह्मचर्यपालनासाठी साहाय्यक आहे. स्वप्नदोष नष्ट होतो.

४१. कुंडलिनी शक्तीच्या विकासाची क्रिया

पद्धत : समस्थितीत उभे राहा. श्वास आत घेऊन डाव्या पायाची टाच वर घेऊन नितंबावर मारा. श्वास सोडून पाय पूर्वस्थितीला आणा. पुन्हा श्वास घेऊन उजव्या पायाची टाच नितंबावर मारा. ही क्रिया दहा वेळा करा.

लाभ : कुंडलिनी शक्ती जागृत होण्यासाठी साहाय्य होते. शरीर पुष्ट आणि चैतन्यमय बनते. ज्ञानाचे संवर्धन होते. ब्रह्मचर्य आणि मोक्षप्राप्ती यांसाठी ही क्रिया साहाय्यभूत ठरते.

४२. मांडीच्या शक्तीच्या विकासाची क्रिया - १

पद्धत : भाग क : समस्थितीत उभे राहा. श्वास आत घेऊन उडी मारून दोन्ही पावलांत अंतर घेऊन उभे राहा. दोन्ही हात खांद्याच्या बाजूकडून डोक्याच्या वर न्या. श्वास सोडून उडी मारून दोन्ही पाय आणि दोन्ही हात पूर्वस्थितीला आणा. ही क्रिया दहा वेळा करा.

भाग ख : श्वास सोडून उडी मारून दोन्ही पाय मांडीच्या बाजूला ताणून उभे राहा. दोन्ही हात खांद्यांच्या बाजूंनी डोक्याच्या वर न्या. तळवे बाहेरच्या बाजूला ठेवा. श्वास सोडत उडी मारून हात आणि पाय पूर्वस्थितीला आणा. ही क्रिया दहा वेळा करा.

४३. मांडीच्या शक्तीच्या विकासाची क्रिया - २

पद्धत : भाग क : समस्थितीत उभे राहा. दोन्ही हात खांद्यांसमोर घेऊन जमिनीला समांतर पसरा. तळहात जमिनीच्या बाजूला करा. श्वास घेत दोन्ही घोटे जुळवून खुर्चीवर बसल्याप्रमाणे बसा. श्वास सोडून पूर्वस्थितीत उभे राहा. ही क्रिया तीन वेळा करा.

भाग ख : दोन्ही हात खांद्याच्या सरळ रेषेत पसरा. श्वास घेऊन पायाच्या चवड्यांवर उभे राहा. गुडघे पसरून खुर्चीवर बसल्याप्रमाणे बसा. श्वास सोडून पूर्वस्थितीला या. ही क्रिया तीन वेळा करा.

लाभ : मांड्या शक्तिशाली, सुंदर आणि सुडौल बनतात. गुडघेदुखी नाहीशी होते.

४४. गुडघ्याच्या शक्तीच्या विकासाची क्रिया

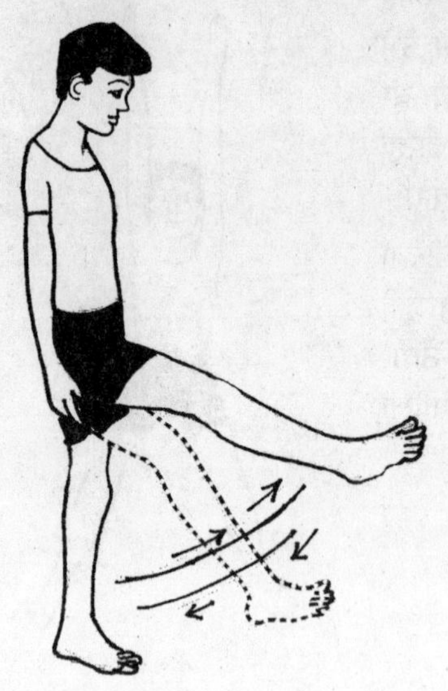

पद्धत : समस्थितीत उभे राहा. श्वास आत घेऊन डाव्या पायाची टाच वर घेऊन टाचेने नितंबाला स्पर्श करा. श्वास सोडून फुटबॉलमध्ये किक मारल्याप्रमाणे पाय समोरच्या बाजूला फेका. हीच क्रिया उजव्या पायानेही करा. ही क्रिया दहा वेळा करा.

लाभ : सांधेदुखी नष्ट होते. संधिवात बरा होतो. ही क्रिया कुंडलिनी जागृतीसाठी साहाय्यभूत ठरते. खेळाडूंसाठी उपयुक्त आहे. गुडघे सुंदर आणि सुडौल बनतात.

४५. पोटरीच्या शक्तीच्या विकासाची क्रिया

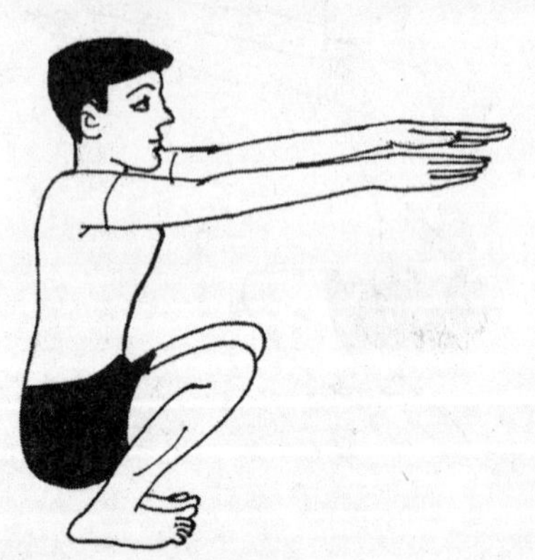

पद्धत : समस्थितीत उभे राहा. अंगठा आत घेऊन मूठ वळा. दोन्ही हात खांद्यासमोर जमिनीशी समांतर पसरा. श्वास घेऊन गुडघे जुळवून बसा. चवडे जमिनीवर ठेवा. श्वास सोडून उभे राहाण्याआधी दोन्ही हात खांद्यांच्या समांतर रेषेत चक्राकार फिरवत छातीजवळ आणा. त्यानंतर हात खाली करा आणि पूर्वस्थितीला या. ही क्रिया पाच वेळा करा.

लाभ : पायांचे दुखणे थांबते. गुडघे आणि मांड्या पुष्ट बनतात. ब्रह्मचर्यव्रतासाठी साहाय्यक आहे. पायाच्या बोटांचे दुखणे थांबते.

४६. पावलांच्या शक्तीच्या विकासाची क्रिया

पद्धत : भाग क : समस्थितीत उभे राहा. टाचा वर करून चवड्यांवर उभे राहा. जागच्या जागीच १०-१५ वेळा हळूहळू उड्या मारा. चवडे जमिनीवर घट्ट दाबून ठेवा.

भाग ख : श्वासोच्छ्वास सर्वसामान्यपणे करत राहा आणि जागच्या जागी चवड्यांच्या साहाय्याने १०-१५ वेळा उड्या मारा.

४७. तळपाय, तळव्याचा पृष्ठभाग, तळव्याचा खालचा भाग यांच्या विकासाची क्रिया

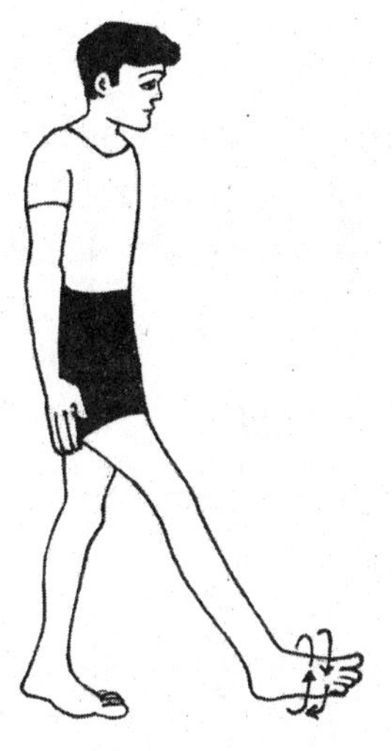

पद्धत : भाग क : समस्थितीत उभे राहा. डावा पाय जमिनीच्या समोर सुमारे नऊ अंशात वर उचला. चवडा गोलाकार फिरवून शून्याचा आकार तयार करा आणि पुसून टाका. श्वास सर्वसामान्य ठेवून हीच क्रिया तीन वेळा करा.

भाग ख : डावा पाय मागच्या बाजूला ताणा. जमिनीपासून सुमारे नऊ अंशापर्यंत पाऊल वर उचला. चवड्याने शून्याचा आकार तयार करा आणि पुसून टाका. श्वासोच्छ्वास सामान्यपणे करत राहून हीच क्रिया तीन वेळा करा.

भाग ग : क भागाप्रमाणेच उजव्या चवड्याने तीन वेळा क्रिया पूर्ण करा.

भाग घ : उजवे पाऊल जमिनीपासून सुमारे ९ अंश मागच्या बाजूला ताणून धरा. भाग ख प्रमाणे तीन वेळा क्रिया करा.

लाभ : पायाची बोटे, चवडा, पायाचा पृष्ठभाग आणि तळवा यांचे दुखणे नाहीसे होते. पाय सुंदर, सुडौल बनतो. मुरगळणे दूर करण्यासाठी उपयुक्त व्यायामप्रकार आहे. जास्त चालणे किंवा पळणे यामुळे आलेला थकवा दूर होतो.

४८. पायाच्या बोटांच्या शक्तीच्या विकासाची क्रिया

पद्धत : समस्थितीत उभे राहा. दोन्ही हातांच्या साहाय्याने पायांच्या चवड्यांची बोटे उलटवून आतील बाजूने एकमेकांशी जोडा. चित्र पाहा. श्वासोच्छ्वास सामान्य पद्धतीने करा. बोटांवर उडी मारून सरळ उभे राहा. ही क्रिया एकाच वेळेत पूर्ण करा.

लाभ : पायाच्या बोटांना विशेष ताकद प्राप्त होते. चवड्याचे आणि बोटांचे दुखणे बरे होते. चालण्यामुळे आणि पळण्यामुळे आलेला थकवा दूर होतो. बोटे आणि पायाचे तळवे लवचीक बनतात आणि त्यांचे दुखणेही थांबते.

योगामुळे जीवनात नवीन लाभ होतात.
– राजीव जैन त्रिलोक

योगाचे स्थूल व्यायाम

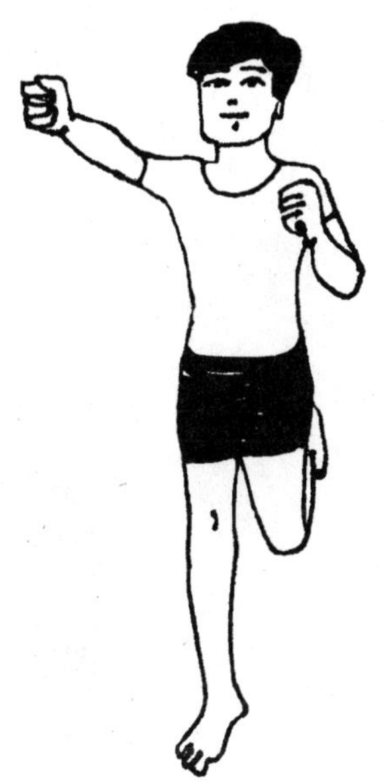

योगाचे स्थूल व्यायाम

आता योगाच्या स्थूल व्यायामांची चर्चा करून त्यांच्या वापराची माहिती घेऊया. योग हा एक अत्यंत व्यापक विषय आहे आणि तो अनादिकाळापासून चालत आला आहे. उदाहरणार्थ, आपण इथे आयुर्वेदाची चर्चा करू. आयुर्वेदातील प्रत्येक औषधीचे स्वतःचे एक वैशिष्ट्य असते. स्वतःचा एक गुणधर्म असतो आणि तीच औषधे ऋतूनुसार वाटून किंवा गरम करून अगर थंड करून घेतली, तर तिचे वेगवेगळे प्रभाव दिसतात. तिच्यात आणखी दोन-तीन प्रकारच्या औषधी मिसळल्या, तर त्यांचा आणखी वेगळाच आणि अधिक चांगला प्रभाव पडतो. अशा प्रकारे, योगाशी संबंधित कोणतीही एखादी क्रिया आपण व्यवस्थित पद्धतीने (गुरूंच्या मार्गदर्शनाखाली) केली, तर आपण आपले शरीर निरोगी बनवू शकतोच; शिवाय शरीराचा कायाकल्पही करू शकतो. आपल्या शरीरासाठी आपण रोज एक तास वेळ दिला, तर आयुष्यभर रोगांपासून सुटका मिळू शकते. कोणताही योगाभ्यास असो; जर तो हळूहळू, क्रमवार पद्धतीने किंवा गुरूंच्या सान्निध्यात केला, तर त्याचा अधिक लाभ मिळतो. योग हे शरीराला सशक्त, सुंदर, निरोगी आणि सुडौल बनवण्याचे साधन आहे. जर यात किंचितशी जरी शंका घेण्यास जागा असती, तर आतापर्यंत योग केव्हाच लुप्त होऊन गेला असता. योग ही केवळ बोलण्याची गोष्ट नाही. योग हे प्रयोग करण्याचे; सराव करण्याचे नाव आहे. संपूर्ण जगभरातील कोट्यवधी लोक आज योगाचा लाभ घेऊन आपले जीवन सफल बनवत आहेत.

योगाबरोबरच स्थूल व्यायामांचा समावेशही केला गेला, तर अल्पावधीतच साधनेचा अधिक लक्षणीय परिणाम दिसून येतो. इंजीन-दौड किंवा ऊर्ध्वगती यांसारख्या क्रिया जर आपण रोज दोन-तीन मिनिटे केल्या, तर लठ्ठपणा आणि हृदयरोग यांसारखे आजार होऊ शकणार नाहीत. सूक्ष्म व्यायामांमध्ये शरीराच्या सूक्ष्म अवयवांचा व्यायाम केला जातो; तर स्थूल व्यायामाच्या पाच क्रिया एकाच वेळी संपूर्ण शरीराला लाभ मिळवून देतात.

१. रेखा गती

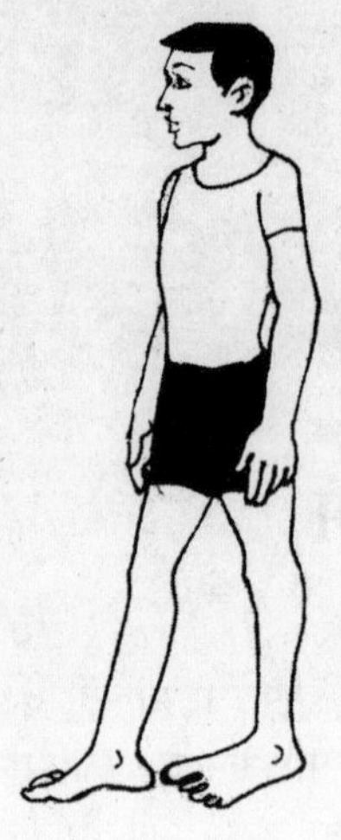

पद्धत : भाग १ : समस्थितीत उभे राहा. श्वास आत घेऊन डाव्या पायाची टाच वर उचलून बाजूने अर्ध चक्राकार फिरवून उजव्या पायाच्या अंगठ्याच्या पुढे ठेवा आणि श्वास सोडा. श्वास आत घेऊन उजव्या पायाची टाच वर उचलून बाजूने अर्धचक्राकार फिरवून डाव्या पायाच्या अंगठ्याच्या पुढे ठेवा. श्वास सोडा. अशा प्रकारे समोर पाहात दहा पावले चाला.

भाग २ : श्वास आत घेऊन उजव्या पायाची टाच वर उचलून डाव्या बाजूला अर्धचक्राकारात मागच्या बाजूला फिरवत उजव्या अंगठ्याला डाव्या पावलाच्या टाचेच्या मागे ठेवा. श्वास सोडा आणि पुन्हा श्वास घेऊन डावा पाय (टाच) वर उचलून उजवीकडे अर्धचक्राकार फिरवून डाव्या पावलाचा अंगठा उजव्या पायाच्या टाचेच्या मागे ठेवा. अशा प्रकारे दहा पावले मागे चालत जा. चालताना समोर पाहा.

लाभ : ❍ या व्यायामाच्या अभ्यासाने मन एकाग्र होते. ❍ स्मरणशक्तीचा चांगल्या प्रकारे विकास होतो. ❍ जीवनाला स्थैर्य लाभते.

२. हृदय गती (इंजीन-दौड)

पद्धत : समस्थितीत उभे राहा. अंगठा आत घेऊन मुठी बंद करा. हाताची कोपरे कमरेला चिकटवून ठेवा. डावा हात कोपरात दुमडून जमिनीला समांतर ठेवून कमरेला चिकटवा. उजवा हात कोपरातून ताठ करून जमिनीला समांतर समोरच्या बाजूला पसरा. मुठींचे भाग एकमेकांसमोर ठेवा. श्वास घेऊन डाव्या पायाचा गुडघा ९० अंशाच्या कोनात वर उचला. उजवा हात समोर करा. श्वास सोडा. लगेच श्वास घेऊन उजवा पाय गुडघ्यात ९० अंशापर्यंत वाकवून वर उचला. डावा हात समोर घ्या. श्वास सोडून उजवा पाय आणि डावा हात पूर्वस्थितीत आणा. हीच क्रिया आठ-दहा वेळा केल्यानंतर जागच्या जागीच श्वासोच्छ्वासाकडे लक्ष देत जोरात धावा. दम लागल्यावर थांबून श्वासोच्छ्वासाकडे लक्ष देत शांत उभे राहा.

लाभ : ❍ हातांचे आणि पायांचे दुखणे थांबते. ❍ लठ्ठपणा कमी होतो. ❍ छाती, मांड्या आणि पोटऱ्या पुष्ट बनतात आणि त्यांचे दुखणे थांबते. ❍ साधकांपैकी धावपटू असणाऱ्यांसाठी हा व्यायाम विशेष लाभदायक आहे. ❍ शरीरात चैतन्य, उत्साह निर्माण होतो आणि शरीर शक्तिशाली बनते.

३. उत्कूर्दन किंवा उडी मारणे (जंपिंग)

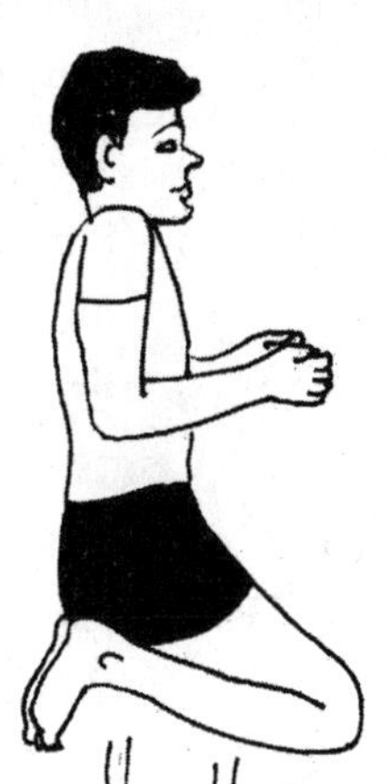

पद्धत : समस्थितीत उभे राहा. अंगठा आत घेऊन दोन्ही हातांच्या मुठी बंद करा. दोन्ही हात खांद्यांच्या समोर जमिनीला समांतर पसरा. तळहात एकमेकांसमोर धरा. श्वास घेऊन दोन्ही हात समोरून चक्राकार फिरवत कोपरात दुमडून कमरेजवळ ठेवा. हात जमिनीशी समांतर ठेवा. श्वास सोडा आणि पुन्हा श्वास घेऊन उडी मारून दोन्ही टाचांनी नितंबावर प्रहार करा. श्वास सोडत हात खांद्यासमोर पसरा. पाय जमिनीवर टेकवा. ही क्रिया पाच वेळा करा.

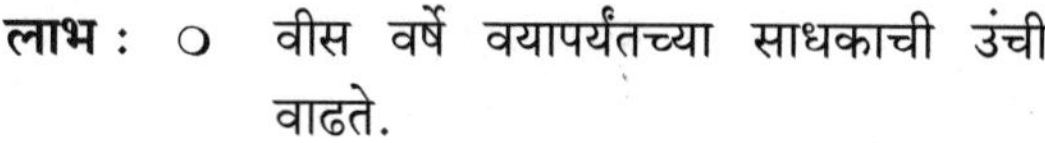

लाभ :
- वीस वर्षे वयापर्यंतच्या साधकाची उंची वाढते.
- कुंडलिनी जागृतीसाठी मदत होते.
- हात आणि पाय पुष्ट बनतात आणि त्यांचे दुखणे थांबते.
- नितंब आणि मांड्या सुडौल बनतात.
- छातीचे स्नायू बळकट होतात. फुप्फुसांचे रोग नष्ट होतात.

४. ऊर्ध्वगती

पद्धत : समस्थितीत उभे राहा. दोन्ही हात कोपरांत दुमडून खांद्याच्या वर घ्या. नजर समोर ठेवा. श्वास घेत डावा पाय ९० अंशाच्या कोनात वर उचला. डावा हात खांद्याच्या बाजूला पसरून कोपरात दुमडून डोक्याच्या वर घ्या. वर पाहा. श्वास घेत डावा पाय ९० अंशाच्या कोनात वर उचला. डावा हात खांद्याच्या बाजूला पसरून कोपरात दुमडून डोक्याच्या बाजूला वर उंचवा. उजवा हात डोक्याच्या वरच्या बाजूला ताणून वर घ्या. तळवे समोर ठेवा. श्वास सोडून डावा पाय जमिनीवर टेकवा. डावा हात डोक्याच्या वर सरळ ताठ करा. श्वास घेऊन उजवा पाय जमिनीशी ९० अंशाच्या कोनात वर घ्या. उजवा हात खांद्याच्या बाजूला घेऊन कोपरात दुमडून डोक्याच्या बाजूला न्या. श्वास सोडून उजवा पाय जमिनीवर टेकवून उजवा हात डोक्याच्या वरच्या बाजूला पसरा. डावा हात डाव्या खांद्याच्या बाजूला पसरून कोपरात दुमडून डोक्याच्या बाजूला न्या. ही क्रिया हळूहळू आठ ते दहा वेळा केल्यानंतर जागच्या जागी धावत शक्य तितकी करा. थकल्यानंतर क्रिया समाप्त करा.

लाभ :
- हाता-पायांचे स्नायू बळकट होतात.
- फुफ्फुसांचे रोग नष्ट होतात.
- शरीराचा स्थूलपणा दूर होतो.
- हात आणि पाय थंड पडण्याची तक्रार दूर होते.
- मांड्यांचा लठ्ठपणा नाहीसा होतो.
- खेळाडूंसाठी हे आसन विशेष लाभदायक आहे.

५. सर्वांग पुष्टी

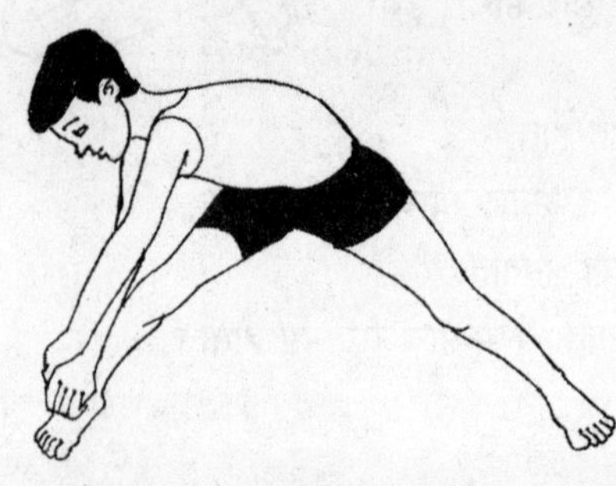

पद्धत : दोन्ही पायांत अंतर घेऊन ताठ उभे राहा. अंगठा आत घेऊन हाताच्या मुठी बंद करा. दोन्ही हात खाली वाकवून डाव्या घोट्याजवळ डावा हात खाली आणि उजवा हात मनगटावर ठेवा. श्वास घ्या. हळूहळू दोन्ही हात वरच्या बाजूला डाव्या खांद्याच्या बाजूने डोक्यापर्यंत न्या आणि उजव्या घोट्याच्या बाजूला आणल्यावर श्वास सोडा. उजवा हात खाली आणि डावा हात वर ठेवा. पुन्हा श्वास घेऊन दोन्ही हात खालच्या बाजूने वरच्या बाजूला उजव्या खांद्यापर्यंत आणून डोक्याच्या वरपर्यंत न्या. डावीकडे वळून दोन्ही हात डाव्या खांद्याच्या खालच्या बाजूने डाव्या घोट्यापर्यंत न्या. श्वास सोडा. हात बदलून डावा हात खाली आणि उजवा हात वर ठेवा. ही क्रिया तीन वेळा करा.

लाभ :
- संपूर्ण शरीर पुष्ट बनते.
- शरीर लवचीक होते.
- साधक ठेंगणा असेल तर उंची वाढते.
- फुफ्फुसांचे रोग बरे होतात.
- कमरेचे आणि पाठीचे दुखणे बंद होते.
- पचनक्रिया चांगली होते.

सुलभ योगक्रिया

पवनमुक्तासन गटातील क्रिया

वायुनिरोधक, उदरप्रदेश आणि शक्तिबंध यांच्यासाठीच्या सुलभ क्रिया

जवळजवळ सर्वच योगकेंद्रांमध्ये सुलभ व्यायामांतर्गत करवून घेतले जाणारे व्यायाम पवनमुक्तासनाच्या* अभ्यासाच्या वर्गात येतात. हे व्यायाम रोज सुरुवातीला करवून घेण्यामागचे कारण म्हणजे, या व्यायामांमुळे स्नायूंमध्ये आणि शरीराच्या जवळजवळ सर्वच सांध्यांमध्ये लवचीकता येते आणि त्याबरोबरच शरीराचा कडकपणा दूर करणे शक्य होते. मागच्या प्रकरणात सूक्ष्म व्यायामांची आणि स्थूल व्यायामांची मालिका दिली गेली आहे. ते सर्व व्यायामही शरीराला स्थैर्य प्रदान करतात.

पुढे दिलेल्या सर्व क्रिया केल्याने आपल्या शरीराचे सांधे खुले बनतात आणि शरीरातील आळस निघून जातो. साधकाला चैतन्य आणि ताजेतवानेपणा यांची जाणीव होते. त्यामुळे, पुढे करावयाच्या योगक्रिया आणि अभ्यास सुलभतेने करता येतात.

सर्व आसने साधी, सुलभ असूनही अत्यंत प्रभावशाली आहेत. त्यांच्यामुळे शरीराला नवीन ऊर्जा आणि चेतना प्राप्त होते.

वातनिरोधक क्रिया

पायांची बोटे, तळवा, पावलाचा पृष्ठभाग आणि घोटा यांच्या शक्तिवर्धक क्रिया किंवा विकासाच्या क्रिया

वैशिष्ट्य : सूक्ष्म व्यायामाच्या सर्व क्रिया आपण उभे राहून करतो. या क्रिया बसून करू शकतो. जवळजवळ सर्वच केंद्रांमध्ये त्या करवून घेतल्या जातात.

अभ्यास – १ : जमिनीवर बसून पाय सरळ समोर पसरा. थोडे मागे झुकून हात नितंबांच्या मागे जमिनीवर ठेवा. पाठीचा कणा, मान आणि डोके झुकू देऊ नका. हात कोपरांतही वाकवू नका आणि मन तणावमुक्त ठेवा. संपूर्ण लक्ष पायांच्या बोटांवर केंद्रित करून दहाही बोटे पुढे झुकवा आणि नंतर मागे झुकवा.

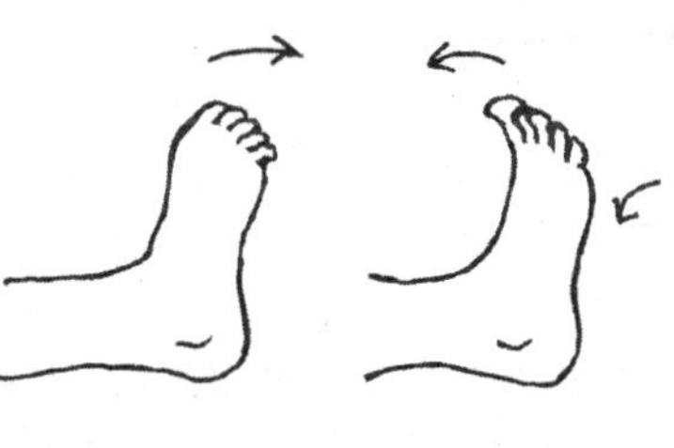

श्वासोच्छ्वास पद्धती/वेळ : बोटे पुढे झुकवताना श्वास सोडा. आपल्या बाजूला खेचून घेताना श्वास घ्या. १०–१५ वेळा अशा प्रकारे बोटे मागे–पुढे करा.

---

* *पवनमुक्तासनाच्या क्रियांचे बारकावे मी सर्वप्रथम डॉ. के. एम. गांगुली साहेबांच्याकडून शिकलो. त्यानंतर डॉ फूलचंद योगाचार्याजी यांच्याकडून आणि नंतर एका शिबिरात परमहंस निरंजनानंद सरस्वती यांच्याकडून मी या योगक्रिया शिकलो. या सर्वांचा मी आभारी आहे.*

अभ्यास – २ : आता पायांचे पंजे घोट्यांच्या सांध्यांच्या पुढच्या बाजूला एवढे वाकवा की, त्यांचा जमिनीला स्पर्श झाला पाहिजे. त्यानंतर संपूर्ण पंजाला जितका आपल्या बाजूला वळवता येईल तेवढा वळवण्याचा प्रयत्न करा.

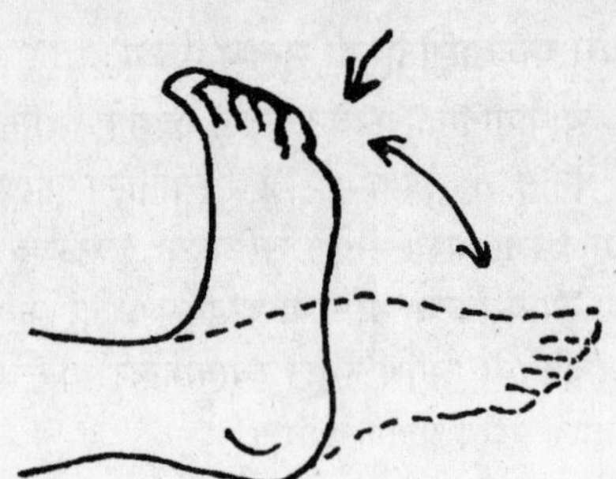

श्वासोच्छ्वास पद्धती/वेळ : बोटे आणि पायांचे पंजे आपल्या बाजूला घेताना श्वास घ्या आणि पुन्हा पुढच्या बाजूला झुकवताना श्वास सोडा. ही क्रिया १०–१५ वेळा करा.

अभ्यास – ३ : आता दोन्ही पावलांच्या मध्ये थोडे अंतर ठेवा. पहिल्यांदा उजव्या पायाचा व्यायाम करा. उजव्या पायाचा पंजा घोट्यापासून चक्राकार फिरवा. नंतर उजवीकडून डावीकडे १०–१५ वेळा फिरवा. पुन्हा डावीकडून उजवीकडे १०–१५ वेळा फिरवा. हीच क्रिया डाव्या पायानेही करा. आता दोन्ही पंजे एकत्र जुळवून पुन्हा एकदा अशीच क्रिया करा. हीच क्रिया खालील प्रकारेही करता येते.

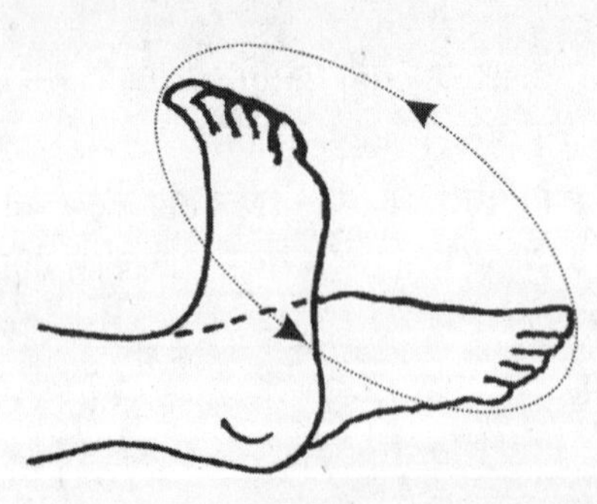

याच क्रमाने आता दोन्ही पावले थोडे अंतर ठेवून एकमेकांपासून दूर ठेवा आणि एक पाऊल डावीकडून उजवीकडे आणि दुसरे पाऊल उजवीकडून डावीकडे गोलाकारात फिरवा. आता या क्रमाने दुसऱ्या दिशेने क्रिया करा. अशा प्रकारे, पावले फिरवल्यानंतर गोलाकार पूर्ण झाल्यावर दोन्ही पावलांच्या अंगठ्यांचा एकमेकांना स्पर्श होतो.

श्वासोच्छ्वास पद्धती/वेळ : पंजे वरच्या बाजूला घेताना श्वास घ्या आणि खालच्या बाजूला नेताना श्वास सोडा. वरील सर्व क्रिया १० ते १५ वेळा एकसमान प्रकारे केल्या पाहिजेत.

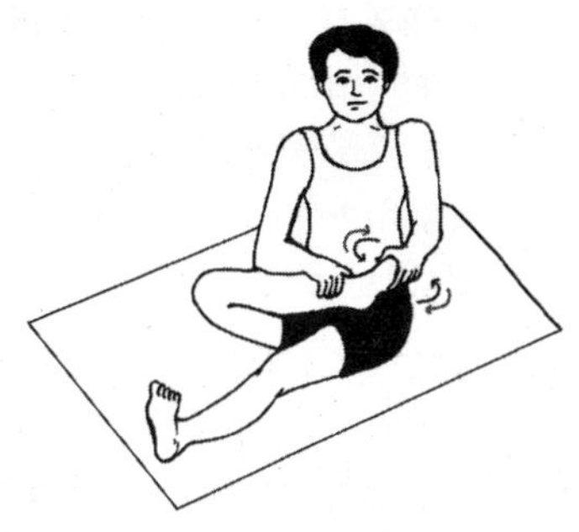

अभ्यास – ४ : पंजे चक्राकार फिरवण्यासाठी खालील प्रकारे अभ्यास करणे शक्य असते. एक पाय लांब करा. पावलाचा बोटांपर्यंतचा भाग बाहेर यावा अशा प्रकारे दुसऱ्या पायाचा पंजा पहिल्या पायाच्या मांडीवर ठेवा. आता एका हाताने घोटा पकडून दुसऱ्या हाताने बोटे पकडा. पहिल्यांदा उजवीकडून डावीकडे आणि नंतर डावीकडून उजवीकडे अशा प्रकारे १०–१५ वेळा गोलाकार फिरवा. हीच क्रिया दुसऱ्या पायानेही करा.

श्वासोच्छ्वास पद्धती : अभ्यास क्रमांक तीन प्रमाणे श्वासोच्छ्वास करा.

सुप्त जानू संचालन क्रिया : अभ्यास – ५

(गुडघे मागे–पुढे करणे)

पाय समोर पसरा. यांमध्ये गुडघ्यांची हालचाल करायची असते. ते मागे–पुढे करायचे असतात. म्हणून स्नायू आकुंचित करून गुडघ्यांचे स्नायू आपल्या बाजूला खेचून घ्या. काही क्षण थांबा आणि गुडघ्यांचे स्नायू ढिले सोडा. त्यानंतर अशाच क्रमाने पुनःपुन्हा ही क्रिया करत राहा.

श्वासोच्छ्वास पद्धती/वेळ : गुडघे आपल्या बाजूला खेचून घेत असताना श्वास घ्या आणि ढिले सोडत असताना श्वास सोडा. १०–१५ वेळा ही क्रिया करा.

लाभ : ○ पोटरी, पंजे, घोटे, गुडघे आणि बोटे यांचे सांधे मजबूत आणि लवचीक बनतात. ○ या अवयवांमध्ये भविष्यात संधिवातासारख्या रोगांची शक्यता राहत नाही. पोटरी दुखत असेल, तर त्यापासून आराम मिळतो आणि लचक भरली असेल, तर ती ठीक होते.

उत्तान जानुसंचालन क्रिया – अभ्यास – ६

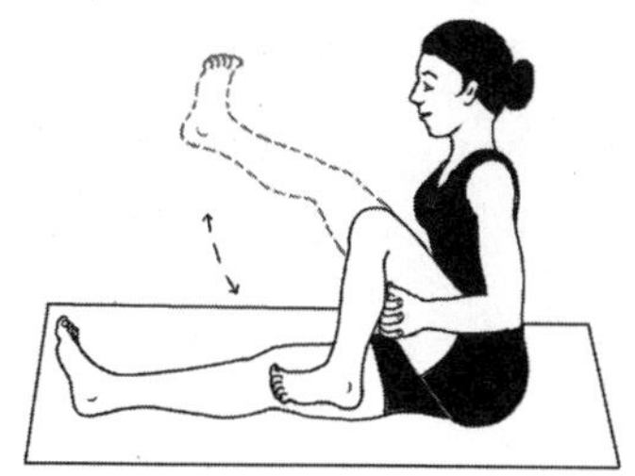

(अ) आपल्या आसनासमोर (बसण्यासाठी अंथरलेल्या सतरंजीसमोर किंवा मॅटसमोर) पाय पसरा. दोन्ही हातांनी उजवी मांडी पकडून धरा. उजव्या गुडघ्यात पाय वाकवून वर घ्या आणि छातीला मांडी चिकटवा. आता हा पाय

हळूहळू वरच्या बाजूला ताणून धरा. काही क्षण थांबा आणि पाय जमिनीवर खाली ठेवा. या प्रक्रियेत पाय जेवढा वर करणे शक्य असेल तेवढा करा. अगदी नाकाचा गुडघ्यांला स्पर्श व्हावा इतपत पाय वर घ्या. दुसरा पाय त्या वेळी जमिनीवर टेकवलेला असेल आणि पाठीचा कणा व कंबर सरळ ठेवा. अशा प्रकारे वर दिलेली क्रिया दहा वेळा करा आणि हीच क्रिया दुसऱ्या पायानेही करा.

(ब) आता ही क्रिया उलट पद्धतीने करा. पहिल्यांदा उजवा पाय सरळ वर घ्या. काही क्षण थांबा. पाय गुडघ्यात वाकवून मांडीचा आपल्या छातीला स्पर्श करा. पुन्हा पाय जमिनीवर ठेवा. ही क्रिया दहा वेळा करा आणि दुसऱ्या पायानेही अशाच प्रकारे क्रिया करा.

उत्तान द्विजानुसंचालन क्रिया : अभ्यास - ७

हा अभ्यास सहा क्रमांकाच्या अभ्यासाप्रमाणेच करावयाचा आहे. परंतु यामध्ये, दोन्ही पायांनी ही क्रिया एकाच वेळी करायची आहे.

(अ) समोर पाय सोडून बसा. पाय समानांतर चिकटवून ठेवा. दोन्ही हात नितंबांजवळ मागे ठेवा. आता दोन्ही पाय गुडघ्यांत वाकवून छातीजवळ न्या आणि छातीला त्यांचा स्पर्श होऊ द्या. त्यानंतर दोन्ही पाय एकदमच वर उचलून लांब करा आणि पुन्हा जमिनीवर ठेवा. ही क्रिया दहा वेळा करा.

(ब) या क्रियेत दोन्ही पाय पहिल्यांदा जमिनीवरून वर उचला. त्यानंतर गुडघ्यांमध्ये वाकवून त्यांचा छातीला स्पर्श करा आणि पुन्हा ते जमिनीवर ठेवा. ही क्रिया दहा वेळा करा.

श्वासोच्छ्वास पद्धती : पाय दुमडताना श्वास सोडून द्या आणि पाय वर घेऊन सरळ लांब करत असताना श्वास घ्या.

दक्षता : तीव्र कंबरदुखी, हृदयरोग, उच्च रक्तदाब असणाऱ्यांनी काळजीपूर्वक करावे.

लाभ :
- गुडघ्यांचे सर्व विकार दूर होतात. कंबरदुखी आणि नितंबांचे दुखणे कायमचे बरे होते.
- पायाला कंप सुटण्याचा किंवा पाय थरथरण्याचा रोग होऊ शकत नाही.
- मलावरोध, मंदाग्नी हे विकार दूर होऊन भूक वाढते.
- पोटावरची चरबी कमी होते.

गुडघे गोलाकार फिरवण्याची क्रिया : अभ्यास - ८

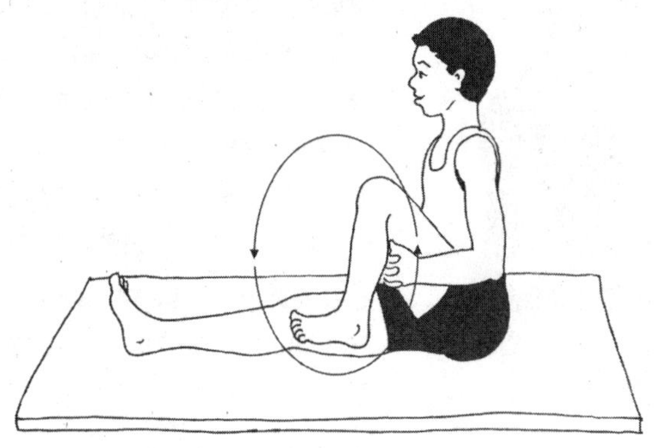

पद्धत : दोन्ही पाय समोर पसरून बसा. मांडी हाताने पकडून पायाचा पुढचा भाग फिरवायचा असल्यामुळे उजव्या पायाची मांडी दोन्ही हातांनी पकडून पोटाजवळ आणा किंवा उजव्या मांडीच्या खालून हात घेऊन एका हाताचे कोपर दुसऱ्या हाताने आणि दुसऱ्या हाताचे कोपर पहिल्या हाताने पकडा आणि पोटाचा भाग मांडीला चिकटवून पायाचा तळवा वर उचला. गुडघा आणि गुडघ्याच्या खालचा भाग दहा वेळा उजवीकडून डावीकडे गोलाकार फिरवा आणि दहा वेळा डावीकडून उजवीकडे गोलाकार फिरवा. आता हीच क्रिया डाव्या पायानेही करा.

श्वासोच्छ्वास पद्धती : पाय वर नेताना श्वास घ्या आणि खाली आणताना श्वास सोडा.

लक्ष : गुडघा निरोगी ठेवण्यासाठी ही क्रिया करायची असल्याने लक्ष पूर्णपणे गुडघ्यावर केंद्रित करा.

लाभ :
- संधिवातासारख्या आजारात आराम मिळतो.
- गुडघ्याचे सांधे मजबूत बनतात आणि वेदनेपासून सुटका मिळते.
- साचलेले रक्त प्रवाहित होते.

कंबर विकासाची आणि शक्तिवर्धक क्रिया : अभ्यास - ९

पद्धत : दोन्ही पाय समोर पसरून बसा. डाव्या पायाच्या मांडीवर उजव्या पायाचा तळवा ठेवा. डाव्या हाताने उजवे पाऊल पकडा आणि उजव्या बाजूला वळून गुडघे पकडा. गुडघ्याने एक मोठे चक्र तयार करण्याचा प्रयत्न करा. आता हीच क्रिया विरुद्ध दिशेनेही करा आणि पाय बदलूनही हीच क्रिया करा.

श्वासोच्छ्वास पद्धती/वेळ : श्वास नेहमीसारखाच घेत राहा आणि दोन्ही बाजूंनी दहा-दहा चक्रे किंवा आवर्तने पूर्ण करा.

लाभ :
- संपूर्ण ओटिपोटाचा भाग, कंबर, नितंब, प्रजनन अवयव आदी सर्व अवयवांना लाभ मिळतो.
- हे आसन केल्याने वरील अवयवांचे आजार होत नाहीत.

गतिमय अर्ध फुलपाखरू आसन - अभ्यास - १०

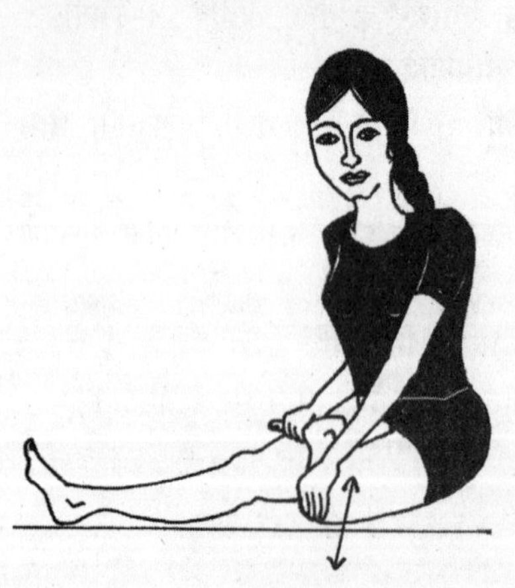

पद्धत : पाय सरळ समोर पसरून बसा. कंबर, पाठीचा कणा आणि मान सरळ ताठ असू द्या. डावा पाय वाकवून उजव्या पायाच्या मांडीवर ठेवा. उजव्या हाताने डाव्या पायाचा अंगठा पकडून ठेवा. त्यामुळे मागे-पुढे हलले जाणार नाही. त्याबरोबरच डाव्या हाताने डाव्या पायाचा गुडघा पकडा. आता डाव्या हाताने गुडघा जमिनीच्या बाजूला दाबा आणि पुन्हा गुडघा छातीकडे न्या. ही क्रिया हळूहळू अशा प्रकारे करा की, गुडघा जमिनीला स्पर्श करू लागेल. पाय बदलून हीच क्रिया करा.

श्वासोच्छ्वास पद्धती : गुडघा वर उचलताना श्वास घ्या आणि खाली करताना श्वास सोडा.

गतिमय पूर्ण फुलपाखरू आसन : अभ्यास - ११

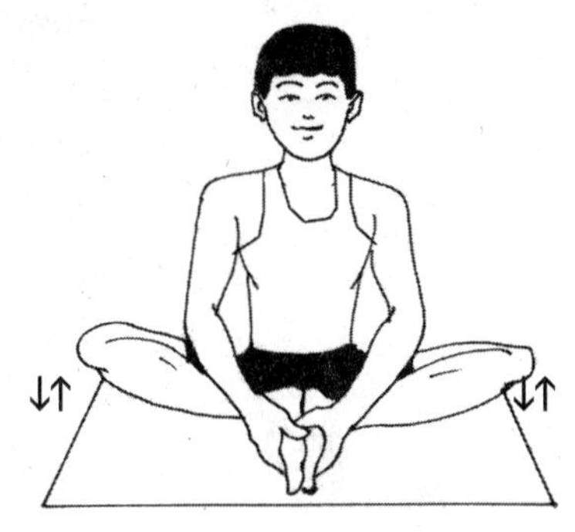

पहिला प्रकार : जमिनीवर बसून पाय सरळ समोर पसरा.कंबर, पाठीचा कणा, मान आणि डोके सरळ ताठ ठेवा. आता दोन्ही पाय गुडघ्यांत वाकवून घेऊन दोन्ही तळवे एकमेकांना चिकटवा आणि जननेंद्रियाच्या जवळ चिकटवून ठेवा. दोन्ही हातांनी दोन्ही पायांचे पंजे पकडा आणि दोन्ही मांड्या हळूहळू वर-खाली करा. नंतर थोड्या जलदगतीने करून मांड्यांचा जमिनीला स्पर्श करण्याचा प्रयत्न करा.

दुसरा प्रकार : समोर पाय पसरून बसा. कंबर, पाठीचा कणा, मान आणि डोके सरळ ताठ ठेवा. आता दोन्ही पाय गुडघ्यांत वाकवून घेऊन दोन्ही तळवे एकमेकांना चिकटवा आणि जननेंद्रियाच्या जवळ चिकटवून ठेवा. दोन्ही हात गुडघ्यांवर ठेवा. डावा हात डाव्या गुडघ्यावर आणि उजवा हात उजव्या गुडघ्यावर ठेवा. हळूहळू दोन्ही हातांनी दोन्ही गुडघे जमिनीच्या बाजूला दाबा. आणि त्यांना पुन्हा वर येऊ द्या. हीच क्रिया २०-२५ वेळा करा. गुडघ्यांचा स्पर्श जमिनीला व्हावा असा प्रयत्न करा.

श्वासोच्छ्वास पद्धती : सर्वसामान्य

लाभ :
- फुलपाखरू आसनामुळे गुडघे आणि नितंब यांचे सांधे मजबूत होतात आणि यामुळे नितंबावरची वाढलेली अनावश्यक चरबी कमी होते आणि नितंब संतुलित बनतात.
- वायुप्रकोप शांत होतो.
- कमरेखालच्या भागात नवीन चेतना निर्माण होते.
- पचनक्रियेला स्थैर्य प्राप्त होते.
- मांड्या सुडौल बनतात.

दक्षता : सायटिका आणि कंबरदुखी असलेल्या रुग्णांनी आपल्या शारीरिक परिस्थितीनुसार आसन करावे आणि तीव्र दुखणे नसेल तरच करावे.

मूठ, मनगट, कोपर, खांदे यांच्या विकासाच्या क्रिया :

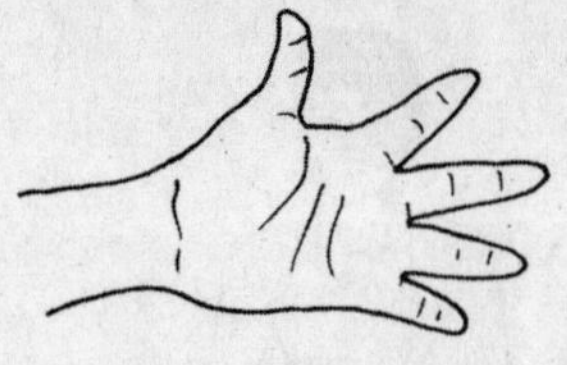

अभ्यास – १२ : सुखासनाच्या कोणत्याही आसनात बसा. दोन्ही हात समोर पसरा. हात खांद्याच्या उंचीएवढ्या उंचीवर असावेत. तळहात पूर्ण उघडून जमिनीच्या बाजूला ठेवा. आता अंगठा आत घेऊन बोटे घट्ट बंद करून मूठ वळा आणि नंतर पुन्हा उघडा व बोटे पसरून त्यांच्यामध्ये तणाव निर्माण करा.

श्वासोच्छ्वास पद्धती/वेळ : बोटे पसरताना श्वास सोडा आणि बंद करताना श्वास घ्या. ही क्रिया १० ते १५ वेळा करा.

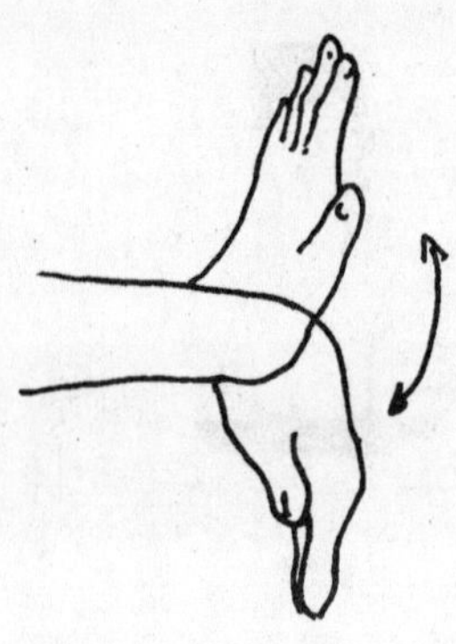

अभ्यास – १३ : आता याच क्रमाने हात पुढे पसरून ताणा. तळहात उघडे ठेवा. परंतु बोटे एकमेकांना चिकटून ठेवा. मनगटांच्या सांध्यांपासून संपूर्ण पंजा वर उचलताना आपल्या बाजूला ताणून घ्या. आता तळव्याला खालच्या दिशेला नेताना पुन्हा आपल्या बाजूला ताणून घ्या. या अभ्यासाच्या दरम्यान हात पूर्णपणे सरळ असले पाहिजेत.

श्वासोच्छ्वास पद्धती/वेळ : हात वर करताना श्वास घ्या आणि खाली करताना श्वास सोडा. १०–१५ वेळा ही क्रिया करा.

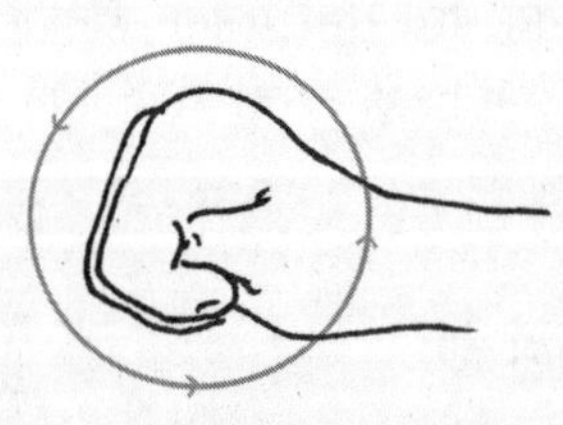

अभ्यास १४ (अ) : वर दिलेल्या क्रियेनंतर अंगठे आत घेऊन मूठ बंद करा आणि उजवीकडून डावीकडे १०–१५ वेळा मूठ फिरवा. नंतर डावीकडून उजवीकडे मूठ फिरवा. आता दुसऱ्या हाताने अशीच क्रिया करा. हात सरळ आणि तळहात जमिनीच्या दिशेला ठेवा.

अभ्यास १४ (ब) : आता हीच क्रिया दोन्ही हात समोर पसरून करा. दोन्ही मुठी १० ते १५ वेळा एकाच दिशेत; म्हणजे डावीकडून उजवीकडे फिरवा आणि नंतर १० ते १५ वेळा उजवीकडून डावीकडे फिरवा.

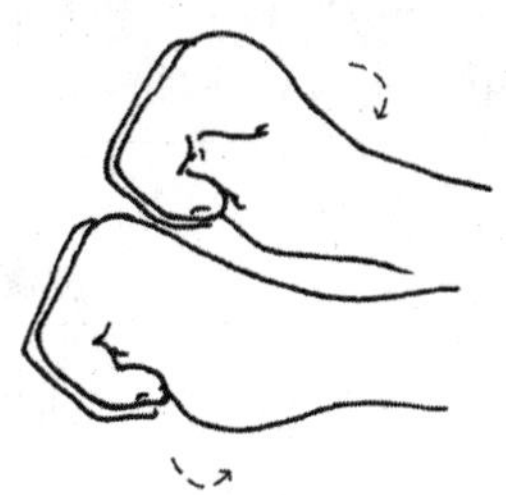

अभ्यास १४ (क) : आता दोन्ही मुठी एकाच वेळी विरुद्ध दिशांना फिरवा. म्हणजे डावी मूठ उजवीकडून डावीकडे आणि उजवी मूठ डावीकडून उजवीकडे फिरवा. हाच क्रम दिशा बदलून पुन्हा एकदा दोन्ही मुठींनी करा.

लाभ : मनगटांचे सांधे मजबूत होतात आणि बोटांचे रोग होत नाहीत. हातांमध्ये योग्य प्रकारे रक्ताभिसरण होते.

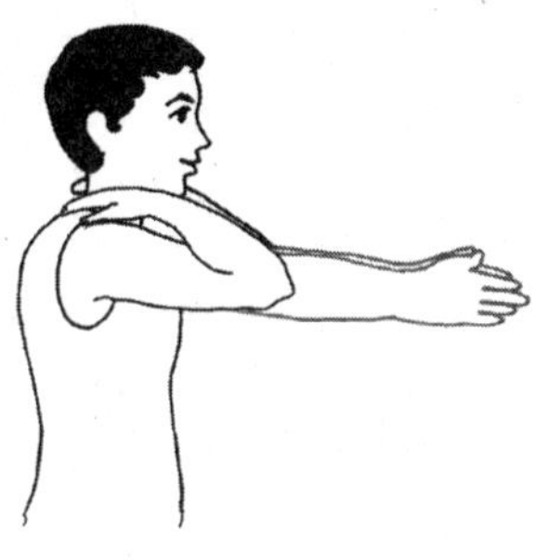

अभ्यास १५ (अ) : सुखासनाच्या कोणत्याही एका आसनात बसा. दोन्ही हात खांद्यापासून समांतर समोर पसरा. तळवे आकाशाच्या दिशेला करा किंवा एकमेकांसमोर ठेवा. आता बोटांनी खांद्यांना स्पर्श करा. कोपरात हात वाकवा आणि खांद्यांना पूर्णपणे स्पर्श करण्याचा प्रयत्न करा. त्यानंतर हात पुन्हा सरळ करा. अशा प्रकारे १०–१५ वेळा संपूर्ण क्रिया करा.

अभ्यास १५ (ब) : वरीलप्रमाणे बसा. हात पक्ष्यांच्या पंखांप्रमाणे दोन्ही बाजूंना पसरा. तळवे आकाशाच्या दिशेला करा. खांद्यांना समांतर स्थितीत हात ठेवा. आता कोपरात हात वाकवा आणि खांद्यांना स्पर्श करा. पुन्हा हात दोन्ही बाजूंना पसरा. अशा प्रकारे १० ते १५ वेळा ही क्रिया करा.

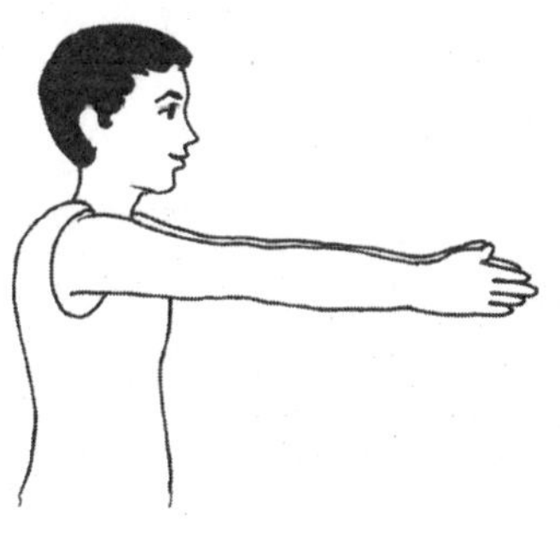

अभ्यास १५ (क) : वरीलप्रमाणे बसा. ही क्रिया गतिमान आहे. खांद्याच्या रेषेत खांद्यांना समांतर समोर हात पसरा. तळहातांचा भाग एकमेकांसमोर असेल. आता दोन्ही हात गतिमानतेने बाजूला न्या आणि पुन्हा समोर आणा. पुन्हा गतीने हात बाजूला न्या आणि पुन्हा समोर आणा. त्यानंतर हात शिथिल करा आणि बगलेत ठेवा. अशा प्रकारे १० ते १५ वेळा हीच क्रिया करा. (हात बाजूला नेताना हात जमिनीच्या बाजूला आणि समोर नेताना तळहात समोरच्या बाजूला असतील.)

अभ्यास १५ (ड) : सुखासनाच्या कोणत्याही स्थितीत बसा आणि हात बाजूला पसरा. तळहात जमिनीच्या बाजूला आणि खांद्यांना समांतर दिशेत पसरा. आता दोन्ही हात गतीने वर न्या. बाहूंचा कानांना स्पर्श होऊ द्या आणि तळवे एकमेकांसमोर असू द्या. पुन्हा हात खांद्यांच्या समांतर रेषेत आणा आणि बगलेत ठेवा. पुन्हा दुसऱ्यांदा हात खांद्यांच्या समांतर आणा आणि हात डोक्याच्या वरच्या बाजूला ताणा आणि पुन्हा खाली खांद्यांच्या समान रेषेत पसरा. नंतर हात बगलेत किंवा काखेत ठेवा. हीच क्रिया तुम्ही आकडे मोजतही करू शकता. एक आकडा म्हणून हात खांद्यांच्या रेषेत पसरा. दोन म्हटल्यावर वर न्या. तीन म्हटल्यावर पुन्हा खाली खांद्यांच्या रेषेत आणा आणि चार म्हटल्यावर हात बगलेत ठेवा. हा प्रकार पाच ते दहा वेळा करा.

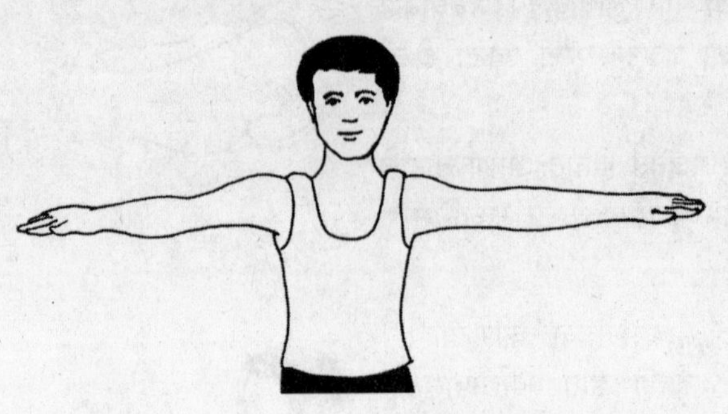

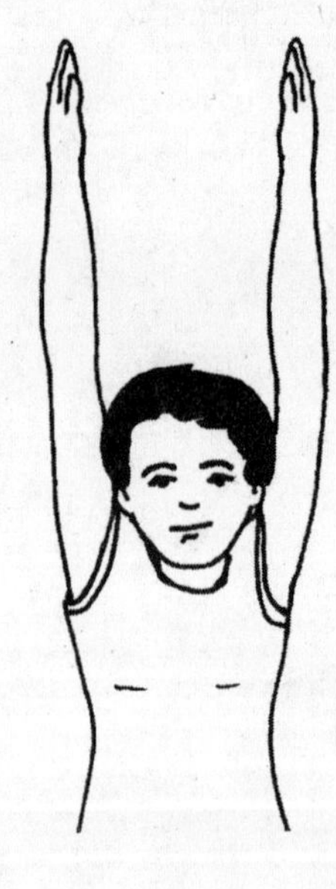

श्वासोच्छ्वास पद्धती/वेळ : हात पसरताना आणि वर घेताना श्वास घ्या आणि हात वाकवताना किंवा खाली घेताना श्वास सोडा. वरच्या सर्व क्रिया आवश्यकतेनुसार करू शकता.

लाभ :
- फुफ्फुसांची कार्यक्षमता वाढते.
- छातीचे स्नायू बळकट होतात.
- हातांचे सर्व सांधे योग्य प्रकारे कार्य करू लागतात.
- खांदे मजबूत होतात.

खांद्यांच्या हालचालीची क्रिया (स्कंध संचालन क्रिया)

अभ्यास १६ : पद्धत : सुखासनाच्या कोणत्याही आसनात बसा. दोन्ही हात खांद्यांना समांतर पसरा आणि कोपरात वाकवून डावा तळहात डाव्या खांद्यावर आणि उजवा तळहात उजव्या खांद्यावर ठेवा. आता दोन्ही कोपरे समोर आणा. छातीसमोर दोन्ही कोपरांनी परस्परांना स्पर्श करण्याचा प्रयत्न करा. त्यानंतर कोपरे वर उचला आणि त्यांनी कानांना स्पर्श करण्याचा प्रयत्न करा आणि कोपरे जेवढी मागे नेता येतील तेवढी मागे नेण्याचा प्रयत्न करा. त्यामुळे छाती अधिक खुली होईल. दोन्ही हातांचा बगलांना स्पर्श करून कोपरे पुन्हा मूळ स्थितीत न्या. अशा प्रकारे कोपरे फिरवत १०-१२ चक्रे पूर्ण करा. आता हीच क्रिया विरुद्ध दिशेने करा.

श्वासोच्छ्वास पद्धती : कोपरे वर उचलत असताना श्वास घ्या आणि खालच्या दिशेला आणत असताना श्वास सोडा.

लाभ :

- छाती उन्नत आणि पुष्ट होते. ही क्रिया करून महिला वक्षःस्थळं सुडौल बनवू शकतात.
- फुप्फुसांच्या प्रसरणामुळे आणि आकुंचनामुळे त्यांच्या कार्यपद्धतीत सुधारणा होते. प्राणवायू घेण्याची त्यांची क्षमताही वाढते.
- खांद्यांचे सांधे सशक्त बनतात.

छातीचे व्यायाम

पद्धत : सुखासनाच्या कोणत्याही आसनात बसा. हात कोपरांत वाकवून बोटे खांद्यांवर ठेवा. आता हळूहळू खांदे उजवीकडून डावीकडे अर्ध्या मार्गापर्यंत आणा आणि पुन्हा हळूहळू डावीकडून उजवीकडे न्या. अशा प्रकारे हा अभ्यास तुम्ही हवा तर हळूहळू करू शकता किंवा जलद, जलदही करू शकता. यातील प्रमुख गोष्ट म्हणजे डोक्याची स्थिती आणि नजर पूर्णतः स्थिर राहिली पाहिजे. फक्त खांदे आणि छाती यांचीच हालचाल झाली पाहिजे.

श्वासोच्छ्वास पद्धती : उजवीकडे आणि डावीकडे वळताना श्वास सोडा आणि मूळ अवस्थेत येताना श्वास घ्या.

दक्षता :
- जर मानेचा कोणताही रोग असेल, तर ही क्रिया काळजीपूर्वक करा.
- हृदयरोग किंवा उच्च रक्तदाब असेल तर हळूहळू अभ्यास करा.

लाभ :
- फुप्फुसे अधिक कार्यक्षम बनतात. त्यामुळे त्यांची प्राणवायू ग्रहण करण्याची शक्ती वाढते.
- मान लवचीक बनते.
- पोटाचा भाग किंवा उदरप्रदेश सक्रिय बनतो.

मानेचे व्यायाम/गतिमय ग्रीवा शक्तिवर्धक क्रिया

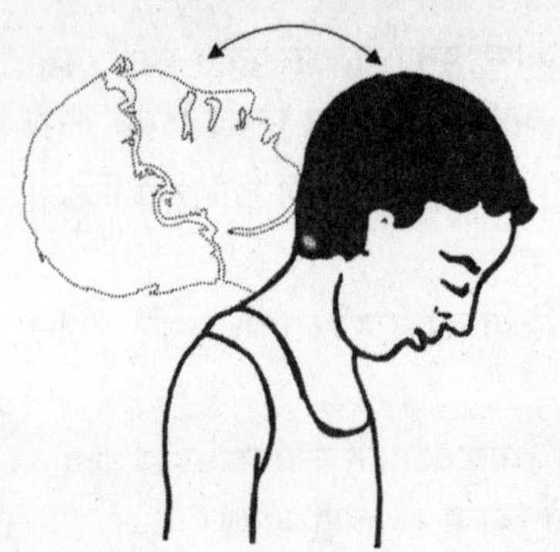

अभ्यास १७ (अ) : सुखासनातील कोणत्याही आसनात बसा. बोटांनी ज्ञानमुद्रा तयार करून बोटे काखेत किंवा गुडघ्यावर ठेवा. डोळे बंद करा. आता हळूहळू डोके पुढच्या बाजूला एवढे झुकवा की, हनुवटी गळ्याच्या हाडाच्या खोलगट भागात म्हणजेच कंठकूपाला स्पर्श करेल. नंतर डोके हळूहळू वर घ्या आणि हळूहळू मागच्या बाजूला न्या. पुन्हा मूळ स्थितीत या. आवश्यकतेनुसार पाच ते दहा वेळा हीच क्रिया करा.

श्वासोच्छ्वास पद्धती : समोर झुकताना श्वास सोडा आणि मागे जाताना श्वास घ्या.

अभ्यास १७ (ब) : आधीच्या अवस्थेतच बसून डोके डावीकडे झुकवा. डाव्या कानाचा डाव्या खांद्याला स्पर्श करण्याचा प्रयत्न करा. डोके हळूहळू पुन्हा सरळ करा आणि हीच क्रिया उजव्या बाजूने करा. अशा प्रकारे दहा वेळा ही क्रिया करा.

श्वासोच्छ्वास पद्धती : डोके वाकवताना किंवा झुकवताना श्वास सोडा आणि डोके वर घेताना श्वास घ्या.

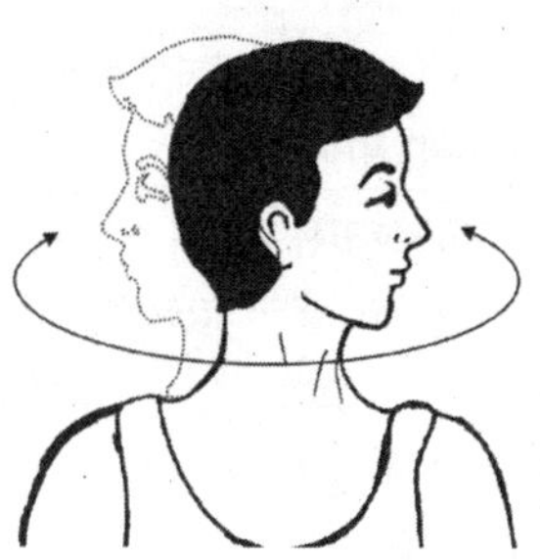

अभ्यास १७ (क) : वरील स्थितीतच बसून राहा. आता डोके न झुकवता डावीकडे एवढे फिरवा की, हनुवटी खांद्याच्या रेषेत येईल आणि नंतर पुन्हा पहिल्या स्थितीत न्या. त्यानंतर डोके उजवीकडे न्या आणि हनुवटी खांद्याच्या रेषेत येऊ द्या. हे एक आवर्तन झाले. अशा प्रकारे पाच ते दहा आवर्तने पूर्ण करा.

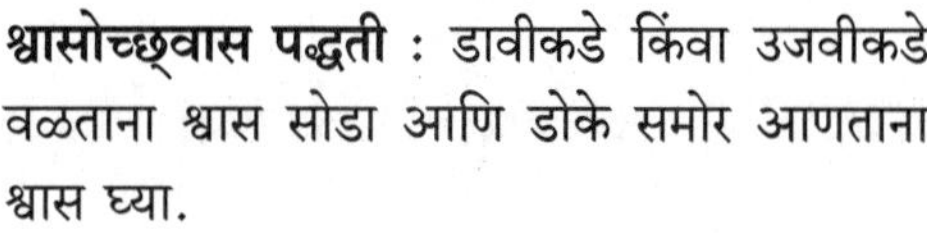

श्वासोच्छ्वास पद्धती : डावीकडे किंवा उजवीकडे वळताना श्वास सोडा आणि डोके समोर आणताना श्वास घ्या.

अभ्यास १७ (ड) : त्याच स्थितीत बसून राहा. आता डोके चक्राकार फिरवायचे आहे. म्हणून डोके समोर झुकवा आणि हळूहळू उजवीकडून डावीकडे फिरवत एक वर्तुळ तयार करा. अशा प्रकारे वर्तुळाकार डोके फिरवण्याची क्रिया पाच ते दहा वेळा करा. आता हीच क्रिया विरुद्ध दिशेनेही पाच ते दहा वेळा करा.

श्वासोच्छ्वास पद्धती : डोके वरच्या बाजूला नेताना श्वास घ्या आणि खालच्या बाजूला नेताना श्वास सोडा.

दक्षता :
- चक्कर आली, तर लगेच थांबा आणि डोळे उघडून आराम करा.
- मानेत कोणत्याही प्रकारे दुखणे किंवा वेदना जाणवली किंवा कोणतीही समस्या किंवा त्रास जाणवला, तर योगशिक्षकांचा सल्ला घ्या.

अभ्यास १७ (ई) : वरील क्रियांसाठी बसला होतात तसेच बसा. आता मान हळूहळू मागे झुकवा. काही क्षण थांबा आणि पुन्हा डोके वर घ्या. काही क्षण थांबा आणि डोके हळूहळू मागे न्या आणि पुन्हा हळूहळू वर आणा. आता डोके हळूहळू उजवीकडे न्या. काही क्षण थांबा आणि पुन्हा डोके सरळ करा. आता डोके डावीकडे न्या आणि पुन्हा एकदा डोके समोर आणा. हे एक आवर्तन झाले. अशा प्रकारे पाच ते दहा आवर्तने करा.

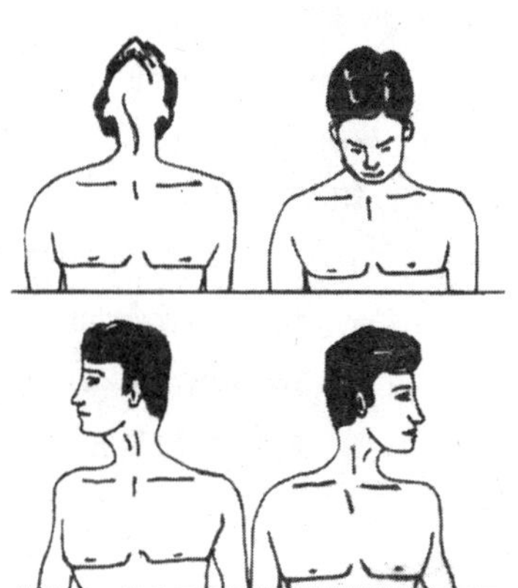

सूचना : एका बाजूला डोके झुकवताना जेवढा वेळ लागतो, तेवढाच वेळ सगळीकडे लागला पाहिजे.

श्वासोच्छ्वास पद्धती : डोके वर नेताना श्वास घ्या आणि झुकवताना सोडा आणि डोके फिरवताना किंवा वळवताना श्वास सोडा आणि डोके समोर सरळ आणताना श्वास घ्या.

लाभ : विद्यार्थी, कार्यालयीन कामकाज करणारे आणि मान वाकवून काम करणाऱ्यांसाठी ही क्रिया अत्यंत लाभदायक आहे. मानेसंबंधीच्या सर्व विकारांत लाभ मिळतो.

उदरप्रदेशाच्या किंवा पोटाच्या अवयवांसंबंधीच्या क्रिया

उत्तानपादासन

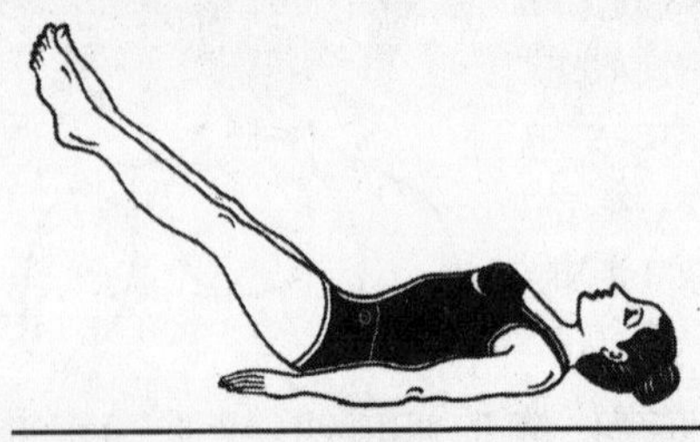

वैशिष्ट्य : हे आसन ध्रुवाचे पिता उत्तानपाद यांना समर्पित करण्यात आले आहे.

अभ्यास १ (अ) : जमिनीवर पाठीवर उताणे झोपा. तळहात शरीराच्या दोन्ही बाजूला जमिनीवर स्थिर ठेवा. श्वास घ्या आणि हातांवर हलका दबाव टाकून दोन्ही पाय एकाच वेळी जमिनीपासून सुमारे ६० अंशांच्या कोनात वर उचला. दोन्ही पाय एकमेकांना चिकटवलेले असावेत. पंजे समोरच्या दिशेला ताणून धरा. एक ते दोन मिनिटांपर्यंत याच अवस्थेत राहा. नंतर मूळ अवस्थेत परत या. या दरम्यान श्वास-प्रक्रिया सर्वसामान्य असावी.

श्वासोच्छ्वास पद्धती/वेळ : पाय वर उचलताना श्वास रोखून धरा आणि पाय खाली घेताना श्वास सोडा. असे तीन ते पाच वेळा करा.

दक्षता : कंबर किंवा पाठीच्या कण्यात कोणत्याही प्रकारची तीव्र वेदना किंवा दुखणे जाणवले, तर करू नये.

लाभ :

- आपल्या स्थानापासून नाभी (बेंबी) सरकली असेल, तर ती ठीक होते.
- पोटाची चरबी कमी होते.
- मलावरोधावर हा रामबाण उपाय आहे. पोट, कंबर आणि पाठ यांचे स्नायू सुदृढ बनतात.
- वायुविकारांचे शमन होते.

गतिमय उत्तानपादासन

अभ्यास १ (ब)

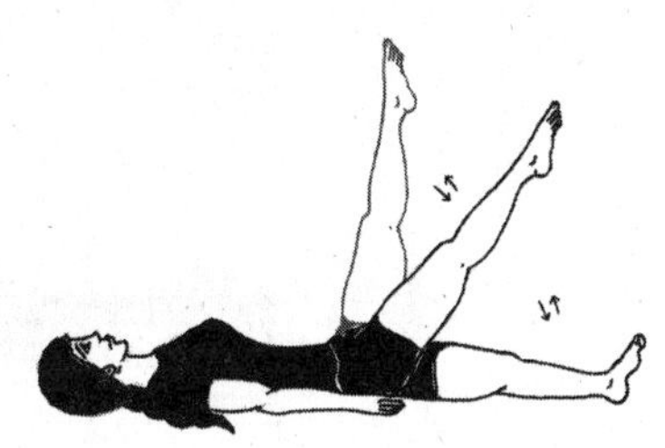

पद्धत : जमिनीवर पाठीवर उताणे झोपा. श्वास घेत डावा पाय काटकोन निर्माण होईल एवढा वर उचला. त्यानंतर थोडा वेळ थांबा आणि श्वास सोडत पुन्हा मूळ अवस्थेत परत या. अशा प्रकारे डाव्या पायाने पाच-सहा वेळा ही क्रिया करा. हीच क्रिया उजव्या पायाने करा. आता हीच क्रिया दोन्ही पायांनी एकाच वेळी करा.

लाभ :
- पोटाचा भाग, पचनक्रिया, पाठीचा कणा, पाठीच्या खालच्या भागाच्या पेशी मजबूत बनतात. या भागात लवचीकता निर्माण होते.
- चरबी दूर करून मांड्या आणि नितंब सुडौल बनतात.

पायांनी चक्राकार बनवणे किंवा पादवृत्तासन

अभ्यास २ :

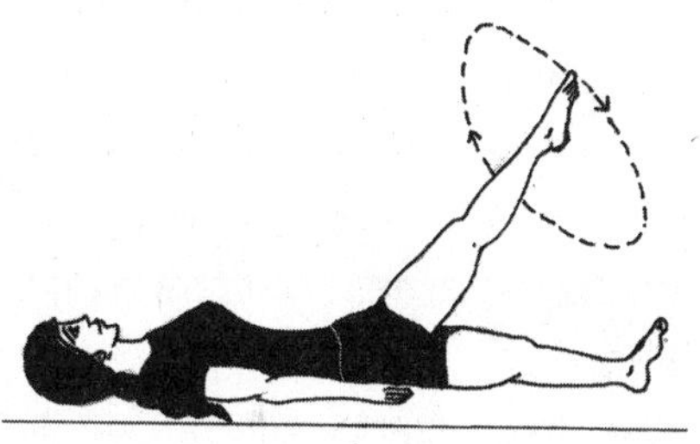

पद्धत : शवासनात झोपा. पहिल्यांदा उजवा पाय सरळ वर घ्या आणि उजव्या बाजूने डावीकडे पाय घेत चक्राकार तयार करा. आता तोच पाय डावीकडून उजवीकडे वळवा. असे १० ते १२ वेळा करा. आता डाव्या पायाने हीच क्रिया करा. त्यानंतर दोन्ही पायांनी ही क्रिया करा.

श्वासोच्छ्वास पद्धती : क्रिया करत असताना श्वासोच्छ्वास नियमित व सर्वसामान्यपणे करा.

लाभ :
- कंबरदुखीपासून आराम मिळतो.
- नितंब मजबूत आणि सुडौल बनतात.
- पायाच्या सर्व स्नायूंना लाभ मिळतो.
- लठ्ठपणा कमी करण्याचे सर्वांत चांगले आसन आहे. थकल्यानंतर विश्रांती घ्यावी. पोटाची आणि मांड्यांची अतिरिक्त चरबी कमी होते.

सूचना : हवे तर सुरुवातीला दोन्ही पायांनी करताना पायांना खाली हातांनी आधार द्या. थकल्यानंतर विश्रांती घ्या. जितके मोठे चक्र किंवा वर्तुळ बनवू शकाल तितके मोठे वर्तुळ बनवा.

पाद संचालन क्रिया/सायकल चालवणे/द्वि-चक्रिकासन

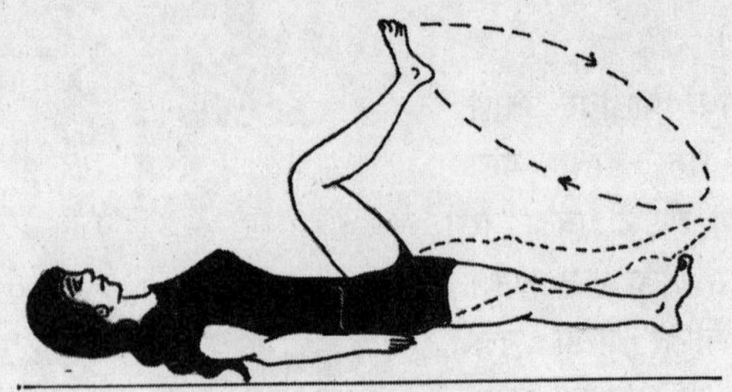

अभ्यास ३ (अ) : पद्धत : शवासनात झोपा आणि कल्पना करा की तुम्ही सायकल चालवत आहात.

१. पहिल्यांदा एक पाय वर उचला आणि सायकल चालवल्याप्रमाणे मागे-पुढे, वर-खाली करा. १०-१५ वेळा सरळ पेडल मारल्यासारखे पाय फिरवा आणि नंतर उलटे पेडल मारल्यासारखे चालवा.

२. आता दुसऱ्या पायाने अशीच क्रिया करा.

३. आता सायकलवर बसून दोन्ही पायांनी सायकल चालवल्यासारखी क्रिया करा.

४. नंतर दोन्ही पाय एकमेकांना चिकटवा आणि सायकल चालवल्यासारखी क्रिया करा.

५. दर वेळी १०-१५ पेडल सरळ दिशेने मारा आणि नंतर उलट दिशेने सायकल चालवल्यासारखी क्रिया करा.

श्वासोच्छ्वास पद्धती : पाय लांब करताना श्वास घ्या आणि गुडघे वाकवताना श्वास सोडा.

लाभ :
- पोटाच्या भागाला किंवा उदरप्रदेशाला लाभ होतो.
- घोटे, पोटऱ्या, गुडघे, मांड्या, नितंब आणि कंबर या सर्व अवयवांना लाभ होतो.
- सांधे खुले होतात आणि स्नायू योग्य प्रकारे कार्यरत होतात.
- अपान वायू बाहेर पडतो.
- लठ्ठपणा कमी करण्यास साहाय्यभूत ठरते.
- मांड्या आणि नितंब सुडौल बनवते.

सूचना :
- थकवा आल्यावर आराम करा.
- आपल्या वयोमानानुसार आणि इतर परिस्थितींचा विचार करून त्यानुसार करा.
- पाय जितके मागे नेता येतील, तितके मागे नेऊन हे आसन करा.
- हातांचीही पायांप्रमाणेच मागे-पुढे आणि वर-खाली हालचाल करा.

सुप्त पाद संचालन क्रिया

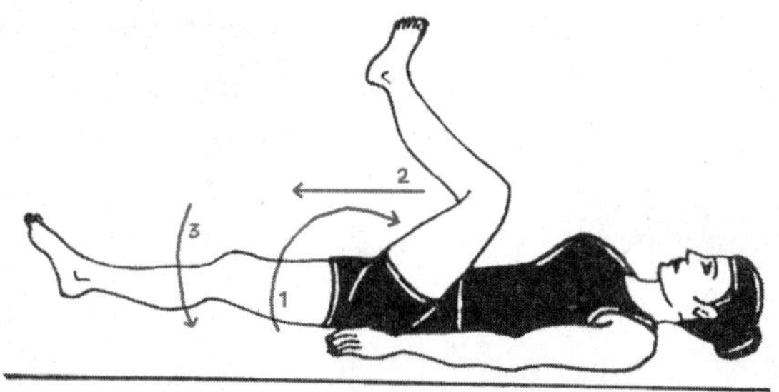

अभ्यास ३ (ब) पद्धत : जमिनीवर पाठीवर उताणे झोपा. हात दोन्ही बाजूंना शरीराशेजारी ठेवा. मांडीच्या भागाचा पोटाला स्पर्श व्हावा एवढा डावा पाय गुडघ्यात वाकवा. आता पाय समोरच्या बाजूला सरळ करा (जमिनीपासून दोन फूट वर) आणि जमिनीवर ठेवा. ही क्रिया पहिल्यांदा डाव्या पायाने आणि नंतर उजव्या पायाने प्रत्येकी पाच ते दहा वेळा करा. आता हीच क्रिया उलट दिशेने करा. पहिल्यांदा डावा पाय जमिनीपासून दोन फूट वर उचला. त्यानंतर पाय गुडघ्यात वाकवून त्याचा पोटाला स्पर्श करा. आणि जमिनीवर सरळ खाली ठेवा. हीच क्रिया उजव्या पायानेही करा.

ही क्रिया दोन्ही पायांनी एकदम करा. पहिल्यांदा दोन्ही पाय गुडघ्यांत वाकवून पोटापर्यंत न्या. त्यांचा पोटाला स्पर्श होऊ द्या. पाय समोरच्या बाजूला सरळ करा. (जमिनीपासून दोन फूट उंचीवर) नंतर जमिनीवर ठेवा. ही क्रिया पाच ते दहा वेळा करा. आता याच्या उलट क्रिया करा. दोन्ही पाय वर उचला. गुडघ्यांत वाकवून त्यांचा पोटाला स्पर्श होऊ द्या आणि नंतर पुन्हा जमिनीवर ठेवून द्या.

श्वासोच्छ्वास पद्धती : पाय लांब करताना श्वास घ्या आणि गुडघे वाकवताना श्वास सोडा.

वेळ : या सर्व क्रिया पाच ते दहा वेळा करा.

लाभ :
- पोटाच्या भागावरची चरबी कमी होते.
- पचनक्रिया मजबूत करून मलावरोध दूर होतो.
- नाभी आपल्या स्थानापासून सरकली असेल तर ती ठीक होते.
- गुडघे, मांड्या, पोटऱ्या यांच्यातील रक्ताभिसरण वाढून हे अवयव मजबूत होतात.
- पाय थरथरणे किंवा कंप पावणे या आजारात आराम मिळतो.
- मांड्या आणि नितंब यांना योग्य आकार येतो.

दुसरा प्रकार : हीच क्रिया बसून केली, तर तिला **उत्तान जानु संचालन क्रिया** असे म्हणतात.

सुप्त पवनमुक्तासन अभ्यास ४ (अ)

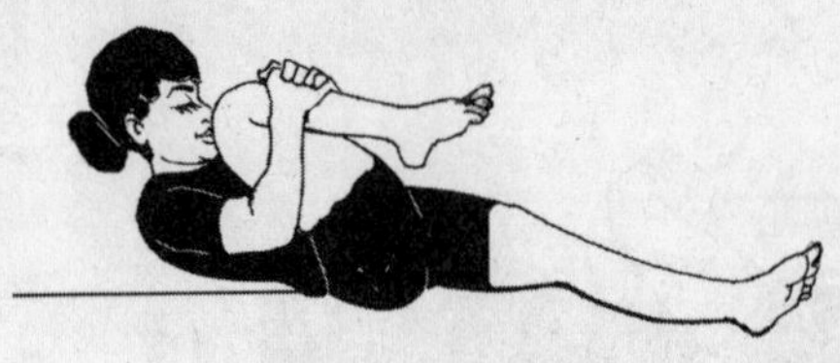

(पहिला प्रकार) : शवासनाच्या स्थितीत झोपा. आता उजवा पाय वाकवून मांडी छातीच्या बाजूला ओढून घ्या. त्यानंतर दोन्ही हातांचे पंजे एकमेकांत गुंफून गुडघ्यांवर ठेवा. श्वास सोडा आणि हातांनी दाब देऊन मांडी छातीला चिकटवण्याचा प्रयत्न करा. त्याच वेळी डोके वर घेऊन नाकाचा गुडघ्याला स्पर्श होऊ द्या. काही वेळ या स्थितीत राहा. त्यानंतर पुन्हा शवासनाच्या स्थितीत या. श्वास आणि आसन या दोन्हींबाबत जागरुक राहा. या प्रकारे आणखी तीन ते पाच वेळा हीच क्रिया करा आणि नंतर पाय बदलून पुन्हा हीच क्रिया तीन ते पाच वेळा करा.

सुप्त पवनमुक्तासन अभ्यास ४ (ब)

(दुसरा प्रकार) : शवासनात झोपा. आता दोन्ही पाय गुडघ्यांत वाकवून छातीपर्यंत आणण्याचा प्रयत्न करा. त्यानंतर दोन्ही हातांनी आलिंगन दिल्याप्रमाणे गुडघ्यांना विळखा घाला. श्वास सोडून द्या. हातांचा दाब देऊन मांड्या छातीशी चिकटवा आणि डोके वर घेऊन नाकाचा गुडघ्याला स्पर्श होऊ द्या. काही काळ थांबा. पुन्हा पूर्वस्थितीत या. ही क्रिया आठ ते दहा वेळा करा. याला पूर्ण पवनमुक्तासन असेही म्हणतात.

पूर्ण पवनमुक्तासनात लवंडणे अभ्यास ५ (अ)

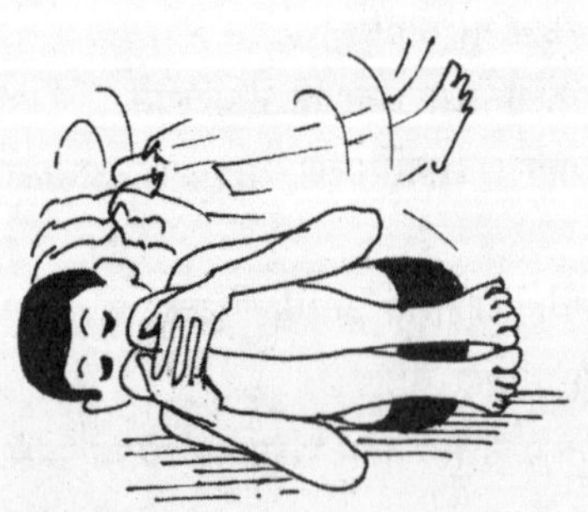

(तिसरा प्रकार) : पूर्ण पवनमुक्तासनाच्या स्थितीत पहिल्यांदा डाव्या बाजूला लवंडा. त्यामध्ये डावा कान, खांदा, गुडघा आणि संपूर्ण डाव्या बाजूच्या अवयवांनी जमिनीला स्पर्श करण्याचा प्रयत्न करा. आता पुन्हा उजवीकडे लवंडा. त्यानंतर मूळ अवस्थेत या. हे एक आवर्तन झाले. अशा प्रकारे १० ते १५ आवर्तने करा.

गतिमय पवनमुक्तासन अभ्यास ५ (ब)

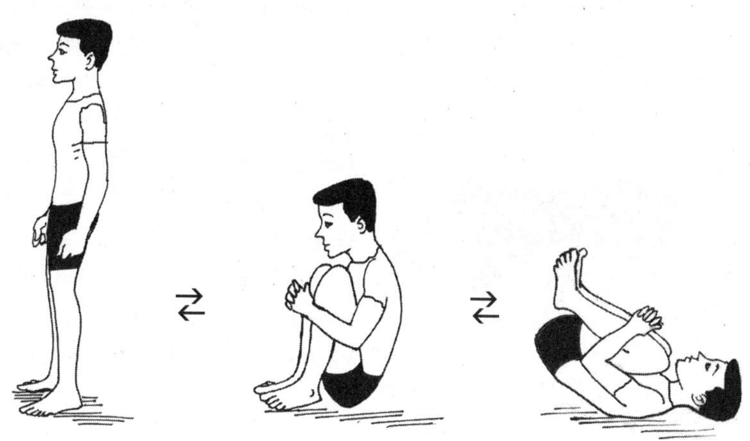

चौथा प्रकार : गतिमान आसनासाठी पूर्ण पवनमुक्तासनाची स्थिती धारण करा. त्यानंतर क्रमशः उकिडवे बसा आणि नंतर हात सोडून उभे राहा. (हवे तर हात वरच्या बाजूला ताणून धरा.) पुन्हा उकिडव्या स्थितीत बसा आणि नंतर पवनमुक्तासनाच्या स्थितीत या. हे एक आवर्तन झाले. अशा प्रकारे ही संपूर्ण क्रिया पाच ते दहा वेळा करा.

दक्षता : व्यायामाची क्रिया करताना दक्ष राहा. या संपूर्ण प्रकारात पाठीच्या कण्यावर विशेष दबाव पडत असल्यामुळे पाठीखाली मोठी घडी केलेली सतरंजी ठेवा.

श्वासोच्छ्वास पद्धती : गतिमान स्थितीत श्वास सर्वसामान्यपणे घेत राहा.

लाभ :

- पवनमुक्तासन मलावरोधाच्या रोग्यांसाठी विशेषत्वाने लाभदायक ठरते. मल बाहेर पडताना त्रास होणे, पोटाच्या विकारांमुळे होणारी डोकेदुखी, अपान वायू ऊर्ध्वमुखी झाल्याने मस्तकातील उष्णता वाढणे, संभ्रम आदी व्याधींमध्ये हे आसन अत्यंत लाभदायक असते.
- नावानुसारच त्याचे लाभही आहेत. शरीरातील अपान वायू बाहेर काढते. त्यामुळे शरीर हलके झाल्यासारखे वाटते.
- पाठीचा कणा बळकट बनतो.
- हृदयविषयक आजार बरे होतात. श्वासाच्या रुग्णांना लाभ होतो.
- चेहऱ्याचे तेज आणि ओज वाढते.
- अवेळी होणारी केसगळती रोखली जाते.
- शरीर चपळ आणि सडपातळ बनवण्यास साहाय्य होते.

मर्कटासन/सुप्त उदराकर्षणासन

अभ्यास ६ :

(पहिला प्रकार) : आपल्या आसनावर (कांबळ्यावर, सतरंजीवर किंवा मॅटवर) पाठीवर झोपा. हात खांद्याच्या रेषेत समांतर पसरा आणि तळहात आकाशाच्या दिशेला खुले ठेवा किंवा दोन्ही हातांची बोटे एकमेकांत अडकवून तळवे डोक्याखाली घ्या. दोन्ही पाय गुडघ्यात वाकवून नितंबाजवळ न्या. दोन्ही पायांच्या मध्ये दीड फुटाचे अंतर ठेवा. आता उजव्या बाजूला दोन्ही गुडघे झुकवून जमिनीला स्पर्श करा. या स्थितीत उजव्या पायाचा जमिनीला स्पर्श होईल आणि डाव्या पायाच्या गुडघ्याचाही उजव्या पायाच्या पंजाच्या जवळ जमिनीला स्पर्श होईल. मान डावीकडे वळवून ठेवा. हीच क्रिया डाव्या बाजूला पाय वाकवूनही करा.

(दुसरा प्रकार) : आधीप्रमाणेच, आसनावर पाठीवर उताणे झोपा. हातांची स्थितीही तशीच ठेवा. दोन्ही पाय वाकवून नितंबांजवळ ठेवा. दोन्ही गुडघे एकमेकांना चिकटवून ठेवा. आता गुडघ्यांना उजवीकडे झुकवून त्यांनी जमिनीला स्पर्श करा. डावा गुडघा उजव्या गुडघ्याच्या बरोबर वर ठेवा आणि उजव्या पायाच्या पंजाच्या वर डाव्या पायाचा पंजा असेल. मान डावीकडे वळवून ठेवा. आता हीच क्रिया पूर्ण करण्यासाठी डाव्या बाजूला पाय वळवा आणि मान उजवीकडे वळवा.

(तिसरा प्रकार) : आसनावर पाठीवर झोपा. हात खांद्यांना समांतर पसरा. आता उजवा पाय नितंबांपासून उचलून वाकवून काटकोनाची स्थिती निर्माण करा. (सोबतचे चित्र पाहा.) डाव्या हाताने उजव्या पायाचा अंगठा पकडा. मान उजवीकडे वळवा. आता हेच आसन विरुद्ध दिशेने करा.

वैशिष्ट्य : जर पाय डावीकडे असेल, तर डोके उजव्या बाजूला वळवा आणि पाय उजवीकडे असताना डोके डावीकडे वळवा. अशा प्रकारे क्रिया करत राहिल्याने अंतर्गत मसाज होतो.

लाभ :
- पहिल्या आणि दुसऱ्या प्रकारच्या क्रियेमुळे स्लिप डिस्क, कंबरदुखी, सायटिका, सर्व्हायकल स्पाँडिलायटिस या आजारांच्या रुग्णांना झटपट लाभ मिळतो.
- पोट नरम बनते, म्हणजेच मलावरोध आणि गॅसचा त्रास दूर होतो.
- पाठीच्या कण्याला विशेष लाभ मिळतो.
- नितंबाच्या भागालाही विशेष लाभ मिळतो.
- पोटावरची चरबी घटते. थोड्या जलद गतीने केल्यावर कंबर सडपातळ होऊन शरीर चपळ बनते.
- शरीरात चैतन्य आणि ऊर्जा, उत्साह निर्माण होतो.

विशेष बाब : काही योगशिक्षक या आसनाला **कटिमर्दनासन** म्हणतात.

योगाभ्यास म्हणजे केवळ व्यायामच नाही; तर शारीरिक व मानसिक स्वास्थ्य मिळवून देणारा आणि शरीर व मन एकरूप झाल्यामुळे काही नवीन घडण्याची शक्यता असलेला क्रियात्मक अभ्यास आहे.

– राजीव जैन त्रिलोक

नौकासन

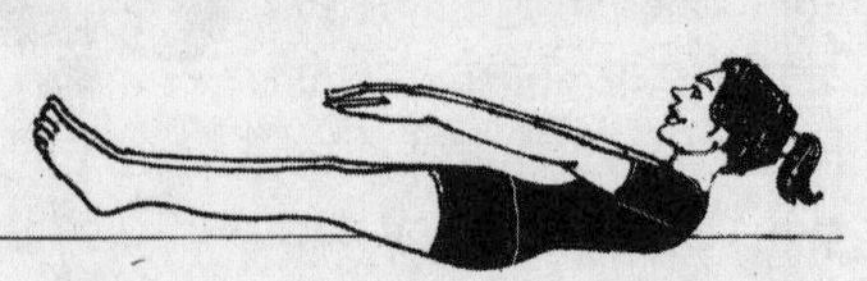

अभ्यास ८, पहिला प्रकार : पाठीवर उताणे झोपा. हात शरीराच्या दोन्ही बाजूला ठेवा. श्वास घ्या. दोन्ही पाय आणि दोन्ही हात; तसेच धड व डोके एकाच वेळी जमिनीपासून हळूहळू वर उचला. डोके आणि पाय सर्वसाधारणपणे एकाच उंचीवर ठेवण्याची दक्षता घ्या. जेवढा काळ या अवस्थेत राहू शकाल, तेवढा काळ थांबा. या आसनाला पूर्ण **नौकासन** म्हणतात. हीच क्रिया पाच-सहा वेळा करा.

दुसरा प्रकार : दुसऱ्या प्रकारात हात परस्परांना समांतर ठेवा किंवा बोटे एकमेकांत गुंफून तळहात डोक्याच्या मागच्या बाजूला ठेवा आणि पाय व खांदे सुमारे एक फूट वर उचला. या प्रकाराला अर्धनौकासन म्हणतात.

लक्ष : स्वाधिष्ठान, मणिपूर आणि अनाहत या चक्रांवर लक्ष केंद्रित करा.

श्वासोच्छ्वास पद्धती : मलावरोध असेल, तर पहिल्यांदा श्वास घ्या आणि वर उठताना आणि अंतिम स्थितीतून परत येताना अंतर्कुंभक करा. त्यानंतर श्वास सोडा.

लाभ :

- या आसनामुळे पाठ खूपच अधिक प्रमाणात मजबूत बनते.
- आतड्यांवर चांगला प्रभाव पडतो.
- अर्धनौकासनामुळे प्लीहा, यकृत आणि पित्ताशय यांच्यावर चांगला परिणाम होतो.
- पाठीचा कणा दृढ आणि मजबूत बनतो.
- पोटातील कृमींचा नाश होतो.
- पाय मजबूत होतात. वृद्धावस्थेतील पायांचे थरथरणे बंद होते.
- आपल्या स्थानावरून सरकलेली नाभी बरी होते.
- हे आसन नियमितपणे केले, तर महिलांच्या आजारांमध्ये लाभ होतो. बीजांडकोश किंवा अंडाशय, गर्भाशय यांचे आजार, प्रसूतीनंतर योनी, जरायू आणि पोट खाली लोंबकळणे यांसारख्या आजारांमध्ये हे आसन लाभदायक ठरते.

विशेष बाब : पहिल्या प्रकाराला काही योगशिक्षक **मुक्त हस्त मेरुदंडासन** असेही म्हणतात.

शक्तिबंधाच्या क्रिया

दोरी खेचण्याची क्रिया :

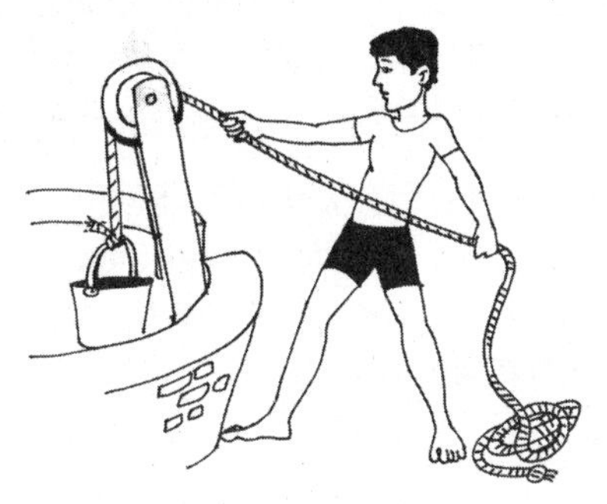

अभ्यास १ (अ) : दोरी खेचण्याची क्रिया तीन प्रकारांनी करणे शक्य असते. आपण विहिरीतून पाणी खेचत आहोत अशी कल्पना करा. (तुम्ही पाहिलेली असेल त्याप्रमाणेच आपली क्रियाही असली पाहिजे. - एक पाय पुढे, एक पाय मागे आणि पहिल्यांदा एका हाताने आणि नंतर दुसऱ्या हाताने विहिरीतून बादली खेचली जाते.) पहिल्यांदा या पद्धतीने करा. त्यानंतर हीच क्रिया मागचा पाय पुढे आणि पुढचा पाय मागे घेऊन करा. हात जितके जास्तीत जास्त मागे-पुढे नेता येतील तेवढे न्या. ही क्रिया १० ते २० वेळा करा.

अभ्यास १ (ब) : हीच क्रिया बसून करा. समोर पाय सोडून ताणा आणि वरील क्रिया करा.

अभ्यास १ (क) – दही घुसळणे : पाय सरळ समोर पसरून बसा. नंतर डाव्या हातात एका दोरीचे आणि उजव्या हातात दुसऱ्या दोरीचे टोक आहे असे समजा. आता दोन्ही हातांनी समांतर पद्धतीने एका पाठोपाठ दोरीचे टोक खेचत आहात, असे समजा. तुमच्या समोरच दुसरा कोणी साधक तुमच्या दिशेने तोंड करून बसलेला असावा. तुम्ही खेचलेली दोरीच त्याने आपल्याकडे खेचावी. आता तीच दोरी तुम्ही त्याच्याकडून आपल्याकडे दुसऱ्यांदा खेचून घ्या. समोरच्या साधकाने पुन्हा एकदा आपल्याकडे ती दोरी खेचावी. अशा प्रकारे १५-२० वेळा रस्सीखेचीचा प्रकार करा. हात जितके मागे नेणे शक्य होईल, तितके न्या. ही क्रिया दही घुसळण्याच्या क्रियेसारखी आहे.

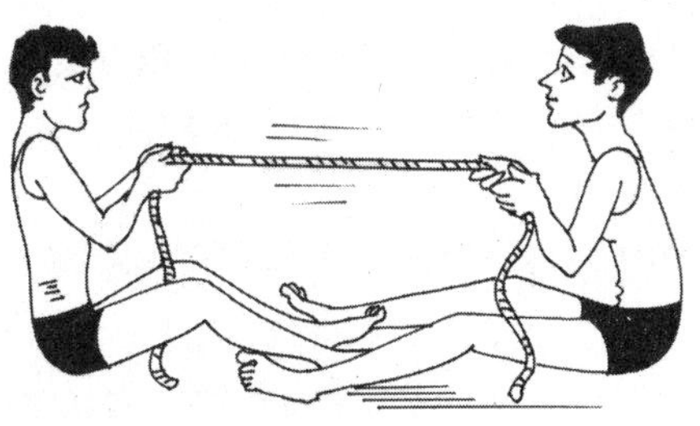

श्वासोच्छ्वास पद्धती : हात पुढे घेताना श्वास घ्या आणि हात मागे घेताना श्वास सोडा.

लाभ :
- हातांचे पंजे, कोपरे, बाहू आणि खांदे यांचे स्नायू यांना भरपूर व्यायाम मिळतो. त्यामुळे हे भाग सामर्थ्यशाली आणि लवचीक बनतात. स्त्रियांच्या स्तनांचा विकास होतो.
- पाठीचा कणा लवचीक बनतो.
- पचनसंस्थेच्या रोगांचा नाश होतो. पोटावरची चरबी नाहीशी होते.
- फुप्फुसांना ताकद मिळते.
- पचनसंस्थेच्या सर्व अवयवांना लाभ होतो.

गतिमय मेरुवक्रासन

अभ्यास २. पद्धत : आपल्या आसनावर पाय पसरून बसा. उजवा हात डाव्या पायाच्या अंगठ्याजवळ न्या. शक्य झाले तर अंगठ्याला स्पर्श करा. शरीराचा कमरेपासूनचा वरचा भाग डावीकडे वळवून डावा हात मागे ताणा आणि शरीराचा वरचा भाग (धड) वळवून डावा हात पाहण्याचा प्रयत्न करा. या वेळी दोन्ही हात एका रेषेत असतील. याच प्रकारे दुसऱ्या बाजूनेही हे आसन करा. हे झाले एक आवर्तन. अशा प्रकारे १० ते २० आवर्तने करा. याचा व्यवस्थित सराव झाल्यावर गती वाढवू शकता. वळताना श्वास घ्या आणि परत मूळ स्थितीत येताना श्वास सोडा.

लाभ :
- पाठीचा कणा आणि पाठीच्या अंतर्गत अवयवांची मालीश होते.
- पोट निरोगी बनते.
- फुप्फुसांचे सर्वसामान्य विकार दूर होतात.
- पोटावरची चरबी दूर होण्यास साहाय्य होते.
- कंबर सडपातळ होऊन शरीर चपळ बनते.

जाते फिरवण्याची क्रिया

अभ्यास ३ (अ)

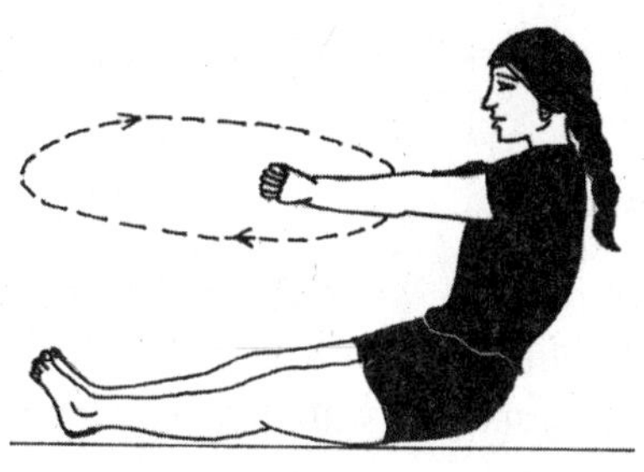

पद्धत : समोरच्या बाजूला सरळ पाय सोडून बसा. हात सरळ समोर ताणून धरून तळहात एकमेकांत गुंतवा. मनातल्या मनात असा विचार करा की, आपण जाते फिरवत आहोत. अशा प्रकारे कंबर आणि कंबरेच्या वरच्या भागाला चारही बाजूंना फिरवत वर्तुळ पूर्ण करा. जितके मागे-पुढे झुकणे शक्य असेल, तेवढे मागे-पुढे झुका. आता हीच क्रिया उलट्या बाजूने करा. पहिल्यांदा उजवीकडून डावीकडे आणि नंतर डावीकडून उजवीकडे अशा प्रकारे १०-१५ वेळा ही क्रिया करा.

श्वासोच्छ्वास पद्धती : मागच्या बाजूला जाताना श्वास घ्या आणि पुढच्या बाजूला झुकताना श्वास सोडा.

अभ्यास ३ (ब)

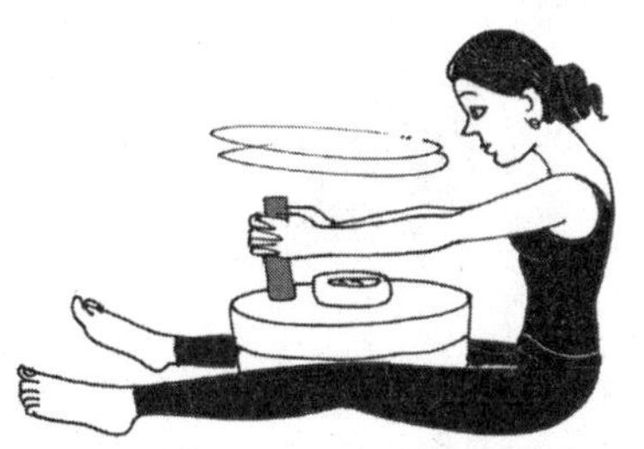

पद्धत : समोर पाय सोडून बसा. आता दोन्ही पाय पसरून एकमेकांपासून लांब न्या. आता असा विचार करा की, आपल्या पायांच्या बरोबर मध्यभागी जाते ठेवण्यात आले आहे. पुन्हा आधीच्या प्रमाणे जाते फिरवण्याची क्रिया करा.

अभ्यास ३ (क)

पद्धत : तिसरी प्रक्रियाही वरीलप्रमाणेच आहे. फक्त यात आपल्याला सुखासनात बसायचे आहे आणि समोर जाते ठेवण्यात आले आहे आणि आपण जाते फिरवत आहोत अशी कल्पना करायची आहे. पहिल्यांदा उजवीकडून डावीकडे, नंतर डावीकडून उजवीकडे अशा प्रकारे १०-१५ वेळा ही क्रिया करा.

लाभ :
- सर्वांसाठी हे उपयुक्त आसन आहे. यामुळे पोटाच्या आतील भागातील अवयवांची मालीश होते.
- शौचाला त्रास होत असेल, तर त्या आजारात लाभ मिळतो.

- कंबरदुखीपासून आराम मिळतो.
- अनियमित मासिक पाळीचे आजार दूर होतात.
- लठ्ठपणा कमी होतो आणि कंबर सडपातळ होते.
- पोटाचा खालचा भाग, ओटिपोट, नितंब आणि मांड्या सुडौल बनतात.

विशेष बाब : पूर्वीच्या काळी प्रत्येक घरात हाताने धान्य दळण्यासाठी 'दगडी जाते' असायचे. महिला किंवा पुरुष रोज गहू वगैरे धान्य या जात्यावर दळत आणि नकळत व्यायाम करून त्याचा लाभ मिळवत होते. परंतु, आता ही गोष्ट शक्य नसल्यामुळे आपण फक्त ही क्रिया व्यायामाच्या स्वरूपात करून तिचा लाभ मिळवू शकतो.

नौका संचालन (नाव चालवण्याची क्रिया)

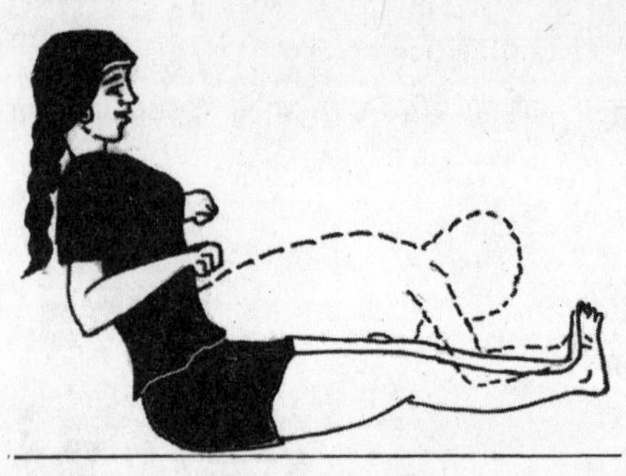

अभ्यास ४. पद्धत : सुखासनात बसा. पाय समोरच्या बाजूला सोडा. आता आपण नाव चालवत आहोत अशी कल्पना करा. हा विचार करतच नाव चालवण्याची क्रिया करायची आहे. जेवढे मागे-पुढे झुकणे शक्य होईल तेवढे झुका. आता बरोबर याच्या विरुद्ध क्रिया करा. नावेला पुढे गती देण्यासाठी नावाडी वल्हे मारत असतो त्याच्या बरोबर विरुद्ध पद्धतीने नाव मागे नेताना वल्हे वल्हवत असतो. त्याप्रमाणे नाव मागे नेल्याप्रमाणे वल्हे मारणे ही विरुद्ध क्रिया असेल. ही संपूर्ण क्रिया १०-१५ वेळा करा.

श्वासोच्छ्वास पद्धती : मागे जाताना श्वास घ्या आणि पुढे झुकताना श्वास सोडा.

लाभ :
- या सरावाने कंबर, पाठीचा कणा, पाय, पाठ, खांदे आणि हात या अवयवांना चांगला व्यायाम मिळतो. त्यामुळे आपोआपच त्यांच्याशी संबंधित लाभ मिळतात.
- शरीरात साचलेली चरबी दूर होऊन शरीर चपळ बनते.
- पोटाच्या भागाला लाभ मिळतो.
- ही क्रिया शरीराला ऊर्जा मिळवून देते.

मुष्टिका प्रघात क्रिया

अभ्यास ५

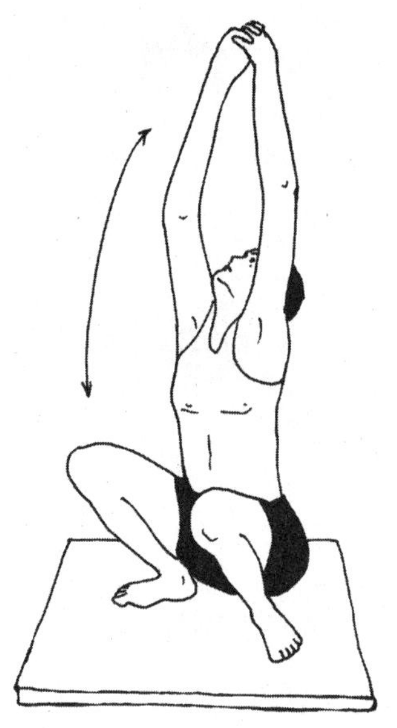

पद्धत : पायाच्या पंजांच्या साहाय्याने उकिडवे बसा. दोन्ही गुडघ्यांच्या मध्ये जवळजवळ दोन फुटांचे अंतर ठेवा. आता दोन्ही हात समोर पसरून बोटे एकमेकांत गुंतवून मुठीसारखा आकार तयार करा. त्यानंतर हात वरच्या बाजूला न्या आणि खाली आणा.

तुम्ही आपल्या मुठीने जमिनीवर ठेवलेल्या वस्तूवर प्रहार करत आहात असे वाटले पाहिजे. या दरम्यान शक्य असेल तर हात वर उचलून जास्तीत जास्त मागे न्या आणि हातांकडे वर पाहाण्याचा प्रयत्नही करा.

श्वासोच्छ्वास पद्धती : हात वर नेताना श्वास घ्या आणि खाली आणताना श्वास सोडा. या आसनाची पाच ते दहा आवर्तने पूर्ण करा.

लाभ :
- महिलांच्या गर्भाशयाच्या स्नायूंना विशेष लाभ होतो.
- फुफ्फुसांना स्थैर्य मिळते आणि खांद्यांच्या सांध्यांना लाभ मिळतो.
- वक्षःस्थळ विकसित करण्यात महिलांना विशेष लाभ मिळतो.
- प्रजननसंस्थेच्या अवयवांनाही लाभ होतो.

विशेष बाब :
- काही योगशिक्षक या क्रियेला **काष्ठ तक्षणासन** असेही म्हणतात.
- अति उच्च रक्तदाब असलेल्या लोकांनी जलद गतीने करू नये.

सुप्त नमस्कार

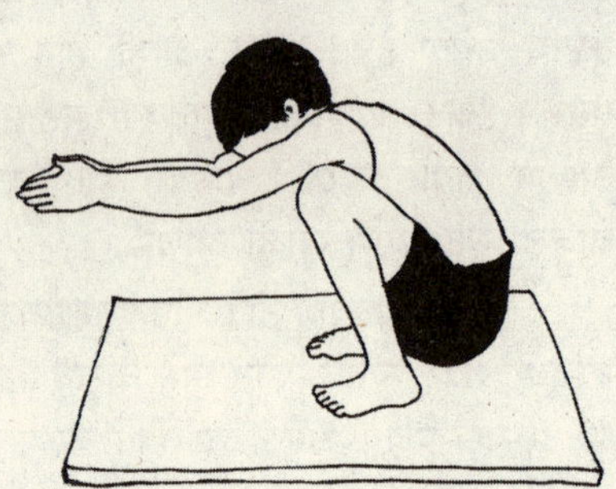

अभ्यास ६ : पद्धत : पायांच्या पंजांवर उकिडवे बसा. पंजांच्या मध्ये जास्तीतजास्त अंतर ठेवा. दोन्ही हातांनी प्रार्थनेच्या नमस्कारासारखी मुद्रा बनवा आणि हात लांब करा. त्यानंतर दोन्ही हात गुडघ्यांच्या मध्ये ठेवा आणि बाहूंवर गुडघ्यांनी आतल्या बाजूला दबाव टाका. श्वास घ्या. आता वर पाहा आणि हात प्रार्थना केल्याप्रमाणे नमस्काराच्या मुद्रेत छातीजवळ आणा. बाहूंनी पायांवर बाहेरच्या बाजूला दबाव टाका. श्वास सोडत पुन्हा मूळ अवस्थेत या. अशा प्रकारे पाच ते दहा वेळा ही क्रिया करा.

लाभ :
- पायांच्या सर्व स्नायूंना लाभ मिळतो.
- खांद्यांच्या आणि पाठीच्या सामान्य वेदनांपासून सुटका होते.
- संपूर्ण ओविशेष बाबोटाच्या भागाला लाभ मिळतो.

योगक्रियांद्वारे आपण पुन्हा आपल्या
संस्कृतीकडे परत जात आहोत.

– राजीव जैन त्रिलोक

वायुनिष्कासन क्रिया

अभ्यास ७ पद्धत : दोन्ही पायांच्या मध्ये अंतर ठेवून पंजांच्या साहाय्याने उकिडवे बसा. तळहात पायांच्या पंजांच्या खाली ठेवा. बोटे आतील बाजूला असावीत. हवे तर पायांचे पंजे हातांनी पकडून ठेवा. गुडघ्यांनी कोपरांवर दाब द्या आणि श्वास घेत समोर पाहा. श्वास सोडा. गुडघे सरळ करून उभे राहा. त्यानंतर नितंब वरच्या बाजूला आणि डोके झुकलेल्या अवस्थेत ठेवून गुडघ्यांकडे पाहा. पायांचे पंजे पकडून ठेवा. या अभ्यासाच्या दरम्यान डोळे उघडे ठेवा. पाठीचा कणा जास्तीत जास्त झुकवा. श्वास रोखून धरत शक्य तेवढा वेळ थांबा. श्वास घेत मूळ अवस्थेत परत या. हे एक आवर्तन झाले. अशी पाच-दहा आवर्तने करा.

दक्षता : उच्च रक्तदाब, चक्कर येणे किंवा ज्यांना पाठीच्या कण्याविषयीच्या काही समस्या आहेत, त्यांनी हे आसन काळजीपूर्वक करावे.

लाभ :
- हे आसन नावाप्रमाणे वायूला खालच्या दिशेने प्रवासास उद्युक्त करते.
- वायुविकार दूर करून मनाला आनंद प्राप्त करून देते.
- संपूर्ण खांद्यांचा भाग, घोटे, गुडघे, खांदे, कोपरे आदी सांध्यांच्या ठिकाणी अडकलेला वायू दूर करून वेदनेपासून आराम मिळवून देते.
- पोटऱ्या, मांड्या, पाठीचा कणा, पाठ आदी भागांत योग्य ताण निर्माण करून चांगल्या प्रकारे रक्ताभिसरण सुरू होते.

आणखी एक प्रकार : पाद-हस्तासनाप्रमाणे हाताचे पंजे समोरच्या बाजूनेही पकडू शकता.

काक-चालन क्रिया

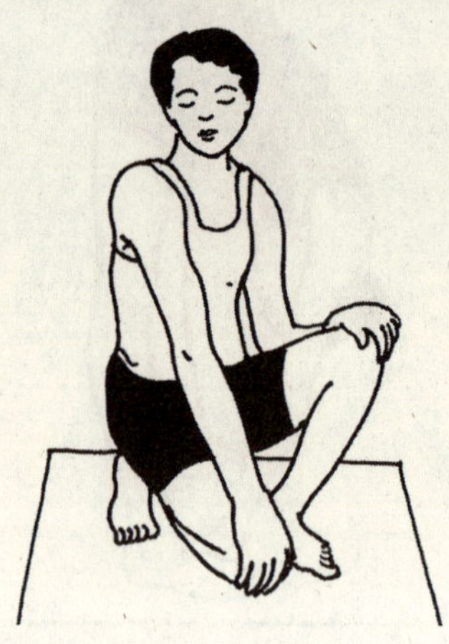

अभ्यास ८ : पद्धत : जमिनीवर पंजांच्या साहाय्याने उकिडवे बसा. दोन्ही गुडघ्यांवर आपले तळहात ठेवा आणि पंजांच्या पुढच्या भागावर जोर देऊन चालायला सुरुवात करा. ज्या वेळी डावा पाय पुढे कराल, त्या वेळी उजव्या गुडघ्याचा जमिनीला स्पर्श करा आणि ज्या वेळी उजवा पाय पुढे असेल, त्या वेळी डाव्या गुडघ्याचा जमिनीला स्पर्श होऊ द्या. किमान १५-२० पावले चाला आणि पुन्हा आपल्या जागी परत या. श्वासोच्छ्वास नियमितपणे, सामान्यपणे सुरू राहू द्या.

लाभ :

- पायांमध्ये रक्ताभिसरण वाढून पाय निरोगी राहतात. पायांचे स्नायू मजबूत होतात.
- मलावरोध किंवा पोटाच्या विकारांवर विशेष प्रभावशाली आहे.
- मलावरोध जास्त प्रमाणात असेल, तर एक ग्लास पाणी पिऊन हे आसन करावे.

उदराकर्षणासन

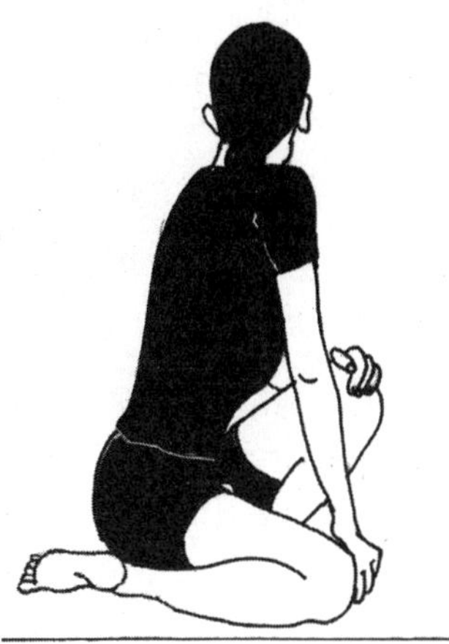

शब्दशः अर्थ : 'उदर' म्हणजे 'पोट' आणि 'आकर्षण' म्हणजे 'खेचणे किंवा ताणणे'.

अभ्यास ९. पद्धत : या आसनाचा उपयोग शंखप्रक्षालनाच्या क्रियेत केला जातो. पंजांवर शरीराचा भार टाकून उकिडवे बसा. दोन्ही हात गुडघ्यांवर ठेवा. या स्थितीत कमरेचा वरचा भाग उजवीकडे वळवा आणि मागे पाहण्याचा प्रयत्न करत डाव्या गुडघ्याने जमिनीला स्पर्श करा. उजव्या मांडीने पोटावर दाब द्या. क्षणभर थांबून मूळ अवस्थेत परत या. आता ही क्रिया डाव्या बाजूने करा. हे एक आवर्तन झाले. अशा प्रकारे, आठ ते दहा आवर्तने करा.

श्वासोच्छ्वास पद्धती : सुरुवातीच्या अवस्थेत दीर्घ श्वास घ्या आणि वळा. सुमारे पाच सेकंदांपर्यंत अंतर्कुंभक करा आणि मूळ अवस्थेत येताना श्वास सोडा.

लाभ :

- संपूर्ण पोटाच्या भागावर परिणाम होतो आणि पोटाच्या विकारांचा नाश होतो.
- पचनसंस्थेची आतून मालीश होते आणि पचनक्रिया आपले कार्य चांगल्या प्रकारे सुरळीतपणे करू लागते.
- पोटावरची अतिरिक्त चरबी कमी करण्यासाठी साहाय्यभूत ठरते.

ऊर्जादायक विशेष आसने आणि क्रिया

अद्वासन

पद्धत : जमिनीवर पालथे झोपा. दोन्ही बाहूंचा कानांना स्पर्श करत हात पुढे घ्या. तळहातांचा आणि पावलांच्या पृष्ठभागांचा जमिनीला स्पर्श होऊ द्या. नाकाचा आणि कपाळाचाही स्पर्श जमिनीला झाला पाहिजे. या स्थितीत शरीर शिथिल करा. सामान्य श्वासोच्छ्वास करत राहा.

गतिमय अद्वासन

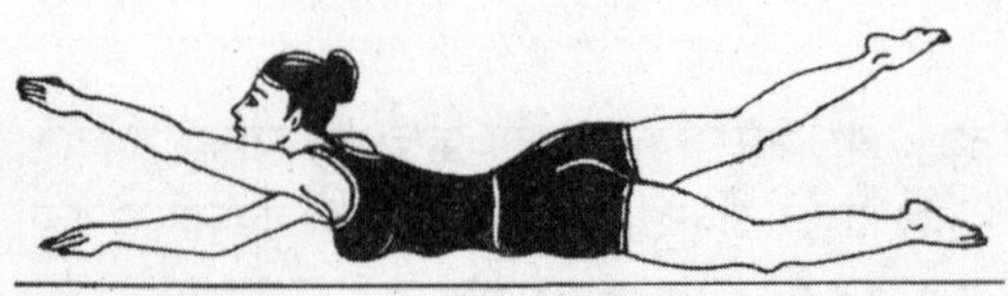

पहिला प्रकार : जमिनीवर पालथे झोपा. दोन्ही हात कानांना स्पर्श करून कानांच्या बाजूने पुढे न्या. आता उजवा हात आणि डावा पाय एकाच वेळी जितका वर उचलता येईल तेवढा उचला. डोकेही वर उचला. काही क्षण थांबून मूळ अवस्थेत परत या. डाव्या हाताने आणि उजव्या पायानेही असेच करा अशी सुमारे दहा आवर्तने पूर्ण करा.

दुसरा प्रकार : दुसऱ्या प्रकारात दोन्ही हात आणि दोन्ही पाय आणि डोके (छातीच्याही काही भागासह) एकाच वेळी वर उचलण्याचा प्रयत्न करा. नंतर पूर्वावस्थेत या. ही क्रिया सुमारे पाच ते दहा वेळा करा. शरीर वर उचलत असताना श्वास घ्या आणि पुन्हा खाली नेत असताना श्वास सोडा.

लाभ :
- पाठीच्या कण्यासंबंधीच्या रोगांमध्ये अत्यंत लाभदायक ठरते.
- कंबरदुखी, अंगदुखी आणि तणाव यांच्यापासून मुक्ती मिळते.
- शिथिलीकरणासाठी उपयुक्त आसन.
- शरीर ताजेतवाने होते.

गतिमय गोमुखासन

पद्धत : जमिनीवर बसून पाय सरळ समोर पसरा. डाव्या पायाचा गुडघा वाकवून पंजा उजव्या नितंबाच्या शेजारी ठेवा आणि नंतर याच प्रकारे उजव्या पायाचा पंजा डाव्या नितंबाजवळ ठेवा. या अवस्थेत डाव्या गुडघ्याच्या वर उजव्या पायाचा गुडघा येईल. आता उजव्या हाताने डाव्या पायाचा अंगठा पकडा आणि डाव्या हाताने उजव्या पायाचा अंगठा पकडा. ही प्रारंभीची अवस्था आहे. हळूहळू श्वास सोडत समोरच्या बाजूला झुका आणि डोक्याने गुडघ्याच्या पुढच्या भागाला स्पर्श करण्याचा प्रयत्न करा. काही क्षण तसेच थांबा. वर उठताना श्वास घ्या. हे एक आवर्तन झाले. हा प्रकार पाच ते दहा वेळा करा.

बदल : समोरच्या बाजूला झुकताना तुम्ही डाव्या आणि उजव्या पंजाच्या बाजूला झुकूनही ही क्रिया करू शकता.

लाभ :

- कंबरदुखी आणि पाठीच्या कण्याचे सर्वसामान्य विकार दूर करण्यासाठी उपयुक्त आसन.
- पाठीच्या स्नायूंमध्ये खेचण्याची शक्ती निर्माण झाल्यामुळे त्यांच्यामध्ये योग्य प्रमाणात रक्ताभिसरण होऊ लागते. म्हणून त्यांचे विकार होऊ शकत नाहीत.
- नितंबांच्या स्नायूंची लवचीकता वाढते.
- चेहऱ्याच्या सुरकुत्या कमी होऊन शरीर ताजेतवाने होते.
- वायुविकार दूर होण्यास साहाय्यभूत ठरते.

दक्षता :

- सर्व्हायकल समस्या असणाऱ्यांनी हे आसन करू नये.
- पाठीच्या कण्याचे रोग असलेल्या रुग्णांनी हे आसन गतीने करू नये.

मकरासन

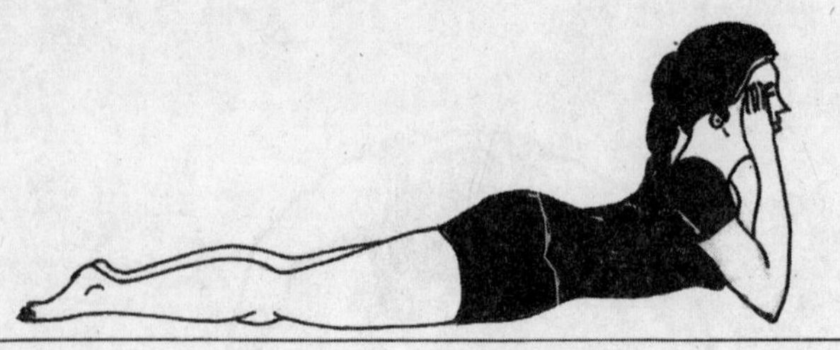

शब्दशः अर्थ : जलचर प्राणी असलेल्या मगरीसारखी आकृती तयार करणे, म्हणजे 'मकरासन' होय.

पद्धत : जमिनीवर पालथे झोपा. मगरीचे डोके नेहमीच वर उचललेले दिसते, त्यामुळे तशीच आकृती तयार करण्यासाठी आपल्या दोन्ही हातांची कोपरे जमिनीवर टेकवा. आता मान आणि डोके वर उचलत हातांनी गालांना आणि हनुवटीला आधार द्या. पूर्ण आरामाच्या स्थितीत डोळे बंद करून ऊर्जा वरच्या बाजूने चालल्याची म्हणजेच ऊर्ध्वमुखी होत असल्याची कल्पना करा. सहजगत्या श्वासोच्छ्‌वास करा.

वेळ : शक्य असेल तेवढा वेळ या स्थितीत राहा.

गतिमय मकरासन

वैशिष्ट्य : मकरासनाचे अन्य लाभ मिळवण्यासाठी आपण त्याला थोडेसे गतिमय करून सराव करू शकतो.

बदल :

१. पहिल्यांदा मकरासनाची अवस्था धारण करा. आता हळूहळू डोके डावीकडे वळवून आपल्या डाव्या पायाची टाच आणि पंजा यांच्याकडे पाहा. थोडे थांबून पुन्हा मूळ स्थितीत परत या. अशा प्रकारे उजवीकडे पाहा. मूळ अवस्थेत परत या. हे एक आवर्तन झाले. अशा प्रकारे दहा आवर्तने पूर्ण करा. श्वासोच्छ्‌वास सामान्य गतीने करा.

२. प्रथम मकरासनाची अवस्था धारण करा. आता, त्या स्थितीत राहूनच हळूहळू कोपरे पुढच्या बाजूला सरकवायची आहेत. जसजशी कोपरे पुढे सरकतील, तसतसा मानेच्या खालच्या भागात हलकासा तणाव निर्माण होईल. शक्य होईल तेवढा वेळ थांबा आणि हळूहळू पुन्हा मूळ स्थितीत परत या. आता, हळूहळू कोपरे छातीच्या जवळ आणा आणि पुन्हा एकदा मूळ अवस्थेत जा. हे एक आवर्तन झाले. अशा प्रकारे पाच ते दहा आवर्तने पूर्ण करा.

३. मकरासन करा. या स्थितीतच पहिल्यांदा एका पायाचा गुडघा वाकवून मांडीवर ठेवा. या स्थितीत टाचेचा नितंबाला स्पर्श होईल. दुसरा पाय तसाच राहील. या क्रमाने आता दुसऱ्या टाचेनेही दुसऱ्या मांडीला स्पर्श करा. त्याच वेळी पहिला पाय जमिनीवर खाली येईल. क्रमबद्धपणे ही क्रिया पुन्हा करा. अशा प्रकारे जलद गतीने ही क्रिया करणे शक्य असते.

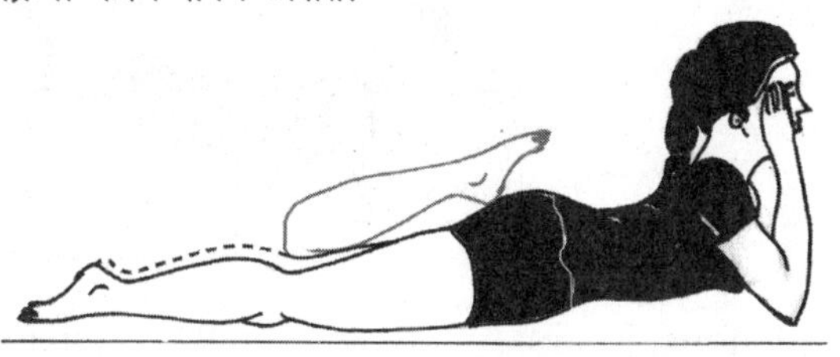

४. ही क्रिया दोन्ही पायांनी एकदम करा. हे किमान दहा वेळा करा.

५. पोटावर झोपून पायांचे पंजे बाहेरच्या दिशेने येतील, अशा स्थितीत राहा. दोन्ही हात डोक्याखाली घेऊन हातांनी कानांना स्पर्श करा. या स्थितीत १० ते २० सेकंदांपर्यंत राहा. त्यानंतर डोक्याची स्थिती तुम्ही बदलू शकता. (या प्रक्रियेदरम्यान डोळे मिटलेले ठेवा. यालाही 'मकरासन' म्हटले जाते.)

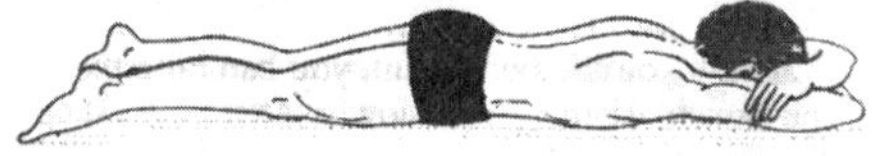

लाभ :
- सर्व्हायकल समस्या, स्लिप डिस्क, स्पॉन्डिलायटिस यांमध्ये अत्यंत लाभदायक.
- मानेच्या सर्वसामान्य आजारांमध्ये लाभदायक.
- जोश, उत्साह, ताजेतवानेपणा आणि ऊर्जा प्राप्त होते.
- कंबरदुखी, पाठीच्या कण्याचे रोग यांच्यामध्ये लाभ.
- दम्याच्या किंवा फुप्फुसाच्या रोगांनी ग्रस्त रुग्णांसाठी लाभदायक.
- सर्वांगासन, हलासन आणि विपरीतकरणी मुद्रेनंतर हे आसन नक्कीच करावे.

सर्पासन

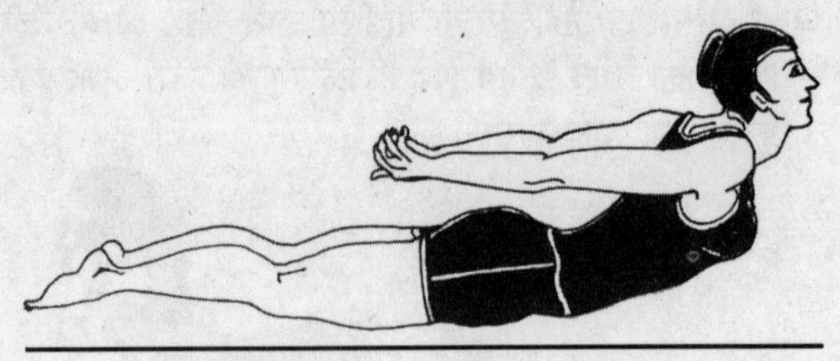

पद्धत : सतरंजीवर पोटावर उताणे झोपा. हनुवटी जमिनीवर टेकवा आणि समोर पाहा. दोन्ही हात पाठीच्या मागे न्या आणि तळहात एकमेकांत गुंतवा. हळूहळू श्वास घ्या. आता श्वास रोखून डोके आणि वक्षःस्थळ जमिनीपासून वर घ्या. हात मागे ताणून शक्य तितके डोके वर उचला आणि कोणीतरी मागून हात ओढत आहे, असा विचार करा.

श्वासोच्छ्वास पद्धती : शक्य असेल तेवढे थांबा आणि श्वास सोडत पुन्हा मूळ अवस्थेत परत या. या क्रियेची किमान पाच आवर्तने पूर्ण करा.

लाभ :
- छातीचे स्नायू बळकट होतात. फुप्फुसे चांगल्या प्रकारे प्रसरण पावतात.
- दम्याच्या (अस्थमा) रुग्णांना लाभदायक.
- उदरप्रदेशाच्या अवयवांची चांगली मालीश होते. म्हणून सर्व अवयव निरोगी बनतात. मलावरोध दूर होतो.

दक्षता : उच्च रक्तदाब असलेल्या रुग्णांनी आणि ह्रदयविकार असलेल्या रुग्णांनी अधिक परिश्रम करत हे आसन करू नये.

अर्ध-शलभासन

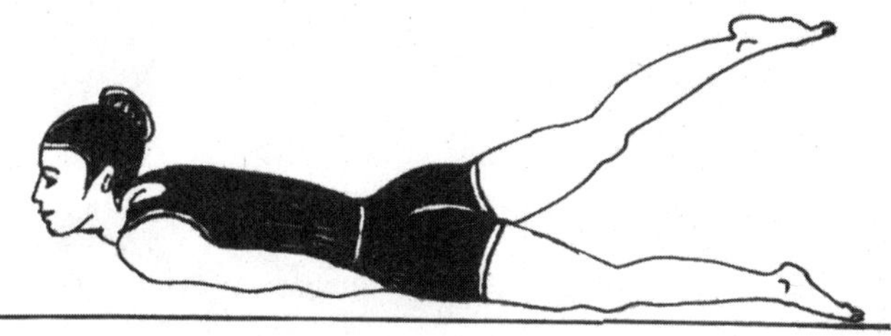

पद्धत : जमिनीवर पालथे झोपा. दोन्ही तळहात मांड्यांखाली घ्या. पाय लांब ताणून हनुवटी पुढच्या बाजूला थोडी ताणून धरा. आता डावा पाय चित्रात दाखवल्यानुसार शक्य तितका वर न्या. उजवा पाय तणावमुक्त असू द्या. शक्य असेल, तेवढे थांबा आणि पाय पुन्हा खाली आणा. याच प्रकारे, उजव्या पायानेही क्रिया करा. हा अभ्यास किमान पाच ते दहा आवर्तने करा.

श्वासोच्छ्वास पद्धती : श्वास घेताना पाय वर घ्या. कुंभक करा. पाय खाली घेताना श्वास सोडा.

लाभ :
- मलावरोध दूर होतो.
- पोटाच्या भागाला लाभ मिळतो.
- सायटिका आणि स्लिप डिस्क असलेल्या रुग्णांना लाभ मिळतो.
- कंबरदुखी आणि पाठदुखी असलेल्या रुग्णांसाठीही लाभदायक.

गतिमय अर्ध-शलभासन

यामध्ये अर्ध-शलभासनाच्या अवस्थेत पाय वर-खाली करून गतीमध्ये जलदपणा आणा. उजवा पाय वर असेल, तर डावा पाय खाली ठेवा. अशा प्रकारे, क्रमशः पाय वर-खाली करत पायांना गती द्या.

शलभासन

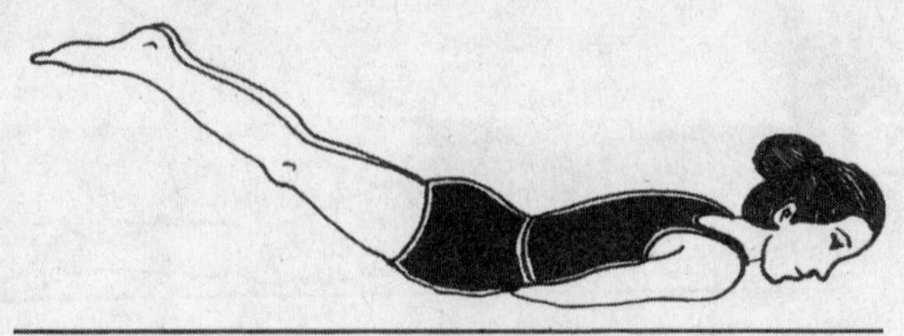

पद्धत : सतरंजीवर जमिनीवर पालथे झोपा. दोन्ही तळहात अर्धवट मूठ वळून मांड्यांच्या खाली ठेवा. हनुवटी थोडी पुढे ताणून जमिनीवर स्थिर ठेवा. शरीर शिथिल करा. परंतु पूर्णपणे सावध राहा.

आता दोन्ही पाय एकाच वेळी लांब करून श्वास घेत वर उचला. या स्थितीत जेवढा वेळ थांबता येईल, तेवढा वेळ थांबा आणि श्वास सोडत दोन्ही पाय खाली घ्या. शरीर शिथिल करा. अशा प्रकारे, किमान पाच वेळा ही क्रिया करा. काहीयोग शिक्षक डोके वर उचलायला आणि हात मांड्यांजवळ ठेवायला लावून हे आसन करवून घेतात.

लक्ष : विशुद्धी चक्रावर लक्ष केंद्रित करा.

दक्षता : ह्रदयविकार असलेल्या रुग्णांनी, उच्च रक्तदाबाचा विकार असलेल्यांनी, हर्नियाच्या रुग्णांनी शांतपणे तारतम्याने करावे.

गतिमय शलभासन

ज्या साधकांना वर दिलेले आजार नसतील, ते हेच आसन गतिमानपणे करू शकतात. या आसनात दोन्ही पाय एकाच वेळी संतुलित करून वर घ्यायचे असल्याने या आसनाचा सराव अत्यंत दक्षतेने करावा.

लाभ :
- पाठीच्या मणक्यात निर्माण झालेल्या पोकळ्या बऱ्या होतात.
- नियमित सरावाने क्षयरोग होत नाही.
- स्वादुपिंड ग्रंथी सक्रिय झाल्यामुळे मधुमेहाच्या रुग्णांना लाभ होतो.
- पोटाचा भाग निरोगी राहतो. सायटिकाच्या आणि स्लिप डिस्कच्या रुग्णांनी तर हे आसन अवश्य करावे.
- यकृत आणि जठर सक्रिय बनते.
- स्लिप डिस्कचा रुग्ण लवकरच निरोगी बनतो.
- मूत्राशयासंबंधीचा आजार बरा होतो.

विशेष बाब : काही योगशिक्षक या आसनाला **अर्ध-शलभासनही** म्हणतात.

विपरीत नौकासन

शब्दशः अर्थ : 'विपरीत' याचा अर्थ 'उलट' किंवा 'विरुद्ध' असा आहे.

पद्धत : पोटावर झोपा. हातांनी दोन्ही कान दाबत हात पुढच्या बाजूला नमस्काराच्या मुद्रेत न्या किंवा बोटे एकमेकात गुंतवून हात पुढे न्या. थोडासा ताण देऊन धड, डोके आणि पाय वर उचला. हात, डोके आणि पाय वर उचलताना श्वास घ्या आणि परत मूळ स्थितीत येताना श्वास सोडा.

लक्ष : विशुद्धी चक्रावर लक्ष केंद्रित करा.

लाभ :
- संपूर्ण शरीराला आराम मिळतो.
- शरीरातील उष्णता वाढते.
- पाठीचा कणा आणि कंबरेसाठी लाभदायक आहे.
- पायांच्या स्नायूंमध्ये ताण निर्माण करून रक्ताभिसरण चांगल्या प्रकारे व नियमित होते.

विशेष बाब : हा **शलभासनाचाच** एक प्रकार आहे.

तुम्ही निरोगी असाल, तर सतत निरोगीच राहण्यासाठी योगाभ्यास करा आणि जर रोगग्रस्त असाल, तर निरोगी होण्यासाठी योगाभ्यास अवश्य करा आणि आरोग्यपूर्ण व सुंदर बना.

– राजीव जैन त्रिलोक

कुक्कुटासन (पहिला प्रकार)

वैशिष्ट्य : पूर्वी शाळेत एखाद्या खोडकर मुलाला शिक्षकवर्ग कोंबडा बनण्याची शिक्षा देत असे. ती शिक्षा होती; परंतु ही क्रिया शरीराला कित्येक प्रकारचे लाभ प्रदान करते.

पद्धत : दोन्ही पायांत थोडे अंतर घेऊन उभे राहा. खाली वाकत गुडघे थोडे वाकवून दोन्ही हात गुडघ्यांच्या आतून बाहेर काढा आणि कान पकडा. ही अवस्था धारण केल्यानंतर हळूहळू नितंब वरच्या बाजूला घ्या आणि डोके समोर आणण्याचा प्रयत्न करा. पाच ते दहा सेकंद थांबून मूळ अवस्थेत या.

श्वासोच्छ्वास पद्धती : समोर वाकताना श्वास सोडा आणि मूळ अवस्थेत येताना श्वास घ्या. ही क्रिया पाच ते दहा वेळा करा.

लाभ :
- शरीरातून वायू बाहेर काढण्यासाठी खूप चांगले आसन आहे.
- चेहऱ्याचे रक्ताभिसरण वाढल्यामुळे चेहऱ्याच्या तेजात आणि ओजातही वृद्धी होते. सुरकुत्या नष्ट होतात.
- स्मरणशक्ती वाढते. विद्यार्थ्यांनी हे आसन अवश्य करावे.
- डोळ्यांसाठी लाभदायक आहे. हळूहळू सराव केल्याने मायग्रेनच्या आजारातही लाभ होतो.
- नितंब, मांड्या, पाठ आणि पाठीचा कणा यांच्या स्नायूंमध्ये रक्त खेचण्याची शक्ती वाढून रक्ताभिसरणात वाढ होते. त्यामुळे या अवयवांचे विकार नाहीसे होतात.

दक्षता : हृदयविकार, उच्च रक्तदाब, जुनाट कंबरदुखी हे आजार असलेल्या रुग्णांनी आणि गर्भवती महिलांनी हे आसन करू नये.

त्रिलोकासन

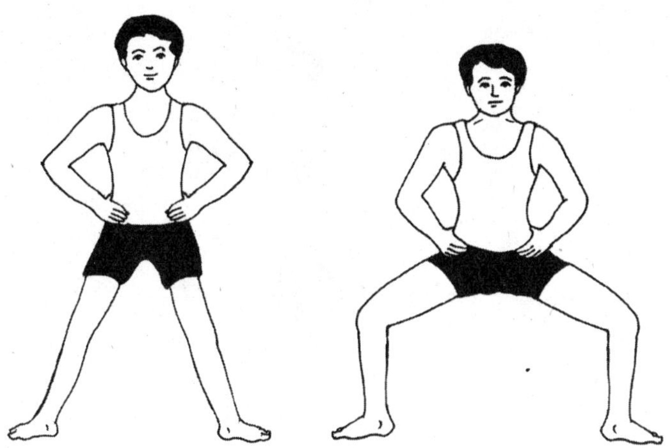

शब्दशः अर्थ : 'त्रिलोक' म्हणजे तीन लोक.

पद्धत : दोन्ही पायांमध्ये सुमारे तीन फुटांचे अंतर ठेवून उभे राहा. कमरेवर दोन्ही हात अशा प्रकारे ठेवा की, अंगठे कमरेच्या मागे पाठीच्या बाजूला यावेत आणि प्रत्येक हाताची चारही बोटे पोटाच्या बाजूला असावीत. पाठीचा कणा, मान आणि डोके सरळ ताठ ठेवा. नजर समोर ठेवून अंतर्कुंभक करत हळूहळू जमिनीच्या दिशेने खाली बसण्याचा प्रयत्न करा. क्षणभर थांबा. पुन्हा मूळ स्थितीत या. हळूहळू अभ्यास आणि सरावाद्वारे नितंब जमिनीच्या अधिकाधिक जवळ नेण्याचा प्रयत्न करा.

श्वासोच्छ्वास पद्धती : खाली बसताना श्वास सोडा आणि वर उठताना श्वास घ्या.

वेळ : चार ते पाच वेळा ही क्रिया करा.

वैशिष्ट्य : दोन्ही पायांचे पंजे बाहेरच्या दिशेला असावेत. या अवस्थेत कमरेवर हात ठेवून हाताचे कोपरे पंजांच्या दिशेत ठेवा.

लाभ :
- पोटऱ्या आणि मांड्या मजबूत होतात.
- पायांचा कंप किंवा पाय थरथरणे थांबते.
- नियमितपणे केल्यास मांड्यांची अनावश्यक चरबी कमी होते. मांड्या सुडौल बनतात.
- पोटाचे स्नायू बळकट होतात.

गतिमय त्रिलोकासन

पद्धत : या आसनाला अधिक गतिमान बनवण्यासाठी मूळ अवस्थेत; म्हणजेच त्रिलोकासनात उभे राहा. पहिल्यांदा, डाव्या पायावर हळूहळू भार टाकत चित्रात दाखवल्याप्रमाणे मांडी वाकवा. डाव्या पायाच्या पोटरीवर पूर्ण भार टाकत खाली वाका आणि डाव्या पायाच्या पंजावर भार टाकत बसण्याचा प्रयत्न करा. दुसरा पाय लांब आणि ताठ ठेवा. अशा प्रकारे, एक पाय वाकवलेल्या अवस्थेत आणि दुसरा ताणलेल्या अवस्थेत असेल. आता हळूहळू डाव्या पायावर भार टाकत सरळ, ताठ उभे राहा. हीच क्रिया उजव्या पायानेही करा.

श्वासोच्छ्वास पद्धती : खाली बसताना श्वास सोडा. वर उठताना श्वास घ्या. दोन्ही पायांनी पाच-पाच वेळा हे आसन करा.

वैशिष्ट्य :

- आधीच्या अभ्यासाहून हे आसन थोडेसे कठीण आहे. म्हणून हे आसन हळूहळू करा.
- पाय अधिकाधिक पसरून; म्हणजेच पायांत अधिकाधिक अंतर घेऊन हे आसन केले, तर ते अधिक सुलभ वाटते.

लाभ : त्रिलोकासनामुळे मिळणारे सर्व लाभ मिळतात आणि पायांचे स्नायू अधिक बळकट बनतात.

गतिमय तिर्यक पृष्ठासन/गतिमय तिर्यक त्रिलोकासन

पद्धत : त्रिलोकासनात उभे राहा. दोन्ही पायांच्या मध्ये सुमारे तीन फुटाचे अंतर ठेवून कमरेवर हात ठेवा. बोटे पोटाच्या बाजूला आणि अंगठा पाठीच्या बाजूला आणि पायांची बोटे बाहेरच्या बाजूला वळलेली असावीत. आता कमरेचा वरचा भाग डाव्या पायाच्या बाजूला फिरवा आणि चित्रात दाखवल्याप्रमाणे खाली वाकून काटकोन तयार करा. काही क्षण थांबा आणि शरीराचा वरचा भाग फिरवून मध्यभागी आणून पुन्हा पूर्वस्थितीत या. हीच क्रिया उजव्या बाजूनेही करा. आता उलट पद्धतीने क्रिया करा. म्हणजे, पहिल्यांदा समोर वाका, वळत डाव्या बाजूला जा. नंतर तिर्यक अवस्थेत उभे राहा आणि नंतर वरचा भाग सरळ करून समोर पाहा. या आसनाचा भरपूर सराव झाला की, आसन जलद गतीने करा.

श्वासोच्छ्वास पद्धती/वेळ : दोन्ही बाजूंनी चार ते पाच वेळा आसन करा. शरीर झुकवताना श्वास सोडा आणि मूळ अवस्थेत परत येताना श्वास घ्या.

लाभ :
- पाठ, कमरेचे सर्व विकार दूर होतात.
- शरीर चपळ, उत्स्फूर्त बनते.
- पचनसंस्था सक्रिय बनते.
- वायूचे शमन होते.

दक्षता : पाठीचा कणा कडक असेल किंवा तीव्र कंबरदुखीचा त्रास असेल, तर अशा रुग्णांनी हे आसन करू नये.

कटिवृत्तासन

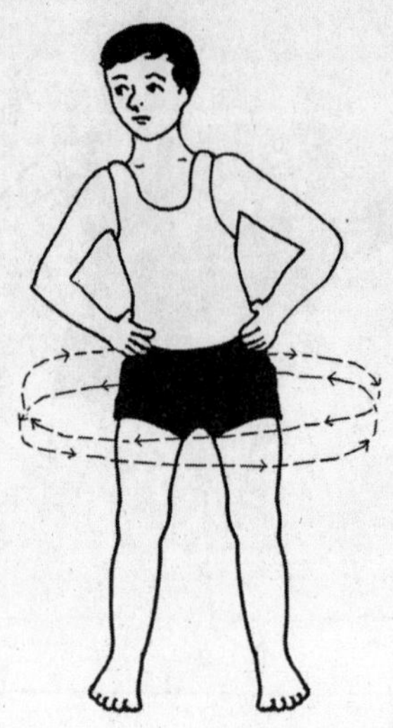

पद्धत : सरळ, ताठ उभे राहा. दोन्ही पावलांमध्ये अधिक अंतर ठेवू नका. सुमारे एक फुटाचे किंवा बारा इंचांचे अंतर असावे. दोन्ही हात कमरेवर ठेवा. आता कंबर गोल गोल फिरवा. त्यासाठी कंबर पुढे झुकवा आणि नंतर उजवीकडून मागे घेऊन डावीकडे आणि आणि तिथून पुन्हा समोर आणा. अशा प्रकारे कंबर गोलाकार फिरवा. किमान ४० ते ५० वेळा उजवीकडून डावीकडे आणि पुन्हा ४० ते ५० वेळा विरुद्ध दिशेने कंबर फिरवा.

श्वासोच्छ्वास पद्धती : कंबर पुढे आणताना श्वास घ्या आणि मागे नेताना श्वास सोडा.

सूचना : कंबर जेवढी पुढे-मागे करणे शक्य असेल, तेवढी करा.

लाभ :
- मलावरोध नष्ट होतो. पचनक्रिया सुधारते. गॅस निघून जातो.
- जास्तीतजास्त वेळा केल्याने पोटावरची अतिरिक्त चरबी निघून जाते.
- कंबर सडपातळ आणि मजबूत बनते.
- लठ्ठपणा दूर करण्यासाठी साहाय्यभूत आहे.
- महिलांसाठी अत्यंत लाभदायक आहे.

विशेष सूचना : कमरेवर हात ठेवण्याच्या स्थितीत अंगठा पोटाच्या बाजूलाही ठेवू शकता.

कांगारू उडी

पद्धत : या आसनात कांगारूप्रमाणे उड्या मारायच्या आहेत. म्हणून सरळ उभे राहून चित्रात दाखवल्याप्रमाणे अवस्था धारण करा. कांगारूप्रमाणे पावलांवर भार टाकत उड्या मारत आपल्या जागेपासून किमान दहा पावले पुढे जा. पुन्हा तशाच उड्या मारत मागे या. हे एक आवर्तन झाले. अशा प्रकारे किमान दोन किंवा तीन आवर्तने पूर्ण करा.

श्वासोच्छ्वास पद्धती : श्वास घेताना उडी मारा आणि अंतिम स्थितीत आल्यावर श्वास सोडा.

लाभ :

- आळस नष्ट होतो. शरीरात उत्साह आणि ताजेतवानेपणा येतो.
- रक्ताभिसरण क्रिया अधिक चांगल्या प्रकारे सुरू होते.
- या क्रियेमुळे आनंदाची प्राप्ती होते.
- पोटाचा भाग सक्रिय बनतो.

सूचना : अधिक उंच उडी मारत पुढे जाण्याचा प्रयत्न करा.

दक्षता : गर्भवतींनी तसेच ज्यांच्या पोटाच्या खालच्या भागाची शस्त्रक्रिया झाली आहे, त्यांनी हे आसन करू नये.

बेडूक उडी

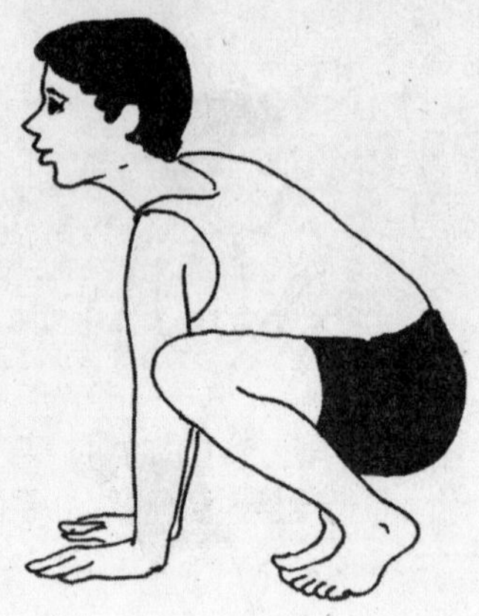

वैशिष्ट्य : आजच्या काळात व्यक्ती यंत्रांच्या ताब्यात जाऊ लागली आहे. त्यामुळे, तिच्या शरीरातील उत्साह, चैतन्य कमी होत चालले आहे. परंतु, विशेष ऊर्जादायक आसनांनी आणि क्रियांनी प्रसन्नतेबरोबरच उत्साह आणि ताजेतवानेपणाही वाढतो.

पद्धत : बेडकासारखे पंजांवर उकिडवे बसा. (चित्र पाहा.) गुडघ्यांतील अंतर वाढवा. हातांची बोटे पसरा. हातांचे कोपरे गुडघ्यांच्या आतल्या बाजूला चिकटवा. आता पायांच्या आणि हातांच्या पंजांवर दाब टाकून बेडकासारखी उडी मारून पुढे चला. त्यानंतर पुन्हा अशीच उडी मारून पुढे चला. अशा प्रकारे, ही क्रिया दहा वेळा करून पुन्हा उडी मारून आपल्या जागी परत या.

श्वासोच्छ्वास पद्धती/वेळ : उडी मारताना श्वास घेऊन अंतर्कुंभक करा. जमिनीवर आल्यावर श्वास सोडा. या प्रकारे २० ते ४० वेळा बेडकासारख्या उड्या मारा.

लाभ :

- संपूर्ण शरीरात जलद गतीने रक्ताभिसरण सुरू होते. सर्व नसा आणि नाड्या खुल्या होतात.
- या क्रियेमुळे प्रसन्नता प्राप्त होते.
- हाता-पायांचे स्नायू मजबूत होतात.
- पचनक्रिया मजबूत होते.
- फुफ्फुसाची कार्यक्षमता वाढते.

दक्षता : गर्भवती महिलांनी तसेच शरीराच्या खालच्या भागाची शस्त्रक्रिया झालेल्या व्यक्तींनी करू नये.

बालकाप्रमाणे हसणे/बालकाप्रमाणे खिदळण्याची क्रिया

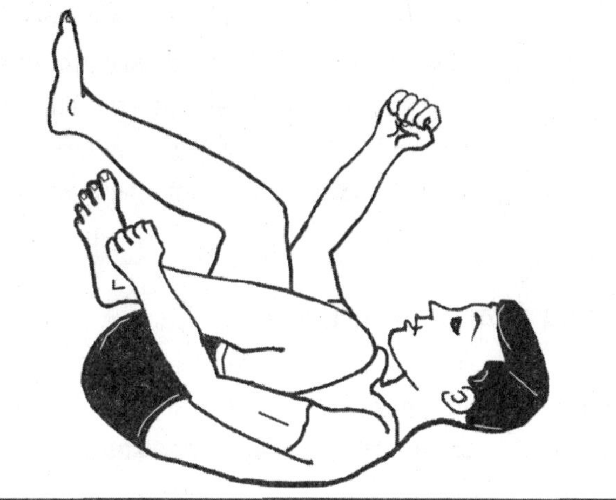

पद्धत : पाठीवर उताणे झोपा. संपूर्ण शरीर तणावमुक्त करा. हाताच्या मुठी बंद करा. आता सहा महिन्यांचे मूल ज्याप्रमाणे हात-पाय हलवून रडते आणि हसते, त्याप्रमाणे करा. यासाठी उजवा गुडघा वर वाकवून घ्या आणि डावा हात डोक्याच्या मागून छातीच्या बाजूने पुढे घ्या. याच वेळी अनुक्रमे दुसरा पाय आणि हातही तशाच प्रकारे हलवा. हाता-पायांची जलद गतीने हालचाल करा. लहान मूल हसते, त्याप्रमाणे स्वतःला लहान मूल समजून हसा.

लाभ :
- हाता-पायांना आराम मिळतो.
- पाठीचा कणा, पाठीचे स्नायू आणि फुप्फुसे यांमध्ये चांगल्या प्रकारे रक्ताभिसरण होते.
- ही क्रिया आनंद मिळवून देते.
- मानसिक तणाव दूर करते.
- अहंकाराची भावना उपजत नाही आणि हलकेफुलकेपणा जाणवतो.

वैशिष्ट्य : ही क्रिया करून घेण्यामागे आपल्या अंतःकरणात वात्सल्य आणि निष्कपट भाव निर्माण करणे हा हेतू आहे.

दृष्टिवर्धक योगाभ्यास मालिका

दृष्टिदोषांचे निवारण करण्यासाठी या पुस्तकात कित्येक प्रकारची योगासने देण्यात आली आहेत. तरीही, या क्रिया रोज अनुक्रमे केल्यामुळे काही महिन्यांतच दृष्टिदोष जवळजवळ पूर्णपणे नष्ट करता येतो. याचबरोबर, दृष्टिदोष दूर करण्यासाठी आपल्या दिवसभराच्या कार्यक्रमाकडे आणि खाण्या-पिण्याकडे लक्ष देणेही अत्यावश्यक आहे. खाली दिलेल्या क्रियांचा अभ्यास व सराव करा आणि आयुष्यभर आपले डोळे निरोगी ठेवा.

तळवे डोळ्यांवर ठेवणे : अभ्यास क्र. १

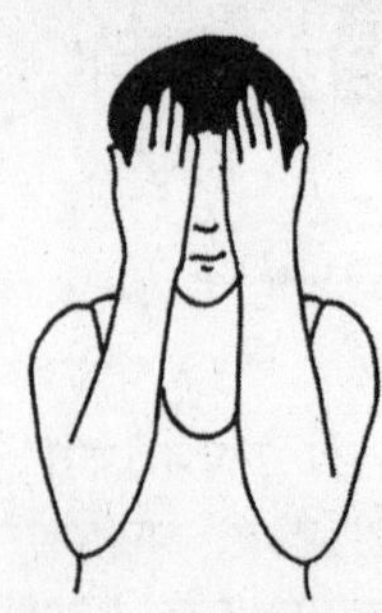

पद्धत : आपल्या इच्छेनुरूप कोणत्याही सुखासनाच्या आसनात बसा. आता डोळे बंद करा. उष्णता जाणवावी एवढ्या प्रमाणात तळहात एकमेकांवर घासा आणि हात डोळ्यांवर ठेवा. डोळ्यांना उबदारपणा जाणवू दे. हात थंड झाल्यावर पुन्हा एकदा हीच क्रिया करा. अशा प्रकारे, हातातून निघणाऱ्या शक्तीची जाणीव करून घ्या. ही क्रिया तीन वेळा करा.

डावीकडे-उजवीकडे नजर फिरवणे : अभ्यास क्र. २

पद्धत : वर सांगितल्याप्रमाणे किंवा जमिनीवर बसून पाय सरळ समोर पसरा. हात दोन्ही बाजूंना खांद्यांच्या रेषेत पसरा. मूठ बंद करा. परंतु, अंगठा वरच्या बाजूला ठेवा. डोके स्थिर ठेवा. आता डोळ्यांनी पहिल्यांदा डाव्या अंगठ्याकडे पाहा आणि नंतर दृष्टी पुन्हा नासाग्राकडे (नाकाच्या अग्रभागी) आणा. त्यानंतर उजव्या अंगठ्याकडे दृष्टी न्या आणि पुन्हा नासाग्रावर आणा. ही क्रिया याच क्रमाने आवश्यकतेनुसार १० ते १५ वेळा करा आणि नंतर डोळ्यांना काही काळासाठी आराम द्या.

श्वासोच्छ्वास पद्धती : उजवीकडे-डावीकडे पाहताना श्वास घ्या आणि समोर बघताना श्वास सोडा.

समोर आणि उजवीकडे/डावीकडे पाहणे : अभ्यास क्र. ३

पद्धत : आधीच्या क्रियेनुसारच बसा. आता हात खांद्यांच्या रेषेत पसरा. डावा हात डोळ्यांच्या बरोबर समोर आणा आणि उजवा हात उजव्या बाजूला न्या. खांद्याच्या उंचीएवढा येईल एवढ्या उंचीवर अंगठा बाहेर काढा आणि मूठ बंद करून ती स्थिर ठेवा. आता डोके न हलवता समोरच्या अंगठ्याकडे नजर टाका आणि नंतर उजव्या अंगठ्याकडे पाहा. या प्रकारे १० ते १२ वेळा क्रिया करा. त्यानंतर हातांची स्थिती आधीच्या विरुद्ध करून डावा हात डावीकडे आणि उजवा हात समोर ठेवून हीच क्रिया करा. डोळ्यांना काही काळ विश्रांती द्या.

श्वासोच्छ्वास पद्धती : उजवीकडे आणि डावीकडे पाहताना श्वास घ्या आणि समोर पाहताना श्वास सोडा.

नजर उजवीकडून डावीकडे फिरवणे : अभ्यास क्र. ४

पद्धत : वर दिलेल्या क्रियेप्रमाणेच बसून राहा. उजवा हात डोळ्यांच्या बरोबर समोर आणा. मूठ बंद करून अंगठा बाहेर काढून हात उजवीकडे न्या. नजर अंगठ्यावरच स्थिरावलेली असावी. आता हात पुन्हा समोर आणा आणि तसाच डाव्या बाजूला न्या आणि पुन्हा डोळ्यांसमोर स्थिर करा. अशा प्रकारे हा अभ्यास १०-१५ वेळा करा. त्यानंतर डोळ्यांना सुमारे अर्धा मिनिट आराम द्या.

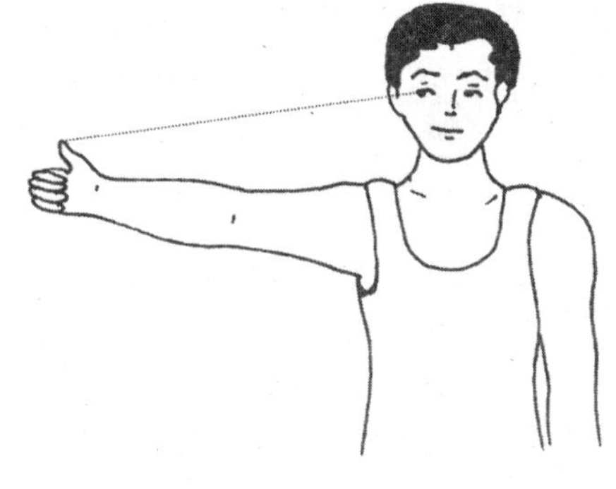

श्वासोच्छ्वास पद्धती : उजवीकडे जाताना श्वास घ्या. परत समोर येताना श्वास सोडा. डावीकडे जाताना श्वास घ्या आणि समोर येताना श्वास सोडा.

नजर गोलाकार फिरवणे : अभ्यास क्र. ५

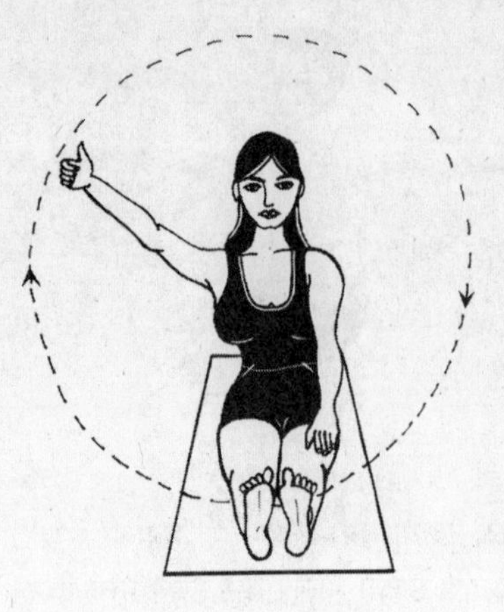

पद्धत : आधीच्या क्रियेप्रमाणेच बसून राहा. डावा हात मांडीवर ठेवा आणि उजवा हात समोरच्या बाजूला ताणून धरा. मूठ बंद ठेवा. अंगठा वरच्या बाजूला काढा आणि डोके स्थिर ठेवा. आता दृष्टी अंगठ्यावर केंद्रित करा आणि ताणलेल्या हाताने ताणलेल्या अवस्थेतच समोरच्या बाजूला उजवीकडून डावीकडे एक मोठे चक्र बनवा. (उजव्या बाजूने फिरवताना हात सुरुवातीला उजवीकडे, नंतर वरच्या बाजूला आणि आणि नंतर डावीकडून समोर आणा).

ही क्रिया पाच वेळा उजवीकडून डावीकडे आणि पाच वेळा डावीकडून उजवीकडे करा. गोल बनवताना डोके स्थिर ठेवा. पाठीचा कणा ताठ ठेवा आणि दृष्टी फिरती ठेवा. आता डोळ्यांना आराम द्या.

श्वासोच्छ्वास पद्धती : हात वर नेताना श्वास घ्या आणि खालच्या बाजूला वर्तुळ तयार करत असताना श्वास सोडा.

दृष्टी वर-खाली करणे : अभ्यास क्र. ६

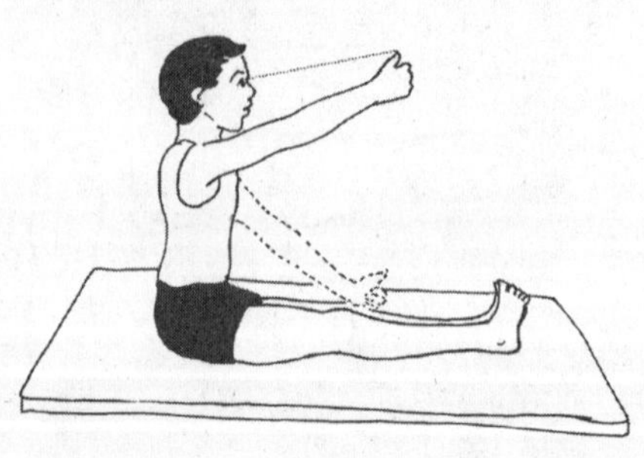

पद्धत : वर सांगितलेल्या पद्धतीप्रमाणेच बसून राहा. दोन्ही हातांच्या मुठी बंद करून अंगठे बाहेर काढून हात समोर घ्या. पाठीचा कणा सरळ ताठ ठेवा आणि डोके स्थिर ठेवा. आता उजव्या हाताच्या अंगठ्यावर दृष्टी स्थिर करा आणि उजवा हात हळूहळू वर न्या आणि पुन्हा (दृष्टी पूर्णपणे अंगठ्यावर केंद्रित करून वर-खाली करा.) अंगठा आणि दृष्टी खाली येऊ द्या. आता हीच क्रिया डाव्या हातानेही करा. अशा प्रकारे दोन्ही हातांनी ही क्रिया पाच-पाच वेळा करा.

श्वासोच्छ्वास पद्धती : दृष्टी वर नेताना श्वास घ्या आणि दृष्टी खाली करताना श्वास सोडा.

दृष्टी जवळ-दूर करणे : अभ्यास क्र. ७

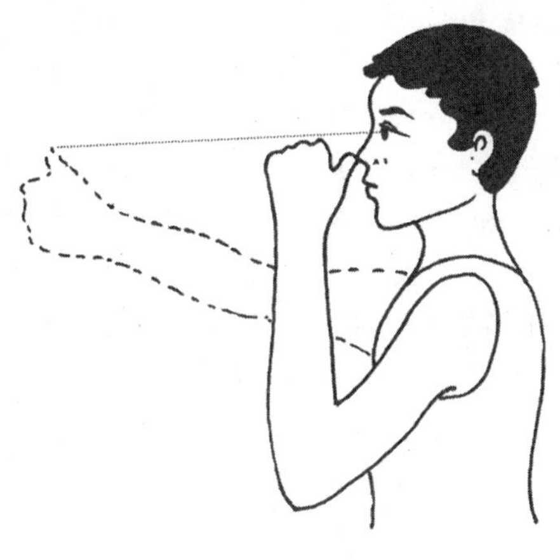

पद्धत : आधीच्या क्रियेप्रमाणेच बसून राहा. उजवा हात खांद्याच्या रेषेत उचलून समोर आणून सरळ ताणून धरा. मूठ बंद करून अंगठा बाहेर काढा. दृष्टी अंगठ्यावर स्थिर ठेवा आणि हळूहळू अंगठा जवळ आणत नाकाला त्याचा स्पर्श करा आणि पुन्हा एकदा दूर नेत हात लांब ताणा. (अंगठ्याच्या वरच्या भागावर दृष्टी स्थिर ठेवा. पुन्हा एकदा अंगठा जवळ आणत नाकाला त्याचा स्पर्श करा. अशा प्रकारे, पाच आवर्तने पूर्ण करा.)

श्वासोच्छ्वास पद्धती : अंगठा जवळ आणताना श्वास सोडा आणि दूर नेताना श्वास घ्या.

लांब-जवळ पाहणे : अभ्यास क्र. ८

पद्धत : हा अभ्यास खुल्या मैदानात किंवा घराच्या गच्चीवर करू शकता. नाकाच्या अग्रभागावर पाच सेकंद दृष्टी स्थिर करा आणि नंतर दूर आकाशाकडे किंवा दूरच्या एखाद्या गोष्टीकडे स्थिरपणे पाच सेकंद पाहत राहा. पाच ते दहा वेळा याच क्रमाने ही क्रिया करा.

श्वासोच्छ्वास पद्धती : जवळ पाहताना श्वास सोडा आणि दूर पाहताना श्वास घ्या.

विशेष सूचना :

- सर्व क्रिया झाल्या की तळहात एकमेकांवर घासून डोळ्यांवर ठेवा.
- अखेरीस काही काळ शवासनात पडून विश्राम करा.
- डोळ्यांवर थंड पाण्याचा शिडकावा करा. डोळे चोळू नका.

डोळे बंद करणे आणि उघडणे : अभ्यास क्र. ९

पद्धत : डोळ्यांवर पूर्ण लक्ष केंद्रित करा. डोळे जलद गतीने बंद करा. (डोळ्यांची जलद गतीने उघडझाप करा आणि डोळे बंद करा.) डोळ्यांच्या चारही बाजूंनी जोर लावा. त्यानंतर एक ते दोन सेकंदांनंतर डोळे उघडा. हीच क्रिया पाच ते दहा वेळा करा. ही क्रिया करताना दात एकमेकांवर ठेवा.

विशेष सूचना : खुर्चीवर किंवा कोणत्याही आरामशीर जागी बसूनही हा व्यायाम करू शकता. कोणत्याही प्रकारचा त्रास जाणवला, तर लगेच बंद करा.

डोळ्यांच्या व्यायामांचे लाभ

- डोळ्यांच्या सर्व पेशींना लाभ मिळतो.
- डोळ्यांचा तिरळेपणा दूर होतो. तिरळेपणा रोखला जातो.
- दृष्टी कमजोर असणे, चष्मा असणे, वाचताना डोळ्यांत पाणी येऊ लागणे या सर्व गोष्टींसाठी डोळ्यांचे हे सर्व व्यायाम लाभदायक आहेत.
- या व्यायामांनी डोळे निरोगी आणि सुंदर बनतात.
- वृद्धावस्थेपर्यंत डोळ्यांना कोणताही रोग होऊ शकत नाही.

दुसऱ्यांच्या वाटेवर फुले अंथरण्यास सुरुवात करा,
तुमच्या वाटेवरचे काटेही फुले बनतील.
– राजीव जैन त्रिलोक

तणावमुक्ती आणि सैलावण्यासाठीची आसने

शवासन/मृतासन/पूर्ण विश्रामासन

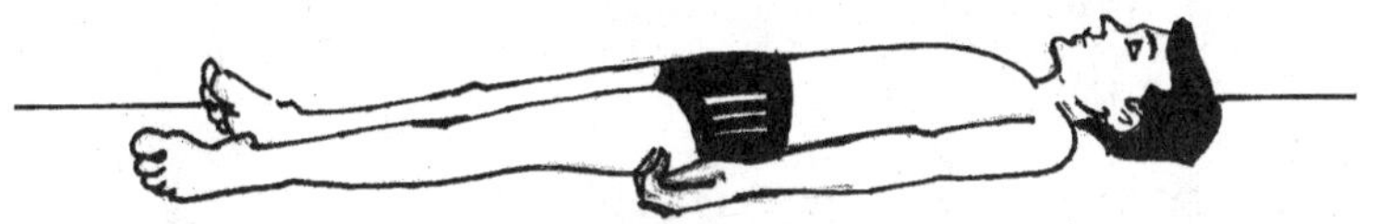

शब्दशः अर्थ : शव म्हणजे मृत शरीर. हे आसन करताना शरीर निश्चल बनते. जणू काही मरण पावले असावे असे! म्हणून या आसनाचे नाव 'मृतासन' असेही आहे.

पद्धत : पाठीवर उताणे झोपा. कमरेच्या दोन्ही बाजूला हात सोडा. तळहात आकाशाच्या दिशेला अर्धवट खुले ठेवा. टाचा एकमेकींशी जुळवून ठेवा. पंजांमध्ये एक निश्चित अंतर ठेवा. डोळे बंद करून जीभ स्थिर ठेवा. आता हळूहळू श्वास घ्या आणि सोडा. एकाग्रता वाढवण्यासाठी श्वासावरच लक्ष केंद्रित करा. काही वेळाने नाड्या निष्क्रिय होतात. साधकाची निश्चलता वाढू लागते आणि एक प्रकारच्या हलकेपणाचा आणि प्रसन्नतेचा अनुभव येतो. संपूर्ण शरीरात शक्तीचा प्रवाह सुरू झाल्याचे जाणवू शकते. सुमारे पाच ते दहा मिनिटे या आसनात पडून राहा.

लक्ष : श्वासावर लक्ष केंद्रित करून मूलाधारापासून निघणाऱ्या ऊर्जेचा अनुभव घ्या.

लाभ :

- निद्रानाशाच्या रुग्णांना या आसनाच्या सरावाने पूर्ण लाभ मिळू शकतो.
- तणावग्रस्त व्यक्तीला या आसनामुळे अद्‌भुत शांतता मिळते.
- बुद्धीची शक्ती वाढवण्यासाठी या आसनाचा उपयोग करा.
- उच्च रक्तदाब असणाऱ्या रुग्णांनी नियमितपणे हे आसन करावे.

विशेष सूचना : अधिक लाभ मिळण्यासाठी योगनिद्रेचा अभ्यास करावा.

सूर्यनमस्कार फलश्रुती मंत्र

आदित्यस्य नमस्कारान्, ये कुर्वन्ति दिने दिने।
आयुः प्रज्ञा बलंवीर्यं तेजस् तेषाञ्च च जायते।।

अर्थ : जे लोक रोज सूर्यनमस्कार घालतात, त्यांना आयुष्य, प्रज्ञा (सद्बुद्धी), बल, वीर्य आणि तेज प्राप्त होते.

आदिदेव नमस्तुभ्यं प्रसीद मम भास्कर।
दिवाकर नमस्तुभ्यं प्रभाकर नमोऽस्तु ते।।

अर्थ : हे आदिदेव भास्करा, तुला माझा प्रणाम असो, हे दिवाकरा, तू माझ्यावर प्रसन्न हो. हे प्रभाकरा, तुला माझा नमस्कार असो, तुला प्रणाम असो.

सूर्यनमस्कार

एक चिंतन

सूर्याचे महत्त्व समजण्यासाठी आपल्या धर्मग्रंथांमध्ये अनादी काळापासून वर्णन करण्यात आले आहे. आजसुद्धा, सूर्य हा एक रहस्य बनून राहिला आहे आणि त्याचा शोध हळूहळू सुरू आहे. परंतु एक गोष्ट निश्चित आहे की, तो प्राचीन काळापासून आपल्याला त्याच्याकडे आकर्षित करत आला आहे. आपण आधीच्या युगांचा विचार करत असू वा आजच्या युगाचा; सूर्य आपल्याला नेहमीच जीवनदायी ऊर्जा देत आला आहे. सूर्याविषयी समजून घेण्यासाठी आजचे वैज्ञानिक दिवस-रात्र एक करत आहेत. मात्र, आपल्या ऋषिमुनींना सूर्याचे दिव्यत्व आणि दिव्यत्वाचा उपयोग करणे, या गोष्टी माहिती होत्या. सूर्य केवळ आपल्या शरीरालाच नव्हे; तर आपल्या सूक्ष्म शरीरालाही चैतन्यशक्ती पुरवून सजीवपणा प्रदान करतो. वैज्ञानिक हे सूर्याला 'अग्नीचा गोळा' म्हणोत किंवा एखादा 'ग्रह' समजू देत; परंतु प्राचीन काळीच आपल्याकडच्या ज्ञानी पुरुषांना सूर्याची अनेक रहस्ये ज्ञात होती आणि त्यांचा उपयोग करण्याच्या कलेला त्यांनी जनकल्याणाच्या सीमेपर्यंत पोहोचवले होते. परंतु, सूर्याविषयीचे ज्ञान आता जवळजवळ लुप्त झाल्यातच जमा आहे. इथे सूर्याचे रहस्य समजून घेण्याविषयीची थोडीशी चर्चा आम्ही करू इच्छितो. त्यामुळे, ज्या वेळी आपण सूर्यनमस्कार घालू, त्या वेळी मनात श्रद्धा, ओढ, तल्लीनता आणि आस्था निर्माण झाली पाहिजे आणि आपल्याला त्यापासून लाभ मिळाला पाहिजे.

वाचकांना कदाचित हे माहिती असेल की, बनारसमध्ये खूप महान असे एक संत होऊन गेले. त्यांचे नाव स्वामी विशुद्धानंद परमहंस होते आणि काशी हिंदू विश्वविद्यालयाचे प्राचार्य गोपीनाथ कविराज त्यांचे शिष्य होते. त्यांची कहाणी खूपच मोठी आहे. त्यामुळे संक्षेपाने आम्ही इथे एवढेच सांगू इच्छितो की, त्यांनी हिमालयातील एका गुप्त आश्रमात (ज्ञानगंज आश्रमात) जाऊन १२ वर्षे कठोर साधना केली होती. त्यानंतर १९२०च्या सुमारास बनारसमध्ये ते आले आणि सूर्यविज्ञानाचे चमत्कार दाखवून त्यांनी संपूर्ण जगाला आश्चर्यचकित करून सोडले होते. त्यांचे ज्ञानाने भरलेले वक्तव्य ऐकून लोकांनी आश्चर्याने तोंडात बोटे घातली होती. शेकडो शिष्यांच्या समोर त्यांनी सूर्यविज्ञानाद्वारे

एका वस्तूला दुसऱ्या वस्तूमध्ये रूपांतरित करून दाखवले होते. उदाहरणार्थ, कपाशीचे फूल, दगड, ग्रॅनाईट, हिरा, लाकूड आदी कोणतीही वस्तू ते बनवून दाखवत होते. त्यांनी एकदा तर मृत चिमणीला जीवित केले होते. तो आश्रम आजसुद्धा हिमालयात आहे. लेखक पॉल ब्रंटन यांच्या पुस्तकात ही माहिती देण्यात आली आहे. सूर्याविषयी तुमच्या मनातील जिज्ञासा आणि आस्था वाढीस लागावी आणि त्या दिनकरापासून तुम्हाला अधिकाधिक लाभ प्राप्त करून घेणे शक्य व्हावे, हाच ही गोष्ट सांगण्याच्या मागचा आमचा उद्देश आहे.

सूर्यनमस्काराच्या एका आवर्तनात १२ अवस्था असतात. प्रत्येक आसनाचा एकेक मंत्र आहे. प्रत्येक क्रियेचा स्वतःचा एक लाभ आहे. आम्ही एवढेच सांगू की, नवजीवन हवे असेल, तर सूर्यनमस्कार घाला.

रोज नियमाने सूर्यनमस्कार घालणे हे इतर कोणत्याही व्यायामांच्या तुलनेत अधिक लाभदायक असते. सूर्यदेवाचे आपण जेवढे वर्णन करू, ते कमीच आहे. म्हणूनच, आम्ही सूर्यदेवाला नमस्कार करण्याच्या पद्धतीचे वर्णन करत आहोत.

सूर्यनमस्काराचा प्राचीन इतिहास

सूर्यापासून जीवनदात्री ऊर्जा मिळते आणि त्याविषयी कृतज्ञता प्रकट करणे हेच सूर्यनमस्कारामागचे बहुधा मुख्य कारण असावे. सूर्यामधील अकृत्रिम प्रतिमेला किंवा सूर्यदेवाला अर्घ्य देण्याची पद्धत आदिकालापासून सुरू आहे. भारताचा पहिला चक्रवर्ती राजा भरत याने सूर्यातील जिनालयांना नमस्कार केला होता, त्या काळापासून ही पद्धती सुरू आहे. काही कारणांनी तिचा जास्त प्रचार किंवा प्रसार होऊ शकला नाही. परंतु, दक्षिण भारतातील गुरूंनी ती आत्मसात केली आणि या विद्येला जिवंत ठेवले. ज्या वेळी पर्यटन करत ते उर्वरित भारतातील तीर्थांच्या दर्शनाला येत असत, त्या वेळी तिथेही आपल्या दिनक्रमाचा एक भाग म्हणून ते सूर्यनमस्कार घालत होते. तीर्थस्थळी आलेले लोक त्यांना पाहून सूर्यनमस्काराच्या विधीचे अनुकरण करत होते. अशा प्रकारे, पुन्हा एकदा संपूर्ण भारतवर्षामध्ये सूर्यनमस्काराचा प्रचार आणि प्रसार झाला.

सूर्यनमस्काराचा आधुनिक इतिहास

सूर्यनमस्काराच्या कित्येक मुद्रा आहेत. परंतु, गुजरातमधील सुरत जिल्ह्यातील पारडी येथील वेदमूर्ती श्री. श्रीपाद दामोदर सातवळेकर यांनी १२ आकड्यांमध्ये करावयाच्या सूर्यनमस्काराची सुलभ पद्धत प्रचलित केली. संपूर्ण भारतभर त्याचा उपयोग केला जातो. शिवाजी महाराजांचे गुरू समर्थ रामदास स्वामी यांनी शिवाजी महाराजांना सूर्यनमस्काराचा विधी शिकवला होता. परिणामी, महाराजांचे शरीर आणि चरित्र हे दोन्हीही इतिहासात अद्वितीय मानले जाते. शिवाजी महाराजांनी आपल्या सैनिकांनाही सूर्यनमस्काराचा विधी शिकवला आणि अशा प्रकारे सूर्यनमस्काराच्या विधीचा प्रचार आणि प्रसार वाढला. 'सूर्यनमस्काराचे' बारा आदर्श बीजमंत्र आणि क्रियामंत्र आहेत. त्यामुळे, बारा अंकांच्या सूर्यनमस्काराच्या शास्त्रीयतेत वाढ होते.

सूर्यनमस्कार

१. प्रार्थना मुद्रा/नमस्कारासन/प्रणामासन

पद्धत : प्रार्थनेच्या मुद्रेत; म्हणजेच हात जोडून नमस्काराची मुद्रा तयार करून, पूर्वेकडे तोंड करून ताठ उभे राहा. संपूर्ण शरीर शिथिल करा आणि पुढे दिलेला सराव करण्यासाठी सज्ज व्हा.

श्वासोच्छ्वास पद्धती : सर्वसामान्य

लक्ष : अनाहत चक्रावर लक्ष केंद्रित करावे.

मंत्र : ॐ मित्राय नमः। अर्थात, विश्वाचा मित्र असलेल्या हे सूर्या, तुला माझा नमस्कार असो. बीज-मंत्र : ॐ ह्रां।

लाभ : रक्ताभिसरण सुरळीत होते. एकाग्रता आणि शांतता प्राप्त होते.

विशेष बाब : याला 'नमस्कार मुद्रा' असेही म्हटले जाते.

२. हस्तउत्तानासन

पद्धत : दोन्ही हात वर घ्या. दोन्ही खांद्यांमधील अंतराएवढे दोन्ही हातांत अंतर असावे; म्हणजेच खांद्यांच्या रेषेत हात वर घ्या. डोके आणि कमरेच्या वरचा भाग शक्य तितका मागे झुकवा. परंतु, दंड कानाच्या रेषेत असले पाहिजेत.

श्वासोच्छ्वास पद्धती : हात वर घेताना श्वास घ्या.

मंत्र : ॐरवये नमः। अर्थात, जगात हालचाल निर्माण करणाऱ्या हे सूर्यदेवा, तुला माझा नमस्कार असो. बीज-मंत्र : ॐ ह्रीं।

लक्ष : विशुद्धी चक्रावर लक्ष केंद्रित करावे.

लाभ : पोटाची अतिरिक्त चरबी दूर होते. पचनक्रिया अधिक चांगली बनते. फुप्फुसे पुष्ट होतात. हात आणि खांदे यांच्या स्नायूंना व्यायाम घडतो.

३. पाद-हस्तासन/हस्त-पादासन

पद्धत : समोर झुकून दोन्ही तळहातांनी पावलांशेजारच्या जमिनीला स्पर्श करा. मस्तकाचा गुडघ्यांना स्पर्श व्हावा. पाय ताठ ठेवा.

श्वासोच्छ्‌वास पद्धती : समोर झुकताना श्वास सोडा आणि अधिकाधिक श्वास बाहेर सोडण्यासाठी अंतिम स्थितीत पोट आकुंचित करा.

लक्ष : स्वाधिष्ठान चक्रावर लक्ष केंद्रित करावे.

मंत्र : ॐ सूर्याय नमः। अर्थात, या विश्वाला जीवन प्रदान करणाऱ्या हे सूर्यदेवा, माझा तुला नमस्कार असो. बीज-मंत्र: ॐ हूं।

लाभ : पोटाची चरबी कमी होते. पोट आणि जठर यांमधील दोष रोखले जातात आणि नष्ट होतात. मलावरोध नष्ट होतो. पाठीचा कणा लवचीक बनतो आणि त्याच्या स्नायूंमधील दाब सुरळीत होतो. रक्ताभिसरणाची गती वाढते.

४. अश्व संचालनासन/एक पाद प्रसरणासन

पद्धत : आता डावा पाय जेवढा मागे नेणे शक्य होईल, तेवढा मागे न्या आणि डाव्या पायाच्या गुडघ्याचा आणि पायाच्या पृष्ठभागाचा जमिनीला स्पर्श करा. उजवा पंजा त्याच्या जागी घट्ट ठेवून गुडघा वाकवा. हात आपल्या जागी सरळ राहू देत. तळहात आणि उजव्या पायाचा पंजा एका सरळ रेषेत ठेवले जावेत.

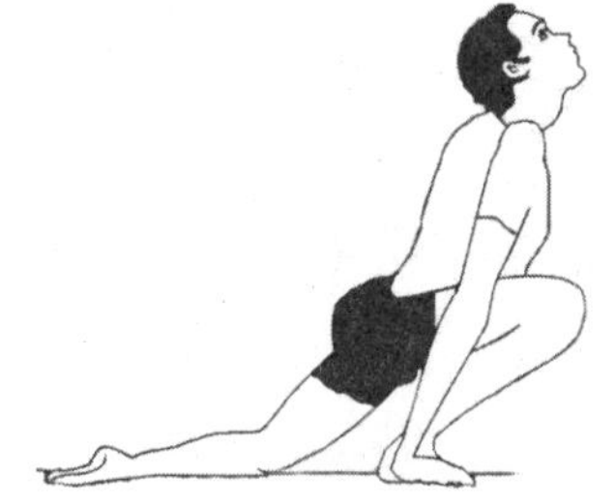

या क्रियेत दोन्ही हात, डाव्या पायाचा पृष्ठभाग, गुडघा आणि उजवा पाय यांच्यावर शरीराचे वजन पडते. आता डोके वर उचलून मागे घ्या. नजर समोर आणि वरच्या दिशेने असावी. शरीर ताणून धनुष्याकार तयार करा.

श्वासोच्छ्‌वास पद्धती : डावा पाय मागे नेताना श्वास घ्या.

लक्ष : आज्ञाचक्रावर लक्ष केंद्रित करावे.

मंत्र : ॐ भानवे नमः। अर्थात, हे प्रकाशपुंजा, माझा तुला नमस्कार असो. बीज-मंत्र : ॐ हैं।

लाभ : पाठीच्या कण्यात लवचीकता निर्माण होते. पोटाच्या भागात हलका तणाव निर्माण झाल्यामुळे पचनसंस्थेत रक्ताभिसरण वाढते. त्यामुळे पचनसंस्था चांगल्या प्रकारे काम करू लागते.

५. पर्वतासन /भूधरासन

पद्धत : शरीराचे वजन दोन्ही हातांवर स्थिरपणे टाकून, उजवा पाय सरळ करून, पायाचा पंजा डाव्या पायाच्या पंज्याजवळ ठेवा. आता नितंब जास्तीतजास्त वरच्या बाजूला उंचवा आणि डोके दोन्ही दंडांच्या मध्ये घ्या. टाचा जमिनीला टेकलेल्याच असाव्यात. त्या वर उंचावल्या जाता कामा नयेत. गुडघ्यांकडे पाहत पाय आणि हात एका सरळ रेषेत ठेवा.

श्वासोच्छ्वास पद्धती : उजवा पाय मागे नेताना आणि नितंब वर उंचावताना श्वास सोडा.

लक्ष : विशुद्धी चक्रावर लक्ष केंद्रित करावे.

मंत्र : ॐ खगाय नमः। अर्थात, आकाशात गतीने भ्रमण करणाऱ्या हे देवा तुला माझा नमस्कार असो. बीज-मंत्र : ॐ ऱ्हौं।

लाभ : डोके समोरच्या बाजूला झुकवल्यामुळे रक्ताभिसरण वाढते. त्यामुळे चेहरा ताजातवाना बनतो आणि त्याबरोबरच डोळ्यांचे तेज वाढते आणि डोक्याचे केस गळणे रोखले जाते. हातांचा आणि पायांचा व्यायाम होतो. पाठीच्या कण्याच्या स्नायूंना लाभ मिळतो. त्यामुळे लवचीकपणा वाढतो आणि पाठीचा कणा सशक्त होतो.

६. अष्टांग नमस्कारासन/प्रणिपातासन

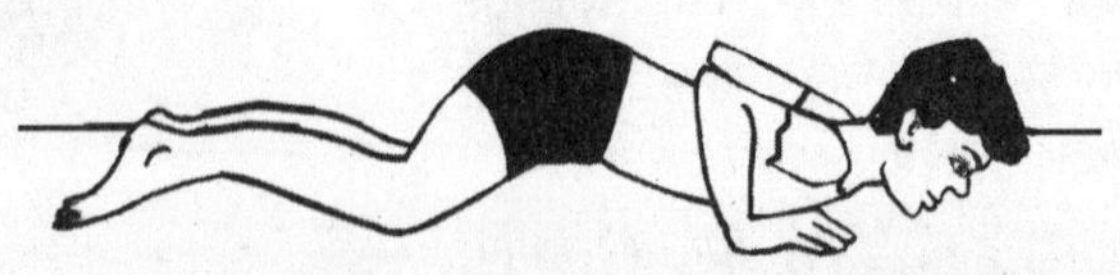

पद्धत : गुडघे वाकवून शरीर जमिनीच्या दिशेने अशा प्रकारे झुकवा की, दोन्ही पायांचे पृष्ठभाग, दोन्ही गुडघे, छाती, दोन्ही तळहात आणि हनुवटी यांचा जमिनीला स्पर्श व्हावा. नितंब आणि पोटाचा भाग जमिनीपासून थोडा वर राहावा.

श्वासोच्छ्वास पद्धती : श्वास रोखून ठेवा.

लक्ष : मणिपूर चक्रावर लक्ष केंद्रित करावे.

मंत्र : ॐ पूष्णे नमः। अर्थात, हे संसाराचे पोषण करणाऱ्या, तुला माझा नमस्कार असो. बीज-मंत्र : ॐ ह्रः।

लाभ : छाती आणि फुप्फुसे यांना शक्ती प्राप्त होते. पायांचे आणि हातांचे स्नायू मजबूत बनतात.

७. भुजंगासन

पद्धत : हात सरळ करा. डोके, छाती आणि कंबर हे शरीराचे पुढचे भाग वर उचलून डोके आणि मान मागे झुकवा.

श्वासोच्छ्वास पद्धती : उदरप्रदेश आणि छाती यांचा धनुष्याकार बनवून वर उठताना श्वास घ्या.

लक्ष : स्वाधिष्ठान चक्रावर लक्ष केंद्रित करावे.

मंत्र : ॐ हिरण्यगर्भाय नमः। अर्थात, हे ज्योतिर्मय, तुला माझा नमस्कार असो. बीज-मंत्र : ॐ ऱ्हां।

लाभ : पचनसंस्थेत तणाव निर्माण होतो आणि रक्ताभिसरण वाढते. त्यामुळे पचनक्रिया सक्रिय बनते. मलावरोध दूर होतो. फुप्फुसे चांगल्या प्रकारे कार्यरत होतात. पाठीचा कणा लवचीक बनतो. दमा, ब्राँकायटिस, सर्व्हायकल स्पाँडेलायटिस, स्लिप डिस्क या रोगांमध्ये लाभदायक.

८. पर्वतासन /भूधरासन

पद्धत : या स्थितीत पाचव्या क्रमांकाच्या स्थितीचीच पुनरावृत्ती करावी. शरीराचा नितंबांचा भाग उंचावून पायांचे पंजे जमिनीवर दाबून धरा. शरीराच्या अंतिम स्थितीत कंबरेचा आणि नितंबांचा भाग अधिकाधिक वर उचला. पायांचे पंजे एकमेकांशी चिकटवून ठेवा. दृष्टी नाभीच्या दिशेला असावी.

श्वासोच्छ्वास पद्धती : नितंब आणि धड वर उचलताना श्वास सोडा.

लक्ष : विशुद्धी चक्रावर लक्ष केंद्रित करावे.

मंत्र : ॐ मरिचये नमः। अर्थात, हे किरणांच्या स्वामी, तुला माझा नमस्कार असो. बीज-मंत्र : ॐ ऱ्हीं।

लाभ : हाताच्या आणि पायांच्या स्नायूंना नवीन ऊर्जा प्राप्त होते. पाठीचा कणा लवचीक बनतो. या स्थितीत पाच क्रमांकाच्या अवस्थेचे सर्व लाभ मिळतात.

विशेष बाब : काही योगशिक्षक यालाच **अधोमुख श्वानासन** म्हणतात.

९. अश्व संचालनासन/एक-पाद प्रसारणासन

वैशिष्ट्य : चौथ्या क्रमांकाच्या अवस्थेची ही अंशतः पुनरावृत्ती आहे. चौथ्या क्रमांकाच्या स्थितीत डावा पाय मागे जातो आणि या स्थितीत उजवा पाय मागे जातो, एवढाच फरक आहे.

पद्धत : दोन्ही हातांच्या मध्यभागी समोर डावा पाय ठेवा. याबरोबरच डावा पाय वाकवा आणि पंजे तिथेच स्थिर ठेवा. उजवा पाय शक्य तितका मागे न्या. पायाचा पृष्ठभाग आणि गुडघा यांचा जमिनीला स्पर्श झाला पाहिजे ही गोष्ट लक्षात ठेवा. हात सरळ ठेवा. या अवस्थेत शरीराचा भार दोन्ही हात, डाव्या पायाचा पंजा, पायाचा पृष्ठभाग आणि उजवा गुडघा यांच्यावर असेल.

श्वासोच्छ्वास पद्धती : डावा पाय पुढे नेताना श्वास घ्या.

लक्ष : आज्ञाचक्रावर लक्ष केंद्रित करावे.

मंत्र : ॐ आदित्याय नमः। अर्थात, हे विश्वाच्या रक्षका, तुला माझा नमस्कार असो.

बीज-मंत्र : ॐ ह्रूं ।

लाभ : चौथ्या क्रमांकाच्या अवस्थेचे सर्व लाभ मिळतात.

१०. पाद-हस्तासन/हस्त-पादासन

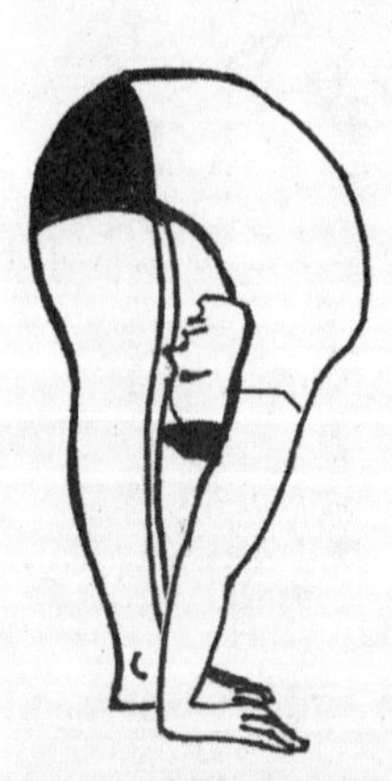

वैशिष्ट्य : ही स्थिती तिसऱ्या क्रमांकाच्या अवस्थेची पुनरावृत्ती आहे.

पद्धत : दोन्ही हातांवर भार टाकत उजव्या पायाचा पंजा डाव्या पायाच्या पंजाजवळ ठेवा. पाय ताठ करा. डोक्याने गुडघ्याला स्पर्श करा. अशा प्रकारे अंतिम स्थितीत पायाचे पंजे आणि तळहात सरळ एका रेषेत येतील.

श्वासोच्छ्वास पद्धती : समोरच्या बाजूला झुकताना श्वास सोडा. अधिकाधिक श्वास बाहेर टाकताना पोटाचा भाग आकुंचित करा.

लक्ष : स्वाधिष्ठान चक्रावर लक्ष केंद्रित करावे.

मंत्र : ॐ सवित्रे नमः। अर्थात, हे विश्वाच्या निर्मात्या, तुला माझा नमस्कार असो. बीज-मंत्र : ॐ ह्रैं।

लाभ : तिसऱ्या क्रमांकाच्या अवस्थेप्रमाणेच सर्व लाभ मिळतात.

११. हस्त उत्तानासन

वैशिष्ट्य : ही अवस्था दुसऱ्या क्रमांकाच्या अवस्थेची पुनरावृत्ती आहे.

पद्धत : झुकलेले शरीर वर उचला आणि दोन्ही हात डोक्याच्या वर न्या. खांद्यांच्या रुंदीएवढे दोन्ही हातांमध्ये अंतर असावे. डोके आणि कमरेच्या वरचा भाग शक्य तितका मागे न्या.

श्वासोच्छ्वास पद्धती : हात वर घेताना श्वास घ्या.

लक्ष : विशुद्धी चक्रावर लक्ष केंद्रित करावे.

मंत्र : ॐ अर्काय नमः। अर्थात, हे पावित्र्य प्रदान करणाऱ्या, तुला माझा नमस्कार असो. बीज-मंत्र : ॐ ऱ्हौं।

लाभ : दुसऱ्या क्रमांकाच्या अवस्थेचे सर्व लाभ मिळतात.

१२. प्रार्थना मुद्रा/नमस्कारासन/प्रणामासन

वैशिष्ट्य : पहिल्या क्रमांकाच्या अवस्थेची ही पुनरावृत्ती आहे.

पद्धत : वर उंचावलेले हात प्रार्थनेच्या मुद्रेत जोडा. हीच नमस्काराची मुद्रा होय. पायाचे पंजे जुळवून सरळ ताठ उभे राहा. संपूर्ण शरीर शिथिल करा.

श्वासोच्छ्वास पद्धती : श्वास सोडून सामान्य श्वासोच्छ्वास करा.

लक्ष : अनाहत चक्रावर लक्ष केंद्रित करावे.

मंत्र : ॐ भास्कराय नमः। अर्थात, हे प्रकाश देणाऱ्या, तुला माझा नमस्कार असो. बीज-मंत्र : ॐ ऱ्हः।

सूर्यनमस्काराचे हे अर्धे आवर्तन आहे. पूर्ण आवर्तन करण्यासाठी आपण आसन क्रमांक चार आणि नऊ यांमध्ये जो पाय मागे घेतला होता, त्याऐवजी दुसरा पाय मागे घेऊन आसन करावे. ज्याप्रमाणे पहिल्यांदा उजवा पाय मागे घेतला होता, त्याप्रमाणे आता डावा मागे घेऊन पुढील कृती तशीच करावी. अशा प्रकारे, एकूण २४ आसनांचा समूह; म्हणजे एक आवर्तन होते.

जर अर्धे आवर्तन; म्हणजे १२ आसने केल्यावर थकवा जाणवला, तर थोडा श्वासोच्छ्वास करून विश्रांती घ्या. प्रत्येक आसन करताना दक्ष राहा. प्रसन्नतेने मंत्राचा जप करत राहा. जर तुम्हाला एखादे आसन योग्य प्रकारे करता येत नसेल, तर पहिल्यांदा त्याचा सराव करा.

विशेष सूचना : साधकाने आपल्या शरीराचा विचार करून दोन किंवा तीन आवर्तने करावीत. सूर्यनमस्कार घालण्यासाठी 'ब्राह्ममुहूर्त' हा सर्वोत्तम काळ होय. प्रातर्विधी उरकून, स्नान करून, प्रसन्न मनाने सूर्यनमस्कार घालावेत. स्वच्छ आणि सैलसर कपडे घालावेत. वातावरण शांत असावे. यासाठी पहाटेची वेळ अधिक चांगली असते, कारण या वेळी जल आणि वायू शुद्ध असतात आणि सूर्याचे अतिनील किरणसुद्धा हानिकारक नसतात. म्हणून पहाटेची वेळ उपयुक्त असते. काही कारणाने पहाटे सूर्यनमस्कार घालणे जमले नाही, तर पोट रिकामे असताना संध्याकाळी घालता येतात.

दक्षता : आठ वर्षांहून अधिक वय असलेल्या सर्व व्यक्ती हे आसन करू शकतात. पाठीच्या कण्याच्या समस्या, उच्च रक्तदाब, हृदयविकार, हर्निया आदी रोग असलेल्या साधकांनी एखाद्या गुरूंच्या मार्गदर्शनाखाली हे आसन करावे.

संपूर्ण लाभ :

- सूर्यनमस्कार प्राणशक्ती प्रदान करतात.
- यामध्ये शारीरिक आणि मानसिक अशा दोन्ही स्तरांवर ऊर्जेचे संतुलन होते.
- सूर्यनमस्काराच्या सरावाने संपूर्ण शरीराचा व्यायाम घडतो.
- पाठीचा कणा आळीपाळीने पुढे आणि मागे वळल्यामुळे शारीरिक लाभाबरोबरच कुंडलिनी जागृतीच्या दृष्टीनेही याला अधिक महत्त्व आहे. पाठीचा कणाच सुषुम्ना नाडीचा मार्ग असल्यामुळे ऊर्जा ऊर्ध्वमुखीही बनते.
- सूर्यनमस्कारांनी मानसिक शांतता मिळते. स्मरणशक्ती वाढते. बल, वीर्य आणि तेज यांच्यात वृद्धी होते.
- मलावरोध नष्ट होतो. लवकर वृद्धत्व येत नाही.
- स्त्रिया सूर्यनमस्कारांच्या साहाय्याने आपले शरीर आकर्षक, सुंदर आणि सुडौल बनवू शकतात.
- सूर्यनमस्कारांमुळे सर्व रोग नष्ट होतात.
- व्यक्ती सूर्यासारखी तेजस्वी बनते.
- विद्यार्थ्यांनी सूर्यनमस्कार करून त्यापासून मिळणारे लाभ अवश्य प्राप्त करावेत.

चंद्रनमस्कार
१२ आसने
(पहिला प्रकार)
चंद्रनमस्कार
१४ आसने
(दुसरा प्रकार)

चंद्रनमस्कार

सूर्यनमस्काराप्रमाणेच, चंद्रनमस्कारही अत्यंत महत्त्वाचा आहे. यात १२ क्रिया असतात. (कधी-कधी १४ क्रियाही सांगितल्या जातात.) त्यांचे १२ मंत्र आहेत. या मंत्रांचा जप प्रत्येक आसनाबरोबरच केला जाऊ शकतो. तसे पाहता, प्रत्येक आसनाचे आपले स्वतःचे महत्त्व असतेच. परंतु, ही आसने शृंखलाबद्ध पद्धतीने केली गेली, तर ती शृंखला पूर्ण झाल्यावर या आसनांच्या लाभात अधिक वृद्धी झालेली असते, म्हणून साधकाने चंद्रनमस्काराने होणारे लाभ अवश्य मिळवले पाहिजेत.

पहिली स्थिती

पद्धत : चंद्राकडे तोंड करून ताडासनाच्या स्थितीत उभे राहा. दोन्ही हात वर घेऊन शरीराचा कमरेच्या वरचा भाग जितका मागे झुकवता येईल, तेवढा झुकवा. दोन्ही हातांचे तळहात आकाशाच्या दिशेला खुले ठेवा. मनातल्यामनात **ॐ चंद्राय नमः।** हा जप करत राहा.

दुसरी स्थिती

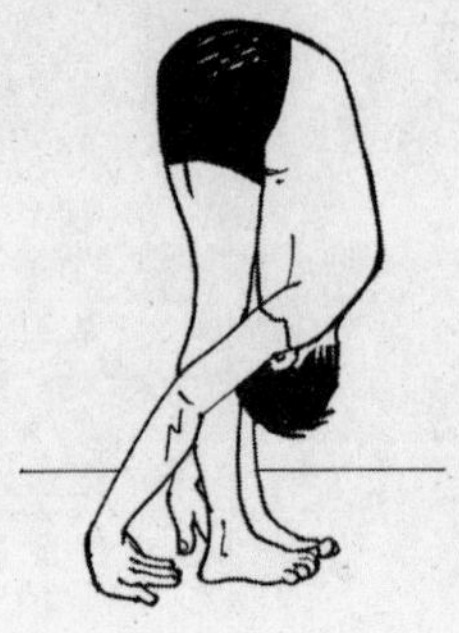

पद्धत : आता हात आणि कमरेचा वरचा भाग पुढच्या बाजूला झुकवत हात पावलांशी समांतर रेषेत ठेवा. डोक्याने गुडघ्यांना स्पर्श करा. मात्र, गुडघे वाकू देऊ नका. आता, **ॐ सोमाय नमः।** हा जप करा.

तिसरी स्थिती

पद्धत : यानंतर डावा पाय मागे नेऊन सरळ लांब करा. नंतर उजवा पाय गुडघ्यात वाकवा. उजव्या वाकवलेल्या पायावर शरीराचा संपूर्ण भार टाका आणि दोन्ही हात उजव्या पावलाच्या दोन्ही आजूबाजूला ठेवा आणि मनातल्यामनात **ॐ इन्द्रवे नमः।** हा जप करा.

चौथी स्थिती

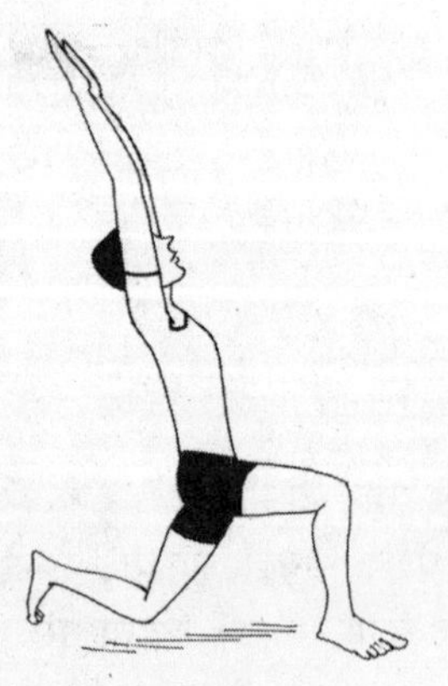

पद्धत : यानंतर जिथे पायांचे पंजे किंवा पावले आहेत, त्यांना तिथेच स्थिर ठेवून अशा प्रकारे उठा की, डाव्या पायाच्या गुडघ्याचा जमिनीला स्पर्श व्हावा आणि उजवा गुडघा काटकोनात वाकवला जावा. हात वर घेऊन कमरेच्या वरचा भाग मागच्या बाजूला झुकवा आणि मनातल्यामनात **ॐ निशाकराय नमः।** हा जप करा आणि काही काळ तसेच थांबून राहा.

पाचवी स्थिती

पद्धत : आता तिसऱ्या स्थितीप्रमाणे उजव्या पायाच्या जागी डाव्या पायावर पूर्ण भार टाकून उजवा पाय मागे न्या. डाव्या पायाची टाच आणि दोन्ही हात डाव्या पावलाच्या आजूबाजूला स्थिरपणे ठेवा आणि ॐ कलाभृताय नमः। हा जप करा.

सहावी स्थिती

पद्धत : आता चौथ्या स्थितीप्रमाणेच, डाव्या पायावर भार टाकून अशा प्रकारे उठा की, उजव्या पायाच्या गुडघ्याचा जमिनीला स्पर्श होईल आणि हात वरच्या बाजूला ताणून धरा. आता **ॐ सुधाधराय नमः।** हा जप करा आणि काही काळ त्याच अवस्थेत राहा.

सातवी स्थिती

पद्धत : त्यानंतर दोन्ही हात जमिनीवर स्थिरपणे ठेवून, डावा पाय उजव्या पायाजवळ न्या. या स्थितीत असताना एक दंड (दंड-बैठकांमधील) काढा आणि **ॐ निशापतये नमः।** हा जप करा.

आठवी स्थिती

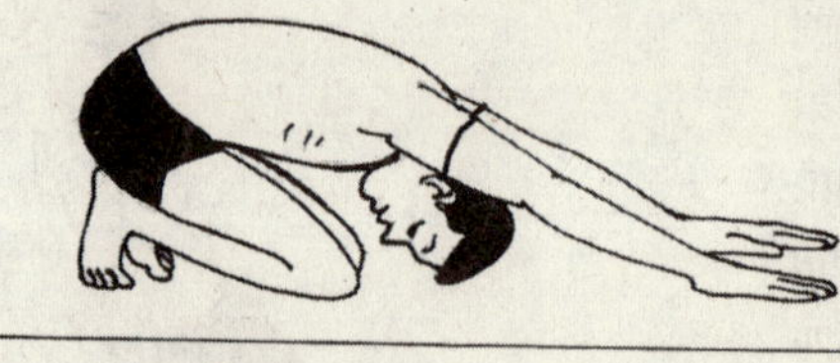

पद्धत : एक दंड काढल्यानंतर त्या अवस्थेत दोन्ही गुडघे जमिनीवर टेकवा आणि डोके खाली झुकवून कपाळाने जमिनीला स्पर्श करा. दोन्ही हातांची स्थिती तशीच ठेवा (चित्रात पाहा) आणि मनातल्यामनात **ॐ शिवशेखराय नमः।** हा जप करा.

नववी स्थिती

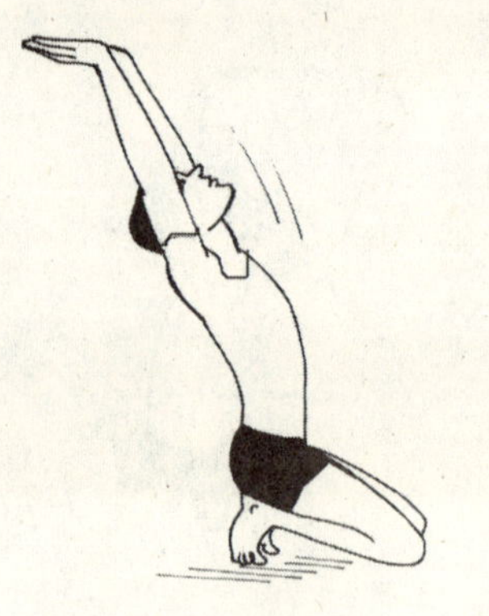

पद्धत : त्याच स्थितीत आता हात डोक्यासह वर घ्या. कमरेच्या वरचा भाग सरळ ताठ ठेवून मागे झुका. हात आकाशाच्या बाजूला ठेवा आणि गुडघे व पंजे यांच्या आधाराने टाचांवर बसा. **ॐ अमृतदीधितये नमः।** हा जप करा.

दहावी स्थिती

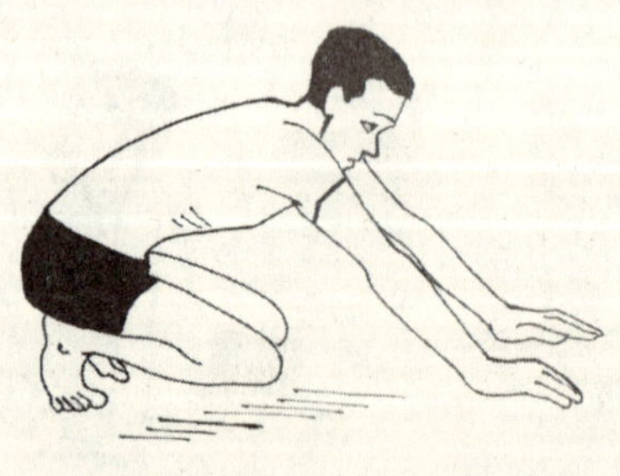

पद्धत : आता दोन्ही हात समोरच्या बाजूला आणून जमिनीवर दीड फुटांच्या अंतरावर ठेवा. त्याच स्थितीत एक दंड काढा आणि त्याच अवस्थेत पंजांवर आणि हातांवर भार टाकून बसा. आता जमिनीवरून गुडघे वर उचला. त्यानंतर मनातल्यामनात **ॐ तमोघ्नाय नमः।** हा जप करा.

अकरावी स्थिती

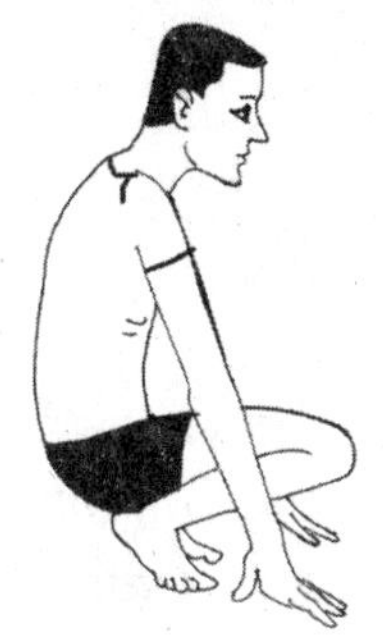

पद्धत : यानंतर हात मागे-पुढे न करता, दोन्ही पाय उडी मारल्यासारखे झटक्यात पुढे घेऊन दोन्ही हातांच्या मध्ये घ्या. पंजांवर भार टाकून बसा. तळहातांच्या ठिकाणी जमिनीला बोटांचा स्पर्श होईल. नितंबांचा भार टाचेवर पडेल. आता मनातल्यामनात **ॐ राजराजाय नमः।** हा जप करा.

बारावी स्थिती

पद्धत : आता अंतिम स्थितीत सरळ उभे राहा. दोन्ही हात समोरच्या बाजूला जोडून **ॐ शशांक देवाय नमः।** हा जप करा.

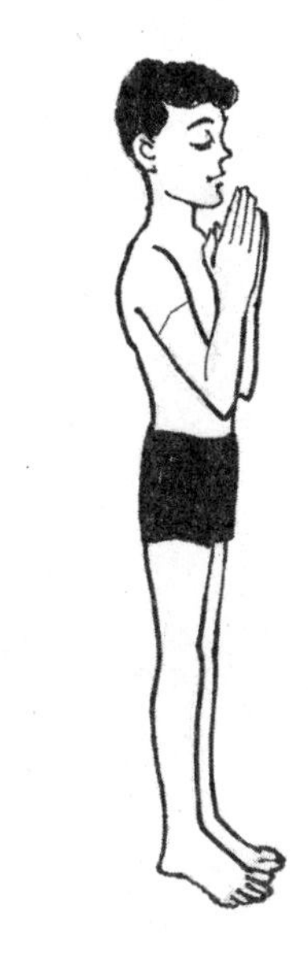

हे एक आवर्तन झाले. या प्रकारे पाच-सहा आवर्तने पूर्ण करा. थकल्यासारखे वाटले, तर शवासनाच्या स्थितीत आराम करा.

वेळ : ज्याप्रमाणे सूर्यनमस्कार विशेषतः पहाटे किवा सकाळच्या वेळी केले जातात, त्याप्रमाणे चंद्रनमस्कार संध्याकाळी केले पाहिजेत.

लाभ :
- तसे पाहता, प्रत्येक आसनाचे स्वतः चे असे वेगळे महत्त्व असतेच आणि त्याचा स्वतंत्र लाभही असतो. परंतु, आसनांचे असे संपूर्ण आवर्तन केले, तर एकाच वेळी कित्येक लाभ होतात.
- शरीर सुंदर, बलवान आणि सुडौल बनते. पोटाच्या भागाला लाभ होतो. मलावरोध, आम्लपित्त, अजीर्ण आदी रोग दूर होतात. शरीर कांतिमान आणि तेजःपुंज बनते. मानसिक शांतता आणि थंडावा प्राप्त होतो. आळस दूर होतो. संपूर्ण शरीर निरोगी बनते.

विशेष बाब : काही योगकेंद्रांमध्ये चंद्रनमस्कार आणखी वेगळ्या प्रकारेही केले जातात.

दिशा : चंद्राची ऊर्जा आणि त्यामुळे होणारे लाभ आत्मसात करण्यासाठी हे नमस्कार केले जात असल्याने ज्या दिशेला चंद्राचा उदय असेल, त्या दिशेची निवड केली पाहिजे.

प्रत्येक व्यक्तीने आपल्या जीवनात योग साधना स्वीकारली पाहिजे; परंतु साधकाने सर्वप्रथम योगाभ्यासाशी संबंधित सर्व गोष्टी व्यवस्थितपणे समजून घेणे आणि मग प्रत्यक्ष कृती करणे उचित आहे असे केल्याने अधिक लाभ प्राप्त होतो.

– राजीव जैन त्रिलोक

योगविद्या म्हणजे केवळ व्यायाम नाही, तर पूर्ण अष्टांग योगाद्वारे शारीरिक आणि मानसिक स्वास्थ्य प्राप्त होते आणि सम्यक् दृष्टित्वाची निर्मिती होते आणि आत्म्याला उत्थानाच्या दिशेने पुढे जाण्यास प्रवृत्त केले जाते.

– राजीव जैन त्रिलोक

योगासन

ॐ
असम्प्रज्ञात समाधि
ध्यान
प्रत्याहार
प्राणायाम
आसन
अष्टांग योग

पद्मासन आणि ध्यानाशी संबंधित आसने

सुखासन

शब्दशः अर्थ : 'सुख' याचा अर्थ 'प्रसन्नता' असा आहे. या आसनात साधक मांडी घालून आरामात बसत असल्यामुळे त्याला 'सुखासन' असे म्हटले जाते. तरीही, ज्या कोणत्याही आसनात बसल्यानंतर सुखाची किंवा आनंदाची अनुभूती येते, त्याला 'सुखासन' म्हटले जाते. परंतु, प्राचीन काळी मांडी घालून बसण्याच्या आसनालाच 'सुखासन' असे मानले जात होते.

पद्धत : जमिनीवर गुडघे वाकवून आरामात मांडी घालून बसा. (चित्र पाहा). हात बगलेत किंवा गुडघ्यांवर ठेवा. पाठीचा कणा, मान आणि डोके सरळ ठेवा.

लक्ष : सर्व चक्रांमधून निघणाऱ्या ऊर्जेच्या अनुभूतीवर लक्ष केंद्रित करा.

श्वासोश्वास पद्धती: प्राणायमाप्रमाणे.

वेळ : शक्य असेल त्याप्रमाणे.

दिशा: पूर्व किंवा उत्तर (आध्यात्मिक लाभासाठी)

लाभ :
- ध्यानासाठी हे एक उत्कृष्ट आसन आहे.
- भोजन करण्यासाठी हे आसन हितकारक असते.
- ध्यानासाठी पद्मासनात बसणे ज्यांना अशक्य असते, त्यांनी या आसनाचा उपयोग करण्यास हरकत नाही.
- विशेषकरून, पूजा-पाठाच्या वेळी हे आसन केले जाते.
- शारीरिक उत्साह, स्फूर्ती, मनःशांती आणि शरीर निरोगी राखणे यांसाठी हे आसन लाभदायक आहे.

गुप्तासन

शब्दशः अर्थ : 'गुप्त' म्हणजे 'छुपे किंवा दडलेले'.

पद्धत : सुखासनात बसा. डाव्या पायाची टाच शिवणीच्या नाडीवर ठेवा आणि तिथे टाचेने दाब द्या. उजव्या पायाच्या बोटांना डाव्या पायाची मांडी आणि पोटरी यांच्यामध्ये गुंतवा. हात ज्ञानमुद्रेच्या स्थितीत गुडघ्यांवर ठेवा.

लक्ष : मूलाधारपासून सहस्रार चक्रापर्यंतच्या सर्व चक्रांचे अनुक्रमे ध्यान करा.

श्वासोच्छ्वास पद्धती : स्वाभाविक श्वासोच्छ्वास सुरू ठेवा.

वेळ : त्रास न होता शांतपणे जेवढा वेळ बसता येईल, तेवढा वेळ बसू शकता.

दिशा : पूर्व किंवा उत्तर दिशेला तोंड करून बसा. (आध्यात्मिक लाभासाठी.)

लाभ :
- बल, वीर्य, ओज, तेज ऊर्ध्वमुखी होतात आणि व्यक्ती तेजस्वी बनते.
- नेत्रज्योती प्रखर बनते.
- स्वप्नदोष, कामविकार यांचे शमन होते आणि ब्रह्मचर्याची शक्ती प्राप्त होते.
- सकारात्मक ध्यान केल्याने संपूर्ण शरीरातील विकार हळूहळू नष्ट होतात.
- ७२,००० नाड्यांमधील मल नष्ट केला जातो.
- मानसिक तणाव दूर होतो.

मुक्तासन (पहिला प्रकार)

पद्धत : डाव्या पायाच्या टाचेने गुदाला स्पर्श करा आणि त्या पावलावर उजव्या पायाची टाच ठेवा. पाठीचा कणा, मान आणि डोके एका रेषेत आणून बसा. सर्व सिद्धी प्राप्त करून देणाऱ्या या आसनाला 'मुक्तासन' म्हणतात.

लक्षः मूलाधार चक्राकडे लक्ष केंद्रित करा.

वैशिष्ट्य : श्वासाचा क्रम, वेळ, दिशा आणि लाभ गुप्तासनासारखेच आहेत.

सूचना : दुसऱ्या प्रकारचे मुक्तासन पुढच्या काही पानांनंतर दिले गेले आहे.

स्वस्तिकासन

शब्दशः अर्थ : स्वस्तिकाचे शुभचिन्ह (卐) सर्वांना माहिती असते. हे चिन्ह आध्यात्मिक आणि सांसारिक सुखे देणारे आहे.

पद्धत : सुखासनात बसून दोन्ही पायांचे तळवे दोन्ही मांड्यांच्या मध्ये चिकटवून ठेवा आणि त्रिकोणाकार आसन तयार करा. पाठीचा कणा, मान आणि डोके सरळ ठेवा. दृष्टी भ्रूमध्यावर (दोन्ही भुवयांच्या मध्यभागी) स्थिर ठेवा.

हठयोग प्रदीपिकेनुसार,

> **जानुर्वोरन्तरे सम्यक् कृत्वा पादतले उभे ।**
> **ऋजुकायः समासीः स्वस्तिकं तत् प्रचक्षते ।।**

लक्ष : आत्मउत्थानासाठी अनुक्रमे सर्व चक्रांचे ध्यान करा किंवा त्यांच्यावर लक्ष केंद्रित करा.

श्वासोच्छ्वास पद्धती : सामान्य

वेळ : परिस्थितिनुरूप

दिशा : पूर्व किंवा उत्तर (आध्यात्मिक लाभ मिळण्याच्या हेतूने)

मंत्रोच्चारण : ॐचे ध्वनिरूपाने उच्चारण करा.

लाभ : गुप्तासन आणि सुखासन या आसनांचे सर्व लाभ मिळतात.

योगासन

> **उत्तानौ चरणौ कृत्वा संस्थाप्य जानुनोपरि ।**
> **आसनोपरि संस्थाप्य उत्तानं करयुग्मकम् ।।**
> **पूरकैर्वायुमाकृष्य नासाग्रमवलोकयेत् ।**
> **योगासनं भवेदेतद् योगिनां योगसाधनम् ।।** (घे.सं. ४४, ४५)

अर्थ : सुखासनात बसा. आता दोन्ही पाय उचलून दोन्ही मांड्यांवर घ्या. डावे पाऊल उजव्या मांडीवर आणि उजवे पाऊल डाव्या मांडीवर ठेवा. त्यानंतर दोन्ही हात आसनावर ठेवा. पूरक प्राणायामाद्वारे हवा आत घेऊन, नाकाच्या अग्रभागावर दृष्टी ठेवून साधकाने कुंभकाद्वारे हवा रोखून धरावी. योग्यांनी हे आसन रोज केले पाहिजे. यालाच 'योगासन' म्हटले जाते.

विशेष सूचना : श्वासोच्छ्वास पद्धती, वेळ, लाभ आणि दक्षता या गोष्टी पद्मासनासारख्याच आहेत.

अर्ध-पद्मासन

शब्दशः अर्थ : 'अर्ध' याचा अर्थ आहे अर्धे. पद्मासनाची मुद्रा पूर्ण रूपात धारण न करणे.

पद्धत : प्रसन्न मनाने आपल्या आसनावर समोर पाय पसरून बसा. डावा पाय वाकवून उजव्या पायाच्या मांडीच्या खाली ठेवा आणि उजवा पाय वाकवून डाव्या पायाच्या मांडीवर ठेवा. दोन्ही हात गुडघ्यांवर ठेवा. पाठीचा कणा, मान आणि डोके सरळ, ताठ ठेवा. अशा प्रकारे, काही काळानंतर पाय बदलून हीच क्रिया करा.

श्वासोच्छ्वास पद्धती : श्वसन सर्वसामान्यपणे करत राहा.

लक्ष : मूलाधारपासून सहस्रारपर्यंतच्या चक्रांचे अनुक्रमे ध्यान करत राहा.

दिशा : पूर्व किंवा उत्तर.(आध्यात्मिक कारणांसाठी)

वेळ : शक्य असेल त्याप्रमाणे.

लाभ :
- पाठीचा कणा सरळ, ताठ राहिल्यामुळे संपूर्ण शरीराला लाभ मिळतो. पूर्ण पद्मासन घालण्यापूर्वी या आसनाचा सराव केला पाहिजे.
- चेतना ऊर्ध्वमुखी होते.
- कोणत्याही इष्ट मंत्राचा जप करत श्वासोच्छ्वासाकडे लक्ष देत हे आसन केल्याने मनाला स्थैर्य प्रदान होते.

पद्मासन

शब्दशः अर्थ : 'पद्म' या शब्दाचा अर्थ आहे; कमळ.

आकृती : कमळाच्या फुलासारखी दिसते.

दिशा : उत्तर किंवा पूर्व (आध्यात्मिक कारणांसाठी)

विशेष सूचना : प्रथम आपण हे आसन समजून घेतले पाहिजे. हे आसन सर्व सिद्धी प्राप्त करून देणारे आहे. या आसनाचा सराव अवश्य केला पाहिजे. शरीरातील सर्व ७२,००० नाड्यांची या आसनामुळे शुद्धी होते. हे आसन आध्यात्मिक साधकांना प्रिय असते. हे शेकडो मंत्रांच्या सिद्धी प्राप्त करून देणारे आसन आहे. कुंडलिनी जागृतीसाठी हे आसन 'अद्वितीय' मानले जाते. या आसनात निर्विकल्प ध्यान लावल्याने सर्व पापांचा नाश होतो.

पद्धत : प्रथम समोरच्या बाजूला पाय पसरून बसा किंवा सुखासनात बसा. नंतर डाव्या पायाचा पंजा उचलून उजव्या मांडीवर ठेवा आणि उजव्या पायाचा पंजा उचलून डाव्या पायाच्या मांडीवर ठेवा. पाठीचा कणा ताठ ठेवा. गुडघ्यांचा जमिनीला स्पर्श झाला पाहिजे. डावा हात दोन्ही पायांच्या तळव्यांच्या वर आणि उजवा तळहात डाव्या तळहातावर ठेवा. त्यामुळे त्याला नाभीचा स्पर्श होत राहील. जेवढा वेळ या आसनात थांबणे शक्य असेल, तेवढा वेळ थांबा. श्वासोच्छ्‌वास करत राहा. (काही ठिकाणी हात गुडघ्यांवर ठेवण्याचीही पद्धती आहे.)

हठयोग प्रदीपिका आणि घेरंड संहिता यांच्यामध्ये पद्मासनाची व्याख्या भिन्न प्रकारे करण्यात आली आहे:

वामोरूपरि दक्षिणं हि चरणं संस्थाप्य वामं तथा,
दक्षोरूपरि पश्चिमेन विधिना धृत्वा कराभ्यां दृढम् ।।
अङ्गुष्ठौ हृदये निधाय चिबुकं नासाग्रमालोकयेत्,
एतद्व्याधिविकारनाशनकरं पद्मासनं ग्रोच्यते ।। (घे.सं.२/९)

अर्थ : डाव्या मांडीवर उजव्या पायाचा पंजा आणि उजव्या मांडीवर डाव्या पायाचा पंजा ठेवून उलट क्रियेद्वारे हात पृष्ठभागावरून आणून, डाव्या हाताने डाव्या पायाचा अंगठा आणि उजव्या हाताने उजव्या पायाचा अंगठा घट्ट पकडा. हनुवटी हृदयाच्या वर गळ्याच्या हाडाच्या पोकळीत; म्हणजेच कंठकुपात ठेवा. दृष्टी नाकाच्या अग्रभागी स्थिर करा. सर्व रोगांचा नाश करणाऱ्या या आसनाला 'पद्मासन' म्हणतात.

विशेष बाब :

- इथे महर्षी घेरंड यांनी आणि हठयोग प्रदीपिकामध्येही बद्ध-पद्मासनालाच विशिष्ट रूपाने 'पद्मासन' म्हटले आहे. बद्ध-पद्मासनाचे वर्णन वाचा.
- घेरंड संहितेच्या दुसऱ्या अध्यायाच्या ४४.४५ क्रमांकाच्या श्लोकात ज्या योगासनाची व्याख्या दिली आहे, ते पद्मासनासारखे आहे.

पद्धत : प्रथम दोन्ही पाय समोर पसरून बसा. डावा पाय उजव्या मांडीवर आणि उजवा पाय डाव्या मांडीवर ठेवा. पायांचे तळवे आकाशाच्या दिशेला असू द्या. टाचांनी उदरप्रदेशाच्या अग्रभागी स्पर्श करा आणि दोन्ही गुडघ्यांचा जमिनीला स्पर्श होत असावा. पाठ आणि डोके सरळ ताठ ठेवा. आता दोन्ही हात पृष्ठभागावरून विपरीत पद्धतीने आणून डाव्या हाताने डाव्या पायाचा अंगठा आणि उजव्या हाताने उजव्या पायाचा अंगठा घट्ट पकडा. हनुवटी हृदयाच्या वर कंठकुपात स्थिरपणे टेकवा. म्हणजेच, जालंधर बंध लावून नाकाच्या अग्रभागी दृष्टी स्थिर करा.

सर्व रोगांचा नाश करणाऱ्या या आसनाला 'पद्मासन' म्हणतात.

मत्स्येंद्रनाथ यांच्या मते : दोन्ही पाय समोर पसरून डावा पाय उजव्या पायाच्या मांडीवर आणि उजवा पाय डाव्या पायाच्या मांडीवर ठेवा. मांड्यांच्या मध्यभागी दोन्ही हात सरळ ठेवून नाकाच्या अग्रभागी दृष्टी स्थिर करा आणि जीभ दाढेच्या मुळाशी चिकटवून ठेवून हनुवटी कंठकूपावर ठेवा. नंतर हळूहळू वायू वर घ्या. म्हणजेच मूलबंध लावा. ही आसनक्रिया सर्व रोगांचा नाश करणारी आहे. योगीजन या आसनक्रियेला 'पद्मासन' म्हणतात.

योगकुण्डल्युपनिषदानुसार,

> **ऊवारूपरि चेदद्यते उभे पादतले यथा।**
> **पद्मासनं भवेदेतत्सर्वपाप प्रणाशनम् ।।**

अर्थ : दोन्ही मांड्यांवर विरुद्ध पायांचे तळवे सरळ ठेवल्याने पद्मासन तयार होते. ते सर्व पापांचा नाश करते.

हठयोग प्रदीपिकेत असे लिहिले आहे की,

> **कृत्वासंपुटितौ करौ दृढतरं बद्धवा तु पद्मासनं,**
> **गाढं वक्षसि सन्निधाय चिबुकं ध्यायंश्च तच्चेतसि।**
> **वारंवारमपानमूर्ध्वमनिलं प्रोत्सारयन्पूरितं,**
> **न्यंचन्प्राणमुपैति बोधमतुलं शक्तिप्रभावान्नरः ।।**

अर्थ : हठयोग ग्रंथकारांचे असे म्हणणे आहे की, दोन्ही हात संपुटित करून बगलेत किंवा काखेत ठेवावेत आणि दृढपणे पद्मासन लावावे. हनुवटी दृढपणे वक्षःस्थळाच्या समीप स्थिर करावी. म्हणजेच, जालंधरबंध लावून ब्रह्माचे चिंतन करत गुद सातत्याने आकुंचित करा आणि अपान वायू वर घ्या. म्हणजेच, मूलबंध लावून सुषुम्नेच्या मार्गाने अपान वायू वर चढवत पूरक प्राणायामाने प्राणवायूला खाली घ्या. म्हणजेच, प्राण आणि अपान यांना एकत्रित करून साधक कुंडलिनी जागृत करून अमर्याद ज्ञानाचा धनी होऊ शकतो.

लक्ष : सर्व चक्रांचे ध्यान करा आणि आपली सर्व चक्रे जागृत होत आहेत, आत्मा शुद्ध होत चालला आहे, अशी भावना मनात ठेवा किंवा गुरूंनी दिलेल्या मंत्राचा जप करा.

दक्षता :
- आपल्या क्षमतेहून अधिक काळ जबरदस्तीने बसू नका.
- गुडघ्यात वेदना झाल्या किंवा दुखले, तर पहिल्यांदा पवनमुक्तासनासंबंधीच्या क्रिया करा.
- सायटिका आणि गुडघेदुखीच्या तीव्र वेदनेने त्रस्त व्यक्तींनी यथाशक्ती अनुक्रमे क्रिया कराव्यात.
- आसन धारण केल्यावर पाठीचा कणा, मान आणि डोके सरळ ठेवूनच सराव करा.
- पायांची स्थिती बदलून आसन अवश्य करा. त्यामुळे, शरीराच्या अवयवांचा समान रूपाने विकास होईल.

लाभ :
- या आसनामुळे प्राणवायू आणि अपान वायू एकत्रित होतात.
- हे आसन शरीराच्या सर्व स्नायूसंस्था खुल्या करते.

- प्राण सुषुम्ना नाडीतून वाहू लागतात. त्यामुळे जीवनदात्री शक्ती प्राप्त होते.
- कामविकाराचा नाश होतो आणि कामशक्ती योग्य प्रकारे काम करू लागते.
- चेतना ऊर्ध्वमुखी बनते.
- चेहऱ्याची कांती तेजस्वी बनते.
- शरीराच्या सर्व रोगांना हळूहळू क्षीण करत साधक निरोगी बनतो.
- मनाला शांती प्राप्ती होते आणि मनाची चंचलता दूर होते.
- नियमितपणे हे आसन करत राहिल्यामुळे पापकर्मांचा हळूहळू नाश होत जातो.
- कुंडलिनी शक्तीच्या जागृतीसाठी हे आसन विशेष साहाय्यभूत ठरते.
- १० ते १५ मिनिटांपर्यंत बसून ध्यान केल्यामुळे सरकलेली नाभी ठीक होते.
- नियमित सरावामुळे साधकाच्या ७२,००० नाड्या शुद्ध बनतात.
- हे आसन केल्यानंतर पायांमध्ये रक्ताभिसरण कमी होऊन पोट आणि कटिप्रदेशात रक्ताचे प्रमाण वाढते. अशा प्रकारे पोटाच्या आणि कटिप्रदेशाच्या रोगांमध्ये या आसनामुळे लाभ होतो.

विशेष बाब : काही योगशिक्षक या आसनाला **कमलासन, श्री आसन, आदिआसन, ब्रह्मा आसन** आणि **मुक्तपद्मासन** या नावांनीही संबोधतात.

वेगळा प्रकार : पद्मासनाच्या अवस्थेत पोटावर उपडे झोपा आणि हात पाठीच्या मागे नेऊन नमस्काराची मुद्रा तयार करा. यालाच **गुप्त पद्मासन** म्हणतात. काही योगशिक्षक गुप्त पद्मासनाला **पतंग आसन** असेही म्हणतात.

योगमार्गाच्या सर्व साधनपद्धतींचे एकमेव उद्दिष्ट असते
आणि त्या एकाच लक्ष्याच्या दिशेने साधकाला नेत असतात.
ते उद्दिष्ट अथवा ते लक्ष्य असते – शारीरिक आरोग्य,
मानसिक शांतता आणि चेतना ऊर्ध्वमुखी बनवणे.

– राजीव जैन त्रिलोक

बद्ध-पद्मासन

शब्दशः अर्थ : 'बद्ध'; म्हणजे 'बांधले गेलेले' किंवा 'पकडून ठेवलेले', 'एकत्र असलेले'.

पद्धत : पद्मासनात बसा. श्वास सोडून दोन्ही हात पाठीच्या मागे न्या. आता उजव्या हाताने उजव्या पायाचा अंगठा आणि डाव्या हाताने डाव्या पायाचा अंगठा पकडा. अंगठे पकडण्यात समस्या येत असेल, तर थोडे पुढे झुका आणि अंगठा पकडा. हनुवटी कंठकुपावर ठेवा आणि दृष्टी नासाग्रावर केंद्रित करा. पुन्हा आपल्या मूळ स्थितीत या. श्वासोच्छ्वास नेहमीप्रमाणे करा. ही क्रिया पाय बदलून करा.

लक्ष : स्वाधिष्ठान चक्र आणि अनाहत चक्र यांवर लक्ष केंद्रित करा.

श्वासोच्छ्वास पद्धती : हे आसन दोन ते पाच मिनिटे करा. श्वासोच्छ्वास नेहमीप्रमाणे नियमितपणे करा किंवा प्राणायाम करा.

लाभ :
- छाती, स्नायू बळकट होतात.
- हात, खांदे, गुडघे आणि पायाचे स्नायू मजबूत बनतात.
- पोटाचे विकार नष्ट होतात. जठराग्नी तीव्र बनतो. मलावरोध नाहीसा होतो आणि भूक वाढते.
- हृदय, फुप्फुसे आणि मूत्रपिंड सक्षम आणि सक्रिय बनतात.
- स्त्रियांमध्ये वक्षःस्थळांना उभार प्राप्त होतो.

विशेष बाब : सुरुवातीला आसन करू लागल्याबरोबर दोन्ही पायांचे अंगठे पकडता आलेच पाहिजेत असे नाही. पायांना केवळ स्पर्श करण्याचा प्रयत्न करणेही सुरुवातीला पुरेसे आहे. काही दिवसांनंतर अंगठे पकडता येऊ लागतात.

दक्षता : सायटिका किंवा पाठीच्या कण्यात तीव्र वेदना होत असणाऱ्या साधकांनी तारतम्याने आसन करावे.

विशेष सूचना :
- योगमुद्रासनही करू शकता.
- या आसनात जालंधर बंध आणि मूलबंध लावला, तर त्यामुळे विशेष लाभ मिळतो. (बंधविषयक प्रकरण पाहा.)

सिद्धासन/विजयासन

आकृती : पद्मासनाशी मिळतीजुळती, सिद्धिप्राप्तीसाठी साहाय्यकारी असल्यामुळे याला 'सिद्धासन' म्हणतात.

लक्ष : सर्व चक्रांवर केंद्रित करा.

पद्धत : सुखासनात बसा. डाव्या पायाचा तळवा उजव्या मांडीवर असा घट्ट चिकटून ठेवा की, त्याची टाच तुमच्या गुद आणि अंडकोश यांच्या मधल्या भागाला स्पर्श करेल. आता उजव्या पायाची टाच जननेंद्रिय आणि बस्तीच्या हाडाच्या मध्ये दबाव टाकून दाबून ठेवा. उजव्या पायाची बोटे डाव्या पायाची पोटरी आणि मांडी यांच्या मध्ये ठेवा. मांड्यांचा स्पर्श जमिनीला होत राहिला पाहिजे. शरीर एकदम ताठ ठेवा. हात ज्ञानमुद्रेत मांड्यांवर ठेवा. हनुवटी हृदयाच्या वरच्या बाजूला कंठकुपात स्थिर ठेवा. दृष्टी भ्रूमध्यावर केंद्रित करा आणि तणावरहित होऊन बसा. पायांची स्थिती बदलून हाच सराव पुन्हा करा.

दिशा : पूर्व किंवा उत्तर (आध्यात्मिक लाभासाठी).

वेळ : शक्य असेल त्याप्रमाणे.

श्वासोच्छ्वास पद्धती : प्राणायामाबरोबर किंवा अनुकूलतेप्रमाणे.

मंत्र : गुरूंनी दिलेल्या किंवा आपल्या इष्टदेवतेच्या मंत्राचा जप करा अथवा ॐ नमः सिद्धेभ्यः। या मंत्राचा जप करा.

सूचना : सिद्धासन आणि पद्मासन यांचे लाभ जवळजवळ एकसमानच आहेत. चेतना ऊर्ध्वमुखी करण्यासाठी हे आसन उपयुक्त आहे. म्हणून, सर्व साधकांनी आणि ब्रह्मचारी व्यक्तींनी अवश्य करावे. प्राणायाम आणि ध्यान यांसाठी हे आसन जरूर केले पाहिजे.

लाभ : या आसनामुळे दृढ इच्छाशक्तीचा विकास होतो. पाठीचा कणा स्थिर आणि दृढ बनतो. गुदासंबंधीचे रोग आणि कामविकार यांचा नाश होतो. हे आसन रोज ४८ मिनिटे केले, तर सिद्धी प्राप्त होतात. वृद्धावस्थेत कंबर वाकत नाही. या आसनात बसून त्राटक केल्याने संमोहनशक्तीत वाढ होते. उदरप्रदेशाला भरपूर लाभ मिळतो.

दक्षता : सायटिका, तीव्र कंबरदुखी किंवा गुडघ्यांमध्ये तीव्र वेदना होत असतील, तर या आसनाचा सराव हळूहळू चिकाटीने करावा.

पर्वतासन/वियोगासन

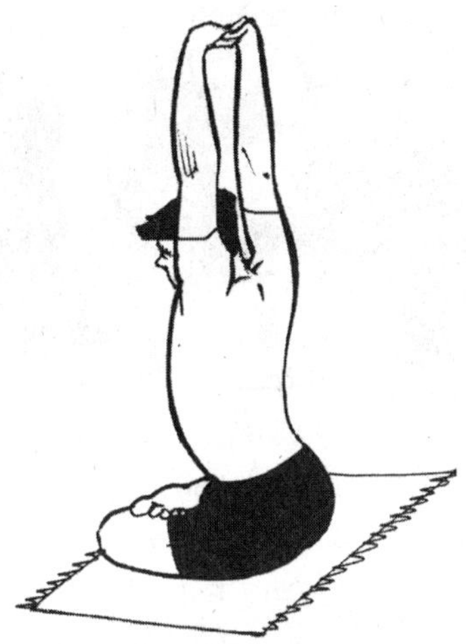

शब्दशः अर्थ : 'पर्वताला' आपण बोलीभाषेत 'पहाड' म्हणतो. पर्वतासनाला 'वियोगासन' असेही म्हटले जाते.

पद्धत : पद्मासनात बसा. हात नमस्काराच्या स्थितीत डोक्याच्या वर न्या किंवा पंजे एकमेकात अडकवून हात वर उचला. हात पूर्णपणे ताणलेले असावेत. आसनाच्या स्थितीत शक्य तितका वेळ हात वर ठेवा.

लक्ष : आज्ञाचक्रावर केंद्रित.

श्वासोच्छ्वास पद्धती : हात वर घेताना श्वास घ्या आणि खाली घेताना श्वास सोडा.

वेळ : ही क्रिया पाच-सहा वेळा करा. किंवा एक ते दोन मिनिटांपर्यंत करा.

लाभ :
- हात थरथरणे बंद होऊन हाताचे स्नायू आणि पेशी मजबूत बनतात.
- फुप्फुसे मजबूत होतात. पाठीच्या कण्यावर चांगला परिणाम होतो.
- हर्नियासाठीही उपयुक्त आहे.
- स्त्रियांच्या वक्षःस्थळांना चांगला आकार येतो.

विशेष बाब :

- गुडघ्यांवर बसूनही हे आसन केले जाते. (गोरक्षासन पाहा.)
- सूर्यनमस्काराच्या पाचव्या क्रमांकाच्या स्थितीलाही 'पर्वतासन' असे म्हटले जाते.

योगमुद्रासन

पद्धत : पद्मासनात शांत चित्ताने डोळे बंद करून बसा. सुरुवातीच्या स्थितीत दोन्ही हात पाठीच्या मागे न्या आणि दोन्ही हातांच्या तळव्यांनी हातांची मनगटे पकडा. श्वास सोडत डोके हळूहळू जमिनीकडे झुकवा. कपाळाने जमिनीला स्पर्श करा. १०-१५ सेकंद याच अवस्थेत राहून श्वासोच्छ्वास करा. आता पुन्हा मूळ अवस्थेत या आणि ही क्रिया पुन्हा एकदा करा.

लक्ष : सर्व चक्रांना जागृत करण्यासाठी हे आसन उपयुक्त आहे. मूलाधार आणि आज्ञाचक्रावर विशेष लक्ष द्या.

श्वासोच्छ्वास पद्धती : खाली झुकताना श्वास सोडा. पूर्ण आसनाच्या स्थितीत हळूहळू श्वास घ्या. पुन्हा मूळ अवस्थेत परत येताना श्वास घ्या.

दिशा : आध्यात्मिक कारणांसाठी पूर्व किंवा उत्तर दिशेला तोंड करून हे आसन करणे अधिक योग्य असते.

लाभ :
- पचनसंस्थेच्या सर्व क्रिया तीव्र होतात.
- मलावरोध दूर होतो. फुप्फुसांचे आकुंचन ठीक होते.
- आध्यात्मिक लाभ प्राप्त होतात.
- पाठीच्या कण्याला पूर्ण लाभ मिळतात.
- कुंडलिनी जागृतीसाठी साहाय्यभूत आहे.

दक्षता : उच्च रक्तदाबाचे रुग्ण, गर्भवती, सायटिका अगर हृदयरोग यांचे रुग्ण यांनी हे आसन करू नये.

सूचना : पूर्ण आसन लागण्यासाठी शक्य होईल त्याप्रमाणे पायाचे अंगठे पकडून हळूहळू प्रयत्न करा. जर हे कठीण वाटले, तर हात पाठीमागे नेऊन मागच्या बाजूला त्यांची घडी घाला.

सूचना : अधिक माहितीसाठी पद्मासन आणि बद्ध-पद्मासन यांची माहिती पाहा.

वज्रासन आणि त्याच्याशी संबंधित आसने

वज्रासन

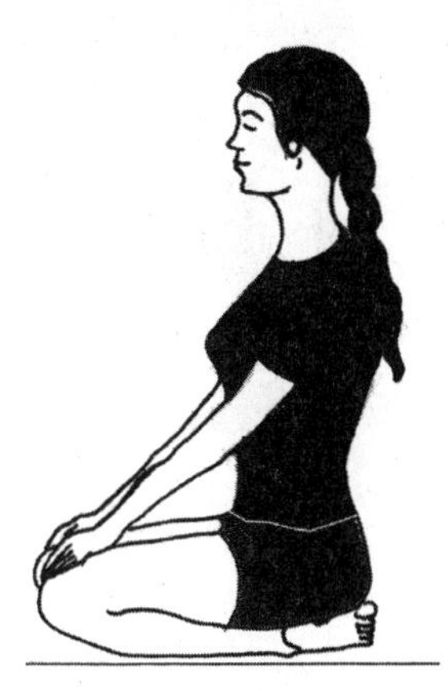

शब्दशः अर्थ : 'वज्र' या शब्दाचा अर्थ आहे; 'कठोर'. या आसनामुळे दृढता प्राप्त होते.

पद्धत : दोन्ही पायांचे गुडघे वाकवून बसा. दोन्ही पायांच्या तळव्यांच्या मध्यभागी नितंब आणि टाचांच्या मध्यभागी गुदद्वार आणि गुप्तांग आले पाहिजे. दोन्ही पायांच्या अंगठ्यांचा एकमेकांना स्पर्श होत असावा. हात गुडघ्यांवर ठेवून ज्ञानमुद्रेत बसा किंवा हात सामान्य स्थितीत गुडघ्यांवर ठेवा. पाठीचा कणा, पाठ आणि मान एकदम ताठ राहिली पाहिजे ही गोष्ट लक्षात ठेवा. त्यामुळे अधिक लाभ मिळतात.

वैशिष्ट्य : हे आसन सुलभ असूनही कल्पवृक्षासारखे आहे.

श्वासोच्छ्वास पद्धती : प्राणायामही करू शकता.

लक्ष : सर्व चक्रांवर ठेवा. विशेषतः मणिपूर चक्रावर लक्ष केंद्रित करा.

मंत्र : गुरूंनी दिलेल्या मंत्राचा किंवा इष्टदेवतेच्या मंत्राचा जप करा किंवा ॐ नमः सिद्धेभ्यः। या मंत्राचा मनातल्यामनात जप करा.

लाभ : ❍ वज्रासनाचा जे नियमित सराव करतात, ते वृद्धावस्थेतही वज्रासारखे मजबूत राहतात. ❍ आत्मोद्धारासाठी हे आसन हितकारक आहे. ❍ सुषुम्ना नाडीचे द्वार उघडते. ❍ हर्निया आणि मलावरोध यांमध्ये लाभदायक आहे. ❍ भोजनानंतर लगेच १० ते १५ मिनिटे हे आसन अवश्य करावे. ❍ वायुविषयक रोगांत हे आसन अत्यंत लाभदायक असते. ❍ उत्तर किंवा पूर्व दिशेला तोंड करून बसून ध्यान केल्याने हे आसन सुखदायक ठरते. ❍ स्त्रियांच्या मासिक पाळीतील अनियमितता दूर करून त्यांना निरोगी बनवते. ❍ वायुविकारामुळे उत्पन्न होणाऱ्या डोकेदुखीसाठी हे रामबाण आसन आहे. ❍ मलावरोध आणि मंदाग्नी या तक्रारी दूर होतात.

विशेष बाब : काही योगशिक्षक दोन्ही पायांचे अंगठे एकमेकांवर ठेवायला लावून हे आसन करायला लावतात.

दक्षता : गुडघेदुखी असलेल्या व्यक्तींनी हे आसन करू नये.

आनंद मदिरासन (उपप्रकार क्र. १)

वज्रासनाच्या स्थितीत तळहात टाचांवर अशा प्रकारे ठेवा की, अंगठे पायांच्या तळव्यांवर राहतील आणि बोटे एकमेकांसमोर असतील. या स्थितीला 'आनंद मदिरासन' म्हणतात.

विशेष बाब : ध्यान, लाभ आणि दक्षता या वज्रासनासारख्याच आहेत.

पादादिरासन (उपप्रकार क्र. २)

वज्रासनाच्या स्थितीत बसा. दोन्ही हात छातीच्या समोर एकमेकांच्या विरुद्ध दिशेला घेऊन आकृतीत दाखवल्याप्रमाणे कात्रीसारखा आकार करून काखेत किंवा बगलेत ठेवा. डावा हात उजव्या बगलेत आणि उजवा हात डाव्या बगलेत ठेवा. बोटे आतल्या बाजूला आणि अंगठा बाहेर, वरच्या बाजूला असावा. आता अंगठा आणि तर्जनी यांचा मधला भाग जोरात दाबा. डोळे बंद करून श्वासोच्छ्वासावर लक्ष केंद्रित करून ध्यान लावा.

लाभ :
- या आसनाच्या सरावाने श्वासोच्छ्वास करताना येणारे अडथळे दूर होतात.
- वज्रासनाचे सर्व लाभ प्राप्त होतात.

वैशिष्ट्य : प्राणायामाच्या अभ्यासात सुलभता येण्यासाठी या आसनाचा सराव केला जाऊ शकतो. जर उजव्या बाजूची नाकपुडी बंद असेल, तर त्या बाजूच्या हाताने डावी बगल दाबा. थोड्याच वेळात श्वासाचा प्रवाह सुरळीत होऊन श्वासोच्छ्वास नियमितपणे सुरू होतो. जर दोन्हीकडच्या नाकपुड्या बंद असतील, तर दोन्हीकडच्या बगलांमध्ये दाब द्या.

शशकासन/शशांकासन

शब्दशः अर्थ : 'शश' याचा अर्थ, ससा आणि चंद्रावर दिसणारा डाग असाही आहे. या आसनाच्या आकृतीत बसलेल्या सशाचा आभास होतो. त्यामुळे, या आसनाला 'शशकासन' असे नाव देण्यात आले आहे. शश + अंक = शशांक. म्हणून 'चंद्रमा' असाही याचा अर्थ आहे.

पद्धत : वज्रासनात बसा. श्वास घेत दोन्ही हात कानाच्या बाजूला चिकटवून डोक्याच्या वर घ्या. आता श्वास सोडत डोके आणि दोन्ही हात एकाच वेळी समोरच्या बाजूला झुकवून जमिनीला डोक्याचा आणि हातांचा स्पर्श करा. बाह्य कुंभक करा. शक्य असेल तेवढा वेळ थांबा आणि पुन्हा श्वास घेत हात आणि डोके एकाच वेळी वर घ्या. श्वास सोडत मूळ अवस्थेत या. श्वासाकडे पूर्ण लक्ष द्या.

वेळ : ही क्रिया १० ते १२ वेळा करा.

श्वासोच्छ्वास पद्धती : पद्धतीतच देण्यात आला आहे.

लाभ :
- हे आसन पोटासंबंधीच्या सर्व रोगांपासून सुटका मिळवून देते.
- पाठीच्या कण्याचे सर्व विकार दूर करते.
- महिलांच्या बस्तिप्रदेशाला लाभ मिळतो.
- रक्ताभिसरण यंत्रणा चांगली बनते.
- मानसिक विकार दूर होतात.
- वायुविकारांचे शमन होते.
- प्रजननयंत्रणेचे विकार बरे होतात.

दक्षता : अति उच्च रक्तदाब असलेल्या लोकांनी हे आसन करू नये.

योग जीवनाला सर्वोच्च एकतानता प्रदान करण्याची सकारात्मक पद्धती आहे.

– राजीव जैन त्रिलोक

सुप्त वज्रासन

पद्धत : सर्वप्रथम वज्रासनात बसा. नंतर हळूहळू हातांच्या कोपरांच्या साहाय्याने मागच्या बाजूला झुका आणि जमिनीवर झोपा. आता पाठीचा भाग थोडा वर उचला आणि मान झुकवून डोक्यावर वजन येऊ द्या. हात एक तर छातीवर किंवा मांड्यांवर ठेवा. शक्य तितका वेळ हे आसन करा.

लक्ष : स्वाधिष्ठान चक्रापासून (बेंबीच्या थोडे खाली) विशुद्धी चक्रापर्यंत (गळा) लक्ष केंद्रित करा.

वेळ : दोन ते तीन मिनिटे

श्वासोच्छ्वास पद्धती : मागे झुकताना श्वास घ्या. आसन पूर्ण लागल्यानंतर हळूहळू दीर्घ श्वसन करा. मूळ स्थितीत परत जाताना श्वास घ्या.

लाभ :
- मलावरोध दूर होतो आणि चेहऱ्यावर तजेला येतो.
- या आसनामुळे पोटऱ्या, मांड्या, छाती आणि पाठीचा कणा मजबूत होतो.
- या आसनामुळे उदरप्रदेश, पाठीचा कणा, वक्षःस्थळ यांना पूर्ण लाभ मिळतो.
- गळ्याविषयीचे आजार असतील, तर हे आसन हळूहळू करा.

दक्षता :
- मूळ अवस्थेत म्हणजे वज्रासनाच्या अवस्थेत परत आल्यानंतर पाय पुढे पसरा; अन्यथा गुडघ्यांचे सांधे सरकू शकतात.
- सायटिका/तीव्र कंबरदुखी, गुडघेदुखी, स्लिप डिस्क हे आजार असलेल्या लोकांनी हे आसन करू नये.

विशेष बाब : हे आसन केल्याने वज्रासन, मत्स्यासन, पर्यंकासन, उत्तानमंडुकासन या आसनांचे जवळजवळ सर्व लाभ मिळतात.

पर्यंकासन (पहिला प्रकार)

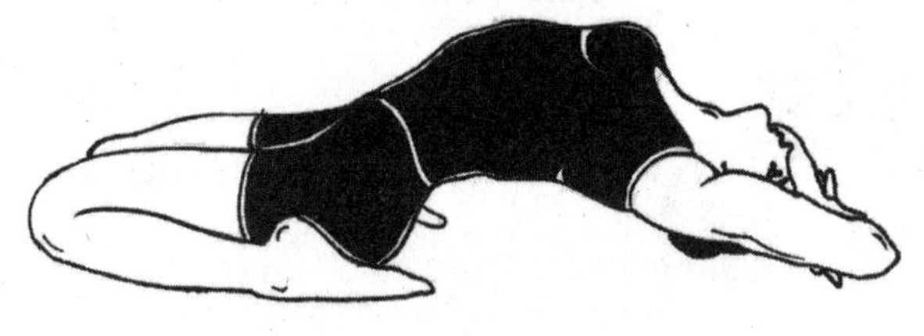

शब्दशः अर्थ : 'पर्यंक' याचा अर्थ 'बिछाना' असा आहे.

पद्धत : वज्रासनात बसा. पाठीमागे झुका. या आसनात केवळ डोक्याच्या पुढच्या भागाचा जमिनीला स्पर्श करा. पाठ आणि मान वर उचलून शरीराची पुलासारखी आकृती तयार करा. हात डोक्याजवळ नेऊन त्यांची घडी घाला. म्हणजे, उजव्या हाताने डाव्या हाताचे कोपर आणि डाव्या हाताने उजव्या हाताचे कोपर पकडा. (चित्र पाहा) नेहमीप्रमाणे श्वासोच्छ्वास करत राहा. सुमारे ४० ते ५० सेकंद या अवस्थेत राहा. हात सोडा आणि पुन्हा वज्रासनात या. नंतर एकेक करून पाय सरळ करा. आता शवासनात विश्रांती घ्या.

वेळ : आसन पूर्ण लागल्यानंतर ५० सेकंदांपासून तीन मिनिटांपर्यंत दोन ते तीन वेळा.

श्वासोच्छ्वास पद्धती : संपूर्ण आसन करेपर्यंत हळूहळू दीर्घ श्वसन करा. मूळ अवस्थेत परतताना श्वास घ्या.

लाभ :
- वज्रासन, सुप्त वज्रासन आणि मत्स्यासन या आसनांचे सर्व लाभ मिळतात.
- पृष्ठभागातील सर्व शरीरसंस्था पूर्णपणे खुल्या होतात. त्यामुळे फुफ्फुसे चांगल्या प्रकारे प्रसरण पावतात. श्वासविकार असलेल्या रुग्णांना लाभ मिळतो.
- मानेचे स्नायू ताणले जातात आणि गळ्याच्या ग्रंथी उत्तेजित होतात. त्यामुळे मान चांगल्या प्रकारे कार्य करू लागते.
- थायरॉईडचा आजार हळूहळू नष्ट होतो.

दक्षता :
- सुप्त वज्रासनासाठी घ्यावयाच्या सर्व दक्षता घ्या.

विशेष बाब :
- काही योगशिक्षक याला सुप्तवज्रासमान मानतात.
- पर्यंकासनाच्या द्वितीय प्रकाराचे वर्णन पुढे दिले आहे.

वैशिष्ट्य : मरण्य कण्डिका नावाच्या शास्त्रात पद्मासनालाच 'पर्यंकासन' म्हटले गेले आहे. हे शास्त्र सन ९४०मध्ये लिहिले गेले आहे. ते आजही उपलब्ध आहे.

उष्ट्रासन

शब्दशः अर्थ : 'उष्ट्र' या शब्दाचा अर्थ 'उंट' असा आहे.

पद्धत : वज्रासनात बसा आणि गुडघे टेकवून ताठ व्हा. (चित्र पाहा.) आता मागच्या बाजूला झुकताना उजव्या हाताने उजव्या पायाची टाच आणि डाव्या हाताने डाव्या हाताची टाच पकडा. डोके मागे झुकवा. उदरप्रदेश, नाभी आणि जननेंद्रियांचा भाग अधिक पुढे आणा. डोके आणि पाठीचा कणा अधिकाधिक मागे झुकवा आणि या स्थितीत १० ते १५ सेकंद राहा.

श्वासोच्छ्वास पद्धती : टाचा पकडताना श्वास घ्या. आसन पूर्णपणे लागल्यानंतर नियमित श्वसन करा.

वेळ : १०-१५ सेकंद. चार ते पाच वेळा करा.

लक्ष : स्वाधिष्ठान आणि विशुद्धी चक्रावर केंद्रित करा.

विशेष सूचना : मूलाधारावर लक्ष केंद्रित करत गुदद्वार आतल्या बाजूला ओढून घ्या.

लाभ : ○ हे आसन लठ्ठपणा कमी करून शरीर चपळ बनवते. ○ दम्याच्या रुग्णांनी हे आसन अवश्य करावे. ○ यामुळे श्वसनसंस्था मजबूत होते. ○ मधुमेहाचा नाश होतो. ○ मलावरोध दूर करण्याचा हा रामबाण उपाय आहे. ○ पोटाचे सर्व रोग दूर होतात. ○ पाठदुखी आणि कंबरदुखी दूर होते. ○ जननेंद्रियांचे सर्व रोग दूर होतात. ○ स्त्रियांचे अनेक रोग बरे करण्यासाठी हे अत्युत्तम आसन आहे. ○ डोळ्यांचे तेज वाढते. ○ स्वर ठीक होतो. ○ थायरॉईड ग्रंथीच्या रोगांमध्ये लाभदायक असते.

सूचना : पूर्ण उष्ट्रासनासाठी हातांनी जमिनीला स्पर्श करा. **अर्ध-उष्ट्रासन** करताना हात टाचांवर न ठेवता कमरेवर ठेवा.

पहिल्या आंतरराष्ट्रीय योगदिनी अर्ध-उष्ट्रासनालाच 'अर्ध-उत्तरासन' असे म्हटले गेले होते.

कुर्मासन (पहिला प्रकार)

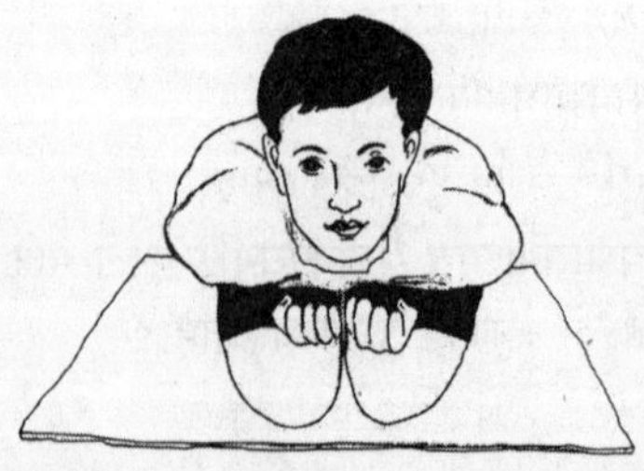

पद्धत : घेरंड संहितेनुसार, शिवणी नाडीच्या (अंडकोशाच्या) खाली दोन्ही टाचा उलटसुलट पद्धतीने ठेवा आणि शरीर, डोके आणि मान सरळ ठेवून बसा. यालाच 'कुर्मासन' म्हणतात. या अवस्थेत बसल्यानंतर दोन्ही कोपरे एकमेकांना जोडून

नाभीस्थानाजवळ (बेंबीजवळ) ठेवा. हाताच्या अर्धवट मुठी तयार करून श्वास सोडत पुढच्या बाजूला झुका आणि समोर पाहण्याचा प्रयत्न करा.

श्वासोच्छ्वास पद्धती : अंतिम स्थितीत नेहमीप्रमाणे श्वासोच्छ्वास करा.

वेळ : एक ते दोन मिनिटे. दोन ते तीन वेळा करा.

लाभ : ○ कासवाप्रमाणे आपले सर्व अवयव आत ओढून घेणे, हा या आसनाचा उद्देश आहे. म्हणजेच, साधकाने आपल्या पंचेंद्रियांना ऐहिकतेकडे न नेता संयम, तप आणि त्याग यांच्याद्वारे त्यांच्यावर विजय प्राप्त करावा, हा त्याचा खरा उद्देश आहे. ○ उदरप्रदेश आणि पचनसंस्था यांना लाभ मिळतो आणि ते मजबूत बनतात.

दक्षता : ○ हर्नियाच्या रुग्णांनी करू नये. ○ गुंतागुंतीचे पोटाचे रोग असलेल्या रुग्णांनी करू नये.

सूचना : कुर्मासनाच्या दुसऱ्या प्रकाराचे वर्णन पुढच्या पानांमध्ये दिले आहे.

भद्रासन

शब्दशः अर्थ : 'भद्र' या शब्दाचा अर्थ 'सभ्य किंवा कुलीन' असा आहे.

पद्धत : वज्रासनात बसा. हळूहळू गुडघे एकमेकांपासून अधिक दूर न्या. (गुडघ्यांतील अंतर अधिकाधिक वाढवण्याचा प्रयत्न करा.) पायांची बोटे एकमेकांशी जुळवून नितंबाने जमिनीला स्पर्श करा. हात ज्ञानमुद्रेत गुडघ्यांवर ठेवा. घेरंड संहितेनुसार, दोन्ही टाचा शिवणी नाडीच्या; म्हणजेच अंडकोशाच्या खाली उलट्या करून ठेवा. नंतर दोन्ही हात पाठीमागे नेऊन दोन्ही पायांचे अंगठे पकडा आणि जालंधरबंध लावून नासाग्राकडे पाहा. हे आसन सर्व रोगांचा नाश करते.

श्वासोच्छ्वास पद्धती : नियमित श्वासोच्छ्वास करत राहा. शक्य असेल तेवढा वेळ या आसनात बसा.

लक्ष : मूलाधार चक्रापासून आज्ञाचक्रापर्यंत लक्ष केंद्रित करा.

लाभ : ○ मांड्या, गुडघे, पाय आणि टाचा मजबूत व सशक्त बनतात. ○ कामविकार नष्ट होतात. त्यामुळे आध्यात्मिक उन्नतीसाठी हे आसन साहाय्यभूत ठरते. ○ मूळव्याध, प्रमेह, अंडकोश वृद्धी, भगंदर (गुदद्वाराजवळ फोड येण्याचा लवकर बरा न होणारा रोग) आदी रोगांचे शमन होते. ○ वज्रासनाचे लाभही आपोआपच मिळतात. ○ मूलाधार चक्राच्या उत्थानासाठी साहाय्यभूत ठरते.

दक्षता : तीव्र कंबरदुखी असलेल्यांनी हे आसन अत्यंत हळूहळू करावे.

टीप : काही योगाचार्य फुलपाखरू आसनाच्या क्रियेप्रमाणेच भद्रासनही करवून घेतात. यात फक्त एवढाच फरक असतो की यात फुलपाखरू आसनाप्रमाणे पाय वर-खाली हलवत नाहीत.

मंडुकासन/भेकासन

शब्दशः अर्थ : 'मंडूक' या शब्दाचा अर्थ 'बेडूक' असा आहे. हे आसन करताना बेडकासारखा आकार तयार होतो, म्हणून त्याला 'मंडुकासन' म्हणतात.

पद्धत : १. वज्रासनात बसा. हळूहळू दोन्ही गुडघे एकमेकांपासून दूर करा आणि पायाच्या बोटांचा एकमेकांना स्पर्श होऊ द्या. आता आपले तळहात आणि पायांचे तळवे जमिनीवर गुडघ्यांच्या समोर किंवा आजूबाजूला ठेवा. पाठीचा कणा आणि डोके झुकवून सरळ ठेवा. श्वासोच्छ्वास सर्वसामान्यपणे नियमितपणे सुरू राहू दे. या स्थितीत आठ-दहा सेकंद बसा.

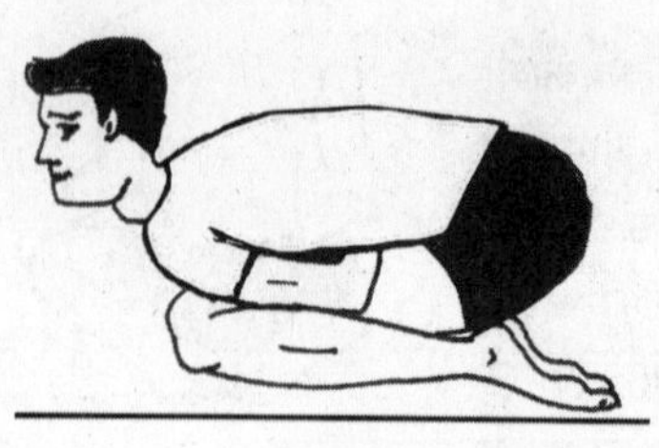

पद्धत : २. वर सांगितलेल्या स्थितीत बसल्यानंतर दोन्ही हात बाजूला न ठेवता दोन्ही हातांच्या मुठी वळून नाभीच्या जवळ ठेवून त्यांना दाबत पुढच्या बाजूला झुका आणि समोर पाहा.

श्वासोच्छ्वास पद्धती : पुढे झुकताना श्वास सोडा. मूळ स्थितीत परत येताना श्वास घ्या.

लक्ष : स्वाधिष्ठान चक्रावर केंद्रित करा.

लाभ : ○ पचनसंस्था सुरळीतपणे कार्य करू लागते. पोटातून बाहेर पडणारा दुर्गंध वगैरे रोग नष्ट होतात. ○ वृद्धावस्थेत कंबर वाकणे रोखले जाते. ○ स्त्रियांसाठी हे आसन अत्यंत लाभदायक आहे. प्रजनन संस्थेवर याचा प्रभाव पडतो. ○ मांड्या, नितंब आणि पोट यांच्यावरची अनावश्यक चरबी कमी होते.

विशेष बाब : ○ वर दिलेल्या दोन्ही पद्धती प्रचलित असल्यामुळे इथे दिल्या आहेत. ○ पहिल्या पद्धतीला काही ठिकाणी **मंडुकी आसन** या नावानेही ओळखले जाते.

दक्षता : गर्भवती महिलांनी हे आसन करू नये.

उत्तानमंडुकासन

शब्दशः अर्थ : 'उत्तान' या शब्दाचा अर्थ 'तीव्र', 'तणाव' असा आहे आणि 'मंडूक' या शब्दाचा अर्थ 'बेडूक' असा आहे.

पद्धत १ : मंडुकासनासारखीच स्थिती असते. फक्त हातांची स्थिती बदलती असते. यात हात वर नेऊन त्यांची घडी घातली जाते. यासाठी डाव्या हाताने उजव्या हाताचे कोपर आणि उजव्या हाताने डाव्या हाताचे कोपर पकडा. श्वास घ्या आणि छाती पुढे काढून नजर समोर ठेवा. हे आसन सोईप्रमाणे करावे.

लाभ :
- हे आसन कुंभक करताना केल्याने फुप्फुसांची शक्ती वाढते.
- रक्तविकार नष्ट होतात. प्राण ताब्यात राहतात.
- शरीर सुडौल बनते.

पद्धत २ : वज्रासनात बसा. हळूहळू मागे झुकत डोक्याने जमिनीला स्पर्श करा आणि डोके हातांच्या कोपरांवर ठेवा. अधिक माहितीसाठी याचाच एक उपप्रकार असलेल्या सुप्त वज्रासनाची आणि पर्यंकासनाची माहिती वाचा. या आसनाचे लाभही त्यांच्यासारखेच आहेत.

लक्ष : स्वाधिष्ठान, मणिपूर आणि अनाहत या चक्रांवर लक्ष केंद्रित करा.

श्वासोच्छ्वास पद्धती : आसन पूर्ण स्थितीत लावल्यानंतर सर्वसामान्य श्वासोच्छ्वास करा आणि मूळ स्थितीत येताना श्वास घ्या.

वेळ : सुमारे दोन ते तीन मिनिटे. दोन ते तीन वेळा करा.

लाभ : या आसनाचा आकार पर्यंकासन आणि सुप्त वज्रासनासारखाच असल्याने त्याचे लाभही त्या आसनांमुळे मिळणाऱ्या लाभांसारखेच असतात. म्हणून पर्यंकासन आणि सुप्त वज्रासनाचे लाभ पाहा.

विशेष बाब : वरच्या दोन्ही पद्धती प्रचलित असल्याने दिल्या आहेत.

मार्जारासन

शब्दशः अर्थ : 'मार्जारी' म्हणजे मांजरी.

पद्धत : सर्वप्रथम वज्रासनात बसा. आता गुडघ्यांवर बसा. हातांची बोटे समोरच्या बाजूला येतील आणि हातांची कोपरे सरळ, ताठ राहतील अशा प्रकारे दोन्ही तळहात जमिनीवर ठेवा. चित्रात दाखवल्याप्रमाणे पायांची स्थिती असावी. हे आसन सुरू करण्याची ही तयारी आहे.

त्यानंतर श्वास घेत पाठीचा कणा; म्हणजेच पाठ खाली झुकवा. (जणू काही कोणीतरी हाताने पाठ दाबली आहे, अशा प्रकारे.) मान वर करा. आता बरोबर याच्या विरुद्ध क्रिया करा. श्वास सोडत पाठीचा कणा वर न्या आणि मान खाली करत हनुवटीने छातीला स्पर्श करा. विशेष लाभासाठी श्वास सोडताना पोट आक्रसून घ्या म्हणजेच आत खेचून घ्या. हे एक आवर्तन झाले.

श्वासोच्छ्वास पद्धती : श्वासोच्छ्वास करताना विशेष लक्ष द्या. आठ-दहा वेळा या क्रियेची पुनरावृत्ती करा.

लाभ :
- मलावरोध दूर होतो आणि पोटावरची अतिरिक्त चरबी कमी होते.
- कंबर, पाठीचा कणा आणि मान सशक्त व सुडौल बनते. या अवयवांमध्ये लवचीकता येते आणि ते निरोगी राहतात.
- महिलांसाठी अत्यंत प्रभावशाली आहे.
- फुप्फुसांनाही पुरेसे, योग्य तेवढे लाभ मिळतात.

दक्षता : पाठीचा कणा आणि कंबरदुखी यांमुळे त्रस्त असलेल्या रुग्णांनी ही क्रिया हळूहळू करावी.

व्याघ्रासन : (पहिला प्रकार)

पद्धत : मार्जारासन करा. डोके वर करून समोर पाहा. आता उजवा पाय मागे लांबवा. गुडघ्यात वाकवून पाय डोक्याच्या दिशेला आणा.

आता या वर आणलेल्या पायाचा गुडघा खाली आणत त्याचा छातीला स्पर्श करा आणि डोके झुकवत नाकाने गुडघ्याला स्पर्श करा. या योगाभ्यासात पाठीचा कणा वरच्या बाजूला उंचावला जाईल. दुसऱ्या पायानेही हीच क्रिया करा.

श्वासोच्छ्वास पद्धती/वेळ :

पाय मागे लांबवताना श्वास घ्या. गुडघा वरच्या बाजूला वाकवताना कुंभक करा आणि गुडघा खाली आणताना श्वास सोडा. ही क्रिया किमान तीन ते पाच वेळा करा.

विशेष सूचना : गुडघ्याचा छातीला स्पर्श करताना पंजाचा जमिनीला स्पर्श होऊ देऊ नका.

लाभ :
- महिलांसाठी अत्यंत लाभदायक. महिलांचे प्रजननसंस्थेचे अवयव पुष्ट होतात. गर्भावस्थेच्या काही महिन्यांनंतर ही क्रिया करून महिला लाभ मिळवू शकतात.
- सायटिकाचे रुग्ण हळूहळू हे या आसनाच्या अभ्यासानंतर, सरावाने निरोगीपणा प्राप्त करून घेऊ शकतात.
- पाठीच्या कण्याला लवचीकता प्राप्त होते आणि पचनसंस्था सुरळीतपणे कार्यरत होते.
- पोट, मांड्या आणि नितंब यांना सुडौलपणा प्राप्त होतो.

सूचना : दुसऱ्या प्रकाराचे वर्णन पुढे नंतर दिले आहे.

६. वीरासन (तीन प्रकार)

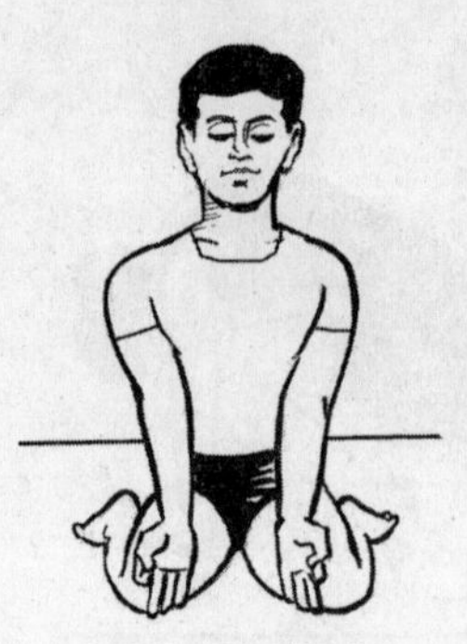

शब्दशः अर्थ : ‘वीर’ या शब्दाचा अर्थ आहे – क्षत्रिय, योद्धा आणि पराक्रमी व्यक्ती.

वैशिष्ट्य : या आसनाच्या अनेक पद्धती रूढ आहेत.

पहिला प्रकार : वज्रासनात बसा; परंतु नितंब जमिनीवर स्थिर ठेवा. टाचा आणि तळवे नितंबांच्या जवळ ठेवा. अशा प्रकारे, एक तळवा दुसऱ्या तळव्यापासून सुमारे दीड फूट दूर असेल. आता हात गुडघ्यांवर ज्ञानमुद्रेत ठेवा. पाठ ताठ ठेवा. दीर्घ श्वास घेत शक्य तितका वेळ थांबा. दोन्ही हात एकमेकांत गुंफून डोक्याच्या मागे सरळ ताणून धरा. दीर्घ श्वासोच्छ्वास करा. काही काळ थांबा. आता हात शिथिल करा आणि त्यांना तळव्यांवर ठेवून पुढे झुका किंवा चित्रात दाखवल्याप्रमाणे ठेवा. नासाग्र गुडघ्यांच्या मध्ये ठेवा. नियमित श्वासोच्छ्वास करा. श्वास सोडत उठा आणि पायांना विश्रांती द्या.

लाभ :
- हा वज्रासनाचाच एक प्रकार असल्यामुळे खाल्ल्यानंतरही ते करू शकता. यामुळे पचनशक्ती सुरळीत बनून लठ्ठपणा नाहीसा होतो. (भोजन केल्यानंतर हे आसन केले, तर पुढे झुकू नका.)
- गुडघ्यातील आमवाताचे दुखणे आणि गाऊट हे दूर होतात.
- टाचदुखीपासून सुटका होते.
- वायुविकारांचा नाश होतो.
- शरीर हलके आणि चित्त प्रसन्न राहते.

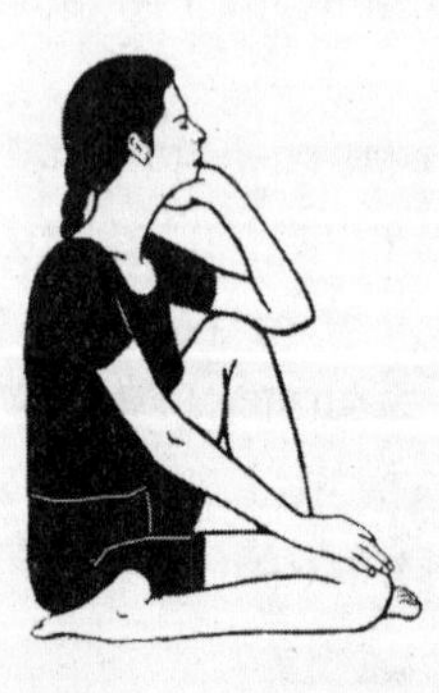

दुसरा प्रकार : वज्रासनात बसा. आता पाय वाकवून (गुडघा वर करा आणि पायाच्या तळव्याने जमिनीला स्पर्श करा.) दुसऱ्या पायाच्या गुडघ्याच्या जवळ पहिल्या पायाचा तळवा ठेवा. हातांचे तळवे एकमेकांत गुंफून वर ताणून धरा किंवा चित्राप्रमाणे ठेवा. नियमित श्वासोच्छ्वास सुरू ठेवा. आता हेच आसन पाय बदलून करा. किमान आठ ते दहा सेकंद या अवस्थेत थांबा. ही क्रिया चार ते सहा वेळा करा.

लक्ष :
- पहिल्या प्रकारच्या आसनस्थितीत लक्ष स्वाधिष्ठान चक्रावर असावे.
- दुसऱ्या प्रकारात मूलाधार चक्रावर लक्ष केंद्रित करा.

लाभ : ❍ मूलाधारावर लक्ष केंद्रित करत श्वास नियंत्रित करा. यामुळे श्वास दीर्घ काळापर्यंत कुंभकाच्या स्थितीत राहतो.

❍ सर्व चक्रांना लाभ मिळतात.

❍ एकाग्रता वाढते.

❍ मज्जासंस्था लवचीक, संवेदनशील बनते.

❍ यकृत, जठर, वृक्क आणि प्रजनन अवयवांचे कार्य सुरळीत बनते.

तिसरा प्रकार : एका पायाने वज्रासन करा आणि दुसरा पाय अर्ध पद्मासनाप्रमाणे. वज्रासनात असलेल्या पायाच्या मांडीवर तो पाय ठेवा. पहिल्यांदाच सराव करणाऱ्याने हातांच्या साहाय्याने गुडघ्यांवर उभे राहून गुडघ्यांवर स्थिर बसावे. त्यानंतर तोल सांभाळत दोन्ही हात नमस्कारासारखे जोडून डोक्याच्या वर न्यावेत. थोडा वेळ थांबून मूळ अवस्थेत परत यावे. आता हीच क्रिया पाय बदलून करावी. नजर नासाग्रावर किंवा समोर ठेवावी.

श्वासोच्छ्वास पद्धती : वर उठताना श्वास रोखून धरा. आसन लागल्यानंतर नियमित श्वासोच्छ्वास करा. परत मूळ स्थितीत येताना श्वास सोडा.

लाभ : ❍ उदरप्रदेशाला लाभ होतो.

❍ आळस नाहीसा होतो.

❍ नजर स्थिर बनते. दृष्टी सुधारते.

❍ शारीरिक आणि मानसिक स्थैर्य प्राप्त होते.

विशेष बाब : काही योगशिक्षक पहिल्या प्रकारेच हे आसन करवून घेतात. दुसरा प्रकार हा घेरंड संहितेनुसार दिला आहे. काही योगाचार्यांनी पहिल्या प्रकाराला **ब्रह्मचर्य आसन** असे नाव दिले आहे. या आसनांखेरीज वीरासनाचे इतर प्रकारही आहेत.

युग बदलले, काळ बदलला, धर्माविषयीची श्रद्धाही बदलली,
भाषा बदलल्या, संस्कृती बदलल्या, खाणे-पिणेही बदलले;
परंतु योगासनांमुळे मिळणारे लाभ मात्र बदलले नाहीत.

– राजीव जैन त्रिलोक

उभे राहून आणि झुकून केली जाणारी आसने

ताडासन

पद्धत : पाय एकमेकांशी जुळवून समस्थितीत उभे राहा. मात्र, अंगठे आणि टाचा एकमेकांना समांतर ठेवा. आता चवड्यांवर जोर देत हळूहळू शरीर वर उंचवा आणि दोन्ही हात एकमेकांत गुंफून वरच्या बाजूला ताणा. या अवस्थेत गुडघे आणि मांड्या यांचे स्नायू वरच्या बाजूला खेचून घ्या. पोट शक्य तितके आत खेचून घ्या. छाती पुढे काढा. पाठीचा कणा आणि मान सरळ, ताठ ठेवा. शरीराचा भार फक्त चवड्यांवर टाका. काही काळ या अवस्थेत थांबा. परत येताना श्वास सोडत मूळ स्थितीत परत या.

श्वासोच्छ्वास पद्धती : शरीर वर ताणून उंच करताना श्वास घ्या आणि पुन्हा मूळ स्थितीत येताना श्वास सोडा.

वेळ : पाच ते सहा वेळा करा. एक ते दोन मिनिटांपर्यंत करा.

लाभ :

- उंची वाढवण्यासाठीचा हा सर्वांत चांगला सराव आहे.
- शरीराला स्थैर्य प्राप्त होते.
- स्नायू मजबूत होतात.
- स्लिप डिस्कचा त्रास असलेल्यांनी हे आसन अवश्य करावे.
- स्त्रियांना लाभदायक आहे. विशेषतः गर्भवती स्त्रियांनी सुरुवातीच्या महिन्यांत केले, तर हे आसन विशेष लाभदायक ठरते. (होणारे अपत्य निरोगी असते)
- शंखप्रक्षालन क्रियेसाठी आवश्यक आसन आहे.

दक्षता :

दोन्ही पायांच्या चवड्यांवर वजन टाकून क्रिया करा आणि तोल राखण्याकडे लक्ष द्या. यानंतर शीर्षासनाशी संबंधित एखादे आसन करा.

सूचना :

पूर्ण आसन साधल्यानंतर वर पाहा आणि मानसिक स्तरावर विचार करा की, वर एखादी वस्तू ठेवण्यात आली आहे आणि आपण ती पकडणार आहोत. असे केल्याने कित्येक लाभ आपोआपच होतात.

तिर्यक ताडासन/ऊर्ध्व हस्तोत्तानासन

शब्दशः अर्थ : 'तिर्यक' म्हणजे 'तिरके किंवा तिरकसपणा' अर्थात 'ढळलेली स्थिती'. ताड हा एक वृक्ष आहे. तो बराच उंच असतो.

पद्धत : ताडासनात उभे राहा. आता टाचा उचलून पायाच्या चवड्यावर उभे राहायचे आहे आणि कमरेचा भाग अनुक्रमे उजवीकडे आणि डावीकडे प्रत्येकी दहा वेळा झुकवायचा आहे. चवड्यांवर उभे राहण्याचा त्रास झाला, तर टाचा वर न करताच सराव करा.

श्वासोच्छ्वास पद्धती : चवड्यांवर उभे राहताना श्वास घ्या. उजवीकडे वळताना श्वास सोडा. मूळ स्थितीत येताना श्वास घ्या. डावीकडे वळताना श्वास सोडा. मूळ स्थितीत येताना श्वास घ्या.

विशेष बाब : काही योगशिक्षक हे आसन पायांची स्थिती बदलूनही करायला सांगतात.

कटिचक्रासन

पद्धत : आपल्या आसनावर 'सावधान'च्या स्थितीत ताठ उभे राहा. आता फक्त उजवा हात वरच्या बाजूला उंचावून भुजेचा कानाला स्पर्श करा. शरीर डाव्या बाजूला एवढे झुकवा, की डाव्या हाताचा तळवा गुडघ्यापर्यंत यावा. आता हीच क्रिया डावा हात वर उंचावून करा. झुकताना श्वास सोडा आणि मूळ अवस्थेत परत जाताना श्वास घ्या.

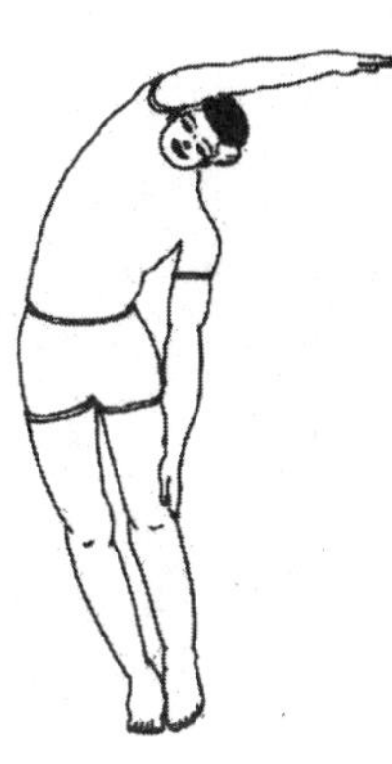

दोन्ही आसनांचे लाभ :

- ताडासनाचे सर्व लाभ आपोआपच मिळतात.
- शंखप्रक्षालनाच्या क्रियेसाठी या आसनाचा सराव करणे अत्युत्तम ठरते.
- पोटाचे विकार नष्ट होतात. शौचाचा कडकपणा नाहीसा होतो.
- पोटाचा स्थूलपणा कमी होतो. कंबर बारीक आणि लवचीक बनते.

गतिमय समकोनासन

पद्धत : समस्थितीत उभे राहा. दोन्ही हात कानांना स्पर्श करून वर घ्या आणि नमस्काराच्या मुद्रेत वरच्या बाजूला ताणून धरा. पाठ थोडीशी वाकवून धनुष्याकार बनवत नितंब थोडे मागे न्या आणि काटकोनाचा आकार तयार करण्यासाठी डोके, छाती आणि हात समोरच्या बाजूला कमरेतून एवढे झुकवा की, पायांपासून कमरेपर्यंतचा आणि कमरेपासून डोक्यापर्यंतचा भाग यांच्यामध्ये काटकोन तयार होईल. आता समोर पाहण्याचा प्रयत्न करा. सुमारे पाच ते दहा सेकंद थांबा आणि पुन्हा मूळ स्थितीत परत जा. एकदा याचा सराव झाला की, हेच आसन गतीने करण्याचा प्रयत्न करा.

श्वासोच्छ्वास पद्धती : समोर झुकताना श्वास सोडा आणि मूळ अवस्थेत परत येताना श्वास घ्या.

लाभ :
- पाठीच्या कण्याचे विकार दूर होतात.
- मानेसाठी परिणामकारक असल्याने मानेचे सर्वसामान्य विकार दूर होतात आणि अनेक रोगांमध्ये लाभदायक ठरते.

दक्षता : पाठीचा कणा कडक असलेल्यांनी, सर्व्हायकल समस्या आणि सायटिका असलेल्यांनी हे आसन करू नये.

गतिमय दोलासन

पद्धत : त्रलोकासनाच्या अवस्थेत उभे राहा. म्हणजेच, दोन्ही पायांमध्ये सुमारे दीड ते दोन फुटांचे अंतर ठेवून उभे राहा. दोन्ही हातांचा कानांना स्पर्श करत हात वरच्या बाजूला ताणून धरा आणि हातांची बोटे एकमेकांत गुंतवा किंवा मोकळी ठेवा. आता काटकोनाचा आकार तयार करत शरीराचा वरचा भाग खालच्या बाजूला झुकवा आणि ढिला सोडा आणि झोपाळ्यासारखा झुलवा. पुन्हा काटकोनाची स्थिती तयार करून मूळ अवस्थेत परत या.

श्वासोच्छ्वास पद्धती : अंतिम अवस्थेत किमान चार ते पाच वेळा शरीर पायांच्या मध्ये झुलवा आणि शरीर खाली आणताना तोंडाने फुप्फुसांमधील संपूर्ण हवा काढून टाका. मूळ अवस्थेत येताना श्वास घ्या.

लाभ :

- फुप्फुसे पुष्ट होतात. त्यांचे सर्व विकार हळूहळू नाहीसे होतात. त्यांची प्राणवायू ग्रहण करण्याची क्षमता वाढत जाते.
- गुडघ्यांच्या पृष्ठभागाच्या नसांमध्ये आणि पाठीच्या स्नायूंमध्ये ताण वाढतो. त्यामुळे योग्य प्रकारे रक्ताभिसरण होते.
- चेहऱ्याला आणि डोक्यात आवश्यक तेवढ्या पूर्ण प्रमाणात रक्त पोहोचल्यामुळे कित्येक प्रकारचे रोग नष्ट होतात.
- चेहऱ्याचे ओज आणि तेज वाढते. लालिमा वाढतो. डोळ्यांची शक्ती वाढते. दृष्टी अधिक तजेलदार बनते.

दक्षता : उच्च रक्तदाब, चक्कर येणे, कंबरदुखी आणि पाठदुखी असलेल्या रुग्णांनी हे आसन करू नये.

संकटासन/सकटासन

शब्दशः अर्थ : 'संकट' म्हणजे, 'आपत्ती किंवा त्रास' आणि 'सकट' याचा अर्थ 'शाखोट' नावाचे झाड.

पद्धत : ताडासनात उभे राहा. आता डाव्या पायाने उजव्या पायाभोवती विळखा घाला आणि हात वर करून डोक्याच्या वर न्या. डाव्या हाताने उजव्या हाताला विळखा घाला. (काही योगशिक्षक हात गुडघ्यांवर ठेवण्यास सांगतात.) नियमित श्वसन करा. त्यानंतर पाय व हात बदलून हेच आसन करा. शरीर ताठ ठेवा.

श्वासोच्छ्वास पद्धती : नेहमीप्रमाणे श्वासोच्छ्वास करत राहा. शक्य तेवढा वेळ या आसनात राहा.

लक्ष : आज्ञाचक्रावर केंद्रित करा.

लाभ :
- पाय सुदृढ बनतात. नियमित सरावामुळे पाय थरथरणे बंद होते.
- हातांची शक्ती वाढते.
- कंबरदुखी, पाठदुखी आणि हर्निया या आजारात लाभ मिळतो.

विशेष बाब : गरुडासन हे या आसनाशी जवळजवळ मिळते जुळते असणारे आसन आहे.

दक्षता : संधिवातासारखे आजार असलेल्या रुग्णांनी दक्षतेने, काळजीपूर्वक सराव करावा.

गरुडासन

शब्दशः अर्थ : गरुड हा पक्ष्यांचा राजा आणि भगवान विष्णूचे वाहन आहे.

पद्धत : ताडासनात उभे राहा. उजवा पाय वर उचला आणि डाव्या पायावर अशा प्रकारे विळखा घाला की, उजव्या मांडीचा मागचा भाग डाव्या मांडीवर आणि उजव्या पायाने डाव्या पायाच्या पोटरीला स्पर्श व्हावा. आता हातांची कोपरे वाकवून एकमेकांभोवती त्यांचा विळखा घाला आणि दोन्ही तळवे एकमेकांशी नमस्काराच्या मुद्रेत जोडा. पुन्हा मूळ स्थितीत; म्हणजे ताडासनात या. आता एवढ्याच काळाकरता पाय आणि हात बदलून हे आसन पुन्हा करा. ही क्रिया दोन ते पाच वेळा करा.

वेळ : सुमारे १५ ते २० सेकंद या अवस्थेत थांबा.

श्वासोच्छ्वास पद्धती : पूर्ण आसनादरम्यान हळूहळू दीर्घ श्वास घ्या.

लक्ष : आज्ञाचक्रावर केंद्रित करा.

सूचना : आसनाचा पूर्ण सराव झाल्यावर हळूहळू समोरच्या बाजूला झुकून हातांनी जमिनीला स्पर्श करण्याचा प्रयत्न करा.

लाभ :
- या आसनामुळे घोट्यांचा योग्य विकास होतो.
- एकाग्रता वाढते. शरीराचा तोल राखण्याचा सराव वाढतो.
- पोटरीचे स्नायू आखडणे रोखण्यासाठी हे आसन अत्यंत लाभदायक आहे.
- हात आणि पाय लवचीक व सशक्त बनतात.
- जननेंद्रियांचे विकार दूर होतात.

दक्षता : संधिवातासारखे आजार असलेल्या रुग्णांनी दक्षतेने सराव करावा. सायटिका असलेल्या रुग्णांनी हे आसन करावे; परंतु पुढच्या बाजूला झुकू नये.

वृक्षासन/एक पाद नमस्कारासन/ऊर्ध्व हस्तस्थित एक पाद विराम आसन

आकार : वृक्षासारखा आकार तयार होत असल्याने याला 'वृक्षासन' म्हणतात.

पद्धत : प्रथम समस्थितीत उभे राहा. नंतर शरीराचा तोल सांभाळत उजव्या पायाचा गुडघा वाकवून पायाचा पंजा डाव्या पायाच्या मांडीच्या सुरुवातीच्या भागावर ठेवा. उजव्या पायाच्या पंजाची बोटे जमिनीच्या दिशेला असावीत याची दक्षता घ्या. अशा प्रकारे एका पायावर तोल सांभाळा. आता दोन्ही तळहात एकमेकांशी जोडा आणि सरळ आकाशाच्या दिशेला वर न्या. दोन्ही हातांची कोपरे सरळ, ताठ ठेवा.

लक्ष : आज्ञाचक्रावर केंद्रित करा.

वेळ : या अवस्थेत पाच ते दहा सेकंद थांबा. पुन्हा ताडासनाच्या स्थितीत या. आता हीच प्रक्रिया उजव्या पायावर उभे राहून पुन्हा करा. अशा प्रकारे ही क्रिया सुमारे चार ते पाच वेळा करा.

श्वासोच्छ्वास पद्धती : दोन्ही हात वर घेताना श्वास घ्या. आसन पूर्ण स्थितीत लागले की नियमित श्वासोच्छ्वास करा. हात खाली आणताना श्वास सोडा.

दिशा : पूर्व किंवा उत्तर.

लाभ :
- या आसनात आज्ञाचक्रावर लक्ष केंद्रित केल्यामुळे स्मरणशक्ती तीव्र बनते. दृष्टीची ताकद वाढते.
- हाता-पायांचा कंप बरा होतो आणि बाहू व पोटऱ्या कडक बनतात. शरीराला संतुलन प्राप्त होते.

विशेष बाब : काही योगाचार्य डोके खाली करून आणि पाय वर उचलून हातांच्या साहाय्याने स्थिर राहून वृक्षासन करतात.

विशेष सूचना : या आसनात समोर हात जोडून नमस्कार केला जातो. त्यामुळे याला नमस्कारासनही म्हणतात. शिवाय, सूर्यनमस्काराच्या पहिल्या स्थितीलाही नमस्कारासन म्हणतात.

ध्रुव आसन/भगीरथ आसन

शब्दशः अर्थ : भक्त ध्रुव आणि भगीरथ ऋषी यांनी या आसनाची साधना केली होती. कदाचित, तेव्हापासून या आसनाचे नाव 'ध्रुव आसन' किंवा 'भगीरथ आसन' पडले असावे. हे आसन दोन प्रकारे करणे शक्य आहे.

पहिला प्रकार : समस्थितीत उभे राहा. त्यानंतर उजव्या पायाचा गुडघा वाकवून उजव्या पायाचे पाऊल डाव्या पायाच्या मांडीच्या सुरुवातीच्या भागावर किंवा जांघेवर ठेवा. आता दोन्ही हात छातीजवळ आणून नमस्काराची मुद्रा तयार करा. (हात नमस्कारासारखे जोडा.) डावा पाय दृढपणे जमिनीवर स्थिर ठेवून शरीराचा तोल सांभाळा. आता हीच संपूर्ण क्रिया पाय बदलून करा. नेहमीप्रमाणे नियमित श्वासोच्छ्वास करा.

दुसरा प्रकार : समस्थितीत उभे राहा. वर दिलेल्या पद्धतीनुसार उजवा पाय गुडघ्यात वाकवून पंजा डाव्या पायाच्या मांडीच्या सुरुवातीला किंवा जांघेजवळ ठेवा. आता डाव्या हाताचा ओंजळीसारखा आकार तयार करून तो बेंबीजवळ ठेवा. कुंभक करत उजवा हात सरळ वरच्या बाजूला न्या आणि शक्य तितका वेळ थांबा. पुन्हा मूळ अवस्थेत परत या आणि पाय बदलून हीच क्रिया करा.

श्वासोच्छ्वास पद्धती : आसन पूर्ण स्थितीत लागल्यानंतर नियमित श्वासोच्छ्वास करा.

वेळ : शक्य असेल तितका वेळ करा.

लाभ :

- पायांना बळकटी प्राप्त होते. पायांची थरथर बंद होते.
- आळस नष्ट होतो. जीवनात संतुलन साधले जाते.
- मूलाधार चक्राचे उत्थान होते आणि नवीन चेतनेचा प्रादुर्भाव होतो.
- साधनेच्या सिद्धीसाठी साहाय्यभूत ठरते.

पाद-हस्तासन/हस्त-पादासन

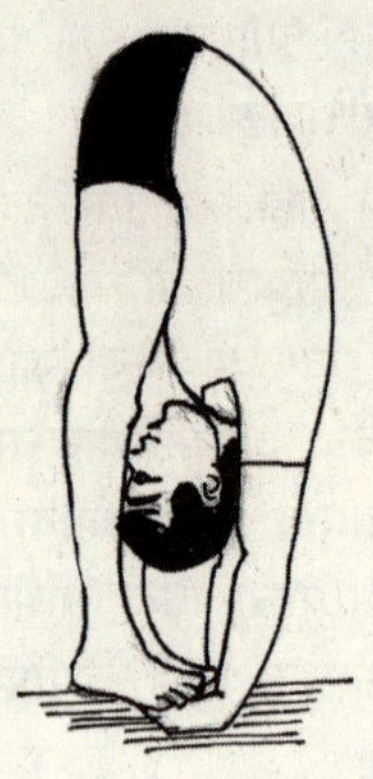

शब्दशः अर्थ : 'पाद' म्हणजे पाय आणि 'हस्त' म्हणजे हात. आपल्याच हातांच्या पंजांवर पाय ठेवून उभे राहणे.

पद्धत : ताडासनाच्या स्थितीत उभे राहा. पायांच्या पंजांच्या मध्ये अर्ध्या ते एक फुटाचे अंतर ठेवा. श्वास सोडत हळूहळू पुढच्या बाजूला झुका आणि दोन्ही तळहात पायांच्या तळव्यांच्या खाली ठेवा. या दरम्यान गुडघे वाकता कामा नयेत. डोके झुकवून गुडघ्यांच्या मध्ये ठेवा.

श्वासोच्छ्वास पद्धती : पाच ते दहा सेकंद थांबा. श्वासोच्छ्वास नियमितपणे करा. श्वास घेत डोके वर घ्या आणि आणि पुन्हा पूर्वस्थितीत या.

लक्ष : मूलाधार आणि स्वाधिष्ठान चक्रावर केंद्रित करा.

लाभ :
- पोटात गॅस भरून राहणे, वायू डोक्यात चढणे किंवा पोट फुगणे यांसारख्या आजारांत हे आसन अत्यंत लाभदायक आहे.
- पश्चिमोत्तानासनाचे सर्व लाभ या आसनाद्वारे प्राप्त होतात.
- अनावश्यक चरबी कमी होते.
- केस गळणे बंद होते. दृष्टी तीव्र बनते आणि चेहऱ्यावर तेज येते.

दक्षता : उच्च रक्तदाब, कंबरदुखी, हृदयरोग या आजारांच्या रुग्णांनी आणि ज्यांना चक्कर येते, त्या लोकांनी या आसनाचा काळजीपूर्वक सराव करावा.

विशेष बाब : पादांगुष्ठासन (पहिला प्रकार) आणि उत्तानासन (पहिला प्रकार) ही वर दिलेल्या आसनाशी बरीचशी मिळतीजुळती आसने आहेत.

उत्तानासन (पहिला प्रकार)

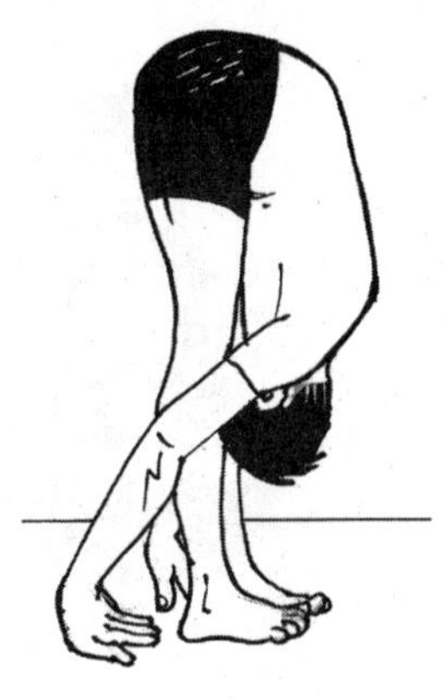

शब्दशः अर्थ : 'उत्' हा संस्कृत उपसर्ग आहे. तो इतर शब्दांना लागला की, अर्थपूर्ण बनतो. 'तान' याचा अर्थ पसरणे, पसरलेला, ताणणे किंवा पुढे करणे. या आसनात पाठीचा कणा जबरदस्तीने ताणला जातो.

पद्धत : प्रसन्न मुद्रेने आपल्या आसनावर सरळ, ताठ उभे राहा. श्वास सोडत आणि पुढच्या बाजूला झुकत पायांच्या टाचांच्या जवळ जमिनीवर तळहात टेकवा. गुडघे वाकू देऊ नका. अंतिम स्थितीत डोके गुडघ्याला न लावता वरच्या बाजूला ताठ करा. पाठीचा कणाही ताणलेल्या अवस्थेतच असेल. या क्रियेत खोल, दीर्घ श्वास घ्या. आता पुन्हा श्वास सोडा आणि डोके गुडघ्याला चिकटवून ठेवा. (चित्र पाहा). सर्वसामान्यपणे नियमित श्वासोच्छ्वास करत सुमारे एक मिनिटभर किंवा शक्य तितका वेळ थांबा. आता पहिल्यांदा डोके वर घ्या. श्वास घ्या. हात वर घेत पुन्हा मूळ स्थितीत परत या.

श्वासोच्छ्वास पद्धती : वर दिलेल्या पद्धतीतच श्वासोच्छ्वासाची पद्धती देण्यात आली आहे.

लाभ :
- स्त्रियांना मासिक पाळीच्या वेळी होणारी पोटदुखी कमी होते.
- चटकन राग येणाऱ्या, चिडचिड्या स्वभावाच्या आणि लगेच आवेशात येणाऱ्या व्यक्तींसाठी हे आसन अत्यंत उपयुक्त आहे, कारण मस्तकाच्या पेशींना हे आसन शांत करते आणि मानसिक औदासीन्य दूर करते.
- पोटाचे विकार आणि त्रास शांत करते.
- यकृत, प्लीहा आणि मूत्रपिंडे यांना लाभ होतो.
- हृदयही पुष्ट बनते.
- पाठीचा कणा लवचीक बनतो आणि पाठीच्या कण्याला अनेक लाभ होतात.

विशेष सूचना : पादांगुष्ठासन आणि पाद-हस्तासन ही दोन आसने वर दिलेल्या आसनाशी बऱ्याच प्रमाणात मिळतीजुळती आहेत. काही योगाचार्यांच्या मते, ही आसने भिन्न प्रकारेही केली जातात. इथे आणखी एका उत्तानासनाचा उल्लेख करण्यात आला आहे. म्हणून साधकांनी तारतम्याने या आसनांचा वापर करावा.

दक्षता : उच्च रक्तदाब आणि पाठीचा कणा कडक झालेल्यांनी हे आसन काळजीपूर्वक करावे. सायटिका, सर्व्हायकल स्पाँडिलायटिस, स्लिप डिस्क या आजारांच्या रुग्णांनी हे आसन करू नये.

उत्तानासन (दुसरा प्रकार)

पद्धत : दोन्ही पायांच्या मध्ये सुमारे दोन ते अडीच फुटांचे अंतर घेऊन सरळ उभे राहा. पायांचे पंजे बाहेरच्या बाजूला वळवून उभे राहा. आता दोन्ही हात एकमेकांत गुंतवून पोटाच्या समोर घ्या किंवा छातीसमोर हात जोडा.

श्वास सोडत हळूहळू खाली बसा. गुडघे बाहेरच्या बाजूला असावेत आणि पायांच्या पंजांच्या वर, सरळ रेषेत असावेत. श्वास घेत पुन्हा पहिल्या स्थितीत उभे राहा. या अभ्यासादरम्यान, हळूहळू शक्य होईल तितके खाली बसण्याचा प्रयत्न करा. सरावाच्या दरम्यान पाठीचा कणा ताठ आणि नजर समोर ठेवा. पाच ते दहा वेळा ही क्रिया करा.

विशेष सूचना :

- बसताना गुडघे बाहेरच्या बाजूला वळलेले असावेत.
- जर पहिल्यांदा पूर्ण बसता आले नाही, तर नितंब एक फुटापर्यंत खाली करा. नंतरच्या वेळी दीड फुटांपर्यंत खाली आणा. सराव झाल्यानंतर पूर्णपणे बसण्याचा प्रयत्न करा.

लाभ :

- प्रजननसंस्थेच्या विकारांचा नाश होतो.
- पायाचे स्नायू मजबूत बनतात.
- मांड्या, घोटे आणि पोटऱ्या मजबूत होतात.
- प्राणाचा प्रवाह नियमित बनतो. मूत्राशय आणि गर्भाशय यांनाही लाभ होतो.
- पाठीचे सामान्य विकार दूर होतात.
- घोटे, गुडघे आणि कमरेचे सांधे यांनाही योग्य लाभ मिळतो.

दक्षता :

- पहिल्यांदा करताना पूर्ण बसण्याचा प्रयत्न करू नका.
- डोके आणि पाठीचा कणा ताठ ठेवा. पुढच्या बाजूला झुकू नका.
- गर्भारपणी पूर्णपणे बसू नका आणि गर्भारपणाच्या तीन महिन्यांनंतर हे आसन करू नका.

कालभैरवासन (पहिला प्रकार)

शब्दशः अर्थ : 'काल' म्हणजे विनाश किंवा काळ, वेळ. 'भैरव' म्हणजे भयानक किंवा उग्र. भगवान शिवाच्या आठ रूपांपैकी हे एक रूप आहे.

विशेष सूचना : हे आसन करण्याच्या अनेक पद्धती आहेत. नावाप्रमाणेच हे आसन कालभैरवाचे आहे. भारतात कालभैरवाच्या विविध प्रकारच्या मुद्रांतील प्रतिमा मिळतात.

पद्धती : इथे त्यांची मुद्रा चित्राप्रमाणे देण्यात आली आहे. पहिल्यांदा सरळ उभे राहा. दोन्ही पायांत सुमारे एक फुटाचे अंतर घ्या. एक पाय दुसऱ्या पायाच्या मागे असला पाहिजे. हात एक तर वर घ्या किंवा मागे-पुढे ठेवा. डोळ्यांच्या पापण्या न मिटता एकटक पाहात राहा आणि जीभ थोडीशी बाहेर काढा.

वेळ : तीन ते पाच मिनिटांपर्यंत हा सराव करा.

लक्ष : श्वासाकडे लक्ष द्या आणि असे ध्यान करा की, संपूर्ण क्रोध बाहेर चालला आहे आणि आध्यात्मिक आनंद आत येत आहे.

लाभ :
- शरीराला दृढता आणि मजबुती प्राप्त होते.
- दृष्टी अधिक तजेलदार बनते.
- साधकाच्या मनात निर्भयता उत्पन्न होते. त्याचे साहस वाढते.
- छातीचे स्नायू बळकट होतात.

सूचना : कालभैरवासनाचा द्वितीय प्रकार नंतर पुढे दिला आहे, तो पाहावा.

उत्थित हस्त-पादांगुष्ठासन

पद्धत : समस्थितीत उभे राहा. म्हणजेच, दोन्ही पायांचे पंजे एकमेकांशी जुळवून उभे राहा. नजर समोर ठेवा. आता उजव्या पायाचा गुडघा वाकवून उजव्या हाताने उजव्या पायाचा अंगठा पकडा. उजवा हात पायाच्या आतल्या बाजूला असावा, अशा प्रकारे अंगठा पकडा. त्यानंतर उजवा पाय हळूहळू सरळ करा आणि पाय काटकोनात सरळ करत नंतर वरच्या बाजूला न्या. डावा हात कमरेवर ठेवा. जर तोल राखता येत नसेल, तर हात समोर किंवा बगलेच्या बाजूला वर घ्या.

सूचना: या आसनात पाय हळूहळू वर उचलण्याचा सराव करा. अखेरीस पाय एवढा वर उचलू लागा की, मांडीचा तुमच्या हनुवटीला स्पर्श व्हावा. यासाठी दोन्ही हातांनी पाय वरच्या दिशेला वर उचला.

श्वासोच्छ्वास पद्धती/वेळ : शक्य असेल त्याप्रमाणे थांबा किंवा पाच ते दहा सेकंदांपर्यंत थांबा आणि दोन्ही पायांची पाच-पाच आवर्तने पूर्ण करा. पाय वर घेताना श्वास घ्या आणि आसन करताना अंतर्कुंभक करा आणि पाय खाली घेताना श्वास सोडा.

लाभ :
- पायांचे स्नायू आणि नितंबाचे सांधे मजबूत होतात.
- नितंब आणि मांड्या सुडौल बनतात.
- शरीर आणि मन या दोहोंवर नियंत्रण येते.

दक्षता : सायटिका आणि कमरेचे रोग यांमुळे त्रस्त असलेल्या रुग्णांनी हे आसन करू नये.

निर्वाणाच्या मार्गावर घेऊन जाणारा
योगच उपयुक्त आहे.
– राजीव जैन त्रिलोक

शहामृगासन

शब्दशः अर्थ : शहामृग हा एक पक्षी आहे. तो जलद गतीने धावतो आणि त्याच्याकडे कित्येक दिवस पाणी न पिता जिवंत राहाण्याची क्षमताही असते.

पद्धत : प्रसन्न मुद्रेने ताठ उभे राहा. दोन्ही पायांत थोडे अंतर ठेवा. आता समोरच्या बाजूला झुका आणि दोन्ही हातांनी जमिनीला स्पर्श करा. हाताच्या बोटांवर संपूर्ण शरीर वर उचला. बोटे मोकळी ठेवा आणि पायाच्या टाचा जमिनीपासून वर उचला. पायांची बोटे आणि हातांच्या साहाय्याने शरीर वर उचला. अंतिम स्थितीत शरीराचे संपूर्ण वजन पायाच्या बोटांवर आणि हाताच्या बोटांवर असेल. हाताची कोपरे आणि पायांचे गुडघे वाकता कामा नयेत. समोर पाहा. या अवस्थेत थोडेफार इकडे-तिकडे चालू शकता. अंतिम अवस्थेत नियमित श्वसन करा.

श्वासोच्छ्वास पद्धती : समोर झुकताना श्वास सोडा आणि पुन्हा वर उठताना श्वास घ्या.

लाभ :
- पायाच्या बोटांपासून मांडीपर्यंतचा संपूर्ण पाय मजबूत आणि सुडौल बनतो.
- ज्यांना गॅसची समस्या असेल त्यांनी हे आसन करून वातविकारापासून मुक्ती मिळवावी.
- हाताची बोटे, कोपरे आणि बाहू सुंदर, मजबूत आणि सुदृढ बनतात.
- नेत्ररोगांमध्ये लाभ होतो.
- लठ्ठपणा नाहीसा होतो.

विशेष बाब : काही योगशिक्षक या आसनाला **गज आसन** असेही म्हणतात.

दक्षता : सायटिका आणि उच्च रक्तदाब असलेल्या रुग्णांनी काळजीपूर्वक करावे.

शीर्ष पादांगुष्ठ स्पर्शासन

शब्दशः अर्थ : 'शीर्ष' या शब्दाचा अर्थ आहे - डोके आणि पाद-अंगुष्ठ म्हणजे पायाचा अंगठा.

पद्धत : पहिल्यांदा ताडासनात उभे राहा. आता फक्त डावा पाय उजव्या पायाच्या दोन-तीन फूट पुढे आणा. हात पाठीमागे घ्या आणि तळहातांची बोटे एकमेकांत गुंतवा. डोके डावीकडे झुकवत डाव्या पायाच्या अंगठ्याला स्पर्श करण्याचा प्रयत्न करा. या अवस्थेत उजवा पाय ताठ राहिला पाहिजे आणि डाव्या पायाचा गुडघा वाकता कामा नये. पाय बदलून पुन्हा याच क्रमाने दुसऱ्या बाजूने आसन करा.

श्वासोच्छ्वास पद्धती/ वेळ : वाकताना श्वास सोडा. मूळ अवस्थेत परतताना श्वास घ्या. हीच क्रिया तीन ते पाच वेळा करा.

लाभ :
- पायाचे स्नायू आणि पाठीचा कणा बळकट होतो आणि या दोन्ही अवयवांच्या सर्वसामान्य रोगांमध्ये लाभ मिळतो.
- वायुविकार आणि मलावरोध यांमध्ये हितकारक आसन आहे.
- मानसिक विकारांचेही शमन होते.

दक्षता :
- या आसनानंतर आणि पहिल्यांदा मागे वळण्याची आसने केल्याने हे आसन करण्यातील अवघडपणा नाहीसा होतो आणि इतर विकार होऊ शकत नाहीत.
- आसनाच्या अवस्थेत श्वास रोखून ठेवा. श्वासोच्छ्वास करू नका.
- स्लिप डिस्क आणि सायटिका या आजारांच्या रुग्णांनी हे आसन करू नये.

एक पादासन/वीरभद्रासन (तीन प्रकार)

पद्धत १ : समस्थितीत उभे राहा. दोन्ही हात दोन्ही कानांना स्पर्श करत डोक्याच्या वर न्या. बोटे एकमेकांत गुंतवा. आता एका पायावर शरीराचा तोल सांभाळायचा आहे. यासाठी एका पायावर (उजव्या) संपूर्ण लक्ष केंद्रित करा आणि कमरेच्या वरचा भाग समोरच्या बाजूला झुकवत डावा पाय मागे न्या. अशा प्रकारे डोके, छाती, पाठ आणि डावा पाय एका सरळ रेषेत येतील. अंतिम अवस्थेत उजव्या पायावरच पूर्ण तोल सांभाळला जाईल. शक्य असेल त्याप्रमाणे या अवस्थेत थांबा आणि पुन्हा आपल्या मूळ अवस्थेत परत जा. हीच क्रिया दुसऱ्या पायाने पार पाडा.

श्वासोच्छ्वास पद्धती/वेळ : झुकताना श्वास सोडा. अंतिम अवस्थेत श्वास नियमितपणे करा. मूळ अवस्थेत परत जाताना श्वास घ्या. शक्य असेल तेवढा वेळ थांबा आणि प्रत्येक पायाने दोन ते तीन वेळा करा.

पद्धत २ : आपल्या आसनावर उभे राहा आणि कानांना स्पर्श करून हात वर उंचवा. हाताचे तळवे एकमेकांशी जोडा. आता एक पाय सुमारे तीन फूट पुढे घ्या आणि तो वाकवून काटकोनासारखा बनवा. (आकृती पाहा) श्वास घेत छाती, हात आणि चेहरा वरच्या किंवा बाहेरच्या बाजूला ताणून धरा. मान वर उचलून हातांच्या तळव्यांकडे पाहा. सुमारे २० सेकंद थांबा आणि नंतर श्वास सोडत पुन्हा मूळ स्थितीला या. हीच क्रिया दुसऱ्या पायाने उलट्या क्रमाने करा.

पद्धत ३ : वीरभद्रासनाच्या तिसऱ्या प्रकारासाठी हातांची स्थिती खांद्यांना समांतर असते.

लाभ :
- पायांच्या स्नायूंना मजबुती प्राप्त होते.
- संपूर्ण शरीरात आणि जीवनात संतुलन निर्माण होते.
- रक्ताभिसरण चांगल्या प्रकारे सुरू होते. मनाची चंचलता थांबते.

दक्षता : उच्च रक्तदाब असलेल्यांनी करू नये.

पादांगुष्ठासन (पहिला प्रकार)

शब्दशः अर्थ : 'पाद' म्हणजे 'पाय' आणि 'अंगुष्ठ' म्हणजे 'अंगठा'.

पद्धत : ताडासनात उभे राहा. पायांमध्ये सुमारे एक फुटाचे अंतर घ्या. श्वास सोडा आणि पुढच्या बाजूला झुकत पायांचे अंगठे आतल्या बाजूने अशा प्रकारे पकडा की, दोन्ही तळहात समोरासमोर यावेत. डोके समोर ठेवा. आता पायांची बोटे ताणून धरत डोके गुडघ्यांच्या मध्ये ठेवा. नियमित श्वासोच्छ्वास करा आणि सुमारे पाच ते दहा सेकंद या स्थितीत थांबा. आता श्वास सोडा. डोके वर करा. पायांची बोटे सोडून ताडासनाच्या स्थितीत उभे राहा.

विशेष बाब : पाद-हस्तासन, पादांगुष्ठासन (पहिला प्रकार) आणि उत्तानासन (पहिला प्रकार) हे सर्व प्रकार जवळजवळ एकसारखेच आहेत.

लक्ष : विशुद्धी चक्रावर केंद्रित करा.

लाभ :
- ज्यांच्या पायांत कंप असेल, त्यांनी हे आसन अवश्य करावे. जे साधक नियमितपणे हे आसन करतील, त्यांचे पाय सुन्न पडणे आणि पायांत कंप निर्माण होणे, आदी बाबी होत नाहीत. वायू बाहेर पडतो.
- नितंब, कंबर, पाठीचा कणा, पोट आणि छाती हे सर्व अवयव आकर्षक बनतात. व्यक्तिमत्त्व उठावदार बनते.
- पचनक्रिया बरी होते. लठ्ठपणा कमी होतो.

दक्षता : उच्च रक्तदाब, चक्कर येणे आणि सायटिका यांसारखे त्रास असलेल्या रुग्णांनी हे आसन करू नये.

सूचना : पादांगुष्ठासनाच्या दुसऱ्या प्रकाराचे पुढे वर्णन दिले आहे.

मध्यम समूहाची आसने

बकासन (पहिला प्रकार)

शब्दशः अर्थ : 'बक' म्हणजे 'बगळा'.

पद्धत : उकिडवे बसा. दोन्ही तळहात जमिनीवर ठेवा. आता तोल सांभाळून संपूर्ण वजन हातांवर तोलून धरत वर उठा. दोन्ही गुडघे बगलेच्या बाजूला स्पर्श करतील, एवढे वर घ्या. हळूहळू टाचा नितंबाच्या खालच्या बाजूला घ्या. डोके थोडे खालच्या बाजूला न्या. डोके आणि टाचा जवळजवळ एका रेषेत असल्या पाहिजेत.

श्वासोच्छ्वास पद्धती/वेळ : श्वासोच्छ्वास समान ठेवा. पाच ते दहा मिनिटे करा.

लक्ष : आज्ञाचक्रावर केंद्रित करा.

लाभ :
- एकाग्रता वाढते.
- पचनक्रिया सुधारते. उदरप्रदेशातील प्रकोपित वायू बाहेर पडतो.
- नाभीवर जोर आल्याने सर्व ७२,००० नाड्यांवर परिणाम होतो.
- हाताचे स्नायू मजबूत होतात.
- सुरकुत्या हळूहळू नष्ट होऊन चेहऱ्यावर तेज येते.

दक्षता : अति उच्च रक्तदाब असणाऱ्यांनी आणि मस्तकाचे रोग असणाऱ्यांनी हे आसन करू नये.

विशेष बाब : काही योगशिक्षक या आसनाला **बक ध्यानासन** असेही म्हणतात.

सूचना : बकासन करण्याचे आणखीही दोन-तीन प्रकार आहेत. परंतु, त्या सर्वांपासून मिळणारा लाभ हा वर दिलेले आसन केल्याने मिळतात.

कागासन

शब्दशः अर्थ : 'काग' म्हणजे 'कावळा' हा पक्षी.

पद्धत : सुरुवातीला समस्थितीत उभे राहा. आता दोन्ही पायांच्या साहाय्याने अशा प्रकारे बसा की, पायांमध्ये मुळीच अंतर राहू नये. दोन्ही हात गुडघ्यांवर ठेवा आणि हातांची कोपरे मांड्या, छाती आणि पोट यांच्या मध्ये यावीत अशी ठेवा. कंबर, पाठीचा कणा आणि मान ताठ ठेवा.

श्वासोच्छ्वास पद्धती : सर्वसामान्य, नियमित श्वासोच्छ्वास करा.

वेळ : दोन-तीन मिनिटांपर्यंत या स्थितीत बसून राहा.

लाभ :
- पोटातील सर्व अवयवांना लाभ होतो.
- वायुविकारांचे शमन होते.
- मांड्या सुंदर, सुडौल बनतात.
- षट्कर्मांमध्ये केल्या जाणाऱ्या योगक्रियांच्या अभ्यासाला स्थैर्य प्राप्त होते.

मत्स्यासन

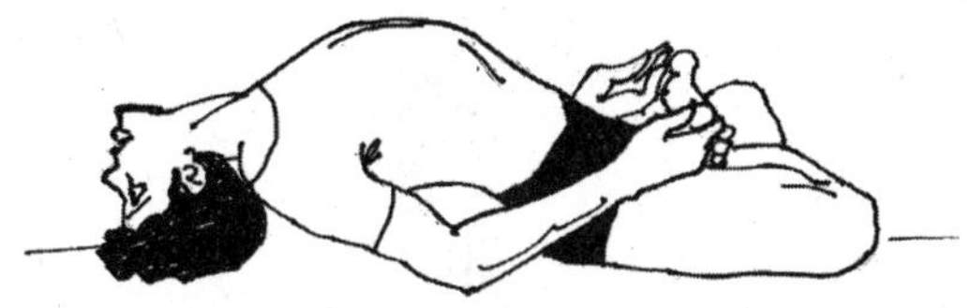

शब्दशः अर्थ : 'मत्स्य' म्हणजे 'मासा'. या आसनाचे असे वैशिष्ट्य आहे की, हे आसन करून तासन्तास पाण्यावर तरंगणे शक्य होते. म्हणून याला 'मत्स्यासन' म्हणतात.

पद्धत : जमिनीवर शवासनाच्या स्थितीत झोपा. आता डावा पाय उजव्या मांडीवर आणि उजवा पाय डाव्या मांडीवर ठेवा. याला **'विश्राम पद्मासन'** म्हणता येते. आता हळूहळू पाठीचा भाग वर उचला. त्यामुळे शरीराचे वजन डोक्यावर आणि नितंबावर पडेल. आता दोन्ही हातांनी दोन्ही पायांच्या पंजांचे अंगठे पकडा. या स्थितीत तुम्ही बराच वेळ राहू शकाल. परंतु, सुरुवातीला आठ ते दहा सेकंदच राहा. हे आसन सुलभ असूनही बरेच लाभदायक आहे.

लक्ष : अनाहत चक्रावर आणि श्वासावर लक्ष केंद्रित करा.

श्वासोच्छ्वास पद्धती/वेळ : पूर्ण आसन धरल्यानंतर दीर्घ, सखोल श्वास घ्या. तीन ते पाच मिनिटापर्यंत करा.

लाभ : ○ हे आसन मलावरोध बरा करते. ○ हृदयाला मजबुती प्राप्त होते. फुप्फुसे मजबूत होतात. ○ श्वासाशी संबंधित विकारांत हितकारक आहे. ○ मलावरोध दूर करून भूक वाढवते. ○ आळस दूर करते. ○ पाठीचा कणा, कंबर, पाठ आणि मांड्या यांचे स्नायू मजबूत करते. ○ मानेवर ताण आल्याने गळ्याच्या ग्रंथीला लाभ मिळतो. सर्व्हायकल, स्पाँडिलायटिसमध्ये बराच आराम मिळतो. थायरॉईड ग्रंथीचे कार्यही सुरळीत सुरू होते.

विशेष सूचना : शीर्षासन आणि सर्वांगासन यांच्यानंतर हे आसन केल्यामुळे रोग नाहीसे होतात आणि आधी केलेल्या आसनांच्या लाभातही वाढ होते.

सूचना : ○ आधी पद्मासनात बसून हळूहळू शवासनाच्या स्थितीत जाऊनही हे आसन करू शकता.

○ काही योगशिक्षक समोर पाय पसरायला लावूनही हे करवून घेतात.

दक्षता : पाठीचा कणा आणि पाठदुखी असलेले रुग्ण, हृदयविकाराने ग्रस्त रुग्ण, गर्भवती आणि हर्नियाचे रुग्ण यांनी आपली शारीरिक अवस्था लक्षात घेऊन हळूहळू हे आसन करावे.

सिंहासन (पहिला प्रकार)

आकार : सिंहासारखा.

पद्धत : सुखासनात बसा. नितंब वर उचला. आता डाव्या पायाची टाच उजव्या नितंबाखाली आणि उजव्या पायाची टाच डाव्या नितंबाखाली घट्ट दाबून बसा आणि तळहात गुडघ्यांवर पसरून ठेवा. पोट आत खेचून घेऊन छाती पुढे काढा. तोंड उघडून शक्य तितकी जीभ बाहेर काढा आणि गळ्यातून डरकाळीसारखा आवाज काढा. डोळ्यांनी दोन्ही भुवयांच्या मध्यभागी पाहण्याचा प्रयत्न करा. चेहरा ताणा. अशा प्रकारे, चेहरा बीभत्स दिसतो. आठ-दहा सेकंद याच स्थितीत थांबा. पाय बदलून पुन्हा तीन-चार वेळा करा. (पहिल्यांदा उजवा पाय डाव्यावर ठेवा. नंतर पाय बदलून डावा पाय उजव्या पायावर ठेवा.) दोन्ही पायांनी आसन करण्याचा वेळ समान असला पाहिजे.

लक्ष : आज्ञाचक्रावर आणि विशुद्धी चक्रावर केंद्रित करा.

लाभ :
- स्वर मधुर बनतो.
- चाचरत बोलणे, तोतरेपणा दूर होतो.
- डोळ्यांचे तेज वाढते.
- हे आसन वज्रासनाचे सर्व लाभ मिळवून देते.
- छाती मजबूत बनते आणि पोट नरम राहते.
- थायरॉईडच्या आजारात लाभदायी ठरते.

सिंहासन (दुसरा प्रकार)

पद्धत : घेरंड संहितेनुसार, दोन्ही पायांच्या टाचा व्युत्क्रमाने (डाव्या बाजूला उजवी टाच आणि उजव्या बाजूला डावी टाच) शिवणी नाडीच्या (मूलाधार चक्राच्या खाली) खाली ठेवून जालंधर बंध लावा. नासाग्रावर किंवा दोन्ही भुवयांच्या मध्यभागी दृष्टी स्थिर ठेवा. सिंहासन नावाचे हे आसन सर्व व्याधी नष्ट करते.

हठयोग प्रदीपिकेत लिहिले आहे की, सिंहासनामुळे तिन्ही बंधांची सिद्धी होऊ शकते.

त्रिशिखब्रह्मणोपनिषदात असे लिहिले आहे की,

सीवनी गुल्फदेशेभ्यो निपीड्य व्युत्क्रमेण तु।
प्रासार्य जानुनोहस्तावासनं सिंहरूपकम ।।

अर्थ : दोन्ही टाचा शिवणी नाडीवर उलटसुलट दाबून दोन्ही गुडघे आणि हात पसरून बसले की, हे सिंहरूपी आसन किंवा सिंहासन तयार होते.

वेळ : रोज १५-२० सेकंदांपर्यंत करा. हळूहळू ही वेळ वाढवत न्या.

लाभ :
- चाचरणे किंवा तोतरे बोलणे बंद होते आणि स्वर मधुर बनतो.
- निर्भयपणा येतो.
- मूलाधार चक्र आणि आज्ञाचक्र जागृत होतात.
- डोळ्यांची शक्ती वाढते. दृष्टीचे तेज वाढते.
- थायरॉईडच्या आजारात लाभदायी ठरते.

विशेष सूचना : हाता-पायांची स्थिती थोडी थोडी बदलून हे आसन करवून घेतले जाते.

गोमुखासन

आकार : गायीच्या तोंडासारखा (एका बाजूला अरुंद आणि दुसऱ्या बाजूला रुंद)

शब्दशः अर्थ : वरील पद्धतीत एकावर एक गुडघे ठेवल्याने त्यांचा आकार गायीच्या तोंडासारखा आणि पायांचे पंजे दोन्ही बाजूंना बाहेर काढले गेल्याने गायीच्या कानांसारखा दिसतो. म्हणून या आसनाला 'गोमुखासन' असे म्हटले जाते.

पहिला प्रकार (या पद्धतीत टाचा एकमेकांशी जुळलेल्या नसतात.) : जमिनीवर बसून पाय सरळ समोर पसरा. उजव्या पायाचा गुडघा वाकवून पंजा नितंबाच्या डाव्या बाजूजवळ आणि डावा पाय वाकवून उजव्या गुडघ्यावर डाव्या पायाचा गुडघा ठेवा. या स्थितीत डाव्या पायाचा पंजा नितंबाच्या उजव्या बाजूजवळ आणा. आता डावा हात डोक्यावरून पाठीमागे न्या आणि उजवा हात कमरेच्या बाजूने पाठीच्या वरच्या भागाकडे न्या. दोन्ही हातांची बोटे एकमेकांत गुंतवा. हीच या आसनाची अंतिम अवस्था आहे. पाय आणि हात बदलून पुन्हा याच पद्धतीने आसनाचा सराव करा.

श्वासोच्छ्वास पद्धती : अंतिम स्थितीत अर्धा ते एक मिनिट श्वास सहजपणे, नियमितपणे सुरू ठेवा.

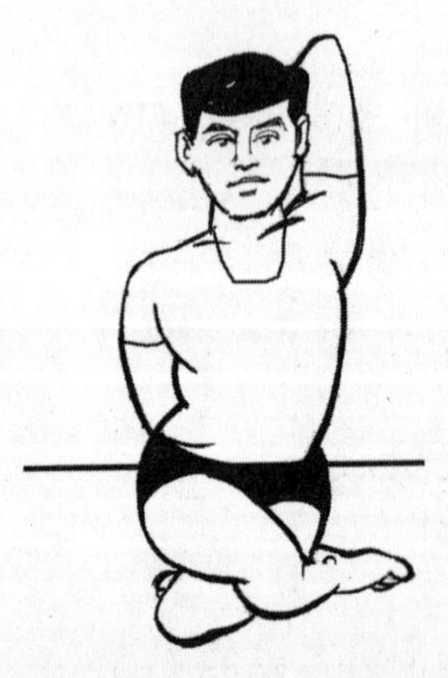

दुसरा प्रकार : सुखासनात बसून डाव्या पायाच्या पंजाला नितंबाच्या उजव्या बाजूखाली घ्या. पायाची टाच गुदद्वाराच्या खाली आली पाहिजे. उजवा पाय वाकवून डाव्या पायावर अशा प्रकारे ठेवा की, पंजाने जमिनीला स्पर्श व्हावा. हळूहळू सराव झाल्यानंतर दोन्ही पायांच्या टाचा एकमेकींना चिकटू लागतील.

आता डावा हात बाजूने पाठीच्या मागे न्या आणि उजव्या हाताला उजव्या कानाच्या बाजूने मागे न्या. दोन्ही तळहात कात्रीसारखे एकमेकांत गुंतवा. त्यानंतर स्थिर बसून श्वासोच्छ्वास सुरू ठेवा. मूळ स्थितीत परत या. हात आणि पाय यांची स्थिती बदलून पुन्हा हे आसन करा. अशा प्रकारे हे आसन पूर्ण होते.

लक्ष : मूलाधार चक्रावर केंद्रित करा.

विशेष बाब :

१. पहिल्या पद्धतीनुसार; पहिल्यांदा जो पाय वर असतो, त्याच बाजूचा हातसुद्धा वरच्या बाजूला मागे नेला जातो.

२. दुसऱ्या पद्धतीनुसार; जो पाय खाली असतो, त्या बाजूचा हात वरून मागे जातो.

लाभ :

- हे आसन सिद्धासन आणि पद्मासन या दोन्ही आसनांचे लाभ मिळवून देते.
- छाती मजबूत आणि रुंद बनते.
- हे आसन केल्याने आपोआपच मूलबंध लागतो.
- मधुमेह, संधिवात, मलावरोध, पाठदुखी, शीघ्रपतन यांसारखे अनेक रोग या आसनाने दूर होतात.
- मुरगळलेला, लचकलेला, आखडलेला पाय बरा होतो.
- खांदे मजबूत होतात.
- स्त्रियांमध्ये वक्षःस्थळे सुडौल बनतात.

विशेष बाब : या आसनात दोन्ही हात गुडघ्यावर ठेवले जातात, त्या वेळी त्याला **सुप्त गोमुखासन** असे म्हटले जाते. काही लोक या स्थितीला **ध्यान वीरासनही** म्हणतात.

योगसाधना हे आत्मस्वरूप जाणून घेण्याचे
सुलभ विज्ञान आहे.

– राजीव जैन त्रिलोक

उत्कटासन

पद्धत : हे आसन दोन प्रकारे केले जाऊ शकते.

१. घेरंड संहितेनुसार : ताडासनात ताठ उभे राहा. हळूहळू पंजांच्या साहाय्याने खाली बसा. टाचा नितंबाला चिकटवून गुदद्वारावर ठेवा. नियमित श्वसन करत राहा. हात गुडघ्यांवर ठेवा.

२. ताडासनाच्या स्थितीत उभे राहा. आता दोन्ही हात डोक्याच्या वर नेऊन तळवे एकमेकांना चिकटवून नमस्काराची मुद्रा तयार करा. खुर्चीवर बसल्याप्रमाणे नितंब खाली आणा. छाती पुढे जाऊ न देण्याचा प्रयत्न करा. (आपण खुर्चीवर बसलो आहोत, असे वाटले पाहिजे.) शक्य तितका वेळ थांबा. आता पुन्हा मूळ स्थितीत परत या.

लक्ष : मूलाधार आणि आज्ञाचक्रावर लक्ष केंद्रित करा. (शक्य तेवढा वेळ)

श्वासोच्छ्वास पद्धती : नियमित श्वसन करा.

वेळ : शक्य असेल तितका वेळ करा.

लाभ :

- प्राण सुषुम्नामधून प्रवाहित करण्यासाठी हे आसन अवश्य केले जाते. म्हणून कुंडलिनी शक्ती जागृत करण्याचा अभ्यास करणाऱ्या साधकांनी हे आसन अवश्य करावे.
- एकाग्रता वाढवण्यासाठी उपयुक्त आसन आहे.
- घोटे आणि पाय मजबूत होतात.
- बुद्धी ताजीतवानी बनते.
- लठ्ठपणा कमी करण्यास साहाय्यभूत ठरते.
- पाठीच्या कण्यालाही ताकद मिळते.

गतिमय उत्कटासन

पद्धत : समस्थितीत उभे राहा. छातीसमोर नमस्काराच्या मुद्रेत दोन्ही हात जोडून ठेवा आणि श्वास घेत हात डोक्याच्या वर ताणून धरा. दोन्ही बाहूंचा कानांना स्पर्श होत असावा. आता श्वास सोडत बसण्याचा प्रयत्न करा. पहिल्यांदा खुर्चीवर बसण्याएवढीच स्थिती ठेवा. त्यानंतर सराव वाढवत नेऊन नितंबांचा जमिनीला स्पर्श करण्याचा प्रयत्न करा. अशा प्रकारे सराव झाल्यावर यात गती आणा. (हात समोरही ठेवू शकता.)

श्वासोच्छ्वास पद्धती : वर उठताना श्वास घ्या आणि नितंब खाली घेताना श्वास सोडा.

वेळ : सुरुवातीला हळूहळू करा आणि पोटऱ्या, मांड्या आणि गुडघ्यात लवचीकता आल्यानंतर जलद गतीने करा. १०–१५ वेळा करा.

लाभ :

- पाय दुखणे, ताणले जाणे, आखडणे, सुन्न पडणे आदी विकारांसह पोटऱ्या, मांड्या व टाचा यांच्यासह संपूर्ण पायांचे विकार दूर होतात.
- गुडघ्यांचे सर्वसामान्य दुखणे दूर होते.
- पाठदुखी, स्लिप डिस्क, सायटिका, कंबरदुखी या आजारांत आराम मिळतो.
- पचनसंस्थेवर चांगला परिणाम होतो.
- फुप्फुसांना शक्ती प्राप्त होते.

दक्षता :

- सुरुवातीला लगेच जमिनीवर बसण्याचा प्रयत्न करू नये.
- गुडघ्यांवर शस्त्रक्रिया झाली असेल किंवा खूपच जास्त कंबरदुखी असेल, तर त्या व्यक्तींनी हे किंवा याच्याशी संबंधित आधीची आसनेही करू नयेत.

कुक्कुटासन (दुसरा प्रकार)

आकार : या आसनाचा आकार कुक्कुटासारखा; म्हणजे कोंबड्यासारखा दिसतो.

पद्धत : पद्मासनात बसा. पोटऱ्या आणि मांड्यांच्या मध्यभागातून हळूहळू हात बाहेर काढा. तळहात जमिनीवर अशा प्रकारे ठेवा की, बोटे समोरच्या बाजूला येतील. आता हळूहळू हाताच्या पंजांवर संपूर्ण शरीराचे वजन टाकून शरीर शक्य तेवढे वर उचला. जेवढा काळ थांबणे शक्य असेल, तेवढा काळ या स्थितीत थांबा. पुन्हा मूळ स्थितीत या. सराव झाल्यावर पाय बदलून पुन्हा हीच क्रिया करा.

लक्ष : हृदयचक्रावर लक्ष केंद्रित करा आणि आध्यात्मिक लाभासाठी मूलाधार चक्रावरही एकाग्रतेने लक्ष ठेवा.

श्वासोच्छ्वास पद्धती :

- अंतिम अवस्थेत सर्वसामान्यपणे नियमित श्वसन करा.
- वर उठताना श्वास घ्या आणि पुन्हा परत मूळ अवस्थेत जाताना श्वास सोडा.

वेळ : ही क्रिया तीन-चार वेळा करा.

लाभ :

- हाताचे पंजे, कोपरे आणि खांदे मजबूत होतात.
- पोटाचे स्नायू मजबूत बनतात.
- लोलासनाचे सर्व लाभ मिळतात.
- शरीर मजबूत बनते.
- व्हॉलीबॉल, बास्केटबॉल, ज्युदो-कराटे करणाऱ्या खेळाडूंनी हे आसन अवश्य करावे.

विशेष सूचना : पोटऱ्या, मांड्या आणि हात यांना चिकट द्रव्य लावून आसन केले, तर ते अधिक सुलभतेने करता येते.

वृषभासन

शब्दशः अर्थ : 'वृषभ' या शब्दाचा अर्थ 'बैल' असा आहे. हे भगवान शिवाचे वाहन आहे. पहिले तीर्थंकर भगवान आदिनाथ यांच्या मूर्तीच्या खाली शिलालेखावरही बैलाचे चित्र रेखाटण्यात आले आहे.

पद्धत : बैल जमिनीवर विश्रांती घेत असताना जसा बसतो, तसाच या आसनाचा आकार दिसतो. आपल्या आसनावर गुडघ्यांवर बसा किंवा वज्रासनात बसा. आता चित्रात दाखवल्याप्रमाणे बसा. जर डाव्या मांडीच्या साहाय्याने बसत असाल, तर डाव्या पायाच्या टाचेने शिवणीला स्पर्श करा आणि चित्रात दाखवल्याप्रमाणे उजवा पाय डाव्या पायावर ठेवा. आता दोन्ही हात समोर ठेवा. बैल ज्याप्रमाणे आपले पुढचे दोन पाय ठेवतो, त्याप्रमाणे हात समोर ठेवलेले असावेत.

श्वासोच्छ्वास पद्धती/वेळ : श्वासोच्छ्वास नियमितपणे करा आणि आता हीच क्रिया पाय बदलूनही करा. रोज पाच मिनिटांपर्यंत याचा सराव करावा.

लक्ष : आध्यात्मिक लाभासाठी भगवान शिवाचे किंवा भगवान आदिनाथाचे ध्यान करा.

लाभ :

- व्यक्ती बैलाप्रमाणे शक्तिशाली बनते आणि खांदे मजबूत होतात.
- मांड्या, पाय, हात, बाहू, खांदे, गुडघे हे सर्व अवयव पुष्ट आणि सुडौल बनतात.
- पोटातील दूषित वायू बाहेर पडतो आणि व्यक्तीला हलकेफुलके वाटू लागते.
- अन्य कित्येक प्रकारचे शारीरिक लाभ आपोआपच प्राप्त होतात.

त्रिकोणासन

शब्दशः अर्थ : 'त्रिका' म्हणजे तीन आणि 'कोण' म्हणजे कोन. (त्रिकोण म्हणजे, अर्थातच तीन कोन.)

पद्धत : प्रसन्न मनाने समस्थितीत उभे राहा. आता पायांमध्ये दोन-तीन फुटांचे अंतर घ्या. दोन्ही हात खांद्यांच्या रेषेत जमिनीला समांतर असे पक्ष्यांच्या पंखांसारखे पसरा. हळूहळू कमरेच्या वरचा भाग आपल्या उजव्या बाजूला झुकवा.

उजव्या तळहाताने उजव्या पायाचा पंजा पकडा किंवा पावलांच्या बोटांना स्पर्श करा. दोन्ही गुडघे वाकता कामा नयेत. अंतिम अवस्थेत डाव्या हाताची स्थिती दोन प्रकारे करू शकता. पहिल्या स्थितीत डावा हात उजव्या हाताच्या सरळ रेषेत राहील आणि दुसऱ्या स्थितीत डाव्या हाताची भुजा डाव्या कानाच्या वर ठेवून त्रिकोणाची आकृती तयार होईल. आता हीच क्रिया डावीकडे झुकूनही करा.

श्वासोच्छ्वास पद्धती : झुकताना श्वास सोडा आणि सरळ उभे राहताना श्वास घ्या.

लाभ :
- मलावरोध दूर होतो.
- पायाचे स्नायू बळकट बनतात.
- पाठीचा कणा लवचीक बनतो.
- पाठदुखी आणि मानेचे आजार बरे होतात.
- पोटाचे विकारही ठीक होतात.

वैशिष्ट्य : या आसनाच्या क्रियेत थोडे-थोडे परिवर्तन करून तीन-चार उपप्रकारही करणे शक्य आहे.

त्रिकोणासन - उपप्रकार

पद्धत : दोन्ही पायांत सुमारे तीन फूट अंतर ठेवून ताठ उभे राहा. दोन्ही हात पक्ष्यांच्या पंखांप्रमाणे खांद्यांना समांतर पसरा.

आता डाव्या पायाच्या पंजाला उजव्या हाताने स्पर्श करण्यासाठी शरीर पुढे झुकवून उजवी बाजू वाकवा.श्वास सोडत उजव्या हाताने डाव्या पायाच्या पंजाला स्पर्श करा.

डावा हात आकाशाच्या दिशेला वर करा. दोन्ही हातांच्या भुजा एका रेषेत असल्या पाहिजेत. साधारण पाच सेकंद थांबा. आता पुन्हा मधल्या स्थितीत या आणि हीच क्रिया डाव्या हाताने करा. हळूहळू सराव करत थांबण्याचा कालावधी वाढवत न्या.

विशेष बाब : हात वरच्या बाजूला नेऊन आकाशाकडे फिरवून दृष्टी स्थिर करा.

लक्ष : पाठ, पोट आणि पोटऱ्या यांमध्ये तणाव जाणवू द्या. मणिपूर चक्राचे ध्यान करा; म्हणजेच त्यावर लक्ष एकाग्र करा.

गतिमय त्रिकोणासन :

आता हीच क्रिया गतीने करा.

लाभ :
- गतिमय क्रिया रोज नियमितपणे केल्यास पोटाच्या भागाला आश्चर्यकारक लाभ मिळतात. पचनसंस्था मजबूत बनते.
- लठ्ठपणा कमी होतो.
- पोटऱ्या तणावरहित आणि सशक्त बनतात.
- वायुविकारांचे शमन होते.
- कंबरेच्या शक्तीचा विकास करण्यासाठी ही प्रभावशाली क्रिया आहे.
- कंबर सडपातळ होते आणि ओविशेष बाबोटाच्या किंवा पोटाच्या खालच्या भागावर जमलेली चरबी कमी होते.

विशेष बाब : काही योगशिक्षक या आसनालाच **पार्श्व त्रिकोणासन, कोणासन** आणि **परिवृत्त त्रिकोणासन** असेही म्हणतात.

अष्टांग नमस्कारासन

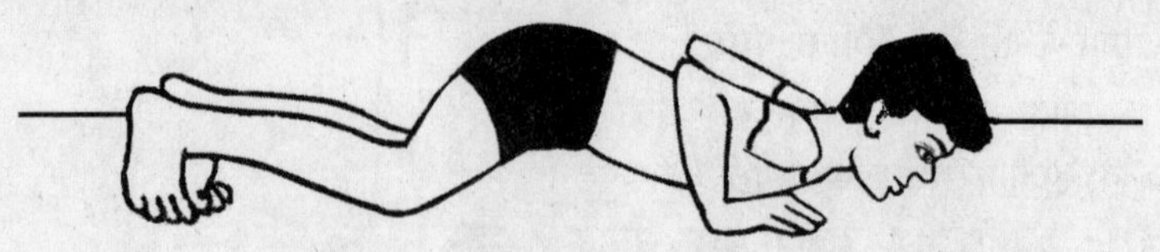

शब्दशः अर्थ : अष्टांग म्हणजे, आठ अंगांसह. नमस्कार याचा अर्थ प्रणाम करणे. शरीराच्या आठ अवयवांनी किंवा अंगांनी केलेला नमस्कार; म्हणजे अष्टांग नमस्कार. (दोन्ही पाय, दोन्ही हात, दोन्ही गुडघे, छाती आणि हनुवटी ही ती आठ अंगे किंवा अवयव होत.) ही आठ अंगे झुकवून नमस्कार किंवा प्रणाम केला जातो. म्हणून या आसनाला 'अष्टांग नमस्कारासन' असे म्हटले जाते.

पद्धत : पोटावर उपडे झोपा. डोके पूर्वेला किंवा उत्तरेला करा. दोन्ही पायांची बोटे, दोन्ही मांड्या, दोन्ही तळहात, छाती आणि हनुवटी या सर्व अवयवांचा जमिनीला स्पर्श झाला पाहिजे. हे आसन देवाला साष्टांग नमस्कार घालण्यासारखे आहे.

श्वासोच्छ्वास पद्धती/वेळ : नियमित श्वसन करा. शक्य असेल तेवढा वेळ आसनाच्या स्थितीत थांबा.

लक्ष :

- आपल्या इष्ट देवतेचे किंवा गुरूंचे ध्यान करा.
- मूलाधार चक्रातून बाहेर पडणाऱ्या शक्तीचे ध्यान करा. 'सहस्रार'प्रमाणे ती प्रवाहित होत आहे, असा विचार करा.
- शरीराच्या सर्व रोगांचा नाश होत आहे असा विचार करा.

लाभ :

- हे आसन पाठीच्या रोगांपासून मुक्ती मिळण्यासाठी अत्यंत लाभदायक आहे.
- या आसनामुळे शरीराला पूर्ण आराम मिळतो आणि शरीरात नवीन शक्तीचा, चेतनेचा संचार होतो.
- मानसिक शांतता मिळते.

विशेष बाब :

- आध्यात्मिक कारणांमुळे दिशांना महत्त्व आहे.
- काही योगशिक्षक यालाच **प्रणिपातासन** असेही म्हणतात.

हनुमानासन

पद्धत : हवे तर दोन्ही गुडघ्यांवर बसा किंवा एक गुडघा जमिनीवर टेका आणि त्याच्या शेजारी जमिनीवर दुसरा पाय ठेवा. हळूहळू, दोन्ही तळहात पसरून शरीराच्या आजूबाजूला जमिनीवर ठेवा. हातांच्या साहाय्याने दोन्ही पाय विरुद्ध दिशांना एवढे पसरा की, नितंब, मांड्या आणि पोटऱ्यांचा जमिनीला स्पर्श व्हावा. यासाठी गडबड करू नका. मांड्या, पोटऱ्या आणि गुदद्वारावर या वेळी बराच ताण आलेला असतो, म्हणून ही क्रिया पूर्णत्वास जाण्यासाठी साधकाला काही दिवसही लागू शकतात. आता हातांचे साहाय्य घेऊ नका. हात छातीसमोर आणा आणि नमस्काराच्या मुद्रेत ठेवा किंवा दुसऱ्या प्रकारात हात डोक्याच्या वर नेऊनही नमस्काराची मुद्रा बनवू शकता.

लक्ष : हनुमानाचे ध्यान करा आणि त्यांच्या चरित्राचे चिंतन करा आणि त्यांचे गुण आत्मसात करा.

श्वासोच्छ्वास पद्धती : अंतिम स्थितीत स्वाभाविक, नियमित श्वसन करा.

वेळ : १० ते २० सेकंद करा. २ ते ३ वेळा करा.

लाभ :
- कामविकार शांत होतो. जननेंद्रियांचे रोग नाहीसे होतात.
- पोटऱ्या, मांड्या आणि ओटिपोटाच्या ठिकाणी रक्ताभिसरण वाढून स्नायुसंस्थेला लाभ होतो.
- संधिवाताचा आजार दूर होतो.

विशेष बाब : एका हातात गदा आणि एका हातात पर्वत अशा प्रकारची हनुमानाची मूर्ती प्रचारात असल्याने काही गुरू अशा प्रकारच्या मुद्राही या आसनात करवून घेतात. हनुमानासन आणखीही काही प्रकारे केले जाते.

दक्षता : आसन केल्यानंतर एकदम उभे राहू नका. समोर पाय पसरून बसा.

अर्ध-चंद्रासन (पहिला प्रकार)

पद्धत : प्रसन्न मनाने ताठ उभे राहा. दोन्ही पायांत सुमारे दोन ते तीन फुटांचे अंतर घ्या आणि हात खांद्याच्या रेषेत जमिनीशी समांतर ठेवा. आता तुम्हाला चित्रात दिसते, त्यानुसार आसन करावयाचे असल्याने उजवीकडे झुकून उजवा गुडघा वाकवा. आता शरीराचा संपूर्ण तोल उजव्या बाजूला टाकत डावा पाय उचला. उजव्या तळहाताचा जमिनीला स्पर्श व्हावा, एवढ्या प्रमाणात डावा पाय वर उचला. मात्र, शरीराचा भार उजवा पाय आणि नितंब यांच्यावरच राहिला पाहिजे. डावा हात डावीकडे कमरेला समांतर ठेवा. १० ते २० सेकंद या स्थितीत थांबा. हळूहळू, आपल्या मूळ स्थितीत या आणि हीच क्रिया पाय बदलून दुसऱ्या पायाने करा.

श्वासोच्छ्वास पद्धती : अंतिम अवस्थेत श्वासोच्छ्वास नियमितपणे करा.

लाभ :
- पाठीच्या कण्याचा खालचा भाग आणि पृष्ठभाग मजबूत बनतो.
- ज्यांच्या पायांत कंप असतो, त्यांनी हे आसन अवश्य करावे. त्यांना लाभ होतो.
- गुडघेदुखी आणि आखडलेला पाय चांगला होतो.
- वायुनिष्कासन होते किंवा वायू शरीराबाहेर टाकला जातो. शरीर हलके होते.

विशेष बाब : विविध परंपरांप्रमाणे अर्ध-चंद्रासन वेगवेगळ्या पद्धतींनी केले जाते. त्यामुळे, ते प्रकार इथे दाखवण्यात आले आहेत.

अर्ध-चंद्रासन (दुसरा प्रकार)

पद्धत : वज्रासनाच्या स्थितीत बसा आणि गुडघ्यांवर उभे राहा. आता पाठ आणि डोके मागे झुकवा. (चित्र पाहा.) हातांची घडी घालून ते छातीवर ठेवा.

श्वासोच्छ्वास पद्धती : मागे झुकताना अंतर्कुंभक करा. मूळ अवस्थेत परत येताना श्वास सोडा.

लाभ :
- मलावरोध दूर होतो
- पचनसंस्था मजबूत बनते.
- पाठ, कंबर आणि पाठीचा कणा यांचे रोग बरे होतात.

विशेष बाब : काही योगशिक्षक या आसनालाच **अर्ध-उष्ट्रासन** असेही म्हणतात.

अर्ध-चंद्रासन (तिसरा प्रकार)

पद्धत : गुडघ्यांवर बसा. डावा पाय सुमारे एक फूट पुढे घेऊन पंजा जमिनीवर ठेवा. आता उजवा पाय मागे घ्या आणि मान व पाठ मागच्या बाजूला हळूहळू शक्य होईल तेवढी झुकवा. हात दोन्ही बाजूंना खाली ठेवा किंवा या आसनाची पूर्णाकृती बनवण्यासाठी हात वर घेऊन मागच्या बाजूला झुकवत अर्धचंद्राकार तयार करा. पुन्हा मूळ स्थितीत परत या आणि दुसरा पाय पुढे घेऊन हीच क्रिया करा.

लक्ष : स्वाधिष्ठान चक्रावर केंद्रित करा.

श्वासोच्छ्वास पद्धती : मागच्या बाजूला झुकताना श्वास घ्या आणि मूळ अवस्थेत परत येताना श्वास सोडा. हे एक आवर्तन झाले. अशा प्रकारे पाच आवर्तने करा.

लाभ : ❍ शरीरातील रक्ताभिसरण सुरळीतपणे सुरू होते. ❍ पाठीचा कणा सशक्त आणि लवचीक बनतो. ❍ पायाच्या स्नायूंना स्थैर्य प्राप्त होते. ❍ महिला रुग्णांसाठी अत्यंत लाभदायक आसन आहे. ❍ मान आणि फुफ्फुसे यांना योग्य तो लाभ मिळतो.

अर्ध-चंद्रासन (चौथा प्रकार)

पद्धत : वज्रासनाच्या स्थितीत बसा. दोन्ही हात वर करत गुडघ्यांवर बसा. हळूहळू पाठीचा कणा एवढा झुकवा की, तळहात पायांच्या तळव्यांवर यावेत. (चित्र पाहा.) या स्थितीत तळवे पकडा. शक्य असेल तेवढे थांबा आणि पुन्हा मूळ अवस्थेत परत जा.

श्वासोच्छ्वास पद्धती : अंतर्कुंभक करत आसन धारण करा आणि मूळ अवस्थेत परत जाताना आसन सोडा.

लाभ : ❍ पाठीच्या कण्यात लवचीकता येते. ❍ वाताच्या रुग्णांना सांधेदुखीपासून आराम मिळतो. ❍ कंबर, पाठ, पाठीचा कणा, पोट, मान आणि डोके यांच्या रोगांपासून हळूहळू सुटका होते. ❍ महिलांना या आसनापासून अनेक प्रकारचे लाभ होतात. ❍ चक्रासनाचे सर्व लाभ या आसनाच्या सरावानेही प्राप्त होतात.

दक्षता : पाठीचा कणा कडक असलेल्या आणि पोटाच्या गुंतागुंतीच्या रोगांचा त्रास असलेल्या रुग्णांनी हे आसन करू नये.

विशेष बाब : या आसनाला **पूर्ण उष्ट्रासनही** म्हटले जाते.

लोलासन

शब्दशः अर्थ : 'लोल' याचा अर्थ 'कंपायमान किंवा थरथरणारा, हलणारा अगर चंचल' असा आहे.

पद्धत : जमिनीवर बसून पाय सरळ समोर पसरा. दोन्ही तळहात कंबरेच्या आजूबाजूला ठेवा. आसनावरून उठत उजवा गुडघा मागच्या बाजूला वाकवा आणि तळवा नितंबाच्या डाव्या बाजूखाली ठेवा. त्यावर बसा. आता डावा पाय गुडघ्यातून वाकवत पुन्हा आसनावरून उठत उजव्या नितंबाखाली डावा तळवा ठेवा आणि त्यावर बसा. श्वास घ्या आणि हातांच्या साहाय्याने पूर्ण शरीराचा तोल राखत शरीर जमिनीपासून वर उचला. हातांवर तोल राखत हळूहळू संपूर्ण शरीर मागे-पुढे झुलवा. अशा प्रकारे झुलत असताना श्वास रोखून धरा आणि मूळ अवस्थेत येऊन श्वास सोडा. शक्य असेल तेवढा वेळ शरीराचा तोल राखून आसन करा.

लाभ :
- हाताचे स्नायू बळकट होतात.
- पोटाच्या अवयवांना लाभ मिळतो.
- पाठ आणि पाय यांचे स्नायू पुष्ट आणि लवचीक बनतात.

विशेष बाब : हे आसन तुलासन किंवा झुलासन यांच्यासारखेच आहे. यात फरक एवढाच आहे की, तुलासनात पायांवर पाय ठेवून पद्मासनसदृश अवस्था तयार होते; परंतु लोलासनात पाय नितंबाच्या खाली ठेवायचा असतो.

योगाभ्यास व्यक्तीला शांत आणि क्रियाशीलही बनवतो.

– राजीव जैन त्रिलोक

तुलासन/ झुलासन/उत्थित पद्मासन (पहिला प्रकार)

शब्दशः अर्थ : 'तुला' याचा अर्थ 'तराजूची दोन पारडी' असा आहे आणि यात झोपाळ्यासारखे झुलू शकता म्हणून त्याचे नाव 'झुलासन' असेही आहे.

पद्धत : पद्मासनात बसा. दोन्ही तळहात दोन्ही मांड्यांच्या आजूबाजूला जमिनीवर ठेवा. श्वास घेत दोन्ही हातांवर भार टाकत शरीर वर उचला. काही काळ थांबा. हवे तर झोपाळ्याप्रमाणे हळूहळू मागे-पुढे झुला. पुन्हा मूळ अवस्थेत येताना श्वास सोडा. हीच क्रिया पायांची स्थिती बदलून पुन्हा करा.

वेळ : एका मिनिटापासून तीन मिनिटांपर्यंत.

लक्ष : मूलाधार चक्रावर.

लाभ :
- छाती पुष्ट बनते.
- भुजा, मनगटे आणि खांदे मजबूत बनतात.
- पोटाचे स्नायू बळकट होतात.
- जीवनातही संतुलन येते.

दक्षता : मनगटावर अधिक जोर पडतो. म्हणून कमजोर मनगटे असणाऱ्यांनी सराव करत हळूहळू हे आसन करावे.

विशेष बाब : काही योगशिक्षक या आसनाला लोलासनही म्हणतात. उत्थित पद्मासनाचा दुसरा प्रकार पुढे दिला आहे.

मेरू आकर्षणासन/सुप्त एक हस्तपाद ऊर्ध्वासन

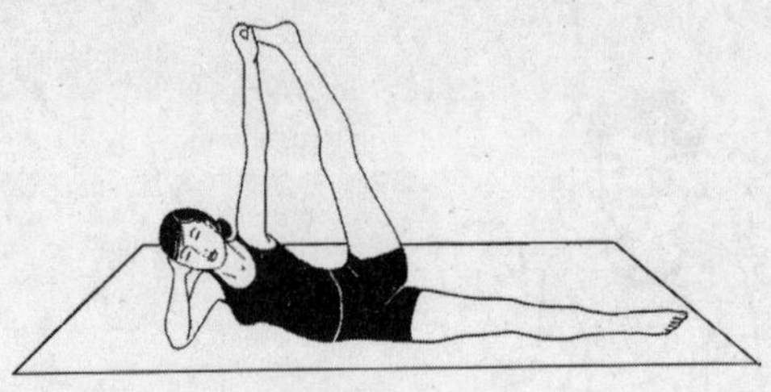

पद्धत : आपल्या आसनावर पाठीवर उपडे झोपा. त्यानंतर उजवीकडे वळा आणि उजव्या हाताचा आधार देत डोके वर उचलून तळहातावर ठेवा आणि डाव्या पायावर डावा हात ठेवा. आता हळूहळू डावा पाय वर उचला आणि डाव्या हाताने पायाचा अंगठा पकडण्याचा प्रयत्न करा. जर ते शक्य झाले नाही, तर पोटरी किंवा घोटा पकडून पाय ताणलेल्या स्थितीत ठेवा. पुन्हा मूळ अवस्थेत परत या. आता हीच क्रिया दुसऱ्या बाजूने, दुसऱ्या पायानेही करा.

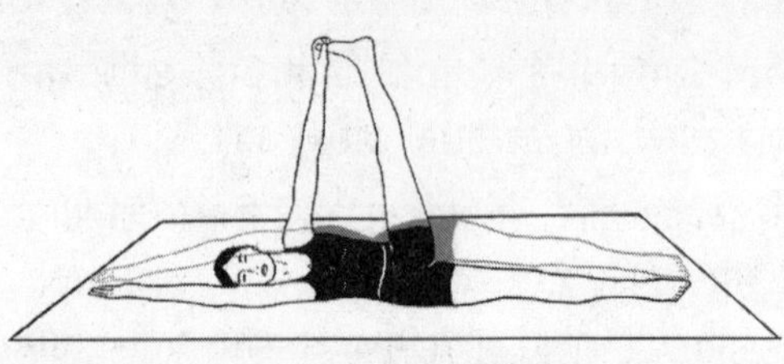

उपप्रकार : याच आसनात हात डोक्याच्या खाली न घेता कानांना स्पर्श करून दोन्ही हात वरच्या बाजूला नमस्काराच्या मुद्रेत एकमेकांना जोडून ठेवा आणि ज्या वेळी डावा पाय वर उचलाल, त्या वेळी डावा हात वर घेऊन पायाचा अंगठा पकडण्याचा प्रयत्न करा.

या स्थितीला **एक हस्तपाद अंगुष्ठ स्पर्शासन** असेही म्हटले जाते.

श्वासोच्छ्वास पद्धती/वेळ : हात आणि पाय वर घेताना श्वास घ्या. अंतिम अवस्थेत श्वासोच्छ्वास नेहमीसारखा नियमितपणे करा. हात आणि पाय पुन्हा परत जाग्यावर आणताना श्वास सोडा. जितके थांबणे शक्य असेल, तेवढा वेळ थांबा. दोन्ही बाजूंनी हीच क्रिया पाच-पाच वेळा करा.

लाभ :

- हे आसन पूर्ण पायाच्या नसांमध्ये रक्त खेचून घेण्याची ताकद निर्माण करते. त्यामुळे पायांत रक्ताभिसरण सुरळीत सुरू होते.
- कंबर आणि पाय यांच्यातील सांध्यात लवचीकता निर्माण होते.
- नितंब आणि जांघा यांच्यामधील अतिरिक्त चरबी कमी होते आणि त्यांच्यामध्ये सुडौलता निर्माण होते.

दक्षता : स्लिप डिस्क, सर्व्हायकल समस्या, सायटिका हे आजार असलेल्यांनी हे आसन करू नये.

विशेष बाब : काही योगशिक्षक या आसनाला **अनंतासन** असेही म्हणतात.

वसिष्ठासन

शब्दशः अर्थ : वसिष्ठ हे एका प्रसिद्ध ऋषींचे नाव आहे. ते सूर्यवंशी राजांचे पुरोहित आणि ऋग्वेदाच्या सातव्या मंडलाचे रचनाकार होते.

पद्धत : जमिनीवर डाव्या कुशीवर झोपा. डावा हात जमिनीला स्पर्श करत खांद्याच्या जवळ ठेवा. आता संपूर्ण शरीराचा भार डाव्या तळहातावर आणि डाव्या पायाच्या पंजावर टाकत चित्रात दाखवल्याप्रमाणे शरीर वर उचला. शरीर पूर्ण ताणलेल्या स्थितीत राहिले पाहिजे. ज्या वेळी या स्थितीत तुम्ही चांगल्या प्रकारे राहू लागाल, त्या वेळी उजवा पाय उचलून आकाशाच्या दिशेला घ्या आणि उजव्या हाताने पायाचा अंगठा पकडा. गुडघा वाकता कामा नये. नवीन साधक भिंतीचा आधार घेऊ शकतात. हीच क्रिया पाय बदलून दुसऱ्या पायानेही करा.

श्वासोच्छ्वास पद्धती : अंतिम अवस्थेत श्वासोच्छ्वास नैसर्गिकपणे करत राहा.

वेळ : शक्य असेल तेवढा वेळ.

लाभ :
- बाहू मजबूत आणि दृढ बनतात.
- या आसनामुळे कंबर आणि गुदद्वार यांचं आरोग्य सुधारतं.
- हात आणि पायांमधील कंप नाहीसा होतो.
- संपूर्ण शरीराला लवचीकता आणि सुदृढता प्राप्त होते.

दक्षता : हा उच्च अभ्यास आहे आणि यात शरीर संतुलनाची क्रिया असल्याने भिंतीचा आधार घ्या.

गर्भासन/गर्भपिंडासन/उत्तान कुर्मासन

शब्दशः अर्थ : 'गर्भ-पिंड' याचा अर्थ गर्भाशयातील भ्रूण (विकसित अर्भक) असा आहे.

पद्धत : पद्मासनात बसा. पोटऱ्या आणि मांड्या यांच्यामधून दोन्ही हात एवढे बाहेर काढा की, हातांची कोपरे वाकवता यावीत. आता नितंबावर बसण्याचा प्रयत्न करत गुडघे वर घ्या आणि कोपरे वाकवून कान पकडा किंवा मानेच्या मागे हात आपापसांत गुंतवा. शरीराचे संपूर्ण वजन गुदद्वारावर पडले पाहिजे. कान पकडताना श्वास सोडा आणि पूर्ण आसन सिद्ध झाल्यावर नैसर्गिकरीत्या नियमित श्वसन सुरू ठेवा. या स्थितीत सुमारे १०-१५ सेकंद थांबा. आता पाय बदलून हेच आसन करा.

लक्ष : स्वाधिष्ठान चक्रावर लक्ष केंद्रित करा.

लाभ :

- हे आसन उदरप्रदेश चांगल्या प्रकारे आकुंचित करते. त्यामुळे उदरप्रदेशात योग्य प्रकारे रक्ताभिसरण होऊन हा भाग सुडौल बनतो.
- कमजोर मस्तक असलेले लोक किंवा मानसिक रुग्ण यांच्यासाठी हे आसन लाभदायक आहे.
- पचनशक्ती वाढते.
- जठराग्नी प्रदीप्त होतो.
- ॲड्रिनल ग्रंथीचे कार्य सुरळीत बनते.
- शरीरातील वात, पित्त आणि कफ यांचे संतुलन निर्माण होते.
- संपूर्ण शरीर सुंदर, सुडौल आणि आकर्षक बनते.
- नितंबाचा आणि गुडघ्यांचा संधिवात नष्ट होतो.

सूचना : नवीन साधकांनी आसन साधण्यासाठी भिंतीचा आधार घ्यावा.

मुक्तासन (दुसरा प्रकार)

शब्दशः अर्थ : 'मुक्त' याचा अर्थ 'स्वतंत्र' किंवा 'निश्चिंत' असा आहे.

पहिला प्रकार : सर्वप्रथम वज्रासनात बसा. त्यानंतर दोन्ही पायांच्या पंजांच्या आधारावर बसण्याचा प्रयत्न करत टाचा एकमेकींशी जुळवून गुदमार्ग आणि शिश्न यांच्या मध्ये असलेल्या मूलाधार चक्राजवळ शिवणीच्या स्थानाला चिकटवा. गुडघे बाजूला पसरून त्यांच्यामध्ये अंतर ठेवून पूर्ण वजन टाचांवर आणि पंजांवरच टाका आणि आसन धारण करा. हाताची ज्ञानमुद्रा करून गुडघ्यांवर हात ठेवा. शक्य असेल तितका वेळ या आसनात बसा.

लाभ :
- कुंडलिनी जागृतीसाठी हे आसन लाभदायक आहे.
- पायाचे पंजे आणि पाय मजबूत बनतात. पाय अवेळी कापणे बंद होते.
- स्त्री आणि पुरुष या दोहोंचेही जननेंद्रियांचे विकार दूर होऊन जननेंद्रियांचे कार्य सुरळीत सुरू होते.

योगाचा प्रारंभ यम, नियम यांच्याबरोबर केल्याने साधकांना अधिक लाभ मिळतो.

– राजीव जैन त्रिलोक

खगासन

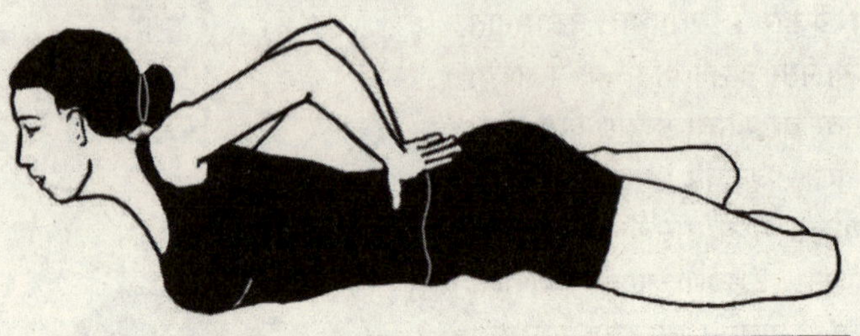

शब्दशः अर्थ : 'खग' म्हणजे आकाशात उडणारा आणि खगासन हे भगवान विष्णूचे एक नावही आहे. या आसनाचा आकार उंचावर उडणाऱ्या पक्ष्यासारखा भासत असल्याने याला 'खगासन' असे म्हटले गेले आहे.

पद्धत : प्रथम पद्मासनात बसा आणि याच अवस्थेत आपल्या आसनावर पोटावर उपडे झोपा. दोन्ही तळहात कमरेवर अशा प्रकारे ठेवा की, अंगठे पोटाच्या बाजूला आणि बोटे पाठीमागच्या बाजूला असावीत. आता डोके वर उचलत समोर पाहा.

श्वासोच्छ्वास पद्धती/वेळ : डोके वर उचलताना अंतःकुंभक करा. शक्य तेवढा वेळ थांबा आणि मूळ अवस्थेत परत जाताना श्वास सोडा.

लाभ :

- वात, पित्त, कफ या तिन्हींमध्ये संतुलन निर्माण होते.
- मूत्राशयाचे सर्व विकार बरे होतात.
- पचनसंस्था सक्रिय बनते.
- कंबरदुखी आणि पाठदुखी नाहीशी होते.
- स्थूलपणा कमी होतो.
- दोन्ही हात पाठीच्या बाजूला नेऊन हातांनी नमस्काराची मुद्रा केली, तर याला **गुप्त पद्मासन** असेही म्हटले जाते.

सेतुआसन/रपटासन/विपरीत दंडासन/पूर्वोत्तानासन*

पद्धत : दोन्ही पाय समोर पसरून बसा. डावा तळहात नितंबाच्या डाव्या बाजूला थोडा दूर आणि उजवा तळहात नितंबाच्या उजव्या बाजूला थोडा दूर ठेवा. बोटे मागच्या बाजूला ठेवा आणि तळहात जमिनीवर स्थिरपणे ठेवा. धडही थोडेसे मागे झुकवा.

आता हातांवर शरीराचा भार टाकत नितंबांसह संपूर्ण शरीर वर उचला आणि ताणून धरा. पायांच्या तळव्यांचा जमिनीला स्पर्श करण्याचा प्रयत्न करा. डोके मागच्या बाजूला झुकवा. (पायऱ्यांवर स्कूटर चढवण्यासाठी लाकडाची फळी टाकली जाते, त्याप्रमाणेच ही स्थिती दिसते.) शक्य असेल तेवढा वेळ थांबा. पुन्हा मूळ अवस्थेत परत या. आता एक चक्र किंवा आवर्तन पूर्ण होते. अशा प्रकारे १०-१२ आवर्तने पूर्ण करा. बैठ्या अवस्थेत श्वास घ्या. वर उठताना श्वास रोखा आणि पुन्हा मूळ स्थितीत येताना श्वास सोडा.

लक्ष : मणिपूर चक्रावर लक्ष केंद्रित करा.

लाभ :
- मनगटे, भुजा मजबूत होतात. संपूर्ण शरीर मजबूत बनते.
- कटिप्रदेश आणि पाठीचा कणा यांना लाभ मिळतो.
- उदरप्रदेशातील अनावश्यक चरबी कमी होते.

दक्षता : उच्च रक्तदाब आणि हृदयरोग यांच्या रुग्णांनी हळूहळू याचा सराव करावा.

विशेष सूचना : वर उठत असताना हात आणि पाय ताणलेले असले पाहिजेत. काही योगशिक्षक याला **कोणासन** असेही म्हणतात.

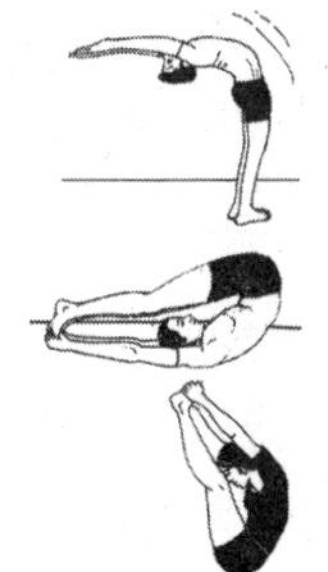

* *पूर्वोत्तानासनाची पद्धती योगाचार्यांनी वेगवेगळ्या प्रकारे सांगितली आहे. उदाहरणार्थ :*
- *सरळ उभे राहा. दोन्ही हात वर नेत कंबर मागच्या बाजूला झुकवा.*
- *हलासनाच्या स्थितीत जा आणि दोन्ही हातांनी दोन्ही पायांचे अंगठे पकडा.*
- *पाय समोर लांब पसरा. नितंबांवर भार टाकत पाय वर उचला आणि हातांनी अंगठे पकडा.*

खंजनासन

शब्दशः अर्थ : खंजन हे एका पक्ष्याचे नाव आहे. (सुंदर डोळ्यांच्या या पक्ष्याला खंडरिच असेही म्हणतात.) तो दिसणे हे अत्यंत शुभ आणि दुर्लभ मानले जाते.

पद्धत : सरळ उभे राहा. दोन्ही पायांत सुमारे दोन फुटांचे अंतर घ्या. समोरच्या बाजूला गुडघे वाकवून बसण्याचा प्रयत्न करा. परंतु पूर्णपणे बसू नका. आता दोन्ही मांड्यांच्या मागून दोन्ही हात बाहेर काढून दोन्ही पायांच्या तळव्यांना स्पर्श करा किंवा पकडा. नितंब मागच्या बाजूने वर उचलून छाती पुढे काढा. चेहरा समोर वरच्या बाजूला ठेवा.

श्वासोच्छ्वास पद्धती : आसन धारण करत असताना श्वास सोडा. आसन पूर्ण लागल्यानंतर श्वासोच्छ्वास नियमित सुरू राहू दे. मूळ अवस्थेत परत येताना श्वास घ्या.

वेळ : शक्य असेल तितका वेळ थांबा.

लाभ :
- मलावरोध दूर होतो.
- पचनसंस्थेचे कार्य सुरळीत होते.
- पाठीचा कणा लवचीक बनतो.
- मांड्या, गुडघे आणि मान यांचे सांधे मजबूत बनतात.

दक्षता : उच्च रक्तदाब, हृदयरोग किंवा पाठीच्या कण्याचे दुर्धर रोग असलेल्या रुग्णांनी शरीराकडे दक्षतेने लक्ष पुरवावे.

साधना ही बाह्यसाधनांवर अवलंबून नसते.

विपरीत शीर्ष द्विहस्त बद्धासन/कल्याणासन

शब्दशः अर्थ : 'विपरीत' याचा अर्थ 'उलटे किंवा विलोम' असा आहे. 'शीर्ष' म्हणजे 'डोके'. 'द्विहस्त' म्हणजे 'दोन्ही हात' आणि 'बद्ध' म्हणजे 'पकडलेले किंवा बांधले गेलेले'.

पद्धत :

१. प्रसन्न मुद्रेने उभे राहा. त्यानंतर दोन्ही पायांमध्ये भरपूर अंतर घ्या. आता समोर झुकून दोन्ही हात आणि डोके हळूहळू दोन्ही पायांच्या मधून बाहेर काढा आणि कटिभाग (कमरेचा भाग) उंचवा. दोन्ही हातांनी पायांचे घोटे पकडा. नैसर्गिकरीत्या श्वसन सुरू राहू दे. काही काळ थांबा आणि पुन्हा करा.

२. पायाचे घोटे पकडण्याऐवजी दोन्ही हात कंबरेच्या मागे नेऊन एकमेकांत गुंतवूनही ठेवता येतात.

श्वासोच्छ्वास पद्धती : समोर वाकताना श्वास सोडा. मूळ अवस्थेत परत जाताना श्वास घ्या.

लाभ :
- शरीर निरोगी, सुंदर आणि स्फूर्तिदायक, चैतन्यमय बनते.
- पाठीच्या कण्यासाठी हे आसन लाभदायक आहे.
- पोटाच्या विकारांनी त्रस्त असलेल्यांसाठी लाभदायक आहे.
- मंदाग्नी दूर होऊन जठराग्नी प्रदीप्त होतो.
- रक्तविकार होत नाहीत.
- केस गळणे, पिकणे आणि डोकेदुखी यांसारखे डोक्यासंबंधीचे रोग नष्ट होतात.
- नेत्ररोग आणि वायुविकार यांचेही शमन होते.

दक्षता : सायटिका, हृदयरोग आणि उच्च रक्तदाब या आजारांच्या रुग्णांनी हे आसन करू नये.

मागे वाकून केली जाणारी आसने

भुजंगासन

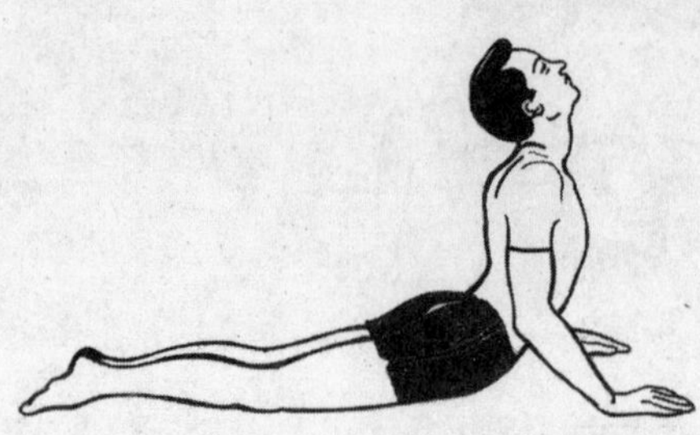

शब्दशः अर्थ : 'भुजंग' म्हणजे 'नाग किंवा साप'. या आसनाचा आकार फणा उभारलेल्या नागासारखा दिसतो.

पद्धत : जमिनीवर पोटावर उपडे झोपा. पाय ताणून धरा आणि तळवे आकाशाच्या दिशेला ठेवा. हातांच्या आधाराने डोके आणि धड वर उचलावयाचे असल्याने हात खांद्यांजवळ ठेवा आणि तळहात जमिनीवर ठेवून डोके आणि धड धनुष्याकारात हळूहळू वर उचला. पूर्ण आसनाच्या स्थितीत तळहातांवर जोर द्या. त्यामुळे शरीर चांगल्या प्रकारे ताणलेल्या अवस्थेत राहील. नजर समोर ठेवा. अशा प्रकारे हे आसन पाच-सहा वेळा करा.

श्वासोच्छ्वास पद्धती/वेळ : वर उठताना श्वास घ्या. सुमारे १०-१५ सेकंद पूर्ण आसनाच्या स्थितीत राहून नैसर्गिक श्वासोच्छ्वास सुरू ठेवा. मूळ स्थितीत परत जाताना श्वास सोडत जा.

लाभ :
- हे आसन पोटात आणि पाठीच्या कण्यात रक्त खेचून घेण्याची क्षमता निर्माण करत असल्याने शरीराला लवचीकता प्राप्त होते आणि मलावरोध दूर होतो.
- स्लिप डिस्क असणाऱ्या रुग्णांनी हे आसन अवश्य करावे.
- पाठीचा कणा आणि पाठीच्या कण्यासंबंधीच्या सर्व अवयवांना या आसनामुळे लाभ मिळतो.
- महिला रुग्णांसाठी लाभदायक आसन आहे.
- पोटाची चरबी कमी करते. शरीर चपळ आणि सुडौल बनते.

दक्षता : गर्भवती स्त्रियांनी करू नये. तसेच हर्निया, पेप्टिक अल्सर आणि हृदयविकार असलेल्यांनी दक्षतापूर्वक करावे.

वैशिष्ट्य : या आसनाला काही साधक **सर्पासन** आणि काही साधक **ऊर्ध्वमुख श्वानासनही** म्हणतात.

विशेष बाब : काही साधक भुजंगासन करताना पायाचे पंजे वाकवतात आणि काही साधक पायाचे पंजे मागच्या बाजूला ताणून धरतात. दोन्ही प्रकारची आसने योग्य आहेत. परंतु, पायाचे पंजे ताणण्यामुळे स्नायू अधिक खेचले जातात. त्यामुळे साधकाला अधिक लाभ मिळतो. म्हणून मागच्या बाजूला पंजे ताणून धरले पाहिजेत.

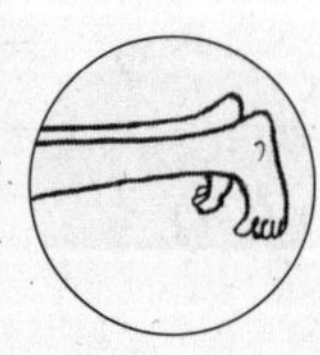

उत्तान पृष्ठासन

पद्धत : आपल्या आसनावर पोटावर उपडे झोपा आणि छातीच्या खाली हातांची घडी घालून हात ठेवा. दोन्ही हातांच्या भुजांना एकमेकांनी पकडून ठेवले आहे, असे वाटले पाहिजे. पहिल्या स्थितीत डोके, छाती, पाठ आणि नितंब वर उचला. आता धड मागे नेत हनुवटीचा आणि छातीचा जमिनीवर घडी घालून ठेवलेल्या हाताच्या मागच्या बाजूला स्पर्श करा. असे केल्याने नितंब मागच्या बाजूला वर उचलले जातील. पुन्हा पहिल्या स्थितीत परत या.

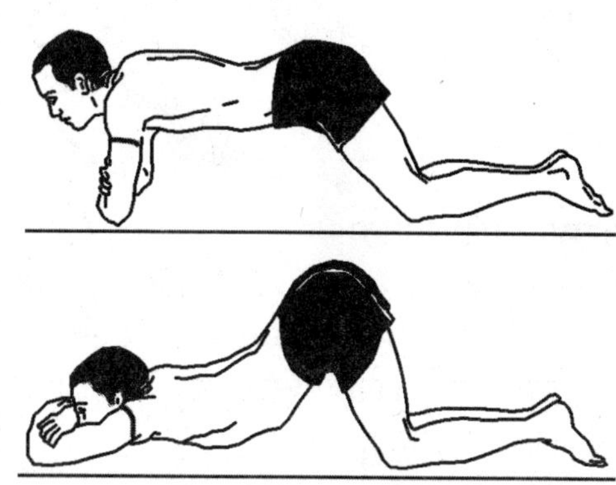

श्वासोच्छ्वास पद्धती/वेळ : नितंब वर घेताना श्वास आत घ्या आणि पहिल्या स्थितीत परत जाताना श्वास बाहेर सोडा. शक्य असेल त्याप्रमाणे दोन ते अडीच मिनिटे करा.

लक्ष : स्वाधिष्ठान आणि मणिपूर चक्रावर लक्ष केंद्रित करा.

लाभ :
- पाठ आणि पाठीचा कणा लवचीक बनतो.
- उदरप्रदेशावर जमलेली चरबी कमी करतो.
- महिलांसाठी लाभदायक आहे.
- वायुविकार दूर होतो.

दक्षता : पाठीचा कणा कडक असेल किंवा पाठीच्या कण्याच्या हाडाचा एखादा दुर्धर रोग असेल, तर झटका देत हे आसन करू नये.*

विशेषतः *पोटावर झोपून पोटाच्या आधाराने केल्या जाणाऱ्या आसनांमध्ये भुजंगासन, उत्तानपृष्ठासन, खगासन, तिर्यक भुजंगासन, धनुरासन, अष्टांग नमस्कारासन ही आसने येतात. ही आसने या पुस्तकात समाविष्ट आहेत.*

धनुरासन

आकार : धनुष्यासारखा

पद्धत : जमिनीवर पोटावर उपडे झोपा. गुडघ्यात पाय दुमडून दोन्ही हातांनी टाचांजवळ पकडा आणि डोके व छाती वर उचला. हात सरळ, ताठ ठेवत पायांच्या स्नायूंमध्ये तणाव निर्माण करत पाय खेचा. अशा प्रकारे मागे-पुढे झुलत हलका व्यायामही करू शकता.

श्वासोच्छ्वास पद्धती : पाय पकडताना श्वास आत घ्या. कुंभक करा. मूळ स्थितीत परत जाताना श्वास सोडा.

वेळ : १५ सेकंदांपासून अर्ध्या मिनिटापर्यंत. चार ते पाच वेळा करा.

लक्ष : मूलाधार किंवा विशुद्धी चक्रावर केंद्रित करा.

लाभ :
- जुनाट मलावरोध दूर होऊन मन प्रसन्न बनते.
- पचनसंस्था मजबूत बनते आणि जठराग्नी सुरळीत बनतो.
- हे आसन लठ्ठपणाचा शत्रू आहे.
- पाठीचा कणा लवचीक बनवून शरीरात चैतन्य आणि स्फूर्ती निर्माण करते.
- गुरूंच्या देखरेखीखाली याच्याशी संबंधित इतर समांतर आसने केल्याने क्षयरोगात लाभ होतो.
- स्त्रियांची प्रजननसंस्था सक्रिय बनते आणि इतर अनेक रोग दूर होतात.

दक्षता :
- आतडी, मूत्रपिंड, अल्सर, हर्निया आदी रोग असलेल्या रुग्णांनी हे आसन करू नये. रक्तदाबाचे विकार आणि हृदयरोग असलेल्या रुग्णांनीही करू नये.
- हे आसन पोट मोकळे असताना करावे. कारण याचा संपूर्ण जोर पोटावरच पडतो.

विशेष बाब : काही योगशिक्षक धनुरासनाचा चित्रात दाखवलेला हा प्रकारही करवून घेतात. याला 'हलासन' म्हणतात. →

चक्रासन

पद्धत : जमिनीवर पाठीवर उताणे झोपा. आता दोन्ही पाय दुमडून टाचा नितंबाला चिकटवून ठेवा आणि दोन्ही हात कानाजवळ अशा प्रकारे ठेवा की, बोटे पायांच्या बाजूला असतील. हळूहळू डोक्याच्या बाजूला भार टाकत आणि श्वास घेत शरीराचा संपूर्ण मधला भाग वर घेत संपूर्ण शरीर वर उचला. अंतर्कुंभक करा. या अवस्थेत काही काळ थांबा. मूळ अवस्थेत परत जाताना श्वास बाहेर सोडा आणि पहिल्यांदा डोके जमिनीवर टेकवा आणि नंतर शरीर खाली घ्या.

सूचना : आपल्या क्षमतेनुसार सराव करा. सराव झाल्यानंतर हळूहळू हात टाचांजवळ न्या.

लक्ष : नाभी, हृदय आणि कपाळ यांच्यावर लक्ष केंद्रित करा.

लाभ : ❍ हे आसन पोट, पाठ आणि प्रजननसंस्था यांसाठी बरेच लाभदायक आहे. ❍ स्त्रियांच्या रोगांसाठी लाभदायक आहे. ❍ शरीर लवचीक बनते. ❍ वायुरोगाचे शमन होते. ❍ लठ्ठपणा कमी होतो. ❍ मांड्या, पाठीचा कणा आणि भुजा मजबूत बनतात. ❍ चेहऱ्याचे ओज आणि तेज वाढते.

दक्षता :
- ❍ गर्भावस्थेत तसेच अशक्तपणा जाणवत असेल, तर हे आसन करू नये.
- ❍ चक्रासनाचा अभ्यास श्वास आत रोखून केला पाहिजे.
- ❍ अल्सर, हर्निया, पाठीचे किंवा मणक्याचे विकार असलेल्या व्यक्तींनी हे आसन करू नये.

विशेषता : वर दिलेल्या चक्रासनाला काही योगाचार्य **अर्ध–चक्रासन** म्हणतात आणि काही जण अर्धचक्रासन विविध प्रकारेही करतात. उदाहरणार्थ, सरळ उभे राहा. दोन्ही हात वर घ्या आणि जेवढे मागे झुकता येईल तेवढे झुका. या अवस्थेला अर्धचक्रासन म्हणतात. मात्र हे **अनुचक्रासन** आहे. काही योगशिक्षक चक्रासनालाच **ऊर्ध्व–धनुरासनही** म्हणतात. काही योगशिक्षक अर्धचक्रासन पुढील प्रकारेही करवून घेतात: सरळ उभे राहा. थोडेसे मागे वाका. छाती पुढे काढून डोके मागे झुकवा आणि हात मागे नेऊन एकमेकांत कात्रीसारखे गुंतवून पंजे ताणून धरा.

पूर्णचक्रासन/चक्रबंधासन

पद्धत : पूर्णचक्रासनाची पद्धती चक्रासनासारखीच असते. पहिल्यांदा चक्रासन धारण करा. त्यानंतर पूर्णचक्रासनासाठी काळजीपूर्वक हळूहळू हात पुढे नेत घोटे पकडा आणि हाताची कोपरे जमिनीवर टेकवून शरीराचा तोल सांभाळा.

श्वासोच्छ्वास पद्धती/वेळ : चक्रासनाची पद्धती पाहा. शक्य असेल त्याप्रमाणे १० ते १२ सेकंदांपर्यंत या स्थितीत थांबा.

लाभ :
- चक्रासनाचे सर्व लाभ आपोआपच प्राप्त होतात.
- पाठीचा कणा आणि कंबरेत आणखी अधिक प्रमाणात लवचीकता निर्माण होते.

विशेषता : पूर्णचक्रासन दोन प्रकारे करणे शक्य असते.

१. यात साधक पाठीवर झोपून शरीराचा मधला भाग वर उचलून हळूहळू चक्रासन धारण करतो. बहुतांश साधक ही पद्धत स्वीकारतात.

२. या पद्धतीत साधक समस्थितीत उभा राहून दोन्ही हात वर करतो. हळूहळू मागे जात कमरेतून वाकून तोल सांभाळत हातांनी जमिनीला स्पर्श करत हळूहळू पूर्णचक्रासनाची स्थिती धारण करतो.

दक्षता :
- उच्च रक्तदाब, हृदयरोग यांच्या रुग्णांनी आणि मनगटे कमजोर असलेल्यांनी हे आसन करू नये.
- पूर्णचक्रासनानंतर हलासन, सर्वांगासन केले पाहिजे.

शीर्ष पादासन/सेतुबंधासन (पहिला प्रकार)

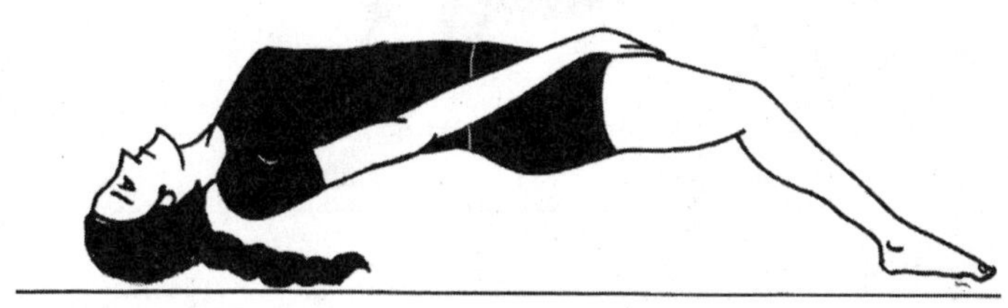

शब्दशः अर्थ : 'सेतू' याचा अर्थ 'पूल' असा आहे आणि सेतुबंधासन म्हणजे, ज्या आसनाची आकृती उंचावलेल्या पुलासारखी दिसते, असे आसन.

पद्धत : आपल्या आसनावर शवासनात; म्हणजेच पाठीवर उताणे झोपा. डोक्याच्या आणि पायांच्या पंजांच्या आधारे शरीराचा मधला भाग वर उचलावयाचा असल्याने प्रथम श्वास घ्या आणि शरीराकडे काळजीपूर्वक लक्ष देत हळूहळू शरीराचा मध्यभाग वर उचला. नवीन साधकांनी हातांचा आधार घ्यावा. आपले हात एक तर डोक्याच्या मागे न्या आणि हातांच्या साहाय्याने शरीर वर उचला किंवा कंबरेचा आणि पाठीचा भाग हातांनी वर उचला. पूर्ण सराव झाल्यानंतर नमस्काराच्या मुद्रेत तळहात एकमेकांशी जोडा किंवा हात पोटावर ठेवून त्यांची घडी घाला किंवा मांड्यांवर ठेवा. पायांचे तळवे जमिनीवर पूर्णपणे चिकटलेले राहतील याकडे लक्ष द्या. आसन पूर्ण लागल्यावर श्वास रोखून धरा. पुन्हा मूळ स्थितीत जाताना श्वास सोडा.

लाभ :
- मानेचे विकार दूर होतात आणि मान पुष्ट होते.
- डोक्यातील ग्रंथी, पियुष ग्रंथी आणि मानेतील ग्रंथी यांच्यामध्ये पुरेशा प्रमाणात रक्त पोहोचल्यामुळे त्यांचे कार्य सुरळीतपणे सुरू राहते.
- पाठीचा कणा लवचीक बनतो आणि त्याला कोणतेही आजार होत नाहीत.
- पचनसंस्थेला लाभ होतो.
- मांड्या आणि पाय सुदृढ बनतात.

दक्षता :
- उच्च रक्तदाब असलेल्या रुग्णांनी हे आसन करू नये.
- डोक्याखाली जाड सतरंजी ठेवावी.

विशेष बाब : काही योगशिक्षक सेतुबंधासन वेगळ्या प्रकारे करतात. कंधरासन पाहा.

ग्रीवासन

पद्धत : सतरंजीची मोठी घडी करून ती अंथरा. पाठीवर उताणे झोपा. दोन्ही पायांत थोडे अंतर घ्या आणि गुडघे वाकवून टाचांनी नितंबाला स्पर्श करा. आता चित्रात दाखवलेल्या स्थितीप्रमाणे शरीराची स्थिती निर्माण करण्यासाठी तळहात कानांच्या बाजूंनी आणून जमिनीवर ठेवा. डोक्याचा टाळू जमिनीला टेकवा. तळहात आणि पायांचे पंजे यांच्यावर जोर देत हळूहळू कमरेचा भाग वर उचला आणि डोक्याचा वरचा भाग जमिनीवर ठेवा आणि हातांची छातीवर घडी घाला.

अंतिम अवस्थेत पायांचे पंजे आणि डोके यांच्याद्वारे संतुलन प्रस्थापित करा.

श्वासोच्छ्वास पद्धती/वेळ : कमरेचा वरचा भाग वर घेताना अंतःकुंभक करा. अंतिम अवस्थेत श्वासोच्छ्वासाची गती धीमी करा आणि मूळ अवस्थेत येताना हळूहळू श्वास सोडा. अंतिम अवस्थेत जास्तीतजास्त पाच ते दहा सेकंद थांबा. एक ते दोन वेळा ही क्रिया करा.

लाभ :
- पाठीचा कणा आणि मान यांमध्ये लवचीकता निर्माण होते आणि हे अवयव मजबूत बनतात. त्यांचे विकार दूर करण्यास हे आसन साहाय्यभूत ठरते.
- पचनसंस्था प्रभावी बनते.
- स्त्रियांच्या रोगांमध्ये लाभ मिळतो.

उपप्रकार : ग्रीवासनाच्याच अवस्थेत पाय पुढच्या बाजूला ताणून पंजे जमिनीवर टेकवा आणि हातांची डोक्याच्या वर घडी घाला किंवा मांडीवर ठेवा. काही योगशिक्षक या आसनाला **शीर्षपाद भूमी स्पर्शासन** असेही म्हणतात.

दक्षता : स्पाँडिलायटिस, स्लिप डिस्क, सर्व्हायकल समस्या किंवा उच्च रक्तदाब, चक्कर येणे, हृदयविकार या विकारांच्या रुग्णांनी हे आसन करू नये. या आसनानंतर पश्चिमोत्तानासन किंवा पुढे झुकण्याचे कोणतेही आसन अवश्य करावे.

विशेष बाब : काही योगशिक्षक याला **पूर्ण सेतुआसन** असेही म्हणतात.

डोके, खांदे आणि मान यांच्या आधारावर केली जाणारी आसने

सर्वांगासन

शब्दशः अर्थ : 'सर्व' याचा अर्थ 'सगळे' किंवा 'पूर्ण' असा आहे. अंग याचा अर्थ शरीराचा भाग किंवा अवयव. या आसनात शरीराच्या सर्व अवयवांद्वारे योगक्रिया पार पडतात आणि पूर्ण शरीराला लाभ मिळतो, म्हणून या आसनाला 'सर्वांगासन' म्हणतात. तसे पाहता, हे आसन शीर्षासनानंतरचे सर्वाधिक 'महत्त्वपूर्ण' आसन मानले गेले आहे. या आसनाला 'आसनांचा राजा' असेही म्हटले जाते.

पद्धत : पाठीवर उताणे झोपा. दोन्ही हात जमिनीवर कमरेच्या आजूबाजूला ठेवा. गुडघे ताठ ठेवून हळूहळू दोन्ही पाय वर घेत एवढे वर न्या की, कंबर आणि पाय यांच्यामध्ये जवळजवळ काटकोन तयार व्हावा. आता आपले तळहात कमरेवर ठेवा आणि हातांच्या साहाय्याने हळूहळू कंबर एवढी वर उचला की, हनुवटीचा छातीला स्पर्श व्हावा. यामध्ये तुम्ही हातांचा आधार घेतला असल्याने याला **सालंब सर्वांगासन** असे म्हटले जाते. सराव झाल्यानंतर हातांचा वापर करणे बंद करा. त्यानंतर याला सर्वांगासन असे म्हणता येईल. हे आसन रोज केल्याने भरपूर लाभ मिळतात.

श्वासोच्छ्वास पद्धती/वेळ : आसन करताना आणि परत मूळ स्थितीत जाताना अंतःकुंभक करा आणि आसन धारण केलेल्या स्थितीत नैसर्गिक श्वसन क्रिया सुरू ठेवा. अर्ध्या ते पाच मिनिटांपर्यंत आसन करू शकता. सराव झाल्यानंतर वेळ वाढवा.

लक्ष : सहस्रार चक्र सोडून संपूर्ण कुंडलिनीचे ध्यान करा. विशेषतः विशुद्धी चक्रावर लक्ष एकाग्र करा.

लाभ :
- आपण या आसनाला **काया–कल्पासन** म्हटले, तर ती अतिशयोक्ती ठरणार नाही. या आसनाचा मुळातच थायरॉईड ग्रंथी, पाठीचा कणा, हृदय आणि पायांशी संबंधित सर्व रोगांवर प्रभाव पडतो.
- हे आसन केल्याने रक्ताचे प्रमाण वाढून ग्रंथींची कार्यक्षमता वाढते. त्याचा आरोग्यावर चांगला परिणाम होतो.
- ज्यांची बुद्धी नेहमीच भ्रमित किंवा अस्थिर असते, कामात लक्ष लागत नाही, त्यांनी हे आसन सुमारे सहा महिन्यांपर्यंत किमान तीन ते पाच मिनिटांपर्यंत अवश्य केले पाहिजे.
- फेफऱ्याचे रुग्ण आणि ज्यांचे मस्तिष्क कमजोर आहे त्यांच्यासाठी हे आसन अत्यंत लाभदायक आहे.
- या आसनाचा हळूहळू अभ्यास करून स्त्रियाही अनेक रोगांपासून सुटका मिळवू शकतात.
- हे आसन पुनर्यौवन प्रदान करणारे आहे.
- केसगळती दूर होते. चेहरा स्वच्छ, चमकदार आणि तेजःपुंज बनतो.
- कामशक्ती सुरळीत बनते आणि कामविकाराचे शमन होते.
- दृष्टीची शक्ती, रक्तदाब कमी असण्याचा विकार, पचनसंस्थेचे विकार, रक्तविकार आणि प्रमेह आदी रोगांमध्ये हे आसन अत्यंत लाभदायक आहे.
- शीर्षासनाचे सर्व लाभ या आसनानेही मिळतात.
- हे आसन नियमितपणे केल्याने संपूर्ण शरीर निरोगी राहते.

दक्षता :
- उच्च रक्तदाब, हृदयरोग असलेल्या साधकांनी एखाद्या योग्य गुरूंच्या मार्गदर्शनाखालीच करावे.
- सर्व्हायकल स्पाँडिलायटिस, स्लिप डिस्क आणि यकृताचे विकार असलेल्यांनी हे आसन करू नये.

सूचना : काही कारणाने सर्वांगासन करू न शकणाऱ्या लोकांनी आपल्या क्षमतेनुसार विपरीतकरणी आसन करावे.

वैशिष्ट्य : पद्म सर्वांगासन धारण करण्यासाठी सर्वांगासनाच्या अंतिम स्थितीत गेल्यावर पद्मासन घाला किंवा पहिल्यांदा पद्मासन घालून मग सर्वांगासनाच्या स्थिती जा. यालाच पद्म सर्वांगासन म्हणतात. **एक पाद सर्वांगासन** धारण करण्यासाठी एक पाय कमरेतून वाकवा आणि त्याने डोक्याच्या बाजूच्या जमिनीला स्पर्श करा.

विपरीतकरणी-मुद्रासन/विलोमासन

विशेष बाब : हे आसन अगदी सर्वांगासनासारखेच आहे. फक्त यात छाती आणि हनुवटी यांचा एकमेकांना स्पर्श होत नाही. दोन्हींमध्ये बरेच अंतर राहते.

पद्धत : याची पद्धतीही सर्वांगासनाशी मिळतीजुळती आहे. शवासनाच्या स्थितीत झोपा. दोन्ही हातांनी नितंबांना आधार देत दोन्ही पाय एकमेकांशी समांतर स्थितीत वर उचला. ६० अंशांवर पाय स्थिर ठेवा. चित्रात दिसणाऱ्या स्थितीपर्यंत पोहोचा.

लक्ष : मूलाधार चक्रापासून विशुद्धी चक्रापर्यंत लक्ष केंद्रित करा. कुंडलिनी जागृतीसाठी हे आसन उपयुक्त आहे.

श्वासोच्छ्वास पद्धती : आसन करताना कुंभक करा. पूर्ण आसन धारण केल्यावर नैसर्गिकरीत्या श्वसन क्रिया करत राहा. मूळ स्थितीत पोहोचल्यावर श्वास रोखा. सामान्य स्थितीत आल्यावर श्वास सोडा.

वेळ : हळूहळू, या आसनाचा वेळ वाढवत पाच ते दहा मिनिटांवर न्या.

लाभ :

- गळ्यासंबंधीचे सर्व रोग नष्ट होतात.
- स्वर सुरेल आणि मधुर बनतो. छाती मजबूत होते.
- पाठ आणि पोट यांचे सर्व विकार नाहीसे होतात.
- हत्तीरोग, पायांमध्ये मुंग्या येणे आणि पाय सुन्न पडणे आदी रोगांमध्ये लाभदायक आहे.
- सर्व प्रकारची डोकेदुखी नाहीशी होते.
- डोळ्यांचे तेज, दृष्टी वाढते.
- अवेळी केस पिकणे आणि गळणे रोखले जाते.
- हर्नियाच्या रुग्णांना लाभ होतो.
- उच्च किंवा निम्न थायरॉईडच्या विकारात मोठा लाभ होतो.
- पूर्ण शरीर निरोगी आणि सुंदर बनते.

दक्षता : उच्च रक्तदाब, स्लिप डिस्क, स्पाँडिलायटिस आणि हृदयरोग यांच्या रुग्णांनी हळूहळू सराव करावा.

विशेष सूचना : मुद्रांवरच्या अध्यायातही याचे वर्णन देण्यात आले आहे.

हलासन

शब्दशः अर्थ : 'हल' म्हणजे 'नांगर'. (शेतात वापरल्या जाणाऱ्या एका अवजाराचे नाव.) सर्वांगासनाचाच हा एक प्रकार आहे.

पद्धती : शवासनाच्या स्थितीत झोपा. पाय समांतर ठेवून वर उचला आणि सर्वांगासनाच्या स्थितीत या. आता पाय मागच्या बाजूला (डोक्याच्या बाजूला) न्या. पायाच्या पंजांनी जमिनीला स्पर्श करा. या स्थितीत पाय सरळ ताठ ठेवूनच खाली घेऊन त्यांचा जमिनीला स्पर्श करायचा आहे, हे लक्षात ठेवा. या स्थितीत जालंधरबंध आपोआपच लागतो. हातांची स्थिती दोन प्रकारची असू शकते. पहिल्या स्थितीत हात जमिनीवर किंवा नितंबाच्या खाली राहू द्या. दुसऱ्या स्थितीत हातांनी पायांच्या पंजांना स्पर्श करा. या स्थितीत सुमारे १० ते १५ सेकंद राहा आणि हळूहळू शवासनाच्या स्थितीत परत या.

श्वासोच्छ्वास पद्धती : पूर्ण आसन धारण करताना श्वास रोखून धरा आणि पूर्ण आसन धारण केल्यानंतर हळूहळू श्वसनक्रिया करा. मूळ स्थितीत परत जाताना अंतर्कुंभक करा. त्यानंतर श्वास सोडा. सराव झाल्यानंतर पाच-सात मिनिटांपर्यंत हलासनाच्या स्थितीत राहा.

लक्ष : विशुद्धी चक्रावर केंद्रित करा.

लाभ :

- हे आसन यौवन प्रदान करते. पाठीचा कणा आणि कंबर वृद्धावस्थेपर्यंत वाकत नाही.
- हृदय आणि पाठ यांना ताकद देते.
- रक्ताभिसरण पूर्णपणे होते. रक्त-शुद्धीकरण होऊन जठराग्नी प्रदीप्त होतो आणि भूक वाढते.
- यौवनशक्ती पूर्णपणे शाबूत राहून त्याविषयीचे विकार नष्ट होतात.
- चेहऱ्यावरचे तेज वाढते.
- हे आसन मज्जासंस्थेला आणि तिच्या सूक्ष्म भागांना बळकट बनवते.

- यामुळे आळस दूर होतो.
- कार्यशक्ती वाढते.
- पाठीच्या भागाचा त्रास कमी होतो. मन प्रसन्न होते.
- मानेसंबंधीचे रोग दूर होतात.
- गर्भाशयाला मजबुती प्राप्त होते.
- मलावरोधाचा नाश होतो.
- स्वादुपिंड प्रदीप्त झाल्यामुळे इन्शुलिनचे प्रमाण वाढू लागते. म्हणून मधुमेही रुग्णांना या आसनाचा लाभ होतो.
- थायरॉईडच्या आजारांमध्येही लाभ होतो.
- मूत्रपिंड सुरळीतपणे कार्य करू लागते. लठ्ठपणा दूर होतो आणि लहान आतडे व मोठे आतडे क्रियाशील बनते.

दक्षता :

- कडक शरीर असलेल्यांनी किंवा पाठीच्या कण्याच्या हाडाला जखम असलेल्यांनी योग्य देखरेखीखालीच हे आसन करावे.
- सायटिका, स्लिप डिस्क, हर्निया, अति उच्च रक्तदाब असलेल्या रुग्णांनी हे आसन करू नये.

विशेष सूचना : हलासनानंतर चक्रासन, मत्स्यासन आणि सुप्त वज्रासन यांसारखी मागे वाकून करावयाची आसने अवश्य करावीत.

विशेष बाब :

- हलासनाच्या स्थितीत पायांच्या दिशेने हात नेताना तळव्यांनी पायांचे पंजे पकडले जातात. काही योगाचार्य या स्थितीला **पूर्वोत्तानासन** असेही म्हणतात. काही ठिकाणी याचे वर्णन धनुरासन म्हणूनही केले जाते. आम्ही पूर्वोत्तानासनाचे वर्णन सेतुआसनाबरोबरच केले आहे आणि याआधी धनुरासनाचे वर्णन दिले आहे.
- काही योगशिक्षक हलासनात पायांच्या पंजांची स्थिती बदलायला लावून हलासन करायला लावतात. या संदर्भात देण्यात आलेल्या तीन चित्रांपैकी गोलाकाराच्या आतील चित्र पाहा.
- हे आसन पाय ९० अंशांच्या कोनात ठेवून केले, तर त्यास **अर्ध-हलासन** असे म्हटले जाते. (आरोग्य मंत्रालयद्वारा प्रसारित २१ जून २०१८)

योगसाधनेमुळे मानवाच्या अंतर्गत शक्ती जागृत होतात.

– राजीव जैन त्रिलोक

विस्तृत पाद सर्वांगासन/सुप्त कोनासन

वैशिष्ट्य : सर्वांगासनाचा हा एक प्रकार आहे किंवा हलासनात थोडा-फार बदल करून तयार केलेले हे एक आसन आहे.

पद्धत : आपल्या आसनावर पाठीवर झोपा. दोन्ही हात डोक्याच्या बाजूला मागे न्या. पाय जमिनीवर एकाच वेळी वर उचला आणि हळूहळू डोक्याच्या मागे न्या. गुडघे वाकू देऊ नका. दोन्ही पाय पसरून उजव्या हाताने उजव्या पायाचा अंगठा आणि डाव्या हाताने डाव्या पायाचा अंगठा पकडा किंवा हाताने पायांच्या टाचांना स्पर्श करा. टाचा वरच्या दिशेने ताणलेल्या स्थितीत असाव्यात.

श्वासोच्छ्वास पद्धती/वेळ : अंतिम स्थितीत नैसर्गिक स्वरूपात श्वसन क्रिया करा. सुमारे अर्ध्या मिनिटापर्यंत याच स्थितीत राहा. अंतिम स्थिती धारण करण्याच्या वेळी अंतर्कुंभक करा. शक्य असेल त्याप्रमाणे अर्ध्या ते एका मिनिटापर्यंत या स्थितीत राहा.

लक्ष : स्वाधिष्ठान चक्रावर किंवा मणिपूर चक्रावर लक्ष केंद्रित करा.

लाभ :
- पाय सुदृढ आणि मजबूत बनतात.
- पाठीचा कणा मजबूत आणि लवचीक बनतो.
- पोटातील अवयव चांगले राहतात. त्यांचे दोष दूर होतात.
- रक्ताभिसरण योग्य प्रकारे सुरू राहाते आणि हलासनाचे सर्व लाभ आपोआपच मिळतात.

दक्षता : स्लिप डिस्क, स्पाँडिलायटिस, हृदयरोग, उच्च रक्तदाब आणि पाठीच्या कण्यासंबंधीचे जुनाट रोग असलेल्या रुग्णांनी हे आसन करू नये.

कर्ण पीडासन

शब्दशः अर्थ : 'कर्ण' म्हणजे 'कान' आणि 'पीडा' म्हणजे 'दबाव टाकणे'.

पद्धत : शांत चित्ताने पाठीवर झोपा. दोन्ही हात कमरेच्या आजूबाजूला ठेवा. हळूहळू दोन्ही पाय एकाच वेळी वर उचलून हलासनाच्या स्थितीत या. आता दोन्ही गुडघे शिथिल करत किंवा वाकवत डाव्या कानाजवळ डावा गुडघा आणि उजव्या कानाजवळ उजवा गुडघा ठेवा आणि हलका दबाव टाका. या स्थितीत पायाचे पंजे जमिनीवर टेकवलेल्या स्थितीतच राहिले पाहिजेत. कर्ण पीडासन दोन प्रकारे करणे शक्य असते. पहिला प्रकार म्हणजे, दोन्ही हात सर्वांगासनाप्रमाणे कमरेवर ठेवावेत. दुसरा प्रकार म्हणजे, दोन्ही हात जमिनीला स्पर्श करून ठेवावेत.

वैशिष्ट्य : अंतिम अवस्थेत हातांनी मांड्यांना विळखा घालून डाव्या हाताने उजव्या आणि उजव्या हाताने डाव्या हाताचा दंड पकडतात.

श्वासोच्छ्वास पद्धती : मूळ आसनाच्या मुख्य स्थितीत श्वसनक्रिया दीर्घ आणि सखोल असावी. आसनाची स्थिती निर्माण करताना अंतर्कुंभक करा.

वेळ : हे आसन प्रत्येकी १० ते २० सेकंदांपर्यंत असे पाच-सहा वेळा करा.

लक्ष : आज्ञाचक्रावर केंद्रित करा.

लाभ :
- हे आसन संपूर्ण शरीराला सुंदर, सुडौल आणि पुष्ट बनवते.
- पाठीचा कणा लवचीक बनतो. पाठीच्या कण्यासंबंधीचे विकार नष्ट होतात.
- हृदयाचा भाग आणि पाय यांना आराम मिळतो.
- या आसनाच्या सरावाने सर्व स्नायूसंस्था सशक्त बनतात आणि त्यांचे कार्य सुरळीतपणे सुरू होते.
- कटिप्रदेशात सुरळीत रक्ताभिसरण सुरू होते.

दक्षता :
- पाठीच्या कण्यावर अधिक जोर पडत असल्याने काळजीपूर्वक आसन करा.
- उच्च रक्तदाब आणि हृदयरोग असलेल्या रुग्णांनी तारतम्याने सराव करावा.

एक-पाद शीर्षासन

शब्दशः अर्थ : या आसनात एक पाय जमिनीवर आणि एक पाय जमिनीच्या वरच्या दिशेला वर उचलून शीर्षासन केले जाते. म्हणून याला एक-पाद शीर्षासन म्हणतात.

पद्धत : शीर्षासनाच्या तुलनेत ही प्रक्रिया अधिक सुलभ आहे. फक्त एवढाच फरक आहे की, शीर्षासनात दोन्ही पाय वर उचलले जातात आणि त्यामुळे शरीराच्या संतुलनाकडे लक्ष द्यावे लागते. परंतु, या आसनात एक पाय जमिनीवरच राहतो. त्यामुळे याला **एक-पाद आलंबित शीर्षासन** असेही म्हटले जाते.

विशेष बाब : पद्धतीचे इतर सर्व वर्णन शीर्षासनासारखे आहे आणि लाभ हेदेखील जवळजवळ शीर्षासनासारखेच आहेत.

वैशिष्ट्य : एक-पाद शीर्षासन इतर प्रकारांनीही केले जाते. त्यांचे वर्णन पुढे दिले आहे.

योगविद्या ही भारताची अत्यंत
प्राचीन वैज्ञानिक साधनापद्धती आहे.
– राजीव जैन त्रिलोक

सालंब शीर्षासन

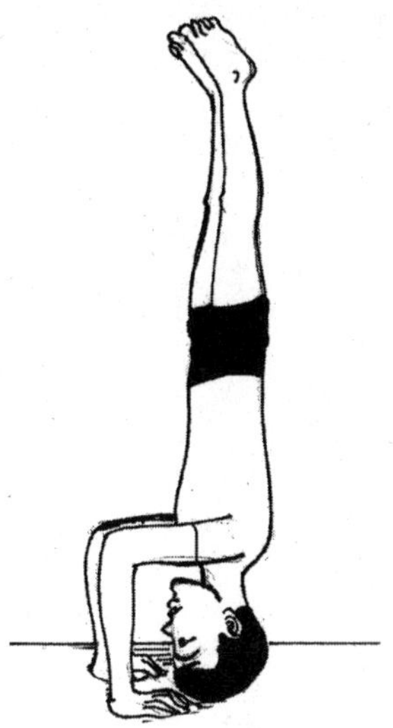

शब्दशः अर्थ : 'सालंब' याचा अर्थ 'आधारासह' आणि 'शीर्ष' म्हणजे 'डोक्याचा अग्रभाग'. म्हणजे, एखादा आधार घेऊन शीर्षासन करणे; म्हणजे 'सालंब शीर्षासन' होय.

पद्धत : ही पद्धतीही शीर्षासनासारखीच असते. फक्त यामध्ये हाताची स्थिती थोडी वेगळी असते. यात तळहातांनी जमिनीला स्पर्श करून अवलंबन किंवा आधार घेतला जातो. बाकी आसनाची पद्धती, लक्ष देण्याचे भाग आणि दक्षता या बाबी शीर्षासनासारख्याच आहेत.

लाभ : शीर्षासनाचे सर्व लाभ मिळतात.

वैशिष्ट्य : या अवस्थेत हातांवर संपूर्ण शरीर वरच्या बाजूला उचलून ताठ केले, तर त्याला **अधोमुख वृक्षासन** असेही म्हणतात. परंतु, काही साधक याला फक्त **वृक्षासन** असे म्हणतात.

शीर्षासन

शब्दशः अर्थ : 'शीर्ष' याचा अर्थ डोक्याचा अग्रभाग असा आहे. यात साधक डोक्याच्या अग्रभागाच्या साहाय्याने आसन करतो, म्हणून याला 'शीर्षासन' असे म्हटले जाते.

पद्धत : वज्रासनात बसा. डोके समोरच्या बाजूला झुकवत सतरंजीवर डोक्याचा टाळू टेकवा. दोन्ही हातांची बोटे एकमेकांत गुंतवा आणि डोक्याजवळ विळखा घातल्याप्रमाणे ठेवा. आता हळूहळू डोक्याच्या दिशेने शरीराचा भार टाकत कंबर वर उचला. (या अवस्थेत शरीराचे अर्धे वजन डोक्याच्या बाजूला आणि अर्धे वजन पायांच्या बाजूला पडेल.) यानंतर आता संपूर्ण तोल राखून, संतुलन साधून शरीराचा पूर्ण भार डोक्याच्या अग्रभागावर टाकण्याचा प्रयत्न करत दोन्ही गुडघे वर उचला. हळूहळू एक पाय सरळ आकाशाच्या दिशेने ताणून वर उंचवा. दुसरा पायही अशाच प्रकारे तोल सांभाळत वरच्या दिशेला ताणून धरा. या अवस्थेलाच 'शीर्षासन' म्हणतात. जर हे आसन एकट्याने करता येत नसेल, तर एखाद्या साहाय्यकाची मदत किंवा कोपऱ्यातील भिंतीचा आधार घ्या. शक्य असेल तितका वेळ या अवस्थेत थांबा. मूळ स्थितीत येताना पुन्हा गुडघे दुमडा. कमरेचा भाग झुकवा आणि पुन्हा पाय जमिनीवर टेकवा. आसनाच्या अंतिम स्थितीत नैसर्गिकरीत्या श्वसनक्रिया करत राहा. आसन करत असताना श्वास घेऊन कुंभक करा आणि परत आपल्या मूळ स्थितीत जाण्याच्या वेळी कुंभक करा. (हे आसन शरीराचे संपूर्ण वजन डोक्याच्या बाजूला टाकून केले जाते. डोक्याच्या बरोबर मध्यभागी वजन टाकले जात नाही, हे लक्षात घेऊन काळजीपूर्वक हे आसन करा.)

लक्ष : नैसर्गिक श्वसनक्रियेवर लक्ष केंद्रित करा.

नवीन साधकांसाठी : या आसनात शरीराचे पूर्ण वजन डोक्यावर पडत असल्याने डोक्याच्या खाली सतरंजीची जाडजूड घडी ठेवा.

लाभ :

- शीर्षासनालाही 'सर्व आसनांचा राजा' म्हटले जाते. हे आसन शरीराचा कायाकल्प घडवून आणते.
- रोज या आसनाचा सराव केल्यास मेंदूच्या शिरांमध्ये निरोगी आणि शुद्ध रक्त प्रवाहित होऊ लागते. त्यामुळे मानसिक दौर्बल्य आणि मेंदूचे आजार हळूहळू कमी होऊ लागतात.
- हे आसन ओज, तेज आणि चेहऱ्यावरचा तजेला, चमकदारपणा वाढवते.
- या आसनाच्या सरावामुळे रक्त शुद्ध होत असल्याने केस अकाली पिकणे, गळणे या विकारांचे आणि त्वचाविकारांचे शमन होते.
- यौवन प्राप्त होते आणि चेहऱ्यावरच्या सुरकुत्या निघून जातात.
- डोळ्यांविषयीचे दोष दूर होतात. डोळे सुंदर बनतात.
- या आसनामुळे व्यक्तीचे जीवन उत्साह आणि प्रेरणा यांनी भरून जाते.
- सर्व प्रकारच्या वायुविकारांचा नाश होतो.
- उन्माद आणि फेफरे या रोगांच्या रुग्णांसाठीही हे आसन योग्य ठरते. चंचल मनाचे संतुलन साधले जाते.
- पक्षाघात झालेल्या व्यक्तींनी योग्य देखरेखीखाली हळूहळू नियमितपणे हे आसन करावे.
- दमा आणि क्षयरोग हे आजार या आसनाच्या नियमित सरावाने दूर होतात.
- बद्धकोष्ठाचा आजार नाहीसा होतो.
- कामविकाराचे शमन करून कामशक्ती योग्य प्रकारे कार्य करू लागते.
- उदर भाग आणि प्रजननसंस्थेची योग्य प्रकारे काळजी घेतली जाते.
- सर्व प्रकारच्या मानसिक विकारांमध्ये शक्य तितका लाभ मिळतो.

दक्षता :

- नवीन अभ्यासकांनी शीर्षासन एकट्याने करू नये.
- भिंतीचा आधार घेतला, तर भिंतीपासून दोन ते तीन इंच दूर राहून आसन करा, अन्यथा पोटावर किंवा पाठीवर विपरीत परिणाम होईल.
- घाई करू नका; अन्यथा मान किंवा पाठ यांमध्ये वेदना होतील.
- या आसनात शरीर पूर्णपणे सरळ, ताठ ठेवा. त्यामुळे शरीराला स्थैर्य आणि दृढता प्राप्त होते.

- दोन्ही पाय आकाशाच्या दिशेला ताठ करावेत आणि ते एकमेकांशी समांतर असावेत.
- नवीन अभ्यासकांनी सुरुवातीला एक ते दोन मिनिटे हे आसन करावे.
- सराव झाल्यानंतर दोन्ही पाय किंचितसा झटका देऊन सरळ वरच्या बाजूला ताणून धरावेत.
- शीर्षासनाच्या आधी सर्वांगासनाचा सराव अवश्य करावा.
- शीर्षासनाच्या नंतर ताडासन आणि शवासन अवश्य करावे.
- उच्च रक्तदाब आणि कमी रक्तदाब असलेल्या लोकांनी सुरुवातीला या आसनापासून दूरच राहावे.
- हृदयरोग, चक्कर येणे आदी आजार असलेल्यांनी हे आसन करू नये.

कपाल्यासन/कपाली आसन

ज्या वेळी हे आसन शीर्षासनात न करता पूर्ण वजन कपाळावर टाकून केले जाते, त्या वेळी याला 'कपाली आसन किंवा कपाल्यासन' म्हटले जाते. याचे लाभ शीर्षासनासारखेच आहेत.

योगाभ्यास करणाऱ्यापासून आळस दूर राहतो
आणि जो आळशी असतो, त्याच्यापासूनही योग दूर राहतो.
– राजीव जैन त्रिलोक

पद्मासनयुक्त शीर्षासन/शीर्षपद्मासन/ऊर्ध्व-पद्मासन

शब्दशः अर्थ : 'पद्म' म्हणजे 'कमळ'. या आसनाचा अर्थ 'शीर्षासनाच्या अवस्थेत पद्मासन घालणे' असा आहे.

पद्धत : हे आसन दोन प्रकारे करता येते. पहिला प्रकार म्हणजे, साधक शीर्षासनाच्या अवस्थेत राहून पद्मासन घालतो आणि दुसरी पद्धत म्हणजे, पद्मासन घालून बसावे. आता डोके समोरच्या बाजूला झुकवत गुडघ्यांवर बसावे. हातांनी जमिनीचा आधार घ्यावा. डोक्याच्या कपाळाचा भाग सतरंजीवर टेकवावा आणि पद्मासनासह जोर देऊन नितंब वर उचलावेत. या अवस्थेला 'पद्मासनयुक्त शीर्षासन' म्हणतात. याला 'ऊर्ध्व-पद्मासन' असेही म्हणतात. बाकीची पद्धती शीर्षासनासारखीच आहे.

लाभ : शीर्षासनाचे सर्व लाभ मिळतात. ते पाहावेत.

सूचना : शीर्षासनाचा पूर्ण सराव झाल्यानंतर आणि ते उत्तम प्रकारे येऊ लागल्यावर हे आसन करावे. बाकीची संपूर्ण माहिती शीर्षासनासारखीच आहे.

शीर्षासनात पिंडासनयुक्त ऊर्ध्व-पद्मासन

शब्दशः अर्थ : पिंड म्हणजे भ्रूण होय. (गर्भातील शिशूची अवस्था)

पद्धत : शीर्षासनाच्या स्थितीत जा. या अवस्थेत ऊर्ध्व-पद्मासन लावा. आता पद्मासनाच्या अवस्थेत समोरच्या बाजूला एवढे झुका की, दोन्ही गुडघ्यांचा बगलेला किंवा भुजांना स्पर्श व्हावा. अंतिम स्थितीत येण्याआधी पद्मासन अवस्थेत नितंबाचे स्नायू सैल सोडा. दोन वेळा श्वास आत घ्या आणि हळूहळू एकेक करून दोन वेळा श्वास सोडत गुडघे बाहूंच्या जवळ आणा. २०-३० सेकंदांपर्यंत किंवा क्षमतेनुसार थांबा. श्वास घेत मूळ अवस्थेत परत या. याच क्रमाने पायांची स्थिती बदलून पुन्हा एकदा क्रिया करा.

लाभ :
- शीर्षासनाचे सर्व लाभ मिळतात.
- पोटातील अवयवांना योग्य प्रकारे रक्ताचा पुरवठा होतो.
- ऊर्ध्व-पद्मासनाचेही सर्व लाभ मिळतात.

सूचना : हे आसन शीर्षासन पूर्णपणे आत्मसात झालेल्या साधकानेच करावे. बाकीची सर्व माहिती शीर्षासनाप्रमाणेच आहे.

मुक्त हस्त शीर्षासन/ निरालंब शीर्षासन

शब्दशः अर्थ : 'मुक्त' म्हणजे 'स्वतंत्र' आणि 'हस्त' म्हणजे 'हात'. 'शीर्ष' म्हणजे 'डोके'. या आसनाला 'निरालंब शीर्षासन' म्हटले जाते.

पद्धत : खूप अभ्यास झाल्यानंतरच हे आसन करणे शक्य आहे. शीर्षासनात उभे राहिल्यानंतर हळूहळू हातांवरचे अवलंबित्व दूर करावे लागते. ज्या वेळी याचा सराव होतो आणि आसनात पूर्ण नैपुण्य प्राप्त होते, त्या वेळी त्याला 'मुक्त हस्त शीर्षासन' किंवा 'निरालंब शीर्षासन' असे म्हणतात.

सूचना : १. बाकी सर्व माहिती आणि वर्णन शीर्षासनाप्रमाणेच आहे.

२. हे एक अत्युच्च अभ्यासाचे आणि सरावाचे आसन आहे. म्हणून अत्यंत सावधपणे, काळजीपूर्वक आणि योगाचार्यांच्या सान्निध्यातच करावे.

योगाच्या सर्व क्रिया हळूहळू समजून घेऊन
त्यांचा पूर्ण लाभ मिळवला पाहिजे.

– राजीव जैन त्रिलोक

शीर्ष चक्रासन

शब्दशः अर्थ : 'शीर्ष' म्हणजे डोके आणि 'चक्र' म्हणजे वर्तुळाकार किंवा गोलाकार.

पद्धत : या आसनात डोक्यावरच पूर्ण भार असल्याने डोक्याच्या खाली सतरंजी किंवा जाड वस्त्राचा वापर करा. सरळ, ताठ उभे राहा. समोरच्या बाजूला झुकत डोके सतरंजीवर किंवा घडी केलेल्या वस्त्रावर ठेवा. अशा प्रकारे शरीराची द्विकोन स्थिती तयार होते. पहिल्या स्थितीत हातांचा आधार घ्या. डोके आणि हात आहेत त्याच स्थितीत ठेवा आणि पाय चालवत डावीकडून एक चक्कर मारा. (या वेळी डोके त्याच्या मूळ ठिकाणाहून हलता कामा नये ही गोष्ट लक्षात ठेवा.) त्यानंतर उजव्या बाजूने एक चक्कर मारा. अशा प्रकारे, हळूहळू शक्य असतील, तितक्या चकरा मारा. हातांच्या साहाय्याने चकरा मारण्याचा सराव झाल्यानंतर दोन्ही हात कंबरेच्या मागे ठेवून सराव करा.

श्वासोच्छ्वास पद्धती/वेळ : समोर झुकताना श्वास सोडा. आसनाच्या पूर्ण स्थितीमध्ये गतीने गोल फिरताना नैसर्गिकरीत्या श्वसनक्रिया सुरू राहू दे. मूळ अवस्थेत परत येताना श्वास घ्या. दोन ते तीन मिनिटे हे आसन करा.

लाभ :
- स्मरणशक्ती विकसित होते.
- साधकाला मेंदू ताजातवाना झाल्यासारखा वाटतो.
- मस्तक, मान, छाती, मांड्या, गुडघे आणि घोटे यांचे स्नायू बळकट बनतात.
- डोळ्यांचे तेज वाढते.
- रक्ताभिसरणाचे नियमन होते.
- चेहऱ्याची कांती वाढते.
- वायूचा नाश होतो.

मूर्धासन/प्रसारित पाद-उत्तानासन

पद्धत : दोन्ही पावलांत सुमारे तीन फुटांचे अंतर ठेवून उभे राहा. समोरच्या बाजूला झुकून तळहात जमिनीवर ठेवा. या अवस्थेत शरीराचे वजन समान रूपाने सगळीकडे पडलेले असावे. आता डोक्याचा समोरचा भाग जमिनीवर दोन्ही हातांच्या मध्ये ठेवा. त्यानंतर हात वर उचला आणि पाठीच्या मागे नेऊन एका हाताने दुसऱ्याचे मनगट पकडा. टाचा वर उचला आणि शरीराचा सगळा भार डोक्यावर आणि पंजांवर टाका. शक्य असेल तेवढा वेळ थांबा. हात पुन्हा जमिनीवर ठेवा आणि मूळ स्थितीत उभे राहा.

श्वासोच्छ्वास पद्धती/वेळ : समोरच्या बाजूला झुकताना श्वास सोडा. अंतिम अवस्थेत नैसर्गिक श्वसन करा. पुन्हा मूळ अवस्थेत परत जाताना श्वास घ्या. शक्य असेल तितका वेळ थांबा. हळूहळू वेळ वाढवत न्या आणि अशा प्रकारे शारीरिक स्थितीनुसार एक किंवा दोन आवर्तने करा.

लाभ :
- कमी रक्तदाब असलेल्या साधकांसाठी हितकारक आहे.
- मेंदूसंबंधीचे विकार हळूहळू दूर करते.
- मेंदूला योग्य प्रमाणात रक्त पोहोचते.
- चेहऱ्यावरच्या सुरकुत्या जातात. ओज आणि तेज वाढू लागते.
- दूषित वायू शरीरातून बाहेर टाकला जातो.

दक्षता :
- उच्च रक्तदाबाचा त्रास असेल तसेच डोक्याला गंभीर जखम झाली असेल, तर हे आसन करू नये.
- चक्कर येणे, अशक्त किंवा दुर्बल मेंदू असणे असे त्रास असलेल्या लोकांनी या आसनापासून दूर राहावे.

विशेष बाब : काही योगशिक्षक या आसनाला **पाद प्रसारित उत्तानासन** असे म्हणतात.

पुढच्या बाजूला वाकून केली जाणारी आसने

पश्चिमोत्तानासन

पद्धत : जमिनीवर बसून पाय समोर लांब सोडा. श्वास सोडा. आता पुढच्या बाजूला वाकत दोन्ही हातांच्या बोटांनी दोन्ही पायांच्या अंगठ्यांना स्पर्श करण्याचा प्रयत्न करा. पाय ताणून धरा. गुडघे वर येऊ देऊ नका. आता हळूहळू डोक्याने गुडघ्यांना स्पर्श करा. सराव झाल्यानंतर पाठ वरच्या बाजूला उंचावल्यासारखी राहत नाही; तर ती एकाच पातळीत येते. हा अभ्यास हळूहळू करा. घाई करू नका. पूर्वस्थितीत येताना श्वास घ्या.

लक्ष : स्वाधिष्ठान चक्रावर केंद्रित करा.

श्वासोच्छ्वास पद्धती/वेळ : समोर वाकताना श्वास सोडा आणि पुन्हा मूळ स्थितीत परत जाताना श्वास घ्या. शक्य असेल त्याप्रमाणे हे आसन दोन ते तीन मिनिटे किंवा किमान पाच वेळा करा.

लाभ :

- या आसनामुळे प्राण सुषुम्नेमधून प्रवाहित होऊ लागतात. त्यामुळे कुंडलिनी जागृतीसाठी हे आसन साहाय्यभूत आहे.
- अतिरिक्त चरबी कमी करून शरीर चपळ बनवते.
- मलावरोध दूर करण्यासाठी आत्यंतिक उपयुक्त आसन आहे.
- पायाचे स्नायू मजबूत होतात.
- मधुमेहामध्ये मोठा लाभ होतो.
- मूत्रपिंड आणि हृदय इत्यादी भाग सक्रिय बनतात.
- मन तणावरहित बनते.
- योगी-साधकांनी हे आसन अवश्य करावे. हे आसन आध्यात्मिक उन्नती प्राप्त करून देते. ब्रह्मचर्यासाठीही साहाय्यभूत आहे.
- सर्व वयोगटांतील लोकांसाठी हे आसन अत्युत्तम आहे.
- स्त्रियांच्या प्रजननसंस्थेच्या अवयवांचे रोग दूर करते.
- या आसनामुळे उंची वाढते. हे आसन संधिवात, मांड्या आणि पोटाच्या दुखणे या आजारांमध्ये लाभदायक आहे. कंबर लवचीक बनते. पाठ आणि कंबरेचे स्नायू बळकट बनतात. मज्जातंतूंमधील दोष दूर होतात.

दक्षता : गर्भवती महिलांनी, तीव्र कंबरदुखी आणि सायटिका असलेल्या रुग्णांनी जबरदस्तीने हे आसन करू नये.

विशेष बाब : काही योगशिक्षक या आसनाला **ब्रह्मचर्यासन** आणि **उग्रासन** असेही म्हणतात. 'उग्र' म्हणजे घोर, तेजस्वी, कठोर, भयंकर. 'ब्रह्मचर्य' या शब्दाचा शब्दशः अर्थ विचारात घेता, ब्रह्म म्हणजे आत्मा आणि चर्य म्हणजे रमणे. याचा अर्थ; आत्म्याचे ध्यान करणाऱ्याला 'ब्रह्मचारी' असे म्हटले जाते, कारण त्याचे लक्ष इतरत्र कुठेही जात नाही. विशेषतः कामवासनेकडे त्याचे लक्ष जात नाही. इतर पद्धतींमध्ये ब्रह्मचर्यासन आणि उग्रासन वेगळ्या प्रकारे केले जाते.

वैशिष्ट्य : महर्षी घेरंड यांनी या आसनाला 'उग्रासन' असेही म्हटले आहे.

गतिमय पश्चिमोत्तानासन

पद्धत : या आसनाला गतिमय बनवण्यासाठी पाठीवर उताणे झोपा. दोन्ही हात कानाच्या बाजूने डोक्याच्या वरच्या बाजूला न्या. तळहात आकाशाच्या दिशेने पसरा. आता धड वर उचलून बसा आणि पुढे झुकून पश्चिमोत्तानासन करा. थोडा वेळ थांबा. पुन्हा बसण्याच्या स्थितीत या आणि मूळ स्थितीत परत जा. हे एक आवर्तन झाले. अशा प्रकारे पाच ते दहा आवर्तने करा.

श्वासोच्छ्वास पद्धती : जमिनीवर बसून पाय सरळ समोर करून बसताना श्वास घ्या. पश्चिमोत्तानासन करताना सोडा. पुन्हा बसण्याच्या स्थितीत आल्यावर श्वास घ्या आणि मूळ स्थितीत परत जाताना श्वास सोडा. पाच ते दहा वेळा करा.

सूचना : लाभ आणि दक्षता या बाबी पश्चिमोत्तानासारख्याच आहेत. पश्चिमोत्तानासनाचे याच प्रमाणे इतरही अनेक प्रकार आहेत.

पाद-प्रसार पश्चिमोत्तानासन/पृष्ठ मुष्टिबद्ध-पश्चिमोत्तानासन

पद्धत : आपल्या आसनावर समोरच्या बाजूला पाय पसरून बसा. दोन्ही पाय जितके लांब पसरता येतील तेवढे पसरा. दोन्ही हात पाठीच्या मागे नेऊन बोटे एकमेकांत गुंतवा किंवा मूठ तयार करा. आता कंबरेचा वरचा भाग उजवीकडे वळवा आणि डोक्याने उजव्या पायाच्या गुडघ्याला स्पर्श करण्याचा प्रयत्न करा. हात पाठीच्या मागे वरच्या भागात ताणून धरा. शक्य तितका वेळ या अवस्थेत थांबा आणि श्वास घेत डोके वर उचला. पुन्हा मूळ अवस्थेत परत या. हाच सराव डाव्या पायानेही करा.

श्वासोच्छ्वास पद्धत : खाली वाकताना श्वास सोडा. अंतिम अवस्थेत सहजपणे नैसर्गिकरीत्या श्वसनक्रिया करा. डोके वर घेताना श्वास घ्या. शक्य असेल तेवढे थांबा किंवा पाच ते दहा सेकंदांपर्यंत थांबा.

लाभ :
- पश्चिमोत्तानासनाचे जवळजवळ सर्व लाभ आपोआपच मिळतात.
- दोन्ही पायांचा मध्यभाग लवचीक बनतो आणि तिथे रक्त खेचण्याच्या शक्तीत वाढ झाल्याने योग्य प्रमाणात रक्ताभिसरण सुरू होते.
- कंबर आणि पाठीचा कणा व पाठ यांचे सर्व विकार दूर होतात.

दक्षता : कडक शरीर असलेल्यांनी प्रथम या आसनाशी संबंधित असलेली इतर आसने करावीत किंवा हे आसन हळूहळू धैर्यपूर्वक करावे.

उपप्रकार :

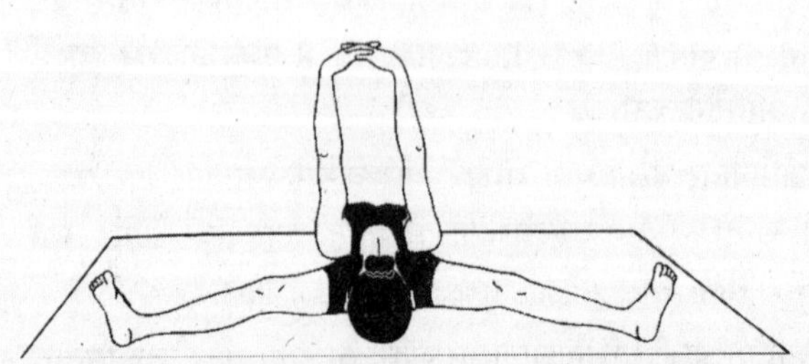

वरील स्थितीतच दोन्ही पायांच्या मध्ये डोक्याने जमिनीला स्पर्श करण्याचा प्रयत्नही केला पाहिजे.

सुप्त जानु शीर्ष स्पर्शासन/शैथल्यासन

पद्धत : दोन्ही पाय समोर पसरून बसा. डाव्या पायाचा गुडघा वाकवून टाच आणि पायाचा तळवा उजव्या जांघेला चिकटवून ठेवा आणि उजव्या पायाचा गुडघा वाकवून उजव्या नितंबाच्या जवळ उजवी टाच ठेवा. आता दोन्ही हात वर उचला आणि डोक्याच्या समोरच्या बाजूला वाकवत कपाळाने गुडघ्याला स्पर्श करा. पुन्हा डोके वर उचला आणि पुन्हा डोके समोर झुकवा. परंतु, या वेळी गुडघ्याच्या डावीकडे जमिनीला डोक्याने स्पर्श करा. पुन्हा डोके वर उचला आणि पुन्हा एकदा डोके समोर झुकवा. या वेळी डोक्याने गुडघ्याच्या उजव्या बाजूच्या जमिनीला स्पर्श करा. अशा प्रकारे पहिल्यांदा गुडघ्यावर, नंतर गुडघ्याच्या डाव्या बाजूला आणि नंतर गुडघ्याच्या उजव्या बाजूला जमिनीला स्पर्श करा. हीच क्रिया पाय बदलून उजव्या बाजूलाही करा.

श्वासोच्छ्वास पद्धती/वेळ : डोके खाली वाकवताना श्वास सोडा. अंतिम अवस्थेत नैसर्गिक श्वसन करा. डोके वर उचलताना श्वास घ्या. प्रत्येक वेळी डोके टेकवण्याचा स्पर्शकाळ (डोके टेकवून थांबण्याची वेळ) आठ ते दहा सेकंद असावा.

लाभ :
- पचनसंस्थेच्या अंतर्गत भागाची मालीश होते.
- पाठीचा कणा आणि पाठीच्या अवयवांमध्ये रक्त खेचून घेण्याची क्षमता उत्पन्न झाल्यामुळे सुरळीतपणे रक्ताभिसरण होते.
- कंबरेच्या सांध्यात लवचीकता निर्माण होते.
- वायू अधोगामी होतो. (खालच्या दिशेला प्रवाहित होतो.)

दक्षता : पाठीचा कणा कडक असलेल्या लोकांनी हे आसन हळूहळू करावे.

उत्थित जानुशिरासन

पद्धत : दोन्ही पावलांमध्ये सुमारे दोन ते तीन फुटांचे अंतर घेऊन उभे राहा. आता कंबरेचा वरचा भाग पुढच्या बाजूला वाकवत डोके दोन्ही गुडघ्यांच्या मध्यभागी आणा आणि हात पायांच्या मागे न्या. तिथे ते एकमेकांत गुंतवा किंवा हातांनी पोटऱ्या पकडा. अंतिम अवस्थेत छातीने मांड्यांना स्पर्श करा आणि पाय सरळ ठेवा.

श्वासोच्छ्वास पद्धती/वेळ : हे आसन करतेवेळी पुढे वाकताना श्वास सोडा. या आसनाच्या अंतिम स्थितीत श्वसनक्रिया सामान्य ठेवा. मूळ स्थितीत येताना श्वास घ्या.

लाभ :
- दूषित वायू बाहेर टाकला जातो.
- या आसनाच्या नियमित सरावाने मेंदूचे सर्व विकार दूर होतात. डोळ्याचे विकारही नष्ट होतात.
- चेहऱ्याचे ओज आणि तेज वाढते.
- कंबर, पाठीचा कणा आणि पाठ यांमधील रक्ताभिसरण सुरळीत होते.
- केसगळती रोखली जाते.
- पचनसंस्थेचे सर्व अवयव चांगल्या प्रकारे कार्य करू लागतात.

दक्षता :
- पाठीचा कणा कडक असलेल्यांनी आणि तीव्र कंबरदुखीचा त्रास असलेल्यांनी हे आसन करू नये.
- या आसनानंतर धनुरासन आणि भुजंगासन आदी आसने करावीत.

विशेष बाब : या आसनाला **उत्तानासन स्थित हस्तबद्ध जानुशिरासन** असेही म्हटले जाते.

उग्रासन

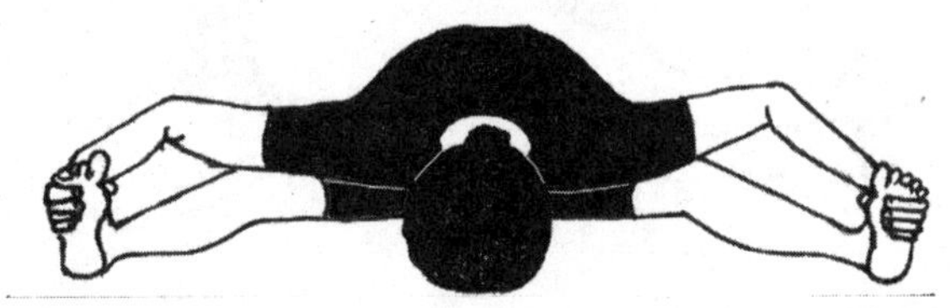

पद्धत : आपल्या आसनावर समोर पाय पसरून बसा. दोन्ही पायांमध्ये अडीच ते तीन फुटांचे अंतर ठेवा. आता श्वास सोडत उजव्या हाताने उजव्या पायाचा अंगठा आणि डाव्या हाताने डाव्या पायाचा अंगठा पकडा आणि डोक्याने जमिनीला स्पर्श करा. जितका वेळ थांबणे शक्य असेल, तितका वेळ थांबा आणि श्वास घेत पुन्हा मूळ अवस्थेत परत या. या दरम्यान गुडघे वाकू नयेत यासाठी पूर्ण प्रयत्न करा.

लक्ष : आज्ञाचक्रावर केंद्रित करा.

श्वासोच्छ्वास पद्धती/वेळ : श्वसनक्रिया कशी करावी, ते पद्धतीतच समाविष्ट आहे. आपल्या क्षमतेनुसार तीन ते पाच मिनिटांपर्यंत करा किंवा तीन ते पाच वेळा करा.

लाभ :
- पोटाच्या भागाला लाभ मिळतो.
- वायुविकार दूर होतात.
- पश्चिमोत्तानासनासारखेच सर्व लाभ प्राप्त होतात.

विशेष बाब : उग्रासनाला योगी अय्यंगार यांनी **पश्चिमोत्तानासन** आणि **ब्रह्मचर्यासन** असे म्हटले आहे. साधकांनी या आसनांमुळे होणारे लाभ लक्षात घेऊन तारतम्याने याचा वापर करावा.

दक्षता : कडक पाठीचा कणा, तीव्र कंबरदुखी, सायटिका याचा त्रास असलेल्यांनी आणि गर्भवतींनी हे आसन करू नये.

जगातील कोणतीही व्यक्ती योगाचा अभ्यास करू शकते
आणि त्याची अनुभूती घेऊन लाभ मिळवू शकते.
फक्त आपल्या जीवनात योगाचा सराव
सुरू करण्याची आवश्यकता आहे.
– राजीव जैन त्रिलोक

जानुशीर्षासन/जानुशिरासन

शब्दशः अर्थ : 'जानु' म्हणजे 'गुडघा' आणि 'शीर्ष' म्हणजे 'डोके'. एक पाय लांबवून डोक्याने गुडघ्याला स्पर्श करणे; म्हणजे 'जानुशीर्षासन' होय.

पद्धत : जमिनीवर दोन्ही पाय पसरून बसा. पहिल्यांदा डाव्या पायाचा गुडघा वाकवून टाचेने गुप्तांगाजवळ स्पर्श करा. आता दोन्ही हात एकमेकांत गुंतवून उजव्या पायाचा अंगठा पकडण्याचा प्रयत्न करा. हळूहळू तळहात पायांच्या तळव्यांजवळ न्या. याच वेळी डोक्याने गुडघ्यांना स्पर्श करा. डोके झुकवत असताना श्वास सोडा. आसन पूर्ण स्थितीत पोहोचल्यावर दीर्घ, खोल श्वास घेऊन अर्धा ते एक मिनिट त्याच स्थितीत थांबा. मूळ अवस्थेत परत येताना श्वास घ्या. ही क्रिया पाय बदलून करा. पहिल्या पायाच्या वेळी संपूर्ण क्रियेसाठी जेवढा वेळ लागला असेल, तेवढाच वेळ दुसऱ्या पायाच्या वेळीही लागला पाहिजे.

लक्ष : ऊर्जेला ऊर्ध्वमुखी करण्यासाठी आज्ञाचक्रावर आणि रोगनिवारणासाठी स्वाधिष्ठान चक्रावर आणि मणिपूर चक्रावर केंद्रित करावे.

लाभ :

- मूत्रपिंड बरे होते आणि सुरळीतपणे क्रियाशील बनते.
- ऊर्जा ऊर्ध्वमुखी बनते. त्यामुळे चेहऱ्याची कांती अधिक सुंदर होते.
- अंडकोशाच्या वृद्धीमुळे दुःखी असलेल्या साधकाने हे आसन आणखी अधिक वेळ करावे.
- यकृत आणि प्लीहा यांच्याविषयीच्या रोगांचे शमन होते.

विशेष बाब : काही ठिकाणी याला **अर्ध-पश्चिमोत्तानासन** असेही म्हटले जाते. यात डाव्या पायाला उजव्या मांडीवर ठेवले जाते आणि पायाचा अंगठा पकडला जातो. या अवस्थेला **उत्थित जानुशीर्षासन** असे म्हणतात. आता हीच क्रिया पाय बदलून करावी. वरील सर्व लाभांमध्ये वाढ होते.

दक्षता : सायटिकाचे रुग्ण, गर्भवती आणि पाठीचा कणा कडक असलेल्यांनी हे आसन करू नये.

महामुद्रासन

शब्दशः अर्थ : 'महा' म्हणजे 'महान, मोठा, अधिक श्रेष्ठ' आणि 'मुद्रा' याचा अर्थ आहे – 'हावभाव'.

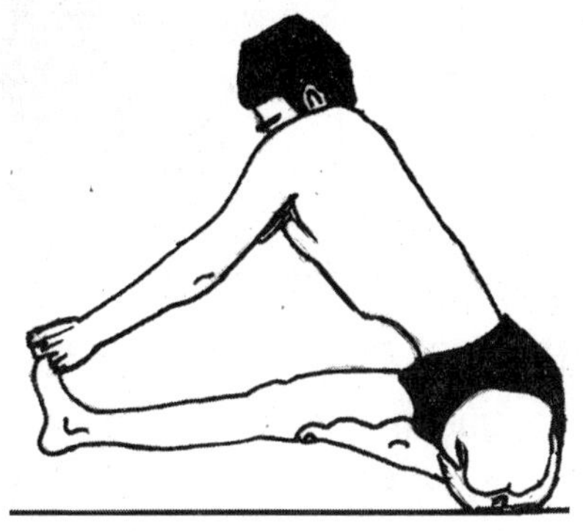

पद्धत : समोरच्या बाजूला पाय पसरून बसा. डाव्या गुडघ्यात पाय वाकवून पायाचा तळवा उजव्या पायाच्या मांडीला चिकटवा. टाच गुप्तांगाच्या जवळ मूलाधाराच्या जवळ योग्य प्रकारे स्थिर करा. आता तुमचा पुढच्या बाजूला लांब पसरलेला उजवा पाय आणि पुढे वाकलेला डावा पाय यांच्यामध्ये एक प्रकारचा काटकोन झाल्याचे तुम्हाला दिसेल. हात समोर घ्या आणि लांब केलेल्या पायाचा अंगठा पकडा. पाठीचा कणा ताठ आणि ताणलेल्या अवस्थेत ठेवा. आता छातीच्या वरच्या गळ्याजवळच्या हाडाच्या खड्ड्यात हनुवटी टेकवा. हळूहळू अंग शिथिल करत हीच क्रिया उजवा पाय वाकवूनही करा.

श्वासोच्छ्वास पद्धती/वेळ : श्वास घ्या; परंतु त्या वेळी संपूर्ण पोटाचा भाग आत खेचून घेऊन मग घ्या. पोट आणि पाठ एकमेकांना आतील बाजूने चिकटवण्याचा प्रयत्न करा. आता पोटाचा भाग सरळ करा. श्वास सोडा. पुन्हा एकदा श्वास घ्या आणि वरील क्रियेची पुनरावृत्ती करा. जबरदस्तीने करू नका. एक ते तीन मिनिटांपर्यंत थांबा.

लाभ :
- संपूर्ण पोटाच्या भागाला लाभ मिळतो. मूत्रपिंड बरे होते आणि हळूहळू सशक्त बनते. ❍ हे आसन अंडकोशाचे विकार दूर करते.
- गर्भाशय सरकण्याच्या आजारात लाभदायी ठरते. गर्भाशय पुन्हा मूळ स्थानी येते. ❍ मलावरोधामुळे निर्माण झालेले विकार नष्ट होतात.
- या महामुद्रेविषयी हठयोग प्रदीपिकेत लिहिले आहे की, हे आसन मृत्यू आणि महारोगांचा नाश करते. या महामुद्रेचा साधक पचवू शकत नाही अशी कोणती वस्तू असू शकते? महान विषही हा साधक पचवू शकतो. ❍ या आसनाच्या अभ्यासकाला कुष्ठ, बद्धकोष्ठता, मलावरोध, प्लीहेचे आणि इतर अनेक गुंतागुंतीचे दुर्धर रोग होत नाहीत.

दक्षता : हृदयरोगी, उच्च रक्तदाब आणि उष्ण प्रकृतीचे रुग्ण यांनी हे आसन करू नये.

विशेष सूचना : हे आसन काळजीपूर्वक करावे. हळूहळू सराव झाल्यानंतरच पूर्ण रूपात आसन करावे.

बद्धकोनासन

शब्दशः अर्थ : 'बद्ध' म्हणजे 'बांधला गेलेला'. अर्थात, चांगल्या प्रकारे एकत्र ठेवलेला किंवा बसलेला. कोणाशीतरी संबंधित, बांधला गेलेला किंवा पकडला गेलेला.

पद्धत : पाय समोर पसरून बसा. आता हळूहळू दोन्ही गुडघे वाकवून पायांचे पंजे एकमेकांशी जुळवून टाचा गुप्तांगाजवळ मूलाधाराला स्पर्श करतील, अशा प्रकारे ठेवा. मांड्यांचा आणि गुडघ्यांचा जमिनीला स्पर्श होत राहू दे. पाठीचा कणा ताठ आणि ताणलेल्या अवस्थेत ठेवा. नजर समोर ठेवून दोन्ही पंजे पकडून स्थिर राहा. आता श्वास सोडा आणि समोर जमिनीला नाकाने स्पर्श करण्यासाठी झुका. हनुवटीनेही स्पर्श करा. नैसर्गिकरीत्या श्वासोच्छ्वास सुरू ठेवा. १० ते २० सेकंदांपर्यंत थांबा. श्वास घ्या आणि पुन्हा वाकण्याआधीच्या स्थितीत जा.

श्वासोच्छ्वास पद्धती : श्वसनक्रिया नैसर्गिकरीत्या करावी.

लाभ :

- पुरुषांच्या रोगांसाठी आणि स्त्रियांच्या रोगांसाठीही हे अत्यंत लाभदायक आसन आहे.
- मूत्रपिंड, शिश्नग्रंथी आणि मूत्राशय यांना निरोगीपणा मिळतो.
- हर्निया, अंडकोश आणि नितंबांचे दुखणे यासाठी हे आसन म्हणजे एक वरदान आहे.
- स्त्रियांमधील अनियमित ऋतुस्राव बरा होऊन गर्भाशय सशक्त बनते.
- गर्भवतींनी नियमितपणे या आसनात बसावे. फक्त वाकू नये. त्यामुळे प्रसूतिवेदना कमी होतात आणि शिरांना सूज येत नाही.
- या आसनाच्या साहाय्याने पाठ, उदरप्रदेश आणि बस्तिप्रदेश यांमध्ये होणाऱ्या रक्तपुरवठ्यात वाढ होते आणि त्यामुळे या अवयवांना या आसनामुळे लाभ होतो.

दक्षता :

- पहिल्यांदाच करताना हे आसन पूर्णपणे करता येणे शक्य नाही. म्हणून हळूहळू प्रयत्न करा.
- उच्च रक्तदाब, हृदयरोग आणि पाठीच्या कण्याच्या गुंतागुंतीच्या समस्या असलेल्या रुग्णांनी या आसनाचा सराव करू नये.

विस्तृत पाद भू-नमनासन/भूमासन/उपविष्ट कोनासन

शब्दशः अर्थ : 'भू' म्हणजे 'पृथ्वी किंवा भूमी' आणि 'नमन' म्हणजे 'प्रणाम करणे किंवा वाकणे'. भूनमन म्हणजे, 'भूमीला आदरपूर्वक नमन करणे'.

पद्धत : आपल्या आसनावर समोर पाय सोडून बसा. आता हळूहळू पाय पक्ष्याच्या पंखांसारखे पसरा. (चित्र पाहा.) उजव्या हाताने उजव्या पायाचा अंगठा पकडा आणि डाव्या हाताने डाव्या पायाचा अंगठा पकडा. टाचेपासून मांडीपर्यंतच्या पायाच्या भागाचा जमिनीला स्पर्श होत राहावा. श्वास सोडत वक्षःस्थळ समोर खालच्या बाजूला झुकवून पोट, छाती आणि हनुवटी यांनी जमिनीला स्पर्श करा. पाच ते दहा सेकंद थांबा आणि श्वास घेत मूळ अवस्थेत परत जा.

लाभ :

- आध्यात्मिक ऊर्जा वाढते.
- ध्यानावस्थेत मन लागते.
- हे आसन करून स्त्रिया आपले वक्षःस्थळ उन्नत बनवून सौंदर्यात आणखी आकर्षकपणाची भर टाकू शकतात.
- पूर्ण शरीराचा व्यायाम होतो, म्हणून स्नायू, सर्व नसा-नाड्या आणि हाडे यांना चांगले आरोग्य प्राप्त होते.
- काही प्रमाणात लठ्ठपणा कमी होतो.
- मूत्रसंस्थेचे विकार बरे होतात.

विशेष बाब : सरावानंतर मस्तकाने जमिनीला स्पर्श करूनही हे आसन करू शकता. काही योगशिक्षक या आसनाला **पक्षी आसन** असेही म्हणतात.

दक्षता : आसनाविषयी आणि श्वसनाविषयी दक्ष राहा. हे आसन कठीण असल्याने जलद गतीने करण्याचा किंवा घाईने करण्याचा प्रयत्न करू नका. हळूहळू आरामात आसन करा.

उत्थित पादहस्तासन

पद्धत : आपल्या आसनावर समोर पाय पसरून बसा. आता उजव्या हाताने उजव्या पायाचा अंगठा आणि डाव्या हाताने डाव्या पायाचा अंगठा पकडा आणि श्वास घेऊन दोन्ही पाय एकाच वेळी वर उचला. हळूहळू डोके गुडघ्यांना चिकटवा. शक्य होईल तेवढा वेळ थांबा आणि नंतर मूळ अवस्थेत परत येऊन रेचक करा. हीच क्रिया पुन्हा एकदा करा.

एक-पाद पद्मोत्तानासन

पद्धत : जर दोन्ही पाय एकाच वेळी वर उचलणे शक्य नसेल, तर पहिल्यांदा एक-पाद पद्मोत्तानासन करा. म्हणजेच, एक पाय पद्मासनाच्या अवस्थेत ठेवून मूलाधाराजवळ किंवा शिवणीजवळ टाच लावून ठेवा आणि दुसरा पाय दोन्ही हातांनी पकडून डोके गुडघ्याला टेकवा. हीच क्रिया पाय बदलून करा.

विशेष बाब : काही योगशिक्षक या आसनाला **अर्ध पद्म पादोत्तानासन** असेही म्हणतात.

निरालंब पश्चिमोत्तानासन/ऊर्ध्वमुख पश्चिमोत्तानासन

पद्धत : हे आसनही उत्थित पादहस्तासनाचाच एक उपप्रकार आहे. यात फक्त एवढाच फरक आहे की, गुडघे वाकवून बसा आणि पायांचे तळवे पकडा. श्वास घेत दोन्ही पाय एकाच वेळी वर उचला. बाकीची क्रिया वर दिलेल्या आसनाप्रमाणेच असेल. शरीराचा संपूर्ण भार नितंबावर येतो.

उत्थित हस्त-मेरुदंडासन/उभय पादांगुष्ठासन

पद्धत : हे आसन उत्थित पादहस्तासनासारखेच आहे. यात फक्त एवढाच फरक आहे की, यामध्ये गुडघ्यांना डोके लावले जात नाही. फक्त पाय वर घेऊन ताठ ठेवून ताणून धरले जातात.

विशेष बाब : काही योगशिक्षक या आसनालाच **पूर्वोत्तानासन** असे म्हणतात.

मेरुदंडासन

पद्धत : या आसनात गुडघ्यांना डोके न लावता पाय डावीकडे आणि उजवीकडे असे दोन्ही दिशांना जेवढे फैलावता येतील तेवढे पसरवले जातात. पंजे पकडून अंतःकुंभक करत जेवढा वेळ थांबता येईल तेवढा वेळ थांबून मूळ अवस्थेत परत येऊन रेचक केले जाते.

लाभ :
- वरील सर्व आसने उदरप्रदेशाला सक्रिय बनवतात.
- पोटाची चरबी कमी करतात. प्रजननअंगांनाही या आसनांमुळे लाभ होतो.
- पाय सुडौल आणि मजबूत बनतात.
- संतुलन शक्ती वाढते.
- पाठीचा कणा लवचीक, सशक्त आणि रोगमुक्त बनतो.

दक्षता : स्लिप डिस्क, सायटिका किंवा पाठीच्या कण्याच आजार यांसारखे कोणतेही रोग असतील, तर हे आसन करू नये.

सूचना : वरील आसन उत्थित पादहस्तासनासारखेच असल्याने ते इथे दिले आहे.

पाठीचा कणा वळवून केली जाणारी आसने

तिर्यक भुजंगासन

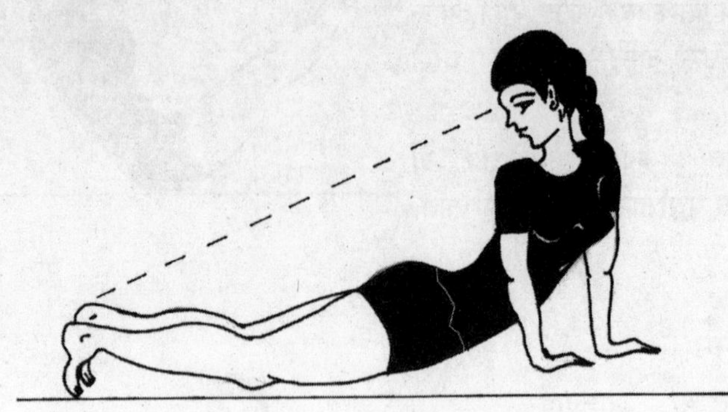

पद्धत : शंखप्रक्षालनासाठी सज्ज होण्याच्या दृष्टीने महत्त्वाची असलेली ही एक क्रिया आहे. भुजंगासनाच्या स्थितीतच डोके आणि धड पहिल्यांदा उजव्या बाजूला वळवून डाव्या पायाच्या टाचेकडे पाहावे. नंतर हीच क्रिया दुसऱ्या बाजूनेही करावी. हे एक आवर्तन झाले. अशा प्रकारे दोन्ही बाजूंनी पाच-पाच वेळा करावे. श्वासोच्छ्वासाकडे दक्षतापूर्वक लक्ष द्यावे.

श्वसनक्रिया :
- वर उठताना श्वास घ्या.
- दोन्ही बाजूंना वळून पाहाताना श्वास रोखून धरा.
- मूळ अवस्थेत परत येताना श्वास सोडा.

वेळ : शंखप्रक्षालनाच्या वेळी याची दहा-दहा आवर्तने पूर्ण करा.

लक्ष : स्वाधिष्ठान चक्रावर केंद्रित करा.

लाभ :
- भुजंगासनाचे सर्व लाभ मिळतात.
- शंखप्रक्षालनासाठी केले, तर पोटाला विशेष लाभ मिळतो.
- पचनसंस्थेच्या अंतर्भागाची चांगली मालीश होते.
- पाठीच्या कण्याचे दुर्धर रोग असल्यास हे आसन हळूहळू केल्याने रोग नष्ट होतात.
- पोटावर जमलेली चरबी दूर होते.

विशेष बाब : पावलांमध्ये सुमारे अर्धा ते एक फूट अंतर घेतले, तर धड आणि डोके थोडे अधिक फिरवावे लागते. म्हणून यामुळे साधकाला अधिक लाभ होतो.

अर्ध-मत्स्येंद्रासन

आकृतीचा अर्थ : बहुधा, हे आसन योगी मत्स्येंद्रनाथ यांनी आपल्या साधक शिष्यांना प्रथम शिकवले असावे. त्यामुळे, या आसनाला त्यांचे नाव देण्यात आले आहे.

पद्धत : दोन्ही पाय पसरून बसा. डाव्या पायाची टाच मूलाधाराजवळ शिवणीच्या स्थानी ठेवा किंवा उजव्या नितंबाजवळ ठेवा. आता उजवा पाय वाकवा आणि उजव्या पायाचा घोटा डाव्या गुडघ्यावर ठेवा. उजव्या पायाच्या गुडघ्यावर डाव्या हाताची बगल ठेवा. आता उजव्या पायाच्या गुडघ्याला डाव्या हाताच्या बगलेने आपल्या बाजूला धक्का देत उजव्या बाजूला वळा. दृष्टी दोन्ही भुवयांच्या मध्यभागी; म्हणजेच भ्रूमध्यावर ठेवा. जेवढे वळणे शक्य होईल, तेवढे वळा. परंतु, डाव्या हाताने उजव्या पायाचा अंगठा पकडण्यास विसरू नका. आता हीच क्रिया पाय बदलून डाव्या बाजूने करा.

श्वासोच्छ्वास पद्धती : शक्य होईल त्याप्रमाणे पाच ते दहा सेकंदांपर्यंत याच स्थितीत थांबा. वळताना रेचक करा आणि नंतर बाह्यकुंभक करा. पूर्वस्थितीत येताना पूरक करा.

लाभ :
- हे आसन म्हणजे, मलावरोधावरचा रामबाण उपाय आहे.
- पाठीचा कणा पूर्णपणे सशक्त बनतो.
- पोटाच्या भागाची मालीश करून पचनसंस्था चांगली करते.
- ७२,००० नाड्यांमधील दोष दूर करून शेकडो रोग दूर करते.
- कुंडलिनी जागृतीसाठी साहाय्यभूत आसन आहे.
- लठ्ठपणा कमी करते.
- मधुमेह आणि हर्निया या आजारांमध्ये या आसनामुळे लाभ होतो.

दक्षता : सायटिका, पोटाचा अल्सर, पाठीच्या कण्याला जखम असणे हे त्रास असलेल्या रुग्णांनी, गर्भवतींनी, स्लिप डिस्क वगैरे रोग असलेल्यांनी हे आसन करू नये.

पूर्ण-मत्स्येंद्रासन

विशेष बाब : हे आसन हठयोगी मत्स्येंद्रनाथ यांना समर्पित करण्यात आले आहे.

पद्धत : या आसनात डावा पाय अर्ध पद्मासनाच्या स्थितीत ठेवला जातो. म्हणजे, अर्ध-मत्स्येंद्रासनात डावा पाय नितंबाच्या खाली ठेवला जातो आणि पूर्ण मत्स्येंद्रासनात डावा पाय उजव्या पायावर ठेवला जातो. बाकी सर्व पद्धती पहिल्यासारखीच आहे आणि लाभही जवळजवळ तसेच आहेत.

श्वासोच्छ्वास पद्धती : वळताना रेचक करा. नंतर बाह्यकुंभक करा आणि मूळ अवस्थेत परत येताना पूरक करा.

वेळ : जास्तीतजास्त दोन मिनिटे वळा किंवा त्रास वाटला की, लगेच मूळ अवस्थेत परत या.

लाभ :

- अर्ध-मत्स्येंद्रासनासारखेच सगळे लाभ मिळतात.
- हे आसन धारण केल्याने उदरप्रदेशाचे अवयव एका बाजूला आक्रसले जातात आणि दुसऱ्या बाजूला रक्त खेचण्याची शक्ती निर्माण होते. त्यामुळे या अवयवांना योग्य लाभ मिळतो.
- नितंबांच्या सांध्यांचे दुखणे झटपट दूर होते.
- पाठीचा कणा मागच्या बाजूला फिरवला जात असल्याने पाठदुखी, कंबरदुखी आणि नितंबांची सांधेदुखी झटपट दूर होते.
- जननेंद्रियांचे रोग दूर होतात आणि पोटाची अतिरिक्त चरबी दूर होते.

दक्षता : सायटिका, पोटाचा अल्सर, स्लिप डिस्क आदी रोगांचे रुग्ण आणि पाठीच्या कण्याला जखम असेल, तर त्या लोकांनी हे आसन करू नये.

मेरुवक्रासन

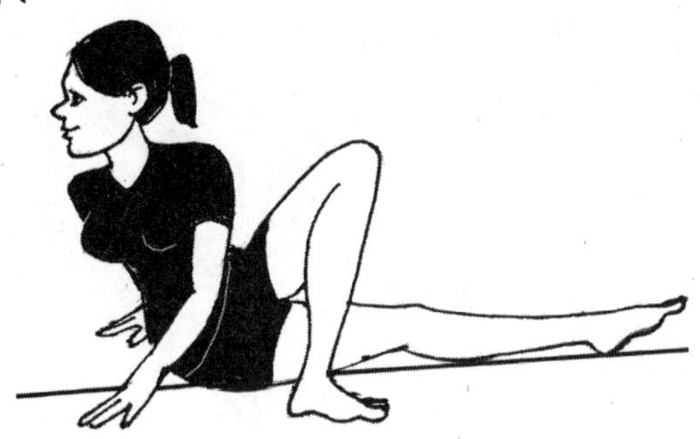

पद्धत : पाय समोर पसरून बसा. उजवा पाय गुडघ्यात वाकवून डाव्या मांडीच्या दुसऱ्या बाजूला ठेवा आणि कमरेच्या वरचा भाग डावीकडे वळवा. पहिल्यांदा श्वास घ्या. शरीर वळवताना कुंभक करा. मूळ अवस्थेत परत येताना श्वास सोडा. याच स्थितीत पाय बदलून कमरेच्या वरचा भाग दुसऱ्या बाजूला वळवा.

श्वासोच्छ्वास पद्धती/वेळ : श्वसनपद्धती आसनपद्धतीतच समाविष्ट आहे. दोन्ही बाजूंनी पाच-पाच वेळा वरील क्रिया करा.

लक्ष : मूलाधार चक्रावर आणि स्वाधिष्ठान चक्रावर केंद्रित करा.

वक्रासन /मरिचासन

पद्धत : पाय समोर सोडून बसा. उजवा पाय गुडघ्यात वाकवून पाऊल डाव्या पायाच्या गुडघ्याच्या शेजारी ठेवा. श्वास सोडत शरीर उजवीकडे वळवा. डावा हात उजव्या गुडघ्याजवळ नेऊन पायाचा अंगठा पकडा किंवा त्याच्याजवळ ठेवा. उजवा हात मागे जमिनीवर ठेवा. पाठीचा कणा ताठ ठेवा. १० ते ३० सेकंद थांबा. श्वास घेत मूळ स्थितीत परत या. आता हीच क्रिया दुसऱ्या बाजूनेही करा.

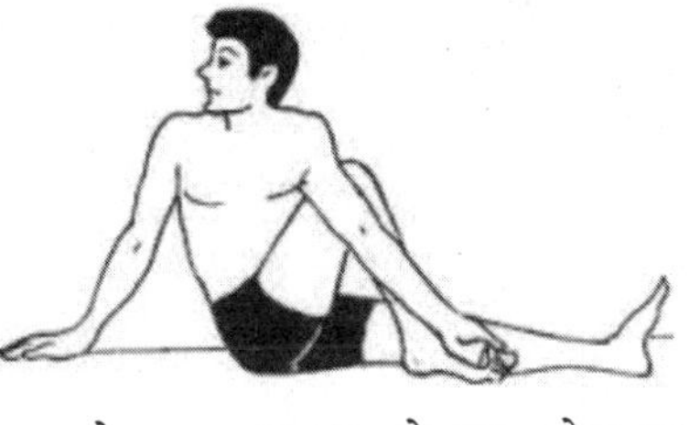

लाभ :
- ❍ दोन्ही आसनांचे लाभ समान आहेत. या आसनामुळे मलावरोध दूर होतो. ❍ पचनसंस्थेच्या सर्व अवयवांची आपोआपच मालीश होते. ❍ पाठीचा कणा लवचीक आणि सशक्त बनतो.
- ❍ आळस दूर होतो. ❍ नियमित केल्याने कंबर सडपातळ होते आणि चरबी कमी होते. ❍ नियमित केल्याने सुषुम्ना नाडी खुली होते.
- ❍ जठराला मजबुती येते. ❍ मधुमेहाच्या विकारात लाभदायी आहे.

दक्षता : पाठीचा कणा आणि पाठ यांच्याशी संबंधित दुर्धर रोग असलेल्या व्यक्तींनी सावकाश, संयमपूर्वक करावे.

तिर्यक मेरू भू-नमनासन

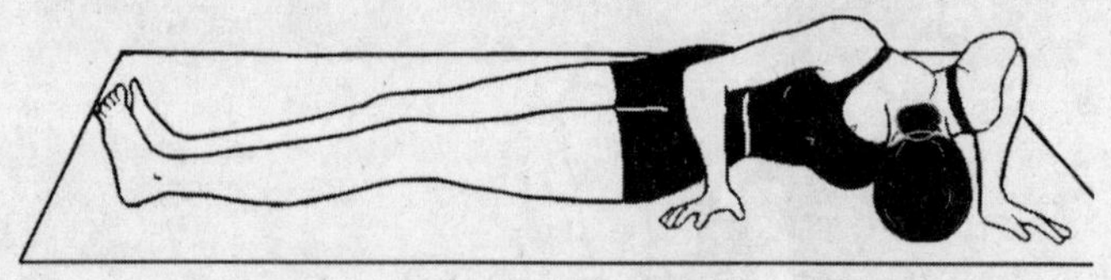

पद्धत : समोर पाय पसरून बसा. चित्र पाहा. कमरेच्या वरचा डावा भाग वळवून जमिनीला डोके टेकवायचे असल्याने उजवा हात डाव्या नितंबाजवळ ठेवा आणि डावा तळहात उजव्या तळहातापासून थोडा दूर ठेवा. यामुळे नैसर्गिकरीत्याच वरचा भाग वळेल. (सुमारे १० अंशातून वळेल.) नंतर डोके समोर झुकवून जमिनीला डोक्याने स्पर्श करण्याचा प्रयत्न करा. काही वेळ थांबा आणि मूळ अवस्थेत परत जा. हीच क्रिया उजव्या बाजूनेही करा.

सूचना :

- डावीकडे वळताना डोके डाव्या हाताच्या बाजूला न्या.
- डोके खाली झुकवताना पाठीचा कणा ताठ आणि ताणलेल्या अवस्थेत ठेवा आणि नितंब व पाय वर उचलले जाऊ नयेत याची काळजी घ्या.
- या क्रियेसाठी दोन्ही बाजूंना समान वेळ लागला पाहिजे.

श्वासोच्छ्वास पद्धती/वेळ :

- वरचा भाग वळवताना श्वास घ्या. खाली वाकताना श्वास सोडा आणि डोके वर उचलताना श्वास घ्या.
- पाच ते दहा सेकंद थांबा आणि दोन्ही बाजूंनी पाच आवर्तने पूर्ण करा.

लाभ :

- पाठीचा कणा लवचीक बनतो.
- पाठ आणि कंबर यांना ओढ बसल्याने रक्ताभिसरण सुरळीत होते.
- पचनसंस्थेच्या सर्व अवयवांची मालीश होते आणि ते सक्रिय बनतात.
- कंबरेजवळ साचलेली चरबी कमी होते.

तिर्यक कटिचक्रासन (तीन प्रकार)

वैशिष्ट्य : हे शरीराचे शुद्धीकरण करून निर्मळपणा वाढवणारे आसन आहे. विशेषतः ही क्रिया शंखप्रक्षालनासाठीही केली जाते.

पहिला प्रकार

पद्धत : समस्थितीत उभे राहा आणि नंतर दोन्ही पावलांमध्ये एक ते दीड फुटांचे अंतर घ्या. दोन्ही तळहात एकमेकांत गुंतवून समोरच्या बाजूला जमिनीशी समांतर वर घ्या. आता कंबर वाकवा; परंतु पाठ तशीच ताणलेल्या स्थितीत ताठ राहू द्या. नजर समोर ठेवून हळूहळू उजव्या बाजूला वळा आणि कमरेच्या वरच्या भागाला गती देऊन डावीकडे वळा. आता पुन्हा त्याच गतीने समोर या आणि नंतर मूळ अवस्थेत या.

वैशिष्ट्य : काही योग शिक्षक कमरेच्या वरील भाग इतका पुढे झुकवतात की पाय आणि शरीर यांमध्ये समकोनासन तयार होते.

सूचना :

- उजव्या आणि डाव्या बाजूला जितके वळणे शक्य असेल, तितके वळण्याचा प्रयत्न करा.
- आसन धरल्यानंतर पूरक करत अंतर्कुंभक करा.
- मूळ अवस्थेत रेचक करा.
- उजवीकडे जाताना श्वास घ्या आणि मूळ अवस्थेत परत येताना श्वास सोडा. आता डावीकडे जाताना श्वास घ्या आणि मूळ अवस्थेत परत येताना श्वास सोडा. अशा प्रकारे हे आसन केल्याने शंखप्रक्षालनाच्या क्रियेत अधिक लाभ मिळण्याची शक्यता असते. किमान चार ते आठ वेळा ही क्रिया करा.

दुसरा प्रकार

पद्धत : या पद्धतीत हातांची स्थिती बदलून डावा हात उजव्या खांद्यावर आणि उजवा हात पाठीमागे ठेवून उजवीकडे वळून जेवढे मागे पाहाता येईल तेवढे मागे पाहाण्याचा प्रयत्न करा. पुन्हा मूळ स्थितीत परत या आणि आता उजवा हात डाव्या खांद्यावर ठेवून डावा हात पाठीमागे ठेवा. डावीकडे जेवढे पाहता येईल, तेवढे पाहा. अशा प्रकारे, चार ते आठ वेळा ही क्रिया करा.

विशेष सूचना : काही योगशिक्षक याला कटिचक्रासन असेही म्हणतात.

तिसरा प्रकार

पद्धत : या पद्धतीत हातांची स्थिती बदलून हात कमरेवर ठेवावेत. बाकी सर्व क्रिया वरीलप्रमाणेच आहे.

लाभ :
- कंबर, पाठीचा कणा, पाठ, फुप्फुसे, मान आदी अवयवांचे सर्व विकार दूर होऊन त्यांना आरोग्य प्राप्त होते.
- हे आसन मलावरोधाचा शत्रू आहे. पचनशक्ती तीव्र बनते.
- कंबरेचे स्नायू लवचीक होतात व कंबर सडपातळ होण्यास मदत होते.
- गॅस होत असेल किंवा ढेकर बाहेर पडत नसतील, तर ही क्रिया पाणी पिऊन करू शकता.
- पाठीच्या कण्याला लवचीकता प्राप्त होते.
- शारीरिक किंवा मानसिक तणाव दूर होतात.

पाठीवर झोपून केली जाणारी आसने

सुप्त पवनमुक्तासन

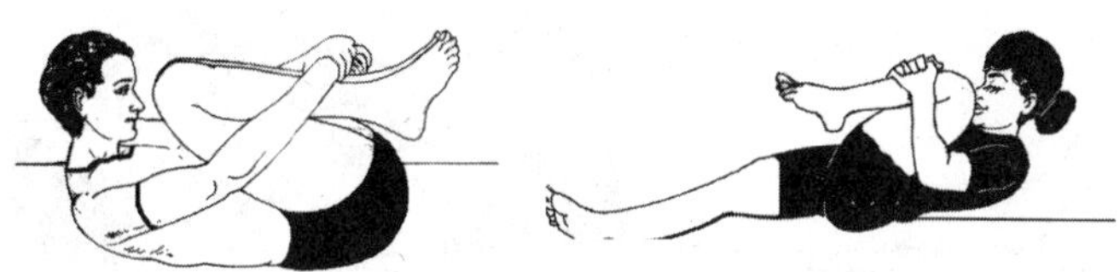

शब्दशः अर्थ : 'पवन' म्हणजे 'हवा किंवा वायू'. 'मुक्त' याचा अर्थ 'स्वतंत्र'. हे आसन केल्याने पवन शरीरापासून मुक्त होतो. म्हणून याला 'पवनमुक्तासन' म्हणतात.

पद्धत : पाठीवर उताणे झोपा. पाय समोरच्या बाजूला जमिनीशी समांतर ठेवा. श्वास सोडा आणि बाह्यकुंभक करत हातांच्या मदतीने उजवा गुडघा वाकवून डोक्याच्या बाजूला आणा. आता गुडघ्याला नाकाने स्पर्श करण्यासाठी डोके वर उचला. मांडीने पोट दाबण्याचा प्रयत्न करा. काही काळ या अवस्थेत थांबा. आता श्वास घेत पुन्हा मूळ स्थितीत परत जा. ही क्रिया डाव्या पायानेही करा. त्यानंतर दोन्ही गुडघे एकाच वेळी वाकवून हीच क्रिया करा. उजव्या पायाने केल्या जाणाऱ्या आसनाला **दक्षिण पवनमुक्तासन** असे म्हणतात आणि डाव्या पायाने केल्या जाणाऱ्या आसनाला **वाम पवनमुक्तासन** असे म्हणतात आणि दोन्ही पायांनी केल्या जाणाऱ्या आसनाला **पूर्ण सुप्त पवनमुक्तासन** म्हणतात.

श्वासोच्छ्वास पद्धती/वेळ : गुडघ्याला नाकाने स्पर्श करताना श्वास सोडा. मूळ अवस्थेत परत जाताना श्वास घ्या. पाच ते दहा वेळा ही क्रिया करा.

विशेष सूचना : एका पायाच्या गुडघ्याला नाकाने स्पर्श करत असताना दुसऱ्या पायाने जमिनीला स्पर्श करत तो पाय जमिनीशी समांतर ठेवलेला असावा.

लाभ : ○ नावानुसार अपान वायूला शरीरातून बाहेर काढले जाते.
○ या आसनाच्या सरावाने जुन्यात जुना संधिवात आणि कंबरदुखी हळूहळू कमी होत जाते. ○ मलावरोध, अन्नावर वासना नसणे, आळस, आंत्रवृद्धी, रक्तविकार आदी रोगांमध्ये हे आसन म्हणजे संजीवनीच आहे. ○ चक्कर येणे, मानसिक दौर्बल्य, डोकेदुखी आदी रोगांमध्ये लाभदायक आहे. ○ मेद; म्हणजेच लठ्ठपणा किंवा चरबी कमी होते आणि पाठीचा कणा व मान मजबूत बनते.

दक्षता : अति उच्च रक्तदाब, स्लिप डिस्क आणि सायटिका हे आजार असलेल्या रुग्णांनी हे आसन करू नये.

विशेष बाब : ज्या वेळी हे आसन बसून केले जाते, त्या वेळी या आसनाला काही योगशिक्षक फक्त **पवनमुक्तासन** असेही म्हणतात.

सुप्त पादांगुष्ठ नासा-स्पर्शासन

शब्दशः अर्थ : 'सुप्त' याचा अर्थ 'झोपलेले, पडलेले किंवा झोपणे'. 'पाद' म्हणजे 'पाय' आणि 'अंगुष्ठ' म्हणजे 'अंगठा'. 'नासा' याचा अर्थ 'नाक किंवा नासिका' आणि 'स्पर्श करणे' म्हणजे 'तो भाग एखाद्या भागाला लावणे'.

पद्धत : पाठीच्या साहाय्याने उताणे झोपा. दोन्ही हातांनी उजवा पाय वर उचलून वाकवा आणि चेहऱ्याजवळ न्या. पायाच्या अंगठ्याने नाकाला स्पर्श करण्याचा प्रयत्न करा. डाव्या पायाचा जमिनीला स्पर्श होत राहू देत. हळूहळू मूळ अवस्थेत परत या. आता हीच क्रिया डावा पाय वर उचलून करा. सराव झाल्यानंतर दोन्ही पाय एकाच वेळी वाकवून त्यांच्या अंगठ्यांचा स्पर्श नाकाला करण्याचा प्रयत्न करा.

श्वासोच्छ्वास पद्धती : अंतर्कुंभक करत अंगठ्याचा नाकाला स्पर्श करा. मूळ स्थितीत परत येताना श्वास सोडा.

वेळ : उजव्या पायाने तीन ते पाच वेळा आणि नंतर डाव्या पायाने तीन ते पाच वेळा आणि दोन्ही पायांनी तीन ते पाच वेळा करा.

लाभ :
- कंबरदुखी कमी होते.
- कंबर लवचीक होते. कंबरेवर साचलेली चरबी कमी होते.
- नितंब आणि मांड्या सुदृढ व पुष्ट होतात.
- पचनशक्ती वाढते.
- पाठीच्या कण्यासाठी लाभदायक आसन आहे.

सूचना : एक पाय नाकाला लावत असताना दुसऱ्या पायाचा जमिनीला स्पर्श होत राहिला पाहिजे. आसन लागल्यानंतर डोके जमिनीवरून उचलू नका.

दक्षता : हे आसन अवघड असल्याने गडबड किंवा घाई न करता हळूहळू तारतम्याने करा.

सेतुबंधासन/कंधरासन (दुसरा प्रकार)

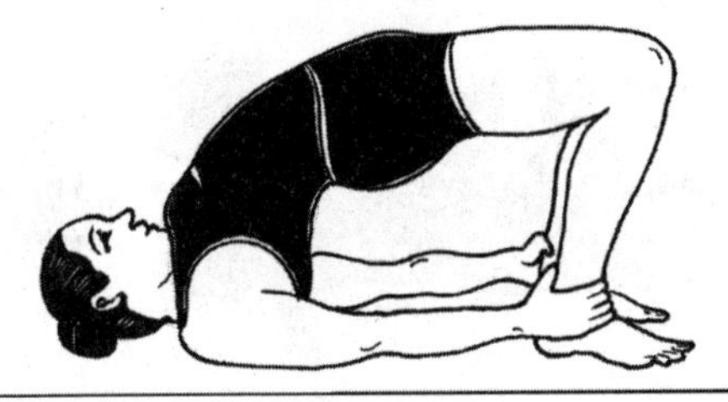

पद्धत : सतरंजीवर पाठीवर झोपा. गुडघे वाकवून टाचा नितंबाजवळ ठेवा. डाव्या हाताने डाव्या पायाचा घोटा आणि उजव्या हाताने उजव्या पायाचा घोटा पकडा आणि जोरदार प्रयत्न करत नितंब वर उचला. त्याबरोबरच खालून पाठीला वरच्या बाजूला ढकलत धनुष्याकृती बनवा. अशा प्रकारचा आकार तयार करण्यासाठी वक्षःस्थळ, उदरप्रदेश यांना वरच्या बाजूला ताणा. काही काळ थांबा आणि पुन्हा मूळ अवस्थेत परत या. घोटे सोडा आणि पाय पुढच्या बाजूला सोडा.

श्वासोच्छ्वास पद्धती/वेळ : नितंब वर घेताना श्वास आत रोखून धरा. मूळ अवस्थेत परत जाताना श्वास सोडा.

वेळ : अशा प्रकारे पाच ते दहा वेळा ही क्रिया करा.

लक्ष : विशुद्धी चक्रावर आणि अनाहत चक्रावर केंद्रित करा.

लाभ :

- स्त्रियांच्या रोगांसाठी हे आसन विशेष लाभदायक आहे. अनियमित मासिक पाळी, गर्भपात यांसारखे आजार दूर होऊन स्त्रियांचे प्रजननसंस्थेचे अवयव या आसनामुळे पुष्ट बनतात.
- सर्वसामान्यपणे या आसनामुळे उदरप्रदेशाच्या अंतर्गत अवयवांचे शैथिल्य दूर होते.
- कार्यालयांमध्ये काम करणाऱ्यांना या आसनाच्या नियमित सरावाने पाठ आणि पाठीचा कणा यांच्या दुखण्यापासून सुटका करून घेणे शक्य आहे.
- पाठीच्या कण्याचे अनेक रोग बरे होतात.
- दमानाशक असून श्वसनसंस्थेचे कार्य सुरळीत बनते.
- थायरॉईड ग्रंथीविषयीच्या रोगांमध्ये लाभदायक आहे.

दक्षता : उदरप्रेदशात एखादा दुर्धर रोग असेल, पाठीचा कणा कडक असेल, हर्निया, अल्सर आणि मानेसंबंधीचे विकार असतील, तर ते या आसनाने हळूहळू बरे होतात.

द्वि-पार्श्व आसन/पार्श्व धनुरासन

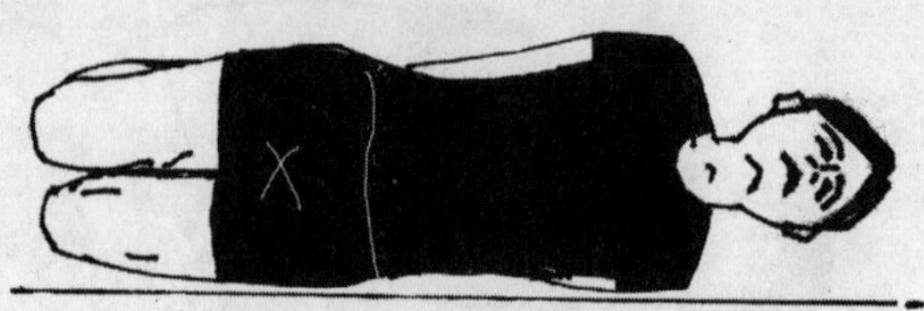

पद्धत : सतरंजीवर पाठीवर झोपा आणि एका कुशीवर वळा. श्वास सोडत दोन्ही पाय मागच्या बाजूला वाकवा आणि दोन्ही हातांनी दोन्ही पायांचे तळवे पकडा. त्यानंतर श्वास घेऊन अंतर्कुंभक करत शक्य तितकी कूस बदलत राहा आणि शक्य असेल तेवढा वेळ हे करत श्वास सोडत राहा. पुन्हा मूळच्या सामान्य स्थितीत या.

श्वासोच्छ्वास पद्धती/वेळ : आसन करताना अंतर्कुंभक करा. हीच क्रिया चार वेळा करा.

लाभ :
- मलावरोध दूर होतो आणि पचनसंस्था मजबूत बनते.
- लठ्ठ व्यक्तींनी हे आसन जरूर करावे. या क्रियेमुळे पोटाच्या भागावर साचलेली चरबी कमी होते.
- छाती मजबूत आणि रुंद बनते.
- सायटिका असलेल्यांनी हे आसन जरूर करावे.

दक्षता : हृदयरोग असलेल्या लोकांनी तारतम्याने आसन करावे.

विशेष बाब : ही गतिमान क्रिया विशेषतःशंखप्रक्षालनासाठी केली जाते.

विशेष सूचना : आम्ही या पुस्तकात पाठीवर झोपून करावयाची आणखीही आसने इतरत्र दिली आहेत. त्यासाठी कृपया खालील आसने पाहा.

चक्रासन, पूर्ण चक्रासन, चक्रबंधासन, सेतु बंधासन, शीर्ष पादासन, ग्रीवासन, रपटासन, सेतुआसन, विपरीत दंडासन, पूर्वोत्तानासन.

संतुलन साधण्याची आसने आणि उच्च योगाभ्यास

पाद प्रसारणकच्छप आसन/कुर्मासन (दुसरा प्रकार)

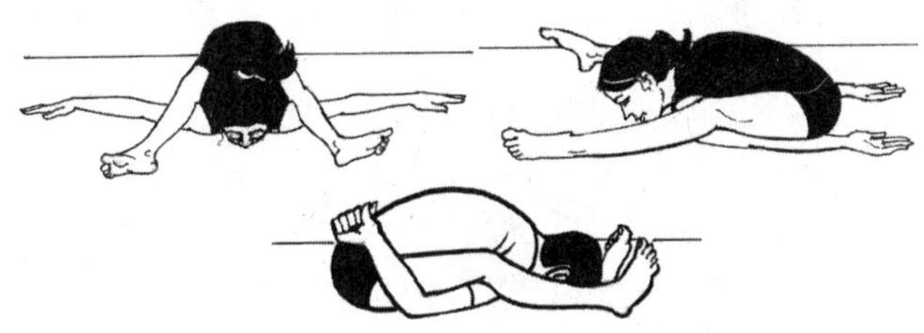

शब्दशः अर्थ : 'कूर्म' म्हणजे 'कासव'. पाय पसरून कासवाप्रमाणे आकृती तयार केली जात असल्याने या आसनाला हे नाव देण्यात आले आहे.

पद्धत : जमिनीवर पाय लांब पसरून बसा. दोन्ही गुडघ्यांमध्ये सुमारे एक किंवा अर्धा फूट अंतर ठेवा. डोके समोरच्या बाजूला झुकवा आणि त्याच वेळी उजव्या गुडघ्याखालून उजवा हात आणि डाव्या गुडघ्याखालून डावा हात बाहेर काढा. दोन्ही हात हळूहळू पाठीमागे न्या. दोन्ही हातांचे तळवे एकमेकांत गुंतवा किंवा जमिनीशी समांतर पसरा. आसन पूर्ण करण्यासाठी गुडघे वर उचलत पायांचे तळवे जमिनीशी समांतर ठेवा. श्वासोच्छ्वास नैसर्गिकरीत्या सुरू राहू दे. पहिल्यांदा वाकताना रेचक करा. याच आसनात दोन्ही पायांचे घोटे एकमेकांत अडकवून घेऊन हातांची पाठीवर घडी घातली, तर त्याला **सुप्त कुर्मासन** असे म्हटले जाते.

श्वसनक्रिया : समोर झुकताना श्वास सोडा. अंतिम स्थितीत श्वासोच्छ्वास सर्वसामान्यपणे; म्हणजेच नैसर्गिकरीत्या करत राहा आणि मूळ स्थितीत परत येताना श्वास घ्या.

वेळ : शक्य असेल तेवढा वेळ करा. आध्यात्मिक लाभासाठी अधिक वेळ करा.

लक्ष : स्वाधिष्ठान आणि मणिपूर चक्रावर केंद्रित करा.

लाभ :
- हे आसन शारीरिक स्थैर्य मिळवून देते.
- मेंदू तणावमुक्त बनतो. मन प्रफुल्लित होते.
- पाठदुखी, कंबरदुखी आणि मानदुखी दूर करण्यासाठी उपयुक्त आहे.
- पोटातील अवयव सक्रिय बनवते.
- मलावरोध दूर करते.
- हे आसन विषय-कषायांना जिंकण्यास शिकवते.
- मूत्रपिंडांना शक्ती प्रदान करते.

दक्षता : स्लिप डिस्क आणि सायटिका या आजारांनी त्रस्त असलेल्या रुग्णांनी करू नये.

कंदपीडासन/कंदासन

शब्दशः अर्थ : 'कंद' म्हणजे 'मूळग्रंथी, मूळ किंवा गाठ'.

हठयोग प्रदीपिकेच्या तिसऱ्या अध्यायात कुंडलिनी कंदावर शयन करते (स्थिरावलेली असते) असे लिहिले आहे. योगी, महात्मा यांना ती मोक्ष प्रदान करते आणि भोगी लोकांना (प्रापंचिकांना) बंधनात ठेवते.

पद्धत : आपल्या आसनावर प्रसन्न वृत्तीने बसा. पाय समोर सरळ पसरा. गुडघे वाकवून मांड्या रुंद करा आणि टाचा समोरासमोर आणून एकमेकींना चिकटवा. (हे जवळजवळ बद्ध कोनासनासारखेच होते.) उजव्या पायाचा पंजा उजव्या तळहाताने आणि डाव्या पायाचा पंजा डाव्या तळहाताने पकडा. आता हातांनी पायांचे पंजे वरच्या बाजूला धडाच्या बाजूला खेचा. घोटे उलटे करा. पंजे पकडून गुडघे आणि मांड्या खेचा आणि नाभी व छाती यांना टाचा आणि पायांचे बाह्य भाग चिकटवा. पहिल्यांदाच अभ्यास करणाऱ्या साधकाने पाय पकडून ठेवावेत आणि सराव झाल्यावर हात गुडघ्यांवर ठेवावेत.

श्वासोच्छ्वास पद्धती/वेळ : अंतिम स्थितीत नैसर्गिकरीत्या श्वसन करा आणि शक्य असेल तेवढा वेळ करा.

लक्ष : स्वाधिष्ठान चक्रावर किंवा मणिपूर चक्रावर केंद्रित करा.

लाभ :
- हे आसन कामवासनेवर नियंत्रण ठेवते.
- ऊर्जा ऊर्ध्वमुखी बनवते.
- नाभीच्या खालच्या प्रत्येक स्नायूचा व्यायाम होतो.
- नितंब, गुडघे, टाचा यांचे सांधे लवचीक बनतात. त्यामुळे कडकपणा दूर होतो.
- मनाची चंचलता दूर होते.

दक्षता :
- हे उच्च अभ्यासाचे आसन असल्यामुळे विशेष काळजीपूर्वक करा.
- ज्यांच्या गुडघ्यांचे सांधे लवचीक आणि मजबूत असतील, त्यांनीच हे आसन करावे.

नाभी पीडासन

पद्धत : आपल्या आसनासमोर पाय पसरून बसा. गुडघे वाकवा आणि दोन्ही तळवे एकमेकांशी जुळवा. दोन्ही हातांनी दोन्ही पायांचे पंजे पकडा आणि त्यांना आतल्या बाजूला खेचत नाभीजवळ आणून तिथे चिकटवा. यामध्ये गुडघे वर उचलले जात असल्याने संपूर्ण भार नितंबावर येईल. म्हणून संतुलन राखण्याचा प्रयत्न करत शक्य असेल, तेवढा वेळ हे आसन करावे.

श्वासोच्छ्वास पद्धती : पाय वर उचलताना अंतर्कुंभक करा आणि मूळ स्थितीत परत जाताना रेचक करा. शक्य असेल त्याप्रमाणे चार ते पाच वेळा करा.

लाभ :

- पचनसंस्था, पोट आणि आतडी यांच्या शक्तीत वाढ होते.
- हातांना आणि पायांना ताकद मिळते.
- प्राणाची गती योग्य बनते आणि काही वेळा कदाचित सुषुम्नामध्येही गतिमानता निर्माण होते.
- वीर्यवाहिनीच्या नसा पुष्ट होतात.
- आत्मोत्थानाबरोबरच जीवनात संतुलनशक्तीचाही हळूहळू विकास होतो.

दक्षता : सायटिका, स्लिप डिस्क या आजारांचे आणि गुडघ्याच्या सांध्यांचे रुग्ण यांनी करू नये.

योगाभ्यासाची गरज काल होती,
आज आहे आणि उद्याही असेल.
– राजीव जैन त्रिलोक

धनुराकर्षणासन/आकर्ण धनुरासन (पहिला प्रकार)

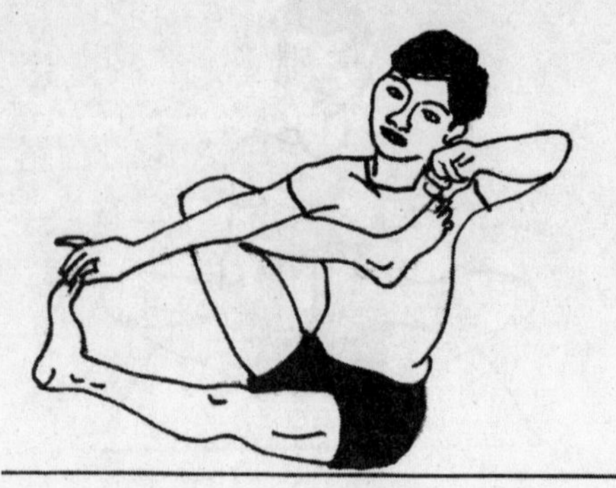

पद्धत : दोन्ही पाय समोरच्या बाजूला पसरून बसा. आता डाव्या पायावर उजवा पाय अर्ध-पद्मासनाच्या स्थितीत ठेवा. उजव्या हाताने डाव्या पायाचा अंगठा पकडा. गुडघा जमिनीपासून वर उचलला जाता कामा नये. डाव्या हाताने उजव्या पायाचा अंगठा पकडून कानाजवळ आणा. पाठ, मान, डोके सरळ ताठ असले पाहिजे.

श्वासोच्छ्वास पद्धती/वेळ : अर्ध-पद्मासनाच्या अवस्थेत पूरक, अंतिम अवस्थेत कुंभक आणि मूळ अवस्थेत परत जाताना रेचक करा. हे आसन पाय बदलून करा. शक्य असेल त्याप्रमाणे किंवा पाच वेळा करा.

लाभ :
- मांड्या, पोटऱ्या, गुडघे, पंजे आदी सर्व अवयवांना स्थैर्य प्राप्त होते.
- पाय थरथरणे बंद होते.
- पोटाच्या खालच्या भागाला शक्ती प्राप्त होते.
- मलोत्सर्गासाठी मदत होते.
- हायड्रोसीलचा आजार असलेल्या रुग्णांना यामुळे लाभ मिळू शकतात.
- पाठीच्या कण्याला लाभ मिळतो.
- आत्मविश्वासात वाढ होते.

दक्षता : सायटिका, स्लिप डिस्क या आजारांच्या रुग्णांनी हे आसन करू नये.

आकर्ण धनुरासन (दुसरा प्रकार)

शब्दशः अर्थ : 'कर्ण' म्हणजे 'कान'. 'आ' या उपसर्गाचा अर्थ 'पर्यंत'. 'धनु' म्हणजे 'धनुष्य'.

पद्धत : जमिनीवर पाय पसरून बसा. उजव्या पायाचा अंगठा उजव्या हाताने पकडून कानाच्या दिशेला वर न्या आणि डाव्या हाताने डाव्या पायाचा अंगठा पकडा. पाच ते दहा सेकंद या स्थितीत राहा. आसन करताना जर उजव्या पायाचा अंगठा उजव्या कानाजवळ असेल, तर डावा पाय सरळ, ताठ ताणून धरा. (गुडघे वर उचलले जाऊ नयेत, याची दक्षता घ्या.) आता पाय बदलून हीच क्रिया करा.

श्वासोच्छ्वास पद्धती/वेळ : अंगठा कानाजवळ नेताना अंतर्कुंभक करा. मूळ स्थितीत परत जाताना रेचक करा. दोन्ही पायांनी पाच-पाच वेळा करा.

लाभ :
- पायांचे स्नायू लवचीक बनतात.
- नितंब सुडौल बनतात.
- उदरविकार दूर होतात.
- मलोत्सर्ग होण्यासाठी मदत होते.
- शरीराचा योग्य प्रकारे विकास होतो.

दक्षता :
- पाठीचा कणा ताठ ठेवा. तीव्र कंबरदुखी असलेल्यांनी तारतम्याने हे आसन करावे.
- जो पाय वाकवला गेलेला नसेल तो सरळ ताठ ठेवावा.
- सायटिका, स्लिप डिस्क हे आजार असलेल्या रुग्णांनी हे आसन करू नये.

विशेष बाब : काही योगाचार्य हे आसन वेगळ्या प्रकारेही करवून घेतात.

धनुष्यबाण चालवण्याची क्रिया/आकर्ण धनुरासन (तिसरा प्रकार)

पद्धत : दोन्ही पावलांत सुमारे दोन्ही खांद्यांमधील अंतराएवढे अंतर घ्या आणि उभे राहा. डावा पंजा थोडासा पुढे ठेवा. डावा हात शरीराच्या बाजूला सरळ काटकोनात समोर घेऊन मूठ वळा. हात जमिनीशी समांतर; परंतु थोडा आणखी उंच ठेवा. उजव्या हाताची मूठ वळा आणि डाव्या हाताच्या मुठीच्या थोडी मागे ठेवा. आता डाव्या हाताच्या मुठीकडे अशा प्रकारे पाहा की, जणू काही तुम्ही हातात धनुष्यबाण धरला आहे. श्वास घ्या आणि धनुष्याची प्रत्यंचा खेचल्याप्रमाणे उजव्या हाताची मूठ हळूहळू मागे खेचत कानाजवळ न्या. दोन्ही भुजा ताणलेल्या अवस्थेत असाव्यात. डोके थोडे मागे घ्या. श्वास सोडा. पुन्हा अशी कल्पना करा की, बाण सोडला आहे. तणाव कमी करा आणि पुन्हा उजवी मूठ डाव्या मुठीजवळ न्या. अशा प्रकारे पाच वेळा संपूर्ण क्रिया करा. पायाच्या आणि हाताच्या मुद्रा बदलून ही संपूर्ण क्रिया पाच वेळा करा.

विशेष सूचना : ही क्रिया हळुवारपणे किंवा हलकेफुलकेपणाने करू नका, कारण ही क्रिया दोन गोष्टींची शिकवण देते. पहिली गोष्ट म्हणजे, एकाग्रता आणि दुसरी गोष्ट म्हणजे, उद्दिष्ट साध्य करणे. ज्या वेळी आपण प्रत्यंचा (धनुष्याची दोरी) खेचतो, त्या वेळी चित्त एकाग्र करून ज्या लक्ष्यावर आपल्याला नेम धरून बाण सोडायचा आहे, त्याच्याकडे आपण पाहतो.

अशा प्रकारे, जीवनात विकासाचे उद्दिष्ट ठेवून एकाग्रतेने आपण कोणतेही काम केले, तर आपण त्यात यशस्वी होऊ. जीवनात आपण या दोन गोष्टी नेहमीच लक्षात ठेवल्या पाहिजेत.

लाभ :
- जीवन जगण्याचा विकासमंत्र मिळतो.
- एकाग्रतेची शक्ती वाढते. लक्ष्यप्राप्तीचे मार्ग खुले होतात.
- खांदे, हात आणि मान यांचे विकार नष्ट होतात.

विशेष बाब : या पद्धतीत साधक धनुष्याची प्रत्यंचा खेचण्याचा उपक्रम करतो.

पृष्ठासन

पद्धत : सरळ, ताठ उभे राहा. दोन्ही पावलांत सुमारे एक फुटाचे अंतर ठेवा. आता गुडघे थोडे पुढे झुकवून हात मागे न्या आणि पोटऱ्यांचा मागचा भाग किंवा घोटे पकडा. असे करताना कंबर आणि छाती वाकून धनुष्याकार बनेल. डोके मागे झुकवा. (डोके जमिनीकडे अधिकाधिक खाली झुकवण्याचा प्रयत्न करा.) ही स्थिती आसनाची अंतिम स्थिती होय. इथे आसन पूर्ण होते.

श्वासोच्छ्वास पद्धती/वेळ : मागच्या बाजूला झुकताना श्वास सोडा. पूर्ण स्थितीत श्वासोच्छ्वास मंद गतीने करा. परत पूर्वस्थितीत येताना अंतर्कुंभक करा. सुरुवातीला शक्य असेल तेवढा वेळ थांबा आणि हळूहळू थांबण्याची वेळ वाढवत न्या.

लाभ :
- मानेच्या शक्तीच्या विकासासाठी हे आसन चांगले आहे.
- पोटाचे अवयव अधिक कार्यक्षम आणि सक्रिय बनतात.
- कंबर, पाठ, पाठीचा कणा यांचे विकार दूर होतात.
- पाय सशक्त बनतात.

दक्षता :
- अल्सर, उच्च रक्तदाब, पाठ किंवा पोट यांचे दुर्धर, गुंतागुंतीचे आजार असलेल्या रुग्णांनी हे आसन करू नये.
- या आसनानंतर समोर वाकून करावयाचे एखादे आसन जरूर करावे.

विशेष बाब : नवीन अभ्यासकांनी हवे तर पहिल्यांदा हात कमरेच्या मागे ठेवून हळूहळू तळवे सरकवत मांड्यांवर, पोटऱ्यांवर आणि नंतर घोट्यांपर्यंत न्यावेत.

कपोतासन (पहिला प्रकार)

शब्दशः अर्थ : 'कपोत' याचा अर्थ 'कबुतर' असा आहे. पूर्ण आसन लागल्यानंतर छाती रुंद होऊन कबुतरासारखी फुलते. म्हणून याचे नाव 'कपोतासन' असे आहे.

पद्धत : वज्रासनात बसा आणि मागच्या बाजूला झोपा. आता हातांची कोपरे वाकवून तळहात कानांजवळ जमिनीवर ठेवा आणि हळूहळू कंबर, छाती आणि डोक्याचा भाग वर उचला. टाचांपासून गुडघ्यांपर्यंतचा भाग जमिनीशी समांतरच ठेवला पाहिजे. हे आसन पूर्ण करण्यासाठी डोके पायांच्या तळव्यांवर ठेवावे लागत असल्यामुळे यात खूप सरावाची आवश्यकता असते. म्हणून, हळूहळू शरीर वर उचलत डोके तळव्यांजवळ नेण्याचा प्रयत्न करा आणि काही सेकंद त्याच स्थितीत थांबा. त्यानंतर हळूहळू हा थांबण्याचा वेळ वाढवत न्या. आसन पूर्ण लागले की, नैसर्गिकरीत्या श्वासोच्छ्वास करत राहा. आसन करताना श्वासोच्छ्वासाकडे काळजीपूर्वक लक्ष द्या. श्वास सोडत पुन्हा डोके हळूहळू उचलून वर आणत मान, पाठ आणि डोके जमिनीवर ठेवा. पुन्हा हळूहळू पाय सरळ करत आराम करा.

लक्ष : स्वाधिष्ठान चक्रावर किंवा आज्ञाचक्रावर स्थिर करा.

लाभ :
- छाती रुंद होते. फुप्फुसे पुष्ट होतात. हृदयाची उत्तम देखभाल होते.
- पाठीच्या कण्यासंबंधीचे कोणतेही रोग होत नाहीत.
- पुनरुत्पादन संस्था आणि बस्ती-प्रदेश यांना यथायोग्य लाभ मिळतो.
- मांड्या सुडौल बनतात.

दक्षता : हे आसन केल्याने मांड्या, उदरप्रदेश, हृदयाचा भाग या सर्व अवयवांवर ताण येत असल्याने उच्च रक्तदाब, हृदयरोग असलेल्यांनी हे आसन करू नये.

विशेष बाब : काही ठिकाणी योगशिक्षक हे आसन वेगळ्या प्रकारे करवून घेतात.

कपोतासन (दुसरा प्रकार)

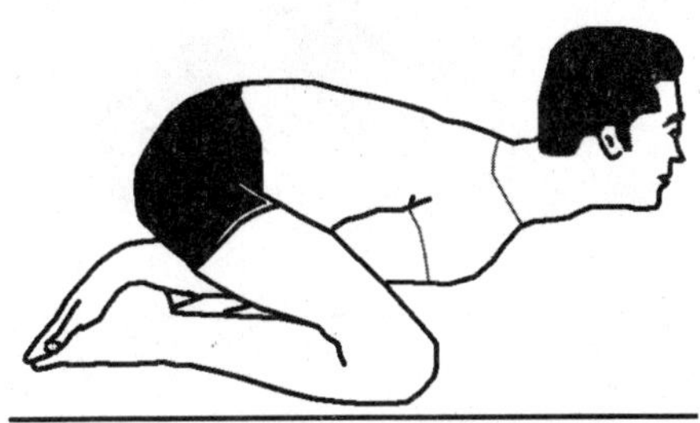

पद्धत : पहिल्यांदा गुडघे टेकून बसा. दोन्ही गुडघ्यांमध्ये सुमारे दीड फुटाचे अंतर ठेवा आणि दोन्ही पायांचे पंजे एकमेकांना चिकटवून ठेवा. आता दोन्ही हात मांड्यांच्या मधून मागे न्या आणि पायांच्या तळव्यांवर ठेवून पुढे झुकून बसा. (दोन्ही तळहातांनी दोन्ही पायांचे तळवे झाकून टाका.) त्यानंतर कुंभक करत डोके थोडे वर उचला. आता रेचक करत (श्वास सोडत) डोके खाली करा. अशा प्रकारे सहा ते आठ वेळा करा.

लक्ष : अनाहत चक्रावर केंद्रित करा.

लाभ :
- छातीचे स्नायू बळकट होतात आणि फुफ्फुसे मजबूत होतात.
- गळ्याचे विकार दूर होतात.
- अपान वायूची गती सुरळीत बनते.
- हात आणि पाय सुदृढ होतात.

योगविद्या ही आपल्या ऋषिमुनींनी, यतींनी, संत-महात्म्यांनी दिलेली दिव्य भेट आहे. आपण ती सांभाळून ठेवू या आणि तिचा प्रसार करू या.

– राजीव जैन त्रिलोक

परिघासन

पद्धत : गुडघ्यांवर बसा. दोन्ही गुडघे एकमेकांजवळ ठेवा. आता उजवा पाय उजव्या हाताच्या बगलेखालून पुढे पसरून गुडघ्यातून लांब करून तळवा जमिनीवर घट्ट ठेवा. उजव्या पायाचा पंजा डाव्या पायाच्या गुडघ्याच्या सरळ रेषेत असावा. दोन्ही हात दोन्ही बाजूंनी खांद्याच्या रेषेत पसरा. उजवा हात आणि कंबरेचा वरचा भाग उजव्या बाजूला झुकवत तळहात आकाशाच्या दिशेला करून उजव्या पायाच्या पंजावर ठेवा. कोपराच्या खालच्या भागाचा पायाच्या घोट्याला स्पर्श व्हावा. उजव्या कानाचा उजव्या भुजेला स्पर्श व्हावा एवढ्या प्रमाणात डोके झुकवा.

आता डावा हात वर करून डाव्या कानाला स्पर्श करत बोटांनी उजव्या तळहाताला स्पर्श करा. उजवा पाय, दोन्ही हात आणि डोके, डाव्या पायाच्या गुडघ्याच्या सरळ रेषेत असले पाहिजे. ही आसनाची अंतिम अवस्था आहे. सुमारे २० ते ३० सेकंद या अवस्थेत थांबा आणि नंतर आपल्या मूळ स्थितीत परत या. ही क्रिया डाव्या पायानेही करा.

श्वासोच्छ्वास पद्धती/वेळ : डोके झुकवून श्वास सोडा. अंतिम स्थितीत सर्वसामान्य, नियमित श्वसन करा. मूळ अवस्थेत परत जाताना श्वास घ्या. दोन्ही दिशांना २० ते ३० सेकंद थांबा. सराव झाल्यानंतर थांबण्याची वेळ एक ते दीड मिनिटांपर्यंत वाढवा.

लाभ :
- कटिप्रदेशाजवळची चरबी कमी करून शरीर सुडौल बनवणारे हे आसन आहे.
- उदरप्रदेशात ओढ निर्माण होते आणि तो भाग आक्रसला जातो. त्यामुळे आतील अवयवांची मालीश होते.
- पचनसंस्था सक्रिय बनते.

दक्षता : शरीराचा तोल सांभाळण्याकडे विशेष लक्ष द्या.

मूलबंधासन

शब्दशः अर्थ : 'मूल' याचा अर्थ 'मूळ किंवा उगमस्थान' आणि 'बंध' म्हणजे 'बंधन किंवा दुवा किंवा कडी'.

पद्धत : आपल्या आसनावर प्रसन्नपणे समोर पाय पसरून बसा. दोन्ही गुडघे वाकवून पायांचे तळवे एकमेकांशी जुळवा. ही स्थिती बद्धकोणासनाप्रमाणे होईल. आता लिंगस्थान आणि गुदद्वार (शिवणी नाडी) यांच्या मध्यभागी टाचा ठेवून बसा. त्यामुळे टाचांचा मूलाधारावर दाब पडेल. याचा चांगला सराव झाल्यावर टाचांच्या ठिकाणी पंजांचे अंगठे ठेवण्याचा सराव करा.

श्वासोच्छ्वास पद्धती/वेळ : श्वासोच्छ्वास दीर्घ आणि सखोल असला पाहिजे. हे आसन अर्धा ते एक मिनिटांपर्यंत करा.

लक्ष : मूलाधार चक्रापासून ऊर्जा ऊर्ध्वमुखी होत आहे असे चिंतन किंवा ध्यान करत राहा.

लाभ :
- आध्यात्मिकतेमध्ये साधकाचे मन लागते. ऊर्जा ऊर्ध्वमुखी होते.
- प्रजननसंस्थेला आणि शिश्नग्रंथींना लाभ मिळतो.
- कामवासना शमते. ब्रह्मचर्याचे पालन करणाऱ्यांसाठी हे उत्तम आसन आहे.
- मानसिक शांतता प्राप्त होते आणि नकारात्मक विचारांचा नाश होतो.

दक्षता :
- गुडघ्यांवर सर्वाधिक प्रभाव पडतो. ज्यांना गुडघेदुखी किंवा गुडघ्यात कोणत्याही प्रकारची तीव्र वेदना होत असेल त्यांनी हे आसन करू नये.
- तीव्र कंबरदुखी असणाऱ्यांनीही करू नये.

विशेष बाब : काही योगशिक्षक या आसनाला **गोरक्षासन** असेही म्हणतात.

वृश्चिकासन

शब्दशः अर्थ : 'वृश्चिक' म्हणजे 'विंचू'. तो डंख मारताना शेपटाचा भाग डोक्याच्या बाजूला वळवतो. आसनामुळे निर्माण होणारा आकार आक्रमक विंचवासारखा असल्याने याचे नाव 'वृश्चिकासन' पडले आहे.

पद्धत : आपल्या आसनावर गुडघ्यावर बसून पुढच्या बाजूला झुका आणि दोन्ही हातांच्या कोपरांपासून तळहातांपर्यंतचा भाग एकमेकांशी समांतर, जमिनीला स्पर्श करून ठेवा. हात खांद्यांच्या रेषेतच असावेत. मान आणि डोके वर उचला. श्वास सोडा. पाय आणि कंबरेचा भाग धक्का देत वर उचलून शीर्षासनासारखी स्थिती तयार करा आणि शरीराचा तोल सांभाळत कंबरेचा भाग आणि पायांचे गुडघे वाकवून पायांचे तळवे डोक्याच्या बाजूला आणा. शक्य असेल तेवढी मान आणि डोके वर उचला. हे उच्च अभ्यासाचे आसन असल्याने अत्यंत दक्षतापूर्वक करा. पायांच्या टाचांचा डोक्याच्या समोरच्या भागाला स्पर्श व्हावा एवढा पाठीचा कणा वाकवण्याचा प्रयत्न करा. कोपरापासून खांद्यापर्यंतचा हात सरळ, ताठ राहिला पाहिजे. भुजा आणि जमिनीवर ठेवलेल्या हातामध्ये काटकोन तयार व्हावा. या आसनाच्या अंतिम अवस्थेत मान, खांदे, छाती, पाठीचा कणा, पाठ आणि उदरस्थान हे सर्व भाग ताणलेल्या अवस्थेत असतात. म्हणून श्वसन जलद गतीने होते. नैसर्गिकरीत्या श्वासोच्छ्वास सुरू ठेवण्याचा प्रयत्न करा. शक्य तितका वेळ थांबा आणि मूळ स्थितीत परत जा.

श्वासोच्छ्वास पद्धती : शीर्षासनाच्या अवस्थेत येताना श्वास आतच रोखून कुंभक करा. त्यानंतर पुन्हा सर्वसामान्यपणे श्वसन करा. मूळ स्थितीत परत येताना श्वास सोडा.

लक्ष : आज्ञाचक्रावर केंद्रित करा.

लाभ : ○ हे आसन चेहऱ्याला कांती, लावण्य आणि सौम्यता प्रदान करते.

○ खांदे, भुजा शक्तिशाली बनतात.

○ पोटाचे विकार दूर होतात आणि पचनसंस्था सक्रिय होते.

○ पृष्ठभागातील संस्था सशक्त आणि निरोगी बनतात.

○ पाठीचा कणा आणि मान यांचे रोग असतील, तर रुग्णांना लाभ होतो.

○ योगाचार्यांच्या मते, हे आसन मानसशास्त्रीयदृष्ट्याही प्रभावी ठरते. यात साधक आपल्या पायांनी आपल्या डोक्याला स्पर्श करून किंवा मारून डोक्यातील घृणा, द्वेष, अहंकार, ईर्ष्या आदी कलुषित भावनांचे निर्मूलन करतो. याद्वारे साधक दयाळू, विनयशील आणि संयमी बनतो. म्हणून या आसनाद्वारे साधकाला आध्यात्मिक ऊर्जा प्राप्त होते असे म्हटले, तर ती अतिशयोक्ती ठरणार नाही.

दक्षता : ○ पाठीवर आलेला ताण कमी करण्यासाठी पश्चिमोत्तानासन किंवा समोर झुकून करावयाची आसने करा.

○ उच्च रक्तदाब, हृदयरोग, पाठीच्या कण्यासंबंधीचे विकार असतील, तर हे आसन करू नये.

○ जोपर्यंत सराव होत नाही, तोपर्यंत आसन करताना एखाद्या व्यक्तीचा आधार घ्या.

○ हे आसन म्हणजे; अति उच्च अभ्यासाची क्रिया असल्याने सहनशक्ती बाळगा आणि आसन करा.

विशेष बाब : काही योगशिक्षक या आसनाला **पूर्ण वृश्चिकासन** असेही म्हणतात.

ज्या साधनांमुळे आत्म्याची शुद्धी होते आणि मोक्ष प्राप्त होतो,
त्या सर्व साधनांना योग असे म्हटले जाते.
– श्री यशोविजयकृता द्वात्रिंशिका १०/१

उत्थित वृश्चिकासन

विशेष सूचना : हे आसन अपेक्षेप्रमाणेच कठीण आसन आहे. ज्यांचा पाठीचा कणा आणि पाठ लवचीक असेल, मनगट मजबूत असेल आणि शरीर-संतुलनाचा सराव असेल आणि ज्यांनी पूर्वी वृश्चिकासन केले असेल, त्यांनीच हे आसन करावे.

पद्धत : ताडासनात उभे राहा. पुढे झुका आणि दोन खांद्यांमधील अंतराएवढ्या अंतरावर दोन्ही तळहात ठेवा आणि हात पूर्णपणे पसरा. आता हातांवर शरीराचे संपूर्ण वजन टाकत पाय वर उचला. गुडघे वाकवा. श्वास सोडा. धड आणि पाय काटकोनात वरच्या बाजूला धक्का देऊन वर उचला. शक्य असेल त्याप्रमाणे डोके आणि मान वर उचला. शरीराचा तोल सांभाळा. पाठीचा कणा आणि छाती ताठ ठेवून, ताणून गुडघे वाकवा आणि पायाच्या पंजांनी डोक्याच्या मागच्या भागाला स्पर्श करा. पायांची बोटे समोरच्या दिशेला असावीत.

श्वासोच्छ्वास पद्धती/वेळ : हातांचे पंजे आणि मनगटे यांवर तोल सांभाळत १० ते १२ सेकंदांपर्यंत थांबा आणि अंतिम स्थितीत नैसर्गिकपणे श्वासोच्छ्वास करा.

सूचना :

- ज्या साधकांनी वृश्चिकासन केलेले असेल, त्यांनी त्या अवस्थेत हात सरळ करत हातांच्या पंजांच्या आधारावर ताठ उभे राहावे.
- या आसनासाठी दृढ संकल्प आणि नियमित दैनंदिन अभ्यासाची गरज असते.
- या आसनात संपूर्ण शरीर ताणले जाते. मान, खांदे, छाती आणि फुप्फुसे, पाठीचा कणा व उदरप्रदेश हे अवयव ताणले गेल्यामुळे

श्वासोच्छ्वास अधिक जलद गतीने सुरू होतो आणि श्वास घेण्यास त्रास होत असल्यासारखेही वाटते.

लाभ :

- फुप्फुसे पूर्णपणे प्रसरण पावतात आणि त्यामुळे सुरळीतपणे कार्य करतात.
- पाठीचा कणा लवचीक आणि सशक्त बनतो.
- चेहऱ्यावरील तेज आणि ओज वाढते. चेहऱ्यावरच्या सुरकुत्या नष्ट करून नवीन तेजस्वी कांती प्राप्त होते.
- केस अवेळी पिकणे, गळणे, कोरडे पडणे या बाबी नाहीशा होतात.
- पोटाचे विकार नष्ट होतात.
- दृष्टी तजेलदार आणि तीव्र बनते. नजरेची शक्ती वाढते.
- मानसिक शांतता प्राप्त होते आणि दृढता निर्माण होते.
- संपूर्ण शरीरात एक नवचेतना निर्माण होते.

दक्षता :

- पाठीचा कणा कडक असलेल्यांनी हे आसन करू नये.
- उच्च रक्तदाब, हृदयरोग, चक्कर येणे यांसारख्या समस्यांचा त्रास असलेल्या व्यक्तींनी करू नये.
- एखाद्या योगशिक्षकाच्या देखरेखीखाली हे आसन करावे.
- या आसनानंतर समोर झुकण्याची आसने करावीत.
- अत्यंत लवचीकता असलेल्यांनीच हे आसन करावे.
- सहनशक्ती ठेवून हे आसन करावे लागते.

योग ही एक वैज्ञानिक कला आहे.
शरीराला निरोगी ठेवून आत्मिक शक्ती
आणि ऊर्जा ऊर्ध्वमुखी बनवणे हे तिचे उद्दिष्ट आहे.
– राजीव जैन त्रिलोक

नटराजासन (दोन प्रकार)

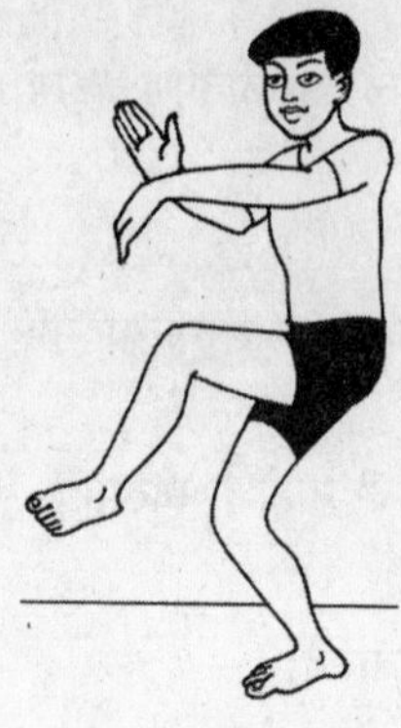

शब्दशः अर्थ : 'नट' या शब्दाचा अर्थ आहे 'नर्तक'. नटराज हे भगवान शिवाचेही एक नाव आहे आणि त्यांच्या आसनाचे हे चित्र अत्यंत प्रसिद्धही आहे. दक्षिण भारतात पूजा केल्या जाणाऱ्या मूर्तींमध्ये नटराजाच्या मूर्तीचा समावेश आहे.

पहिली पद्धत : सरळ, ताठ उभे राहा. उजवा गुडघा थोडासा वाकवून चित्रात दाखवल्याप्रमाणे डावा पाय वर घ्या. आता डावा हात डाव्या पायाच्या वर थोडे अंतर ठेवून चित्रात दर्शवल्याप्रमाणे ठेवा. उजवा हात कोपरात वाकवून डाव्या हाताच्या वर ठेवा. तळहात आशीर्वादाच्या मुद्रेत ठेवून ज्ञानमुद्रा तयार करा. नजर समोर स्थिर ठेवा.

दुसरी पद्धत : ताडासनात उभे राहा. उजवा पाय मागच्या बाजूला वाकवा. सुलभता यावी म्हणून उजव्या हाताने उजव्या पायाचा अंगठा पकडून हळूहळू शरीराचा तोल सांभाळत पाय शक्य असेल तेवढा वर उचला.

डाव्या पायावर शरीराचा तोल सांभाळून उभे राहा आणि डावा हात समोर काटकोनात पसरा. तळहात जमिनीच्या बाजूला वळवा आणि बोटे एकमेकांना चिकटवून ठेवा. नैसर्गिकपणे श्वासोच्छ्वास सुरू ठेवा.

लक्ष : आज्ञाचक्रावर केंद्रित करा. हीच क्रिया डाव्या बाजूनेही करा.

लाभ :
- पायांपासून पाठीच्या कण्यापर्यंतच्या संपूर्ण स्नायुसंस्थेला मालीश होते आणि शरीराचे संतुलन साधण्याचा सराव होतो. पाठीचा कणा सशक्त व मजबूत बनतो.
- छाती रुंद आणि शरीर सुडौल बनते.
- दुसऱ्या प्रकारच्या आसनात वर दिलेल्या या लाभांखेरीज उदरप्रदेशाचे विकारही दूर होतात.

विशेष बाब : वरील दोन्ही पद्धती प्रचलित असल्याने त्या दोन्ही पद्धती इथे दिल्या आहेत.

दक्षता : दुसऱ्या प्रकारच्या पद्धतीचे आसन संतुलन, आत्मविश्वास आणि पाठीचा कणा लवचीक असलेल्या व्यक्तींनीच करावे.

वातायनासन

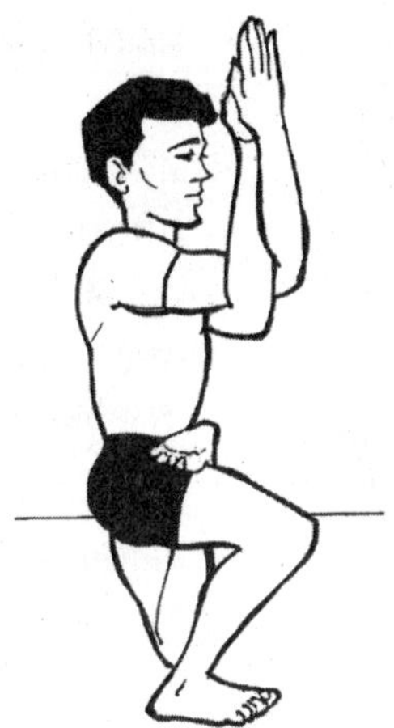

शब्दशः अर्थ : 'वातायन' याचा अर्थ 'घोडा' असा आहे. घोड्याच्या तोंडासारखा आकार दिसत असल्याने हे नाव पडले आहे.

पद्धत : ताडासनाच्या स्थितीत उभे राहा. डावा पाय वाकवून उजव्या मांडीवर ठेवा. हे अर्ध-पद्मासनासारखे होईल. आता दोन्ही हात छातीच्या वर नमस्काराच्या मुद्रेप्रमाणे एकमेकांशी जोडून ठेवा. (काही योगशिक्षक दोन्ही हातांनी एकमेकांभोवती विळखा घालण्यासही सांगतात.) ज्या मांडीवर पाय ठेवलेला असेल, तो पाय हळूहळू गुडघ्यात वाकवून जमिनीच्या दिशेला आणा. शक्य झाले तर डाव्या गुडघ्याने जमिनीला स्पर्श करा. शक्य असेल तेवढा वेळ थांबा. पाय बदलून हीच क्रिया करा. पहिल्या पायाच्या वेळी जेवढा वेळ लागला होता, तेवढ्याच वेळात दुसऱ्या पायानेही क्रिया पूर्ण करा.

सूचना : सुरुवातीला हातांचा आधार घ्या.

श्वासोच्छ्वास पद्धती/वेळ : एका पायावर उभे असताना पूरक करा. आसन पूर्ण झाल्यावर कुंभक करा आणि मूळ अवस्थेत परत येताना रेचक करा. शक्य असेल त्यानुसार प्रयत्न करा.

लक्ष : शरीराचा तोल सांभाळत अनाहत चक्रावर लक्ष केंद्रित करा.

लाभ :

- योगीजनांना हे आसन अधिक प्रिय आहे, कारण हे आसन ओज आणि तेज यांना ऊर्ध्वमुखी करते. त्यामुळे ब्रह्मचर्याचे रक्षण होते आणि कामविकार नष्ट होतात.
- नितंबांच्या आणि मांड्यांच्या किरकोळ विकारांचा नाश होतो. संधिवातातही आराम मिळतो.
- अंडकोश आणि प्रजननसंस्था यांवर चांगला परिणाम होतो.

तोलांगुलासन

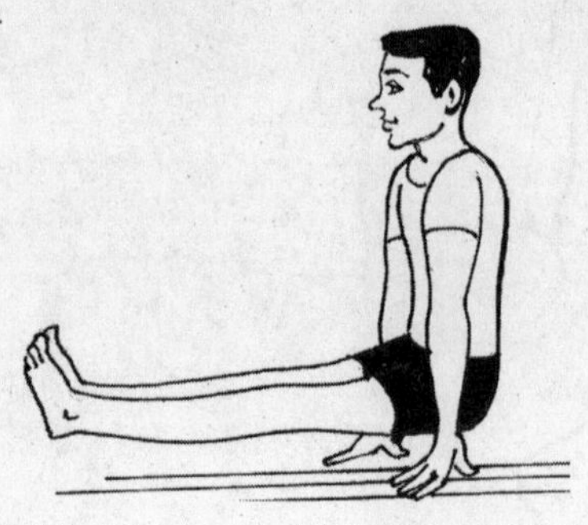

शब्दशः अर्थ : 'तोल' म्हणजे तराजू, 'अंगुल' याचा अर्थ हाताची बोटे. पूर्ण शरीर दोन हातांच्या बोटांवर उचलून शरीराचा तोल सांभाळण्याची किंवा संतुलन साधण्याची क्रिया या आसनात केली जाते. म्हणून या आसनाला 'तोलांगुलासन' असे म्हणतात.

विशेष बाब : वेगवेगळ्या योगकेंद्रांमधून योगशिक्षक दोन प्रकारे तोलांगुलासन शिकवतात. म्हणून आम्ही इथे दोन्ही प्रकारांचा उल्लेख केला आहे.

पहिली पद्धत : जमिनीवर पाय समोर सोडून बसा. आता दोन्ही हात जमिनीवर ठेवून हाताच्या दहा बोटांवर शरीर वर उचला. अंतिम अवस्थेत श्वास घ्या. परत मूळ अवस्थेत येताना श्वास सोडा.

लाभ :
- हात, बोटे आणि बाहू मजबूत व सुदृढ होतात.
- उदरविकार किंवा पोटाचे विकार दूर होतात.
- हृदयाला ताकद मिळते. छाती रुंद बनते. खांदे मजबूत होतात.
- कामविकाराचा नाश होतो.

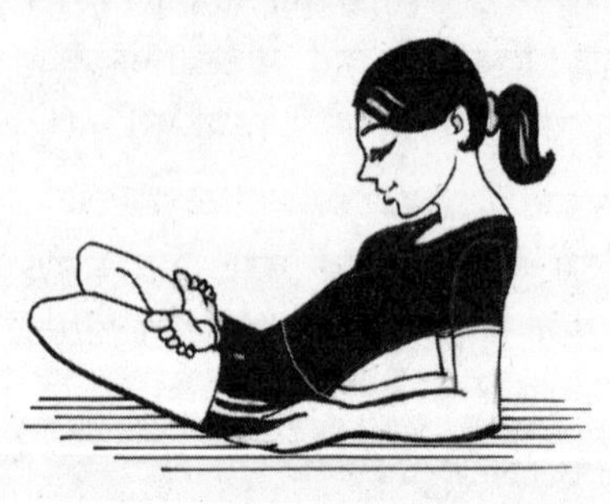

दुसरी पद्धत : पद्मासनाच्या अवस्थेत बसा. दोन्ही हात नितंबांवर ठेवा आणि मागच्या बाजूला जमिनीवर दोन्ही हातांची कोपरे टेकवा. आता हळूहळू कोपरे अधिकाधिक प्रमाणात जमिनीत घट्ट रुतवत तळहातांच्या आधारावर शरीर वर उचला. अशा प्रकारे शरीराचा संपूर्ण भार नितंबांवर पडेल आणि तळहात हा संपूर्ण भार सहन करतील. श्वासोच्छ्वासाची प्रक्रिया वर दिल्याप्रमाणेच असेल.

लाभ :
- खांदे, पाठ, पाठीचा कणा यांना ताकद प्राप्त होते.
- छाती रुंद आणि फुप्फुसे मजबूत बनतात.

विशेष बाब : काही योगाचार्य पहिल्या विधीला **ब्रह्मचर्यासन** असेही म्हणतात. काही योगाचार्य याला **अंगुष्ठासन** म्हणतात; तर काही योगाचार्य तुलासनाला **तोलांगुलासन** असे म्हणतात.

द्वि-हस्त भुजासन

पद्धत : दोन्ही पावलांमध्ये सुमारे दीड फुटाचे अंतर घेऊन उभे राहा आणि गुडघे वाकवून बसा. दोन्ही पायांच्या मध्ये पुढच्या बाजूला बोटे ठेवत तळहात जमिनीवर ठेवा. नजर समोर ठेवा आणि दोन्ही हातांवर शरीराचा भार टाका. तोल सावरत शरीर वर उचला. पाय समोरच्या बाजूला ठेवा.

श्वासोच्छ्वास पद्धती/वेळ : आसन लावताना अंतर्कुंभक (श्वास आतच रोखून ठेवा) करा. अंतिम अवस्थेत सामान्य किंवा नैसर्गिकरीत्या श्वसन करा. मूळ अवस्थेत परत येताना श्वास सोडा. १० ते २० सेकंद थांबा. दोन किंवा तीन वेळा करा.

लाभ :
- भुजांचे स्नायू मजबूत होतात. खांद्यांचे सांधे सुदृढ, बळकट बनतात.
- स्वादुपिंड प्रदीप्त होते.
- पचनसंस्थेचे अवयव सक्रिय बनतात.

दक्षता : शरीराचा तोल राखण्याकडे लक्ष द्या. ज्यांची मनगटे दुर्बल आहेत, त्यांनी करू नये.

विशेष बाब : पायांचे पंजेही एकमेकांत गुंतवले, तर त्याला **भुज पीडासन** असे म्हणतात.

नकारात्मक विचार हे तणाव निर्माण होण्याचे एक कारण आहे.
म्हणून सकारात्मक चिंतन करा.
- राजीव जैन त्रिलोक

हंसासन

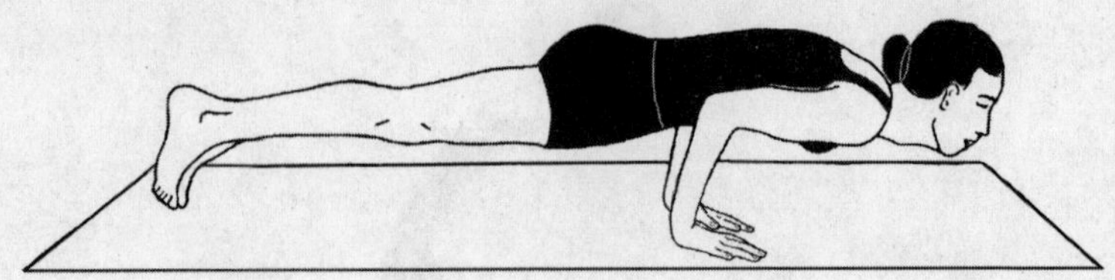

पद्धत : जमिनीवर गुडघ्यांवर बसा. बोटे समोर ठेवून तळवे जमिनीवर ठेवा. पुढे झुका आणि हातांच्या कोपरांवर पोट आणि भुजांवर छाती टेकवा. एकेक करून दोन्ही पाय मागे घ्या आणि कोपरे व भुजा यांच्यावर भार टाकत आणि पाय जमिनीपासून वर उचलत शरीराचा तोल सांभाळा. शक्य असेल तितका वेळ थांबू शकता. त्यानंतर पाय जमिनीवर ठेवून पुन्हा मूळ स्थितीत परत या.

विशेष बाब : काही योगी पंजांचा जमिनीला स्पर्श करतच हे आसन करतात. म्हणजेच, हंसासनात पायांचे अंगठे जमिनीवरच टेकवतात. जमिनीपासून अंगठे वर उचलले जाऊ देत नाहीत आणि हातांची बोटे पायांच्या दिशेला ठेवून हे आसन करतात.

श्वासोच्छ्वास पद्धती/वेळ : आसन लावत असताना श्वास बाहेरच रोखून ठेवा. श्वास रोखण्याची सवय असेल, तर हळूहळू श्वसन करा. परत येताना बाहेर श्वास रोखून ठेवा. शक्य असेल त्याप्रमाणे तीन वेळा हीच क्रिया करा.

लाभ :
- पचनसंस्थेच्या सर्व अवयवांवर परिणाम होतो. मलावरोध, दूषित वायू बरे होतात.
- जठर, स्वादुपिंड, छोटे आतडे, मोठे आतडे, मूत्रपिंड, यकृत आदी अवयवांवर परिणाम होतो आणि त्यांच्या रोगांपासून रक्षण होते.
- रक्ताभिसरणाची गती वाढते. चेहऱ्याचे ओज आणि तेज वाढते.
- जीवनात संतुलन निर्माण होते.

दक्षता :
- मनगटे कमजोर किंवा दुर्बल असलेल्यांनी हळूहळू सराव करावा.
- अति उच्च रक्तदाब, अल्सर, हर्निया असलेल्या रोग्यांनी करू नये.
- गर्भवतींनी हे आसन बिलकूल करू नये.

विशेष बाब : मयुरासन आणि हंसासन या आसनांमध्ये हातांच्या पंजांच्या स्थितीचाच फरक आहे.

मयुरासन

आकार : मोरासारखा दिसतो.

पद्धत : गुडघे आणि पायांचे पंजे यांच्या साहाय्याने जमिनीवर बसा. आता दोन्ही हातांचे पंजे पुढे घ्या. (बोटे पायांच्या बाजूला असावीत.) दोन्ही हातांच्या करंगळ्यांचा एकमेकींना स्पर्श व्हावा. कोपरे वाकवा आणि नाभीजवळ ठेवण्याचा प्रयत्न करा. हळूहळू, संपूर्ण शरीराचे वजन हातांवर पेलत पाय जमिनीला समांतर वर उचला आणि ताठ करा. (आपल्या सरावानुसार पहिल्यांदा एक पाय लांब करा आणि नंतर दुसरा पाय लांब करा.) आसन पूर्ण झाल्यावर शरीर जमिनीवर आणि जमिनीला समांतर अवस्थेत येते. सराव झाल्यावर हळूहळू पाय वरच्या बाजूला आणखी उंच करण्याचा प्रयत्न करा.

श्वासोच्छ्वास पद्धती/वेळ : वर उठताना पूरक, पूर्ण आसनाच्या वेळी शक्य होईल तेवढे कुंभक आणि शरीर खाली आणताना रेचक करा. हे आसन ५ ते १५ सेकंदांपर्यंत करू शकता.

लाभ :
- हे आसन लठ्ठपणा रोखते.
- हाताच्या स्नायूंना ताकद प्राप्त होते.
- पूर्ण शरीराला स्थैर्य प्राप्त होते.
- पोटाचा भाग किंवा उदर भाग ठीक होतो. त्यामुळे मलावरोध दूर होतो. पचनशक्ती वाढते. हे आसन सर्वसामान्यपणे विषालाही 'अमृत' बनवते, असे म्हटले जाते.
- रक्ताभिसरण वाढल्यामुळे चेहरा लाल, तेजस्वी बनतो.

विशेष बाब : ज्या वेळी पद्मासनासह हे आसन केले जाते, त्या वेळी त्याला **पद्म मयुरासन** असे म्हटले जाते. दोन्हींपासून मिळणारे लाभ जवळजवळ समानच आहेत.

सूचना : महिलांनी जबरदस्तीने हे आसन करू नये.

बकासन (दुसरा प्रकार)/ऊर्ध्व प्रसारित एक-पादासन

पद्धत : दोन्ही पाय एकमेकांजवळ ठेवून उभे राहा. दोन्ही हात कानांना स्पर्श करत वरच्या बाजूला न्या. आता कमरेचा भाग समोरच्या बाजूला झुकवा आणि दोन्ही हातांनी उजव्या पायाचा अंगठा पकडा. याच वेळी डावा पाय हळूहळू मागे नेऊन वरच्या बाजूला ताणून धरा. या अवस्थेत डावा पाय आणि डोके एका रेषेत येते. पुन्हा मूळ अवस्थेत या. दुसऱ्या पायाने हीच क्रिया करा.

श्वासोच्छ्वास पद्धती/वेळ : खाली वाकताना श्वास सोडा. अंतिम अवस्थेत श्वासोच्छ्वास नैसर्गिक पद्धतीने सुरू ठेवा. मूळ अवस्थेत परत जाताना श्वास घ्या. पाच ते दहा सेकंद थांबा आणि दोन्ही पायांनी तीन आवर्तने पूर्ण करा.

लाभ :

- एक-पादासन/वीर भद्रासन या आसनांमुळे मिळणारे सर्व लाभ मिळतात.
- मेंदू आणि डोके यांचे सर्व विकार दूर करण्यास साहाय्यक आसन आहे.

दक्षता : उच्च रक्तदाब, चक्कर येणे हे त्रास असलेल्यांनी किंवा नेत्रपटलाचे विकार असलेल्यांनी हे आसन करू नये.

पद्म पर्वतासन/पद्मासनयुक्त 'जानुस्थिरासन'/ उत्थित पद्मासन (दुसरा प्रकार)/ गोरक्षासन (पहिला प्रकार)

पद्धत : पद्मासनात बसा. आता हातांच्या आधाराने पुढे झुकत नितंब वर उचला. शरीराचा तोल सांभाळत दोन्ही गुडघ्यांवर बसण्याचा प्रयत्न करा आणि दोन्ही हातांची नमस्कार मुद्रा तयार करा. कंबर आणि पाठीचा कणा ताठ ठेवा. या आसनाचा हळूहळू सराव करा आणि पाय बदलून पहिल्या पायाने केलेल्या वेळेएवढाच वेळ दुसऱ्या पायानेही ही क्रिया करा.

श्वासोच्छ्वास पद्धती/वेळ : आसनाच्या अंतिम अवस्थेत पोहोचल्यावर नियमितपणे नैसर्गिक श्वासोच्छ्वास करा. शक्य असेल तेवढा वेळ करा.

लाभ :
- एकाग्रता वाढते आणि मेंदूचे रोग दूर होतात.
- हे आसन साधकाला संतुलित प्रकारे जगण्यास शिकवते.
- नाडी-दोष बरे होतात. पद्मासनाचे सर्व लाभ मिळतात.
- असे म्हटले जाते की, जो करतो गोरक्षासन, कंबरदुखीकडे न जाई त्याचे मन. म्हणजेच, कंबरदुखी बरी होते.
- ऊर्जा किंवा चेतना ऊर्ध्वमुखी होते.

विशेष बाब : या आसनाच्या पहिल्या प्रकाराचे नाव हे अय्यंगार परंपरेतून देण्यात आले आहे. दुसरे नाव (पुढे देण्यात आले आहे.) हे घेरंड संहितेनुसार देण्यात आले आहे. पहिल्या प्रकाराला काही ठिकाणी **पर्वतासन** असे म्हटले जाते.

दक्षता : या आसनात आत्यंतिक संतुलनाची गरज भासते. त्यामुळे भिंतीचा आधार घेऊन करावे.

गोरक्षासन (दुसरा प्रकार)

जानुर्वोरन्तरे पादौ उत्तानो व्यक्त संस्थितौ।
गुल्फौ चाच्छाद्य हस्ताभ्यामुत्तानाभ्यां प्रयत्नतः॥
कण्ठसंकोचनं कृत्वा नासाग्रमव लोकयेत्।
गोरक्षासनमित्याहुयोगिनां सिद्धिकारणम्॥ (घे.सं.२/२५-२६)

घेरंड संहितेनुसार

पद्धत : दोन्ही टाचा वरच्या दिशेने उचलून दोन्ही मांड्या आणि दोन्ही गुडघे यांच्या मध्यभागी गुप्तांगाजवळ ठेवा. दोन्ही हातांनी दोन्ही टाचा पकडून गळा आकुंचित करा आणि नजर नासाग्रावर स्थिर ठेवा. हे आसन योग्यांना सिद्धी प्राप्त करून देते.

लाभ :

- गळ्याचे आकुंचन केल्याने गळ्याच्या रोगांमध्ये लाभ होतो.
- नजर नासाग्रावर स्थिर केल्याने त्राटकाचा आपोआपच अभ्यास होतो आणि नेत्रविकार दूर होऊन डोळ्यांत आकर्षणशक्ती निर्माण होते.
- रोज सराव केल्याने कामविकाराचा नाश होतो.
- ऊर्जा ऊर्ध्वमुखी बनते.
- रोज सराव केल्याने ध्यानाच्या स्थितीत बराच काळ बसणे शक्य होते.

ऊर्ध्व-कुक्कुटासन/पद्मबकासन

विशेष बाब : हे आसन दोन प्रकारे करणे शक्य असते.

पहिली पद्धत : पद्मासनाच्या स्थितीत बसा. दोन्ही हातांचे तळहात समोर जमिनीवर ठेवा आणि गुडघ्यांवर बसा. हातांवर जोर देत पद्मासनाच्या स्थितीत वर उठा. शरीराचा तोल व्यवस्थित सांभाळा. शक्य असेल तेवढा वेळ थांबा. हळूहळू याचा वेळ वाढवत न्या.

दुसरी पद्धत : पद्मासनयुक्त शीर्षासनाची अवस्था धारण करा. हळूहळू त्याच अवस्थेत श्वास सोडत कंबरेचा भाग वळवा आणि वरील आसनात गुडघे हाताच्या मागच्या भागावर ठेवा. या स्थितीत नैसर्गिकरीत्या श्वसन करत राहा आणि शरीराचा तोल सांभाळा. आता श्वास सोडून तळहातांमध्ये दृढता आणा आणि धड वरच्या बाजूला खेचून घ्या आणि डोके वर उचला. भुजा ताठ आणि ताणलेल्या अवस्थेत ठेवा. नितंब जमिनीपासून अधिकाधिक वर उचला. काही सेकंदांपर्यंत हातांवर तोल सांभाळून धरा. नैसर्गिक श्वसन सुरू ठेवा. मूळ स्थितीत परत जाताना श्वास सोडा. हाताची कोपरे वाकवा. हातांच्या मागच्या बाजूंवर गुडघे टेकवा. डोके जमिनीच्या बाजूला खाली करा आणि पद्मासनयुक्त शीर्षासनात या. आता पाय सोडवून घेऊन सालंब शीर्षासनाच्या अवस्थेत या किंवा पद्मासनाच्या अवस्थेत बसून पाय सोडवून घ्या. शवासन करून थोडा वेळ विश्रांती घ्या. पद्मासनातील पायांची स्थिती बदलून हीच क्रिया पुन्हा एकदा करा.

श्वासोच्छ्वास पद्धती/वेळ : श्वसनपद्धती आसनाच्या पद्धतीतच समाविष्ट आहे. आसन शक्य असेल तितका वेळ करा.

लाभ :
- हात सुदृढ बनतात. मनगटे मजबूत होतात.
- पोटाचा भाग आणि पाठीचा कणा यांना पूर्णपणे लाभ मिळतात.
- जीवनदात्री शक्ती वाढते.
- संपूर्ण शरीरातील रक्ताभिसरणाचे प्रमाण वाढते. तसेच सर्व नसा - नाड्या सुरळीतपणे कार्य करू लागतात.

दक्षता : उच्च रक्तदाब, हृदयरोग यांच्या रुग्णांनी आणि उच्च अभ्यासाचे सामर्थ्य नसलेल्यांनी हे आसन करू नये.

पादांगुष्ठासन (दुसरा प्रकार)

शब्दशः अर्थ : 'पाद' म्हणजे 'पाय' आणि 'अंगुष्ठ' म्हणजे 'अंगठा'.

पद्धती : टाचा वर उचलत पंजांच्या आधारावर उकिडवे बसा. नवीन साधकांनी हातांच्या साहाय्याने उजवा पाय उचलून डाव्या पायाच्या मांडीवर ठेवावा. डाव्या पायाची टाच शिवणी नाडीवर; म्हणजेच गुद आणि लिंग यांच्या मध्यभागी अशा प्रकारे ठेवा की, त्यामुळे तोल राखून संतुलन साधल्यानंतर टाचेचा योग्य दबाव राहावा. आता दोन्ही हात समोर जोडून नमस्काराच्या मुद्रेत ठेवा. हेच आसन पायांची स्थिती बदलून करा.

श्वासोच्छ्वास पद्धती/वेळ : सर्वसामान्य नैसर्गिक श्वासोच्छ्वास करा. जितका वेळ थांबू शकता, तितका वेळ थांबा.

लक्ष : शरीराचे संतुलन राखत मूलाधार चक्रावर लक्ष केंद्रित करा.

लाभ :
- पायांत अवेळी कापरे भरणे किंवा कंप निर्माण होणे थांबते.
- पायांचे सर्व स्नायू मजबूत बनतात.
- ब्रह्मचर्याचे पालन करणाऱ्यांसाठी हे आसन अधिक उपयुक्त आहे.
- धातुक्षीणता दूर होते.
- प्रजननसंस्थेचे विकार नाहीसे होतात.

दक्षता : टाच शिवणी नाडीला लावूनच आसन करा, त्यामुळे मूलाधार चक्राचे कार्य सुरळीत सुरू होते.

विशेष बाब : पादांगुष्ठासनाच्या पद्धतीबाबत भिन्न मते असून ते दोन प्रकारे केले जाते.

विशेष सूचना : पहिल्या प्रकाराचे वर्णन आधी करण्यात आले आहे.

जानुशिर एक पाद स्कंधासन/एक पाद शिरासन/स्कंदासन

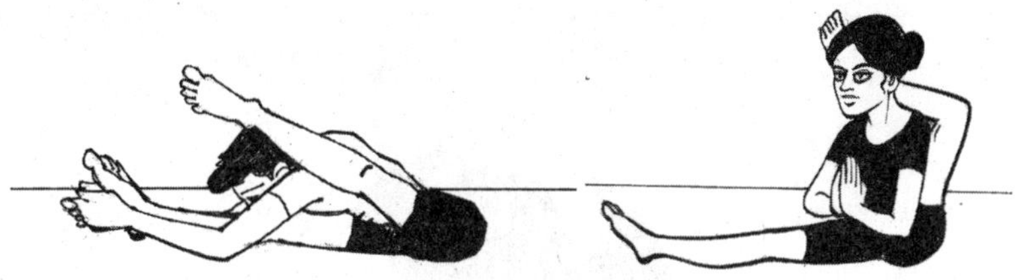

शब्दशः अर्थ : 'पाद' म्हणजे 'पाय' आणि 'स्कंध' म्हणजे 'खांदे'.

पद्धती : जमिनीवर समोर समांतर पाय पसरून बसा. आता तुम्हाला एक पाय खांद्यावर ठेवायचा आहे. त्यासाठी नवीन साधकांनी दोन्ही पाय थोडे थोडे वाकवावेत. आता उजव्या पायाचा घोटा पकडून हळूहळू उजवा पाय डोक्याच्या वरून (पोटरीला) खांद्यावर ठेवण्याचा प्रयत्न करावा. जर हे कठीण वाटत असेल, तर डोके आणि धड थोडे पुढच्या बाजूला झुकवावे. दुसरा पाय सरळ जमिनीवरच ठेवला पाहिजे, हे लक्षात ठेवा. एक पाय खांद्यावर ठेवताना श्वास सोडा आणि हळूहळू डोके व पाठीचा कणा सरळ करा. या स्थितीला एक-पाद स्कंधासन असे म्हणतात. आता या अवस्थेत पश्चिमोत्तानासन करा. (या अवस्थेला **पाद ग्रीवा पश्चिमोत्तानासन** असेही म्हणतात.) श्वास सोडत डोके गुडघ्याला लावायचे आहे. परंतु गुडघा जमिनीपासून वर उचलला जाता कामा नये. श्वास घेत पुन्हा मूळ स्थितीत परत या आणि पायांच्या सर्वसामान्य अवस्थेत या. अशा प्रकारे आता पाय बदलून आसन करा.

श्वासोच्छ्वास पद्धती/वेळ : वाकताना किंवा झुकताना श्वास सोडा. मूळ स्थितीत परत जाताना श्वास घ्या. सुमारे १०-१५ सेकंद याच अवस्थेत राहा. सखोल, दीर्घ श्वास घेत राहा.

लक्ष : विशुद्धी चक्रावर किंवा आज्ञाचक्रावर केंद्रित करा.

लाभ :
- पाठीच्या कण्याला अधिक प्रमाणात रक्त मिळते. त्यामुळे, शरीराचे संतुलन साधणाऱ्या चक्रांना ऊर्जाशक्ती मिळते.
- कंबर आणि नितंब लवचीक होतात.
- प्रजननसंस्थेचे आजार नष्ट होतात.
- शरीर अधिक सुदृढ बनते.
- हे आसन रक्त शुद्धीकरणास मोठ्या प्रमाणात साहाय्य करते.

दक्षता : सायटिका, स्लिप डिस्क आणि हर्निया असलेल्या रुग्णांनी हे आसन करू नये.

विशेष बाब : या आसनाच्या आधी किंवा आसन केल्यानंतर लगेच मागे झुकण्याची आसने केल्याने आसनामुळे आलेला ताण नाहीसा होतो.

शीर्ष जानुस्पर्शासन

शब्दशः अर्थ : 'शीर्ष' म्हणजे 'डोके' आणि 'जानु' म्हणजे 'गुडघा'.

पद्धत : हे संतुलनाचे आणि उच्च अभ्यासाचे आसन आहे. दिसायला हे सुलभ दिसले, तरी करायला कठीण आहे. समावस्थेत किंवा 'सावधान'च्या स्थितीत उभे राहा. डावा पाय गुडघ्यात वाकवून टाच नितंबाला टेकवा. दोन्ही हातांनी पायाचा पंजा पकडून धरा. आता डोके पुढे झुकवत उजव्या पायाच्या गुडघ्याला डोक्याने स्पर्श करा. गुडघा न वाकवण्याचा प्रयत्न करा. हीच क्रिया पाय बदलून करा.

श्वासोच्छ्वास पद्धती/वेळ : श्वसनाविषयी दक्ष राहा. वाकताना श्वास सोडा आणि मूळ स्थितीत येताना श्वास घ्या. चार ते पाच वेळा करा.

लाभ :
- शरीरातील वात कमी होतो. कंपन रोग होत नाही.
- संतुलनाची शक्ती वाढते.
- पाठीच्या कण्याला लाभ होतो.
- मांड्या मजबूत बनतात.
- सांधेदुखीमध्येही लाभ होतो.

दक्षता :
- स्लिप डिस्क, सायटिका हे आजार असलेल्यांनी हे आसन करू नये.
- उच्च रक्तदाब, चक्कर आणि हृदयरोग असलेल्या व्यक्तींनी हळूहळू करावे.

अर्धबद्ध पद्मोत्तानासन

पद्धत : समस्थितीत उभे राहा. म्हणजेच, दोन्ही पायांचे पंजे जुळवून उभे राहा. नजर समोर ठेवा. डाव्या पायावर तोल सांभाळत उजवा पाय वर उचलून गुडघ्यात वाकवा आणि उजव्या पायाचा पंजा डाव्या मांडीवर वरच्या बाजूला हातांच्या आधाराने अर्ध-पद्मासनाच्या स्थितीत ठेवा. आता इथे दोन प्रकारे हात ठेवू शकता. एक तर हात वरच्या बाजूला घ्या आणि बोटे एकमेकांत गुंतवा किंवा उजवा हात पाठीच्या मागून वळवून पुढे उजवा पंजा किंवा उजव्या पंजाचा अंगठा पकडा. त्यानंतर हळूहळू समोरच्या बाजूला झुका आणि हात जमिनीवर टेकवून नाकाने गुडघ्याला स्पर्श करा. शक्य असेल तितका वेळ थांबा आणि पुन्हा मूळ अवस्थेत परत जा. हात सामान्य अवस्थेत ठेवा. दोन्ही पाय सरळ ठेवून शिथिल करा. उभे राहण्याच्या स्थितीत थोडा आराम करा आणि नंतर पुन्हा डाव्या पायाने आसनाची पुनरावृत्ती करा.

श्वासोच्छ्वास पद्धती/वेळ : समोर वाकताना श्वास सोडा. अंतिम अवस्थेत नैसर्गिकरीत्या श्वासोच्छ्वास करा. मूळ अवस्थेत परत जात असताना श्वास घ्या. १० ते १५ सेकंद थांबा किंवा शक्य असेल तेवढे थांबा. हळूहळू दोन आवर्तने पूर्ण करा.

लाभ :
- पोटाचे अवयव उद्दीपित होतात आणि पचनसंस्था मजबूत बनते.
- मलावरोध दूर होऊन शरीर हलके आणि मन हलकेफुलके बनते.
- पाय थरथरणे थांबते आणि पाय मजबूत होतात.
- वातनाशक आहे. शरीराच्या ऊर्ध्व भागाला ताकद मिळते.

दक्षता :
- सहनशीलतेने संतुलन निर्माण करावे.
- गर्भवतींनी किंवा पाठीच्या कण्याचे दुर्धर रोग, सायटिका, स्लिप डिस्क असलेल्या रुग्णांनी हे आसन करू नये. अस्थिर, चंचल मनाच्या व्यक्तींनीही करू नये.

अष्टवक्रासन

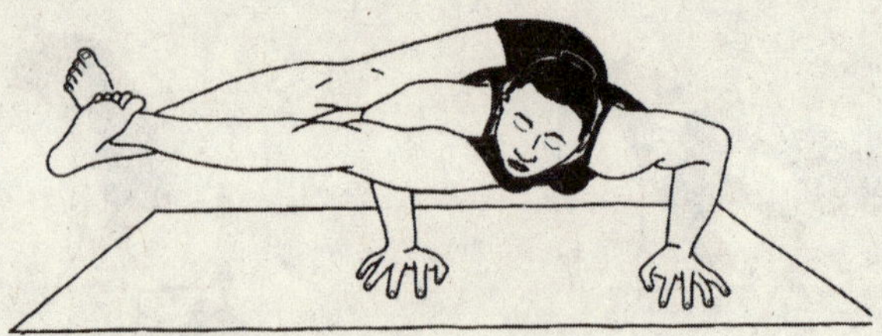

हे आसन अष्टावक्र मुनींना समर्पित करण्यात आले आहे. सीतेचे पिता; म्हणजेच जनक राजा यांचे ते गुरू होते.

पद्धत : दोन्ही पायांच्या पावलांमध्ये सुमारे दीड फुटांचे अंतर घेऊन उभे राहा. गुडघे वाकवा. जमिनीवर पायांच्या मध्ये उजवा तळहात आणि डाव्या पायाच्या थोडा पुढे डावा तळहात ठेवा. उजव्या भुजेवर उजवा पाय अशा प्रकारे ठेवा की, उजव्या हाताच्या कोपराच्या वर उजव्या मांडीचा पृष्ठभाग यावा. आता डावा पाय भुजांच्या मध्यभागाच्या पुढे उजव्या पंजाजवळ ठेवा. श्वास सोडा आणि दोन्ही पाय जमिनीपासून वर उचला. उजव्या पायाच्या घोट्यावर डावा पाय ठेवून पाय एकमेकांत अडकवा. (चित्र पाहा.) दोन्ही पाय आता उजवीकडे तिरक्या स्वरूपात लांब करा. अशा प्रकारे दोन्ही मांड्यांच्या मध्ये उजवी भुजा येईल. आता उजव्या हाताचे कोपर थोडे झुकवा. डावी भुजा सरळ असली पाहिजे. दोन्ही हातांवर संतुलन प्रस्थापित करा आणि हातांची कोपरे वाकवा. डोके आणि धड जमिनीला समांतर ठेवा. ही या आसनाची अंतिम स्थिती आहे. शक्य असेल तेवढा वेळ या स्थितीत थांबा आणि श्वास घ्या. भुजा सरळ करा. डोके आणि धड वर उचला. पाय सोडवून घ्या आणि जमिनीवर ठेवा. आपल्या मूळ अवस्थेत परत या आणि दुसऱ्या बाजूने हीच क्रिया पुन्हा एकदा करा.

श्वासोच्छ्वास पद्धती/वेळ : पाय वर उचलताना अंतःकुंभक करा. अंतिम अवस्थेत श्वसनक्रिया नियमित ठेवा. पाय खाली घेताना श्वास सोडा.

लाभ :
- पाठीचा कणा, भुजा आणि खांदे मजबूत आणि सुदृढ बनतात.
- उदरप्रदेश सक्रिय बनतो.
- मन नियंत्रित होते आणि जीवनात उत्थान निर्माण होते.
- संपूर्ण शरीरातील रक्ताभिसरणाचे नियमन होते.
- चेहऱ्याचे ओज आणि तेज वाढते.

दक्षता :
- कमजोर किंवा दुर्बल मनगटे असलेल्या आणि खांद्यांच्या विकारांनी ग्रस्त व्यक्तींनी हे आसन करू नये.
- संतुलनावर लक्ष केंद्रित करा. या आसनानंतर शिथिलता निर्माण करणारी आसने करा.

उत्थित टिट्टिभासन

शब्दशः अर्थ : टिट्टिभ हे रातकिड्याचे संस्कृत नाव आहे.

पद्धत : आपल्या आसनावर बसा. जमिनीवर बसून पाय सरळ समोर पसरा. आता दोन्ही पाय पसरा. चित्रात दाखवल्याप्रमाणे दोन्ही हात जमिनीवर ठेवा आणि हातांच्या साहाय्याने संपूर्ण शरीर वर उचला. पाय लांब आणि ताठच ठेवा आणि गुडघे वाकवू नका. हे आसन योग्य प्रकारे करण्यासाठी भरपूर सरावाची आवश्यकता असते. त्यामुळे यात गडबड, घाई करू नका.

श्वासोच्छ्वास पद्धती/वेळ : श्वासोच्छ्वासाविषयी दक्ष राहा. वर उठताना श्वास घ्या आणि मूळ अवस्थेत परत जाताना श्वास सोडा. चार-पाच वेळा ही क्रिया करा.

लक्ष : ऊर्ध्व चेतनेचा विचार करत तिच्यावरच लक्ष केंद्रित करा.

लाभ :
- 'चेतना' सूक्ष्म रूपाने ऊर्ध्वमुखी बनते.
- आत्मविश्वासाला बळ प्राप्त होते.
- मानसिक शांततेचा लाभ होतो.
- हातांना विशेष लाभ मिळतो.
- वृद्धावस्थेत शरीर थरथरण्याचा किंवा कंप पावण्याचा रोग होत नाही.
- संपूर्ण शरीराला मजबुती प्राप्त होते.

दक्षता : अति उच्च रक्तदाब, हृदयरोग आणि मनगटे दुर्बल असलेल्यांनी हे आसन करू नये.

विशेष बाब : पाय समोरच्या बाजूला आणूनही हे आसन करणे शक्य असते आणि त्यामुळे मिळणाऱ्या लाभांमध्येही फारसा फरक पडत नाही. त्या स्थितीला **द्वि-हस्त भुजासन** असेही म्हटले जाते.

लिंगाकारासन

विशेष बाब : 'लिंग' याचा अर्थ 'चिन्ह, अनुमान किंवा प्रकृती आणि शिव यांची विशेष मूर्ती'. त्यामधील अंतर्भूत अर्थ समजून घेण्यासाठी विवेकी दृष्टीची गरज असते. शिवाच्या अभिव्यक्तीसाठी कोणतीही यथार्थ नैसर्गिक आकृती असूच शकत नाही. असे म्हटले गेले आहे की, 'न तस्य प्रतिमा अस्ति।' म्हणजे, त्या दिव्य सत्तेची कोणतीही दृश्य प्रतिमा किंवा प्रतीक असूच शकत नाही. म्हणून त्याला जाड्याभरड्या किंवा लंबाकार पिंडीच्या स्वरूपात दाखवले जाते. शिवलिंगासारखा होत असल्याने या आसनाला **लिंगाकारासन** असे नाव देण्यात आले आहे.

पद्धत : हे एक उच्च अभ्यासाचे आसन आहे. वृश्चिकासनाचा चांगला अभ्यास झाल्यानंतर हळूहळू नितंब पाठीला चिकटवले जातात आणि मांड्या डोक्याला चिकटवल्या जातात. अशा प्रकारे डोक्यापासून कंबरेपर्यंतचा भाग नितंब, मांड्या आणि पायांशी समांतर बनतो आणि या स्थितीत नितंब, मांड्या आणि पायही जमिनीशी समांतर बनतात. पायांचे पंजे डोक्याच्या पुढे येतात.

लाभ :
- शारीरिक रोग हळूहळू पूर्णपणे बरे करण्यास हे आसन समर्थ आहे.
- कोणत्याही प्रकारच्या कंपवातावरचा हा अचूक उपाय आहे.
- शरीरात उत्साह निर्माण होऊन प्रसन्नता वाढते.
- आत्मिक उत्थानासाठी हे आसन साहाय्यकारी आहे.
- हे आसन केल्यानंतर जवळजवळ सर्वच आसने सहजगत्या करता येतात.
- उदरप्रदेश, फुप्फुसे, पाठीचा कणा, मांड्या, पाठ, कंबर आदी सर्व भागांत उत्तम प्रकारे रक्ताभिसरण सुरू होते.

दक्षता :
- आत्यंतिक प्रयत्नांनंतरच हे आसन करणे शक्य होते. म्हणून योगशिक्षकाच्या देखरेखीशिवाय करूच नये.
- साधकाचे शरीर कंबरेपासून एवढे वाकते की, साधकाच्या पाठीला मांडीचा स्पर्श होऊ लागतो. ही गोष्ट अनेक महिन्यांच्या सरावानंतर आणि अभ्यासानंतरच शक्य आहे.
- उच्च रक्तदाब, चक्कर येणे, हृदयरोग या आजारांचा त्रास असलेल्या रुग्णांनी आणि कडक शरीर असणाऱ्यांनी हे आसन करू नये. हे आसन केल्यानंतर पश्चिमोत्तानासन, पाद-हस्तासन ही आसने करावीत.

उत्थित शीर्षासन/व्याघ्रासन (दुसरा प्रकार)

पद्धत : दोन्ही गुडघ्यांवर जमिनीवर बसा. दोन्ही हातांची कोपरे आणि हातांचे पंजे जमिनीवर समोर ठेवा. शरीराचा संपूर्ण भार हातांवर पेलत संपूर्ण शरीर शीर्षासनाप्रमाणे उंच करा. परंतु, पूर्ण भार हातांवरच राहिला पाहिजे. डोके उंचावून समोर पाहाण्याचा प्रयत्न करा आणि पाठ वळवून पाय वरच्या बाजूला स्थिर करा. (चित्र पाहा.)

श्वासोच्छ्वास पद्धती/वेळ : पाय वर उचलताना अंतर्कुंभक करा. अंतिम स्थितीत श्वासोच्छ्वास मंद गतीने करा. आपल्या क्षमतेप्रमाणे १० ते २० सेकंदांपर्यंत हे आसन करा.

लाभ :
- रक्ताभिसरण तीव्र बनते. केसगळती रोखली जाते. सुरकुत्या नाहीशा होऊन चेहऱ्याचे तेज वाढते.
- नजर अधिक तेजस्वी होते आणि वाढते.
- छातीचे स्नायू बळकट होतात. फुप्फुसांची ताकद वाढते.
- हात, खांदे, पाठीचा कणा आणि कंबर यांमध्ये लवचीकता येते आणि हे अवयव मजबूत बनतात.

दक्षता :
- उच्च रक्तदाब, हृदयरोग आणि मानसिक दौर्बल्य असलेल्यांनी या आसनापासून दूर राहावे.
- हे आसन उच्च अभ्यासाचे असल्याने योगशिक्षकांकडून साहाय्य घ्या.

विशेष सूचनाः
- व्याघ्रासनाच्या पहिल्या प्रकाराचे वर्णन आधीच आले आहे.
- काही योगशिक्षक या आसनाला **पिच्छ मयुरासन** असेही म्हणतात.

सांख्यासन

विशेष बाब : हे आसन दोन प्रकारे केले जाते.

पहिली पद्धत : कागासनात बसा. आता उजवा पाय उचलून दोन्ही हातांच्या साहाय्याने हळूहळू उजव्या खांद्याच्या मागे आणा. डाव्या पायाच्या पंजावर पूर्ण शरीराचा तोल सांभाळून धरा. हातांनी नमस्काराची मुद्रा तयार करा. शक्य असेल तितका वेळ बसण्याचा प्रयत्न करा.

दुसरी पद्धत : दोन्ही पाय समोर पसरून बसा आणि हातांच्या साहाय्याने उजवा पाय उचलून उजव्या खांद्याच्या मागे न्या आणि हळूहळू पाय पसरून दुसरा पाय खेचून हातांच्या साहाय्याने गुडघ्यात वाकवून पंजा जमिनीवर घट्ट रोवून बसा. (उजवा पाय खांद्यावर ठेवला जातो त्या वेळी डावा पाय थोडासा गुडघ्यात वाकवला, तर आसन करण्यात सुलभता येते.) हातांनी नमस्काराची मुद्रा बनवा.

या दोन्ही पद्धतींमध्ये पाय बदलून त्या क्रिया पुन्हा दुसऱ्या पायांनी करा.

श्वासोच्छ्वास पद्धती/वेळ : अंतिम स्थितीत नैसर्गिक श्वासोच्छ्वास करा. पाच ते दहा सेकंदांपर्यंत करा.

लाभ :
- संपूर्ण शरीरातील रक्ताभिसरणात वाढ होते.
- जीवनात संतुलन निर्माण होते.
- उदरप्रदेश, पाठीचा कणा आणि ओटिपोटाचा भाग व कटिप्रदेश यांना लाभ होतो.

दक्षता : हे उच्च अभ्यासाचे आसन असल्याने हळूहळू केले पाहिजे. नितंब आणि कंबर अधिक लवचीक आणि मजबूत असेल तरच हे आसन करा.

धराजासन (फ्लॅगपोश्चर)/एक-पाद शीर्षस्पर्शासन/कायोत्सर्ग स्थित एक-पाद शीर्षासन/ऊर्ध्व एक पादतल शीर्षस्पर्शासन

पद्धत : समस्थितीत उभे राहा. हे उच्च अभ्यासाचे आसन आहे. त्यामुळे दक्षतापूर्वक उजवा पाय हळूहळू वर उचलून पहिल्यांदा ९० अंशाच्या कोनात न्या आणि नंतर १८० अंशांचा कोन तयार करा. या अवस्थेत पाय मानेच्या समांतर असला पाहिजे. पायाचा तळवा आकाशाच्या दिशेला असावा. अंतिम अवस्थेत हातांचा आधार घेतल्यास आसन लावण्यात सुलभता येते. हेच आसन पाय बदलून करा. काही साधक एक हात समोरच्या बाजूला ताणून धरतात.

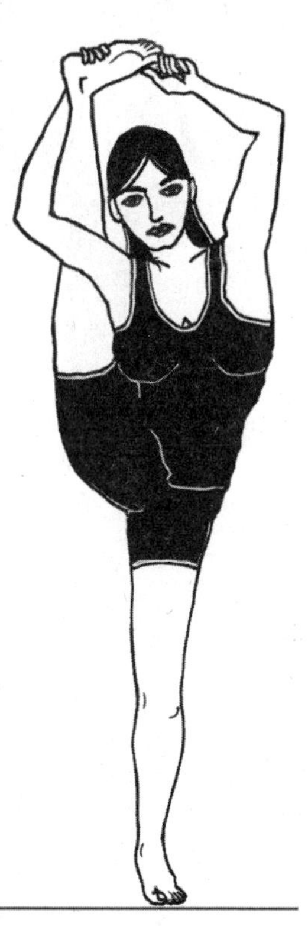

श्वासोच्छ्‌वास पद्धती/वेळ : पाय वर उचलताना अंतःकुंभक करा. अंतिम स्थितीत नैसर्गिक श्वसन करा. मूळ अवस्थेत परत जाताना श्वास सोडा. शक्य असेल तेवढा वेळ थांबा.

लाभ :
- पायांचे स्नायू सशक्त आणि मजबूत बनतात.
- नितंब आणि कंबर लवचीक होते.
- पाठीचे स्नायू आणि पाठीचा कणा सुदृढ बनतो.
- संपूर्ण शरीराला सौष्ठव प्राप्त होते.

दक्षता : नितंबांचे सांधे आणि कंबर यांवर भार येत असल्याने सहनशीलतेने आणि विवेकपूर्वक तारतम्याने हे आसन करा आणि हळूहळू सरावाचा वेळ वाढवा.

विशेष बाब : काही योगाचार्य या आसनाला **एक पाद शीर्षासनही** म्हणतात. मात्र याखेरीज, इतर प्रकारेही **एक पाद शीर्षासन** केले जाते.

दुर्वासन/उत्थित एक-पाद शिरासन/उत्थित एक-पाद स्कंधासन

विशेष सूचना : उच्च आसने करण्याचा सराव असणाऱ्यांनीच हे आसन करावे.

पद्धत : दोन्ही पाय समोर पसरून बसा. आता एक पाय खांद्याच्या आधाराने डोक्याच्या मागच्या भागावर ठेवा. दुसरा पाय वाकवून हातांच्या आधाराने उकिडवे बसा आणि हळूहळू शरीराचा तोल सांभाळत उभे राहा. (पहिल्यांदाच सराव करणाऱ्या साधकाने सुरुवातीला ताठ उभे राहाता आले नाही, तर थोडे झुकून तोल सांभाळत ताठ उभे राहाण्याचा प्रयत्न करावा.) अंतिम स्थितीत हातांनी नमस्काराची स्थिती निर्माण करा. जोपर्यंत त्रास न होता उभे राहू शकत असाल, तोपर्यंत उभे राहा. हळूहळू सावधपणे बसा आणि नंतर पाय बदलून हीच क्रिया पुन्हा करा.

श्वासोच्छ्वास पद्धती/वेळ : उभे राहिलेल्या स्थितीत श्वास घ्या. पूर्ण आसनाच्या वेळेत नैसर्गिक श्वसन करा आणि बसताना श्वास सोडा. शक्य असेल तेवढा वेळ करा.

लक्ष : अनाहत चक्रावर.

लाभ :
- हे आसन केल्याने जीवनात संतुलन येते आणि विनम्रताही येते.
- स्वाभिमान निर्माण होतो. व्यक्ती मृदुभाषी बनते.
- पायांचे अवेळी कंप पावणे, थरथरणे बंद होते.
- सर्वसामान्य कंबरदुखीपासून आराम मिळतो आणि पाठीचा कणा लवचीक बनतो.
- उदरप्रदेशातील अवयव उत्तम प्रकारे कार्य करू लागतात.

दक्षता :
- पहिल्यांदाच अभ्यास करणाऱ्यांनी भिंतीचा वगैरे आधार घ्यावा.
- सायटिका, पाठीचा कणा, कंबर यांच्या विकारांचा भरपूर त्रास असलेल्यांनी आणि हृदयविकार असलेल्यांनी हे आसन करू नये.

विशेष बाब : याच आसनात ज्या वेळी हात पसरले जातात, त्या वेळी त्याला **यान आसन** असे म्हटले जाते.

कश्यपासन

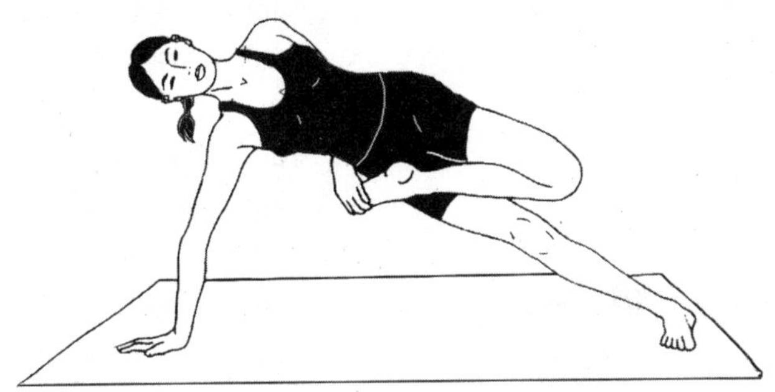

विशेष बाब : हे आसन ब्रह्मदेवाचे पुत्र मरीचि ऋषी यांचे पुत्र कश्यपमुनी यांना समर्पित आहे.

पद्धत : ताडासनात उभे राहा. पुढे वाका आणि दोन्ही तळहात जमिनीवर ठेवा आणि आपले पाय चार ते पाच फूट मागे न्या. पूर्ण शरीर डावीकडे तिरके फिरवा. उजवा हात आणि उजवा पाय यांच्यावर संपूर्ण शरीराचा तोल सांभाळत आता डाव्या पायाचा पंजा उजव्या मांडीवर अशा प्रकारे ठेवा की, ते अर्ध पद्मासनासारखे दिसावे. डावा हात पाठीच्या मागे नेऊन डाव्या पायाचा अंगठा पकडा. ही अंतिम अवस्था आहे. पुन्हा मूळ अवस्थेत परत या आणि हीच क्रिया दुसऱ्या बाजूने करा.

श्वासोच्छ्वास पद्धती/वेळ : आसन लावताना अंतर्कुंभक करा. श्वास सोडून डाव्या हाताने डाव्या पायाचा अंगठा पकडा. अंतिम स्थितीत दीर्घ श्वास घ्या. परत येताना श्वास सोडा. आवश्यकतेनुसार थांबा. दोन्ही बाजूंनी एकेक वेळा आसन करा.

लाभ :

- पाठीचा कणा आखडला असेल, तर तो चांगला होतो.
- पचनसंस्थेचे सर्व अवयव सक्रिय बनतात.
- हातांना आणि पायांना पुष्टता प्राप्त होते.
- एकाग्रता विकसित होते.

दक्षता : संतुलनाकडे विशेष लक्ष पुरवा.

पूर्ण शलभासन

पद्धत : पोटावर उपडे झोपा. पाठीचा कणा वाकवून पाय आकाशाच्या दिशेने वरच्या बाजूला उचलावयाचे असल्याने या पद्धतीत हातांची स्थिती चित्रात दाखवल्याप्रमाणे जमिनीला स्पर्श करणारी असावी. त्याप्रमाणेच छातीचा पुढचा भाग आणि हनुवटी यांचाही जमिनीला स्पर्श झाला पाहिजे. आता पाय जमिनीपासून एवढे वर उचला की, तुमचा पाठीचा कणा मधून वळला पाहिजे आणि पोट व छातीही काही प्रमाणात उचलली जावी. पायांचे तळवे आकाशाच्या दिशेला असावेत आणि टाचेचा पुढचा भाग डोक्याच्या बाजूला झुकलेला असावा. अशा प्रकारे पूर्ण शलभासन करण्यासाठी बराच वेळ जावा लागतो. पहिल्यांदाच आसन पूर्ण करण्याचा प्रयत्न करू नका. पाठीचा कणा लवचीक असलेल्या पूर्ण निरोगी व्यक्तींनीच हे आसन करावे.

श्वासोच्छ्वास पद्धती/वेळ : पाय वर आणि खाली घेताना अंतर्कुंभक करा. आसनाच्या पूर्णावस्थेत नैसर्गिक सर्वसामान्य श्वसन सुरू ठेवा. पाच ते दहा सेकंदांपर्यंत करा.

लाभ : शलभासनाचे सर्व लाभ प्राप्त होतात. काही प्रमाणात शीर्षासन, सर्वांगासन यांचे लाभही मिळतात.

दक्षता :
- पाठीचा कणा कडक असलेल्यांनी करू नये. मूत्रपिंडाची समस्या, कमजोर आतडी, अल्सर, हर्निया आणि उच्च रक्तदाब या आजारांनी त्रस्त रुग्णांनी करू नये.
- हृदयरोग असलेल्या रुग्णांनी हे आसन बिलकूल करू नये.
- जे साधक वृश्चिकासनासारखे कठीण आसन करू शकतात, त्यांनीच हे आसन करावे.

विशेष बाब : काही योगाचार्य पूर्ण शलभासनात पायांचे तळवे डोक्याच्या वर ठेवायला लावतात.

विशेष सूचना : हे सरावाचे आणि अभ्यासाचे आसन असल्याने अत्यंत काळजीपूर्वक करावे.

पर्यंकासन (दुसरा प्रकार)

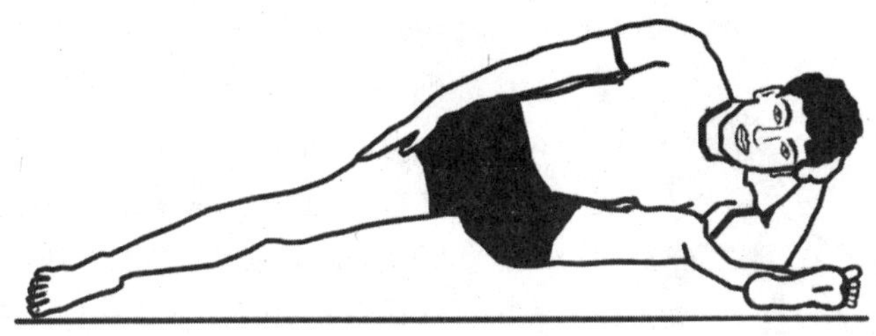

पद्धत : समोरच्या बाजूला पाय पसरून बसा. आता डावा पाय डाव्या बाजूला नेऊन गुडघा थोडासा वाकवा. नंतर डावीकडे वळून डावा हात डाव्या पायावर ठेवा आणि उशीसारखा त्याचा वापर करून तळहाताने डोक्याला आधार द्या. नंतर उजवा पाय सरळ समोर पसरा आणि उजवा हात उजव्या पायाच्या मांडीवर ठेवा. आता हीच क्रिया पाय बदलून करा.

श्वासोच्छ्वास पद्धती/वेळ : पाय वर घेताना श्वास घ्या आणि अंतिम अवस्थेत श्वासोच्छ्वास दीर्घपणे; परंतु धीम्या गतीने करा. मूळ स्थितीत परत जाताना श्वास सोडा. अर्धा ते एक मिनिटापर्यंत करा.

लाभ : मांड्या, कंबर, वक्षःस्थळ, पाठीचा कणा, पाठ, मान, पचनसंस्था यांवर या आसनाचा विशेष प्रभाव पडतो. म्हणून सर्व अवयव अधिक सक्रिय बनतात.

दक्षता :
- जे साधक द्वि-पाद शिरासन करू शकतात, त्यांनीच हे आसन करावे.
- लवचीक शरीर असलेल्या साधकांनी हळूहळू अभ्यासपूर्वक सराव करावा.

विशेष सूचना : पर्यंकासनाच्या पहिल्या प्रकाराचे वर्णन मागे आले आहे.

विशेष बाब : भगवान शिवाच्या बैठ्या ध्यानस्थ मुद्रेलाही काही साधक ‘पर्यंकासन’ म्हणतात.

द्वि-पाद शिरासन/द्वि-पाद स्कंधासन

विशेष सूचना : एक-पाद शिरासनाचा सराव असलेल्या साधकांनीच हे आसन करावे.

पद्धत : दोन्ही पाय समोर पसरून बसा. दोन्ही हातांच्या आधाराने एका पायाने एक-पाद शिरासन करा. त्याच प्रकारे दुसरा पाय खांद्यावर ठेवा आणि दोन्ही पाय व्यवस्थित ठेवून नंतर एकमेकांत अडकवून चित्रात दाखवल्याप्रमाणे कात्रीसारखा आकार करा. ही बाब जबरदस्तीने करू नका. हळूहळू सरावाने आसन जमू लागते. आता नितंबांमध्ये संतुलन निर्माण करून नमस्काराची मुद्रा तयार करा.

लक्ष : स्वाधिष्ठान चक्रावर लक्ष केंद्रित करा.

श्वासोच्छ्वास पद्धती/वेळ : रेचक करत हळूहळू पाय खांद्यांवर ठेवा. आसन पूर्णपणे लागले की, नैसर्गिकरीत्या श्वसन करत राहा आणि रेचक करतच पाय एकमेकांपासून दूर घ्या. शक्य असेल तेवढा वेळ सराव करा.

लाभ :

- पुरुषांच्या रोगांसाठी अत्यंत लाभदायक आसन आहे.
- महिलांना मासिक पाळीच्या समस्यांपासून सुटका मिळू शकते.
- पचनसंस्थेचे कार्य सुरळीत बनते आणि मलावरोध, अपचन आदी रोग दूर होतात.
- कंबर आणि पाठीचा कणा यांच्यामध्ये लवचीकता निर्माण होऊन हे अवयव सशक्त बनतात.
- लठ्ठपणापासून सुटका मिळते.

दक्षता :

- पहिल्यांदा अभ्यास करणाऱ्यांनी १०-१५ सेकंदांहून जास्त काळ आसन स्थितीत राहू नये.
- पाठीचा कणा, पाठ आणि कंबर यांविषयीची कोणतीही समस्या असलेल्या व्यक्तींनी हे आसन करू नये.
- गर्भवतींनी आणि उच्च रक्तदाब, सायटिका, हृदयरोग, सर्व्हायकल स्पॉंडिलायटिस यांसारख्या आजारांनी ग्रस्त व्यक्तींनी हे आसन करू नये.

उत्थित द्वि-पाद ग्रीवासन/उत्थित द्वि-पाद शिरासन/उत्थित द्वि-पाद कंधरासन/उत्थित द्वि-पाद स्कंदासन

पद्धत : दोन्ही हात मांड्यांजवळ जमिनीवर स्थिरपणे ठेवा किंवा समोरच्या बाजूला पाय पसरून बसा. पहिल्यांदा दोन्ही हातांच्या साहाय्याने एक पाय उचलून खांद्यावर स्थिरपणे ठेवा. त्यानंतर दुसऱ्या पायानेही आसनाची निर्मिती करा आणि दोन्ही पाय कात्रीसारखे एकमेकांत अडकवून ठेवा. दोन्ही हात मांड्यांमधून बाहेर काढून तळहात जमिनीवर समोर ठेवा. शरीराचा तोल राखत भुजांच्या साहाय्याने संपूर्ण शरीर हळूहळू वर उचला. थकवा आला किंवा अस्थिरता जाणवली, तर हळूहळू पुन्हा परत मूळ स्थितीत या आणि हळूहळू पायांचे बंधन सोडवून पाय मोकळे करा.

श्वासोच्छ्वास पद्धती : वर उठताना पूरक करा. अंतिम स्थितीत नैसर्गिक सर्वसामान्य श्वासोच्छ्वास करा आणि मूळ स्थितीत परत येताना रेचक करा.

वेळ : १० ते ३० सेकंद किंवा सहजपणे जितका वेळ करू शकता, तितका वेळ करा.

लाभ : द्वि-पाद शिरासन, उत्थित एक-पाद शीर्षासन आणि द्वि-पाद कंधरासनाचे सर्व लाभ मिळतात.

सूचना : जे साधक उत्थित एक-पाद शिरासन किंवा द्वि-पाद कंधरासन अगर द्वि-पाद शिरासन करत असतील त्यांनीच हे आसन करावे.

दक्षता : द्वि-पाद शिरासन किंवा उत्थित एक-पाद शीर्षासनाच्या बाबतीत घ्यावयाच्या सर्व दक्षता याही आसनासाठी घ्याव्यात.

कालभैरवासन (दुसरा प्रकार)

शब्दशः अर्थ : कालभैरव हे भगवान शिवाचे एक रूप आहे.

पद्धत : दोन्ही पाय समोर पसरून बसा. दोन्ही हातांनी डावा घोटा पकडा आणि छातीजवळ आणा. श्वास सोडा. छाती आणि मान थोडी पुढे झुकवून डावा घोटा मानेच्या मागे ठेवा. आता दोन्ही हात नितंबांजवळ ठेवा आणि डावीकडे वळा. आधारासाठी उजवा हात डावीकडे ठेवा. उजवा पाय तिरका करा. श्वास सोडा आणि दोन्ही हातांवर वजन टाकत शरीर वर उचला. श्वासोच्छ्वास सर्वसामान्यपणे सुरू राहावा. पुन्हा श्वास सोडा. उजव्या हाताचा आधार दूर करा. आता हा हात सरळ आकाशाच्या दिशेने ताणून धरा. अशा प्रकारे, शरीराचा संपूर्ण भार (तोल) उजव्या पायावर आणि डाव्या हातावर असावा.

श्वासोच्छ्वास पद्धती/वेळ : सुमारे पाच ते दहा सेकंद याच अवस्थेत राहा आणि हळूहळू, दीर्घ श्वास घ्या आणि मूळ अवस्थेत जाताना अंतर्कुंभक करा.

लाभ :
- संपूर्ण शरीरात एक प्रकारची ऊर्जा निर्माण होते. त्यामुळे आपल्या सातही चक्रांचे उत्थान होते.
- तीव्र गतीने रक्ताभिसरण होऊ लागते. त्यामुळे अशुद्ध रक्त बाहेर टाकण्यास हृदयप्रदेशाला साहाय्य मिळते.
- आपल्या शरीरातील स्नायूसंस्था, नाडीसंस्थांमधील दोष दूर होऊन त्या ठीक होतात.
- छाती बलशाली बनते आणि श्वसनाची क्रिया परिपूर्ण पद्धतीने सुरू होते.

दक्षता :
- अति उच्च रक्तदाबाचा विकार असलेल्या व्यक्तींनी करू नये.
- कोणत्याही प्रकारची शारीरिक समस्या असेल तर करू नये.

विशेष सूचना : कालभैरवासनाचा पहिला प्रकार या आधी दिला आहे.

विश्वामित्रासन

विश्वामित्र हे एका प्रसिद्ध ऋषींचे नाव आहे. हे आसन त्यांनाच समर्पित करण्यात आले आहे.

पद्धत : ताडासनात उभे राहा. पुढे झुकून तळहात जमिनीवर ठेवा. दोन्ही पाय चार ते पाच फूट मागे न्या. श्वास सोडा. उजवा पाय उजव्या हाताजवळ आणा. उजव्या मांडीच्या समोरचा भाग उजव्या भुजेच्या मागच्या भागावर ठेवा आणि झटकन शरीर उजव्या बाजूला फिरवा. डावा हात डाव्या मांडीवर ठेवा आणि शरीराचा तोल सांभाळा. डावा पाय तिरपा करा. आता डाव्या पायाचा तळवा आणि टाच जमिनीवर दाबून धरा आणि उजव्या हातावर भार देत उजवा पाय वर समोरच्या बाजूला सरळ ताठ करा आणि डावा हात सरळ वरच्या बाजूला नेऊन त्याच्याकडे पाहा. ही आसनाची अंतिम अवस्था आहे. पुन्हा मूळ स्थितीत या. हीच क्रिया दुसऱ्या पायाने करा.

श्वासोच्छ्वास पद्धती/वेळ : पाय उचलताना अंतर्कुंभक करा. अंतिम स्थितीत नैसर्गिक श्वसन करा. मूळ अवस्थेत जाताना श्वास सोडा. अंतिम स्थितीत १० ते १५ सेकंद थांबा आणि दोन्ही बाजूंनी एकेक वेळा ही क्रिया करा.

लाभ :
- एकाग्रता आणि संतुलन यांमध्येच सामंजस्य नांदत असते. त्यामुळे त्याचा लाभ होतो.
- हात आणि पाय सशक्त व मजबूत बनतात.
- संपूर्ण शरीराला सुदृढता प्राप्त होते.
- पोटाचे अवयव पुष्ट बनतात.

दक्षता : संतुलनाकडे किंवा शरीराचा तोल सांभाळण्याकडे लक्ष पुरवा.

द्वि-पाद कंधरासन

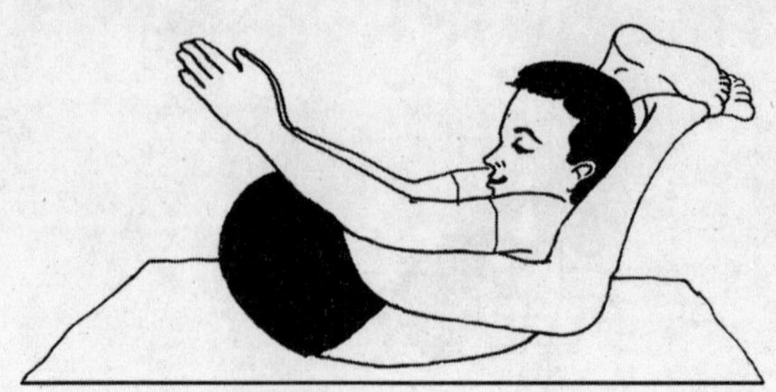

विशेष बाब : काही योगशिक्षक या आसनाला **सुप्त द्वि-पाद कंधरासन** असेही म्हणतात.

पद्धत : आसन करण्यासाठी पहिल्यांदा सतरंजीची मोठी घडी घाला, कारण या आसनात शरीराचा संपूर्ण भार पाठीचा कणा आणि पाठ यांवर पडतो. सतरंजीवर पाठीवर झोपा. शरीर शिथिल करा. आता दोन्ही हातांच्या साहाय्याने एक पाय हळूहळू डोक्याच्या मागे ठेवा. दुसरा पायही अशाच प्रकारे मागे ठेवा. दोन्ही पायांच्या मांड्या भुजांच्या खाली ठेवाव्या लागतात. त्यामुळे ही गोष्ट अत्यंत दक्षतापूर्वक करावी. अंतिम स्थितीत दोन्ही पायांचे पंजे कात्रीसारखे एकमेकांत अडकवा आणि हातांनी नमस्काराची मुद्रा तयार करा.

लक्ष : स्वाधिष्ठान चक्रावर एकाग्र करा.

श्वासोच्छ्वास पद्धती/वेळ : रेचक करत पाय डोक्याच्या मागे न्या. अंतिम स्थितीत नियमित नैसर्गिक श्वासोच्छ्वास सुरू ठेवा. त्यानंतर रेचक करत मूळ स्थितीत परत या. शक्य असेल, तितका वेळ सराव करा.

लाभ :
- ऊर्जा उर्ध्वमुखी बनते. ब्रह्मचर्यासाठी साहाय्यभूत आसन आहे.
- उदरप्रदेश, पचनसंस्था, प्रजोत्पादनसंस्था या शरीरातील संस्थांचे कार्य सुरळीत सुरू होते.
- मनोबल आणि आत्मविश्वास वाढतो.
- पाठीचा कणा, कंबर आणि पाठ यांच्या स्नायूंमध्ये लवचीकता निर्माण होऊन हे अवयव सशक्त बनतात.

दक्षता : तीव्र कंबरदुखी, सायटिका, हृदयरोग, अति उच्च रक्तदाब, हर्निया या आजारांनी ग्रस्त रुग्णांनी, पाठीचा कणा कडक असलेल्या आणि आत्मविश्वास कमी असलेल्या व्यक्तींनी आणि गर्भवतींनी हे आसन बिलकूल करू नये.

प्रणवासन/योगनिद्रासन/सुप्त गर्भासन

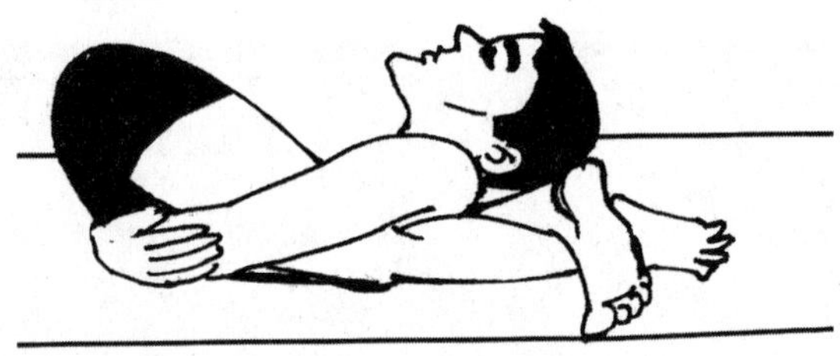

शब्दशः अर्थ : योगनिद्रासन – निद्रा; म्हणजे झोप आणि योगनिद्रेचा अर्थ आहे – काही प्रमाणात समाधीची अवस्था. या आसनात साधक ना झोपतो ना जागा असतो. ही दोन्हींच्या मधली अवस्था असते. या अवस्थेचे 'योगनिद्रा' असे नाव आहे. प्रणवासन : 'प्रणव' याचा अर्थ; ब्रह्मबीज ओंकार मंत्र ॐ असा आहे.

पद्धत : मोठी जाडजूड सतरंजी घडी करून अंथरा. त्यावर पाठीवर झोपा. पहिल्यांदा श्वास सोडा. आता उजवा पाय गुडघ्यात वाकवून दोन्ही हातांनी पकडून डोक्याखाली मानेवर ठेवा. नैसर्गिक नियमित श्वसन सुरू ठेवा. त्यानंतर श्वास सोडा. डावा पायही अशाच प्रकारे ठेवा. उजव्या पायाच्या खाली घोट्यावर डाव्या पायाच्या घोट्याजवळचा भाग अडकवा. थोडा श्वासोच्छ्वास करा. आता खांदे उचलून दोन्ही हात मांड्यांच्या पृष्ठभागी; म्हणजेच पाठीमागे न्या आणि तळहातांची बोटे एकमेकांत अडकवा. अंतिम स्थितीत श्वास सोडा. छाती वर उचला आणि मान खाली नेत ताणून धरा. नैसर्गिक श्वसन करत १० ते २० सेकंद या आसनस्थितीत राहा. पुन्हा मूळ अवस्थेत येण्यासाठी श्वास सोडा. हात सोडवा आणि पायांची पकड ढिली करत पाय मोकळे करा आणि विश्रांती घ्या. पुन्हा हे आसन करा. परंतु सुरुवातीला जो पाय पहिल्यांदा ठेवला होता तो आता नंतर ठेवा. म्हणजेच पाय बदलून पुन्हा आसन करा.

लाभ :
- ❍ या आसनाचा रोज सराव केल्याने मूत्रपिंडे, यकृत, प्लीहा, आतडी, पित्ताशय आदी निरोगी राहतात. ❍ शिश्नग्रंथी आणि मूत्राशय हे आरोग्यपूर्ण राहतात. ❍ नियमित सरावामुळे पोटातील अवयव रोगमुक्त होतात आणि साधकाला आनंदप्राप्तीचा अनुभव येतो.
- ❍ प्रजननग्रंथींना शक्ती आणि बळ प्राप्त होते. ❍ मनात नकारात्मक विचार येत नाहीत आणि चांगल्या कामात लक्ष लागते.

दक्षता :
- ❍ उच्च रक्तदाब, सायटिका आणि हृदयरोग असलेल्या रुग्णांनी हे आसन करू नये.
- ❍ उच्च अभ्यासाचे आसन असल्याने याचा हळूहळू अभ्यास आणि सराव करावा.

नाड्या : प्रकार आणि कार्य

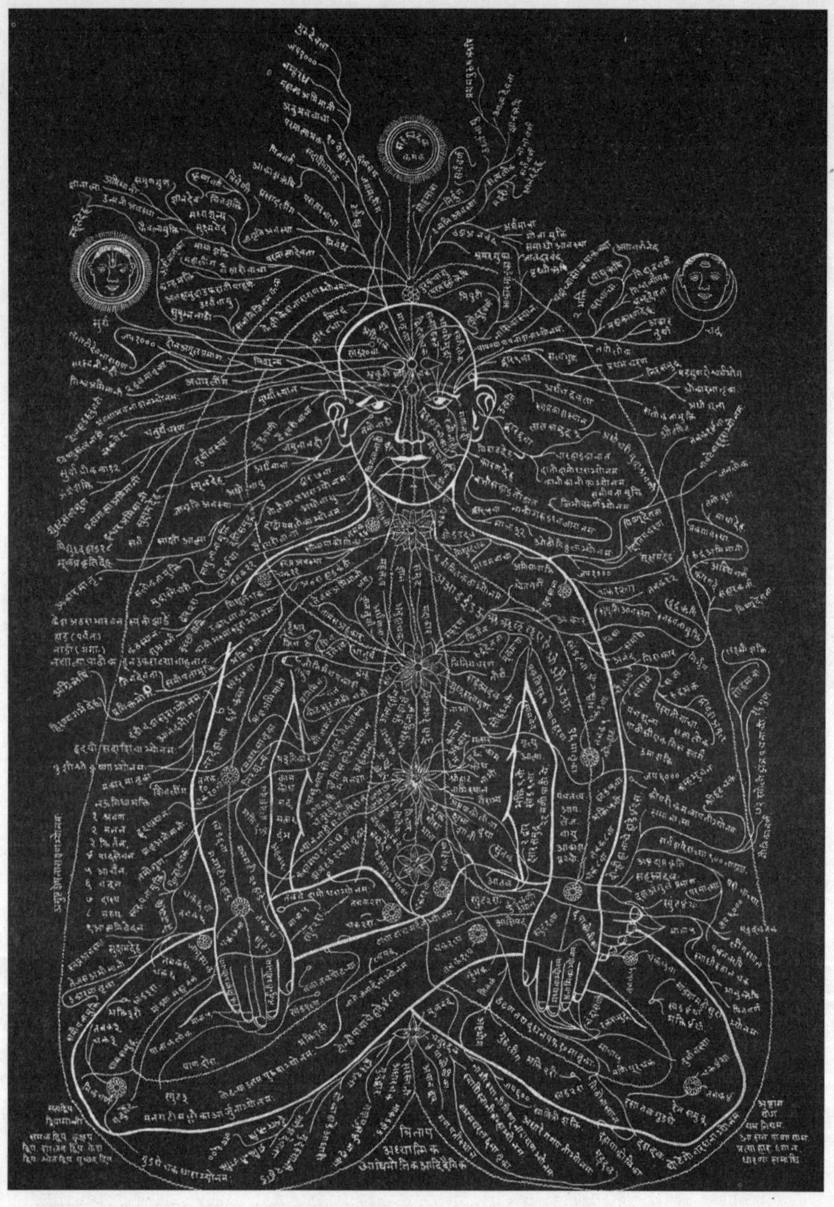

नाड्या : प्रकार आणि कार्य

नाडी हा शब्द 'नाड' या शब्दापासून व्युत्पन्न झाला असून, 'नाड' या शब्दाचा अर्थ; 'तृण या वनस्पतीचा पोकळ भाग'. 'नाड'चा शब्दार्थ 'ध्वनी किंवा तरंग' असाही आहे. 'नाडी' या शब्दाचा शब्दकोशात दिलेला अर्थ असा आहे : शरीराच्या अंतर्गत भागात मांस आणि तंतू यांनी बनलेल्या अनेक सूक्ष्म नलिकांपैकी जी एखादी किंवा जी प्रत्येक नलिका हृदयाकडून शुद्ध रक्त घेऊन सर्व अवयवांना ते पोहोचवते, ती म्हणजे नाडी. आधुनिक विज्ञानानुसार, मज्जातंतू; म्हणजे तंतूंचा (फायबर्सचा) समूह असतो. तो शरीराच्या एका भागातील प्रेरणा दुसऱ्या भागापर्यंत पोहोचवतो. प्रत्येक तंतू एका मज्जापेशीचा अक्षतंतू (अ‍ॅक्झॉन) असतो. योगशास्त्रानुसार, नाड्या, धमन्या या वायू, जल, रक्त आणि इतर पोषक पदार्थांची शरीरभर ने-आण करण्याचे काम करतात. प्राणायामाच्या क्रियांमध्ये याच नाड्यांचा वापर केला जातो.

सार्धलक्षत्रयं नाड्यः सन्ति देहान्तरे नृणाम्।
प्रधानभूता नाड्यस्तु तासु मुख्याश्चतुर्दश ।।
सुषुम्णेडा पिंगला चा गान्धारी हस्तिजिव्हिका।
कुहूः सरस्वती पूषा शंखिनी च पयस्विनी ।।
वारूणालम्बुषा चैव विश्वोदरी यशस्विनी।
एतासु तिस्त्रों मुख्याःस्युः पिंगालेडासुषुम्णिका ।।

(शिवसंहिता २/१३-१५)

आपल्या शरीरात साडेतीन लाख नाड्या आहेत. (परंतु, ७२,००० नाड्या असल्याचा उल्लेख सर्वाधिक प्रमाणात सापडतो.) मात्र, त्यांमध्ये चौदा प्रमुख नाड्या आहेत. त्यांची नावे अशी आहेत :

१. सुषुम्ना **२. इडा** **३. पिंगला** **४. गांधारी** **५. हस्तिजिव्हा**
६. कुहू **७. सरस्वती** **८. पूषा** **९. शंखिनी** **१०. पयस्विनी**
११. वारुणी **१२. अलंबुषा** **१३. विश्वोदरा** **१४. यशस्विनी**

त्यातही तीन नाड्या विशेष रूपाने प्रमुख मानल्या जातात.

१. इडा **२. पिंगला** **३. सुषुम्ना**

नाड्या खूपच सूक्ष्म असतात आणि नाडी-चक्र हे सर्व; म्हणजे स्थूल, सूक्ष्म आणि कारण या तिन्ही शरीरांमध्ये असलेले कोष असतात. तसे पाहता, वैज्ञानिक आणि चिकित्सक (डॉक्टर) सूक्ष्म आणि कारण शरीराचे अस्तित्व नाकारत आले आहेत. परंतु, आपल्या महाज्ञानी ऋषिमुनींनी त्यांना जाणून आत्मसात केले होते आणि त्यांच्याविषयी विस्तृत विवेचनही केले आहे. वराहोपनिषदात असे म्हटले आहे की, शरीरात पायाच्या तळव्यांपासून डोक्याच्या पुढच्या भागापर्यंत नाड्या असतात. त्यांच्यात प्राण राहतो आणि तो जीवनाचा श्वास आहे. त्यातच शक्तीचे निवासस्थान असलेला आणि सचेत किंवा सजीव व पुद्गल जगाचा निर्माता असलेल्या आत्म्याचा निवासही असतो.

इतर शास्त्रांनुसार, आपल्या शरीरात ७२,००० नाड्या असतात. त्यांचे उगमस्थान गुद आणि जननेंद्रियाच्या बरोबर १२ बोटे वर आणि नाभीच्या बरोबर खाली असते. त्याला 'कंद' असे म्हणतात. बहुतांश योग्यांनी नाड्यांचे उगमस्थान नाभीच्या खाली असल्याचे मानले आहे. परंतु, काही नाड्यांच्या अंतिम स्थानाविषयी मात्र मतभेद आहेत. कठोपनिषदात आणि प्रश्नोपनिषदात नाड्यांचे उगमस्थान शेकडो नाड्यांचे वितरणस्थळ असलेल्या हृदयस्थळी असल्याचे सांगितले गेले आहे.

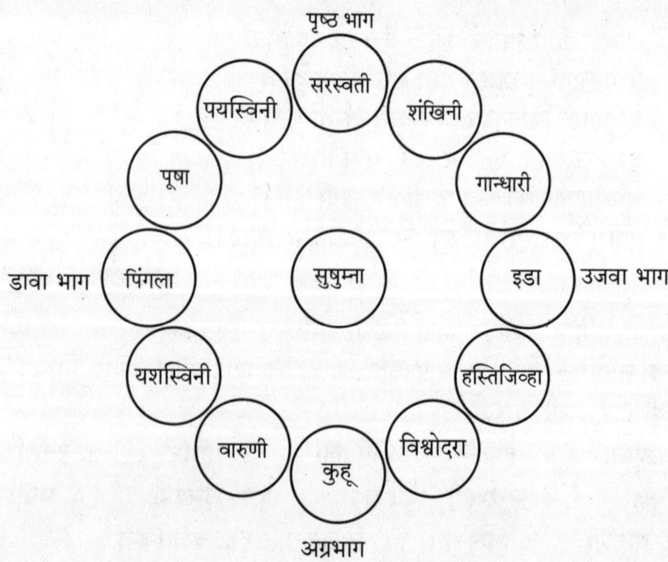

प्रमुख १४ नाड्यांचे विवेचन असे दिले जाते :

आधी दिलेल्या चित्रावरून नाड्यांची स्थिती स्पष्ट होते. सुषुम्ना कंदाच्या मध्यभागातून पाठीच्या कण्याबरोबरच मस्तकापर्यंत जाते. तिच्या उजव्या भागात पिंगला आणि डाव्या भागात इडा नाड्या आहेत. इडामधून चंद्र तत्त्व व पिंगलेमधून सूर्य तत्त्व वाहत असते. सरस्वती आणि कुहू नाड्या सुषुम्नाच्या अनुक्रमे मागे आणि पुढे असतात. गांधारी व हस्तिजिव्हा नाड्या इडा नाडीच्या अनुक्रमे मागे आणि पुढे असतात. पूषा व यशस्विनी नाड्या पिंगला नाडीच्या मागे व पुढे असतात. कुहू व हस्तिजिव्हा यांच्या मध्यभागी विश्वोदरा आणि यशस्विनी नाड्या असतात. यशस्विनी आणि कुहू नाड्यांच्या मध्यभागी वारुणी नाडी असते. पूषा आणि सरस्वती नाड्यांच्या मध्यभागी पयस्विनी आणि गांधारी व सरस्वती नाड्यांच्या मध्यभागी शंखिनी नाडी असते. अलंबुषा कंदमध्याच्या खाली असते.

योग आणि आयुर्वेद यांच्यानुसार, सूक्ष्म शरीराचा अवयव असल्याने नाड्या या प्राणाचा प्रवाह आणि त्याच्या नियंत्रणात व रोगांच्या उपचारांत महत्त्वाची भूमिका बजावतात.

अलंबुषा नाडी : मूलाधार चक्र, गुद, अपान वायू आणि उत्सर्जनसंस्था यांच्याशी संबंधित असते.

कुहू नाडी : मणिपूर चक्र, प्रजनन अवयव व मूत्रनलिका आणि अपान वायू यांच्याशी संबंधित असते.

विश्वोदरा नाडी : अनाहत चक्र, पचनसंस्था, समान वायू यांच्याशी संबंधित असते.

वारुणी नाडी : अनाहत चक्र, श्वसनसंस्था आणि उदान वायू यांच्याशी संबंधित असते.

सरस्वती नाडी : विशुद्धी चक्र, श्वसनसंस्था आणि उदान वायू यांच्याशी संबंधित असते.

सुषुम्ना नाडी : या नाडीचा संबंध सहस्रार चक्र, मस्तक आणि प्राणवायू यांच्याशी असतो.

इडा नाडी : शरीर व नाकाचा डावा भाग आणि प्राण यांच्याशी संबंधित असते.

पिंगला नाडी : शरीर व नाकाचा उजवा भाग आणि प्राण यांच्याशी संबंधित असते. इडा आणि पिंगला या दोन्ही नाड्या तिसऱ्या नेत्राशी संबंधित आहेत. नाडी शोधन, सूर्यभेदन, चंद्रभेदन, अनुलोम-विलोम आदी प्राणायामांमध्ये आणि शरीराच्या थंड व उष्ण प्रकृतीला नियंत्रित करण्यात या दोन्ही नाड्या महत्त्वाची भूमिका पार पाडतात.

शंखिनी डाव्या कानाशी, पयस्विनी उजव्या कानाशी आणि गांधारी डाव्या डोळ्याशी व पूषा उजव्या डोळ्याशी संबंधित असते. यशस्विनी उजव्या हातातून, पायातून आणि त्यांच्या अंगठ्यातून जाते. हस्तिजिव्हा उजवा हात, पाय आणि अंगठ्यांमधून जाते.

नाड्यांमधील प्राणप्रवाहात असंतुलन निर्माण झाले की, रोग निर्माण होतात. त्यांच्याशी संबंधित अवयवांची आणि द्वारांची मालीश करून आणि त्यांना शेक देऊन रोगांवर उपचार केले जातात.

पद्मासने स्थितो योगी नाडिद्वारेण पूरितम्।
मारुतं धारयेद्मस्तु स मुक्तो नाऽत्र संशय॥

अर्थ : पद्मासनात बसून जो योगी प्राणायाम करतो, त्याला मुक्ती मिळणारच. त्याविषयी कोणतीही शंका घेण्याचे कारण नाही.

या संपूर्ण ब्रह्मांडात जी पवित्र ऊर्जा, दिव्यता; शांतता आणि परमात्म्याचा प्रकाश आहे, तो माझ्या अंतर्यामी प्रवेश करत आहे, असा विचार कोणत्याही प्रकारच्या प्राणायामात श्वास घेताना करावा. मी अलौकिकतेने भरून जात आहे. माझ्या आत निर्मळपणा येत आहे, माझा आत्मा शुद्ध होऊ लागला आहे, असा विचारही करावा. श्वास सोडताना आपल्या कर्मांचा क्षय होत आहे आणि क्रोध, मद, माया, लोभ यांचा नाश होत आहे, असा भाव मनात ठेवावा. अशा प्रकारे चिंतन केल्याने आपल्याला प्राणायामाचे कित्येक पटींनी अधिक लाभ प्राप्त होऊ शकतात.

– राजीव जैन त्रिलोक

योगासनाच्या क्रिया आत्मविश्वासपूर्वक कराव्यात आणि आपल्याला त्या क्रियांपासून नक्कीच आत्मिक आणि शारीरिक लाभ मिळतील, असा विश्वास ठेवावा.

– राजीव जैन त्रिलोक

प्राणायाम

एक महत्त्वपूर्ण वैचारिक दृष्टिकोन

अष्टांग योगात प्राणायामाला एक विशेष स्थान आणि महत्त्व आहे. वेगवेगळ्या योगाचार्यांनी वेगवेगळ्या पद्धतींनी प्राणायामाच्या व्याख्या केल्या असल्या, तरी त्या सर्वांतून जवळजवळ एकच अर्थ निघतो. अष्टांगयोगाच्या चतुर्थपादात असे म्हटले आहे की, 'प्राणस्य आयामः इति प्राणायामः।' म्हणजे, प्राणाचा विस्तार म्हणजे, प्राणायाम. त्याचा सराव रोज केल्याने प्राणशक्ती जास्त प्रमाणात वृद्धिंगत होते. पुढे महर्षी पतंजलींनी साधनपादाच्या ४९व्या श्लोकात असे वर्णन केले आहे की,

तस्मिन्सति श्वास प्रश्वास योर्गति विच्छदः प्राणायामः।।

आसन सिद्ध झाल्यावर श्वासोच्छ्वास गती ज्याप्रमाणे विच्छेदित केली जाते, त्याला म्हणजेच स्वाभाविक किंवा नैसर्गिक श्वासोच्छ्वासाच्या गतीचे नियमन करणे आणि श्वास रोखून श्वासाची गती सम बनवणे, याला 'प्राणायाम' म्हणतात.

प्राणायाम हा शब्द दोन शब्दांनी बनला आहे. प्राण+आयाम. प्राण या शब्दाचा अर्थ आहे; जीवनशक्ती. प्राणायाम हा संपूर्ण अष्टांग योगाचाच प्राण आहे, असे म्हटले गेले आहे. कोणत्या ना कोणत्या स्तरावर संपूर्ण ब्रह्मांड व्यापून उरणारी ऊर्जा म्हणजे प्राण होय. प्राण ऊर्जा सर्व जीवांमध्ये सूक्ष्म आणि सशक्त रूपात सापडते. प्राणात ऊर्जा, ओज, तेज, वीर्य (शक्ती) आणि जीवनदायिनी शक्ती समाविष्ट असते. आयाम याचा अर्थ विस्तार, प्रसार, विनियमन, अवरोध किंवा नियंत्रण असा आहे. म्हणूनच, प्राणायामाचा अर्थ होतो – श्वसनाचा; म्हणजेच जीवनशक्तीचा विस्तार, दीर्घीकरण आणि पुन्हा त्याचे नियंत्रण.

प्राणायाम हा व्यापक विषय आहे. त्यात अमर्याद अशा छुप्या शक्यता आहेत. त्यामध्ये शरीर आणि मस्तक या दोहोंमधल्या अंतर्गत संबंधांचा शोध घेतला जातो.

प्राणायाम जेवढा सुलभ आणि सोपा असल्यासारखा वाटतो, तेवढा प्रत्यक्षात तसा सुलभ आणि सोपा नाही. ज्या वेळी एखादी व्यक्ती प्राणायाम करण्याचा प्रयत्न करू लागते, त्या वेळी तिला तो सहज खेळ असल्यासारखे वाटते. परंतु, आपल्या जीवनाचे सार्थक करणारी ती अवघड अशी एक कला आहे.

प्राणायाम ही काल्पनिक क्रिया नसून ती तत्काळ प्रभाव दर्शवणारी क्रिया आहे. प्राणायामाच्या कित्येक क्रिया सूक्ष्मपासून सूक्ष्मतर होत जातात.

आजच्या काळात व्यक्ती अधिकच तणावग्रस्त बनत चालली आहे. संतुलित आणि शांत जीवन जगणे कठीण झाले आहे. स्नायूंच्या आणि रक्ताभिसरणाच्या प्रणालींवर परिणाम करणाऱ्या चिंता आणि रोग अपेक्षेहूनही अधिक प्रमाणात वाढले आहेत. काही व्यक्ती मानसिक समस्यांनी; तर काही व्यावहारिक कारणांमुळे त्रस्त आहेत. स्वतःला शांत आणि स्थिर बनवण्यासाठी व्यक्ती विविध प्रकारच्या मादक पदार्थांचे सेवन करू लागते. परंतु त्यांच्यामुळे शांतता तर मिळत नाहीच; परंतु जीवन नरक बनून जाते. कदाचित, धूम्रपानामुळे आणि मादक पदार्थांमुळे थोड्या वेळेपुरता दुःखांचा विसर पडत असेलही; मात्र या सवयी म्हणजे, या समस्यांचे निराकरण करणारे उपाय नक्कीच नाहीत. त्यांच्यामुळे शारीरिक आणि मानसिक विकार तर पुन्हा परतून येतात. आम्ही केलेल्या प्रयोगांतून आम्हाला असे आढळले आहे की जीवनात प्राणायामासारखे समर्थ, शक्तिशाली माध्यम स्वीकारल्याने कित्येक समस्यांचे निराकरण करणे शक्य होते.

तर्क, वादविवाद यांच्यापासून प्राणायाम दूर आहे. तो शिकण्यासाठी उल्हास, सहनशीलता, आत्मसमर्पण, गुरूंचे मार्गदर्शन आणि दक्षतेने केलेले प्रयत्न यांची गरज असते आणि त्यातूनच उद्दिष्टपूर्ती होते.

आयुर्वेदातही वाताला विशेष आणि महत्त्वपूर्ण स्थान देण्यात आले आहे. त्याविषयी महर्षी चरक यांनी चरकसंहितेच्या सूत्रस्थान १२/७ यामध्ये असे स्पष्ट केले आहे की, वात हा शरीर आणि शरीराचे अवयव यांना धारण करणारा प्राण, उदान, समान, अपान आणि व्यान या पाच प्रकारांचा, श्रेष्ठ आणि कनिष्ठ अशा सर्व शारीरिक प्रयत्नांचा प्रवर्तक, मनावर नियंत्रण ठेवणारा आणि मनाचा प्रणेता, सर्व इंद्रियांना आपापले विषय ग्रहण करण्यास प्रवृत्त करणारा, शरीराच्या सर्व धातूंचा व्यूह रचणारा आणि शरीरात समन्वय साधणारा आहे. तो वाणीचा प्रवर्तक, स्पर्श आणि शब्द यांची प्रकृती, श्रवण आणि स्पर्श इंद्रियांचे मूळ, हर्ष आणि उत्साह यांची योनी, जठराग्नी प्रदीप्त करणारा, विकृत दोषांचे शोषण करणारा, स्वेद, मूत्र, पुरीष आदी मल बाहेर काढणारा, स्थूल आणि सूक्ष्म स्रोतांमध्ये भेद करणारा आहे. अशा प्रकारे अकुपित वात हा जीवन किंवा आयुष्य

जगण्यासाठी साहाय्यभूत आहे. असेही म्हटले गेले आहे की, प्राणाला मातरिश्वा असे म्हटले जाते. वायू म्हणजेच प्राण आहे. भूत, भविष्य आणि वर्तमान या सर्व गोष्टी प्राणात प्रस्थापित आहेत. हठयोगाच्या दुसऱ्या अध्यायात असे लिहिण्यात आले आहे की,

चले वाते चलं चितं निश्चले निश्चलं भवेत्।
योगी स्थाणुत्वमाप्नोति ततो वायुं निरोधयेत्॥ (ह.यो.प्र.२/२)

अर्थ : वात प्रवाहित झाला किंवा चलायमान झाला की चित्तही प्रवाहित किंवा चलायमान बनते आणि वात स्थिर, निश्चल किंवा चंचलतारहित बनला की चित्तही (मनही) स्थिर होते. प्राणवायू आणि मन या दोन्ही गोष्टी स्थिर झाल्या की योग्याला स्थिरता प्राप्त होते आणि योगी स्थैर्यपूर्वक दीर्घ काळापर्यंत जगतो. म्हणून योग्यांनी प्राणवायूला निरोध करावा किंवा तो रोखून धरावा. पुढे असे म्हटले आहे की,

यावद्वायुः स्थितो देहे तावज्जीवनमुच्यते।
मरणं तस्यनिष्कांतिस्ततो वायुं निरोधयेत्॥ (ह.यो.प्र.२/३)

अर्थ : जोपर्यंत शरीरात वात प्रस्थापित असतो, तोपर्यंत जगात प्राणी जिवंत आहे, असे मानले जाते. तो प्राण (वायू किंवा वात) शरीराबाहेर निघून गेला की, त्याला 'मृत्यू किंवा मरण' असे म्हटले जाते. म्हणून दीर्घ आणि आरोग्यपूर्ण आयुष्यासाठी वायूचा किंवा वाताचा निरोध करून किंवा त्याला रोखून प्राणायाम केला पाहिजे.

त्यांनी पुढे असेही म्हटले आहे की,

शुद्धिमेति यदा सर्व नाडी चक्रम मलाकुलम।
तदैव जायते योगी प्राणसंग्रहणेक्षमः॥ (ह.यो.प्र.२/५)

अर्थ : मल साचल्याने व्याकूळ बनलेल्या सर्व नाड्या ज्या वेळी शुद्ध आणि निर्मळ होतात, त्या वेळी वायू ग्रहण करण्यात योगी किंवा साधक सामर्थ्यशाली बनू शकतो. म्हणून सदैव प्राणायाम करा.

आम्ही सांगितल्याप्रमाणे, 'प्राण' याचा अर्थ; ग्रहणशक्ती असा आहे आणि आयाम याचा अर्थ; 'विस्तार' किंवा 'प्रसार' असा आहे. अशा प्रकारे, प्राणायामाचा अर्थ होतो - श्वासाचे दीर्घीकरण करणे आणि नंतर त्यावर नियंत्रण मिळवणे. वायुसाधनेला; म्हणजेच श्वास घेण्याच्या कलेला शिवसंहितेत 'प्राणायाम' असे म्हटले गेले आहे. महर्षी पतंजलींनी स्थिरपणे एका आसनावर बसून श्वास घेणे आणि सोडणे या प्रक्रियेवर नियंत्रण ठेवणे म्हणजे प्राणायाम असे म्हटले आहे.

हठयोग प्रदीपिकेच्या दुसऱ्या अध्यायातील दहाव्या श्लोकानुसार : योग्याने इडा नाडीने; म्हणजेच डाव्या नाडीने वायूचा पूरक करावा; म्हणजेच श्वास घ्यावा. त्यानंतर त्याला नियंत्रित करून; म्हणजेच कुंभक करून तो वायू पुन्हा दुसऱ्या पिंगला नाडीद्वारे रेचक करावा; म्हणजेच श्वास सोडून द्यावा. त्यानंतर पिंगला नाडीने वायू ग्रहण करावा; म्हणजेच दक्षिण नाडीने पूरक करावा. आत घेतलेल्या वायूचा कुंभक करून त्यानंतर डाव्या नाडीने प्राणवायूचे रेचन करावे. त्याआधी, सूर्य-चंद्र विधीद्वारे; म्हणजेच चंद्रमाने पूरक आणि कुंभक करून सूर्याने रेचक करावे आणि सूर्याने पूरक आणि कुंभक करून चंद्रमाने रेचक करावे. अशा प्रकारे, या विधीचा सातत्याने सराव व अभ्यास हे दोन्ही केल्याने योगीजनांच्या नाड्या तीन महिन्यांच्या आत अत्यंत शुद्ध आणि निर्मळ बनतात.

अय्यंगार यांच्या मते, प्राणायाम ही एक कला आहे आणि तिच्यात विविध तंत्रे समाविष्ट करण्यात आली आहेत. ही तंत्रे श्वसनाच्या अवयवांना इच्छा, लय आणि घनता यांच्यासह नियंत्रितपणे क्रियाशील बनवतात आणि त्यांचे प्रसरण करतात. यामध्ये पूरक क्रिया (श्वास घेणे), रेचक क्रिया (श्वास सोडणे) आणि कुंभक क्रिया (श्वास रोखणे) यांचा दीर्घ नियंत्रित आणि सूक्ष्म प्रवाह समाविष्ट असतो. पूरकामुळे श्वसनप्रणाली उत्तेजित होते आणि कुंभक संपूर्ण शरीरात ऊर्जे चे वितरण करतो. या नियंत्रण क्रियांमध्ये फुप्फुसे आणि फासळ्यांचा पिंजरा यांचे पुढील बाजूला होणारे प्रसरण आणि व्याप्ती समाविष्ट आहे. अशा प्रकारे, शिस्तबद्ध श्वसनामुळे मन एकाग्र बनते आणि साधकाला लाभ होतो.

प्राणाचे प्रकार (वायू ज्ञान)

चरकसंहितेच्या १२/७ या सूत्रामध्ये, महर्षी चरक यांनी प्राणाचे पाच भागांत वर्गीकरण केले आहे. इथे त्यांचे संक्षिप्त वर्णन करण्यात आले आहे. (वसिष्ठसंहितेत ७० प्रकारच्या प्राणांचे वर्णन करण्यात आले आहे.)

१. प्राण २. अपान ३. समान ४. उदान ५. व्यान

१. **प्राण :** श्वासाच्या क्रियेवर नियंत्रण ठेवतो; म्हणजेच ही एक शक्ती आहे. तिच्याद्वारे प्राणी श्वास शरीराच्या आत खेचून घेतो आणि छातीच्या भागाला गतिमानता प्राप्त करून देतो. प्राणायामात प्राणवायू अंतःश्वासाने सक्रिय बनतो.

२. **अपान :** उदरस्थानाच्या खालच्या भागात (नाभीस्थानाच्या खालच्या भागात) हा वायू सक्रिय असतो. मूत्र, वीर्य आणि मल बाहेर टाकण्याची क्रिया तो नियंत्रित करतो. अपान वायू बाह्य श्वासामुळे सक्रिय बनतो.

३. **समान :** उदरस्थानाला गतिमान बनवतो. पचनक्रियेला मदत करतो. पोटातील अवयवांना योग्य प्रकारे काम करण्यासाठी सुरक्षितता प्रदान करतो.

४. **उदान** : मानेद्वारे कार्य करत स्वतंत्र (वाणी) आणि भोजन यांच्या सर्व अंतर्ग्रहण क्रिया सुरळीत करतो. उदान वायू पाठीच्या कण्याच्या खालच्या भागातून वायूला वरच्या भागात मस्तकापर्यंत घेऊन येतो.

५. **व्यान** : संपूर्ण शरीराला हा वायू व्यापून असल्यामुळे तो शरीराच्या क्रिया नियमित, उत्तम प्रकारे सुरू ठेवतो आणि त्यांचे नियंत्रण करतो. भोजन आणि श्वास यांपासून मिळालेली ऊर्जा धमन्या, शिरा आणि नाड्या यांद्वारे संपूर्ण शरीरात पोहोचवण्याचे कार्य करतो. प्राण आणि अपान यांच्या क्रियेसाठी व्यान वायू आवश्यक असतो. वर दिलेले पाचही प्राण म्हणजे, एका ठिकाणापासून दुसऱ्या ठिकाणापर्यंत ऊर्जा पोहोचवण्याचे माध्यम आहेत.

प्राणाला पाच उपप्राणांमध्ये विभाजित केले जाते. ते अनुक्रमे असे आहेत :

१. **नाग** : हा उदराचा किंवा पोटाचा भार कमी करतो.

२. **कूर्म** : बाह्य पदार्थांपासून डोळ्यांचे रक्षण करण्यासाठी हा पापण्यांची उघडझाप करतो. पाहण्याचे कार्य कूर्मद्वारे नियंत्रित होते.

३. **कृकल** : नाकात आणि गळ्यात शिरण्यापासून बाह्य पदार्थांना रोखण्याच्या कार्यात (शिंकणे, खोकणे) मदत करतो.

४. **देवदत्त** : जांभई येणे (झोप येणे) यासाठी उपयुक्त असतो.

५. **धनंजय** : कफ निर्माण करतो आणि शरीराचे पोषण करतो.

प्राण आणि उपप्राण यांचे प्रकार किती आहेत, ते वर सांगितले गेले आहे. त्याचप्रमाणे, वेदांतानुसार शरीरही तीन प्रकारचे किंवा तीन रूपांचे असते. ते आत्म्याभोवती त्याला घेरून राहते. या तीन रूपांचे पाच अंतर्भेदी आणि पाच अंतः आश्रित कोष असतात.

१. स्थूल शरीर **२. सूक्ष्म शरीर** **३. कारण शरीर**

१. स्थूल शरीर : याला शारीरिक अन्नमय कोष म्हटले जाते. त्याचा आकार मोठा असतो.

२. सूक्ष्म शरीर : मनोमय, प्राणमय आणि विज्ञानमय कोषांद्वारे याची निर्मिती होते.

३. कारण शरीर : यालाच 'आनंदमय कोष' असे म्हणतात आणि या कोषामुळे साधकाला चेतनेची जाणीव होते.

प्राणायामाच्या अवस्था :

योगाचार्यांनी प्राणायामांच्या अवस्थांचे चार टप्प्यांत वर्णन केले आहे :

१. आरंभ २. घट ३. परिचय ४. निष्पत्ती

आरंभिक अवस्थेत साधकाला प्राणायामाविषयी जिज्ञासा आणि आवड वाटू लागते. सुरुवातीला तो जलद गतीने करतो आणि त्याला थकवा येतो. जलद गतीने परिणाम होत असल्याने त्याचे शरीर थरथरू लागते आणि त्याला घाम येतो. ज्या वेळी तो स्थिरपणे सहनशीलतेने व्यवस्थितपणे प्राणायाम करू लागतो, त्या वेळी घाम येणे आणि शरीर थरथरणे बंद होते. तो दुसऱ्या टप्प्यात किंवा अवस्थेत पोहोचतो. त्याला 'घटावस्था' असे म्हणतात. इथे शरीराची तुलना घड्याशी करण्यात आली आहे. ज्याप्रमाणे भाजलेला न गेलेला मातीचा घडा लवकरच नष्ट होतो, त्याप्रमाणेच पंचतत्त्वांनी बनलेले भौतिक शरीर लवकरच नष्ट होते; परंतु जर त्याला प्राणायामाच्या अग्नीमध्ये खूप तापवले गेले आणि हळूहळू अभ्यास केला गेला, तर त्यामध्ये स्थैर्य येते आणि त्यानंतर ते परिचयात्मक अवस्थेत किंवा टप्प्यात प्रवेश करते. या स्थितीत त्याला प्राणायामाच्या अभ्यासांविषयी आणि स्वतःविषयी विशेष ज्ञान प्राप्त होते. त्यामुळे, तो आपले गुणावगुण ओळखतो आणि त्याला कर्मांच्या परिणामांची जाणीव होते. त्यानंतर साधक निष्पत्ती अवस्थेत किंवा त्या टप्प्यात प्रवेश करतो. साधकाच्या परम गतीची ही अंतिम अवस्था आहे. त्याचे प्रयत्न सफल होतात. तो कर्मांचा निचरा करतो. तो संपूर्ण गुणांनी युक्त बनतो आणि त्याला आत्मज्ञान प्राप्त होते.

प्राणायामाचा उद्देश :

प्राणायामाची कित्येक उद्दिष्टे आहेत. संपूर्ण आरोग्यासह दीर्घायुष्य प्राप्त करणे, हे त्यांमधील एक आहे. प्राणायामाद्वारे आपण श्वासाची गती नियंत्रित करून सुखी होऊ शकतो. निसर्गात आपण पाहतो की, जे पशु-पक्षी जलद गतीने भराभरा श्वासोच्छ्वास करतात, त्यांचे वय कमी असते. खाली दिलेल्या तक्त्यावरून आपण हे समजू शकतो.

१. **कासव** : एका मिनिटात चार ते पाच वेळा श्वासोच्छ्वास करते. त्याचे आयुष्य सुमारे २०० ते ४०० वर्षे असते.

२. **साप** : एका मिनिटात आठ ते दहा वेळा श्वासोच्छ्वास करतो. त्याचे आयुष्य सुमारे १२० ते १५० वर्षे असते.

३. **मनुष्य** : एका मिनिटात सुमारे १५ ते १६ वेळा श्वासोच्छ्वास करतो. त्याचे आयुष्य सुमारे १०० वर्षे असते.

४. **घोडा** : एका मिनिटात सुमारे २४ ते २६ वेळा श्वासोच्छ्वास करतो. त्याचे आयुष्य सुमारे ४० वर्षे असते.

५. **मांजर** : एका मिनिटात सुमारे ३० वेळा श्वासोच्छ्वास करते. त्याचे आयुष्य सुमारे २० वर्षे असते.

६. **कुत्रे** : एका मिनिटात सुमारे ३० ते ३२ वेळा श्वासोच्छ्वास करते. त्याचे आयुष्य सुमारे १४ ते १५ वर्षांचे असते.

अशा प्रकारे श्वासाची गती नियंत्रित करून आपण आपले बहुमूल्य जीवन वाढवू शकतो हे सिद्ध होते.

स्वरयोगाच्या ग्रंथात प्राणाच्या प्रमाणाचे वर्णन अशा प्रकारे करण्यात आले आहे : रेचक (श्वास बाहेर पडणे) किती अंगुळे बाहेर पडतो त्यावरून त्याचे काय परिणाम असतात, ते यात सांगितले गेले आहे. सामान्य श्वास १२ अंगुळे बाहेर पडतो. सामान्य पूरकाची लांबी १० अंगुळे असते. चालताना २४ अंगुळे आणि धावताना ४२ अंगुळे श्वास असतो. मैथुनाच्या काळात तो ६५ अंगुळे असतो. भोजन आणि उलटी करणे या दरम्यान १८ अंगुळे असतो. भगवान शिव पार्वतीमातेला असे सांगतात की, योग्याने प्राणाची गती १ अंगूळ घटवली तर त्याला आनंद प्राप्त होतो आणि तीन अंगुळे घटवली, तर त्याला कवित्व शक्ती प्राप्त होते. चार अंगुळे कमी केली, तर त्याला वाचासिद्धी प्राप्त होते; नऊ अंगुळे घटवली तर नौ निधीची प्राप्ती होते आणि अकरा अंगुळे घटवली, तर त्याची सावलीही पडेनाशी होते. ते पुढे म्हणतात की, १२ अंगुळे घटवली, तर त्याला हंसगती प्राप्त होते आणि गंगामृताच्या रसपानाची शक्ती प्राप्त होते. अशा प्रकारच्या परिणामांमुळे प्राणायामाचे महत्त्व आणखी वाढते.

प्राणायामाच्या श्वसनप्रक्रियांचे प्रकार

प्राणायामातील श्वसनप्रक्रिया समजून घेण्यासाठी आपण उदर श्वसन, उरःश्वसन, अक्षक श्वसन आणि योगिक श्वसन हे श्वसनाचे प्रकार समजून घेणे आवश्यक आहे.

१. उदर–श्वसन

शवासनाच्या स्थितीत झोपा किंवा ध्यानाच्या कोणत्याही आसनात बसा आणि नैसर्गिकरीत्या श्वासोच्छ्वास सुरू ठेवा. आता उजवा हात पोटावर नाभीच्या जागी ठेवा आणि डावा हात हृदयपटलाच्या मध्यावर ठेवा. दीर्घ श्वास घ्या. श्वास घेण्याबरोबर उदरप्रदेश वर येऊ लागतो; परंतु डाव्या हाताखालचे हृदयपटल खालच्या बाजूला जाऊ लागते. हळूहळू दीर्घ श्वास घ्या. या दरम्यान उदरप्रदेश जेवढे पसरता येईल किंवा त्याचे जेवढे प्रसरण करता येईल, तेवढे करा. परंतु हृदयप्रदेश मात्र प्रसरित करू नका. आता श्वास सोडा. उदरप्रदेश खालच्या बाजूला जातो. उजवा हात पाठीच्या कण्याच्या बाजूला खाली येतो. अशा प्रकारे रेचक आणि पूरक करा. परंतु वक्षःस्थळ आणि खांदे स्थिर ठेवा.

२. उरःश्वसन किंवा वक्षःश्वसन

या प्रकारच्या श्वसनात छातीचा फासळ्यांचा पिंजरा पूर्णपणे प्रसरित करून श्वसनक्रिया केली जाते.

ध्यानाच्या कोणत्याही आसनात बसा किंवा शवासनात झोपा. लक्ष पूर्णपणे छातीच्या पिंजऱ्यावर केंद्रित करा आणि श्वास घ्या. आता उदरप्रदेश न प्रसरित करता किंवा न फुगू देता श्वास छातीच्या पिंजऱ्यात आत घ्यायचा आहे. छातीचा भाग जास्तीतजास्त प्रसरित करा किंवा फुलवा आणि तो तसा मोठा झाल्याची जाणीवही करून घ्या. छातीच्या पिंजऱ्यात येणाऱ्या श्वासाकडे लक्ष द्या. आता रेचक करा आणि छातीचा पिंजरा आकुंचित होत असल्याची जाणीव करून घ्या. काही काळ विश्रांती घेऊन पुन्हा अशा प्रकारे श्वसन करा. अशा प्रकारे काही काळ उरःश्वसन करा.

३. अक्षक-श्वसन

या प्रकारच्या श्वसनक्रियेत श्वास घेताना छातीचा पिंजरा पूर्णपणे फुलवला किंवा प्रसरित केला जातो आणि नंतर आणखी थोडा श्वास घ्या. असे केल्याने, मानेचे स्नायू आणि प्रामुख्याने फुप्फुसांचा वरचा भाग सक्रिय होतो. आता रेचक करा आणि मानेच्या स्नायूंमध्ये आलेला तणाव काढून टाका आणि छातीचा पिंजरा खाली जाऊ द्या. प्रारंभीच्या स्थितीत परत जा. अशा प्रकारे या क्रियेची पुनरावृत्ती करा.

४. पूर्ण किंवा योगिक-श्वसन

या प्रकारच्या श्वसनात अनुक्रमे पोट, छाती आणि अक्षक श्वसन या तिन्ही प्रकारच्या श्वसनाचा संगम असतो.

ध्यानाच्या कोणत्याही आसनात बसा किंवा शवासनाच्या स्थितीत झोपा. आता हळूहळू सखोल, दीर्घ श्वास घ्या आणि पोटाचा भाग पसरू द्या. पोटानंतर आता वायूचा फुप्फुसात प्रवेश होऊ द्या. आता हळूहळू आणखी श्वसन करा. त्यामुळे मानेच्या स्नायूंच्या सर्व भागांवर ताण येईल. पोट, फुप्फुसे आणि मानेचे स्नायू यांच्याकडे दक्षतापूर्वक लक्ष ठेवा. हळूहळू अनुक्रमे मानेचे स्नायू, छाती आणि उदरप्रदेश शिथिल करत रेचक करा. पोटाचे स्नायू आणि फुप्फुसे यांच्यावर हलका दाब देऊन जास्तीतजास्त वायू बाहेर सोडून द्या. या सर्व क्रिया अत्यंत तारतम्याने एका लयबद्ध पद्धतीने झाल्या पाहिजेत. त्या खंडित पद्धतीने होता कामा नयेत. म्हणजेच, त्यांच्यात सलगता असली पाहिजे.

अशा प्रकारे चारही श्वसनप्रकार समजून घेतल्यावर त्यांचे आपल्या जीवनात आचरण करून आपण प्राणायामाचे महत्त्व अधिक प्रमाणात आत्मसात करू शकतो.

प्राणायामाचा सराव काळ आणि वेळ

हठयोग प्रदीपिकेत दुसऱ्या अध्यायातील अकराव्या श्लोकात याचे वर्णन आले आहे. याचे सूत्रकार म्हणतात की, पहाटे सूर्योदयापासून तीन मुहूर्त दिवस वर येईपर्यंत (एक मुहूर्त म्हणजे, ४८ मिनिटे. याला तीनने गुणल्यावर सुमारे सव्वादोन तासांची वेळ होते.) म्हणजे, पावणेसहा वाजता सूर्योदय झाला, तर सकाळी आठ वाजेपर्यंत प्राणायाम करणे सर्वोत्तम आहे. दुपारचे पाच भाग केले, तर दिवसाच्या मध्य भागात आणि संध्याकाळी, म्हणजे सूर्यास्ताच्या आधी आणि सूर्यास्तानंतर तीन-तीन मुहूर्त संध्याकाळी आणि अर्धरात्रीमध्ये रात्रीच्या मध्यभागी दोन मुहूर्तांमध्ये - अनुक्रमे त्याआधीच्या चार काळात चार वेळा प्रत्येकी ८० आवर्तने प्राणायाम करावेत. जर रात्री प्राणायाम करू शकला नाहीत, तर तीन वेळा प्रत्येकी ८० आवर्तने प्राणायाम करावेत. जर चार वेळा प्राणायाम केले, तर ३२० वेळा आणि तीन वेळा केले, तर २४० वेळा प्राणायाम करा.

वर दिलेल्या माहितीवरून असे दिसते की, ही माहिती उत्कृष्ट योग्यांसाठी सांगण्यात आली आहे, कारण प्राणायामाच्या एका आवर्तनात पूरक क्रिया, अंतर्कुंभक क्रिया, रेचक क्रिया आणि बाह्यकुंभक क्रिया यांचा समावेश असतो. अशा प्रकारे, ३२० आवर्तने पूर्ण करावयाची असतात. दुसरी गोष्ट म्हणजे, आधीच्या आणि सध्याच्या काळातील वातावरण आणि कामकाजपद्धती यांमध्ये फरक पडला आहे. तरीही, प्राणायाम करणे आवश्यक आहे. शक्य असेल, तर प्राणायाम सूर्योदयापूर्वी करणे अधिक चांगले असते. ही वेळ ताजेतवानेपणा, प्रसन्नता प्रदान करणारी, स्फूर्तिदायक आणि थकवा न आणणारी असते. जर प्रातःकाळी प्राणायाम करणे शक्य नसेल, तर सूर्यास्ताच्या सुमारास प्राणायाम करणे चांगले असते. जे साधक ध्यान किंवा मंत्रजप करतात, त्यांनी त्या वेळी प्राणायाम क्रिया केली, तर त्यांना दुप्पट लाभ मिळेल.

प्राणायामाविषयीचे संकेत, दक्षता आणि नियम

आम्ही इथे प्राणायामाविषयीच्या जवळजवळ सर्वच महत्त्वाच्या बाबी लिहित आहोत. उदाहरणार्थ, प्राणायाम कोणत्या वेळी केला पाहिजे, कसा केला पाहिजे वगैरे. अशा सर्व गोष्टी आम्ही या पुस्तकात समाविष्ट करत आहोत, त्यांच्यामुळे वाचकांना भरपूर लाभ मिळेल.

- डास, माशा किंवा इतर लहान जीवजंतू यांसारख्या बाह्य अडथळ्यांपासून संरक्षण मिळवण्याची संपूर्ण व्यवस्था केली पाहिजे.
- पद्मासनात किंवा सिद्धासनात बसून प्राणायाम केला, तर तो योग्य प्रकारे केला जातो.(वृद्ध लोक किंवा रुग्ण व्यक्ती बसण्यासाठी स्टूल किंवा खुर्ची यांसारख्या इतर वस्तूंचा उपयोग करू शकतात.)

- प्राणायामाची जागा शुद्ध आणि एकांतात असावी. हवा स्वच्छ असावी आणि तिची हालचालही सहजगत्या होत असावी.
- प्राणायाम करणाऱ्या व्यक्तीने तामसी वस्तू, मांसाहार आणि मादक पदार्थ यांचे सेवन करू नये. प्राणायामाचा संपूर्ण लाभ मिळवण्यासाठी या गोष्टींचा त्याग केला पाहिजे आणि आपले सौंदर्य, तेज आणि ताकद उत्तम प्रकारे वाढवले पाहिजे.
- योगासनानंतर आणि ध्यानाभ्यासाच्या आधी प्रसन्नचित्ताने प्राणायाम करावा किंवा आपल्याला शक्य असेल, त्या वेळेत प्राणायाम करावा.
- प्राणायामाची वेळ, स्थळ आणि दिशा समान व निश्चित ठेवण्याचा प्रयत्न करा.
- प्राणायामाची वेळ सूर्योदय आणि सूर्यास्त यांच्याशी संबंधित असावी. परंतु, काही कारणाने कोणत्याही वेळी तुम्ही प्राणायाम करत असाल, तर भोजनानंतर किमान चार तासांचा अवधी घालवूनच प्राणायाम करावा. प्राणायामानंतर अर्ध्या तासाने तुम्ही भोजन करू शकता.
- नजर नासाग्रावर केंद्रित करून किंवा डोळे बंद करून प्राणायामाचा सराव करावा.
- श्वासोच्छ्वासाच्या क्रियेवर लक्ष पूर्णपणाने केंद्रित करावे. त्यामुळे एकाग्रता, स्मरणशक्ती आणि मानसिक शक्ती यांचा जलद गतीने विकास होईल.
- कमी वयाच्या मुलांनी कुंभकाचा सराव करू नये.
- प्राणायाम घाई-गडबडीने करू नये आणि कफ झालेला असताना करू नये.
- प्राणायामानंतर शवासनात विश्राम करावा.
- स्नानानंतर प्राणायाम केला, तर अधिक लाभ मिळतो. परंतु, प्राणायामानंतर लगेच स्नान करू नये. स्नान करण्यासाठी प्राणायामानंतर किमान अर्ध्या तासाचा वेळ जाऊ द्यावा.
- आत्यंतिक मानसिक दुःख असेल, मन आणि शरीर खिन्न असेल, निराशा, उदासपणा वाटत असेल, किंवा कोणतीही अडचण असेल, तर हलकीफुलकी आसने करा किंवा शवासन करून मनाला शांतता प्राप्त करून द्या आणि नंतरच प्राणायामाला प्रारंभ करा.
- योग्य प्रकारे प्राणायाम न केल्याने मन बेचैन होते. चिडचिडेपणा, बेचैनी आणि तणाव निर्माण होतो. चेहऱ्यावरही याचा परिणाम दिसू लागतो. म्हणून अशा प्रकारच्या अशुद्ध अभ्यासापासून नेहमीच दूर राहा.
- नियमित आसने केल्याने फुप्फुसांच्या तंतूमध्ये लवचीकता येते आणि प्राणायाम योग्य प्रकारे केला जातो.

- प्राणायामाच्या आधी मूत्राशय आणि आतडी मोकळी केली पाहिजेत.
- जोरदार ध्वनी असलेल्या ठिकाणी आणि भयग्रस्त असाल त्या वेळी प्राणायाम करू नये.
- प्राणायामाच्या वेळी किंवा त्यानंतर कोणत्याही प्रकारची शारीरिक किंवा मानसिक त्रस्तता असेल, तर लगेच योगशिक्षकाचा सल्ला घ्यावा.
- सर्वसामान्य व्यक्तीच्या नाड्यांमधून प्रवाहित होणाऱ्या रक्तात आवश्यक प्रमाणात प्राणवायू असणे आवश्यक असते. प्राणायामामुळे या गोष्टीची पूर्तता होते.
- योगशास्त्रांनुसार पूरक, कुंभक आणि रेचक यांच्यातील काळ हा १:४:२ या गुणोत्तराच्या प्रमाणात असला पाहिजे. म्हणजेच जेवढा काळ पूरक करण्यासाठी लागेल त्याच्या चौपट वेळ कुंभक केले पाहिजे आणि पूरकाच्या दुप्पट वेळ रेचक केले पाहिजे.
- प्राणायामाची संख्या निश्चित करावी. सर्व सूचनांचे पालन करत ही संख्या वाढवत जावी.
- काही प्राणायामांमुळे उष्णता वाढते आणि काहींमुळे शीतलता वाढते. म्हणून वातावरणाचा आणि आजूबाजूच्या परिस्थितीचा विचार करून सराव करावा.
- प्राणायामाच्या अभ्यासासाठी किंवा सरावासाठी सुरुवातीला दोन गोष्टी आवश्यक असतात. पहिली म्हणजे, मनाचे स्थैर्य आणि दुसरी म्हणजे, पाठीच्या कण्याचे स्थैर्य. पाठीचा कणा मागच्या किंवा पुढच्या अशा कोणत्याही एका बाजूला अधिक झुकलेला नसावा, अशा स्थितीत पाठीचा कणा ठेवून बसण्याचा सराव करावा. कणा मागच्या बाजूला झुकला, तर फुप्फुसे प्रसरण पावतील. पुढच्या बाजूला झुकल्यामुळे ती प्रसरण पावू शकणार नाहीत. म्हणून साधकाने आपला पाठीचा कणा स्थिरपणे ताठ राखावा.
- सिद्धासन, पद्मासन, सुखासन आणि स्वस्तिकासन ही आसने प्राणायामासाठी अधिक उपयुक्त असतात.
- मनाची एकाग्रता आणि लयबद्ध श्वसन या गोष्टी प्राणायामासाठी अत्यावश्यक बाबी होत.
- हठयोग प्रदीपिकेच्या सूत्रधारांचे असे म्हणणे आहे की, ज्याप्रमाणे वाघ, हत्ती किंवा चित्ता यांना प्रशिक्षक हळूहळू माणसाळवतो, त्याप्रमाणेच साधकाने हळूहळू आपल्या श्वासोच्छ्वासावर नियंत्रण ठेवले पाहिजे; अन्यथा विपरीत परिणाम होतात.

- गंभीर रुग्ण आणि गर्भवती यांनी योगशिक्षकाच्या सल्ल्यानुसारच प्राणायाम करावा. उपाशी किंवा उपवास करणाऱ्या व्यक्तीने पोट पूर्ण मोकळे असताना किंवा भोजनानंतर लगेच प्राणायाम करता कामा नये.
- ज्या ठिकाणी प्राणायाम करायचा असेल, त्या स्थानाचे वातावरण शक्य असेल तर शुद्ध करून घ्यावे. धूप, गुग्गूळ किंवा शुद्ध तूप यांचे निरांजन लावल्यामुळे मनाचे पावित्र्यही वाढते. (चित्ताची शुद्धता वाढते.)
- आसन योग्य प्रकारे केले गेले नाही, तर श्वसनक्रिया मंद होते आणि सहनशीलता कमी होते.
- शांडिल्योपनिषदात असे लिहिले आहे की,

युक्तं युक्तं तजेद्वायुं युक्तं युक्तं च पूरयेत् ।
युक्तं युक्तं च बहनीयादेवं सिद्धिं भवाप्नुयात् ।।

नवीन अभ्यासकांनी प्राणायाम करताना प्राणवायूचा हळूहळू पूरक व रेचक करावा. श्वासाचा रेचक आणि पूरक करताना गडबड, घाई करू नये. हळूहळू सराव करावा. अशा प्रकारे, प्राणायामाचा सराव केल्याने कसलीच हानी होत नाही आणि कोणताही रोगही होत नाही. जर एखादा रोग असला, तर तोही हळूहळू दूर होऊन आरोग्याचा लाभ होतो आणि योगसिद्धी प्राप्त होते.

प्राणायमामुळे होणारे लाभ

- प्राणायाम दीर्घायुष्य प्रदान करतो.
- तो ब्रह्मचर्याचा कारक आहे. म्हणजेच तो बिंदूला ऊर्ध्वमुखी बनवतो, त्यामुळे ओज, तेज आणि सामर्थ्य वाढते.
- ब्रह्मचर्य आणि प्राणायाम या दोन्ही बाबी परस्परांना पूरक आहेत. कारण जो मनोयोगाने प्राणायाम करतो, त्याचे विषय-कषाय दूर होतात. कामवासनांचे शमन होते आणि जो ब्रह्मचर्याचे पालन करतो, त्या साधकाला प्राणायाम अत्यंत जलद गतीने साध्य होतो.
- प्राणायाम त्रिदोषनाशक आहे. (वात, पित्त आणि कफ या दोषांचा नाश होतो.)
- प्राणायामामुळे संपूर्ण शरीरात जीवन आणि शक्ती यांचा संचार होतो.
- प्राणायामामुळे वृद्धत्व दूर राहते. वृद्धापकाळी श्वसनक्रिया मंद झाल्यामुळे हृदयाला आवश्यक प्रमाणात प्राणवायू मिळू शकत नाही. त्यामुळे फुप्फुसांच्या वायूपेशी संकुचित होतात. प्राणायामाद्वारे रक्ताभिसरणाची गती सर्वसामान्य करून साधक श्वासोच्छ्वासाची गरज पूर्ण करू शकतो.

- दूषित नाड्यांचे शुद्धीकरण करून प्राणायाम शरीराला चपळ आणि चैतन्यमय बनवतो.
- प्राणायामामुळे केवळ शारीरिक आणि मानसिक सामर्थ्यातच वाढ होत नाही; तर आत्म्याचे उत्थानही होते. म्हणून प्राणायामाला जीवनाचा एक भाग बनवला पाहिजे.
- शुद्धत्वाने प्राणायामाचा सराव केला, तर सांसारिक विषय-वासनांपासून व्यक्तीची सुटका होते आणि पंचेंद्रियांना आपल्या ताब्यात ठेवण्याची क्षमता साधकाला प्राप्त होते.
- जर आसनात परिपक्वता आली आणि नंतर प्राणायामाचा लाभ घेतला, तर आपल्याला अनेकानेक लाभ होतात.
- प्राणायामाची क्रिया केल्याने जठराग्नी प्रदीप्त होतो. त्यामुळे मलावरोध आणि तत्सम इतर समस्यांचा त्रास होत नाही.
- प्राणायामाचा आपल्या स्नायुप्रणालीशी खूपच अधिक प्रमाणात संबंध आहे. जर हा संबंध तुटला, तर मन एकाग्र होऊ शकत नाही. स्नायूंमध्ये तणाव निर्माण झाला, तर मनातही तणाव निर्माण होईल आणि जोपर्यंत मन शांत नसेल; ग्रहणक्षम नसेल, तोपर्यंत प्राणायामाचा अभ्यास होऊच शकत नाही.
- प्राणायामामुळे रोगप्रतिकारक शक्तीचा विकास होतो.
- प्राणायामाच्या साहाय्याने अतींद्रिय ज्ञानाचा प्रकाश पसरतो आणि अज्ञानाचा नाश होतो.
- प्राणायाम करून एक प्रकारे आपण या विश्वाला स्वास्थ्य प्रदान करण्यास मदतच करतो.
- प्राणायामामुळे पोटाचे किंवा उदरप्रदेशाचे सर्व रोग दूर होतात. पचनसंस्था पूर्णपणे निरोगी बनते. त्यामुळे मलावरोध दूर होतो. मल आतड्यांना चिकटून बसत नाही, त्यामुळे वायुविकार नष्ट होतात. म्हणून डोकेदुखी, मायग्रेन, अकाली केस पिकणे, वाताचे दुखणे (गुडघेदुखी, कंबरदुखी आदी) आदी वायुविकारांचे शमन होते.
- पचनसंस्था अधिक चांगल्या प्रकारे कार्यरत होते आणि साहजिकच भोजनाचे चांगल्या प्रकारे पचन होते. म्हणून भोजनातून मिळणारी जीवनसत्त्वे, प्रथिने आणि खनिजे, लवण यांद्वारे आपल्या शरीराला संपूर्ण पोषकता मिळते. त्यामुळे, वृद्धापकाळापर्यंत आपले शरीर निरोगी राहते आणि निरोगी शरीरातच निरोगी मेंदूची निर्मितीही होते. म्हणूनच, वृद्धापकाळी कोणत्याही प्रकारचा मानसिक उद्वेग किंवा कोणतीही मानसिक अस्वस्थता प्राप्त होत नाही. वृद्धापकाळातील आजार आपल्या शरीरावर अतिक्रमण करू शकत नाही.

- प्राणायामामुळे पचनसंस्था, फुप्फुसे आणि हृदयाचा भाग अधिक चांगल्या प्रकारे काम करू लागतात. म्हणून शरीराला भरपूर प्रमाणात प्राणवायूची प्राप्ती होते आणि रक्ताची शुद्धता वाढते. रक्ताभिसरण चांगल्या प्रकारे सुरू होते. रक्ताभिसरण चांगले असेल, तर पूर्ण शरीराला नवजीवन, नवचेतना, स्फूर्ती प्राप्त होते. शरीराचा कायाकल्प घडतो. ओज आणि तेज वाढते. चेहऱ्यावर सुरकुत्या पडत नाहीत. चेहऱ्यावर चमक येते. डोळे सुंदर दिसतात. आपण नेहमीच ताजेतवाने आणि प्रसन्न दिसतो आणि त्यामुळे आपल्या समोरची व्यक्ती खूश असते. आपल्या आसपासचे वातावरण आनंददायक बनते. त्यामुळे, आपण घर, कुटुंब, शेजारी, मित्र-मैत्रिणी, शहर, प्रदेश, देश आणि संपूर्ण विश्वालाच पंचतत्त्वांनी बनलेल्या या शरीराच्या साहाय्याने सजीवता, चैतन्य प्रदान करत असतो.

नाडी-शुद्धीकरण प्राणायाम

एक चिंतन

(नाडीसंदर्भात आपण याआधीच विवेचन केले आहे. याविषयीच्या विस्तृत माहितीसाठी 'नाडी प्रकार आणि कार्य' हे प्रकरण पाहा.)

'नाडी-शोधन'; याचा 'नाड्यांचे शुद्धीकरण' असा अर्थ इथे आहे. शरीराच्या पेशीयंत्रणेत कोणत्याही प्रकारचा अडथळा उत्पन्न झाल्यामुळे विविध प्रकारची शारीरिक व्यवधाने निर्माण होतात. योगाशी संबंधित असलेल्या आपल्या अनेक ग्रंथांमध्ये नाड्यांच्या शुद्धीकरणासाठी प्राणायाम करण्याचे वर्णन देण्यात आले आहे. शिवसंहिता, हठयोग-प्रदीपिका, घेरंड संहिता इत्यादी ग्रंथ हे याची उदाहरणे आहेत.

तसे पाहता, प्राणायामाच्या संपूर्ण क्रियेच्या यशाचे श्रेय आपल्या एकाग्रतेला आणि दक्षतेला जाते. परंतु नाडी-शोधन प्राणायामाकडे विशेष लक्ष पुरवले, तर इतर प्राणायामांद्वारे अधिकाधिक लाभ मिळवणे शक्य होते. प्राणायामाचा लाभ तर आपल्याला सुरुवातीपासून मिळू लागतो. मात्र तरीही, हा प्राणायाम करण्यासाठी दृढ निश्चयाची आवश्यकता असते. अति संवेदनशीलता, एकाग्रता आणि सूक्ष्मता यांच्याबरोबरच श्वासोच्छ्वासाला स्थैर्य मिळवून देण्यासाठी आणि त्यांना शिस्तबद्ध बनवण्यासाठी या प्राणायामाच्या ऊर्जा प्रवाहित कराव्या लागतात. परिणामी; श्वास, प्राण आणि मेंदू यांना आध्यात्मिक बनवणे शक्य होते. ही आत्म्याच्या शुद्धीकरणाची एक छोटी; परंतु महत्त्वपूर्ण प्रक्रिया आहे. आत्म्यापासून परमात्म्यापर्यंत जाण्याचा एक मार्ग या प्राणायामाद्वारेही मिळतो.

सर्व प्राणायामांमध्ये नाडी-शोधन प्राणायाम सर्वाधिक संवेदनशील, जटिल आणि सूक्ष्म आहे. ज्या वेळी नाडीला सूक्ष्मतम स्तरावर आत्यंतिक शुद्ध केले जाते, त्या वेळी ही क्रिया आत्मानुभूतीच्या दिशेने घेऊन जाते.

नाडी-शोधन प्राणायामासाठी पहिल्यांदा तुम्ही आपल्या बोटांची सजगता वाढवा आणि नाकाच्या त्वचेमधील संवेदनशीलतेचा विकास करा. त्या वेळीच हा प्राणायाम सार्थ ठरेल.

नाडी-शोधन प्राणायाम/अनुलोम-विलोम प्राणायाम

अभ्यास क्र. १.

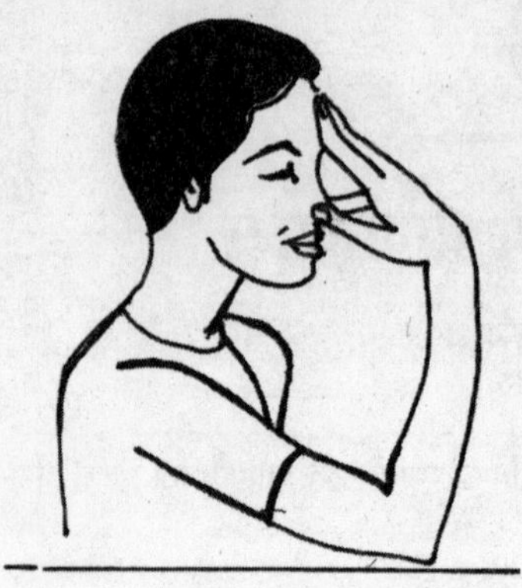

पद्धत : सुखासनाच्या ज्या आसनात तुम्ही किमान काही काळ आरामात बसू शकत असाल, अशा कोणत्याही आसनात बसा. (पद्मासन, सिद्धासन). पाठीचा कणा, मान आणि डोके एका रेषेत सरळ, ताठ ठेवा. प्राणायामासाठी तयार व्हा. डावा हात गुडघ्यावर ठेवा. उजव्या हाताची बोटे (मस्तकाच्या बरोबर मध्यभागी) दोन्ही भुवयांच्या मध्ये ठेवा. दोन्ही खांदे एका रेषेत असले पाहिजेत. आता उजव्या हाताची तर्जनी आणि मध्यमा ही बोटे मस्तकाच्या मध्यभागी ठेवा. (काही योगशिक्षक फक्त तर्जनीच ठेवायला सांगतात.) नाकाच्या उजव्या बाजूला अंगठा आणि डाव्या बाजूला नाकाच्या रंध्राच्या बाह्य भागावर अनामिका बोट ठेवा. उजवी नाकपुडी अंगठ्याचा दबाव टाकून बंद करा. डाव्या नाकपुडीने श्वास (पूरक) घ्या आणि त्याच नाकपुडीने श्वास सोडा म्हणजेच रेचक करा. संपूर्ण लक्ष श्वासावर केंद्रित करा. पूरक आणि रेचक मिळून एक आवर्तन झाले. अशा प्रकारे १० ते १५ आवर्तने पूर्ण करा.

आता अनामिका बोटाने डावी नाकपुडी बंद करा आणि उजव्या बाजूने वर दिलेली क्रिया पूर्ण करा. या बाजूनेही १०-१५ आवर्तने करा.

दक्षता : श्वासोच्छ्‌वास करताना आवाज होता कामा नये. दोन्ही नाकपुड्यांनी एकाच लयीत श्वासोच्छ्‌वास करत राहा. छाती कमी-जास्त फुगवू नका.

वेळ : पाच ते दहा मिनिटांपर्यंत करा.

सूचना : थकवा जाणवला, तर शवासन करा. या प्राणायामामुळे बोटे आणि श्वासनलिका यांचा व्यायाम होतो. त्यामुळे, त्यांच्यापासून अधिकाधिक लाभ प्राप्त करता यावा, यासाठी मदत होते.*

तळटीप : पूरक = श्वास आत घेणे, रेचक = श्वास बाहेर सोडणे,
अंतर्कुंभक = श्वास आत रोखून धरणे, बाह्यकुंभक = श्वास बाहेर रोखून धरणे

अभ्यास क्र. २

नाडी-शोधनासाठी किंवा शुद्धीकरणासाठी अनुलोम-विलोम प्राणायाम केला जातो.

पद्धत : पूर्ण दक्षतेने सुखासनात, सिद्धासनात किंवा पद्मासनात बसा. उजव्या अंगठ्याने उजवी नाकपुडी बंद करा आणि डाव्या नाकपुडीने श्वास घ्या. आता डाव्या नाकपुडीवर अनामिका बोट ठेवून ती बंद करा आणि उजव्या नाकपुडीने रेचक करा, म्हणजेच श्वास सोडा. आता उजव्या नाकपुडीने श्वास आत घ्या किंवा पूरक करा. अंगठ्याने नाकपुडी बंद करा आणि डाव्या नाकपुडीने रेचक करा. हे एक आवर्तन झाले.

या अभ्यासात साधकाला हळूहळू श्वासोच्छ्वासाची गती वाढवत न्यावी लागते. मध्यम गतीपासून ती तीव्र गतीपर्यंत वाढवावी लागते. तीव्र गतीत पूरक करा आणि रेचक करा आणि सूचनेनुसार श्वासाची गती मंद, मध्यम आणि पुन्हा तीव्र करा. यामुळे या क्रियेत ध्वनीची निर्मितीही होते. मनातल्या मनात एक किंवा तीन वेळा 'ॐ'चा जप करत राहून साधक श्वासोच्छ्वासाची गती नंतर हा सात वेळा जप करण्यापर्यंत नेऊन वाढवू शकतो तीन मिनिटे अनुलोम-विलोम करण्यास सुरुवात करून हळूहळू दहा मिनिटांपर्यंत तो वाढवू शकता. यामध्ये रेचक आणि पूरक यांचा वेळ समान असला पाहिजे.

दक्षता : तणाव निर्माण झाला, तर काही क्षण थांबा. विश्राम करा आणि थकवा दूर झाल्यावर पुन्हा प्राणायाम करा.

वैशिष्ट्य : मूलाधाराची शक्ती ऊर्ध्वमुखी बनते.

अभ्यास क्र. ३

पद्धत : प्राणायामाच्या कोणत्याही आसनात बसा. वर सांगितल्याप्रमाणे, उजवी नाकपुडी बंद करून डाव्या नाकपुडीने पूरक करा. दोन्ही नाकपुड्या बंद करून अंतर्कुंभक करा. उजव्या नाकपुडीने रेचक करा. आता उजव्या नाकपुडीने पूरक करा. अंतर्कुंभक करा आणि डाव्या नाकपुडीने रेचक करा. हे एक आवर्तन झाले. श्वास रोखून धरताना मनातल्यामनात ॐकाराचा जप करा किंवा पाचपर्यंत आकडे मोजा. अशा प्रकारे, सुमारे २५ चक्रे पूर्ण करा. त्यानंतर, पूरक, अंतर्कुंभक आणि रेचक यांचे प्रमाण ५:१०:१० ठेवा. म्हणजेच पाच आकडे मनात मोजेपर्यंत पूरक करा. दहा आकडे मोजेपर्यंत कुंभक करा आणि दहा आकडे मोजेपर्यंत रेचक करा. सराव झाल्यानंतर आकडे मोजण्यात वाढ करा. मन स्थिर बनल्यानंतर श्वासोच्छ्वास सुरूच ठेवा आणि कुंभक करा. त्यानंतर एखाद्या योग्य गुरूंना विचारून किंवा स्वतः निर्णय घेऊन पूरक, अंतर्कुंभक आणि रेचक यांच्या प्रमाणात वाढ करा. उदाहरणार्थ, १:६:२. त्यानंतर १:६:४. याचा व्यवस्थित अभ्यास झाला की, १:८:६ या प्रमाणात अभ्यास सुरू करा. इथे १:८:६ याचा अर्थ असा आहे की, जर तुम्ही पाच आकडे मोजेपर्यंत पूरक करत असाल, तर ४० आकडे मोजेपर्यंत कुंभक करा आणि ३० आकडे मोजेपर्यंत रेचक करा. एकूण सुमारे १० ते १५ मिनिटांत सुमारे २० ते २५ आवर्तने पूर्ण करा.

अभ्यास क्र. ४

विशेष सूचना : या अभ्यासात अंतर्कुंभकाबरोबरच बाह्यकुंभकही करायचे असल्याने पूर्णपणे सावध राहा. हवेशीर खोली, शांत वातावरण, तणावरहित, प्रसन्न चित्ताने प्राणायाम करा. १:४:२:२ हे त्याचे प्रमाण असावे. म्हणजेच, एक ते पाच आकडे मोजेपर्यंत पूरक, १ ते २० आकडे मोजेपर्यंत अंतर्कुंभक, एक ते दहा आकडे मोजेपर्यंत रेचक आणि एक ते दहा आकडे मोजेपर्यंत बाह्यकुंभक करा. जर पूरक करण्याची वेळ वाढवली, तर इतर सर्व प्रमाणही त्याप्रमाणेच वाढवावे लागेल. योग्य शिक्षकाचा सल्ला घेऊन, अभ्यासात दृढता आल्यानंतर कुंभक करताना मूलबंध किंवा जालंधरबंध लावण्याचा अभ्यासही करू शकता. अखेरीस, शवासन अवश्य करावे.

पद्धत : डाव्या नाकपुडीने पूरक करा. अंतर्कुंभक करा. उजव्या नाकपुडीने रेचक करा. बाह्यकुंभक करा. नंतर हीच क्रिया उलट्या पद्धतीने करा. म्हणजे उजव्या नाकपुडीने पूरक करा. अंतर्कुंभक करा. डाव्या नाकपुडीने रेचक करा. बाह्यकुंभक करा. हे एक आवर्तन झाले. शक्य असेल त्यानुसार १५ आवर्तने करा.

लाभ :
- नाडी-शोधनाचे किंवा नाडी शुद्धीकरणाचे अभ्यास हे इतर प्राणायामांचे आधारभूत प्राणायाम आहेत. म्हणून साधक जितक्या चांगल्या प्रकारे हे प्राणायाम करेल, तितकेच त्याला इतर प्राणायामांचेही अधिक चांगले लाभ मिळतील.
- मेंदू तजेलदार, ताकदवान, सक्रिय आणि संवेदनशील बनतो.
- शारीरिक आणि मानसिक संतुलन प्रस्थापित होते. त्यामुळे शारीरिक आणि मानसिक रोग होत नाहीत.
- धारणा, ध्यान आणि समाधी यांचा दर्जा वाढतो.
- सर्व नाड्यांमध्ये असलेल्या मलाचे किंवा अशुद्ध द्रव्यांचे शुद्धीकरण होऊन वर्तमानात आणि भविष्यात चांगले परिणाम प्राप्त होतात.
- मन शांत आणि प्रसन्नचित्त बनते.
- कित्येक गुणांमध्ये वाढ होते. मिथ्या तत्त्वाचा किंवा खोटेपणाचा हळूहळू नाश होतो.
- दमा, टॉन्सिल्स, कफ यासंबंधीचे विकार यांमध्ये; तसेच हाडे, त्वचा आणि रक्तदाब नियंत्रण यांसाठी अत्यंत लाभदायक आहे. मायग्रेन आणि सायनसमध्ये विशेष लाभ मिळतो.

प्राणायामामुळे रोगप्रतिकारशक्तीचा विकास होतो.

– राजीव जैन त्रिलोक

वृत्ती प्राणायाम

वृत्ती प्राणायाम दोन प्रकारचे असतात.

सम-वृत्ती प्राणायाम आणि विषम-वृत्ती प्राणायाम हे ते दोन प्रकार होत.

सम-वृत्ती प्राणायाम

सम-वृत्ती प्राणायामात पूरक, रेचक आणि अंतर्कुंभक व बाह्यकुंभक या क्रियांमधील श्वसनाचा वेळ समान असतो. सम-वृत्ती प्राणायामात जर श्वास घेण्याचा वेळ पाच सेकंद असेल, तर त्यात अंतर्कुंभकही पाच सेकंदांचा असेल आणि श्वास बाहेर सोडण्याचा आणि बाह्यकुंभक करण्याचा वेळही अनुक्रमे पाच - पाच सेकंदच असेल.

या प्राणायामात रेचक आणि पूरक क्रियांचा वेळ आणि लय समान असली पाहिजे. हळूहळू अभ्यास केल्यानंतर श्वास घेण्याचा आणि रेचकाचा आणि दोन्ही कुंभकांचा वेळ यांमध्ये समतोल साधला जातो. परंतु सर्वप्रथम अंतर्कुंभकाचा अभ्यास करा. अंतर्कुंभकामध्ये तीन प्रक्रियांमध्ये वेळेचे प्रमाण १:१/४:१ असायला पाहिजे. आपण हे असे समजून घेऊ या : समजा, १ ते १६ आकडे मोजेपर्यंत आपण पूरक केला, तर अंतर्कुंभक केवळ १ ते ४ आकडे मोजेपर्यंत करा आणि पुन्हा १ ते १६ आकडे मोजेपर्यंत रेचक करा. हळूहळू हे प्रमाण वाढवत १६:८:१६ करा. ज्या वेळी याचा चांगला अभ्यास होईल, त्या वेळी अंतर्कुंभकाचे प्रमाण वाढवून १६:१६:१६ पर्यंत न्या.

आता हळूहळू बाह्यकुंभकाचा अभ्यास करा. सुरुवातीला पूरक, अंतर्कुंभक, रेचक आणि बाह्यकुंभक यांचे प्रमाण १६:१६:१६:४ असेच ठेवा. हळूहळू हे प्रमाण १६:१६:१६:८ करा. यात यश आले की, हे प्रमाण १६:१६:१६:१२ आणि नंतर १६:१६:१६:१६ करा. अशा प्रकारे, सम-वृत्ती प्राणायामाची वेळ हळूहळू वाढवत नेली पाहिजे.

विषम-वृत्ती प्राणायाम

हा विषम; म्हणजेच 'अनियमित' स्वरूपाचा प्राणायाम असल्यामुळे हा प्राणायाम करणाऱ्या साधकाची फुप्फुसे निरोगी असायला हवीत आणि नाड्या मजबूत असल्या पाहिजेत. या प्राणायामात पूरक, अंतर्कुंभक, रेचक आणि बाह्यकुंभक यांचा वेळ वेगवेगळा असतो, म्हणून या प्राणायामाला विषम-वृत्तीचा प्राणायाम असे म्हटले जाते. या चारही श्वसन-प्रकारांच्या प्रमाणातील वैविध्यामुळे साधकाला हा प्राणायाम करणे कठीण वाटते.

सर्वप्रथम पूरक क्रिया, अंतर्कुंभक क्रिया आणि रेचक क्रिया ८:१६:८ या प्रमाणात सुरू करा. त्यानंतर हळूहळू हे प्रमाण वाढवून ८:२४:८ करा आणि त्यानंतर आणखी वाढ करून ते ८:३२:८ वर आणा. आता या प्रमाणाशी जुळवून घेत, समतोल साधत हे प्रमाण ८:३२:१० असे करा. त्यानंतर ८:३२:१२ आणि नंतर ८:३२:१४ करा. त्यानंतर हे प्रमाण ८:३२:१६ वर न्या. ज्या वेळी हे तुम्ही

अचूकपणे करू लागाल, त्या वेळी हळूहळू बाह्यकुंभक करण्यास सुरुवात करा. प्रथम हे प्रमाण ८:३२:१६:२ असे ठेवा. नंतर ते ८:३२:१६:४ आणि ८:३२:१६:६ पर्यंत आणा. त्यानंतर हेच प्रमाण ८:३२:१६:८ वर आणा. या चारही प्रमाणांद्वारे विषम-वृत्ती प्राणायामाचे एक आवर्तन पूर्ण होते.

साधकाला पहिल्यांदा रेचक, बाह्यकुंभक आणि पूरक यांमध्ये नियमित लय ठेवणे कठीण वाटते. सुरुवातीला साधकाला दम लागू शकतो. परंतु, हा अभ्यास रोज दीर्घ काळापर्यंत केल्यानंतर तो सहज करता येऊ लागेल.

विषम-वृत्ती प्राणायामाचा एक आदर्श प्रमाणाचा प्रकार पुढे दिल्याप्रमाणे असतो. पूर्ण पूरक क्रियेला आठ सेकंद लागतात आणि अंतर्कुंभकाला ३२ सेकंद लागतात. रेचक क्रियेला १६ सेकंद लागतात आणि बाह्यकुंभकात आठ सेकंद श्वास रोखला जातो. अशा प्रकारे, हे प्रमाण ८:३२:१६:८ असे होते किंवा १:४:२:१ असे होते. ज्या वेळी या क्रियेचा अभ्यास पूर्ण होईल, त्या वेळी हीच क्रिया उलट प्रकारेही केली पाहिजे. म्हणजे, १६ सेकंदांपर्यंत पूरक क्रिया, ३२ सेकंदांपर्यंत कुंभक, ८ सेकंदांपर्यंत रेचक करा. अशा प्रकारे, हे प्रमाण १६:३२:८ (२:४:१) असे होते. या क्रियेला बाह्यकुंभक जोडून हे प्रमाण १६:३२:८:४ या प्रमाणात, नंतर १६:३२:८:६ असे व त्याही नंतर १६:३२:८:८ अशा प्रमाणातही करता येते.

वेळेची मर्यादा वेगवेगळी असू शकते. उदाहरणार्थ, पूरक क्रिया ३२ सेकंद, कुंभक क्रिया १६ सेकंद, रेचक क्रिया आठ सेकंद आणि बाह्यकुंभकाची मर्यादा कमी करून ती चार सेकंद; अशा प्रकारे ही क्रिया करू शकता. त्यामुळे याचे प्रमाण ३२:१६:८:४ होईल.

विषम-वृत्ती प्राणायामाचा वेळ वेगवेगळ्या गुणोत्तरांमध्ये किंवा प्रमाणांमध्ये वेगवेगळा लागू शकतो. उदाहरणार्थ, ८:१६:३२:४, १६:३२:४:८ किंवा ३२:४:१६:८, अगर ४:८:३२:१६. विषम-वृत्ती प्राणायामाच्या प्रमाणात अनेक प्रकारचे क्रमबदल आणि रचना असू शकतात.

दक्षता : जोपर्यंत या प्राणायामाचा पूर्ण अभ्यास होत नाही, तोपर्यंत तो योगशिक्षकाच्या देखरेखीखालीच करावा, असा नियम आहे. विशेषतः विषम-वृत्ती प्राणायामात अनेक प्रकारचे धोके असतात. त्यामुळे, तो मार्गदर्शनाशिवाय करू नये.

विषम-वृत्ती प्राणायामामुळे डोक्यात ताणाची निर्मिती होऊ शकते. रक्तवाहिन्यांमध्ये रक्ताभिसरणाची गती वाढल्याने उच्च रक्तदाबाचा किंवा अस्वस्थतेचा त्रास होऊ शकतो.

जे साधक ब्रह्मचर्याचे पालन करून प्राणायामाच्या क्रिया करतात, त्यांची कुंडलिनी जागृतीची क्रिया आपोआपच सुरू होते.

– राजीव जैन त्रिलोक

प्राणायामाचे प्रकार

महर्षी घेरंड यांनी सांगितलेले प्राणायामाचे प्रकार असे आहेत :

सहितः सूर्यभेदश्च उज्जायी शीतली तथा।
भस्त्रिका भ्रामरी मूर्च्छा केवली चाष्टकुम्भकाः।। घे.सं. ५/४६।।

१. सहित-कुंभक,	२. सूर्यभेदी	३. उज्जायी	४. शीतली
५. भस्त्रिका	६. भ्रामरी	७. मूर्च्छा	८. केवली

अशा प्रकारे हे आठ कुंभक प्राणायाम आहेत.

सहित-कुंभक दोन प्रकारचा असतो.

अ. सगर्भ ब. निगर्भ

सगर्भ कुंभकात बीजमंत्राचा अभ्यास केला जातो; तर निगर्भ कुंभकात बीजमंत्राचा अभ्यास केला जात नाही.

अ) सगर्भ : महर्षी घेरंड म्हणतात की, सुखासनाच्या स्थितीत उत्तरेकडे किंवा पूर्वेकडे तोंड करून बसा आणि लाल रंगाच्या रजोगुणयुक्त ब्रह्माचे ध्यान करा. आता डाव्या स्वराने 'अं' बीजाचा सोळा वेळा जप करा आणि डाव्या नाकपुडीने पूरक करा. पूरकानंतर कुंभकाआधी उड्डियान बंध लावा. आता 'सत्'गुणी उकार बीजरूप कृष्णवर्ण हरीचे ध्यान करा आणि जप करत ६४ मात्रांपर्यंत कुंभक करा आणि तमोगुणयुक्त मकाररूपी शुक्लवर्णाच्या शिवजीचे ध्यान करत 'म' बीजमंत्र जपत रेचक करा. आता याच प्रकारे, उजव्या नाकपुडीने पूरक, कुंभक आणि डाव्या नाकपुडीने रेचक करा. तर्जनी आणि मध्यमा यांचा नाकपुड्यांना स्पर्श न करताच अनुलोम-विलोमचा अभ्यास करा.

ब) निगर्भ : या प्राणायामात कुंभकात बीजमंत्राचा वापर केला जात नाही. पूरक, कुंभक आणि रेचक या प्राणायामाच्या एकपासून शंभरपर्यंत मात्रा असतात. अशा प्रकारे उत्तम प्राणायामाच्या वीस मात्रा, मध्यम प्राणायामाच्या सोळा आणि अधम प्राणायामाच्या बारा मात्रा असतात. अशा तऱ्हेने प्राणायामाचे तीन भाग असतात. अधम प्राणायामात घाम येतो. मध्यम प्राणायामात पाठीचा कणा कंप पावतो किंवा थरथरतो आणि उत्तम प्राणायामाद्वारे पृथ्वीपासून वर आकाशात संचार होतो. अशा प्रकारे घाम येणे, पाठीचा कणा कंप पावणे आणि पृथ्वीपासून वर उचलले जाणे ही तिन्ही लक्षणे सिद्धीची अभिव्यक्ती करणारी आहेत. प्राणायामाच्या अभ्यासात आकाशगमन, रोगनाश आणि कुंडलिनी जागृती या गोष्टी होतात. प्राणायामाच्या अभ्यासाने पुरुषाचे मन आनंदित बनते आणि तो सुखी होतो.

सूर्यभेदन प्राणायाम

महत्त्व : सूर्यभेदन प्राणायामाचे वैशिष्ट्य म्हणजे, त्याच्या सर्व पूरक क्रिया (श्वास घेणे) उजव्या नाकपुडीने आणि रेचक क्रिया (श्वास सोडणे) डाव्या नाकपुडीने केल्या जातात.

पूरक क्रियेत प्राण - ऊर्जा पिंगला नाडीतून (सूर्य नाडी, जमुना नाडी) आणि रेचक क्रियेत प्राण-ऊर्जा, इडा नाडीतून (चंद्र नाडी, गंगा नाडी) प्रवाहित होते.

पद्धत : सुखासनात बसा. डावी नाकपुडी बंद करून उजव्या नाकपुडीने सखोल (दीर्घ) श्वास घ्या. नाकपुडी बंद करा. कुंभक करा. जालंधर आणि मूलबंध लावा. बंध शिथिल करत डाव्या नाकपुडीने हळूहळू रेचक करा. हे एक आवर्तन झाले. अशा प्रकारे दहा आवर्तनांपर्यंत ही क्रिया वाढवत न्या.

विशेष सूचना : कुंभकाची वेळ हळूहळू वाढवत नेली पाहिजे. हठयोगात असे लिहिले आहे की शरीरातून घाम बाहेर पडेपर्यंत कुंभक करा. अगदी सुरुवातीला हे शक्य होत नाही. म्हणून तारतम्याने योग्य प्रकारे ही क्रिया करा.

लाभ :

- पचनसंस्था मजबूत होते. कारण डावा स्वर या क्रियेसाठी कारणीभूत असतो.
- शरीरातील उष्णता वाढते. वात आणि कफ यांचे शमन होते.
- त्वचाविकार ठीक होतात.
- सुरकुत्या नाहीशा होतात आणि चेहऱ्याचे तेज वाढते.
- सायनस साफ आणि स्वच्छ होतात.
- याचा नियमित सराव केला, तर कमी रक्तदाबाच्या विकारात लाभ होतो.

दक्षता :

- उच्च रक्तदाबाच्या रुग्णांनी करू नये.
- ग्रीष्म ऋतूत किंवा उष्ण मोसमात शक्यतो करू नये.

प्राणायामाने जीवनात संतुलन प्राप्त होते
आणि आत्मशक्तीचा विकास होतो.
– राजीव जैन त्रिलोक

उज्जायी प्राणायाम

नासाभ्यां वायुमाकृष्य मुखमध्ये च धारयेत।
हृद्गलाभ्यां समाकृष्य वायुं वक्त्रे च धारयेत।।
मुखं प्रक्षाल्य सम्वन्द्य कुर्याज्जालन्धरं ततः।
आशक्ति कुम्भकं कृत्वा धारयेदविरोधतः।।
उज्जायी कुम्भकं कृत्वा सर्वकार्याणिसाधयेत्।
न भवेत्कफरोगश्च क्रूरवायुरजीर्णकम्।।
आमवातः क्षयः कासो ज्वरः प्लीहा न विद्यते।
जरामृत्युविनाशाय चोज्जायीं साधयेन्नरः।। (घे.सं.५/७०-७३)

या प्राणायामात फुप्फुस पूर्णपणे प्रसरण पावते. छातीचा भाग उंचावला जातो.

पद्धत : प्राणायामच्या आसनांपैकी सिद्धासन किंवा पद्मासन या आसनात बसा. योगाचार्यांनी सांगितल्याप्रमाणे, मुख संयमन करून दोन्ही नाकपुड्यांनी हळूहळू हवा आत घ्या. ती आवाज करत कंठापर्यंत नेऊन हृदयापर्यंत भरून राहील. त्यानंतर काही क्षण सहजतेने कुंभक करा. डाव्या नाकपुडीने रेचक करा. ज्या वेळी श्वास आत घ्याल, त्या वेळी छाती फुगवा.

विशेष बाब : श्वास घेताना गळ्याचे मुख संकुचित करा. त्यामुळे गळ्यातून हलकासा ध्वनी निर्माण होईल. त्यानंतर मुखप्रक्षालन करा आणि जालंधर बंध लावून फारसे कष्ट होऊ न देता सहजगत्या शक्य होईल, तेवढा वायू धारण करा.

वेळ : शक्य असेल तेवढा वेळ करा.

लाभ :
- जठराग्नी वाढतो. त्यामुळे सर्व कार्ये सिद्धीस जातात.
- कफनाशक आहे.
- हृदयासंबंधी व्याधी दूर होतात.
- एकाग्रता वाढते आणि स्मरणशक्ती तल्लख बनते.
- निद्रानाश, मानसिक चिंता आणि उन्माद झालेले रुग्ण यांना लाभ होतो.
- आमवात, क्षयरोग, ज्वर, प्लीहाविकार, वातविकार आदी रोगांचाही नाश होतो.
- घेरंड संहितेनुसार, हा कुंभक सिद्ध केल्याने जरा-मरणसुद्धा नष्ट होतात.

शीतली प्राणायाम

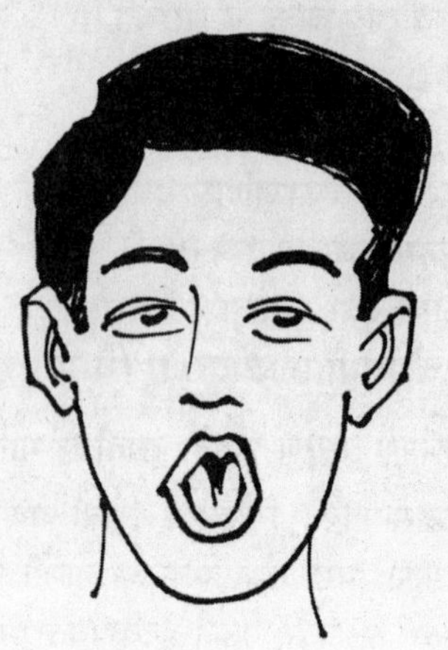

पद्धत : या प्राणायामामुळे शरीराचे तापमान कमी करणे शक्य होते. त्यामुळे याचे नाव 'शीतली प्राणायाम' असे आहे.

सिद्धासनात किंवा पद्मासनात बसा. दोन्ही हात गुडघ्यांवर ठेवा. पाठीचा कणा, डोके आणि मान एका सरळ रेषेत ताठ असावे. जीभ तोंडाबाहेर काढत अशा प्रकारे दुमडा की, ती नळीसारखी दिसावी. या स्थितीत पूरक करा. हळूहळू श्वास घेत हवा फुप्फुसांमध्ये भरून घ्या. अंतर्कुंभक करा. जीभ पुन्हा आत घेऊन तोंड बंद करा. डोके खाली झुकवा आणि जालंधर बंध लावा. मूलबंधाखेरीज किंवा मूलबंधासह पाँच ते सात सेकंदांपर्यंत कुंभक करा. बंध सोडा आणि रेचक करा. हे एक आवर्तन झाले. अशा प्रकारे, पाच ते दहा मिनिटांपर्यंत हीच क्रिया करत राहा. (रेचक केवळ नाकानेच करा.)

लाभ :
- या प्राणायामामुळे मन प्रसन्न होते आणि पित्तदोष नाहीसा होतो.
- यकृत आणि प्लीहा सक्रिय बनतात.
- तहान भागते.
- उच्च रक्तदाब कमी होतो.
- रक्त शुद्ध बनते.

दक्षता : कमी रक्तदाबाचा आजार असलेल्या रुग्णांनी किंवा मलावरोधाचा जुनाट आजार असलेल्या रुग्णांनी हा प्राणायाम करू नये.

भस्त्रिका प्राणायाम

भस्त्रिका लोहकाराणां यथाक्रमेण सम्भ्रमेत्।
तथा वायुं च नासाभ्यामुभाभ्यां चालयेचछ्नैः ।।
एवं विंशतिवारं च कृत्वा कुर्याच्च कुम्भकम्।
एदन्ते चालयेद्वायुं पूर्वोक्तं च यथाविधि ।।
त्रिवारं साधयेदेनं भस्त्रिकाकुम्भकं सुधीः।
न च रोगो न च क्लेश आरोग्यं च दिने दिने ।। (घे.सं. ५/७६-७८)

विशेष बाब : 'भस्त्रिका' याचा अर्थ भाता असा आहे. या प्राणायामात श्वासोच्छ्वासाची गती अत्यंत जोरदार आणि सामर्थ्यशाली असते. श्वासोच्छ्वासादरम्यान एक प्रकारचा आवाज निघतो. त्यामुळे लोहाराच्या भात्याच्या आवाजाशी आपण या आवाजाची तुलना करू शकतो.

अर्थ : ज्याप्रमाणे लोहार भात्याच्या साहाय्याने हवा भरतो, त्या प्रकारे नाकाद्वारे थोडा थोडा वायू हळूहळू पोटात भरला जातो. अशा प्रकारे वीस वेळा वायू भरून कुंभक करून वायू धारण करा. नंतर लोहाराच्या भात्यातून जसा वायू बाहेर पडतो, त्याप्रमाणेच नाकपुडीतून हवा बाहेर सोडा. यालाच भस्त्रिका कुंभक असे म्हटले जाते. या प्रकारे नियमाचे पालन करून तीन वेळा करा. यामुळे कोणत्याही प्रकारचे रोग होत नाहीत आणि हळूहळू आरोग्यात सुधारणा होऊन आरोग्य चांगले राहते.

पहिला प्रकार : पद्मासनात बसा. उजवी नाकपुडी बंद करून डाव्या नाकपुडीने जोरजोरात पूरक करा आणि त्याच गतीने तशाच प्रकारे रेचक करा. हे सुमारे वीस वेळा करा. आता हीच क्रिया उजव्या नाकपुडीने करा. या अभ्यासात रेचक-पूरक यांची लय समान असली पाहिजे. उदरप्रदेश पसरणे आणि आत खेचून घेणे म्हणजेच उदरप्रदेशाचे प्रसरण आणि आकुंचन या दोन्ही गोष्टी अधिक चांगल्या प्रकारे आणि समान पद्धतीने घडल्या पाहिजेत. याला एक आवर्तन म्हटले जाते. अशा प्रकारे तीन आवर्तने पूर्ण करा. त्यानंतर जालंधर बंध आणि मूलबंध लावा.

दुसरा प्रकार : प्राणायामासाठी सुखासनात बसा. या पद्धतीत दोन्ही नाकपुड्यांनी सखोल आणि पूर्ण शक्तिनिशी श्वास घेऊन बाहेरही पूर्ण शक्तिनिशी श्वास सोडायचा असतो. ही क्रिया वीस वेळा करा. त्यानंतर अंतर्कुंभक करून जालंधर आणि मूलबंध यांचा सराव करा. हे एक आवर्तन झाले. अशा प्रकारे हीच क्रिया तीन वेळा करा.

विशेष बाबी

- आरोग्यानुसार श्वासाची गती मंद, मध्यम आणि तीव्र ठेवा.
- श्वास आत घेताना चांगल्या गोष्टींचे चिंतन करा आणि सोडताना शरीर आणि मन यांच्यातून आजार बाहेर पडत आहेत असा विचार करा.

- कुंडलिनी जागृतीसाठी साधक वज्रासनात बसून भस्त्रिका प्राणायाम करतात.

दक्षता :
- रक्तदाबाचे विकार असलेल्यांनी आणि हृदयविकार असलेल्यांनी तीव्र गतीने हा प्राणायाम करू नये.
- एक आवर्तन पूर्ण झाल्यावर विश्रांती घ्या.
- पूर्ण दक्षतेने प्राणायाम करा. ज्यांची फुप्फुसे कमजोर असतील त्यांनी करू नये.
- थकवा, व्याकुळता, त्रस्तता जाणवली, तर तत्क्षणी प्राणायामाचा सराव थांबवा.

वेळ : रोगांनुसार पाच ते दहा मिनिटांपर्यंत करा.

लाभ :
- शरीरातील विजातीय विषारी तत्त्वे शरीराबाहेर टाकली जातात. त्यामुळे रक्ताचा शुद्धपणा आणि शारीरिक निरोगीपणा यांच्यामध्ये वाढ होते.
- फुप्फुसे मजबूत होतात आणि म्हणून दमा, क्षयरोग नाहीसा होतो.
- गळ्याचे आजार असलेल्या रुग्णांना लाभ होतो आणि कफ पडतो.
- वात, पित्त आणि कफ यांचा नाश होतो. हे कुंडलिनी जागृती करणारे आसन आहे.
- उदरप्रदेशातील यकृत, प्लीहा हे अवयव आणि पचनसंस्थेच्या ग्रंथी यांची क्रियाशीलता वाढते.
- सायनस, टॉन्सिल यांच्या आजारातही लाभ मिळतो.

ॐ जप/उद्गीथ प्राणायाम

पद्धत : ध्यानाच्या कोणत्याही आसनात बसून डोळे मिटून घ्या. सखोल श्वास घेऊन ॐचा एका लयीत उच्चार करा. हे पाच ते अकरा वेळा करा.

लाभ : ○ मानसिक विकार दूर होतात. ○ मन शांत आणि स्थिर बनते. ○ स्वर चांगला होतो. आनंदप्राप्ती होते. ○ निद्रानाश, दुःस्वप्ने यांच्यापासून सुटका होते. ○ आपोआपच इतर अनेक लाभ प्राप्त होतात. ○ शारीरिक, मानसिक, भौतिक आणि आध्यात्मिक लाभ मिळतात. अस्थमा बरा होतो.

विशेष बाबी : 'ॐ'चा रोज अभ्यास केल्याने नकारात्मकता मनात शिरू शकत नाही. चेहऱ्याचे तेज आणि डोळ्यांची चमक वाढते. गळ्याचे सर्व प्रकारचे रोग नष्ट होतात. रोज लक्षपूर्वक 'ॐ'चा उच्चार केल्याने अनंत जन्मांच्या कर्मांची धूळ झटकली जाते आणि साधक हा जन्म सफल बनवून निर्वाणमार्गाच्या दिशेने वाटचाल करू लागतो.

भ्रामरी प्राणायाम

अर्थ : 'भ्रमर' या शब्दाचा अर्थ 'भुंगा' असा आहे. या प्राणायामात रेचक करताना जो ध्वनी निर्माण होतो, तो भुंग्याच्या आवाजासारखा असतो. म्हणून या प्राणायामाला 'भ्रामरी प्राणायाम' असे म्हटले जाते.

पद्धत : पद्मासन, सिंहासन किंवा सुखासनात बसा. दोन्ही नाकपुड्यांनी श्वास आत घ्या. दोन्ही हातांच्या तर्जनींनी कानाची छिद्रे बंद करा. हवे तर काही काळ कुंभक करा. आता, भुंग्याप्रमाणे गुंजन करत हळूहळू रेचक करा. याची पाच किंवा दहा आवर्तने करा.

घेरंड संहितेनुसार, ज्या वेळी मध्यरात्र उलटून जाते आणि कोणत्याही जीवजंतूंचा आवाज ऐकू येत नाही, त्या वेळी एकांत स्थानी जाऊन साधकाने आपल्या दोन्ही हातांनी दोन्ही कान बंद करून पूरक आणि कुंभक करावा. नंतर आतील विभिन्न ध्वनी उजव्या कानाने ऐकावेत. पहिल्यांदा रातकिड्याचा ध्वनी, नंतर बासरीची धून, नंतर ढगांच्या गडगडाटाचा आवाज, त्यानंतर झांज वाजल्याचा आवाज, नंतर भुंग्यांचे गुंजन, घुंगरूंचा, घंटांचा, तुतारींचा, मृदंगाचा, दुंदुभीचा आदी आवाज ऐकू येतात. अशा प्रकारे, नियमित अभ्यास केला गेला, तर विविध प्रकारचे आवाज ऐकू येऊ लागतात आणि अमर्याद, अथांगामध्ये शब्दध्वनी ऐकू येऊ लागतात. हे अद्भुत ध्वनी असतात. या वेळी जी ज्योती दिसते, ते ब्रह्म असते. ज्या वेळी या ज्योतीत मनाचा लय होतो, त्या वेळी भगवान विष्णूंच्या परमचरणांची प्राप्ती होते. अशा प्रकारे भ्रामरी कुंभक सिद्ध झाल्यावर समाधीही सिद्ध होते. घेरंड पुढे म्हणतात की, जपाहून आठपटींनी ध्यान उत्तम असते आणि ध्यानाहून आठपटीने तप उत्तम असते. तपाहून आठपटीने संगीत (अनाहत नाद) उत्तम असते आणि संगीताहून (अनाहत नादाहून) आणखी उत्तम काहीच नसते.

विशेष बाब : हा प्राणायाम जलद गतीने केल्यास भ्रमराच्या किंवा भुंग्याच्या आवाजाप्रमाणे आणि मंद गतीने केल्यास भ्रामरी स्वराच्या गुंजनाप्रमाणे आवाज येतो. अशा प्रकारे हा प्राणायाम केल्याने आनंदाची अनुभूती प्राप्त होते.

लक्ष : आज्ञाचक्रावर केंद्रित करावे.

विशेष बाबी :

- गुंजन करताना प्रणव मंत्र 'ॐ'चा ध्वनीही काढू शकता.
- तोंड बंद ठेवा; परंतु दात एकमेकांना चिकटवू नका.
- षण्मुखी मुद्रा धारण करूनही हे करू शकता.
- गुंजन करताना अनेक वेळा दुसरे शब्दही निघू लागतात. त्याकडे जागरूकपणे लक्ष ठेवले पाहिजे.

लाभ :

- स्वर मधुर होतो आणि आवाजात निर्मळपणा येतो.
- निद्रानाशाचा रोग दूर होतो.
- आध्यात्मिक लाभ होतात.
- चिडचिडेपणा, क्रोध, आवेग आणि तणाव आदी मानसिक रोग दूर होतात.
- उच्च रक्तदाबाच्या विकारात लाभ होतो.
- हृदयरोगातही लाभ होतो.

विशेष बाब : काही साधक कान अंगठ्यांनी बंद करून तर्जनी कपाळावर, मध्यमा डोळ्यांवर आणि अनामिका नाकाजवळ व कनिष्ठा तोंडाजवळ ठेवून ही क्रिया करतात.

प्राणायामाच्या सरावाने आणि अभ्यासाने
चांगले आरोग्य आणि जीवन यांची प्राप्ती होते.

– राजीव जैन त्रिलोक

मूर्च्छा प्राणायाम

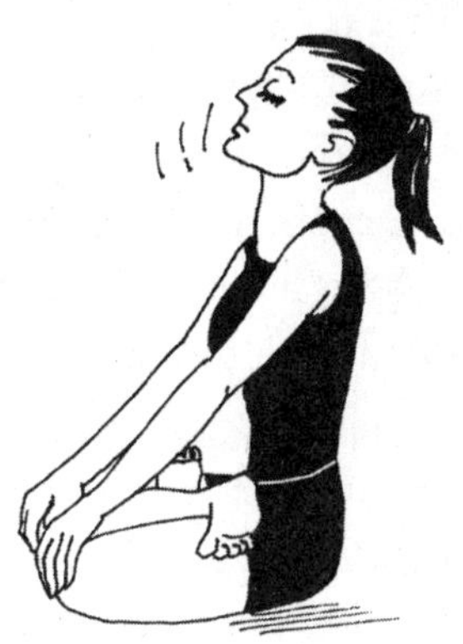

पद्धत : पद्मासनात किंवा सिद्धासनात बसून हे आसन करा. त्यामुळे दृढता तशीच टिकून राहते. दोन्ही हात गुडघ्यांवर ठेवा. डोळे बंद करून डोके (सुमारे ४५ अंशात) मागे नेताना दोन्ही नाकपुड्यांनी पूरक करा. अंतर्कुंभक करा. मानसिक चिंता सोडून द्या आणि डोके खाली घेत रेचक करा. डोळे बंद असले, तरीही डोळ्यांनी भ्रूमध्याकडे (दोन्ही भुवयांच्या मध्यभागी) पाहण्याचा प्रयत्न करा. शरीर आणि मन यांच्याकडे दक्षतेने लक्ष ठेवा. हाच अभ्यास पुन्हा करा. शक्य असेल त्याप्रमाणे किमान पाच वेळा करा.

घेरंड संहितेनुसार, आधी सांगितल्याप्रमाणे, सर्वप्रथम आनंदाने कुंभक करून, वैषयिक वासनांवरून लक्ष दूर करून दोन्ही भुवयांच्या मध्यभागी असलेल्या आज्ञाचक्रावर लक्ष स्थिर करा आणि त्या ठिकाणी असलेल्या परमात्म्यातच लक्ष विलीन करून टाका. याला 'मूर्च्छा कुंभक' असे म्हणतात. या कुंभकाने आनंदाची प्राप्ती होते.

लाभ :
- मानसिक चिंताग्रस्त व्यक्तीला किंवा मेंदू निष्क्रिय झालेल्या अवस्थेत सुख मिळाल्याची जाणीव होते.
- डोकेदुखीशी संबंधित रोगांमध्ये लाभ होतो.
- कुंडलिनी व ध्यानात उपयुक्त ठरते.
- मेंदूचा विकास होऊन सर्व मानसिक समस्यांचे निराकरण होते.

दक्षता : उच्च रक्तदाब, हृदयरोग, फिट येणे, चक्कर येणे आणि मेंदूशी संबंधित विकार असलेल्या रुग्णांनी हळूहळू शांतपणे करावे.

केवली प्राणायाम

घेरंड संहितेनुसार : महर्षी घेरंड यांच्या मते, प्रत्येक जीवात्मा ज्या वेळी श्वास बाहेर सोडतो, त्या वेळी 'हं' अक्षराचा आणि श्वास आत घेतो, त्या वेळी 'सः' (सो) अक्षराचा जप करतो. अशा प्रकारे चोवीस तासांत प्रत्येक जीव २१,६०० वेळा श्वास घेतो. 'हं' अक्षर शिवानंद आणि 'सः' अक्षर शक्तिरूप आहे. याला 'अजया नाम गायत्री' असे म्हटले जाते आणि या 'हंसः'चा आणि विलोमातून निर्माण होणाऱ्या 'सोहं' शब्दाचा सगळे जीव निरंतर जप करत असतात.

लिंग आणि गुद यांच्या मध्यभागी (मूलाधार), हृदय आणि नाकपुडीतून वायूचे आत-बाहेर, येणे-जाणे सुरू असते. महर्षी घेरंड म्हणतात की, स्थूल शरीर हे ९६ अंगुळे परिमाणाचे आहे आणि देहातून नैसर्गिकपणे बाहेर जाणाऱ्या वायूची गती द्वादश; म्हणजे १२ अंगुळे असते. गाण्यात १६ अंगुळे, भोजनात २० अंगुळे, रस्त्यावरून चालत असताना चोवीस अंगुळे, झोपेत तीस अंगुळे आणि रतिक्रियेत ३६ अंगुळे आणि इतर परिश्रमामध्ये ती याहूनही अधिक असते. (वेगवेगळ्या आचार्यांनी 'अंगुळ म्हणजे किती प्रमाण' हे आपापल्या मतानुसार वेगवेगळ्या प्रकारे सांगितले आहे.)

नैसर्गिक किंवा स्वाभाविक प्राणाच्या गतीहून त्यांची गती कमी होत गेली, तर ती परमायु होते; म्हणजे आयुष्याची वृद्धी होते आणि ज्या वेळी ती बारा अंगुळांहून अधिक होते, त्या वेळी आयुष्य घटते, असे योगीपुरुष सांगतात. जोपर्यंत प्राणवायूची स्थिती टिकून असते, तोपर्यंत मृत्यू होत नाही. कुंभकाच्या अभ्यासात हा प्राणवायूच प्रमुख घटक असतो. शरीर स्थिर असेपर्यंत केवली कुंभक (प्राणायाम) करून अजपाजपाचा जप करत राहिले पाहिजे. केवली प्राणायाम केल्याने आयुष्य वाढते. म्हणजेच, त्याचा एकवीस हजार सहाशे वेळा जप पूर्ण झाल्याने गती कमी होते आणि मन प्रसन्नतेने भरून जाते.

नाकपुड्यांनी हवा आत खेचून केवल कुंभक करा. पहिल्या दिवशी चौसष्ट वेळा श्वासोच्छ्वास करा. केवली कुंभकाचा अभ्यास रोज आठ प्रहरात आठ वेळा केला पाहिजे. (म्हणजेच, ८ X ८ = ६४ वेळा केला पाहिजे.) प्रातःकाळी, दुपारी आणि संध्याकाळी तीन वेळा समान संख्येने याचा सराव किंवा अभ्यास केला पाहिजे. अशा प्रकारे केवली कुंभकाची सिद्धी प्राप्त होईपर्यंत अजपाजपाच्या गायत्रीबरोबरच्या प्रमाणात पाच-पाचने वाढ करत गेले पाहिजे.

हठयोगानुसार : स्वस्तिक आसनात बसा. श्वासोच्छ्वास (रेचक, पूरक न करता) न करताच प्राण (हवेला) जसा असेल तिथेच थांबवणे किंवा स्तब्ध करून टाकणे म्हणजे केवली कुंभक प्राणायाम होय.

रेचकं पूरकं त्यक्त्वा सुखं यद् वायुधारणम्।
प्राणायामोऽयमित्युक्तःस वै केवल-कुम्भकः।।

काही आचार्यांनी स्तंभवृत्ती प्राणायाम आणि केवली कुंभक एकच असल्याचे मानले आहे.

कुम्भके केवले सिद्धे रेचक-पूरकवर्जिते।
न तस्य दुर्लभं किंचित त्रिषु लोकेषु विद्यते।।

रेचक पूरक रोखून केवल कुंभक सिद्ध केल्यानंतर कोणतीच गोष्ट दुर्लभ राहत नाही. सर्व काही सुलभ बनते. योगीजन म्हणतात की, ज्यामध्ये रेचक पूरक (श्वासोच्छ्वास) यांच्याबरोबर कुंभक केले जाते, असा 'सहित-कुंभक' सिद्ध झाल्यावर केवली कुंभकात झटपट यश मिळते.

लाभ :

- हठयोग प्रदीपिकेत लिहिले आहे की, केवली कुंभक सिद्ध झाल्यानंतर साधकाला प्राप्त न होणारी अशी तिन्ही लोकांमधील कोणतीही वस्तू नाही.
- आपल्या इच्छेनुसार प्राणवायू धारण केल्याने राजयोगाचे पदही प्राप्त होते.
- दिव्य दृष्टी प्राप्त होते.
- ध्यानात दृढनिश्चय येतो.

प्राणायामाच्या अभ्यासामुळे संपूर्ण शरीरातील
प्राणाच्या किंवा श्वासाच्या प्रवाहांचे नियमन होते; संतुलन होते.
– राजीव जैन त्रिलोक

चंद्रभेदन प्राणायाम

पद्धत : या प्राणायामाच्या सर्व क्रिया सूर्यभेदन प्राणायामाच्या बरोबर विरुद्ध असतात. सुखासनात बसा आणि डाव्या नाकपुडीने पूरक करा. पूरक क्रिया हळूहळू दक्षतापूर्वक आणि सखोल झाली पाहिजे. दोन्ही नाकपुड्या बंद करा. कुंभकाबरोबर जालंधर आणि मूलबंध लावा. नैसर्गिकपणे शक्य असेल तितके थांबा. आता बंध शिथिल करा आणि उजव्या नाकपुडीने रेचक करा. हे एक आवर्तन झाले. अशा प्रकारे दहा आवर्तने पूर्ण करा आणि कुंभकाची स्थिती (वेळ) हळूहळू वाढवत न्या.

विशेष बाब : या प्राणायामात सर्व पूरक क्रिया डाव्या नाकपुडीने केल्या जातात आणि रेचक क्रिया उजव्या नाकपुडीने केल्या जातात.

विशेष बाब : एकाच दिवसात दोन्ही प्राणायाम (सूर्य भेदन आणि चंद्र भेदन प्राणायाम) करू नका.

लाभ :
- शरीरात शीतलपणा येतो आणि मन प्रसन्न होते.
- पित्त कमी होते.
- उष्णतेच्या दिवसांत लाभदायक असते.
- मानसिक शांतता मिळते. क्रोध कमी होतो.
- तणाव कमी होतो.
- स्मरणशक्ती वाढवण्यात साहाय्यभूत आहे.
- उच्च रक्तदाब असलेल्यांनी नियमित अभ्यास केल्यास त्यांना लाभ मिळतो.

दक्षता :
- कमी रक्तदाब असलेल्यांनी करू नये.
- थंडीच्या दिवसांत शक्य असेल तितकेच करावे.

प्राणायामाच्या अभ्यासामुळे स्नायुकोष, ग्रंथी, सर्व नाड्या आणि स्नायू यांना जीवनशक्ती प्राप्त होते आणि ते सशक्त होऊन शरीराला आणि मनाला आरोग्य प्रदान करतात.

– राजीव जैन त्रिलोक

सीतकारी प्राणायाम

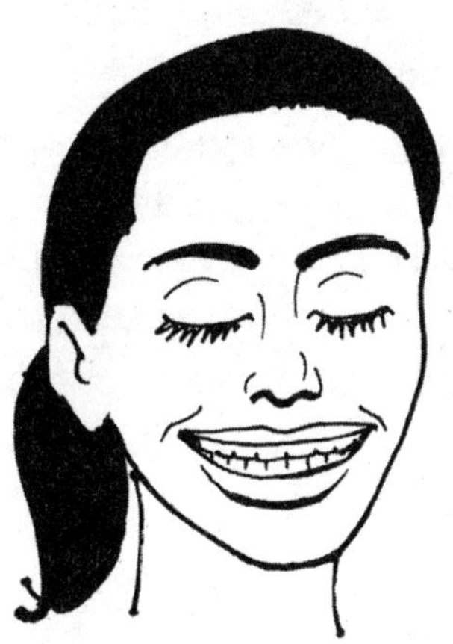

पद्धत : हा शीतली प्राणायामासारखाच आहे. फक्त यात जिभेच्या अवस्थेत फरक आहे. जीभेचा पुढचा भाग अशा प्रकारे मागच्या बाजूला वळवा की, या भागाचा वरच्या बाजूला टाळूला स्पर्श व्हावा. दात एकमेकांना चिकटवा आणि ओठ पसरा. आता सी..सी...आवाज करत श्वास घ्या आणि फुप्फुसांमध्ये भरा. जालंधर बंध लावा आणि तोंड बंद करा. नाकाने हळूहळू रेचक करा. हे एक आवर्तन झाले. अशा प्रकारे १०–१२ आवर्तने करा.

विशेष बाब : बंध न लावताही हा प्राणायाम करू शकता.

लाभ :
- ग्रीष्म ऋतूमध्ये केल्याने शरीर थंड राहते.
- शीतली प्राणायामाचे सर्व लाभ मिळतात.
- गळा, मुख, नाक यांच्या रोगांत लाभ होतो.
- पित्त प्रकृतीच्या लोकांनी अवश्य करावा. लाभ मिळतो.
- उच्च रक्तदाब सर्वसामान्य बनतो.

विशेष बाब : हा प्राणायामसुद्धा शीतली प्राणायामाचा एक प्रकार आहे. हा सुद्धा शरीर थंड ठेवतो.

दक्षता :
- कमी रक्तदाब असलेल्यांनी करू नये.
- वात प्रकृतीच्या लोकांनी करू नये.

कपालभाती प्राणायाम

अर्थ : 'कपालभाती' मध्ये दोन शब्द आहेत. 'कपाल' म्हणजे कवटी आणि 'भाती' म्हणजे चमक किंवा प्रकाश. ज्या प्राणायामाने कपाळाचे किंवा मेंदूचे तेज प्रकट होते, त्या प्राणायामाला 'कपालभाती' प्राणायाम असे म्हणतात.

पद्धत : हा प्राणायाम भस्त्रिका प्राणायामासारखाच असतो. या प्राणायामात श्वास घेण्याची गती मंद असते आणि श्वास सोडण्याची गती जलद व जोरदार असते. सर्वसामान्य पूरक करा आणि संपूर्ण लक्ष रेचकाच्या क्रियेवर एकाग्र करा. म्हणजेच, जोरदार शक्ती लावून श्वास बाहेर फेका. सहजतेने श्वास घ्या आणि गतीने जोरात रेचक करा. (काही विद्वान याबरोबरच बंधाचा अभ्यास करण्याविषयीही सांगतात. योग्य शिक्षकाच्या मार्गदर्शनाखाली करा.) दोन्ही डोळे बंद करून आज्ञाचक्रावर दृष्टी स्थिर करा आणि त्याचे ध्यान करा. ताजेतवानेपणा, तरतरीतपणा आणि सामर्थ्य यांचा अनुभव घ्या.

दक्षता :
- मोतीबिंदू (नेत्ररोग) असलेल्यांनी किंवा कानाच्या आजारांचा त्रास असलेल्यांनी करू नये.
- उच्च रक्तदाब, हृदयरोग, चक्कर येणे, गॅस्ट्रिक अल्सर या आजारांनी ग्रस्त असलेल्यांनी तारतम्याने हळूहळू करावे.

लाभ :
- या प्राणायामामुळे तरतरीतपणा, शांतता आणि प्रसन्नता यांचा लाभ होतो.
- मधुमेह आणि मलावरोध यांचे शमन होते.
- मस्तकाच्या रोगांमध्ये फायदा होतो.
- लठ्ठपणा कमी होतो.
- शरीराचे वजन संतुलित राहाते.
- कित्येक असाध्य रोग बरे होतात.
- कर्करोगासारख्या रोगांमध्ये लाभदायक आहे.
- श्वासाची गती जोरात असल्याने डायफ्रॅमचे (छाती आणि पोट यांना वेगळे करणाऱ्या पडद्याचे) आकुंचन आणि प्रसरण होत राहून मूत्रपिंडे, आमाशय, यकृत, स्वादुपिंड, प्लीहा, गर्भाशय अशा संपूर्ण पोटाच्या सर्व अवयवांना लाभ मिळतो.

विशेष बाब :

- काही विद्वान या क्रियेला 'प्राणायाम' मानतात. मात्र काही विद्वानांच्या मते, ही षट्कर्मांची क्रिया आहे.

- एका सर्वसामान्य निरोगी व्यक्तीसाठी रेचकाची प्रति मिनिट १२० ही संख्या आनंददायी मानली जाते. रोगांनुसार तीन मिनिटांपासून १५ मिनिटांपर्यंत ही क्रिया करू शकता.

विशेष सूचना :

- अधिक लाभ मिळवण्यासाठी प्राणायाम गुरुच्या मार्गदर्शनाखाली अधिक वेळाही करू शकता. चक्कर येणे किंवा कोणत्याही प्रकारची त्रस्तता जाणवली, तर थांबा आणि शवासन करा.
- श्वास बाहेर टाकताना आपल्या शरीरातील विकार, सर्व प्रकारचे रोग, भय, अज्ञान, क्रोध, मोह, माया, लोभ आणि दुःख दूर होत आहे आणि आपण आध्यात्मिक रूपाने सुखी बनत चाललो आहोत, असा विचार करा.

प्लाविनी प्राणायाम

अन्तः प्रवर्तितोदारमारुतापूरितोदरः।
पयस्यगाधेऽपि सुखात्प्लवते पद्मपत्रवत्॥ (ह.यो.प्र.२/७०)

अर्थ : 'प्लावन' याचा अर्थ 'पोहणे' किंवा 'तरंगणे' असा होतो. हा प्राणायाम सिद्ध झालेला साधक पाण्यात सहजगत्या तरंगू शकतो.

पद्धत : सुखासनात बसून दोन्ही नाकपुड्यांनी पूरक करा. पोटात हवा भरून घेतल्यानंतर पोट फुग्यासारखे फुगून ताणले जाईल. नंतर शक्य तेवढा कुंभक करा आणि हळूहळू नाकपुड्यांमधून हवा बाहेर टाका. हे एक आवर्तन झाले. याप्रमाणे शक्य असेल तितक्या वेळा याच क्रमाने क्रिया करत राहा.

लाभ :

- लाकडाचा तुकडा जसा पाण्यावर सहज तरंगतो, त्याप्रमाणे या प्राणायामाचा साधक आरामात तरंगू शकतो.
- पचनसंस्थेच्या अवयवांचे आजार दूर होऊन मलावरोध दूर होतो.
- समान आणि अपान प्राण यांना हा प्राणायाम कुपित होऊ देत नाही.

राग द्वेष यांपासून दूर असलेल्या आत्म्याच्या प्रयत्नांमुळे; म्हणजेच योगरूपी स्पंदनांमुळे मन, वाचा आणि काया यांमधून एक वायू प्रवाहित होतो आणि वायूमुळे शरीररूपी यंत्र आपले कार्य सुरळीतपणे सुरू ठेवते.

– आचार्य पूज्यपाद स्वामी (समाधी तंत्र गाथा क्र.१०३)

प्राणायाम केल्याने शरीरातील सूक्ष्म पेशींमधील अडथळे दूर होतात आणि त्यांचे शुद्धीकरण होत असताना नाड्यांमध्ये प्राणांचा समान रूपाने संचार होतो.

– राजीव जैन त्रिलोक

मुद्रा : एक दृष्टिकोन

आपल्या ऋषिमुनींनी या मानवजातीला बरेच काही दिले आहे. आपल्या ग्रहणक्षमतेतच काही कमतरता होत्या; अन्यथा आज आपल्या देशाच्या पावलावर पाऊल टाकूनच संपूर्ण विश्वाने मार्गक्रमण केले असते. ऋषिमुनींनी अनेक रहस्यांवरचा पडदा बाजूला केला. एकाहून एक सरस अशा विद्या आपल्याला प्रदान केल्या आणि त्याच मालिकेतील एक विज्ञान म्हणजे 'मुद्रा विज्ञान' हे होय. मुद्रा विज्ञान हे आसने, प्राणायाम यांच्याहून अधिक सखोल असलेले, सूक्ष्म ज्ञान आहे. त्याचा परिणाम एवढ्या खोलवर होतो की, आपल्या संपूर्ण जीवनऊर्जेची क्षमता अधिक प्रखर आणि अंतर्मुख बनवणे शक्य होते आणि या ऊर्जेत समाविष्ट झालेले दौर्बल्य, आजार आणि शैथिल्य यांचा निचरा होतो. या मुद्रांचा उपयोग करून आपण जीवनात अधिक प्रभावशाली व्यक्तिमत्त्व आणि आध्यात्मिकच्या चरम सीमेपर्यंतचा आनंद मिळवू शकतो.

घेरंड संहितेत २५ मुद्रांचे वर्णन येते. या मुद्रा असंख्य लाभ मिळवून देतात. मात्र, ज्या मुद्रांचा अधिक वापर केला जातो, अशा प्रमुख मुद्रांचे वर्णन आपण इथे पाहणार आहोत. या प्रमुख मुद्रांच्या साहाय्याने आपल्याला अन्य मुद्रांचे लाभसुद्धा मिळतात. या सर्व मुद्रा सुलभ आहेत आणि हळूहळू आपल्याला सार्थकता प्रदान करतात.

१. महामुद्रा

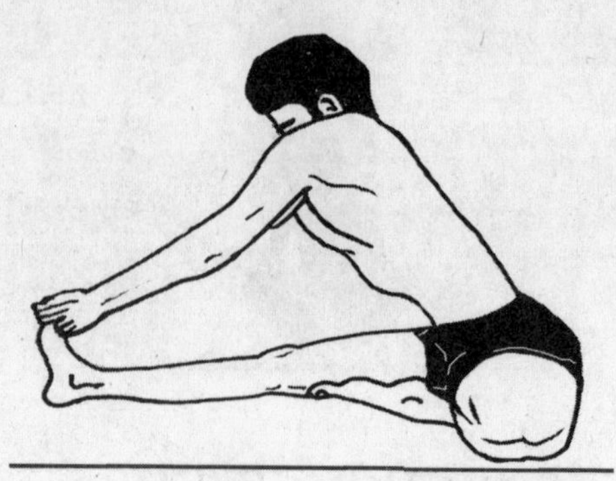

पद्धत : आपल्या आसनावर प्रसन्न चित्ताने दोन्ही पाय समोर पसरून बसा. आता उजवा पाय गुडघ्यात वाकवून टाच गुदद्वाराच्या खाली ठेवा. त्यानंतर समोर वाकून दोन्ही हातांनी डाव्या पायाचा अंगठा पकडा आणि दीर्घ श्वास घ्या. मूलबंध आणि जालंधर बंध लावा. कुंभक करत अंतर्चेतनेला ऊर्ध्वमुखी बनवण्याचा प्रयत्न करा. कुंडली चक्रांवर लक्ष एकाग्र करून त्यांचे ध्यान करा आणि बंध सोडा. हळूहळू रेचक क्रिया करा. हाच क्रम उजव्या पायाने करा आणि शक्य असेल तितका वेळ कुंभक करा. अशा प्रकारे सुमारे तीन ते पाच आवर्तने करा.

लाभ :
- मंदाग्नी, अजीर्ण, अपचन, मलावरोध आदी पोटाचे आजार दूर होतात.
- मूळव्याध आणि प्रमेह यांचा नाश होतो.
- ध्यानासाठी उत्कृष्ट असून कुंडलिनी जागृतीसाठी साहाय्यक आहे.
- प्लीहेचा आकार वाढण्याचा आजार आणि क्षयरोग नष्ट होतात.
- जुनाट ज्वराचा नाश होतो.

सूचना : याविषयी अधिक माहिती समजून घेण्यासाठी महामुद्रासन पाहा.

२. महावेध मुद्रा

पद्धत : उजव्या पायाची टाच गुदद्वार आणि लिंग यांच्या मध्यभागी शिवणीवर स्थिरपणे ठेवा. डावा पाय पुढे पसरून बसा. समोर झुकत समोर पसरलेल्या पायाचा अंगठा दोन्ही हातांनी पकडा. श्वास घ्या; म्हणजेच पूरक करा. नजर भ्रूमध्यावर ठेवा. त्रिबंध लावा. (जालंधर बंध, मूलबंध, उड्डियान बंध). अंतर्चेतनेकडे लक्ष द्या.

मूलाधारापासून वरच्या भागातील चक्रांचा विचार आणि ध्यान करा. शक्य असेल तेवढा वेळ थांबा. त्यानंतर उड्डियान, मूलबंध आणि अखेरीस जालंधर बंध शिथिल करा. नजर सर्वसामान्य ठेवा. हळूहळू रेचक करा.

विशेष बाब : काही ठिकाणी महावेध मुद्रेप्रमाणेच बसले जाते. काही ठिकाणी बंध लावल्यानंतर नितंब हळूहळू उचलून पुन्हा जमिनीवर आपटले जातात. हे आसन व्यवस्थित दृढपणे करता येऊ लागले की, हा अभ्यासही करू शकता.

घेरंड संहितेनुसार : पुरुषाखेरीज स्त्रीचे लावण्य आणि रूप, यौवन ज्याप्रमाणे निरर्थक असते, त्याप्रमाणेच महावेधाखेरीज मूलबंध आणि महाबंध निष्फल असतात. पहिल्यांदा महाबंध मुद्रेचा अभ्यास करून उड्डियान बंध लावून कुंभकाच्या साहाय्याने वायू रोखून धरा. याला महावेध म्हणतात. जो योगी रोज महावेधाबरोबर महाबंध आणि मूलबंधही लावतो, तो योग्यांमध्ये श्रेष्ठ बनतो. वृद्धत्व आणि मृत्यू या दोन्ही गोष्टी त्याच्यावर आक्रमण करू शकत नाहीत. म्हणजेच, त्याचा कायाकल्प होतो.

लाभ :
- अनेक सिद्धी प्राप्त होतात.
- शरीरावर सुरकुत्या पडत नाहीत. व्यक्ती चिरतरुण दिसते.
- कंपवात होत नाही. केस पांढरे होत नाहीत.
- प्राण सुषुम्ना नाडीतून प्रवाहित होऊ लागतात आणि समाधीही लागते.

सूचना : महाबंध समजून घेण्यासाठी बंधविषयक अध्याय पाहा.

३. खेचरी मुद्रा

पद्धत : साधकाने तोंड बंद करून जीभ उलटी करून टाळ्याच्या खालच्या भागात पोकळीत स्पर्श करावा. या मुद्रेला 'खेचरी मुद्रा' म्हणतात. साधक टाळ्याच्या खालच्या भागात, पोकळीत जिभेने स्पर्श करू शकत नाही. म्हणून जीभ पुढे नेण्याची तीन साधने सांगण्यात आली आहेत. ती आहेत – छेदन (कापणे किंवा शस्त्रक्रिया करणे), चालन आणि दोहन.

शस्त्रक्रिया किंवा कापणे : जिभेच्या खालच्या भागात एका तंतूने जीभ जबड्याला चिकटलेली असते. त्यामुळे जीभ उलटी करून टाळूला लावणे कठीण बनते. यासाठी रोज त्या तंतूला सैंधा नावाच्या एका द्रव्याने रगडले जाते. काही दिवसांनी टाळूच्या वरच्या छिद्रात जिभेचा अग्रभाग सहजगत्या जातो.

चालन आणि दोहन : अंगठा आणि तर्जनी यांनी किंवा पातळ वस्त्राने जीभ पकडून चारही बाजूंना उलटी करून हलवणे आणि खेचणे याला 'चालन' म्हणतात. लोणी किंवा तूप लावून दोन्ही हातांच्या बोटांनी जीभ खेचणे (गाईचे स्तन पिळून दूध काढताना केल्या जाणाऱ्या क्रियेप्रमाणे) आणि हळूहळू खेचत राहणे; म्हणजे 'दोहन' होय. यांपैकी जी क्रिया सुखद वाटेल, ती गुरूंच्या मार्गदर्शनाखाली करावी. त्यानंतर जीभ एवढी लांब होते की, ती सहजगत्या नाकाच्या वरच्या बाजूला भ्रूमध्यापर्यंत पोहोचते.

दक्षता : वर दिलेल्या अभ्यासाच्या बाबतीत घाई-गडबड करता कामा नये. अन्यथा, त्याचे परिणाम धोकादायक होऊ शकतात. योग्य शिक्षक असल्याशिवाय ही मुद्रा करू नये.

विशेष बाब : ब्रह्मचर्याचे अवश्य पालन करावे. यशाची शक्यता वाढते.

लाभ : सराव किंवा अभ्यास झाल्यानंतर साधक ब्रह्मरंध्राद्वारे ठिबकणारा मधुर रस; म्हणजेच अमृत प्राशन करतो. जीभ तिथे प्रविष्ट झाल्यावर इडा, पिंगला आणि सुषुम्ना यांचे मार्ग खुले होतात. त्यामुळे समाधीची स्थिती निर्माण होते. अमृतपान केल्यामुळे साधक मृत्यूलाही वश करून घेतो. (दीर्घायुषी होतो.) निद्रा, आळस आणि भूक-तहान आदींचा जास्त त्रास होत नाही.

विशेष बाब : सहजपणे रोज अभ्यास केल्यामुळे जीभ अतिशय लांब बनते आणि तिचा टाळूच्या छिद्राला स्पर्श होतो, असेही काही साधक आम्ही पाहिले आहेत.

४. विपरीतकरणी मुद्रा

पद्धत : घेरंड संहितेनुसार, नाभीच्या मुळात सूर्यनाडी असते आणि मुखातील टाळूच्या मुळात चंद्रनाडी असते. ज्या वेळी खालच्या बाजूने सूर्यनाडी आपल्या तेजाने शरीरातील अमृत प्राशन करते, त्या वेळी मनुष्याचा मृत्यू होतो. म्हणून सूर्याला वर आणला पाहिजे आणि चंद्राला खालच्या दिशेला नेला पाहिजे. यालाच 'विपरीतकरणी मुद्रा' असे म्हणतात. हिच्या अभ्यासासाठी साधकाने सर्वांगासनासारखी दिसणारी विपरीतकरणी क्रिया करावी. थोड्या प्रयत्नांनी मूलबंध आणि उड्डियान बंध आपोआप लागतात. घेरंड संहितेचे आचार्य म्हणतात की, त्या वेळी पूरक प्राणायाम करून कुंभक करावा आणि शक्य असेल तितका वेळ या स्थितीत थांबावे. याला 'विपरीतकरणी मुद्रा' असे म्हणतात.

दक्षता : उच्च रक्तदाब आणि हृदयरोग यांनी त्रस्त असलेल्या व्यक्तींनी करू नये.

लाभ :

- जो साधक याचा रोज अभ्यास करत असेल, तो मृत्यूला आणि वृद्धत्वाला जिंकून घेतो.
- याचा रोज अभ्यास केल्याने जठराग्नी प्रदीप्त होतो. म्हणून आहाराचे प्रमाण संतुलित ठेवले पाहिजे.
- चक्रांचे ध्यान केल्याने ओज, तेज, बल, वीर्य आदींमध्ये वृद्धी होते.
- युवावस्था टिकते आणि स्थैर्य प्राप्त होते.

५. वज्रोली मुद्रा

पद्धत : रबराच्या एका विशिष्ट नळीला 'कॅथेटर' म्हणतात. ती चार-पाच नंबरची सुमारे दीड फूट लांबीची नळी घ्या. ही नळी मूत्रनलिकेत घातली जाते. या नळीच्या वरच्या टोकाला चार-पाच इंचापर्यंत शुद्ध तूप किंवा बदामाचे तेल लावून हळूहळू मूत्रनलिकेच्या छिद्रात घाला. त्रास झाला, तर काढून घ्या आणि हळूहळू पुन्हा सराव करा. सराव झाल्यावर त्याहून थोडी मोठ्या आकाराची; म्हणजे सात-आठ नंबरची नलिका घालण्याचा सराव करा. अभ्यास झाल्यावर नौली क्रियेने आतडी वरच्या बाजूला घेऊन मूलाधार आकुंचित करून, मूत्रयंत्रणेचे आकुंचन करून पहिल्यांदा वायू आत घ्या. त्यानंतर जल, दूध (शुद्ध केलेला संस्कारित पारा) आत ओढून घ्या. नंतर ही सर्व द्रव्ये मूत्र बाहेर टाकताना त्याबरोबर बाहेर पडतात. रबराच्या नळीच्या साहाय्याने हा सराव झाला की, मग हाच सराव चांदीची नळी वापरून करा.

विशेष सूचना : एखाद्या योग्य गुरुच्या मार्गदर्शनाखालीच करा.

लाभ :

- ऊर्जा ऊर्ध्वमुखी होते, त्यामुळे शरीर कांतिमान बनते.
- ब्रह्मचर्याचे संरक्षण होते.
- मानसिक शांतता, आनंद आणि आध्यात्मिक लाभ मिळतो.
- मृत्यूपर्यंत साधक तरुण राहतो.
- साधकाच्या शरीरातून सुगंध येऊ लागतो.
- ही मुद्रा साधकाला अमृत प्रदान करत विश्वाचा महान योगी बनवते.

मुद्रा हळूहळू साधकाच्या आत्म्याला उत्थानाकडे आणि विशुद्धतेकडे घेऊन जातात.

– राजीव जैन त्रिलोक

६. योनी मुद्रा/षण्मुखी मुद्रा

पद्धत : सुखासनात बसा. अंगठ्याने कानाचे छिद्र, तर्जनींनी दोन्ही डोळे, मध्यमेने नाकपुड्या आणि अनामिका व कनिष्ठा ओठांवर सहजगत्या ठेवता याव्यात, अशा प्रकारे दोन्ही हात आपल्या चेहऱ्यावर ठेवा. काकी मुद्रेद्वारे प्राण खेचून अपान वायूत मिसळा. शरीराच्या चक्रांचे ध्यान करत किंवा 'हंसः' मंत्राद्वारे कुंडलिनी शक्ती जागृत करत साधकाने आपली ऊर्जा सहस्रार चक्रात घेऊन जावी. अभ्यासाच्या वेळी साधकाने केवळ एवढाच विचार मनात ठेवावा की, भगवान शिवाबरोबर शक्तिमय होत तो आनंदाने विहार करत आहे आणि तो स्वतःच पूर्ण ब्रह्म झाला आहे. याला 'योनिमुद्रा' असे म्हटले गेले आहे.

लाभ :
- ही दुर्लभ मुद्रा आहे. या मुद्रेच्या अभ्यासामुळे साधक अनेक पापांपासून मुक्ती प्राप्त करतो. (घेरंड संहिता)
- शरीरात तेज, बल आणि वीर्य वाढते.
- शरीर निरोगी बनते.
- ही मुद्रा नवयौवन प्रदान करते.
- पूर्ण एकाग्रतेने अभ्यास केल्यानंतर साधकाला सूक्ष्म ध्वनी ऐकू येण्याचा अनुभव येतो.

देवांसारखे दिसण्याची इच्छा असेल तर
प्राणायाम आणि मुद्रा यांचा अभ्यास व सराव करा.
– राजीव जैन त्रिलोक

७. शक्तिचालिनी मुद्रा

पद्धत : घेरंड संहितेनुसार, कुंडलिनी मूलाधारात साडेतीन फेरे मारून निद्रिस्तावस्थेत आहे. जोपर्यंत ती सुप्तावस्थेत असते, तोपर्यंत जीव अज्ञानीच राहतो. म्हणून, सम्यक ज्ञानप्राप्तीपर्यंत कुंडलिनीला जागृत करण्याचा अभ्यास केला पाहिजे. ज्याप्रमाणे कुलूप उघडल्याशिवाय दार उघडता येत नाही, त्याप्रमाणेच कुंडलिनी शक्ती जागृत झाल्याखेरीज ब्रह्मरंध्राचे द्वार खुले होऊ शकत नाही. एकांत स्थानी जाऊन एक हात लांब आणि चार अंगुल रुंद, कोमल वस्त्र नाभीभोवती कमरेला बांधा. शरीराला भस्म, राख इत्यादी लावून सिद्धासनात बसा. आता प्राण खेचून अपान वायूत मिसळा. अश्विनी मुद्रेद्वारे गुदस्थान आकुंचित करत राहा. अशा प्रकारे कुंभक केल्याने सर्परूपी कुंडलिनी शक्ती जागृत होऊन वरच्या बाजूला निघते. शक्तिचालिनी मुद्रेच्या अभ्यासानंतर योनिमुद्रेचाही अभ्यास करा.

लाभ :
- रोज हा सराव किंवा अभ्यास केल्याने विग्रह सिद्धीसह सर्व सिद्धी प्राप्त होतात.
- सर्व प्रकारचे शारीरिक आणि मानसिक रोग नष्ट होतात.
- आत्मानंद प्राप्त होतो.

जर तुम्ही निरोगी असाल, तर नेहमीच निरोगी राहण्यासाठी योगाभ्यास करा आणि जर तुम्ही रोगग्रस्त असाल, तर निरोगी होण्यासाठी अवश्य योगाभ्यास करा. त्यामुळे तुम्ही निरोगी आणि सुंदर व्हाल.

– राजीव जैन त्रिलोक

८. ताड़ागी मुद्रा

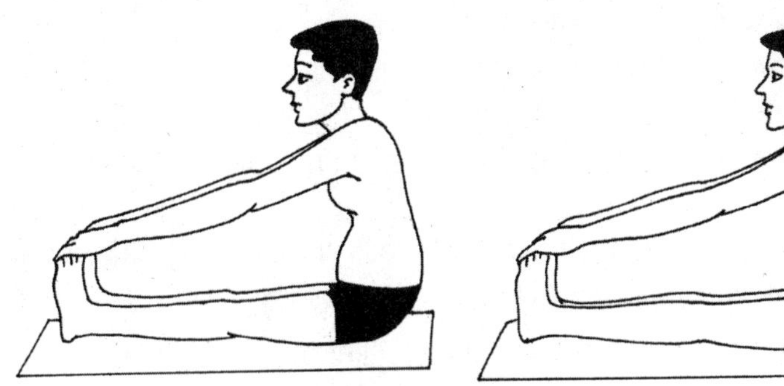

उदरंपश्चिमोत्तानं कृत्वा च ताड़ागाकृतिः ।
ताड़ागी सा परामुद्रा जरा मृत्युं विनाशनी । (घे.सं. ३/७३)

अर्थ : पश्चिमोत्तानासनात बसा आणि पोट अशा प्रकारे फुगवा की, पोटात पाणी भरलेले असावे. यालाच 'ताड़ागी मुद्रा' म्हणतात. यामुळे वृद्धावस्था आणि मृत्यू यांच्यावर विजय प्राप्त करता येतो.

पद्धत : पश्चिमोत्तानासनात बसा. दोन्ही हातांनी पायांचे पंजे पकडा. मात्र झुकू नका. आता श्वास आत घ्या आणि पोट जेवढे फुलवता येईल, तेवढे फुगवा. शक्य तेवढा वेळ कुंभक करा. अखेरीस हळूहळू रेचक करा. रेचक करताना पोटाला तलावासारखे खोल बनवा. काही योगीजन कुंभक करताना वायूला तळ्यावर उठणाऱ्या लहरीप्रमाणे गतिमान बनवतात.

लाभ :
- पोटाचे आणि उदरप्रदेशाचे सर्व विकार नष्ट होतात.
- पोट लवचीक बनते आणि पचनसंस्था अधिक चांगल्या प्रकारे कार्य करू लागते.
- वृद्धावस्थेवर विजय प्राप्त करता येतो.

९. मांडुकी मुद्रा

मुखं संमुद्रितं कृत्वा जिव्हवामूलं प्रचालयेत।
शनैर्ग्रसेदमृतं तां माण्डुकीं मुद्रिकां विदुः ॥
वलितंपलितं नैव जायते नित्य यौवनम।
न केशे जायते पाको यः कुर्यान्तित्यमाण्डुकीम् ॥ (घे.सं. ३/७४-७५)

अर्थ : तोंड बंद करून जीभ टाळ्यामध्ये फिरवली पाहिजे आणि सहस्रार चक्रातून ठिबकणारे अमृत जिभेने प्राशन केले पाहिजे. ही 'माण्डुकी मुद्रा' होय.

पद्धत : भद्रासनात बसा. हात गुडघ्यांवर ठेवा. शक्य असेल तेवढे नितंब जमिनीवर ठेवा. पाठीचा कणा, मान आणि डोके ताठ ठेवा. तोंड बंद करा. आता आतल्या आत जीभ वरच्या बाजूला टाळ्याच्या डावीकडे-उजवीकडे, वर-खाली फिरवा. अशा प्रकारे क्रिया केल्याने ग्रंथीतून स्राव सुरू होतो. ऋषी असे सांगतात की, हेच अमृत आहे. याचे प्राशन केल्याने वृद्धत्व येत नाही. शरीर कांतिमान राहते. म्हणूनच, साधकाने याचा नियमित अभ्यास केला पाहिजे.

विशेष बाब : ही मुद्रा करताना सहस्रार चक्रावर लक्ष एकाग्र करून आत्मिक आनंदाचा लाभ मिळवला पाहिजे.

लाभ :
- केसगळती आणि अवेळी केस पिकणे बंद होते.
- चिरयौवन प्राप्त होते.
- शरीर कांतिमान बनते आणि सर्व रोगांचा नाश होतो.
- ही मुद्रा शरीरात वात-पित्त-कफ यांच्यामध्ये संतुलन प्रस्थापित करते.

१०. शांभवी मुद्रा

पद्धत : भ्रूमध्यावर नजर स्थिर ठेवून लक्षपूर्वक परमात्म्याचे चिंतन करा. ही शांभवी मुद्रा आहे.

सुखासनात बसा. पाठीचा कणा, मान आणि डोके एका रेषेत ताठ ठेवा. हात एकमेकांवर किंवा गुडघ्यांवर ठेवून त्यांची ज्ञानमुद्रा तयार करा. आता पूर्णपणे चित्त एकाग्र करून दोन्ही भुवयांच्या मध्ये दृष्टी आणा आणि आपल्या शुद्ध आत्म्याचे ध्यान करा.

विशेष सूचना : डोळे दुखू लागले, तर विश्रांती घ्या. डोळ्यांत पाण्याचे थेंब टाका किंवा नंतर पहिल्यांदा डोळ्यांचे इतर अभ्यास करा.

वेळ : श्वसन सर्वसामान्यपणे सुरू ठेवा आणि शक्य असेल त्याप्रमाणे करा.

लाभ :

- आज्ञाचक्र विकसित होते.
- अचेतन मस्तक जागृत होते.
- डोळ्यांमध्ये आकर्षणशक्ती निर्माण होते.
- ध्यानशक्तीचा विकास होतो.
- स्मरणशक्ती तीव्र बनते.

११. अश्विनी मुद्रा

आकुंचयेद् गुदाद्वारं प्रकाशयेत् पुनःपुनः।
सा भवेदश्विनीमुद्रा शक्ति प्रबोधकारिणी।।
आश्विनी परमा मुद्रा गुह्यरोग विनाशनीं।
बलपुष्टिकरी चैव अकालमरणं हरेत्।। (घे.सं. ३/८२-८३)

पद्धत : सुखासनात आरामात बसा. तणाव ठेवू नका. डोळे बंद करून पूरक करा. कुंभक करत गुदद्वार सतत आकुंचित करा. शक्य असेल तेवढा वेळ करा. त्यानंतर रेचक करा. आपल्याला शक्य असेल त्याप्रमाणे करत राहा.

विशेष सूचना : श्वसनक्रिया नेहमीप्रमाणे सर्वसामान्य ठेवूनही ही क्रिया करू शकता.

लाभ :
- अकाली मृत्यूचे भय नाहीसे होते.
- गुदप्रदेशाचे रोग नष्ट होतात.
- कुंडलिनी जागृतीसाठी साहाय्य मिळते.
- शारीरिक आणि मानसिक लाभ होतात.

१२. पाशिनी मुद्रा

कण्ठपृष्ठे क्षिपेत्पादौ पाशवद् दृढबन्धनम्।
सा एव पाशिनी मुद्रा शक्ती प्रबोधकारिणी।।
पाशिनी महती मुद्रा वयःपुष्टि विधायिनी।
साधनीया प्रयत्नेन साधकैः सिद्धिकांक्षिभिः।। (घे.सं. ३/८४-८५)

पद्धत : दोन्ही पाय उचलून गळ्याच्या मागे नेऊन त्यांना एकमेकांत पाशाप्रमाणे घट्ट अडकवून ठेवा. कुंडलिनीला जागृत करणारी ही 'पाशिनी मुद्रा' आहे.

विशेष सूचना : योग्य शिक्षकाच्या मार्गदर्शनाखाली करा.

लक्ष : विशुद्धी चक्रावर किंवा मूलाधार चक्रावर केंद्रित करा.

लाभ :
- बलवर्धक आहे. शरीर पुष्ट बनते.
- सिद्धी प्रदान करते. अष्टसिद्धी प्राप्त होतात.
- मानसिक शांतता आणि प्रसन्नता मिळते.

१३. काकी मुद्रा

काकचन्चुवदास्येन पिबेद्वायं शनैः शनैः ।
काकी मुद्रा भवेदेषा सर्वरोग विनाशनी ।।
काकी मुद्रा परा मुद्रा सर्वतन्त्रेषुगोपिता ।
अस्याः प्रसादमात्रेण काकवन्नीरुजो भवेत् ।। (घे.सं. ३/८६-८७)

अर्थ : कावळ्याच्या चोचीप्रमाणे तोंडाचा आकार करून हळूहळू हवा आत ओढून घ्या किंवा प्राशन करा. यामुळे सर्व प्रकारचे रोग दूर होतात. यालाच 'काकी मुद्रा' म्हणतात. या अभ्यासामुळे साधक कावळ्याप्रमाणेच निरोगी बनतो.

महर्षी घेरंड यांचे असे म्हणणे आहे की, ही मुद्रा गुप्त ठेवली पाहिजे.

विशेष सूचना : यामध्ये तोंडानेच श्वास घेतला पाहिजे. नाकाने घेता कामा नये. परंतु श्वास सोडण्याचे काम तोंड बंद करून नाकानेच केले पाहिजे.

लाभ :
- सर्व रोगनाशक आहे.
- थंडावा प्राप्त होतो.
- उच्च रक्तदाबात लाभदायक आहे.
- पचनसंस्था निरोगी बनते आणि मलावरोधापासून सुटका होते.
- मानसिक शांतता मिळते.
- थोडक्यात, यामुळे कित्येक रोग नष्ट होतात.

दक्षता : कमी रक्तदाबाचा विकार असलेल्यांनी करू नये.

१४. मातंगिनी मुद्रा

कष्ठमग्नेजले स्थित्वा नासाभ्यां जलमाहरेत्।
मुकान्निर्गमयेत्पश्चात् पुनर्वक्त्रेण चाहरेत्।।
नासाभ्यां रेचयेत, पश्चात कुर्यादेवं पुनःपुनः।
मातङ्गिनी परा मुद्रा जरामृत्यु विनाशनी।
विरले निर्जने देशे स्थित्वा चैकाग्रमानसः।
कुर्यान्मातङ्गिनी मुद्रां मातङ्ग इव जायते।
यत्र तत्र स्थितो योगी सुखमत्यन्तमश्नुते।
तस्मात सर्व प्रयत्नेन साधयेत् मुद्रिकांपराम्। (घे.सं. ३/८८-८९)

अर्थ : पाणी गळ्यापर्यंत येईल एवढ्या पाण्यात उभे राहून नाकाने पाणी आत खेचून तोंडाने बाहेर टाकले पाहिजे आणि नंतर तोंडात पाणी भरून घेऊन ते नाकाने बाहेर टाकावे. पुन्हा नाकाने पाणी आत खेचून तोंडाने बाहेर टाका. ही क्रिया पुनःपुन्हा करत राहा. ही 'मातंगिनी' नावाची मुद्रा होय.

लाभ :
- ही मुद्रा सिद्ध झाल्यावर जरा-मरण यांचे भय उरत नाही.
- ही मुद्रा सिद्ध केली, तर हत्तीसारखी शक्ती प्राप्त होते.
- ही मुद्रा केल्याने सर्व प्रकारची सुखे मिळतात.

१५. भुजंगिनी मुद्रा

वक्त्रं किञ्चित्सुप्रसार्य चानिलं गलया पिवेत्।
सा भवेद्भुजङ्गीमुद्रा जरामृत्युविनाशिनी।
यावच्च उदरे रोगमजीर्णादि विशेषतः।
तत्सर्वनाश्येदाशु यत्र मुद्रा भुङ्गीनी। (घे.सं. ३/९२-९३)

अर्थ : तोंड पसरून, उघडून गळ्याने हवा प्राशन करा. गळ्यात हवेचा जोरदार धक्का बसला पाहिजे. याला 'भुजंगिनी मुद्रा' म्हणतात. सिद्धासन, पद्मासन किंवा वज्रासन यांपैकी एका आसनात बसून ही क्रिया केली पाहिजे.

लाभ :
- वृद्धत्व आणि मृत्यू यांचा नाश होतो.
- उदरप्रदेशासंबंधीचे सर्व रोग नष्ट होतात.
- अजीर्ण दूर होते. पचनसंस्था मजबूत बनते.
- गळ्याचे रोग दूर होतात.

१६ योगमुद्रा

पद्धत : पद्मासनात शांत चित्ताने डोळे बंद करून बसा. प्रारंभीच्या अवस्थेत दोन्ही हात पाठीच्या मागे न्या आणि दोन्ही तळहातांनी पायांचे तळवे पकडा. (अशा प्रकारे, उजव्या हातात उजव्या पायाचा पंजा आणि डाव्या हातात डाव्या पायाचा पंजा पकडला जाईल.) पायांचे अंगठे दोन्ही हातांच्या पंजांनी पकडून धरा. (अशा प्रकारे, उजव्या हातात उजव्या पायाचा अंगठा आणि डाव्या हातात डाव्या पायाचा अंगठा पकडला जाईल.) आता श्वास सोडत डोके समोरच्या बाजूला हळूहळू जमिनीच्या दिशेला झुकवा. कपाळाने जमिनीला स्पर्श करा. १० ते १५ सेकंद या अवस्थेत राहून हळूहळू श्वसन सुरू ठेवा. श्वास घेत मूळ स्थितीत परत या.

दिशा : आध्यात्मिक उन्नतीसाठी पूर्व किंवा उत्तर दिशेला मुख करून हे आसन करावे.

लक्ष : सर्व चक्रांना जागृत करण्यासाठी उपयुक्त आहे. मूलाधार आणि आज्ञाचक्र यांच्यासाठी विशेष उपयुक्त आहे.

लाभ :
- पचनसंस्था अधिक बळकट बनते.
- बद्धकोष्ठता दूर होते.
- आध्यात्मिक लाभ मिळतात.
- पाठीच्या कण्याला पूर्ण लाभ मिळतो.
- चेहऱ्यावर तेज येते आणि डोळ्यांची शक्ती वाढते.

विशेष सूचना : पूर्ण आसन करण्यासाठी हळूहळू प्रयत्न करत राहा. जर त्रास वाटला, तर हात पाठीवर ठेवून त्यांची घडी घाला.

सूचना : अधिक माहितीसाठी योगमुद्रासन पाहा.

१७. ब्रह्म मुद्रा

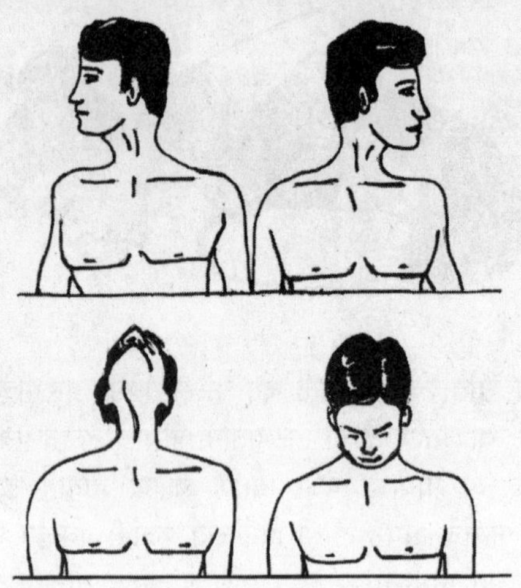

आकृती : ब्रह्मदेवाच्या चार तोंडांसारखी दिसते.

पद्धत : ध्यानाच्या कोणत्याही आसनात (पद्मासन, सुखासन) बसा. पाठीचा कणा आणि धड ताठ ठेवून डोळे बंद करा. हात ज्ञानमुद्रेत किंवा चिनमुद्रेत गुडघ्यांवर ठेवा. मनात शांत भाव ठेवून या मुद्रेचा अभ्यास करण्यासाठी डोके समोरच्या बाजूला स्थिर ठेवा. नंतर डोके हळूहळू उजवीकडे फिरवा. ही क्रिया एवढी हळूहळू झाली पाहिजे की, डोके अडीच मिनिटांत खांद्याच्या रेषेत आले पाहिजे.

वेळ मोजण्यासाठी श्वासांची संख्या मोजू शकता. जवळजवळ पाव मिनिट; म्हणजेच १५ सेकंद स्थिर राहिल्यानंतर डोके पुन्हा डावीकडे नेण्यास सुरुवात करा. म्हणजेच, पाच मिनिटांनी डोके डाव्या खांद्याच्या रेषेत पोहोचेल. सुमारे पाव मिनिट; म्हणजेच १५ सेकंद स्थिर राहिल्यानंतर डोके पुन्हा उजवीकडे नेण्यास सुरुवात करा आणि अडीच मिनिटांत सुरुवातीच्या स्थितीत पोहोचा. तिथे पुन्हा सुमारे पाव मिनिट; म्हणजेच १५ सेकंद स्थिर राहिल्यानंतर डोके वर उचलण्यास सुरुवात करा. अडीच मिनिटांपर्यंत ते वर उचलून डोके जास्तीतजास्त मागे न्या. सुमारे पाव मिनिट म्हणजेच १५ सेकंद स्थिर राहिल्यानंतर डोके पुन्हा समोर आणून खालच्या बाजूला न्या. म्हणजेच, पाच मिनिटांनी डोके खाली असेल. सुमारे पाव मिनिट; म्हणजेच १५ सेकंद स्थिर राहिल्यानंतर डोके पुन्हा अडीच मिनिटांत पूर्वस्थितीत आणा. चारही दिशांना डोके फिरवण्यामध्ये २१ मिनिटे व्यतीत झाली पाहिजेत. हे ब्रह्ममुद्रेचे एक आवर्तन मानले जाते. श्वासाची गती नेहमीपेक्षा कमी राहील.

लाभ :

- अनुक्रमे गळ्याच्या नसा ताणणे आणि शिथिल करणे यांमुळे त्यांच्यात शक्ती आणि लवचीकता येते.
- क्रॉनिअल नर्व्हज मानेतून जातात. त्यांची चांगली मालीश झाल्यामुळे डोळे, कान, नाक, जीभ यांसारखे मस्तकाचे विविध अवयव निरोगी बनतात.
- टॉन्सिल्सची नको असलेली वाढ, जळजळ आणि सूज नाहीशी होते.
- मन शांत, स्थिर आणि अंतर्केंद्रीत करण्यासाठी साहाय्यकारी आहे. त्यामुळे ध्यानाचे उच्च प्रयोग करणे शक्य होते.
- विशुद्धी, आज्ञा आणि सहस्रार चक्रावर प्रभाव पडतो.

मुद्रा : उपसंहार आणि सर्व लाभ

- मुद्रांच्या अभ्यासामुळे सर्व इच्छांची पूर्तता होते. वृद्धत्व आणि मृत्यू दूर राहतो.
- हे ज्ञान अत्यंत गोपनीय आणि देवदुर्लभ आहे. दुष्ट, नास्तिक आणि अयोग्य व्यक्तीला हे सांगू नये.
- खरे भक्त, उच्च चिंतनशीलता असलेले आणि शांत चित्ताचे लोक यांना हे ज्ञान द्यावे.
- सर्व व्याधींचा नाश होतो तसेच याच्या नित्य अभ्यासाने चारित्र्याचे रक्षण होते.
- यांच्यामुळे जठराग्नी तीव्र बनतो.
- वृद्धत्व आणि मृत्यू यांच्यावर विजय प्राप्त होतो. त्यामुळे अग्नी, जल आणि वायू यांचे भय राहात नाही.
- श्वास, प्लीहा, कुष्ठ, श्लेष्मा आदी वीस प्रकारचे रोग दूर होतात.
- मुद्रांमुळे रक्ताचे शुद्धीकरण होते.
- वात, पित्त आणि कफ यांचे शमन होते.

नवीन स्वर्गाची रचना करायची असेल,
तर योगविद्यांचा स्वीकार करा.

– राजीव जैन त्रिलोक

अष्टांग योग आपल्या रोगांचा आणि अज्ञानाचा नाश करून वर्तमान आणि भविष्य या दोहोंचा चारही दिशांनी विकास करून दिव्यता प्रदान करतो.

– राजीव जैन त्रिलोक

योग हे प्रदर्शनाचे नव्हे;
तर स्वतःच्या लाभाचे विज्ञान आहे.

– राजीव जैन त्रिलोक

हस्तमुद्रा विज्ञान

आपले शरीर हे अनंत रहस्यांचे भांडार आहे. सध्या आपल्याला ज्या विद्या माहिती आहेत, त्या कैवल्यज्ञानी परमात्म्यांनी आपल्याला दिलेल्या ज्ञानाच्या एक शतांशही नाहीत. आताही आपल्याला त्या एक शतांश ज्ञानापैकी काही भाग ज्ञानाचे जरी ज्ञान झाले, तरी आपण ज्ञानाच्या मदाने चूर होऊन जातो आणि कित्येक वेळा आपल्याला त्या ज्ञानाचे अपचन होते. ही अपचने दूर करण्यासाठी आपल्याला पौराणिक काळापासून महर्षींनी कित्येक सिद्धांत सांगितले आहेत. कित्येक प्रकारच्या वैज्ञानिक कला शिकवल्या आहेत. त्या प्राचीन वैज्ञानिक कला आज कित्येक रूपांत अस्तित्वात आहेत. त्यांच्यापैकी एक आहे – हस्त मुद्रा विज्ञान. या मुद्रांच्या साहाय्याने आपण शरीरातून बाहेर जाणाऱ्या शक्तींना आपल्या शरीरात आत्मसात करून; त्यांना एकत्रित करून त्यांचा बहुआयामी लाभ मिळवू शकतो. तसे पाहता, आपले शरीर हे प्रकृतीच्या पाच तत्त्वांनी बनलेले आहे. कदाचित एखादे तत्त्व कमी किंवा जास्त झाले, तर आपले शरीर अनेक प्रकारच्या रोगांनी ग्रस्त होते. या तत्त्वांना नियंत्रित करण्यासाठी हस्त मुद्रांचा उपयोग करण्यास शिकवले जाते. त्याखेरीज, आपल्या शरीरात जाणवणाऱ्या कित्येक अज्ञात घटनांच्या साहाय्याने आणि हस्तमुद्रांचा वापर करून घेऊन आपण शारीरिक, मानसिक आणि सूक्ष्म शक्तींचा लाभ घेऊन आत्मउत्थान करू शकतो.

आपल्या हाताची पाच बोटे आपल्याला पाच तत्त्वांच्या दिशेचा संकेत देत असतात. अंगठा अग्नी तत्त्वाचा, तर्जनी वायू तत्त्वाचा, मध्यमा (मधले उंच बोट) आकाश तत्त्वाचा, अनामिका पृथ्वी तत्त्वाचा आणि कनिष्ठा जल तत्त्वाचा संकेत देते. या पाचही बोटांच्या द्वारे मुद्रा तयार करून ही तत्त्वे सम बनवून आपण आपल्या शरीरात उत्पन्न झालेल्या एखाद्या नैसर्गिक विकृतीला दूर सारू शकतो आणि आरोग्याची प्राप्ती करून घेऊ शकतो.

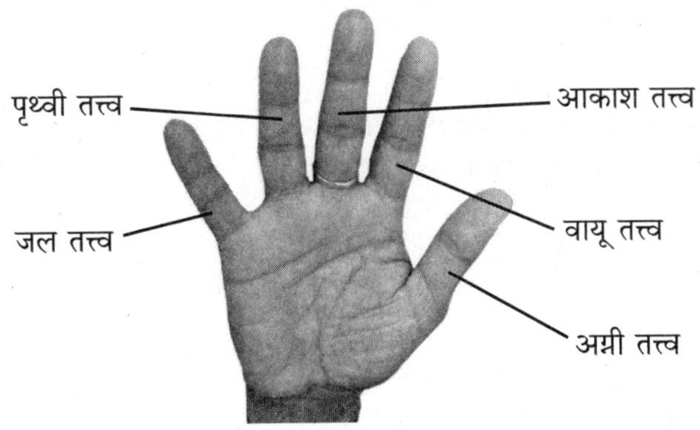

कोणत्याही बोटाच्या अग्रभागाशी अंगठा जुळवला, तर त्या बोटाशी संबंधित तत्त्वात आलेली विकृती सम होते. जर अंगठा कोणत्याही बोटाच्या मुळाशी जुळवला, तर त्या बोटाशी संबंधित तत्त्व वाढू लागते. जर कोणत्याही बोटाचा अग्रभाग अंगठ्याच्या पहिल्या पेराने दाबला, तर त्या बोटाशी संबंधित तत्त्व घटू लागते.

अशा प्रकारे, कित्येक शारीरिक किंवा मानसिक आजारांत या मुद्रांचा वापर करून, आपण अहिंसात्मक लाभ घेऊ शकतो. म्हणूनच, या मुद्रांपैकी प्रमुख मुद्रांचे इथे आम्ही वर्णन देत आहोत.

१. ज्ञानमुद्रा

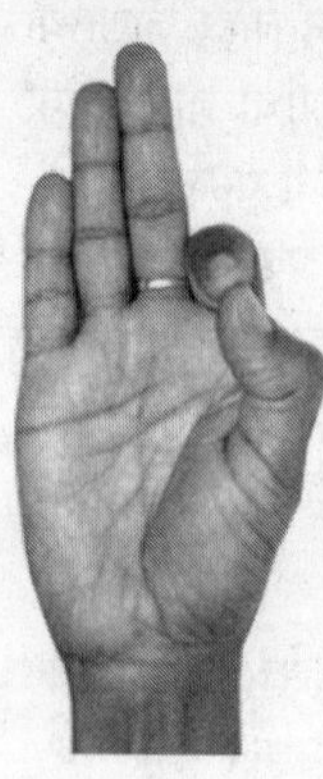

ही मुद्रा मोठ्या प्रमाणात प्रचलित आहे. ती दिसायला सर्वसामान्य असली, तरी अत्यंत लाभदायक आहे.

पद्मासन, अर्ध-पद्मासन, सिद्धासन किंवा सुखासन यांपैकी कोणत्याही आसनात बसा आणि हात गुडघ्यांवर ठेवून तर्जनी बोटाचा अग्रभाग अंगठ्याच्या अग्रभागाशी जुळवा. बाकी बोटे तशीच ताठ ठेवा. जर तळहात आकाशाच्या दिशेला असेल, तर या मुद्रेला 'चिनमुद्रा' असे म्हटले जाते. जर तळहात जमिनीच्या बाजूला असेल, तर त्याला 'ज्ञानमुद्रा' म्हणतात. (हल्ली तर काही लोक चालता-फिरताना, उठता-बसताना, टीव्ही वगैरे पाहतानाही 'ज्ञानमुद्रा' बनवून ठेवतात.)

साधकाला जेव्हा वेळ मिळेल, तेव्हा त्याने ही मुद्रा अवश्य धारण करावी. या मुद्रेच्या सातत्यपूर्ण अभ्यासामुळे कित्येक मानसिक व्याधीही बऱ्या होत असल्याचे दिसून आले आहे. झोप न येणे, उन्माद, झटके किंवा फिट्स येणे, वेडसरपणा, चिडचिडेपणा, आवेश, क्रोध, स्मरणशक्ती कमी होणे आदी कित्येक शारीरिक आजारांमध्येही ही मुद्रा लाभदायक ठरते.

काही साधक ज्ञानमुद्रा धारण करून ध्यानाच्या अवस्थेत बसून तिसऱ्या डोळ्याचा (आज्ञाचक्राचा) विकास करतात. अशा प्रकारे मुद्रांचा सातत्यपूर्ण अभ्यास करून आपण कित्येक प्रकारचे लाभ मिळवू शकतो.

२. वायू मुद्रा

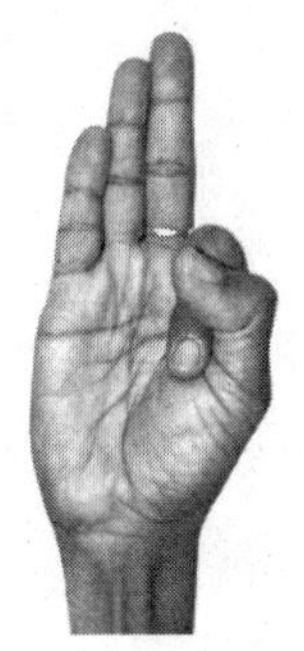

शरीरात जर वायूचे आधिक्य असेल (वायू अधिक प्रमाणात असेल), तर कित्येक प्रकारचे आजार होतात. हात-पाय थरथरणे, लकवा किंवा अर्धांगवायू होणे, संधिवात, डोकेदुखी, हृदयविकार आदी अनेक प्रकारचे विकार या वायू मुद्रेच्या साहाय्याने दूर करणे शक्य असते.

चित्रात दाखवल्याप्रमाणे, अंगठा तर्जनी बोटाच्या वर हलका दाब देऊन ठेवा. बाकीची तीन बोटे ताठ ठेवा. ही मुद्रा वायू दोष दूर करून शरीरातील वायूवर नियंत्रण ठेवते.

३. शून्य मुद्रा (आकाशीय मुद्रा)

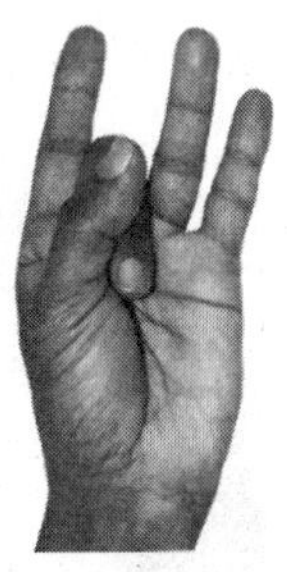

या शून्य मुद्रेद्वारे आपल्या शरीरात उत्पन्न झालेले कर्णरोग, कमी ऐकू येणे, कानदुखी यांसारखे दोष बरे होऊ शकतात.

चित्रात दाखवल्याप्रमाणे, मध्यमा बोट अंगठ्याच्या मुळाशी हलका दाब देत ठेवा. उर्वरित तीन बोटे मोकळी, ताठ ठेवा. या दोषांपासून लवकर आराम मिळावा यासाठी संबंधित व्यक्ती आपल्या दोन्ही हातांच्या बोटांनी ही मुद्रा बनवून लाभ मिळवू शकते.

४. सूर्य मुद्रा

अनामिका बोट पृथ्वी तत्त्वाचे प्रतीकात्मक रूप आहे. हस्तरेषाशास्त्रानुसार, अनामिका बोट हे सूर्याशी संबंधित प्रभाव दर्शवते. हे बोट सूर्याप्रमाणेच शरीराच्या विद्युत प्रवाहालाही प्रवाहित बनवते.

चित्रात दाखवल्याप्रमाणे, अनामिका बोटाच्या टोकाने किंवा अग्रभागाने अंगठ्याच्या मुळाशी स्पर्श केला आणि अंगठ्याचा त्यावर हलका दाब टाकला, तर सूर्य मुद्रा तयार होते.

या मुद्रेचा उपयोग केल्याने शरीराचा लठ्ठपणा आणि जडपणा कमी करणे शक्य होते. या बोटाच्या साहाय्याने कोणाच्याही आज्ञाचक्राला स्पर्श करून त्याला प्रभावित करणे शक्य असते.

५. वरुण मुद्रा

ही मुद्रा जल तत्त्वाचे प्रतीक आहे. शरीरातील जल तत्त्वात घट झाल्यामुळे शरीरात रक्तविकार, रुक्षपणा आदी आजारांचा जन्म होतो. म्हणून हे विकार दूर करण्यासाठी वरुण मुद्रेचा वापर केला गेला पाहिजे.

या मुद्रेसाठी चित्रात दाखवल्याप्रमाणे कनिष्ठा बोटाचा अग्रभाग अंगठ्याच्या अग्रभागाशी जुळवून मुद्रा तयार करावी.

६. सुरभि मुद्रा

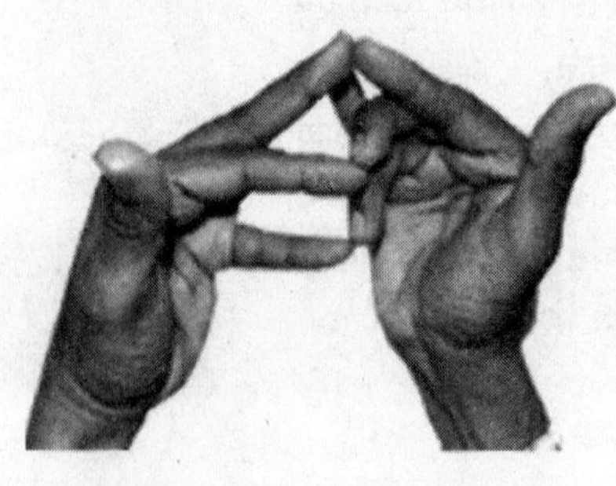

ही योग मुद्रा रहस्यमय मानली जाते. जवळजवळ सर्व साधकांनी ही मुद्रा नक्कीच केली पाहिजे. ही मुद्रा शरीरातील वात, पित्त, कफ यांमध्ये निर्माण झालेल्या असंतुलनामुळे निर्माण होणाऱ्या दोषांना अद्भुतरीत्या दूर करते. या मुद्रेच्या सातत्यपूर्ण सरावामुळे किंवा अभ्यासामुळे व्यक्तीला जलद गतीने आध्यात्मिक आणि शारीरिक लाभ मिळवणे शक्य होते.

आचार्यांच्या सांगण्यानुसार, या मुद्रेचे वर्णन करणे कठीण आहे. तिच्यामध्ये अनंत रहस्ये आहेत.

चित्रात दाखवल्याप्रमाणे, एका हाताची अनामिका दुसऱ्या हाताच्या कनिष्ठेशी आणि दुसऱ्या हाताची कनिष्ठा पहिल्या हाताच्या अनामिकेशी स्पर्श करून ठेवावी. अशाच प्रकारे, एका हाताच्या मध्यमा बोटाने दुसऱ्या हाताच्या तर्जनी बोटाला आणि पहिल्या हाताची तर्जनीने दुसऱ्या हाताच्या मध्यमा बोटाला स्पर्श करावा. दोन्ही हातांचे अंगठे खुले ठेवावे.

७. पृथ्वी मुद्रा

या मुद्रेच्या साहाय्याने व्यक्ती आपल्या शरीरातील सर्व खनिज तत्त्वांमध्ये संतुलन राखू शकते. शरीराचे वजन योग्य राखत शरीर कांतिमान बनवू शकते.

चित्रात दाखवल्यानुसार, अनामिका बोटाच्या अग्रभागाने अंगठ्याच्या अग्रभागाला स्पर्श केल्यावर पृथ्वी मुद्रा तयार होते.

८. अपान मुद्रा (मृत संजीवनी मुद्रा)

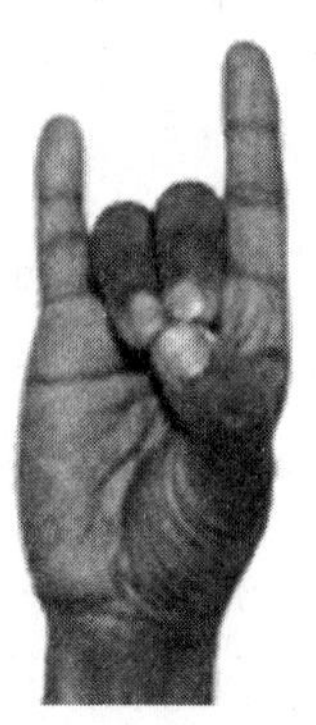

असे म्हटले जाते की, पोट नरम आणि रक्त गरम असले पाहिजे. जर तुम्हाला मलावरोधाचा त्रास असेल, आणि पोटात मल-मूत्र सडत राहत असेल, तर अनेक रोग होऊ शकतात. अपान मुद्रेच्या वापराने शरीरातील वायूचा प्रकोप दूर होतो आणि शरीर सुंदर व निर्मळ बनवणे शक्य होते.

या मुद्रेचा रोज सराव केल्याने अपान वायू नियंत्रित होऊन सम बनतो आणि या वायूमुळे होणारी सर्व कार्ये सुरळीत बनतात. या मुद्रेच्या वापराने दूषित वायू आणि मलावरोध अधिक चांगल्या प्रकारे दूर होऊ लागतात.

चित्रात दाखवल्याप्रमाणे ही मुद्रा बनवा आणि तिचा उपयोग किमान १५ मिनिटे ते ४५ मिनिटांपर्यंत करा. अधिक लाभ मिळवण्यासाठी अपान वायू मुद्रेबरोबरच प्राणमुद्रेचाही उपयोग करा.

९. प्राण मुद्रा

ही मुद्रा प्रत्यक्षात प्राणदायिनी आहे, कारण या मुद्रेच्या अभ्यासाने संपूर्ण शरीरात एक प्रकारच्या ऊर्जेचा संचार होऊ लागतो. दुर्बलातील दुर्बल व्यक्तीसुद्धा या मुद्रेद्वारे शरीरात जीवनसत्त्वांची (व्हिटॅमिन्सची) किंवा प्रथिनांची कमतरता दूर करून आरोग्याचा लाभ मिळवू शकते. नेत्रविकार दूर होऊ शकतात. त्यामुळे चष्म्याचा नंबर कमी होतो किंवा चष्मा पूर्णपणे जाऊ शकतो. प्राणोपासनेत प्राणमुद्रा शरीराच्या सर्व संस्थांचे कार्य अधिक चांगले करण्यास मदत करते. चित्रात दाखवल्यानुसार, कनिष्ठा आणि अनामिका बोटांचे अग्रभाग अंगठ्याच्या अग्रभागाशी जुळवून साधक या मुद्रेचा लाभ मिळवू शकतात.

१०. लिंग मुद्रा

शरीरातील उष्णता वाढवण्यासाठी या मुद्रेचा उपयोग केला जातो. थंडीच्या दिवसांत किंवा हिवाळ्यात या मुद्रेचा वापर करून अनेक प्रकारे शरीर सुरक्षित बनवणे शक्य होते. या मुद्रेचा वापर करून जुनाटातील जुनाट सर्दीचा विकार नष्ट करणे शक्य होते.

चित्रात दाखवल्याप्रमाणे, हातांची समान बोटे एकमेकांत अडकवून अंगठा आकाशाच्या दिशेला ताठ ठेवा. ही मुद्रा धारण केल्यानंतर थोड्याच वेळात थंडीच्या दिवसांतही उष्णतेची जाणीव होते.

अखेरीस आम्ही एवढेच सांगू की, सर्व मुद्रांमध्ये एक गोष्ट समान आहे. ती आहे, सहनशक्ती, सातत्यपूर्ण सराव आणि विश्वास. या बाबींखेरीज काहीही करणे निरर्थक आहे. म्हणूनच, वर दिलेल्या गोष्टींकडे लक्ष देऊन संपूर्ण लाभ मिळवणे शक्य आहे.

हस्त मुद्रा साधकाच्या मनातील नकारात्मकता दूर करून त्याच्या मनात सकारात्मकता निर्माण करतात.

– राजीव जैन त्रिलोक

बंध : प्रकार आणि लाभ

विवेचन : 'बंध' या शब्दाचा शब्दशः अर्थ आहे – 'बंधन'. बंधन म्हणजेच, एकमेकांना जुळवणे किंवा जोडणे, बांधणे, घट्ट जवळ आणणे, नियंत्रण ठेवणे इत्यादी.

या शब्दाचा वापर यासाठी केला गेला आहे की, यामध्ये शरीराच्या काही विशेष अवयवांना किंवा अंतर्गत अवयवांना प्राणवायूद्वारे घट्ट बांधून ठेवले जाते. हे बंध शक्तीला अंतरोन्मुख करतात किंवा आतल्या बाजूला वळवतात आणि प्राणायामासाठी साहाय्यभूत असतात. साधकाच्या शरीरात ज्या वेळी प्राणायामाद्वारे ऊर्जा प्रवाहित होते, त्या वेळी साधक या बंधांचा उपयोग करून शक्तीला बहिर्मुख होण्यापासून वाचवतो. प्राणायामाद्वारे उत्पन्न झालेल्या शक्तीला हे बंध अंतर्गत अवयवांमध्ये वितरित करण्यासाठी साहाय्य करतात. कुंडलिनी जागृतीसाठी त्यांचा अभ्यास केला जातो. बंधांचे कार्य अंतर्गत अवयवांची घाण दूर करून त्यांना अधिक स्वच्छ करणे हे आहे. बंध लावल्याने शरीर अधिक पुष्ट बनते. एक प्रकारची मालीश होते. बंध शरीराच्या विशिष्ट नाड्यांना उत्तेजित करतात आणि त्यांना अधिक चांगल्या प्रकारे कार्यरत बनवतात. रक्त वगैरे गोष्टींमधील मलाचे शुद्धीकरण करण्यासाठी बंधांमुळे नाड्यांना साहाय्य होते. बंध लावल्याने आपल्या शरीरातील चक्रांमधील प्राणाचे प्रवाह रोखणाऱ्या सर्व ग्रंथी खुल्या होतात. या दरम्यान सुषुम्ना नाडीद्वारे ऊर्जेच्या प्रवाहाला दिशा मिळते. उच्चाभ्यासी साधक समाधीच्या अवस्थेत हा अनुभव मिळवू शकतो. बंध आणि मुद्रा यांच्या उपयोगाने प्राणायामात विशेष लाभ मिळतो. प्राणायामासाठी कुंभक (अंतर्कुंभक आणि बाह्यकुंभक) आणि बंध आवश्यक आहेत. म्हणून कुंभक लावण्याची क्षमता वाढवली पाहिजे.

इथे आपण मुख्यत्वे पाच प्रकारच्या बंधांचा विचार करू या.

मूलबंध

पार्ष्णिना वामपादस्य योनिमाकुञ्चयेत्ततः।
नाभिग्रन्थिं मेरुदण्डे सुधीः संपीड्य यत्नतः॥
मेढ्रं दक्षिणगुल्फेन दृढबन्धं समाचरेत्।
जराविनाशिनी मुद्रा मूलबन्धो निगद्यते॥
संसारसागरं तर्तुमभिलषति यः पुमान।
सुगुप्तो विरलो भूत्वा मुद्रामेतां समभ्यसेत्॥
अभ्यासाद्बन्धनस्यास्य मरुत्सिद्धिर्भवेद्ध्रुवम्।
साधयेद्यतस्तर्हि मौनी तु विजितालसः॥ (घे.सं. ३/६-९)

अर्थ : 'मूल' याचा अर्थ 'मूळ', 'आरंभ', 'आधार', 'पाया' किंवा 'पृथ्वी' असा होतो. योग विषयात मूलबंधांचा संबंध मूलाधार चक्राशी आहे. हे चक्र गुद आणि जननेंद्रिय यांच्या मध्यभागी असते.

पद्धत : पद्मासनात किंवा सिद्धासनात बसा. तळहात गुडघ्यांवर ठेवा आणि ध्यानाच्या अवस्थेत बसा. पाठीचा कणा ताठ ठेवा. डोळे बंद करा. शरीर शिथिल करा आणि मूलाधार चक्रावर मन एकाग्र करा.

श्वास आत घ्या आणि अंतर्कुंभक करा. याबरोबरच जालंधर बंध लावा. आता गुद आणि जननेंद्रिय यांचा भाग वरच्या बाजूला आकुंचित करत त्यांना वरच्या बाजूला खेचून घ्या. (तुम्ही गाय वगैरे जनावरे मलविसर्जन केल्यानंतर आपले गुद कशा प्रकारे आतल्या बाजूला खेचून धरतात ते पाहिले असेल.) त्याप्रमाणेच, आपल्याला आपल्या मूलाधार चक्राचा प्रदेश खेचून घ्यायचा आहे. ही मूलबंधाची अंतिम अवस्था आहे. क्षमतेनुसार या अवस्थेत थांबा. खालचा भाग शिथिल करा. डोके वर उचला आणि श्वास सोडा. हाच अभ्यास बाह्यकुंभक करूनही तुम्ही करू शकता. शक्य असेल त्यानुसार पाच ते दहा वेळा करा.

विशेष सूचना : आसन धारण करताना किंवा बंध लावताना पायाच्या टाचेचा दाब गुदावर पडावा, याकडे लक्ष द्या. चुकीच्या पद्धतीने अभ्यास केल्यास शारीरिक दौर्बल्य येते आणि पौरुषत्वाचा नाश होण्याची शक्यता असते. अश्विनी मुद्रेचा अभ्यास केल्याने साधकाला मूलबंध लवकर सिद्ध होतो.

लाभ :

- कुंडली जागृतीच्या क्रियेत साहाय्यभूत असतो.
- ऊर्जा शक्ती ऊर्ध्वमुखी बनवतो. त्यामुळे चेहऱ्याची कांती, तेज, बल आणि वीर्य यांची वृद्धी होते आणि वृद्ध व्यक्तीही तरुण दिसू लागतात आणि त्यांना तरुणांसारखी कार्यशक्ती प्राप्त होते.
- जननेंद्रियांचे विकार दूर होतात.
- मूलबंधाचा सातत्यपूर्ण अभ्यास केल्याने प्राण, अपान आणि नाद व बिंदू एक होऊन योगसिद्धी आणि परमात्मा यांची प्राप्ती होते.
- जालंधर बंधाचे सर्व लाभसुद्धा प्राप्त होतात.
- ब्रह्मचर्य साध्य करण्यासाठी हे आसन साहाय्यकारी आहे.
- मूळव्याध, गुद बाहेर येणे आदी गुदाविषयीचे सर्व विकार दूर होतात.

जीवनाविषयी कधीही निराश, हताश, उदास होता कामा नये,
कारण आपल्या आत अनंत दर्शन, अनंत ज्ञान, अनंत सुख
आणि अनंत शक्ती धारण केलेली आत्मारूपी ऊर्जा असते.
म्हणून तिला ओळखा आणि जीवनाचा
कायापालट घडवून आणा.

– राजीव जैन त्रिलोक

उड्डियान बंध

उदरे पश्चिमं तानं नाभिरूर्ध्वं तु कारयेत्।
उड्डीयानं कुरुते यस्मादविश्रान्तं महाखगः।
उड्डीयानं त्वसौ बन्धो मृत्युमातंगकेसरी।
समग्राद् बन्धनाद्धयेतदुड्डीयानं विशिष्यते।
उड्डीयाने समभ्यस्ते मुक्तिः स्वाभाविकी भवेत्। (घे. सं. ३/१२-१३)

अर्थ : 'उड्डियान' याचा अर्थ 'उंच उडणे' असा आहे. या क्रियेत ऊर्जा खालच्या भागातून वरच्या भागाकडे प्रवाहित होते किंवा ज्या वेळी शक्ती ऊर्ध्वमुखी होऊन सुषुम्नेत प्रवेश करते, त्या वेळी त्याला 'उड्डियान बंध' असे म्हणतात.

पद्धत : समस्थितीत उभे राहा. आता दोन्ही पायांच्या मध्ये सुमारे एक ते दीड फुटांचे अंतर घ्या. गुडघे थोडे वाकवून पुढच्या बाजूला झुका आणि हात गुडघ्यांजवळ मांड्यांवर ठेवा. दीर्घ रेचक करा आणि बाह्यकुंभक करा. जालंधर बंधात, शक्य असेल तेवढी हनुवटी खाली करा. आता संपूर्ण उदरस्थान किंवा पोट पाठीच्या कण्याच्या दिशेला मागे खेचून घ्या. उड्डियान बंधाची हीच अंतिम अवस्था आहे. शक्य असेल तेवढा वेळ तिचा सराव करा. आता हळूहळू पोट आपल्या सर्वसामान्य स्थितीत आणा आणि जालंधर बंध शिथिल करा. पूरक करा आणि मूळ स्थितीत आल्यानंतर याच क्रियेची पुनरावृत्ती करा. यालाच 'शक्तिचालन प्राणायाम' असेही म्हटले जाते.

लाभ : दत्तात्रेय योगानुसार, या बंधाच्या अभ्यासाने वृद्ध लोकही तरुण बनतात. उड्डियान बंध हा सर्वोत्तम बंध आहे. याच्यामुळे हृदयाच्या भागातील स्नायूंची चांगली मालीश होते. जठराग्नी तीव्र बनवणारे उदरप्रदेशातील अवयव नाजूक असतात. या बंधाची तुलना हत्तीवर विजय प्राप्त करणाऱ्या सिंहाशी केली गेली आहे. याच्यामुळे चेहऱ्यावरच्या सुरकुत्या नाहीशा होतात आणि चेहऱ्याचे तेज वाढते.

विशेष सूचना : पाच ते दहा वेळा पुनरावृत्ती करा. रिकाम्या पोटी हा बंध लावा.

विशेष बाब : पद्मासनात, सिद्धासनात बसूनही या बंधाचा अभ्यास केला जातो.

जालंधर बंध

कंठसंकोचनं कृत्वा चिबुकं हृदये न्यसेत् ।
जालंधरेकृते बंधे षोडशाधारबंधनम्
जालंधरमहामुद्रामृत्योश्च क्षयकारिणी ।
सिद्धो जालंधरो बन्धो योगिनां सिद्धिदायकः ।
षण्मासमभ्यसेद्यो हि स सिद्धो नात्र संशयः ॥ (घे. सं. ३/१०-११)

शब्दशः अर्थ : 'जाल' या शब्दाचा अर्थ आहे – 'जाळे' किंवा 'जाळी'.

पद्धत : पद्मासन, सिद्धासन, स्वस्तिकासन किंवा भद्रासनात बसा. पाठ, मान आणि छाती ताठ एका रेषेत सरळ ठेवा. दोन्ही हात गुडघ्यांवर ठेवा. दीर्घ श्वास घ्या. (पूरक करा.) आणि अंतर्कुंभक करा. डोके समोरच्या बाजूला झुकवा. हनुवटी छातीच्या वरच्या भागात दाबून ठेवा. छाती वर उचला, त्यामुळे हनुवटीचा सहजपणे स्पर्श होऊ शकेल. मानेचा भाग दाबू नका किंवा खालच्या बाजूला ढकलूही नका. गळ्याचे स्नायू शिथिल ठेवा. हनुवटी ठेवण्याचे स्थान असलेला कंठकूप आणि डोके एका सरळ रेषेत असले पाहिजे. आता जेवढा वेळ सामान्य कुंभक करू शकाल, तेवढा वेळ थांबा. शरीर शिथिल करा आणि डोके वरच्या बाजूला उचला आणि हळूहळू श्वास सोडा. याला 'जालंधर बंध' असे म्हणतात. अशा प्रकारे, हीच क्रिया पाच ते दहा वेळा करा.

विशेष सूचना : शास्त्रांमध्ये असे सांगितले गेले आहे की, डोक्याच्या वरच्या भागात असलेल्या सहस्रदल कमळातून टपकणारा अमृतस्राव सर्व प्राण्यांच्या नाभीत असलेला अग्नी आतल्या आत जाळून टाकत असतो. म्हणून जालंधर बंधाचा अभ्यास करून साधकाने ते अमृत प्राशन करून चिरंजीवी बनावे.

परिणाम : इडा आणि पिंगला नाड्यांवरही हा दाब टाकतो आणि सुषुम्ना (सरस्वती नाडी) द्वारे प्राणाला प्रवाहित करतो.

लाभ : मेंदूला आराम मिळतो. अहंकाराचा नाश होतो आणि बुद्धी निर्मळ बनते. विशुद्धी चक्र जागृत होते. कंठदोष दूर होऊन वाणी शुद्ध बनते. मानसिक थकवा, चिंता, तणाव, क्रोध, चिडचिडेपणा दूर होतो. मनाची एकाग्रता वाढते आणि स्मरणशक्ती तीव्र बनते. संपूर्ण शरीर निरोगी बनते.

विशेष बाब : हा बंध उभे राहूनही लावता येतो.

महाबंध

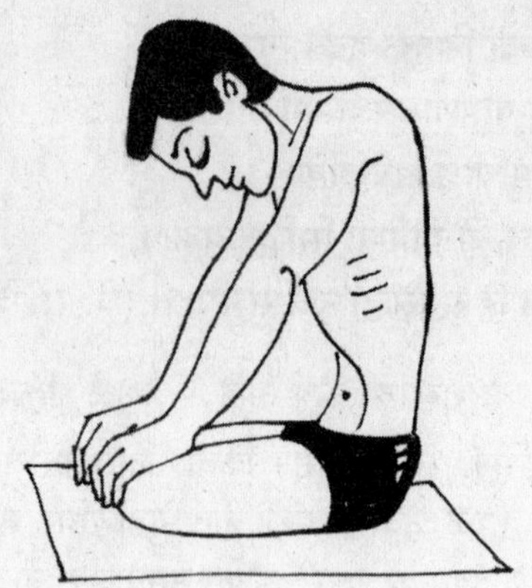

वामपादस्य गुल्फेन पायुमूलं निरोधयेत्।
दक्षपादेन तद्गुल्फं संपीड्य यत्नतः सुधीः।।
शनकैश्चालयेत्पार्ष्णि योनिमाकुञ्चयेच्छनैः।
जालन्धरे धरेत्प्राणं महाबन्धो निगद्यते।।
महाबन्धः परो बन्धो जरामरण नाशनः।
प्रसादादस्य बन्धस्य साधयेत्सर्ववाञ्छितम्। (घे.सं. ३/१४-१६)

पद्धत : ध्यानाच्या कोणत्याही आसनात बसा. परंतु, प्रामुख्याने सिद्धयोगी आसनातच बसा. यामध्ये तिन्ही बंध एकाच वेळी लावावे लागतात. आता श्वास घ्या. पहिल्यांदा जालंधर बंध लावा आणि नंतर उड्डियान बंध व मूलबंध लावा. मूलाधारापासून सहस्रार चक्रापर्यंतच्या सर्व चक्रांवर अनुक्रमे लक्ष केंद्रित करा. शक्य असेल तेवढा वेळ त्याच स्थितीत राहा. आता अनुक्रमे मूलबंध, उड्डियान बंध आणि नंतर जालंधर बंध सोडा. हळूहळू श्वास घ्या आणि मूळ अवस्थेत आल्यानंतर याच क्रमाची पुनरावृत्ती करा. वर दिलेल्या या तिन्ही बंधांचा चांगला सराव झाल्यावरच हा बंध लावा.

लाभ :
- वर दिलेल्या तिन्ही बंधांचे सर्व लाभ महाबंधाने मिळतात.
- कुंडलिनी जागरणासाठी हा अद्भुत बंध आहे.
- बिंदूबलाच्या; म्हणजेच वीर्य बलाच्या रक्षणासाठी उपयुक्त बंध आहे.
- चित्त शिव-स्थितीपर्यंत पोहोचते. परिणामी, अनेक सिद्धींची आपोआपच प्राप्ती होते.
- गंगा, जमुना, सरस्वती यांच्या संगमाप्रमाणेच तिन्ही नाड्यांचा संगम होतो.

जिव्हा बंध

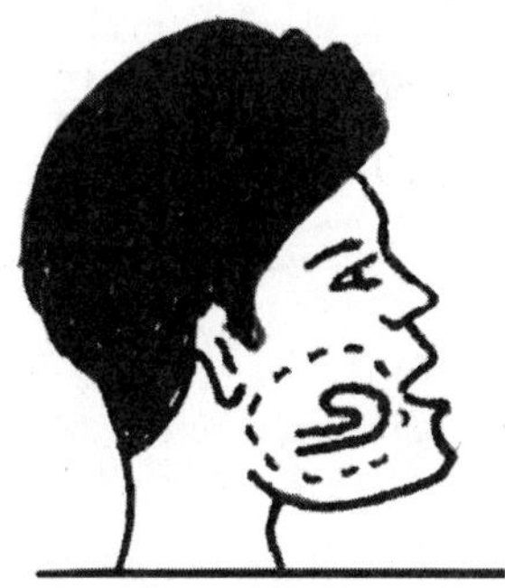

पद्धत : ध्यानाच्या कोणत्याही आसनात (पद्मासन, सुखासन) बसा आणि पाठीचा कणा व धड ताठ ठेवून डोळे बंद करा. मन शांत करून या बंधाचा अभ्यास करण्यासाठी तोंड उघडून जीभ उलटी करून टाळूला चिकटवा. याच्या उच्चाभ्यासामध्ये जीभ टाळूच्या मागच्या बाजूला आणि त्यानंतर घशात घेऊन जाण्याचा अभ्यास केला जातो.

लाभ :

- योग आणि तंत्रशास्त्र यांमध्ये वर्णन केलेली खेचरी मुद्रा प्रारंभीचा अभ्यास म्हणून साध्य केल्यास त्याचा उपयोग होतो.
- ललना चक्राच्या जागृतीसाठी साहाय्यक आहे.
- स्वाद आणि कामेंद्रियांवर विजय मिळवण्यासाठी साहाय्यभूत आहे.
- प्रत्याहारासाठी साहाय्यकारी आहे.

अंतर्गत शक्तींना जागृत करायचे असेल,
तर बंधाचा अभ्यास करा.

– राजीव जैन त्रिलोक

स्वाध्यायः परम तपः।

– भगवान महावीर स्वामी

योगविद्येच्या सर्व क्रिया या केवळ आत्म्याला परमात्म्याशी जोडण्याचे कार्यच करत नाहीत; तर कर्मांच्या बंधनापासून सोडवण्याचे कार्यही करतात.

– राजीव जैन त्रिलोक

शारीरिक, मानसिक, सांसारिक, आध्यात्मिक आणि पारलौकिक प्रवास सुखद आणि आनंदमयी बनवण्यासाठी अष्टांग योगाबरोबरच आयुर्वेद आणि धार्मिकता यांना जीवनाचा अविभाज्य भाग बनवा.

– राजीव जैन त्रिलोक

हठयोग (षट्कर्म)

ऋषिमुनींकडून आत्मतत्त्वाच्या प्राप्तीसाठी अनेक प्रकारच्या पद्धती सांगितल्या गेलेला किंवा विधी सांगितले गेलेला भारत हा एकमेव देश आहे. व्यक्ती आपापल्या कर्मानुरूप जन्म घेते आणि मृत्यू पावते. या कर्मांमुळेच माणसाच्या भावांमध्ये आणि विचारांमध्ये भिन्नता असते. योगाचार्यांना दर्शनाच्या आधीच हे माहिती होते. ते असे मानत होते की, जर आपण व्यक्ती ही शिवात्म्याचा एक भाग आहे असे सांगितले, तर कदाचित सर्वांना ते एकाच वेळी समजू शकणार नाही. कारण एकाचे विचार दुसऱ्यासारखे असतील असे नाही. शिवाय, माणसाच्या शारीरिक अवस्थासुद्धा भिन्न-भिन्न असतात. जगातील एखादे काम करायचे असेल, तर त्यासाठी चांगले आरोग्य ही सर्वाधिक गरजेची बाब आहे. या संदर्भात असे म्हटले जाते की, 'निरोगी शरीर हे पहिले सुख आहे.' हे वाक्य अत्यंत विचारपूर्वक लिहिण्यात आले आहे. याच कारणामुळे त्या परम उपकारी आत्म्यांनी आपल्याला योगाची माहिती दिली. त्यायोगे आपण शारीरिकदृष्ट्या योग करतो आणि तो क्रियात्मक अभ्यास आपले जीवन सुंदर बनवण्यासाठी साहाय्यभूत ठरतो. अखेरीस, आपली जीवन-मृत्यूच्या चक्रातून सुटका व्हावी आणि आपल्याला कैवल्यप्राप्ती व्हावी, यासाठी आपल्यातील त्या 'स्वत्वा'चे दर्शन आपण योगाद्वारे घेऊ शकतो.

यासाठी, अनुक्रमे योगाच्या काही कला त्यांनी आपल्याला यथार्थपणे शिकवल्या आहेत. त्यांपैकी एका कलेचे नाव आहे - मलशोधन षट्कर्म.

महर्षी घेरंड लिहितात की,

षट्कर्मणा शोधनं च आसनेन भवेद्दृढम।
मुद्रया स्थिरता चैव प्रत्याहारेण धीरता॥
प्राणायामाल्लाघवं च ध्यानात्प्रत्यमात्मनः।
समाधिना निर्लिप्तं च मुक्तिरेव न संशयः॥ (घे.सं. १/१०-११)

अर्थ : षट्कर्मांमुळे शरीराची शुद्धी होते. आसनांमुळे शरीरात दृढता निर्माण होते. मुद्रांमुळे स्थैर्य प्राप्त होते आणि प्रत्याहारामुळे धीरात व धैर्यात वाढ होते. प्राणायामामुळे शरीरात स्फूर्ती निर्माण होते आणि शरीर हलके बनते. ध्यानाद्वारे आत्म्याचे प्रत्यक्ष दर्शन होते आणि निर्विकल्प समाधीच्या द्वारे निःसंशयपणे मुक्ती प्राप्त होते.

हठयोगाच्या षट्कर्मांविषयी असे लिहिले गेले आहे की,

मेदः श्लेष्माधिकः पूर्व षट्कर्माणि समाचरेत्।
अन्यस्तु नाचरेत्तानि दोषाणां समभावतः॥
धौतिर्वस्तिस्तथा नेतस्त्राटकं नौलिकं तथा।
कपालभातिश्चैतानि षट्कर्माणि प्रचक्षते॥
कर्मषटक्मिदं गोप्यं घटशोधनकारकम।
विचित्रगुण संधायि पूज्यते योगिपुंगवैः॥ (ह.यो.प्र. २/२१-२३)

अर्थ : आचार्य असे सांगतात की, ज्या पुरुषाच्या शरीरात मेद आणि श्लेष्मा आदी घटक अधिक प्रमाणात असतात, त्याने षट्कर्म केले पाहिजे. म्हणजेच, ज्यांच्या शरीरात कफाचे आधिक्य असते, ज्यांना सर्दी (नाका-तोंडातून कफ निघत असेल) असते, ज्या लोकांना स्थूलत्वाचा त्रास असतो अशा लोकांनी शरीर शुद्धीकरणाच्या हेतूने मलशोधन षट्कर्म केले पाहिजे. परंतु, ज्यांना श्लेष्मा अगर स्थूलत्वाचा त्रास नसेल, त्यांनी षट्कर्म करण्याची आवश्यकता नाही. मलशोधन षट्कर्मांची नावे खालीलप्रमाणे आहेत :

१. धौती **२. बस्ती** **३. नेती**
४. त्राटक, **५. नौली** **६. कपालभाती**

विद्वान आचार्यांनी योगमार्गातच ही षट्कर्मे सांगितली आहेत. ही षट्कर्मे गोपनीय आणि शरीर शुद्ध करणारी आणि अकल्पित गुण निर्माण करणारी आहेत. योगीजन त्यांची प्रशंसा करताना म्हणतात की, जर ही षट्कर्मे गुप्त राखली गेली नाहीत, तर इतर लोकसुद्धा ही षट्कर्मे करतील आणि योगीजनांविषयी पूज्यभाव उरणार नाही. योग्यांना उत्कृष्ट बनवणे हाच षट्कर्मांचा उद्देश आहे.

घेरंडसंहितेत असे लिहिले आहे की,

धौतिर्वस्तिस्तथा नेतिः लौलिकी त्राटकं तथा।
कपालभातिश्चेतानि षट्कर्माणि समाचरेत्। (घे.सं. १/२)

अर्थ : धौती, बस्ती, नेती, लौलिकी (नौली), त्राटक आणि कपालभाती ही षट्कर्मे शरीराच्या शुद्धीच्या हेतूने करावीत.

धौती

घेरंड संहितेत याची विस्तृत व्याख्या देण्यात आली आहे. धौती चार प्रकारची असते –

१. अंतर्धौती   २. दन्तधौती   ३. हृद्धौती   ४. मूलशोधन

१. अंतर्धौती

अंतर्धौती; याचा अर्थ शरीराच्या अंतर्भागाची स्वच्छता किंवा शुद्धता किंवा आंतरिक प्रक्षालन करणे. यासाठी आपण जल, वायू, वस्त्र यांचा उपयोग करतो. अंतर्धौतीचे चार प्रकार आहेत.

१. वातसार   २. वारिसार   ३. अग्नीसार   ४. बहिष्कृत

१. वातसार धौती

दोन्ही ओठांचा आकार कावळ्याच्या चोचीसारखा करून हळूहळू हवा किंवा वायू आत घ्या. पूर्ण रूपाने वायू प्राशन केल्यानंतर पोटात त्याची हालचाल घडवून आणा आणि मग पुन्हा हळूहळू वायू बाहेर काढून टाका. ही वातसार धौती क्रिया होय.

लाभ : यामुळे जठराग्नी प्रदीप्त होतो. पोटासंबंधीचे किंवा उदरप्रदेशातील रोग नष्ट होतात. शरीराचा निर्मळपणा वाढतो.

२. वारिसार धौती (शंखप्रक्षालन)

ही क्रिया 'कायाकल्प' या नावानेही ओळखली जाते, म्हणून ही महत्त्वपूर्ण क्रिया आहे. वारिसार धौती याचा पूर्ण अर्थ 'जल तत्त्वाने धुवून काढणे' असा होतो. या क्रियेने साधक नवयौवन प्राप्त करून घेतो. शरीर पूर्णपणे निरोगी बनून कांतिमान बनते.

पद्धत : तोंडाने हळूहळू एवढे पाणी प्या की, ते गळ्यापर्यंत यावे. नंतर उदरप्रदेशाची हालचाल करून गुदद्वाराने ते पाणी बाहेर काढून टाका. ही वारिसार धौती अत्यंत गोपनीय आणि शरीर निर्मळ बनवणारी आहे. ही क्रिया नियमितपणे आणि दक्षतापूर्वक केल्याने साधक देवतुल्य शरीर प्राप्त करून घेऊ शकतो.

सूचना : ही क्रिया करण्याचे अनेक प्रकार प्रचलित आहेत. या क्रियेने शरीरांतर्गत असलेला उदरप्रदेश पूर्णपणे शुद्ध होत असल्याने ही क्रिया करण्याआधी थोडी पूर्वतयारी केली पाहिजे. जे साधक या क्रियेचा संपूर्ण लाभ मिळवू इच्छितात, त्यांनी या प्रत्यक्ष क्रियेआधी दोन ते तीन दिवस तिची पूर्वतयारी केली पाहिजे.

आमच्या मते, बहुतांश प्रमाणात ही क्रिया साधक लोकच करतात. तसे पाहता, त्यांचे खाणे-पिणेही साधेच असते. आपणही ही क्रिया करण्याच्या दोन-तीन दिवस आधी हलका, साधा आहार घेतला, तर ते अधिक चांगले ठरते. मिरची, तिखट, मसाले, खारट पदार्थ, तेल, जड जेवण आणि पोटभर जेवण

बिलकूल करता कामा नये. यामुळे शरीराच्या शुद्धीकरणाच्या प्रक्रियेच्या वेळी त्रास होत नाही. शंखप्रक्षालनाच्या आधी आणि नंतर पुढील आहार घ्यावा. मूगाची डाळ आणि तांदूळ यांची खिचडी, तूप वगैरे प्रकारचे भोजन हे सहज पचू शकते आणि आरामदायक व हलकेही आहे. जो साधक आपल्या उदरप्रदेशाला महत्त्व देतो, तो नेहमीच निरोगी राहतो.शंखप्रक्षालनामुळे आपल्या जठराचे शुद्धीकरण होते, म्हणूनही या क्रियेला विशेष महत्त्व दिले जाते. आमाशयात जेवणाचे कण, जेवणातील न पचलेले पदार्थ आणि मल इत्यादी गोष्टी चिकटून बसलेल्या असतात आणि त्या सडू लागतात. त्यामुळे आपल्या उदरप्रदेशातील स्नायू कमजोर होऊ लागतात. म्हणून आपल्या जेवणातील पूर्णपणे उपयुक्त तत्त्वे ग्रहण करणे शक्य होत नाही. रक्त दूषित होऊ लागते. वायू दोष निर्माण होऊ लागतो. नाड्या अशुद्ध बनतात आणि आपण आयुष्यभर निरोगी राहू शकत नाही.

आपली आतडी शंखासारखी पीळदार असतात. ज्या प्रकारे शंख वाजवण्याआधी शंखाच्या एका बाजूने पाणी घालून दुसऱ्या बाजूने ते काढून टाकले गेले की शंख सक्रिय होतो, त्याप्रमाणेच शरीर मुखाच्या द्वाराने जल पिऊन मलाद्वारे विशेष क्रिया करून ते काढून टाकले जाते. त्यामुळे, शरीर योगसाधनेसाठी सक्रिय बनते किंवा सज्ज होते. याच क्रियेला 'शंखप्रक्षालन' असेही म्हटले जाते.

शंखप्रक्षालन

पद्धत : पहिला प्रकार : अलीकडे योगकेंद्रांमध्ये आपापल्या पद्धतीने आणि साधकाच्या स्थितीनुसार याचा अभ्यास करवून घेतला जातो. आम्ही इथे अधिक प्रचलित असलेल्या क्रियेचे वर्णन करणार आहोत. एका बादलीत स्वच्छ, गाळलेले पाणी घ्या. (पाणी स्वच्छ कपड्याने गाळून घ्या. त्यामुळे त्यात कोणत्याही प्रकारची अशुद्धी राहणार नाही.) ते गरम करा आणि पिण्यायोग्य कोमट पाणी तयार करा. त्यानंतर त्यात स्वच्छ, मीठ घाला. पाण्याची चव खारट बनली पाहिजे. त्यानंतर कागासनात बसा; म्हणजेच दोन पावलांत खांद्यांएवढे अंतर घेऊन बसा. प्रथम दोन ग्लास पाणी घटाघटा पिऊन टाका. त्यामुळे पाणी आतड्यापर्यंत खालपर्यंत पोहोचेल. आता गुरूंच्या निर्देशानुसार; अनुक्रमे १. तिर्यक भुजंगासन २. तिर्यक ताडासन ३. कटि चक्रासन आणि उदराकर्षणासन या चार आसनांची प्रत्येकी आठ आवर्तने करा. त्यानंतर पुन्हा दोन ग्लास पाणी प्या आणि याच आसनांची पुनरावृत्ती करा. पुन्हा दोन ग्लास पाणी पिऊन ही आसने करा. शौचाला जा. शौच आले नाही, तर पुन्हा दोन ग्लास पाणी प्या. आता नक्कीच शौच होईल. पहिल्यांदा घट्ट स्वरूपातील आणि नंतर पातळ मल बाहेर पडेल. शौचाला जाऊन आल्यानंतर पुन्हा पाणी पिणे आणि आसने करणे या बाबी पहिल्याप्रमाणेच करा. आता शौच एकदम पातळ पाण्यासारखे होईल आणि त्याचा रंग पिवळा असेल. यामुळे तुमचे पोट पूर्ण साफ

झालेच असेल असे नाही. पुन्हा पाणी प्या. आता तुम्हाला पूर्णपणे पाण्यासारखे स्वच्छ शौच होईल. पूर्ण स्वच्छतेसाठी तुम्हाला आसने कित्येक वेळा पुनःपुन्हा करण्याची गरजही भासू शकते. ज्या वेळी तुम्हाला होणारे शौच पूर्णपणे पाण्यासारखे होऊ लागेल, त्या वेळी आतड्यांना चिकटून बसलेला मल पूर्णपणे दूर झाला आहे आणि तुमची शंखप्रक्षालनाची क्रिया पूर्ण झाली आहे, असे समजा. आता चार ग्लास पाणी पिऊन कुंजर क्रिया करा. संपूर्ण जल उलटीच्या साहाय्याने बाहेर काढून टाका. यानंतर जल नेती करा. त्यानंतर सुमारे एक तासाने शुद्ध देशी तुपाबरोबर तांदूळ-मूग डाळीची खिचडी खा.

दुसरा प्रकार : पहिल्यांदा शंखप्रक्षालनाप्रमाणेच स्वच्छ गाळून घेतलेले पाणी कोमट होईपर्यंत गरम करा. आता पाणी खारट लागावे, एवढ्या प्रमाणात त्यात मीठ घाला. त्यानंतर त्यात लिंबू पिळा आणि पाण्यात तो रस चांगल्या प्रकारे मिसळून टाका.

दोन ग्लास कोमट पाणी प्या आणि खाली दिलेली पाच आसने अनुक्रमे करा. १. भुजंगासन २. द्वि-पार्श्वासन ३. पवनमुक्तासन ४. विपरीतकरणी आसन ५. हस्त-पादासन. जोपर्यंत शौचाला जाण्याची इच्छा होत नाही, तोपर्यंत पाणी पीत राहा आणि वर दिलेली आसने करत राहा. चार-सहा ग्लास पाणी आणि आसनांची दोन-तीनदा पुनरावृत्ती केल्यानंतर शौचाला जाण्याची इच्छा नक्कीच होईल. त्या वेळी साधकाने त्वरित शौचाला गेले पाहिजे. कदाचित मल कडकही असू शकेल. नंतर पुन्हा एकदा दोन ग्लास पाणी प्या आणि आसने करा. शौचाला होत नसेल, तर पुन्हा दोन ग्लास पाणी प्या आणि पुन्हा आसने करा. या वेळी पातळ मल बाहेर पडेल.

जोपर्यंत मलाद्वारे शुद्ध पाणी बाहेर निघू लागणार नाही, तोपर्यंत ही क्रिया पुनःपुन्हा करत राहा. ज्या वेळी स्वच्छ पाणी बाहेर पडू लागेल, त्या वेळी आतड्यांना चिकटून राहिलेली अशुद्ध द्रव्ये आणि मल पूर्णपणे निघून गेला, असे समजावे. त्यानंतर कुंजर-क्रिया अवश्य करावी. सुमारे चार ग्लास पाणी पिऊन कुंजर क्रियेद्वारे पोटात भरलेले पाणी काढून टाका. यानंतर नेती क्रिया करणे अधिक चांगले ठरते.

तिसरा प्रकार : काही ठिकाणी शंखप्रक्षालनात पुढील पाच आसने केली जातात. यामध्ये जे आसन जोडले जाते, ते आहे ताडासन. अशा वेळी आसनांचे क्रमही बदलले जातात. १. ताडासन २. तिर्यक ताडासन ३. कटिचक्रासन ४. तिर्यक भुजंगासन ५. उदराकर्षणासन अशी आसने केली जातात. बाकी संपूर्ण प्रक्रिया वरीलप्रमाणेच असते.

विशेष बाब : तिन्ही प्रकारांमध्ये आसनांच्या अभ्यासात फरक आहे. बाकी सर्व क्रिया पहिल्या शंखप्रक्षालनासारख्याच आहेत आणि त्यांचे लाभही समानच आहेत.

लघू शंखप्रक्षालन

पद्धत : शंखप्रक्षालनाच्या क्रियेसाठी जसे मीठ घातलेले कोमट पाणी तयार केले जाते, तसेच पाणी तयार करा. यासाठी सकाळची वेळच उचित असते. दोन ग्लास म्हणजे सुमारे अर्धा लीटर पाणी प्या. पहिल्या प्रक्रियेत दिलेल्या आसनांची प्रत्येकी आठ आवर्तने करा. शौचाला जाण्याची इच्छा झाली नाही, तर आणखी दोन ग्लास पाणी प्या आणि पुन्हा आसने करा. जर तरीही शौचाला जाण्याची इच्छा होत नसेल, तर आणखी दोन ग्लास पाणी प्या आणि आसनांची पुनरावृत्ती करा. आता शौचाला जावे असे नक्कीच वाटेल. आता लगेच शौचाला जा.

विशेष सूचना : यामध्ये आतड्यांचे संपूर्ण शुद्धीकरण होईपर्यंत पाणी पिणे आणि आसने करणे हा क्रम सुरू ठेवला जात नसल्याने या लघू प्रक्षालनात जास्त दक्षता घेण्याची गरज भासत नाही.

दक्षता : शौचाला जाऊन आल्यानंतर किमान एक तास काहीही खाता कामा नये. उच्च रक्तदाब अगर कमी रक्तदाब यांचा त्रास असलेल्या आणि कोणत्याही कारणाने उदरप्रदेशाच्या रोगांनी ग्रस्त असलेल्या व्यक्तींनी योग्य शिक्षकाच्या मार्गदर्शनाखाली ही क्रिया पार पाडावी.

विशेष बाब : ज्या व्यक्तींना मलावरोधाचा त्रास असतो त्यांनी हवे असेल, तर आठवड्यातून दोनदा लघू शंखप्रक्षालन करावे. त्यामुळे त्यांना चांगला लाभ मिळू शकतो.

शंखप्रक्षालनाच्या क्रियेत आसने कशा प्रकारे उपयुक्त ठरतात?

एक शास्त्रीय पद्धती

शंखप्रक्षालनाची क्रिया धीराने आणि दक्षतेने केली जाते. तोंडाने पाणी घेतल्यानंतर गुदद्वारातून ते बाहेर फेकून देणे ही एक शास्त्रीय पद्धती आहे. ज्या वेळी आपण कागासनात बसून मीठ घातलेले कोमट पाणी पितो त्या वेळी या मीठ घातलेल्या कोमट पाण्याने गळा आणि अन्ननलिका तसेच जठरापर्यंतच्या सर्व भागांची सफाई होते. ज्या वेळी पहिल्यांदा तिर्यक भुजंगासन हे आसन केले जाते, त्या वेळी जठर धुतले जाते. श्वास भरून घेऊन उजवीकडे व डावीकडे वळल्याने डायफ्रॅमचा दबाव जठरावर पडतो आणि पायलोरिक व्हॉल्व्हवर त्याचा परिणाम होतो. त्यामुळे जठरातील पाणी लहान आतड्याकडे तीव्रतेने जाते. तिर्यक ताडासनात पाय एकमेकांशी जुळवून हातांची बोटे एकमेकांत गुंतवून श्वास घेत उजवीकडे–डावीकडे वळले जाते. त्यामुळे लहान आतड्यावर एका बाजूने छातीच्या फासळ्यांचा दबाव आणि वरच्या बाजूने डायफ्रॅमचा दबाव पडतो आणि लहान आतड्यातील पाणी मोठ्या आतड्यात ढकलले जाते. कटिचक्रासनात पावलांमध्ये सुमारे एक फुटाचे

अंतर घेऊन हात समोरच्या बाजूला जमिनीशी समांतर ठेवले जातात. श्वास घेऊन उजवीकडे आणि डावीकडे कंबर फिरवली जाते. त्यामुळे मोठ्या आतड्यावर दाब वाढतो आणि पाणी व मल मलाशयाच्या भागातून बाहेर पडतो. मलाशय हा पचननलिकेचा खालचा भाग असतो. त्यामुळे उदराकर्षणासनाच्या साहाय्याने मलाशयावर दाब टाकला जातो. कागासनात बसून श्वास घेऊन तळवे गुडघ्यांवर ठेवून डाव्या पायाचा गुडघा उजव्या पायाच्या पंजाच्या जवळ नेला जातो आणि उजव्या पायाने पोटावर दाब दिला जातो. हीच क्रिया दुसऱ्या पायानेही केली जाते. उदराकर्षणासन मलाशयावर दाब टाकते. त्यामुळे मल आणि नंतर पाणी बाहेर पडू लागते. सातत्याने पुनःपुन्हा वर दिलेली आसने केल्याने पहिल्यांदा कडक मल आणि नंतर पातळ मल आणि अखेरीस फक्त पाणी बाहेर पडते. स्वच्छ पाणी बाहेर पडेपर्यंत ही क्रिया करत राहिली पाहिजे. कधी-कधी शौचाला जाण्याची इच्छा होते परंतु, शौचालयात बसल्यानंतर शौच बाहेर पडत नाही. त्या वेळी शौचालयातच उदराकर्षणासन केले पाहिजे.

कुंजल : शंखप्रक्षालनाच्या क्रियेनंतर १५ मिनिटांनी मीठ नसलेले गरम पाणी पिऊन कुंजल केले पाहिजे आणि जलनेतीही केली पाहिजे. या क्रियेनंतर अंघोळ करणे योग्य ठरते. त्यानंतर बंद खोलीत विश्रांती घ्यावी.

आहार : सुमारे एका तासानंतर हिरव्या मुगाची डाळ आणि भात यांच्यापासून बनवलेली पातळ खिचडी खावी. या खिचडीत हळद आणि मीठ घातलेले नसावे. खिचडीत सुमारे ५० ग्रॅम शुद्ध तूप घातले पाहिजे. कारण सतत मीठाचे पाणी प्यायल्याने जो कोरडेपणा निर्माण झालेला असतो तो तुपामुळे नष्ट होतो आणि चिकटपणाही तयार होतो.

आयुर्वेदिक योग : काळी मिरी, गुल बनफशा (gul banafsha), खसखस चूर्ण, तुळशीचे पान, बडी वेलची, आले, जुना गूळ, काळ्या मनुका आदी घातलेले पाणी उकळून त्याचा काढा बनवावा आणि पाण्याऐवजी या काढ्याचा वापर करावा. हे अधिक उत्तम ठरते.

शंखप्रक्षालन (एक वैज्ञानिक कारण)

आपल्या शरीरावर नजर टाकून आपण असा विचार केला की, शंखप्रक्षालनामुळे कोणत्या अवयवावर विशेष परिणाम होतो? आपल्या या संपूर्ण शरीराला कोणता अवयव पोषकता प्रदान करतो? ज्याच्यासाठी व्यक्ती सकाळपासून रात्रीपर्यंत पैसा कमवत असते, असा शरीराचा कोणता अवयव आहे? या सर्व प्रश्नांचे उत्तर एकच येते. ते म्हणजे, पोट हा तो अवयव आहे. माणूस या पोटासाठीच सारे काही करण्यास तयार होतो आणि याच पोटाच्या द्वारे सर्व शरीराचे चलनवलन सुरू राहते.

आता आपल्याला जर हे माहिती आहे की, पोटामुळे आपले शरीर अस्वस्थ बनते, तर आपल्या पोटात आपण खराब वस्तू का घालावी? म्हणजेच, ज्या खाद्यपदार्थांमुळे आज ना उद्या आपल्या संपूर्ण उदरप्रदेशाची कार्यप्रणाली खराब होईल हे माहिति असते असे पदार्थ आपण का खावेत? ज्यामुळे शेकडो प्रकारचे रोग निर्माण होतात, मलावरोध होतो आणि त्यामुळे आतड्यांत मल चिकटून राहून सडू लागतो आणि विषारी वायूची निर्मिती होते असे पदार्थ मुळात खावेतच का? सडणाऱ्या मलामुळे रोग निर्माण करणारे बीजाणू, जीवजंतू तयार होतात आणि तसे पाहता प्रत्यक्षात बाहेरून आपल्यावर जीवजंतूंचा हल्ला हा या तुलनेत कमीच झाल्याचे दिसते. व्यक्ती आपल्या अंतर्गतच शेकडो आजारांना जन्म देत असतो.

शंखप्रक्षालनाच्या क्रियेने आतड्यांना मल चिकटून राहात नाही. मल चिकटला नाही तर जिवाणू, विषाणू तयार होत नाहीत. दुर्गंधीयुक्त वायू तयार होत नाही. आतडी साफ झाल्यामुळे योग्य प्रकारे भूक लागू लागते. पचनसंस्थेद्वारा आपल्या आहारातील प्रथिने, जीवनसत्त्वे पूर्णपणे शोषली जातात. त्यामुळे आपल्या संपूर्ण शरीराला योग्य पोषण मिळते. आपले शरीर सौष्ठवपूर्ण बनते. आपल्या शरीराची रोगप्रतिकारशक्ती वाढते, त्यामुळे बाह्य जीवजंतू निष्क्रिय बनतात. आपण पूर्णपणे निरोगी बनतो. त्यामुळे आपले मस्तक चांगले कार्य करू लागते. स्मरणशक्ती तीव्र बनते. डोळे निर्मळ होतात. चेहऱ्यावरचे तेज वाढते. शरीराची वाढ योग्य प्रकारे होऊ लागते. रक्तविकार होऊ शकत नाहीत. आपल्या शरीरांतर्गत होऊ शकणारे काम, क्रोध, चिडचिडेपणा, आळस, थकवा, सुस्ती आदी आंतरिक विकार निर्माण होत नाहीत. वात, पित्त, कफ बनत नाही आणि म्हणून त्यांच्यामुळे होणारे रोगही होत नाहीत.

अशा प्रकारे विचार करता, शंखप्रक्षालनाची क्रिया पूर्णपणे शास्त्रीय आहे. तिचे लाभ आपल्याला प्रत्यक्ष दिसतात. म्हणून, आपण जीवनात किमान एक ते दोन वेळा तरी शंखप्रक्षालनाची क्रिया अवश्य केली पाहिजे. गुरुदेव योगाचार्य फुलचंद योगीराज यांनी नेहमीच षट्कर्मांना विशेष महत्त्व दिले आहे. त्यांनी यावर रचलेली कविता पुढे दिली आहे.

कुंजल/गजकर्णीसाठी

बंधु निशदिन शोधिये देह मलिन मलद्वार,
जिनसे बहता रहे अतिघृणित अपावन सार।
घृणित अपावन सार देह में व्याधि बढावे,
मल संचय मान नित्य षट्कर्म करावे।
कहते 'योगीराज' स्वास्थ्य का मर्म यही है,
देह शुद्ध हो जाए वात कफ पित्त सही है।

शंखप्रक्षालनासाठी

देह ताप अनुसार ही पानी गर्म कराय,
खाली पेट पिलाइये सैंधा नमक मिलाय।
सैंधा नमक मिलाय पंच आसन करवाए,
आसन के उपरांत पुनः शौचालय जावे।
कहते 'योगीराज' अंत गजकरणी करिए,
नेति क्रिया कराय पेट का पानी हरिए।

लाभ :

वायु घटे गर्मी घटे चर्म रोग मिट जाए,
जठराग्नि को तेज कर कफ को देय नशाय।
कफ को देय नशाय अजीरण शीर्घ पछारे,
खांसी रोग विनशाय नाडियाँ सभी सुधारे।
कहते 'योगीराज' शक्ति कुंजर सी लहिये,
कुंजर क्रिया कराय सदैव निरोगी रहिए।
तन शुद्धि आलस हटै बवासीर मिट जाए,
चर्म रोग इत्यादि भी कभी न टिकने पाए।
कभी न टिकने पाय भगन्दर व्याधि नशावे,
तन पुरुषत्व बढाय ओज अरु आभा आवे।
कहते 'योगीराज' रक्त रस वृद्धि करीजै,
उचित रीति अपनायशंखप्रक्षालन कीजे।

शंखप्रक्षालनाचे संपूर्ण लाभ :

शंखप्रक्षालनाच्या क्रियेमुळे अनेक लाभ होतात. ते खालीलप्रमाणे आहेत :

- तोंडापासून मलद्वारापर्यंतच्या सर्व अवयवांची स्वच्छता करणारी शंखप्रक्षालन ही एकमेव क्रिया आहे.
- पोटातील कृमी आणि आतड्यात असलेले अमिबा या क्रियेद्वारे बाहेर काढले जातात आणि नवीन पाचकरस स्रवू लागतात. अशा प्रकारे पचनसंस्थेचा कायापालट केला जातो.
- जर वरील क्रिया आणि दक्षता यांचे पालन केले गेले, तर लठ्ठपणाचा त्रास असलेल्या व्यक्तीचे वजन आठवडाभरात तीन ते चार किलोंनी कमी होते आणि दुर्बल – हडकुळ्या व्यक्तींमध्ये नवीन ऊर्जेचा संचार होतो.
- पोटाच्या आणि संपूर्ण उदरप्रदेशाच्या सर्व रोगांचा नाश होतो. मग तो मलावरोध असो, वायुदोष असो, पित्तदोष असो वा कफदोष. अशा प्रकारे ही क्रिया त्रिदोषनाशक आहे.
- शरीराचा कायाकल्प करून ती शरीराला तारुण्य प्रदान करते. त्वचारोग दूर होतात.
- आज भयावह रूप धारण केलेल्या मधुमेहाचा या क्रियेद्वारे हळूहळू नाश होतो. आळशीपणाही नष्ट होतो.
- या क्रियेनंतर व्यक्तीला हलकेफुलके आणि पूर्ण निरोगी असल्याची जाणीव होते. त्याबरोबरच मानसिकदृष्ट्याही व्यक्ती पूर्ण निरोगी बनते.
- कोणत्याही प्रकारची डोकेदुखी पूर्णपणे बरी होते.
- डोळे सुंदर, आकर्षक, मोठे आणि निरोगी बनतात.
- चेहरा सुंदर, तेजस्वी आणि चमकदार बनतो.
- रक्तदोष दूर होतात. तोंडाला येणारी दुर्गंधी नष्ट होते.
- शंखप्रक्षालनाच्या क्रियेमुळे नंतर आसन, प्राणायाम, मुद्रा, बंध, ध्यान आणि कुंडलिनी जागृती यांमध्ये विशेष लाभ मिळतो.
- ही क्रिया शरीरासाठी अद्भुत आणि अमृतासमान आहे. पुरुषत्वाच्या शक्तीची हिच्यामुळे वृद्धी होते.
- मूळव्याध आणि भगंदर (गुदद्वाराजवळ आलेला फोड. हा आजार लवकर बरा होत नाही.) या रोगांमध्ये लाभ मिळतो.

शंखप्रक्षालनाच्या दक्षता :

- शंखप्रक्षालनानंतर आठवडाभर दूध आणि दुग्धजन्य पदार्थ, मिरची, मसाले, खारट आणि पचनास जड पदार्थ वर्ज्य करावेत.
- शंखप्रक्षालनानंतर कुंजल क्रिया आणि जलनेती जरूर करावी, त्यामुळे तोंडापासून उदरप्रदेशापर्यंत आणि नाकापर्यंत स्वच्छता होते.

- शंखप्रक्षालनानंतर लगेच स्नान करू नये. किमान त्या दिवशी तरी थंड पाण्याने स्नान करू नये. या क्रियेनंतर आराम करा. मात्र झोपू नका.
- अति मेहनतीचे काम करू नका.
- एका आठवड्यानंतर हलका व्यायाम करा. योगासनाच्या जटिल, कठीण क्रिया करू नयेत.
- कमी रक्तदाब, उच्च रक्तदाब यांचा त्रास असणाऱ्या रुग्णांनी आणि मानसिक रोग असलेल्या व्यक्तींनी ही क्रिया करू नये.
- पोटाच्या तीव्र विकारांनी ग्रस्त असलेल्या व्यक्तींनी ही क्रिया करू नये.
- गर्भवती स्त्रियांनीही ही क्रिया करू नये.

३. अग्निसार अंतर्धौती

नाभिग्रंन्थिं मेरुपृष्ठे शतवारं च कारयेत् ।
अग्निसारमिद्यं धौतिर्यौगिनां योगसिद्धिदा ।
उदरामयजं त्वकत्वा जठराग्नि विवर्द्धयेत् ।
एषा धौतिः परा गोप्या देवानामपि दुर्लभा ।
केवलं धौतिमात्रेण देवदेहं भवद्‍ध्रुवम् ।। (घे.सं. १/१९-२०)

अर्थ : अग्निसार धौतीसाठी प्राणवायूचा कुंभक करून नाभीला पाठीच्या कण्याच्या मागच्या भागाला चिकटवा. त्यामुळे पोटाचे सर्व रोग नष्ट होतात. ही अग्निसार धौती क्रिया अत्यंत गोपनीय आणि देवतांसाठीही दुर्लभ आहे. ही क्रिया केल्याने माणसाचे शरीर देवांच्या शरीरासारखे बनते.

पद्धत : ही क्रिया करणे सोपे होईल, अशा कोणत्याही उपयुक्त आसनात बसा. उदाहरणार्थ, वज्रासन, पद्मासन, सिद्धासन आदी. पाठीचा कणा ताठ ठेवा. दीर्घ व सखोल श्वास घ्या आणि तोंडाने संपूर्ण पोटातील हवा बाहेर काढून टाका. आता बाह्यकुंभक करा. नाभीचा पाठीच्या कण्याच्या आतल्या भागाला स्पर्श झाला पाहिजे. या अवस्थेत पोट जलद गतीने मागे-पुढे हलवायचे असते. आपल्या क्षमतेनुसार जवळजवळ १० ते १५ वेळा असे करा. त्या वेळी हळूहळू श्वास घ्या. ही क्रिया पुन्हा करा. या क्रियेने उदरप्रदेशाचे प्रसरण आणि आकुंचन होते. पोटाच्या सर्व अवयवांना व्यायाम मिळतो. त्यामुळे ते अधिक चांगल्या प्रकारे काम करू लागतात आणि त्यांची कार्यक्षमता वाढते.

विशेष सूचना : पोट रिकामे असताना ही क्रिया करा. वरील क्रिया तीन ते चार वेळा करा. गुरूंच्या सूचनेप्रमाणे त्यांच्या मार्गदर्शनाखालीच करा.

दक्षता : हृदयरुग्णांनी, उच्च रक्तदाबाचा किंवा पोटाच्या गुंतागुंतीचे रोग असलेल्यांनी; तसेच दमा वगैरे असलेल्या रुग्णांनी ही क्रिया करू नये.

लाभ : उदरप्रदेशाच्या सर्व अवयवांची मालीश होते. म्हणून सर्व अवयव अधिक चांगल्या प्रकारे काम करतात आणि त्यांची कार्यक्षमता वाढते. जठराग्नी आणि

पचनसंस्था शक्तिशाली बनतात. उदरविकारांचा नाश होतो. म्हणून संपूर्ण शरीरात निरोगीपणा निर्माण होतो आणि टिकून राहतो. शरीरात ओज आणि तेज यांची वृद्धी होते. त्यामुळे साधक देवासमान दिसू लागतो.

४. बहिष्कृत अंतर्धौती

काकीमुद्रां शोधयित्वा पूरयेदुदरं मरुत।
धारयेर्दधयामं तु चालयेदधोवर्त्मना।
एषा धौतिः परा गोप्या न प्रकाश्या कदाचना। (घे.सं. १/२१)

पद्धत : दोन्ही ओठांनी कावळ्याच्या चोचीसारखा आकार तयार करा. हवा प्राशन करत पोट पूर्ण भरून घ्या आणि ही हवा दीड तास पोटातच रोखून धरा. त्यानंतर तिची हालचाल करून गुदमार्गाने तिला बाहेर काढून टाका. ही अत्यंत गोपनीय बहिष्कृत धौती आहे.

विशेष सूचना : ही क्रिया योग्य गुरूंच्या मार्गदर्शनाखालीच करा. ही एक कठीण प्रक्रिया आहे.

लाभ :
- सर्व नाड्या शुद्ध होतात.
- शरीर तरुण राहते.
- शरीरात नवीन शक्तीचा संचार होतो.
- वातरोगांचे शमन होते.

प्रक्षालन कर्म :

नाभिमग्रजले स्थित्वा शक्तिनाडीं विसर्जयेत्।
कराभ्यां क्षालयेन्नाडीं यावन्मलविसर्जनम्॥
तावत्प्रक्षाल्य नाडीं च उदरे वेशयेत्पुनः।
इदं प्रक्षालनं गोप्यं देवानामपि दुर्लभम्।
केवलं धौतिमात्रेण देवदेहो भवेद् ध्रुवम॥
यामार्ध धारणाशक्ति यावन्न धरयेन्नरः।
बहिष्कृत महद्धौतिस्तावच्चैव न जायते॥ (घे.सं. १/२२-२४)

अर्थ : नाभीपर्यंत येईल, एवढ्या पाण्यात उभे राहून शक्ती नाडी बाहेर काढून जोपर्यंत मल दूर होत नाही, तोपर्यंत धुवा किंवा प्रक्षालित करा. ज्या वेळी साफ होईल, त्या वेळी तिला पुन्हा आत ढकलून टाका. ही प्रक्षालन क्रिया कठीण आहे. ती देवतांनासुद्धा दुर्लभ आहे आणि फक्त या प्रक्षालन धौतिकर्मानेही देवतांसारखे शरीर प्राप्त होते.

विशेष सूचना : ही धौती क्रिया अत्यंत कठीण आहे. ही क्रिया स्वतः करण्यास समर्थ असलेल्या गुरूंच्याच मार्गदर्शनाखाली करावी. पुस्तकांच्या आधारे किंवा कोणाच्याही सांगण्यावरून ती करू नये. इथे एक गोष्ट महत्त्वपूर्ण आहे. ती म्हणजे

'ही क्रिया देवतांनाही दुर्लभ आहे.' हे सांगण्याचे तात्पर्य असे आहे की चांगल्या-चांगल्या ज्ञानी, विद्वान लोकांनाही ही क्रिया माहिती नाही. दुसरी महत्त्वपूर्ण बाब म्हणजे, 'देवतांसारखे शरीर प्राप्त होते.' म्हणजे शरीराचे ओज, तेज आणि कांती व ताकद एवढे वाढते की शरीर देवतांसारखे भासू लागते.

आम्ही एवढेच म्हणू की, वर सांगितलेल्या सर्व धौती हळूहळू, सहनशीलतापूर्वक, शक्य होईल त्याप्रमाणे योग्य शिक्षकाच्या मार्गदर्शनाखाली आणि स्वतः अभ्यास केल्यावरच करा.

२. दंत धौती

दन्तमूलं जिव्हामूलं रन्ध्रं च कर्णयुग्मयोः।
कपालरन्ध्रं पंश्चैते दन्तधौतिर्विधीयते॥ (घे.सं. १/२५)

अर्थ : दंत धौतीचे पाच प्रकार आहेत.

१. दातांची मुळे धुणे
२. जिभेचे मूळ धुणे.
३. डावा कान धुणे.
४. उजवा कान धुणे
५. कपाल छिद्राचे प्रक्षालन

१. दंत मूल धौती

कोणत्याही चांगल्या दंतमंजनाने दात घासावेत. दातांच्या कित्येक रोगांपासून सुरक्षितता मिळवण्यासाठी योग्यांनी ही क्रिया रोजच केली पाहिजे.

२. जिव्हा शोधन धौती

जिव्हा शोधनाद्वारे जीभ लांब करून जरा-मरण आणि अनेक रोग यांचा नाश करण्यासाठी ही क्रिया केली पाहिजे.

तर्जनी, मध्यमा आणि अनामिका या तीन बोटे तोंडात घालून जिभेचे मूळ स्वच्छ केले पाहिजे. ही क्रिया हळूहळू केल्याने कफ दोषाचा नाश होतो. त्यानंतर जिभेला लोणी लावा आणि जीभ खेचा. (दही घुसळल्याप्रमाणे.) असे केल्याने जिभेची लांबी वाढते. जिव्हा शोधन धौतीने कफाचा नाश होतो. त्याच्याशी संबंधित नाड्या शुद्ध होतात. जीभ नेहमी स्वच्छ आणि मुलायम राहते.

३. कर्ण धौती

हा दंत धौतीचा तिसरा प्रकार आहे. तर्जनी आणि अनामिका बोटांनी रोज कानाच्या छिद्रांची सफाई करा. असे रोज केल्याने नादाची अनुभूती येते. त्यामुळे कान साफ होतात. आतून निघणारा मल आणि बाहेरून आत जाणारा कचरा या दोन्ही गोष्टी साफ होतात. म्हणून, कानाच्या आत जीवजंतूंचा संसर्ग होत नाही आणि कर्णरोग होण्याची शक्यता कमी होते.

४. कपालरंध्र धौती

डोक्याच्या मध्यभागी ज्याला आपण 'कपालरंध्र' म्हणतो, त्याला उजव्या हाताने हळूहळू पाण्याने थापटले पाहिजे. असे केल्याने कफ दोषाचे निवारण होते. त्याच्याशी संबंधित नाड्या निर्मळ आणि शुद्ध होतात. त्याबरोबरच दिव्य दृष्टी प्राप्त होते. सकाळी, जेवणानंतर आणि संध्याकाळी याचा सराव केला पाहिजे.

३. हृद धौती

हृद्धौतिं त्रिविधां कुर्याद्दण्डवमनवाससा ।। (घे.सं. १/३५)

अर्थ : हृदय धौतीचे तीन प्रकार आहेत दंड धौती, वमन धौती आणि वसन धौती (वस्त्र धौती). या धौतींमुळे हृदयाचे शुद्धीकरण होते.

क . दंड धौती

पद्धत : केळ्याच्या रोपामध्ये असलेला दंड किंवा हळदीचा दंड किंवा चिकट वेताचा दंड गळ्यातून हळूहळू आत घाला आणि त्याला पुन्हा हळूहळू बाहेर काढा. अर्थातच, हा दंड आत-बाहेर करण्याची क्रिया हळूहळूच केली पाहिजे. हा दंड कफ, पित्त आणि क्लेश आदी विकारी मलांचे शमन करतो. यामुळे हृदयाचे सर्व रोग नष्ट होतात.

विशेष सूचना :
- बहुतांश वेळा केळ्याच्या रोपातून काढलेल्या दंडाचाच वापर केला जातो.
- एखाद्या योगशिक्षकाच्या मार्गदर्शनाखाली करा.

ख. वमन धौती

भोजनान्ते पिबेद्वारि–चाकण्ठं पूरितं सुधी।
उध्वां द्रष्टिं क्षणं कृत्वा तज्जलं वमयेत्पुनः।
नित्यमभ्यास योगेन कफपित्तं निवारयेत्। (घे.सं. १/३८–३९)

अर्थ : साधकाने भोजन संपल्यावर गळ्यापर्यंत येईल एवढे पाणी पिऊन त्यानंतर काही वेळाने वर पाहत ते पाणी वमनाद्वारे (ओकारीच्या साहाय्याने) फेकून दिले पाहिजे. यामुळे कफ आणि पित्त यांचे निवारण होते.

या वमन धौतीच्या दोन पद्धती आहेत. पहिल्या पद्धतीत रिकाम्या पोटी ही क्रिया केली जाते. तिला 'कुंजल' किंवा 'गजकरणी' असे म्हटले जाते. दुसऱ्या पद्धतीत साधक ही क्रिया भोजनानंतर करतो. या क्रियेला 'व्याघ्र क्रिया' किंवा 'वाघी क्रिया' असे म्हटले जाते.

१. कुंजल क्रिया/गजकरणी क्रिया

पद्धत : शक्य असेल त्याप्रमाणे सुमारे दोन लिटर कोमट पाणी घ्या. त्यात चहाचे सुमारे दोन चमचे मीठ घाला. ज्या ठिकाणी तुम्ही सहजगत्या वमन क्रिया करू शकाल, अशा जागेची निवड करा. आता किमान सहा ग्लास पाणी भराभरा, घटाघटा पिऊन टाका. त्याहूनही अधिक पाणी आपण पिऊ शकतो असे तुम्हाला वाटत असेल, तर आणखीही पाणी प्या. हळूहळू घोट-घोट पाणी पिऊ नका. आता तुम्हाला ओकारी करण्याची इच्छा होईल. त्यासाठी समोर झुका आणि डोके आणि धड जमिनीला जवळजवळ समांतर ठेवा. कंबरेच्या वरच्या धडाचा भाग काटकोनात ठेवा. तोंड उघडा आणि उजव्या हाताची मध्यमा आणि तर्जनी बोटे तोंडात घाला आणि जिभेचा मागचा भाग हळूहळू बोटांनी दाबा. असे केल्याने वमनाची क्रिया सुरू होईल. जठरातील संपूर्ण पाणी झटकन जोरदारपणे बाहेर येईल. अशा प्रकारे, जठर पूर्ण रिकामे करण्यासाठी दोन-तीन वेळा बोटांचा वापर करा. या क्रियेने जठर साफ झाल्याने बाहेर पडणारे पाणीही स्वच्छ असेल.

२. व्याघ्र क्रिया/वाघी क्रिया

पद्धत : पोटातील न पचलेले जेवण किंवा अपचन झालेले अन्न काढून टाकण्यासाठी वमन धौतीच्या या क्रियेचा वापर करतात.

सर्वसामान्यपणे जेवणानंतर अर्ध्या तासाने तयार केलेले पाच-सहा ग्लास पाणी किंवा जास्तीत जास्त जेवढे पाणी पोटात राहू शकेल, तेवढे पाणी प्या. वरील पद्धतीने जठरात पाणी भरले जाईल आणि न पचलेले भोजन वमन क्रियेद्वारे बाहेर पडेल. जर ही वमन क्रिया आणखीही करणे शक्य आहे असे वाटत असेल, तर दुसऱ्यांदा पुन्हा एकदा पाणी पिऊन जठरातील खराब पाणी बाहेर काढून फेकून द्या. त्यानंतर जलनेतीची क्रिया करा.

दक्षता :

- वमनक्रिया जबरदस्तीने करू नका आणि या क्रियेसाठी मनाची तयारी करा.
- जठर पूर्णपणे रिकामे होते. म्हणून किमान ३० मिनिटांपर्यंत काहीही खाऊ नये.
- कमी रक्तदाब, उच्च रक्तदाब, हृदयरोग, झटके किंवा फिट्स, तीव्र पेप्टिक अल्सर आणि हर्निया या रोगांनी त्रस्त असलेल्यांनी ही क्रिया करू नये. या संदर्भात त्यांनी योगगुरूंशी चर्चा करावी.

लाभ :

- या क्रियांमुळे अल्सर आणि अतिआम्लतेमुळे होणारे रोग होत नाहीत.
- पित्त शांत होते. डोकेदुखी, मायग्रेन (अर्धशिशी) यांमध्ये खूपच जास्त फायदा होतो.
- सडलेले भोजन बाहेर काढल्याने तोंडाला येणारी दुर्गंधी नष्ट होते.

- जडपणा, मलावरोध आदी रोगांपासून सुटका होते.
- उदरप्रदेशातील अवयव उत्तेजित होतात. त्यामुळे पचनविषयक विकार दूर होतात.
- गॅसच्या समस्येपासून सुटका होते.
- सर्दी-खोकला यांमध्ये लाभ मिळतो.
- डोळ्यांचे तेज वाढते.

ग. वसन धौती (वस्त्र धौती)

ही क्रिया चार बोटे रुंद आणि पाच हात लांब तलम कापड घेऊन करा. हे कापड हळूहळू गिळत राहा. हळूहळू गिळलेले कापड बाहेर काढा. याला 'वस्त्र धौती' म्हणतात.

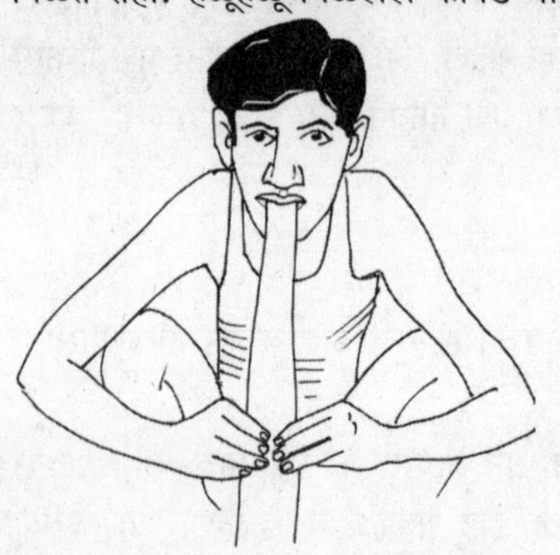

पद्धत : सुमारे दोन इंच रुंद आणि आठ फूट लांब सुती पातळ कपडा तोंडात घेऊन हळूहळू गिळा. कपड्याचा सुरुवातीचा भाग जठरापर्यंत पोहोचला की, हळूहळू कपडा पुन्हा बाहेर काढा. हा अभ्यास मौन बाळगून सकाळच्या वेळी रिकाम्या पोटी केला पाहिजे. या अभ्यासाद्वारे ज्वर, प्लीहेचे रोग, कुष्ठ रोग आणि पित्त व कफ यांचा नाश होतो. या क्रियेद्वारे दिवसेंदिवस शारीरिक सामर्थ्य, सुख आणि निरोगीपणा वाढत जातो.

४. मूलशोधन (गणेश क्रिया)

जोपर्यंत पोट साफ होत नाही, तोपर्यंत अपान वायूचे कार्य तसेच राहते. गुदाद्वारे मोठ्या कष्टाने वायू बाहेर पडतो. म्हणून मूलशोधन केलेच पाहिजे.

या क्रियेत, हळदीच्या कोमल खोडाने किंवा आपल्या हाताच्या मध्यमा बोटाने गुदद्वार साफ केले पाहिजे. मध्यमा बोट ओले करून हळूहळू गुदद्वारातून ते आत न्या आणि आत हळूहळू बोट पुढे-पुढे न्या. आतील भागाच्या भित्तिका बोटाने साफ करा. असे केल्याने अपान वायूमुळे होणारा त्रास होत नाही.

मूलशोधन क्रियेमुळे गुदामध्ये साठलेला मल बाहेर काढला जातो आणि वायूमुळे होणारे रोग कमी होतात. अजीर्ण दूर होते. जठराग्नी प्रज्वलित होतो. शरीराची कांती वाढते आणि देवांसारखे सौष्ठव लाभते.

बस्ती

जल वस्तिः शुष्कवस्तिर्वस्ति च द्विविधौ स्मृतौ।
जल वस्तिं जले कुर्याच्छुष्कवस्तिं सदा क्षितौ। (घे.सं. १/४५)

बस्ती क्रियेचे दोन प्रकार आहेत. जल-बस्ती आणि शुष्क-बस्ती. जल-बस्तीचा अभ्यास पाण्यात आणि शुष्क-बस्तीचा अभ्यास भूमीवर (कोरड्या जागी) केला जातो.

जल-बस्ती

नाभिमग्रजले पायुन्यस्तालोत्कटासनः।
आकुंञ्जनं प्रसारं च जल – बस्तिं समाचरेत्।
प्रमेहं च उदावर्तं क्रूरवायुं निवारयेत्।
भवेत् स्वच्छंद देहश्च कामदेवसमो भवेत्। (घे.सं. १/४६-४७)

पद्धत : नाभीपर्यंत पाणी यावे अशा प्रकारे पाण्यात उत्कट आसनात बसा. आता गुदप्रदेशाचे आकुंचन आणि प्रसरण करा. यालाच 'जल-बस्ती' असे म्हणतात.

या अभ्यासासाठी कोणत्याही मोठ्या भांड्यात बसू शकता किंवा नदी, तलाव यांमध्ये बेंबीपर्यंत पाणी येईल अशा प्रकारे बसू शकता. ज्याप्रमाणे घोडा वगैरे जनावरे मल त्याग करताना गुदाची हालचाल करतात त्याप्रमाणे करा. गुदद्वार शक्य तितके जास्तीतजास्त आकुंचित करा आणि त्याचे प्रसरण करा. असे केल्याने, सुरुवातीला पाण्यात थोड्या थोड्या प्रमाणात आत चिकटलेला मल पाण्याबरोबर बाहेर पडतो. यामुळे आतील अवयवांची सफाई होते. घाण बाहेर पडत असल्याने ही क्रिया वाहत्या पाण्यात करावी.

लाभ :
- प्रमेहाचा नाश होतो.
- उदररोगांचे शमन होते.
- दूषित वायू दूर करण्यास साहाय्य होते.
- देह निर्मळ होऊन देवांसारखी कांती मिळते.
- नाड्या शुद्ध होतात.

स्थल-बस्ती :

वस्ति पश्चिमोत्तानतो चालयित्वा शनैरधः।
अश्विनी मुद्रया पायुमाकुंचयेत्प्रसारयेत्॥
एवमभ्यासयोगेन कोष्ठदोषो न विद्यते।
विवर्द्धयेज्जठराग्निमामवातं विनाशयेत॥ (घे.सं. १/४८-४९)

पद्धत : अश्विनी मुद्रेद्वारे गुदाचे आकुंचन आणि प्रसरण केले पाहिजे आणि पश्चिमोत्तानासनात बसून खालच्या भागात बस्तीची हालचाल केली पाहिजे. याला 'स्थल-बस्ती' असे म्हणतात. या अभ्यासामुळे वात, पित्त आणि कफ या दोषांचा नाश होतो. जठराग्नीत वाढ होते. आमवात आणि कोठ्यातील दोष आदी रोगांचा नाश होतो.

नेती क्रिया

वितस्तिमानं सूक्ष्म सूत्रं नासानाले प्रवेशयेत्।
मुखान्निर्गमयेत्पश्चात् प्रोच्यते नेतिकर्मकम् ॥
साधनान्नेति कार्यस्य खेचरी सिद्धि माप्नुयात्।
कफदोषा विनश्यन्ति दिव्य दृष्टिः प्रजायते॥ (घे.सं. ५०-५१)

पद्धत : अर्धा हातभर लांब दोरा नाकपुडीत घालून तो पुढे-पुढे सरकवत तोंडातून बाहेर काढा. यालाच 'सूत्र-नेती क्रिया' म्हणतात.

विशेष सूचना : नेती पाच प्रकारांची असते. जल-नेती, सूत्र-नेती, दुग्ध-नेती, घृत-नेती आणि तेल-नेती

जल-नेती

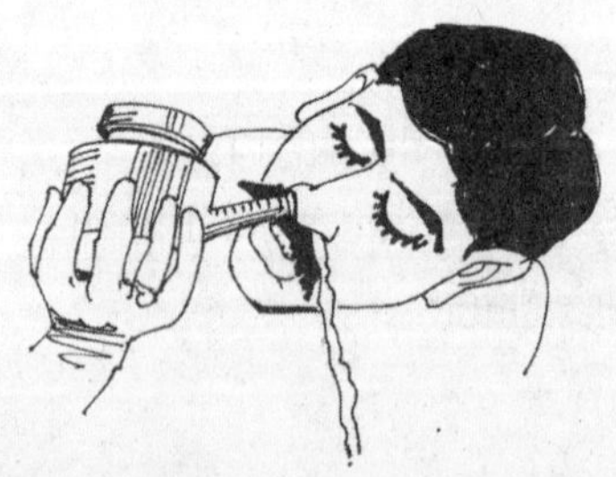

पद्धत : या अभ्यासासाठी लांब तोटी असलेले भांडे घ्या. या भांड्यात थोडे मीठ घातलेले कोमट पाणी भरा. डोके उजव्या बाजूला थोडेसे झुकवून भांड्याची तोटी

डाव्या नाकपुडीत घाला आणि पाणी आत सोडा. (तोंड उघडे ठेवा. त्यामुळे श्वासोच्छ्वास करता येईल.) पाणी हळूहळू डाव्या नाकपुडीतून आत जाऊन उजव्या नाकपुडीतून बाहेर पडेल. जर पाणी बाहेर पडत नसेल, तर डोके आणि भांडे हे व्यवस्थित वाकवा. पाणी निघण्याची क्रिया नैसर्गिक असते. जवळजवळ संपूर्ण भांड्यातील पाणी डाव्या नाकपुडीत घाला. त्यानंतर भस्त्रिका प्राणायामाप्रमाणे जलद गतीने श्वास बाहेर सोडा. अशा प्रकारे नाकपुडी साफ होईल. आता हीच क्रिया उजव्या नाकपुडीने करा. या क्रियेनंतर नाकपुड्या स्वच्छ करा.

सूत्र-नेती :

साधन : या अभ्यासासाठी सुमारे एक फूट लांब सूताचा एक सहजासहजी न तुटू शकणारा धागा घ्या. आजकाल साधक कॅथेटर या रबरी नळीचाही वापर करतात. (औषधांच्या दुकानात ही नळी सहजगत्या मिळू शकते.) तिचाही वापर करू शकता.

पद्धत : धाग्याला मेण लावून कडक बनवा आणि हळूहळू नाकपुडीत घाला. धाग्याचे टोक तोंडात येते. ते हाताने पकडा आणि दोन्ही टोके मागेपुढे खेचा. ही क्रिया दोन्ही नाकपुड्यांमध्ये क्रमाक्रमाने करा. २५-३० वेळा ही क्रिया करा. सावधपणे, दक्षतेने ही क्रिया करा.

लाभ :
- दोन्ही नेती क्रियांमुळे कित्येक प्रकारचे लाभ होतात.
- घेरंड संहितेच्या आचार्यांनी असे म्हटले आहे की, यामुळे आकाशगमनाची शक्ती प्राप्त होते.
- कफविषयक सर्व दोष दूर होतात.
- नेत्ररोगांचा नाश होतो आणि दिव्य दृष्टी प्राप्त होते.

विशेष बाब : जल-नेती आणि सूत्र-नेतीखेरीज दुग्ध-नेती, घृत-नेती, तेल-नेती, दही-नेती आणि स्वमूत्र-नेतीही योगीजन करवून घेतात.

लौलिकी (नौली)

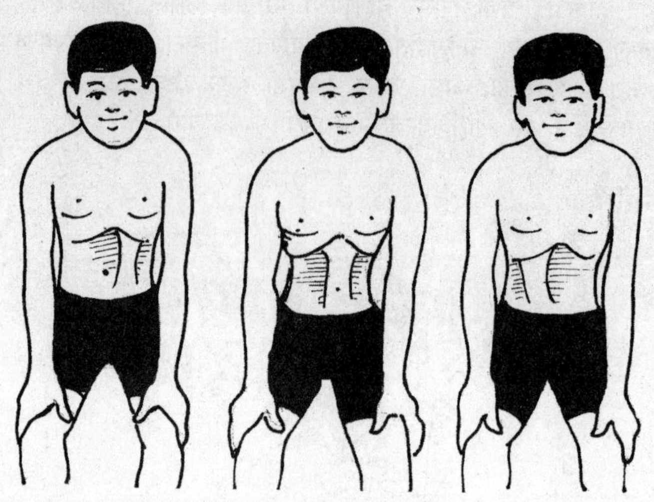

अमन्दवेगेन तुन्दं भ्रामयेदुभपार्श्वयोः ।
सर्व रोगान्निहन्तीह देहानल विवर्द्धनम ।। (घे.सं. १/५२)

अर्थ : अत्यंत प्रबळ वेगाने पोट दोन्ही बाजूंना फिरवा. याचे नाव 'लौलिकी' आहे. यामुळे सर्व प्रकारचे रोग नष्ट होतात. जठराग्नी प्रज्वलित होतो आणि पचनसंस्था मजबूत बनते.

सूचना : उदरशक्ती विकासक क्रिया क्र. दहा ही पाहा.

पद्धत : पोट साफ आणि हलके असताना सकाळी ही क्रिया करा. पावलांमध्ये एक ते दीड फुटाचे अंतर घेऊन उभे राहा. थोडे झुकून गुडघ्यांवर हात ठेवा. गुडघ्यांवर दाब द्या. क्रियेची सुरुवात करण्याआधी श्वास बाहेर सोडा. हवा पूर्णपणे बाहेर टाकण्याचा आणि पोट पाठीच्या आतील भागाला चिकटवण्याचा प्रयत्न करा. आता पोट बाहेर ढकला. असे सातत्याने करा, त्यामुळे नौली क्रिया करणे सहजशक्य होईल. आता गुडघ्यांवर दबाव टाकत गुदाच्या जवळचे उदर स्नायू आकुंचित करून उदराच्या मध्यभागापर्यंत आणा आणि बाहेर काढण्याचे प्रयत्न करा. याला 'मध्यम नौली' असे म्हणतात.

आता डावीकडे थोडेसे झुका आणि डाव्या हातावर दाब वाढवा. यामुळे उदराचे स्नायू डाव्या बाजूला येतील. याला 'वाम नौली' म्हणतात. हीच क्रिया दक्षिण नौलीसाठीही करा. यामध्ये उदरातील सर्व पेशी उजव्या बाजूला येतात. याला 'दक्षिण नौली' म्हणतात.

आता समान गती आणि मनोबल यांचा वापर करून अनुक्रमे 'मध्यम नौली', 'वाम नौली' आणि 'दक्षिण नौली' करा. सहनशीलता बाळगून हळूहळू अभ्यास केला की, नौली क्रियेचा अभ्यास पूर्ण होऊ शकतो.

विशेष सूचना/दक्षता : नौलीचे चलनवलन सुरू असताना छाती, गळा आणि कपाळ येथील नाड्यांमध्ये द्वंद्व सुरू असल्यासारखे वाटत राहाते. जुलाब सुरू होतात. या क्रियेच्या आधी पश्चिमोत्तानासन आणि मयुरासनाचा अभ्यास केला पाहिजे. उड्डियान बंध आणि अग्निसार क्रिया व्यवस्थित प्रकारे आल्या पाहिजेत. संपूर्ण दक्षतेने आणि योग्य गुरूंच्या देखरेखीखालीच हा अभ्यास करावा. अन्यथा, पोटाचे रोग, आमवात, कटिवात, शुक्रदोष आदी विकार होऊ शकतात. पहिल्यांदा डावीकडून अभ्यास करा. त्यानंतर उजवीकडचा अभ्यास करा. या क्रियेत नियमितपणे अभ्यास केला, तरच दक्षता निर्माण होऊ शकते. जठराला सूज असणे, पित्त-प्रकोपामुळे हगवण असणे, पाण्यासारखे जुलाब होणे, संग्रहणी, उच्च रक्तदाब यांसारखे त्रास असणाऱ्या व्यक्तींनी आणि हृदयरोग असणाऱ्या रुग्णांनी ही क्रिया करू नये.

लाभ :

- नौली क्रियेला सर्व क्रियांमधील महत्त्वपूर्ण क्रिया म्हटले गेले आहे. (ह.यो.प्र.)
- पचनसंस्थेविषयीच्या सर्व विकारांमध्ये (मंदाग्नी, गॅस, मलावरोध) ही क्रिया लाभदायी ठरते.
- मेद कमी होतो.
- मानसिक शांतता, कुंडलिनी जागृती, ध्यान, एकाग्रता आदी सर्व लाभ मिळतात.
- सर्व प्रकारच्या वात रोगांचे शमन होते.
- योगगुरूंनी या क्रियेला 'संजीवनी बुटी' असे म्हटले आहे.

त्राटक

त्राटकाविषयी सूत्रकार असे म्हणतात की, पापणी न मिटता कोणत्याही छोट्या लक्ष्याकडे एकटक पाहत राहणे; म्हणजे त्राटक होय. या अभ्यासाने शांभवी मुद्रेच्या सर्व सिद्धी प्राप्त होतात. नेत्रविकारांचा नाश होऊन दिव्य दृष्टी प्राप्त होते.

त्राटक क्रियेला हठयोगाचा एक भाग मानले गेले असले, तरीसुद्धा त्राटकाचा वापर करणाऱ्या काही साधकांना हठयोगाची माहिती नसते. परंतु तरीही, त्राटकाचा वापर करून ते आपले जीवन आनंदमय बनवतात. खरोखरच, त्राटक क्रियेचे आपले 'स्वतःचे' असे वेगळे महत्त्व आहे. त्राटकालाच दुसऱ्या शब्दांत 'संमोहन' (हिप्नॉटिझम) असेही म्हटले जाते. त्राटकाचा रोज अभ्यास करणाऱ्या साधकांच्या डोळ्यांत आकर्षण नसणे शक्यच नसते. यातील खरी गोष्ट अशी आहे की, त्राटकाला आता प्रदर्शनीय वस्तू बनवण्यात आले आहे. यावर कुठेही, कसेही चर्चासत्रांचे आयोजन केले जाते आणि केवळ त्राटकावरच शरसंधान करत वक्ते एकेका तासाची भाषणे ठोकून निघून जातात. ते त्राटकाची संपूर्ण क्रियात्मक पद्धती सांगू शकत नाही आणि सर्वसामान्य माणसाला त्यांच्या भाषणातून कशाचाच बोधही होत नाही.

त्राटकामुळे फक्त डोळ्यांतील आकर्षणशक्तीच वाढत नाही; तर आत्मबलातही वाढ होते. आपल्याला दुसऱ्याच्या मनातील गोष्टीही ओळखता येतात. याचा वापर केल्याने ध्यानाचा मार्ग सुलभ बनतो आणि आध्यात्मिक ऊर्जाही मिळते. जीवन सुंदर बनवायचे असेल, तर त्राटकाचा क्रमवार, पद्धतशीर अभ्यास धीराने केला पाहिजे. त्राटकाच्या अभ्यासाद्वारे आपण समोरच्या व्यक्तीला संमोहित करू शकतो आणि मोठ्यात मोठ्या सभेतही आपण लोकांना आपल्याकडे आकर्षित करू शकतो.

त्राटक करणाऱ्या साधकाचे डोळे सुंदर, मोठे आणि आकर्षित करणारे, मनमोहक, तेजःपुंज आणि अद्भुत बनतात. आज त्याची काही उदाहरणे आपल्या समोर आहेत. भगवान रजनीश (ओशो), स्वामी विवेकानंद, स्वामी विशुद्धानंद परमहंस (ज्ञानगंज, हिमालय) आदी. अशी शेकडो उदाहरणे आहेत. या लोकांनी आपल्या नजरेतील आकर्षणशक्तीचा वापर करून लोकांना आपलेसे करून घेतले होते. स्वतः लेखक सूर्यत्राटकी आहे. डोळे मोठे करणे हा त्राटकाचा उद्देश असता कामा नये. काही प्राप्त करण्याची भावनाच मनात असता कामा नये. तुम्ही त्राटकाच्या साहाय्याने शत्रूलाही मित्र बनवू शकता. हिंस्र पशुंनाही वश करू शकता.

त्राटकाच्या अनेक पद्धती प्रचलित आहेत. इथे आम्ही प्रमुख पद्धतींचे वर्णन देणार आहोत, त्यामुळे साधकांना लाभ मिळू शकेल.

पद्धत : एका स्वच्छ, सुंदर आणि शांततापूर्ण जागेची निवड करा. तेथील वातावरणही चांगले असावे. तुम्ही जोपर्यंत तिथे सराव करत असाल तोपर्यंत तिथे कोणत्याही प्रकारचा अडथळा येता कामा नये.

त्राटक करण्याची वस्तू सुमारे चार फूट अंतरावर ठेवून सुखासनात बसा. सर्वप्रथम मेणबत्ती पेटवा आणि ती योग्य अंतरावर ठेवा. (मेणबत्ती आणि डोळे एका रेषेत असले पाहिजेत.) जर खोलीत मोठ्या प्रमाणात वारा असेल, तर मेणबत्तीची ज्योत हलेल. त्यामुळे डोळ्यांचे विकार होऊ शकतात. यासाठी मेणबत्तीच्या तिन्ही बाजूंना काच किंवा प्लॅस्टिक यांचे आवरण ठेवा आणि समोरची बाजू खुली ठेवा. आता प्रसन्नपणाने मेणबत्तीच्या ज्योतीकडे पापणी न लवू देता एकटक पाहात राहा. सुरुवातीला डोळ्यांत जळजळ होईल, म्हणून धीराने, सोशिकतेने अभ्यास सुरूच ठेवा. शक्य असेल तेवढे निर्विकारपणे, पापणी न लवू देता पाहात राहण्याचा प्रयत्न करा. सुरुवातीलाच जास्त काळ पाहत राहू नका, अन्यथा दुसऱ्या दिवशी अभ्यास करणे कठीण बनेल. सुमारे पाच ते सहा महिने प्रयत्न केल्यानंतर अभ्यासात सफलता प्राप्त होऊ लागते. मेणबत्तीच्या जागी दिवा किंवा उदबत्ती ठेवून तुम्ही अभ्यास करू शकता, परंतु अंधाऱ्या खोलीत हा अभ्यास करू नका.

फार ताण न घेता जेवढा वेळ पाहू शकत असाल, तेवढा वेळ पाहात राहण्याचा अभ्यास करा. त्यानंतर डोळे बंद करून बंद डोळ्यांसमोर येणाऱ्या मेणबत्तीच्या ज्योतीच्या प्रतिमेकडे पाहण्याचा प्रयत्न करा. काही काळ बंद डोळ्यांसमोर ती दिसेल. याला 'अंतःत्राटक' असे म्हटले जाते. एकाग्रता आणि दृष्टी या दोन्ही गोष्टी या त्राटकाने स्थिर होतील.

त्राटकाच्या आणखीही काही पद्धती प्रचलित आहेत. उदाहरणार्थ, एखादा बिंदू, चक्र, सूर्य, चंद्र, तारे, आरसा, नाकाचे टोक किंवा अग्रभाग, आपल्या इष्टदेवतेची प्रतिमा, चमकणारा बिंदू इत्यादींवर त्राटक केले जाते. अलीकडे तयार त्राटक तक्ताही मिळतो. त्याच्या साहाय्यानेही अभ्यास करणे शक्य आहे. प्रणव मंत्र 'ओम' वरही काही साधक त्राटक करतात.

विशेष सूचना : तणावरहित होऊन हा अभ्यास करा. प्रसन्नता ठेवा. शक्य होईल त्याप्रमाणे, ब्रह्मचर्य आणि शाकाहार यांचे आचरण करा. अर्थातच, जे साधक कामविकाराकडे लक्ष देत नाहीत आणि शुद्ध शाकाहारी भोजन करतात, त्या साधकांच्या अंतर्यामी विलक्षण शक्तींचा प्रादुर्भाव होतो. त्याला हळूहळू भूत आणि भविष्य जाणण्याचे सामर्थ्य प्राप्त होते. त्याच्या अंतर्यामी अनेक शक्ती निर्माण होतात. तो जीवनाच्या सर्वोच्च शिखरापर्यंत पोहोचतो.

सूचना : डोळ्यांत जळजळ होण्याची जाणीव झाली, तर डोळे चोळू नका. डोळ्यांवर थंड पाण्याचे सपकारे मारा किंवा गुलाबजलाचा वापर करा. ज्यांची नजर कमजोर असेल, त्यांनी तारतम्याने त्राटकाचा अभ्यास करावा.

ही साधना वरवर पाहता, जेवढी सरळ – सुलभ दिसते, तशी प्रत्यक्षात नाही. यासाठी धीर, आत्मविश्वास आणि संपूर्ण विवेक यांची आवश्यकता असते. आंतरिक त्राटकासाठी डोळे बंद करून भ्रूमध्याकडे पाहण्याचा प्रयत्न करावा.

लाभ :

- दिव्य दृष्टी प्राप्त होते.
- सर्वसामान्य नेत्रविकार नाहीसे होतात.
- जीवनातील अनेक महत्त्वाकांक्षा पूर्ण होतात.
- आध्यात्मिक आणि ऐहिक अशी दोन्ही प्रकारची सुखे मिळतात.
- शारीरिक आणि मानसिक लाभ मिळतात.
- प्रसिद्धी प्राप्त होते.
- कुंडलिनी जागृतीसाठी हे एक समर्थ माध्यम आहे.
- बल, ओज आणि तेज यांची वृद्धी होते.
- एकाग्रतेच्या शक्तीचा विकास होतो. स्मरणशक्ती वाढते.
- आध्यात्मिक शक्तीचा विकास होऊन इहलोक आणि परलोक अशा दोन्ही ठिकाणी सुख मिळते.

योगाच्या क्रिया एकाग्रतेने आणि त्यांच्यापासून मिळणारे लाभ लक्षात घेऊन केल्या, तर निरोगी बनण्याची शक्यता गतीने वाढते.

– राजीव जैन त्रिलोक

कपालभाती

(अधिक माहितीसाठी प्राणायामातील कपालभातीचा अध्याय पाहा.)

वात क्रमेण व्युत्क्रमेण शीत्क्रमेण विशेषतः।
भालभातिं त्रिधा कुर्यात्कफदोषं निवारयेत्।। (घे.सं. १/५५)

अर्थ : कपालभातीचे तीन प्रकार आहेत. वातक्रम कपालभाती, व्युत्क्रम कपालभाती आणि शीतक्रम कपालभाती. या अभ्यासाने कफविषयक विकारांचा नाश होतो.

भस्त्रावल्लौहकारस्य रेचपूरौ ससम्भ्रमौ।
कपालभातिर्विख्याता कफदोषविशौषणी।। (ह.यो.प्र. २/३५)

अर्थ : लोहाच्या भात्याप्रमाणे अत्यंत जलद गतीने आणि शांतपणे रेचक-पूरक प्राणायाम करणे हे कफदोष दूर करणारे असल्याचे योगशास्त्रात म्हटले गेले आहे. कपालभाती या नावानेच ही क्रिया प्रसिद्ध आहे.

वातक्रम कपालभाती

इडया पूरयेद्वायुं रेचयेत पिंगलां पुनः।
पिंगलया पूरयित्वा पुनश्चंद्रेण रेचयेत।।
पूरकं रेचकं कृत्वा वेगेन न तु धारयेत्।
एवमभ्यास योगेन कफ दोषं निवारयेत्।। (घे.सं. १/५६-५७)

अर्थ : (इडा नाडी) डाव्या नाकपुडीने श्वास घ्या आणि (पिंगला नाडी) उजव्या नाकपुडीने श्वास सोडा. आता उजव्या नाकपुडीने श्वास घ्या आणि डाव्या नाकपुडीने श्वास सोडा. रेचक-पूरकाची क्रिया जलद गतीने करता कामा नये. या प्रकारच्या अभ्यासाने कफ वगैरे दोषांचा क्षय होतो.

व्युत्क्रम कपालभाती

नासाभ्यां जलमाकृष्य पुनर्वक्त्रेण रेचयेत्।
पायं पायं व्युत्क्रमेण श्लेष्मा दोषं निवारयेत्। (घे.सं. १/५८)

अर्थ : दोन्ही नाकपुड्यांनी पाणी आत खेचून घ्या आणि तोंडाने बाहेर टाका. आता तोंडाने पाणी पिऊन नाकाने ते बाहेर काढून टाका. या क्रियेला व्युत्क्रम कपालभाती असे म्हटले जाते. सर्व प्रकारचे कफ या क्रियेद्वारे दूर होतात.

शीतक्रम कपालभाती

शीतकृत्य पीत्वा वक्त्रेण नासानालैर्विरचयेत।
एवम्भ्यास योगेन कामदेव समो भवेत॥
न जायते वार्द्धकं च ज्वरो नैव प्रजायते।
भवेत स्वच्छंद देहश्च कफ दोषं निवारयेत्॥ (घे.सं. १/५९-६०)

अर्थ : साधकाने तोंडाने सीत्कार करत पाणी प्यावे आणि नाकाने ते बाहेर टाकून द्यावे. याला 'शीतक्रम कपालभाती' असे म्हणतात. या योग क्रियेमुळे साधक कामदेवासारखा सुंदर, कांतिमान आणि तेजस्वी बनतो. साधकाला वृद्धत्व प्राप्त होत नाही. शरीर निर्मळ बनते आणि कफ दोषांचेही निवारण होते.

दक्षता : दुर्बल हृदय, वमनरोग, ऊर्ध्वरक्तपित्त, आम्लपित्तता, निद्रानाश, अतिज्वर आदी रोग असलेल्यांनी ही क्रिया करू नये.

लाभ :

- सर्व षट्कर्मे साधकाला नवजीवन देतात.
- सुरकुत्यांचा नाश होतो. चेहऱ्यावर आणि शरीराच्या इतर भागांवर सुरकुत्या पडत नाहीत आणि शरीराची कांती सतेज बनते.
- कपालभातीमुळे शरीरातील कित्येक अशुद्धता दूर होतात.
- कुंडलिनी जागरणासाठी षट्कर्मे अत्यावश्यक आहेत.
- आध्यात्मिकता प्राप्त होते.
- संपूर्ण शरीर सुदृढ, बलवान, तेजस्वी, आकर्षक आणि सुंदर बनते.

अष्टांग योगाच्या क्रिया
सकारात्मक परिणाम मिळवून देतात.
- राजीव जैन त्रिलोक

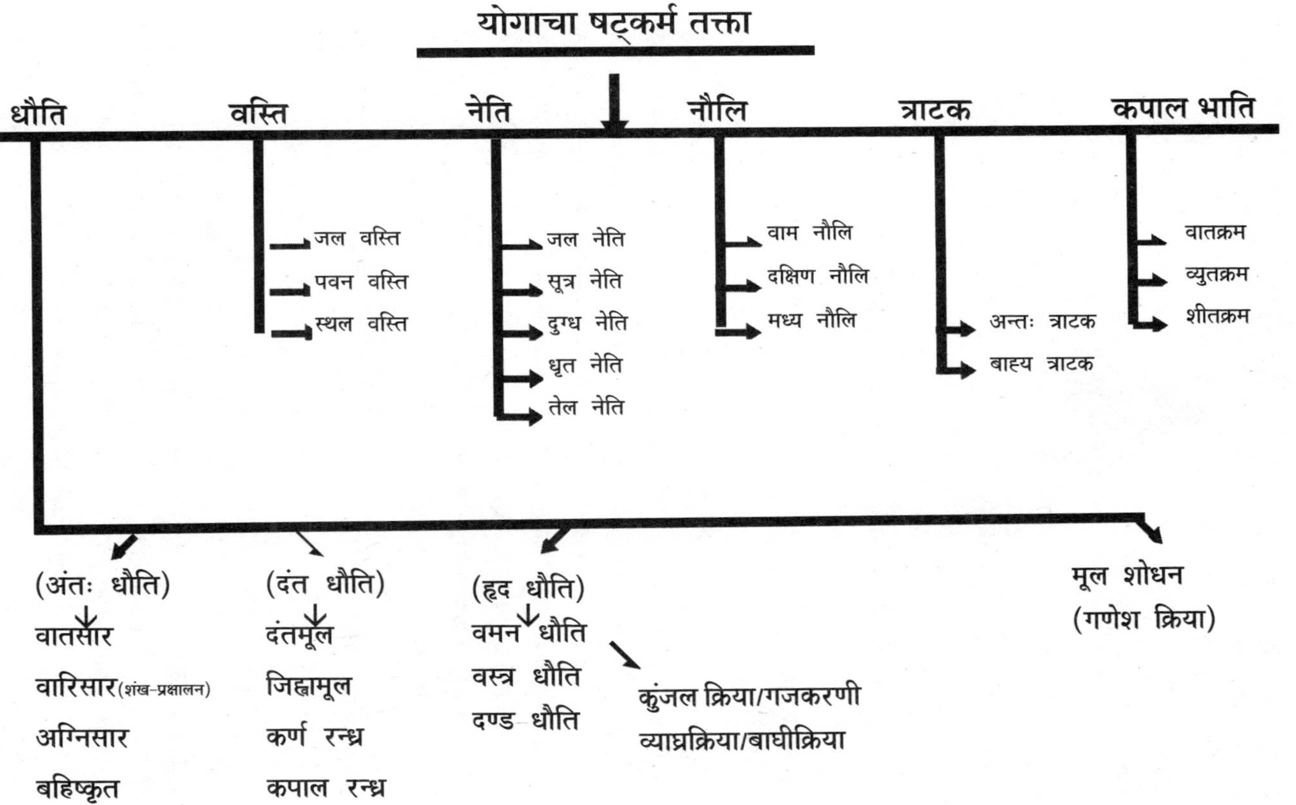
योगाचा षट्कर्म तक्ता
धौति
वस्ति
नेति
नौलि
त्राटक
कपाल भाति
जल वस्ति
पवन वस्ति
स्थल वस्ति
जल नेति
सूत्र नेति
दुग्ध नेति
धृत नेति
तेल नेति
वाम नौलि
दक्षिण नौलि
मध्य नौलि
अन्तः त्राटक
बाह्य त्राटक
वातक्रम
व्युतक्रम
शीतक्रम
(अंतः धौति)
वातसार
वारिसार (शंख-प्रक्षालन)
अग्निसार
बहिष्कृत
(दंत धौति)
दंतमूल
जिह्वामूल
कर्ण रन्ध्र
कपाल रन्ध्र
(हृद धौति)
वमन धौति
वस्त्र धौति
दण्ड धौति
कुंजल क्रिया/गजकरणी
व्याघ्रक्रिया/बाघीक्रिया
मूल शोधन
(गणेश क्रिया)

योगनिद्रा

(नवीन जीवनाची सुरुवात, नैराश्य दूर करा)

आजचा काळ, वातावरण, पर्यावरण, जीवनपद्धती यांत बदल घडून आला आहे आणि आयुष्य आत्यंतिक व्यग्र बनले आहे. या सर्व कारणांमुळे मानवी जीवन त्रस्त बनले आहे. ज्या वेळी माणूस तणावग्रस्त असतो, त्या वेळी जगातील जेवढी चुकीची कामे आहेत, ती तो करतो. उदाहरणार्थ, मादक पदार्थांचे सेवन, सतत चिडणे इत्यादी. या सर्व गोष्टींचा कौटुंबिक जीवनावर आणि शेजाऱ्या-पाजाऱ्यांवर व सर्व ठिकाणीच परिणाम होतो. या गोष्टींपासून वाचण्यासाठी जर आपल्या जीवनात आपण योगनिद्रेचा रोज सराव केला, तर सध्याचे जीवन सुखी आणि शांततामय होईल आणि भविष्यातही चांगल्या गोष्टी घडतील.

योगनिद्रा म्हणजे काय? योगनिद्रा ही एक योगक्रिया आहे. तिच्याद्वारे माणसाच्या चेतनेला, सुप्त किंवा हरवलेल्या शक्तीला नवीन ताजेतवानेपणा मिळतो किंवा तिची आत्मशक्ती विकसित होते आणि तिला सकारात्मकता प्राप्त होते. या विधीमुळे स्वतः आत्मा आत्मसंमोहनाद्वारे चेतनेच्या सखोलतेत प्रवेश करतो. आपल्या अवचेतन मनाला सक्रिय बनवतो आणि काही क्षणांतच एक स्फूर्ती, तरतरी आणि नवी चेतना यांच्यासह मनाचा विकास होतो.

जीवनात रोजच आपण योगनिद्रेचा अभ्यास केला पाहिजे. योगनिद्रेला आपल्या दैनंदिन जीवनाचा आपण एक भाग बनवले पाहिजे, कारण योगनिद्रेत व्यतीत केलेला पाच ते दहा मिनिटांचा काळ संपूर्ण २४ तासांना सुनियोजित पद्धतीने आनंददायक आणि ऊर्जावान बनवतो.

योगनिद्रा ही विश्रांती घेण्याची एक पद्धती आहे. कित्येक वेळा रात्री झोप घेतल्यावरही आपला संपूर्ण थकवा आपण दूर करू शकत नाही. हा थकवा योगनिद्रेद्वारे दूर करणे शक्य होते.

यामध्ये, साधक जागा असतानाच झोपतो. शरीर विश्रांतीच्या स्थितीत राहते आणि चेतना पूर्णपणे जागरूक राहते. पूर्ण सजगतेने झोपणे असा योगनिद्रेचा अर्थ आहे, कारण या अवस्थेतही सजगता आणि जागरुकता तशीच राहते. मनाच्या अनेक अवस्था असतात. ही अवस्था जागृती आणि सुषुप्ती या दोहोंच्या मधली अवस्था असते. या वेळी अर्धजागृत मन काम करत राहते आणि हळूहळू शरीरात शैथिल्य निर्माण होते. जागृत आणि अर्धजागृत ही मने जागरूक बनतात. व्यक्तीही शारीरिक, भावनात्मक किंवा मानसिक अशा सर्व प्रकारच्या तणावांपासून मुक्त होते. या पद्धतीला आपण नैराश्य दूर करण्याची सर्वोत्तम पद्धती असेही म्हणू शकतो.

योगनिद्रेच्या कित्येक पद्धती आहेत. वेगवेगळ्या योगकेंद्रांमध्ये योगनिद्रेच्या भिन्न-भिन्न पद्धतींचा वापर केला जातो. इथे आम्ही सर्वाधिक प्रचलित पद्धती दिल्या आहेत. (योगनिद्रेसाठी साधकांना खालीलप्रमाणे सूचना दिल्या जातात.)

कृती-पद्धती : कृपया, तुम्ही सारे जण योगनिद्रेसाठी सज्ज व्हा. आता आपल्या आसनावर आरामात पाठीवर उताणे झोपा आणि शरीर सैल सोडा. पायांमध्ये थोडे अंतर ठेवा. दोन्ही हात कमरेपासून थोड्या अंतरावर ठेवा. तळवे आकाशाच्या दिशेने खुले ठेवा. शरीरात कोणताही तणाव असता कामा नये. जर कोणताही तणाव जाणवत असेल, तर लगेच तिथे शिथिलता आणा. एकदम सैलावलेले शरीर हवे. डोक्यापासून पायांपर्यंतचे शरीर सैल सोडा. डोळे बंद करा. जोपर्यंत डोळे उघडण्यास सांगितले जाणार नाही, तोपर्यंत डोळे बंदच ठेवा. शरीराच्या कोणत्याही अवयवाची हालचाल करू नका. एकदम सैलसर शरीर. एकदम सैलसर, पूर्णपणे शरीर शिथिल करा.

आता सखोल श्वास घ्या. हळूहळू दीर्घ खोल श्वास घ्या. दीर्घ उच्छ्वास सोडा. आता पुन्हा दीर्घ श्वास घ्या आणि दीर्घ उच्छ्वास सोडा.

आता मनातल्या मनात संकल्प करा की, मी योगनिद्रेच्या अभ्यासासाठी सज्ज असून मी झोपणार नाही, मी झोपणार नाही, मी झोपणार नाही. आपले मन कोणत्याही प्रकारच्या विचारांत किंवा कल्पनांमध्ये गुंतवू नका. पूर्णपणे विचारमुक्त व्हा. तुम्ही ऐकण्याच्या किंवा जागृतीच्या पातळीवर कार्यरत राहाल. परंतु, शारीरिक रूपाने पूर्णपणे निपचित पडून राहाल. आपल्या मनाला डोक्यापासून पायापर्यंत फिरवत न्या.

चेतनेला किंवा मनाच्या जागरुकतेला आपल्याला मिळत असलेल्या सूचनेप्रमाणे फिरवा. आपल्या अवयवांविषयीची जाणीव मनात ठेवा आणि पूर्णपणे एकाग्रता प्राप्त करा.

आता आपल्या जागृतीला किंवा चेतनेला शरीराच्या विविध चक्रांवर आणि अवयवांवर केंद्रित करा.

मानसिक पातळीवर माझ्याबरोबर मनोमन मी जे म्हणेन, त्याचा पुनरुच्चार करा आणि ज्या अवयवाचे मी नाव घेईन, त्याकडे जागरुकतेने मनातल्या मनात पोहोचायचे आहे; पाहायचे आहे.

आपल्या डाव्या हाताकडे लक्ष द्या. आपल्या मानसिक चेतनेला किंवा जागृतीला पुढील क्रमाने त्या-त्या अवयवाकडे नेत राहा. डाव्या हाताचा अंगठा, पहिले बोट, दुसरे बोट, तिसरे बोट, चौथे बोट, डावा तळहात, मनगट, कोपर, भुजा, खांदा, बगल, डाव्या बाजूची कंबर, मांडी, डावा गुडघा, डावी पोटरी, डावा घोटा, डावी टाच, डाव्या पायाचा तळवा, डाव्या पायाचा पंजा, अंगठा, पहिले बोट, दुसरे बोट, तिसरे बोट, चौथे बोट, उजव्या हाताचा अंगठा, पहिले बोट, दुसरे बोट, तिसरे बोट, चौथे बोट, उजवा तळहात, मनगट, कोपर, भुजा, उजवा खांदा, उजव्या हाताची बगल, उजव्या बाजूची कंबर, उजवी मांडी, उजवा गुडघा, उजवी पोटरी, उजव्या पायाचा घोटा, उजव्या पायाची टाच, पंजा, उजव्या पायाचा अंगठा, पहिले बोट, दुसरे बोट, तिसरे बोट, चौथे बोट, डोक्याचा वरचा भाग, कपाळ, उजवी भुवई, डावी भुवई, भ्रूमध्य, उजव्या डोळ्याची पापणी, उजव्या डोळ्याचे बुब्बुळ, संपूर्ण उजवा डोळा, डाव्या डोळ्याची पापणी, डाव्या डोळ्याचे बुब्बुळ, संपूर्ण डावा डोळा, उजवा कान, उजवा गाल, डावा कान, डावा गाल, नाकाच्या उजव्या बाजूचा भाग, नाकाच्या डाव्या बाजूचा भाग, संपूर्ण नाक, खालचा ओठ, वरचा ओठ, हनुवटी, संपूर्ण गळा, उजव्या बाजूची छाती, डाव्या बाजूची छाती, संपूर्ण छाती, नाभी, पोट आणि पोटाखालचा भाग, संपूर्ण उजवा हात, संपूर्ण डावा हात, संपूर्ण उजवा पाय, संपूर्ण डावा पाय, उजवा नितंब, डावा नितंब, पाठीचा कणा, पूर्ण पाठ, पोट, छाती, शरीराचा पुढचा भाग, शरीराचा मागचा भाग, संपूर्ण शरीर, संपूर्ण शरीर, संपूर्ण शरीराला एकाच वेळी पाहा.

आता संपूर्ण शरीर अर्धजागृतावस्थेत जमिनीवर पडले आहे, याची जाणीव करून घ्या.

आपल्या श्वासोच्छ्वासाकडे लक्ष द्या. तुम्ही श्वास घेत आहात आणि श्वास सोडत आहात, याची जाणीव करून घ्या. सर्वसामान्य प्रकारे श्वासोच्छ्वास करा.

आता अशी कल्पना करा की, तुम्ही समुद्रकिनारी फिरत आहात. समुद्राच्या लाटांचा तुमच्या पावलांना स्पर्श होत आहे. तुम्हाला शीतलता जाणवत आहे. मंद-मंद सुगंधित हवा वाहत आहे. तुम्हाला मानसिकदृष्ट्या आणि शारीरिकदृष्ट्या निरोगी करत आहे. समोरच सूर्योदय होत आहे. हळूहळू, सूर्याचे किरण तुमच्या शरीरावर पडत आहेत. तुम्हाला एक नवीन चेतना मिळत आहे. तिथेच उभे राहून तुम्हाला त्या चेतनेची जाणीव होत आहे. सूर्याचा रंग लाल आहे आणि त्याचे किरण समोरच्याच एका बगिच्यावर पडत आहेत.

तुम्ही त्या बगिच्याकडे निघाला आहात. बगिच्यात पोहोचल्यावर तुम्हाला तिथे अनेक अत्यंत सुंदर रंगीबेरंगी फुले उमलल्याचे दिसत आहे. त्यांचा सुवास तुम्हाला येत आहे. तुम्हाला ताजेतवाने झाल्याची जाणीव होत आहे. तुम्ही त्या बगिच्यात बसला आहात. चारही बाजूंना शांतताच शांतता आहे. आता तुमची संपूर्ण चेतना शरीराकडे परत येत आहे. आपल्या शिथिल सैलसर होऊन पडलेल्या शरीराची जाणीव करून घ्या. आपल्या श्वासोच्छ्वासाकडे सजगतेने पाहा. श्वास आत घेतला जात आहे आणि उच्छ्वास बाहेर टाकला जात आहे. आत-बाहेर येणाऱ्या जाणाऱ्या श्वासोच्छ्वासाकडे पाहा. आता शरीराला पूर्णपणे डाव्या कुशीवर वळवा आणि नंतर उजव्या कुशीवर वळवा. पुन्हा डाव्या कुशीवर वळा आणि उजव्या कुशीवर वळून उठून बसा. तीन वेळा 'ॐ'चा दीर्घ ध्वनीसह उच्चार करा. डोळे बंदच ठेवा.

ॐ असतो मा सद्गमय।
तमसो मा ज्योतिर्गमय।
मृत्योर्माऽमृतंगमय।
ॐ शान्ति शान्ति शान्तिः।

तळहात एकमेकांवर चोळा आणि डोळ्यांवर धरा. चेहऱ्यावरून हात फिरवत हळूहळू डोळे उघडा आणि आता नवीन चेतनेची व ऊर्जेची जाणीव करून घ्या. आता नवीन उत्साहासह जीवनाला पुढे न्या. अशा प्रकारे आपण नवीन जीवनाची सुरुवात करू शकतो.

वेगळा प्रकार : अशा प्रकारे आपण आणखीही काही धारणांची किंवा कल्पनांची निर्मिती करून योगनिद्रा करू शकतो. उदाहरणार्थ, सात चक्रांचे ध्यान, आकडे मोजताना पहिल्यांदा सरळ साधेपणाने आकडे मोजणे आणि नंतर उलट्या क्रमाने तेच आकडे मोजणे, स्वर्गाची कल्पना करणे, 'समोशरणा'चे ध्यान करणे, नद्या, तळी, देवाच्या किंवा इष्ट देवतेच्या रूपाचे ध्यान, देवाच्या किंवा इष्ट देवतेच्या पदांचे ध्यान, फक्त आत्म्याचे किंवा निराकाराचे ध्यान, हिमालयातील बर्फाळ प्रदेशाचे ध्यान, सिद्धक्षेत्राचे ध्यान, तीर्थक्षेत्राचे ध्यान इत्यादी अनेक प्रकारच्या कल्पना मनात आणून आपण योगनिद्रा घेऊ शकतो.

लाभ :
- शारीरिक आणि मानसिकदृष्ट्या व्यक्ती तणावरहित होते.
- योगनिद्रेद्वारे तुम्ही आपल्या शरीरातील रोग समाप्त करू शकता. ते रोग बरे होत आहेत असा विचार करा. अशा प्रकारे, सातत्याने चिंतन केल्याने शरीरातील रोगप्रतिकारशक्ती वाढते आणि त्यामुळे ते रोग दूर होतात.

- मानसिक क्षमता वाढवू शकता. स्मरणशक्ती वाढू शकता. मुलांचा मानसिक विकास होऊ शकतो.
- तुमच्या शरीरात नवीन चेतना, ऊर्जा येते.
- आपल्या सात चक्रांचे ऊर्जेत रूपांतर होते.
- आपल्या ऊर्जेला ऊर्ध्वमुखी बनवू शकता.
- ऐहिक, गृहस्थाश्रमी, आध्यात्मिक अशा सर्व क्षेत्रांमध्ये प्रगती करू शकता.
- क्रोध, मानापमान, माया, लोभ यांचा नायनाट करू शकता.
- सकारात्मक ध्यान करून तुम्ही चांगली व्यक्ती बनू शकता. उदाहरणार्थ, मी प्रामाणिक आहे, मी पूर्णपणे निरोगी आहे, मी दयाळू आहे, माझ्या अंतःकरणात करुणा आहे. अशा प्रकारे ध्यान करून तुम्ही सारे काही बदलून टाकू शकता.

दक्षता :

- योगनिद्रेच्या वेळी व्यक्तीने झोपता कामा नये.
- दिल्या जाणाऱ्या सूचना लक्षपूर्वक ऐकत राहिले पाहिजे.
- योगनिद्रेचा अभ्यास करताना जर एखाद्या व्यक्तीला झोप लागली तर त्याच्या कपाळाला स्पर्श करा. त्याच्या पायाच्या अंगठ्याला स्पर्श करून त्याला जागृतावस्थेत आणा.

योगसाधनेच्या संपूर्ण क्रिया हळूहळू सहनशीलतेने, आत्मविश्वासाने, पूर्ण आस्थेने सतत करत राहिले पाहिजे. त्या वेळी त्या आपल्याला शारीरिक आणि मानसिक लाभाबरोबरच आध्यात्मिकतेच्या अत्युच्च आनंदाची अनुभूती प्रदान करतात.

– राजीव जैन त्रिलोक

धारणा - पंचधारणा

इथे पाच प्रकारच्या धारणांचे वर्णन करण्यात आले आहे. त्यांचे ध्यान केल्याने कषायचे परिणाम मंदावतात. जैन धर्माच्या ग्रंथांमध्ये ध्यान आणि धारणा यांचे विस्तृत विवेचन सापडते. त्याचे चिंतन केल्याने कर्मांचा क्षय होतो आणि आत्मिक लाभांची प्राप्ती होते.

महर्षी घेरंड याविषयी असे म्हणतात की, धारणा सिद्ध झाल्याने सर्व कार्ये आपोआपच सिद्ध होतात. या पाच धारणा अशा आहेत :

१. पार्थिवी धारणा २. आम्भसी धारणा ३. आग्नेयी धारणा.
४. वायवीय धारणा ५. आकाशी धारणा.

१. पार्थिवी धारणा

यत्तत्वं हरितालदेशरचितं भीमं लकारान्वितम।
वेदास्त्रं कमलासनेनसहितं कृत्वा हृदिस्तापितम्।
प्राणंत्रय विलीय पंच घटिकाश्चित्तान्वितां धारयेत्।
ऐषा स्तम्भकरी सदा क्षितिजयं कुर्यादधोधारणा।
पार्थिवीधारणामुद्रां यः करोति तु नित्यशः।
मृत्युंजयः स्वयं सोऽपि स सिद्धो विचरेद्भुवि॥ (घे.सं. ३/१७-१८)

अर्थ : पृथ्वी तत्त्वाचा वर्ण हरतालासारखा आहे. त्याचे लं बीज चौकोर आकाराचे आणि देवता ब्रह्म आहे. साधकाने योगसाधनेद्वारे त्याला प्रकट करून हृदयात धारण करावे. पाच घडी (दोन तास) प्राणाला (प्राणवायूला) आकर्षित करून कुंभक करावे. याला 'पार्थिवी धारणा' किंवा 'अधो-धारणा मुद्रा' असे म्हणतात. ती पूर्ण सिद्ध झाल्यावर साधक पृथ्वी जिंकून घेतो. याची सातत्याने धारणा करणारा साधक मृत्युंजय आणि सिद्ध बनून पृथ्वीवर फिरतो. (गमनागमन करतो.)

२. आम्भसी धारणा

शंखेन्दुप्रतिमं च कुन्द् धवलं तत्त्वं किलालं शुभम।
तत्पीयूषवकारबीजसहितं युक्तं सदा विष्णुनाष
प्राणं तत्र विलीय पंच घटिकाश्चित्तान्वितां धारयेत्।
एषा दुःसह ताप पापहरिणी स्यादाम्भसी धारणा॥
आम्भसीं परमां मुद्रा यो जानाति स योगवित्।
जले च घोरे गंभीरे मरणं तस्यनो भवेत्।
इयं तु परमा मुद्रा गोपनीया प्रयत्नत॥
प्रकाशात्सिद्धिहानिः स्यात्सत्यं वच्मि च तत्त्वतः॥ (घे.सं. ३/१९-२१)

अर्थ : जल तत्त्वाचा रंग शंख आणि चंद्रमा यांच्याप्रमाणे उज्ज्वल आणि कुंदाच्या फुलासारखा शुभ्र असतो. त्याची संज्ञा अमृत आहे. याचे बीज वकार वं आणि देवता विष्णू आहे. योगाच्या प्रभावाने हृदयात वर सांगितलेल्या या जल तत्त्व समुदायाचे ध्यान करा आणि त्याच वेळी प्राणवायू आत खेचून घेऊन पाच घडी चित्त स्थिर ठेवून कुंभक करा. ही आम्भसी धारणा आहे. ही मुद्रा मोठमोठी दुःखे, ताप (घोर त्रास) आणि पाप यांचा नाश करते. जो साधक ही धारणा करतो, त्याला योग्यांचा शिरोमणी म्हटले जाते. तो भयंकर आणि गंभीर पाण्यात किंवा जलात श्वास साधनेमुळे बुडत नाही.

३. आग्नेयी धारणा

यन्नाभिस्थितमिन्द्रगोपसद्रशं बीजं त्रिकोणान्वितं –
तत्त्वं वह्निमयं प्रदीप्त मरुणं रुदेण यत्सिद्धिदम्।
प्राणं तत्र विलीय पंचघटिकांश्चित्तान्वितं धारयत्।
एषाकालगभीर भीतिहरिणी वैश्वानरी धारणा॥ (घे.सं. ३/२२)

अर्थ : नाभी हे अग्नी तत्त्वाचे स्थान आहे. त्याचा रंग इंद्रगोपाप्रमाणे (बीर बहुटीप्रमाणे) लाल आहे. याचा बीज मंत्र रं असून आकार त्रिकोणी आणि देवता रुद्र आहे. हे तत्त्व तेजाचा समूह आहे. दीप्तिमान आहे. प्रकाशमान आहे आणि अनेक सिद्धी देणारे आहे. याला योग सामर्थ्याने निर्माण करून ध्यानस्थ होऊन पाच घडीपर्यंत (दोन तास) कुंभकाद्वारे प्राणवायू धारण करा. याचे नाव 'आग्नेय धारणा मुद्रा' आहे. याच्या नियमित अभ्यासाने ईहलोकाचे (जन्म-मरणाचे) भय दूर होऊन साधक विजयी होतो. जर अचानक व्यक्ती अग्नीत पडली, तरीही अग्नी त्याला जाळू शकत नाही. ती सुरक्षित राहते.

४. वायवीय धारणा (वायू धारणा)

यदिभन्नांजन पुंज सन्निभमिदं धूम्रावभासं परं।
तत्त्वं सत्तवमयं यकारसहितं यत्रेश्वरो देवता।
प्राणांस्तत्र विलीय पंच घटिकां चिन्तान्वितां धारयेत्।
एषा खए गमनं करोति यामिनां स्याद्वायवी धारणा।।
इयं तु परमा मुद्रा जरामृत्यु विनाशनी।
वायुनाभ्रियते नापि खे च गतिप्रदायिनी।
शठाय भक्ति हीनाय न देयं यस्य कस्यचित्।
दत्ते च सिद्धिहानिः स्यात्सत्यं वच्मि च चण्ड ते।। (घे.सं. ३ /२४-२६)

अर्थ : वायू तत्त्वाचा रंग उगाळलेल्या अंजनासारखा किंवा धुराच्या रंगासारखा हलका मळकट असतो. बीजमंत्र यं यकार आहे आणि त्याचा देवता ईश्वर आहे. हे तत्त्व सत्त्वगुणमय आहे. योगाच्या सामर्थ्याने वायू तत्त्वाला प्रकट करून एकाग्रचित्त व्हा. प्राणवायू आत खेचून घेऊन कुंभक प्राणायामाद्वारे पाच घडीपर्यंत याचा अभ्यास करा. याचे नाव वायवीय मुद्रा (वायू धारणा) आहे. याच्या अभ्यासाने वायूद्वारे कधीही मृत्यू येत नाही आणि साधकाला आकाशगमनाचे सामर्थ्य प्राप्त होते. वृद्धत्व आणि मृत्यू यांचा नाश होतो. ही पद्धती मूर्ख, नास्तिक किंवा ज्याच्या मनात भक्तिभाव नाही अशा व्यक्तीला शिकवू नये. जी व्यक्ती दांभिक, लबाड असेल तिला तर ती कधीच शिकवू नये. असे केल्याने सिद्धी प्राप्त होत नाही.

५ आकाशी धारणा

यत्सिन्द्धौ वरशुद्धवारिसदृशं व्योमाख्यमुद्भासते।
तत्त्वं देवसदाशिवेन सहितं बीजं हकारान्वितम्।
प्राणांस्तत्र विलीय पंच घटिकाश्चित्तान्वितं धारयेत्।
ऐषा मोक्षकपाटभेदनकरी कुर्यान्नाभो धारणा।।
आकाशीयधारणां मुद्रां यो वेत्ति स योगवित्।
न मृत्युर्जायते तस्य प्रलये नावसीदति।। (घे.सं. ३/२७-२८)

अर्थ : आकाश तत्त्वाचा रंग समुद्राच्या विशुद्ध जलासारखा (नील वर्ण) प्रकाशमान आहे. त्याची देवता सदाशिव आणि बीजमंत्र हकार आहे. या आकाश तत्त्वाला सदाशिवासह योग सामर्थ्याद्वारे प्रकट करून ध्यानस्थ होऊन धारण करावे आणि त्या वेळी प्राणवायू आत घेऊन साधकाने कुंभकाद्वारे पाच घडी त्याला धारण करावे. याला 'आकाश मुद्रा' म्हणतात. ही मुद्रा धारण केल्याने मोक्ष प्राप्त होतो. जो साधक

आकाशी धारणेला जाणून घेतो; तिचा अभ्यास करतो, तो 'योगी' असतो. त्याचा कशानेही मृत्यू होत नाही. प्रलय आल्यावरही तो जसाच्या तसा राहतो.

विशेष सूचना : या सर्व धारणा आम्ही क्रमशः देऊन त्यांचा अर्थ दिला आहे. आमचे असे म्हणणे आहे की, साधकाने त्या नीट समजून घ्याव्यात. शांतचित्त होऊन एखाद्या योग्य योगशिक्षकाकडून त्या जाणून घेऊन मग त्यांचे यथाशक्ती पालन करावे. ही मुद्रा धारण करण्याआधी प्रथम साधकामध्ये या पुस्तकात ठिकठिकाणी आम्ही जे गुण सांगितले आहेत, ते असले पाहिजेत. गुरुंकडून त्या प्राप्त करून घ्याव्यात. या धारणांच्या सिद्धीसाठी आत्यंतिक धैर्य, सहनशीलता आणि पुरुषार्थ यांची आवश्यकता असते. म्हणून मुमुक्षू, जिज्ञासू लोकांना आम्ही अशी विनंती करतो की, आपल्या सम्यक् ज्ञानाचा वापर करून या मुद्रांचा लाभ करून घ्यावा.

स्वर्गासारखे सुख हवे असेल तर निर्विकार होऊन,
विचाररहीत मनाने ध्यान करा.
– राजीव जैन त्रिलोक

ब्रह्मचर्याचे पालन करून केलेल्या अष्टांगयोगाच्या
क्रिया कधीही निरर्थक ठरत नाहीत.
– राजीव जैन त्रिलोक

ध्यानयोग

ध्यान ही एक महत्त्वपूर्ण साधना आहे. तिच्या अभ्यासाखेरीज मुक्ती मिळणे शक्य नाही. आधीच्या अध्यायांमध्ये जेवढ्या क्रिया दिल्या आहेत, त्या सर्व क्रिया जास्तीतजास्त प्रमाणात शारीरिक क्रिया आहेत; परंतु, ध्यान ही आत्मिक म्हणजेच आत्म्याची क्रिया आहे. तिच्याद्वारे साधकाला सर्वोत्कृष्ट ज्ञानाची; म्हणजेच कैवल्यज्ञानाची प्राप्ती होते. ध्यानाच्या अनेक कृती किंवा क्रिया आहेत. जवळजवळ सर्व धर्मांमध्ये ध्यानयोगाचे महत्त्व सांगितले गेले आहे. जैन धर्म असे मानतो की, मनात कोणताही विकल्प, विचार न आणता ध्यान केल्याखेरीज कर्मांचा क्षय होत नाही. हिंदू धर्मानुसार, व्यक्तीने रोज भगवत् आराधना, पूजा-अर्चना आणि ध्यान अवश्य केले पाहिजे. धर्मांमध्ये ध्यानाचे जेवढे महत्त्व सांगितले गेले आहे, तेवढेच आपल्या ऐहिक जीवनासाठीही ध्यानाचे महत्त्व आहे.

वेगवेगळ्या शास्त्रांमध्ये ध्यानाच्या कित्येक पद्धती सांगितल्या गेल्या आहेत. गौरक्ष पद्धतीचे सूत्रकार सांगतात की, 'योगशास्त्रात दिलेल्या पद्धतीनुसार मन निर्मळ करून आत्मतत्त्वाचे स्मरण करण्याला ध्यान म्हणतात.' हे ध्यान सगुण-निर्गुण भेदानुसार दोन प्रकारचे असते. सावळ्या वर्णाच्या विष्णूचे ध्यान करणे हे सगुण ध्यान आहे. एकांतात पवित्र स्थळी सिद्धासन, पद्मासन किंवा कोणत्याही सुखासनात बसावे. कुंडलिनी चक्रांवर किंवा नाकाच्या अग्रभागी (नासाग्रावर) लक्ष केंद्रित करून चक्रांसह आपल्या उद्दिष्टाचे ध्यान करणे हे निर्गुण ध्यान आहे. ही 'ध्यान' मुद्रा आहे आणि ती करणारा योगी सर्व पापांपासून मुक्त होतो. ज्या स्थानांवर लक्ष केंद्रित करून ध्यान करावयाचे असते, अशी नऊ स्थाने आहेत. त्यांचे वर्णन करताना सूत्रकार ध्यानयोग्य नऊ स्थान प्रकार सांगतात. हे प्रकार असे आहेत :

१. मूलाधार	२. स्वाधिष्ठान	३. नाभी (मणिपूर)
४. अनाहत	५. विशुद्धी	६. घंटिका मूल
७. लंबिका स्थान	८. आज्ञाचक्र	९. सहस्रार चक्र.

(घंटिका मूल विशुद्ध चक्राजवळ तर लंबिका स्थान हे आज्ञाचक्राच्या वरती आहे)

या वरच्या स्थानाला 'शून्य स्थान' म्हटले जाते. योगीजनांनी वर दिलेली नऊ स्थाने ध्यानासाठी उपयुक्त असल्याचे म्हटले आहे. त्यांना उपाधीमध्ये; म्हणजे पृथ्वी, जल, तेज (अग्नी), वायू आणि आकाश या पाच तत्त्वांमध्ये समाविष्ट करून ध्यान केल्याने अणिमादी अष्टसिद्धी प्रकट होतात.

विवेक चूडामणींनी लिहिले आहे की, ज्याप्रमाणे सोन्याला अग्नीत तापवल्यावर ते क्षार, मल आदी टाकून देऊन शुद्ध बनते त्याप्रमाणे ध्यानाद्वारे सत्त्व, रज आणि तम या गुणांच्या संयोगाने मलीन बनलेले मन निर्मळ होऊन आत्मतत्त्वाशी संयोग पावते. विवेक चूडामणींनी पुढे असे लिहिले आहे की, ज्याप्रमाणे इतर क्रियांच्या आसक्तीचा त्याग करून; म्हणजेच दुसरे उपाय न करता केवळ भ्रमरपणाचे निरंतर ध्यान करत-करत कीटकांचे कोश भ्रमररूपात परिवर्तित होतात, म्हणजेच भुंगा बनतात, त्याप्रमाणेच साधकही आत्मतत्त्वाचे ध्यान करता करता ईश्वररूप प्राप्त करून घेतो. म्हणून साधक ध्यानाच्या परिणामाने परमात्म्यात विलीन होऊन जातो.

योगसूत्रानुसार,

कोणत्याही एका स्थानी चित्त (मन) स्थिर करणे म्हणजे धारणा होय आणि त्या ज्ञानवृत्तीशी एकरूप होणे, एकतानता प्राप्त करणे; म्हणजे ध्यान होय. म्हणजेच, जिथे मन स्थिर केले जाते, तिथेच वृत्ती एकतारी (मधाच्या धारेप्रमाणे) चालत राहणे म्हणजे ध्यान आहे. समाधी हे ध्यानाच्या चरम उत्कर्षाचे नाव आहे. ज्या वेळी ध्यान एवढे प्रगाढ बनते की, केवळ ध्येय विषयाच्याच आध्यात्मिक प्रकाशाची जाणीव होत राहते, त्या वेळी त्याला 'समाधी' असे म्हणतात आणि ज्या वेळी धारणा, ध्यान आणि समाधी या तिन्ही गोष्टी एकाच जागी स्थिर होतात, त्याला 'संयम' असे म्हणतात.

घेरंड संहितेनुसार,

स्थूलं ज्योतिस्थासूक्ष्मं ध्यानस्य त्रिविधं विदुः।
स्थूलं मूर्तिमयं प्रोक्तं ज्योतिस्तेजोमयं तथा।
सूक्ष्मं विन्दुमयं ब्रह्म कुण्डली परदेवता॥ (घे.सं. ६/१)

महर्षी घेरंड यांच्या मते, ध्यानाचे तीन प्रकार आहेत. स्थूल ध्यान, ज्योतिर्ध्यान आणि सूक्ष्म ध्यान. स्थूल ध्यानात मूर्तिमय इष्ट देवाचे (सगुण स्वरूप) ध्यान केले जाते. ज्योतिर्मय ध्यानात तेजोमय ज्योतिस्वरूप आत्म्याचे (निर्गुण ब्रह्माचे) चिंतन केले जाते आणि सूक्ष्म ध्यानात बिंदूमयाचे; म्हणजेच ब्रह्म कुंडलिनीचे ध्यान केले जाते.

स्थूल ध्यान

योगाचार्य असे सांगतात की, साधकाने आपल्या हृदयात असे ध्यान करावे की, जणू काही तो अमृताचा सागर आहे आणि त्या सागरामध्ये एक रत्नमय (हिरे आणि जडजवाहिऱ्यांनी मढवलेले) द्वीप आहे. हे द्वीप रत्नमय वाळूमध्ये किंवा रेतीत शोभून दिसत आहे. त्याच्या चारी दिशांना फुलांनी डवरलेले लिंबाचे वृक्ष आहेत. ते द्वीप फुलांच्या शोभेने परिपूर्ण आहे आणि ते फुलांच्या किल्ल्याप्रमाणे भासत आहे. मालती, मल्लिका, चमेली, केशर, चाफा, कमळ आदी फुलांच्या सुगंधाने चारही दिशा भरून गेल्या आहेत.

या द्वीपाच्या मध्यभागी एक कल्पवृक्ष आहे. योग्याने असे ध्यान करावे की, तो कल्पवृक्ष अत्यंत मनमोहक, मनोहर आणि अत्यंत सुंदर आहे. त्याच्या चार फांद्या चार वेदांप्रमाणे सुंदर दिसत आहेत आणि तो वृक्ष सातत्याने नवनवीन फळा-फुलांनी लगडून जात आहे. त्याच्यामध्ये भुंगे आणि कोकिळा यांचे मधुर स्वर निनादत आहेत. आता त्या कल्पवृक्षाखाली माणकाच्या रत्नाचा मंडप सजवण्यात आला आहे. त्याखाली एक रत्नजडित आसन आहे. त्यावर तुमची इष्टदेवता विराजमान झाली आहे. गुरूंनी सांगितलेल्या पद्धतीनुसार त्या इष्टदेवतेचे चिंतन आणि ध्यान करा. ती इष्टदेवता कशी आहे? असे सांगितले जाते की, ते दागदागिन्यांनी सुशोभित झालेली आहे. अशा इष्टदेवतेचे ध्यान करण्याला विद्वान लोक 'स्थूल ध्यान' असे म्हणतात.

स्थूल ध्यानाचे प्रकार : ब्रह्मरंध्रात सहस्रार नावाचे एक सहस्रदल किंवा सहस्र पाकळ्या असलेले कमळ आहे. त्या महाकमळाच्या मध्यभागी जी कर्णिका आहे, तिच्यामध्ये आणखी एक कमळ आहे. त्याला बारा पाकळ्या आहेत आणि त्याचा रंग शुभ्र-धवल म्हणजेच पांढराशुभ्र आणि तेजःपुंज आहे. त्या बारा पाकळ्यांमध्ये बीजमंत्र दिसत आहेत. पहिल्या पाकळीत ह, दुसरीत स, तिसरीत क्ष अशा प्रकारे अनुक्रमे चौथ्या पाकळीपासून बाराव्या पाकळीपर्यंत म, ल, व, र, यू, ह, स, ख, फ्रें असे बीजमंत्र आहेत. या बारा पाकळ्यांच्या कमळाच्या मध्यभागी जी कर्णिका आहे, तिच्यामध्ये अ, क, थ या अक्षरांच्या तीन रेषा आहेत. त्यांचा त्रिकोण बनलेला आहे आणि ह, ल, क्ष ही अक्षरे संयुक्त आहेत. त्यांच्या मध्यभागी प्रणव-मंत्र 'ओम' स्थानापन्न झाला आहे.

आता योग्याने असे ध्यान करावे की, जणू काही तिथे नाद-बिंदूमय असे एक मनोहर सिंहासन ठेवण्यात आले आहे. तिथे एक हंसांची जोडी बसलेली आहे. ती गुरु पादुकांचे प्रतीक आहे. तिथे दोन हात, तीन नेत्र असलेल्या आणि शुभ्र, धवल वस्त्र परिधान केलेल्या गुरूंचे ध्यान करा. या गुरूंच्या गळ्यात शुभ्र फुलांचे हार आहेत आणि त्याच्या शरीरावर शुभ्र वर्णाचा लेप आहे. त्यामधून शुभ्रगंध निघत आहे. त्यांच्या डाव्या बाजूला लाल रंगाचे वस्त्र परिधान केलेली त्यांची शक्ती शोभून दिसत आहे. या पद्धतीने गुरूंचे ध्यान केल्याने स्थूल ध्यान प्राप्त होते.

ज्योतिर्मय ध्यान

महर्षी घेरंड असे म्हणतात की, पहिल्यांदा स्थूल ध्यानाविषयी तुम्ही ऐकले आहे. आता तेजोध्यानाविषयी ऐका. त्याच्या ध्यानाने किंवा ते सिद्ध झाल्याने शुद्धात्मा प्रकट होतो.

मूलाधार किंवा लिंगमूलाच्या मध्यभागी कुंडलिनी शक्ती एखाद्या सर्पासारखी स्थित आहे. तिथे दिव्याच्या ज्योतीच्या स्वरूपात परमेश्वर विराजमान आहे. तिथे ज्योतिर्मय तेजासहित असलेल्या परमेश्वराच्या ध्यानाला 'ज्योतिर्मय ध्यान' असे म्हटले जाते.

दोन्ही भुवयांच्या मध्यभागी आणि मनाच्या ऊर्ध्व भागी ओंकारमय अशी जी तेज आणि सामर्थ्य यांनी बनलेली शिखा (शेंडी) आहे, ती तेजोध्यान आहे. म्हणजेच, ज्योतिर्मय आहे.

सूक्ष्म ध्यान

महर्षी घेरंड असे म्हणतात की, तुम्ही आत्ता तेजोध्यानाविषयी ऐकले. आता सूक्ष्म ध्यानाविषयी ऐका. ज्या साधकाची कुंडलिनी जागृत होते, तो अत्यंत भाग्यशाली असतो. त्या वेळी तो आत्म्याशी संयोग पावून नेत्राच्या द्वाराने बाहेर पडून राजमार्गात विहार करू लागतो. परंतु, आपल्या सूक्ष्म चंचलतेमुळे तो कोणाच्या नजरेस पडत नाही. अशा वेळी योग्याने शांभवी मुद्रेच्या योगाने कुंडलिनी शक्तीचा ध्यानाभ्यास करावा. या प्रक्रियेला 'सूक्ष्म ध्यान' असे म्हणतात. हे सूक्ष्म ध्यान अत्यंत गोपनीय आहे आणि देवतांसाठीही दुर्लभ आहे.

ज्योतिर्मय ज्ञान हे स्थूल ध्यानाच्या शंभर पटींनी अधिक लाभदायक आहे आणि ज्योतिर्मय ध्यानाच्या लाख पटींनी सूक्ष्म ध्यान फलदायी आहे. मात्र हे सूक्ष्म ज्ञान आत्यंतिक दूर आहे, म्हणजेच प्राप्त होणे कर्मकठीण आहे. महर्षी घेरंड म्हणतात की, हे दुर्लभ ध्यान मी तुम्हाला सांगितले आहे. ते सिद्ध झाल्यावर आत्मतत्त्व प्रकट होते. हे ध्यान सर्वोत्तम ध्यान आहे.

ध्यानाचे महत्त्व आणि मनावरचा प्रभाव :

ध्यानाद्वारे आपल्याला परमेश्वराची प्राप्ती होते. हे ध्यानाचे प्रमुख महत्त्व आहे. ध्यानामुळे केवळ कर्मांचा नाशच होत नाही; तर ज्याची सिद्धी अत्यंत दुर्लभ आहे अशा परम तत्त्वाला आपण प्राप्त करून घेतो आणि आपल्याला असीम आनंदाची अनुभूती येते. तिथे केवळ ज्ञानच ज्ञान आहे. तिथे पोहोचल्यावर योगी अनंत काळापर्यंत समाधिस्थ होऊन ज्याची कोणीही व्याख्या करू शकत नाही, त्या परमपिता परमेश्वराचे दर्शन घेतो. ध्यानामुळे मनाच्या चंचलतेचा नाश होतो. चित्त स्थिर होऊन निर्जीव मनात ते मिसळून जाते. ध्यानाच्या प्रभावामुळे साधकाला असीम शांतता मिळते. मनात निर्माण होणारे वेग, काम, क्रोध, लोभ, मोह, हिंसा असत्य, चोरी, कुशील, परिग्रह आदी विकारांचा नाश होतो आणि व्यक्तीचा विकास परमोत्कर्षापर्यंत पोहोचतो. ध्यानाने आत्म्याचे उत्थान होते.

कुंडलिनी विज्ञान

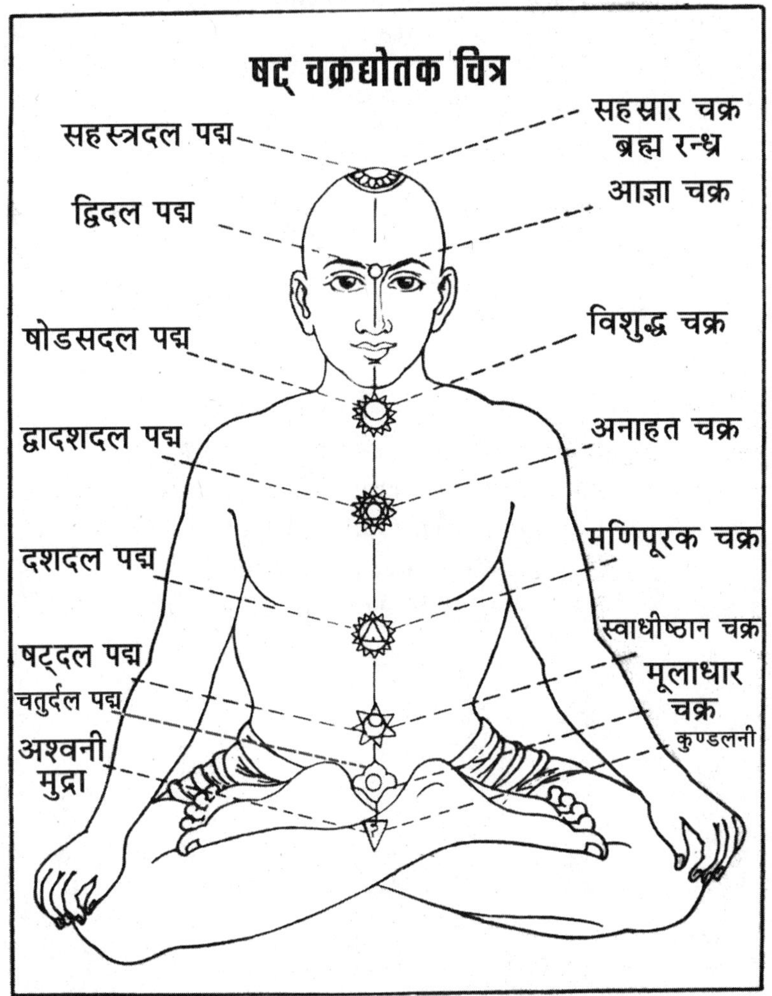

षट् चक्रद्योतक चित्र
सहस्त्रदल पद्म
सहस्रार चक्र
ब्रह्म रन्ध्र
द्विदल पद्म
आज्ञा चक्र
षोडसदल पद्म
विशुद्ध चक्र
द्वादशदल पद्म
अनाहत चक्र
दशदल पद्म
मणिपूरक चक्र
स्वाधीष्ठान चक्र
षट्दल पद्म
मूलाधार
चक्र
चतुर्दल पद्म
कुण्डलनी
अश्वनी
मुद्रा

आपल्या शरीरात पायापासून डोक्यापर्यंत असलेल्या कोट्यवधी सूर्यांच्या तेजासारख्या महातेजस्वी शुभ्र पिवळ्या किंवा लाल रंगाच्या चिंतनाद्वारे, त्याच्या ध्यानाने सर्व रोग नष्ट होतात आणि आयुष्य वाढते.

– बिंदू योग

शारीरिक, मानसिक, भौतिक आणि आध्यात्मिक
सुख प्राप्त करायचे असेल आणि इहलोकात व परलोकात
चांगल्या प्रकारे राहायचे असेल, तर
अष्टांग योगाचे सखोल अध्ययन करा.

– राजीव जैन त्रिलोक

कुंडलिनी विज्ञान
एक विवेचन

आपल्या प्राचीन ऋषिमुनींनी योगविज्ञानावर अनेक ग्रंथांची रचना केली. ते आत्मविज्ञानाच्या सर्वोच्च शिखरावर पोहोचलेले असल्यामुळे त्यांचे लक्ष प्राणिमात्रांच्या जीवनाचे उत्थान घडवून आणण्यासाठी प्राणिमात्रांकडे गेले. ते चैतन्य प्राप्त करण्याचे अनेक मार्ग त्यांनी सांगितले. साधकांनी ते मार्ग स्वीकारले आणि आपापल्या उद्दिष्टांपर्यंत ते पोहोचलेही. ज्या वेळी एखादा साधक साधनेद्वारे आपल्या आत्म्याचे उत्थान घडवून आणतो, त्या वेळी त्याने आपल्याहून कनिष्ठ स्तरावर असलेल्या साधकानेही त्याचे उद्दिष्ट गाठावे यासाठी तो उपाय त्याला सांगावा, असा एक नियमच आहे आणि तसेच झालेही आहे. परंपरागत पद्धतीने प्राप्त झालेल्या एकाहून एक सरस असे प्राच्य विज्ञान आज आपल्याजवळ आहे. भले काही विज्ञान गुप्त आणि काही खुले असेल. यांपैकीच 'योग' हे एक विज्ञान आहे. योग-विज्ञानाच्या कित्येक शाखा आहेत. प्रत्येक शाखेचे स्वतःचे असे एक वेगळे महत्त्व आहे. प्रत्येक शाखेच्या विज्ञानाचा उपयोग विशुद्ध स्वरूपात केल्यावर ते साधकाला अंतिम बिंदूपर्यंत पोहोचवते. आम्ही आमच्या या पुस्तकात काही बिंदूंवर प्रकाश टाकला आहे. या योग विज्ञानाची एक उच्चतम शाखा असून तिचे नाव आहे – 'कुंडलिनी विज्ञान'.

कुंडलिनी विज्ञानावरसुद्धा कित्येक विद्वानांनी वेगवेगळ्या शास्त्रांची रचना केली आणि प्रत्येक वर्गातील लोकांना ते सहजगत्या समजून घेता यावे आणि गुरुच्या मार्गदर्शनाखाली त्याचा प्रयोग करून त्याची मधुर फळे त्यांना चाखता यावीत, यासाठी ते अत्यंत सुलभ बनवले.

कुंडलिनी जागृतीचे अनेक उपाय वेळोवेळी विकसित झाले. मग ती लाकडाच्या हातोडीने कपाळावर जखम करून शक्ती जागृत करण्याची गोष्ट असो; वा वनौषधींच्या उपयोगाने शक्तिजागृतीची गोष्ट असो! योग विज्ञानाद्वारे याचा सर्वाधिक

विकास झाला. योग-विज्ञानात जे साधक हळूहळू अनुक्रमे पुढे जात राहतात, ते नक्कीच आपले उद्दिष्ट साध्य करतात. इथे आपण प्रामुख्याने सात चक्रांचेच वर्णन करणार आहोत. ही चक्रे सूक्ष्म रूपाने उपस्थित आहेत. प्रथम कुंडलिनीविषयी कोणत्या शास्त्रात काय लिहिले आहे, ते जाणून घेण्याचा प्रयास करू या.

शिवसंहितेनुसार,

मूलाधार चक्रात सुप्तावस्थेत पडलेल्या कुंडलिनी शक्तीला प्राणवायूद्वारे चालवणारी आणि जागृत करणारी शक्तिचालिनी क्रिया सर्व शक्तिदायिनी आहे. जो योगी सिद्धीच्या प्राप्तीच्या इच्छेने शक्तिचालनाचा सातत्याने अभ्यास करतो, त्याच्या शरीरात निद्रिस्त असलेली सर्पिणी कुंडलिनी जागृत होऊन स्वतःच ऊर्ध्वमुखी होते. सातत्यपूर्ण अभ्यासाने सिद्धी प्राप्त होते आणि अणिमादी विभूती प्राप्त होतात.

शिवसंहितेत पुढे असे लिहिले आहे की, प्राणवायूच्या आघाताने चक्रांच्या मध्यभागी राहणाऱ्या देवता जागृत होऊ लागतात आणि महामाया कुंडलिनीचा कैलासपती शिवाशी संयोग होतो.

वाम नाडीला प्रवाहित करणारा चंद्रमा शक्तिरूपात आणि दक्षिण नाडीला प्रवाहित करणारा शिव सूर्य रूपात स्थिरपणे वास करून आहे. शक्तिचालिनी मुद्रेचा रोज अभ्यास करणाऱ्या साधूचे आयुष्य वाढते आणि त्याच्या रोगांचा नाश होतो.

शांडिल्य उपनिषदात असे लिहिले आहे की, नाभीच्या खाली कुंडलिनी देवीचे निवासस्थान आहे. ही आठ प्रकृतींची असून तिची आठ कुंडले आहेत. ही प्राणवायू यथायोग्य बनवते. अन्न आणि जल यांना सुरळीत राखते. मुख आणि ब्रह्मरंध्र यांमधील अग्नीला प्रकाशित करते.

योग कुंडलिन्योपनिषदानुसार,

मूलबंधाच्या अभ्यासात अधोगामी अपानवायूला उर्ध्वगामी बनवले जाते. त्यामुळे तो प्रदीप्त होऊन अग्नीबरोबरच वर चढतो.

या उपनिषदात पुढे असे लिहिले आहे की, बुद्धिमान साधकाने कुंडलिनीमधील शक्तीला संचालित करावे. मूलाधारापासून स्फूर्ती तरंग उठवून त्यांना भ्रूमध्यापर्यंत पोहोचवावे आणि दिव्य नादाची अनुभूती घ्यावी. त्या वेळी कुंडलिनी शक्ती जागृत आणि संचालित झाली, असे समजले पाहिजे.

घेरंड संहितेनुसार,

मूलबंधाच्या अभ्यासाने मरुताची सिद्धी प्राप्त होते. म्हणजेच, शरीरातील वायूवर नियंत्रण प्राप्त होते. म्हणून आळस झटकून देऊन, मौन धारण करून याचा अभ्यास केला पाहिजे.

ऐतरेय अरण्यकानुसार,

हा प्राण सर्व इंद्रियांचा रक्षक आहे. तो कधीही नष्ट होणारा नाही. तो विभिन्न मार्गांद्वारे; म्हणजे नाड्यांद्वारे येतो आणि पुन्हा जातो. मुख आणि नासिका (तोंड आणि नाक) यांच्याद्वारे तो प्रतिक्षण या शरीरात येतो आणि पुन्हा बाहेर निघून जातो. हा प्राण शरीरात अध्यात्म स्वरूपात वायूच्या रूपात स्थित आहे. परंतु खरेतर तो आदिदेवाच्या रूपात सूर्यच आहे.

तंत्रसारानुसार – कुंडलिनी शक्ती आत्म–क्षेत्रात हंसारूढ होऊन फिरत असते.

ध्यानबिंदू उपनिषदानुसार,

ज्या मार्गाने ब्रह्म स्थानापर्यंत सुलभतेने पोहोचणे शक्य असते, त्या मार्गाचे द्वार आपल्या तोंडाने झाकून परमेश्वरी कुंडलिनी निद्रिस्त झालेली आहे. अग्नी, मन आणि प्रेरित प्राणवायू यांच्या संयोगाने ती जागृत होते आणि ज्याप्रमाणे सुईबरोबर धागा जातो, त्याप्रमाणेच प्राणवायूबरोबर ही कुंडलिनी सुषुम्ना मार्गावरून वर जाते. ज्याप्रमाणे चावीने बंद दरवाजा उघडला जातो, त्याप्रमाणेच योगीजन कुंडलिनी शक्तीने मोक्षाचे द्वार उघडतात.

अशी इतरही अनेक शास्त्रे आहेत. त्यांच्यामध्ये कुंडलिनीविषयीचे विस्तृत विवेचन आढळते. शिवाय, अनेक विद्वानांनीही कुंडलिनीविषयी बरेच काही सांगितले आहे.

म. म. प. गोपीनाथ कविराज म्हणतात की, या कुंडलिनी शक्तीलाच 'बिंदू' असेही नाव आहे. तिला 'चिदाकाश' म्हणतात. हीच परमेश्वराची महामायारूपी शक्ती आहे. परमेश्वरात किंवा परम शिव स्वरूपात दोन शक्ती आहेत. एक चिद्रूपी आणि दुसरी अचिद्रूपी. अशा प्रकारे, अनेक धर्मांच्या तत्त्वज्ञानांमध्येही हिला कोणत्या ना कोणत्या नावाने दर्शवले गेले आहे.

इथे आम्ही आता सात चक्रांचे संक्षिप्त वर्णन करत आहोत. त्यांची नावे आहेत :

१. मूलाधार चक्र
२. स्वाधिष्ठान चक्र
३. मणिपूर चक्र
४. अनाहत चक्र
५. विशुद्धी चक्र
६. आज्ञाचक्र
७. सहस्रार चक्र

१. मूलाधार चक्र

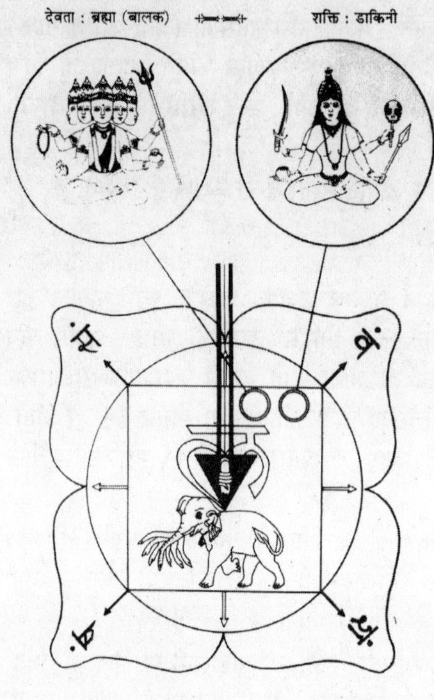

याचे मूळ स्थान गुदापासून दोन बोटे वर आणि लिंगस्थानापासून दोन बोटे खाली आहे. चार बोटे आकाराचे हे मूलाधार चक्र पेरीनियममध्ये; म्हणजे कंबरेपासून गुदापर्यंतच्या भागात असते. काही शास्त्रांमध्ये या स्थानाला 'कंद' असे म्हटले गेले आहे. इथे ही कुंडलिनी सर्पिणीसारखी साडेतीन वेढे घालून बसलेली असते. षट्चक्र निरूपणात असे लिहिले आहे की, मूलाधाराच्या त्रिकोणाच्या आत सुवर्णासारखे भूलिंग असते. त्यावर कमलतंतूंसारख्या बाह्यद्वाराला आपल्या तोंडाने झाकून विद्युत आणि पूर्ण चंद्रमाच्या आभेसारखी अतिसूक्ष्म कुंडलिनी शक्ती निद्रिस्त झालेली असते.

मूलाधार चक्र हे सोनेरी रंगाचे चार पाकळ्यांचे कमळ आहे.

त्याचा रंग गडद लाल आहे. चतुर्भुज ब्रह्मदेव आणि देवी डाकिनी या त्याच्या मुख्य देवता आहेत. या प्रत्येक पाकळीवर वं, शं, षं, सं मंत्राक्षरे लिहिलेली आहेत. या कमळाच्या मध्यभागी चौरसाकृती पृथ्वी तत्त्व आहे. त्याचा वर्ण सुवर्णासारखा पिवळा असतो. ते चमकदार आणि अष्टशूलयुक्त असते. त्या चौरसाकृतीचा बीजमंत्र 'लं' आहे आणि तो ऐरावत हत्तीच्या पाठीवर स्वार झालेला आहे. कमलदलाच्या कर्णिकेच्या मध्यभागी मुलायम, अत्यंत सुंदर आणि विजेसारखा, चमकदार-लाल रंगाचा त्रिकोण आहे. त्याला 'कामरूप'ही म्हणतात. या त्रिकोणाचे टोक किंवा शिखर खालच्या दिशेला आहे. या त्रिकोणाकृतीच्या आत राहणाऱ्या देवीला 'त्रिपुरसुंदरी' आणि त्या त्रिकोणाला 'शक्तिपीठ' असे म्हटले गेले आहे. या त्रिकोणाच्या आत स्वयंभू लिंग असते. त्याचा रंग धुरासारखा सावळा आहे आणि सर्पिणीरूपी कुंडलिनी त्या लिंगाच्या चारही बाजूंनी विळखा घालून बसलेली आहे.

हठयोगानुसार, ज्याप्रमाणे पुरुष चावीने दरवाजा उघडतो, त्याप्रमाणे योगी हठयोगाच्या अभ्यासाने सुषुम्नेच्या मार्गाने पुढे जाऊन मोक्षाचा मार्ग प्राप्त करून घेतो. सुषुम्नेच्या ऊर्ध्व शिखेच्या मध्यभागी परमात्म्याचा वास असतो. त्या सुषुम्ना मार्गाच्या द्वाराचे मुख आच्छादित करून किंवा झाकून कुंडलिनी झोपलेली किंवा निद्रिस्त असते. हीच कुंडलिनी मूर्खांसाठी बंधन आहे आणि योगीजनांसाठी मोक्षाचे द्वार आहे.

इडा-पिंगला नाडीच्या मध्यभागी जी सुषुम्ना नाडी असते, तिला 'बालरंडा' म्हटले जाते. तिला हठयोगपूर्वक ग्रहण करावे आणि परमपद प्राप्त करून घ्यावे. सूत्रकार म्हणतात की, प्राण-निरोधाच्या अभ्यासाने प्राणवायूद्वारे फटके बसल्याने कुंडलिनी जागृत होते. तिला सिद्ध करण्यासाठी रोज सकाळी आणि संध्याकाळी दीड तास अभ्यास केला पाहिजे. वज्रासनात बसून पायाचा टाचांच्या वरचा भाग पकडा आणि पायांनी कंदाच्या स्थानातील कंदावर दाब द्या किंवा त्याला त्रस्त करा.

वज्रासनात बसलेल्या योग्याने कुंडलिनीला चाळवून किंवा शक्तिचालन मुद्रा करून 'भस्त्रा' नावाचा कुंभक प्राणायाम करावा. अशा प्रकारे कुंडलिनी जलद गतीने जागृत होते.

नाभिप्रदेश आकुंचित केल्याने तिथे असलेला अग्नी किंवा सूर्य आकुंचित होतो. मग या सूर्याच्या आकुंचनाद्वारे कुंडलिनी शक्तीचे चालन करा. जो योगी अशा प्रकारे क्रिया करतो, त्याला मृत्यूचे किंवा काळाचे भय उरत नाही.

जो साधक ब्रह्मचर्याचे पालन करत मिताहार करतो, त्या साधकाला एका मंडलातच सिद्धी प्राप्त होते. जो योगी कुंडलिनीचालन करत विशिष्ट प्रकारे भस्त्रा कुंभक करतो, त्याला यमाचे भय उरत नाही. त्याला देहत्यागाची सिद्धी प्राप्त होते.

साधकांनी केलेल्या आसन, प्राणायाम, मुद्रा आदी अभ्यासांनी ही सुषुम्नारूपी मध्यम नाडी सरळ बनते म्हणजेच सिद्ध होते.

अशा प्रकारे, साधकाने कुंडलिनीच्या जागृतीसाठी वर दिलेला संदर्भ लक्षात घेऊन धीराने गुरूच्या मार्गदर्शनाखाली आणि देखरेखीखाली रोज अभ्यास करावा. यश आणि सिद्धी प्राप्त झाल्यावर तो साधक आत्मज्ञानी बनून परमार्थ मार्गाला लागतो आणि पूज्य बनतो.

सर्वसामान्यपणे मूलाधारचक्राचे ध्यान केले, तरीही अनेक लाभ मिळतात. उदाहरणार्थ, शरीराची कांती, तेज आणि ओज यांमध्ये वृद्धी होते. पाठीचा कणा मजबूत बनतो. रक्तविकार, कामविकार, त्वचाविकार, नेत्रविकार, मूत्रप्रदेशाचे विकार आदी रोग होत नाहीत. चक्रांचा योग्य प्रकारे विकास न झाल्यामुळे कित्येक रोग होतात. म्हणून साधकांनी चक्रांचे अवश्य ध्यान करावे.

२. स्वाधिष्ठान चक्र

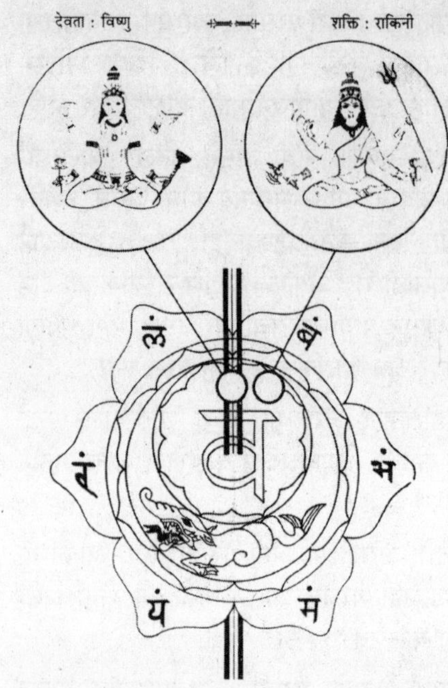

हे दुसरे चक्र मूलाधारापासून सुमारे दोन बोटे वर आणि नाभीच्या थोडे खाली असते. यात सहा पाकळ्यांचे, लाल रंगाचे (सिंदूरी वर्णाचे) कमळ असते. या पाकळ्यांवर वं, भं, मं, यं, रं आणि लं हे मंत्र लिहिलेले असतात. त्यांच्या मध्यभागी अर्धचंद्र असतो. हे क्षेत्र श्वेत (उज्ज्वल) असते. त्याच्या आत 'वं' हे वरुण-बीज असते. ते मगर या वाहनावर विराजमान असते. फिक्या-निळ्या रंगाचे जल हे त्याचे तत्त्व आहे. या बीजमंत्राच्या बिंदूवर गरूड पक्ष्यावर आरूढ झालेले भगवान विष्णू आहेत. त्यांच्या हातांमध्ये अनुक्रमे शंख, चक्र, गदा आणि पद्म (कमळ) आहे. त्यांचे वस्त्र पिवळे आहे. (ते पितांबर नेसले आहेत.) देवी शाकिनी आहे. ती सावळ्या वर्णाची आहे. तिच्या एका नाकपुडीतून सतत रक्ताची धारा वाहत असते. या चक्राचा संबंध प्रजननाचे अवयव, भावना, दोन्ही पाय आणि कुटुंब वाढवण्याची इच्छा यांच्याशी आहे. जर हे चक्र विकारग्रस्त असेल, तर या अवयवांवर परिणाम होतो.

गोरख-पद्धतीत असे लिहिले आहे की, नासाग्रावर दृष्टी स्थिर करून स्वाधिष्ठान चक्राच्या सगुण किंवा निर्गुण ज्योतीस्वरूप आत्म्याचे ध्यान केले, तर साधकाला आनंदाची स्थिती प्राप्त होते.

या चक्राच्या ध्यानामुळे आणखीही अनेक लाभ मिळतात. उदाहरणार्थ, शरीर निरोगी बनते. इहलोकाचे भय उरत नाही. मन शांत होते. ईर्ष्या आणि राग-द्वेष यांचा क्षय होतो. शरीर कांतिमान बनते. वाणी प्रखर होते. प्रजनन अवयव विकसित होतात आणि अधिक चांगले कार्य करू लागतात.

म्हणून, स्वाधिष्ठान चक्राचे ध्यान अवश्य केले पाहिजे. सौंदर्यलहरीमध्ये असे लिहिले आहे की, कुंडलिनीची आराधना करणारी व्यक्ती आपल्या सफल, सार्थकी जीवनाची आभा सर्वत्र पसरवते. तिचे व्यक्तिमत्त्व हिमालयासारखे धवल, निर्मल बनते. त्याच्या मनातील औदार्य आणि समृद्धी वाढते. आपल्या प्रखर प्रतिभेमुळे तो दुष्टतेच्या सर्पांना गरुडाप्रमाणे पराजित करण्यात सफल होतो.

३. मणिपूर चक्र

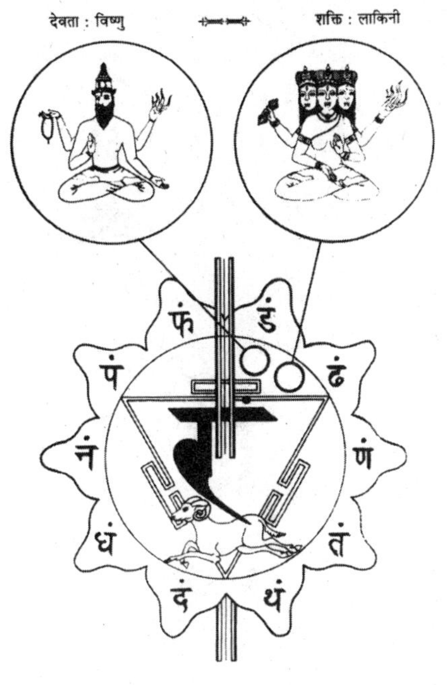

शरीराचे केंद्रक असलेल्या नाभीच्या मुळाशी असलेले हे अग्नी तत्त्वाचे चक्र कमळाच्या दहा पाकळ्यांनी बनलेले असते. सुवर्ण रंगाच्या दहा पाकळ्यांवर अनुक्रमे डं, ढं, णं, तं, यं, दं, धं, नं, पं आणि फं अशी अक्षरे असतात. या कमळात लाल रंगाचा उलटा त्रिकोण असतो. त्यावर 'रं' हा बीजमंत्र लिहिलेला असतो. मेंढा हे त्याचे बीज-वाहन आहे. त्याची मुख्य देवता 'रुद्र' असून देवी 'लाकिनी' ही शक्ती आहे.

हे चक्र मण्यांसारखे चमकदार असते. ते अग्नीचे केंद्र असते. हे आत्मिक आणि भौतिक शरीराचे प्राणकेंद्र आहे आणि चैतन्यशीलता व शक्ती यांमुळे प्रदीप्त आहे. रुद्र ग्रंथीचा इथे निवास असतो. हे सूर्याचे (तप्ततेचे) केंद्र आहे. त्यामुळे व्यक्तीच्या जीवनाचे रक्षण होते.

१४ ते २१ वर्षांचे आयुष्य मणिपूर चक्राच्या प्रभावाखाली असते. त्यामुळे व्यक्ती प्रसिद्धी, यश आणि नावलौकिक मिळवण्यासाठी तत्पर असते.

हे सूर्याचे केंद्र असल्याने उदरप्रदेशाशी संबंधित अवयवांचे हे अधिक चांगल्या प्रकारे संचालन करते. हे चक्र विकारग्रस्त झाल्यावर पचनक्रियेशी संबंधित रोग निर्माण होतात. रक्तविकार, हृदयविकार आणि मानसिक विकार निर्माण होतात. शरीरात आळस, सुस्ती आणि निराशा भरते. म्हणून, मणिपूर चक्राचे ध्यान करून वर दिलेल्या रोगांपासून बचाव करून घेणे शक्य असते आणि या चक्राचे ध्यान केल्याने इतरही काही लाभ प्राप्त होतात. उदाहरणार्थ, मधुमेह होत नाही. पचनसंस्था, डायफ्रॅम, मोठे आतडे, लहान आतडे आणि संपूर्ण उदरप्रदेशाला लाभ होतो. आध्यात्मिक लाभ म्हणून व्यक्ती अहिंसा, सत्य, ब्रह्मचर्य, क्षमा आदी धारण करते आणि दिवसेंदिवस अधिकाधिक प्रगती करते.

४. अनाहत चक्र

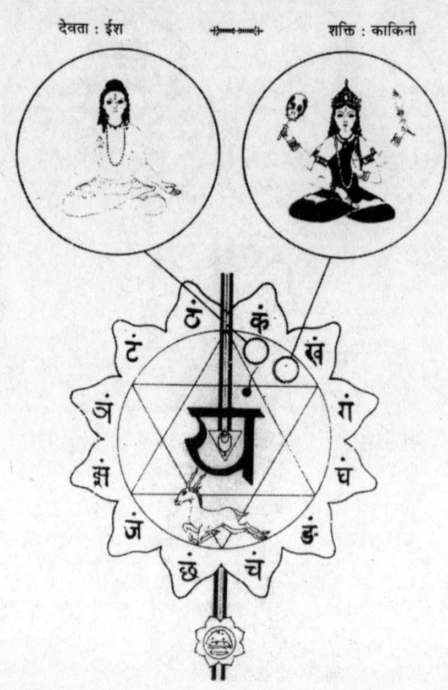

या चक्राला 'हृदयचक्र' असेही म्हणतात आणि त्याचे स्थान हृदयप्रदेशातच असते. हे बारा पाकळ्यांचे निळ्या रंगाचे (बंधुक पुष्ण) चमकदार कमळ असते. त्याच्या एकेका पाकळीवर कं, खं, गं, घं, ङं, चं, छं, जं, झं, ञं, टं आणि ठं अशी अक्षरे लिहिलेली असतात. त्याच्या मध्यभागी षट्कोनाकृती (परस्परविरुद्ध अवस्थेत असलेले किंवा उलटे दोन त्रिकोण) असते. त्याचे धूम्र वर्णाचे (धुरासारख्या रंगाचे) वायुमंडल असते. 'यं' हा त्याचा बीजमंत्र असतो. तो वायुबीजाकडे संकेत करतो. हे काळ्या हरणावर स्थित आहे. वायू बीजाच्या बिंदूच्या मध्यभागी हंसासारखी त्रिनेत्री ईशा आहे. तिचे दोन्ही हात वरदान आणि अभय देण्याच्या मुद्रेत आहेत आणि याची देवी काकिनी आहे. ती स्वर्ण वर्णाची, चतुर्भुज आहे. त्रिकोणाच्या मध्यभागी बाण लिंग आहे. त्याच्या डोक्यावर अर्धचंद्र आणि बिंदू आहे. त्याखाली दीपकाच्या ज्योतीसारखा हंससमान असलेला जीवात्मा आहे.

या चक्राचा संबंध वक्षःस्थळ, हृदय, रक्तवाहिन्या आणि श्वसनसंस्था यांच्याशी आहे. हे चक्र विकारग्रस्त झाले, तर हृदयरोग, श्वासाचा आजार (दमा), मानसिक व्याधी आदी विकार होऊ शकतात. हे चक्र जागृत झाल्यावर वरील व्याधींमध्ये लाभ होतो. आध्यात्मिक लाभाचा विचार करता दया, करुणा, क्षमा, विवेक आणि आत्मिक आनंद आदी शक्ती प्राप्त होतात.

५. विशुद्धी चक्र

कंठप्रदेश हे या चक्राचे स्थान आहे. हे सोळा पाकळ्यांचे कमळ आहे. त्याचा रंग वायंगणी रंग-मिश्रित धूम्रवर्ण आहे. त्याच्या पाकळ्यांवर षोडशमात्रांचे सोळा स्वर आहेत. अं, आं, इं, ईं, उं, ऊं, ऋं, ॠं लृं, लॄं, एं, ऐं, ओं, औं, अं, अः असे स्वर लाल रंगात चमकतात.

या कमळाच्या आत श्वेत वृत्त आहे. या वृत्ताच्या मध्यभागी त्रिकोण आहे. त्याच्या आत चंद्रमंडल आहे. या चंद्रमंडलाच्या मधोमध श्वेत वर्णाचा श्वेत दागिन्यांनी मढवण्यात आलेला एक हत्ती आहे. त्याच्यावर 'हं' हे नभ-बीज आहे.

या बीजमंत्राच्या अंकात भगवान शिव अर्धनारीश्वराच्या रूपात विराजमान आहेत. त्यांना पाच मुखे आणि दहा भुजा आहेत. या चक्राची देवी साकिनी आहे. ती हाडांवर स्थित आहे. श्वेत वर्णी, चतुर्भुज, पंचमुखी, त्रिनेत्री आणि पिवळे वस्त्र परिधान केलेली अशी ही देवी आहे.

गोरख संहितेनुसार, या कंठ स्थानात दीपज्योतीप्रमाणे कांतिमान विशुद्धी चक्रात, नासिकाग्रावर दृष्टी स्थिर करून सगुण, निर्गुण किंवा ज्योतीस्वरूप आत्म्याचे ध्यान केल्याने योगी अमर बनतो.

विशुद्धी चक्राचे ध्यान केल्याने साधक तहान-भुकेखेरीज कित्येक दिवसांपर्यंत राहू शकतो. तो आत्मचिंतक, विचारवंत आणि तत्त्वज्ञ बनतो. त्याची वाणी प्रखर बनते. कंठप्रदेशातून टपकणारा अमृतरस पिणे त्याला शक्य होते. त्यामुळे साधक कांतिमान, तेजस्वी होऊन अनेक आध्यात्मिक लाभ प्राप्त करून घेऊ शकतो.

मात्र, हे चक्र विकारग्रस्त झाल्यास गळ्याचे किंवा कंठाचे विकार होऊ शकतात. स्मरणशक्तीचा क्षय होतो आणि अनेक प्रकारचे मानसिक विकार होऊ शकतात.

६. आज्ञाचक्र

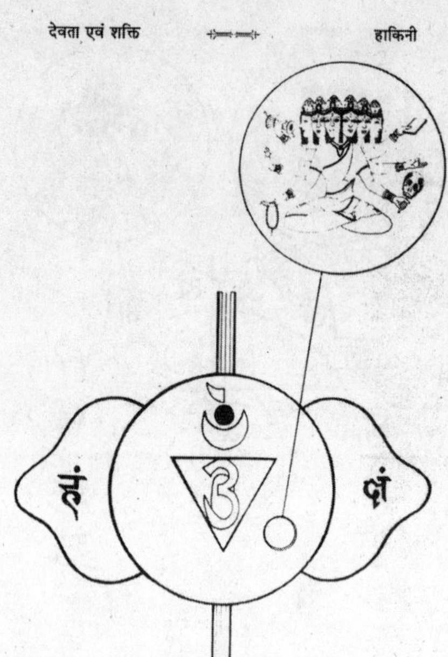

हे चक्र दोन्ही भुवयांच्या मधोमध असते. त्याला द्विदल पद्म (दोन पाकळ्यांचे कमळ) असे म्हटले जाते. त्याला तिसऱ्या नेत्राची संज्ञाही दिली गेली आहे. या कमळाच्या पाकळ्यांचा रंग श्वेत; म्हणजे प्रकाशमय आहे. या दोन्ही दलांमध्ये हं आणि क्षं वर्ण चमकतात. ध्यानाच्या सखोलतेत साधक आज्ञाचक्राद्वारे पारलौकिक अनुभव घेतो. या बीजकोषाच्या आत लिंगस्वरूपात श्वेतवर्ण शिव योनीच्या आत ज्योतीसमान प्रकाशमान होत असतात. या प्रकाशाने ब्रह्म नाडी दृग्गोचर होऊ लागते. कुलशक्तीच्या रूपात त्रिकोण असतो. या चक्राची प्रमुख देवता भगवान शिव आणि देवी हाकिनी आहे. देवी हाकिनीचा वर्ण गोरा आहे. तिची सहा तोंडे रक्तवर्णी आहेत. प्रत्येक मुखाला तीन-तीन नेत्र आहेत. तिच्या सहा भुजा असून ती श्वेत वर्णाच्या कमळावर विराजमान आहे.

साधकांमध्ये या चक्राला मोठे महत्त्व आहे, कारण ध्यानाच्या अनेक अवस्थांमध्ये हे चक्र अधिक उपयुक्त आहे. या चक्राच्या जागरणाने साधक दिव्य ज्ञानी, दिव्य तत्त्वज्ञानी बनतो. दुसऱ्यांच्या मनातील भाव जाणण्याची शक्ती त्याला प्राप्त होते. भविष्यकाळ आणि भूतकाळ यांचे त्याला ज्ञान होते आणि विचारांचे संप्रेषण करण्याची शक्तीही त्याला प्राप्त होते. हा आज्ञाचक्ररूपी बिंदू आत्म्याच्या उत्थानाचे द्वार असल्याचे मानले जाते.

या चक्राला 'संगम' असेही म्हटले जाते, कारण मूलाधारापासून गंगा (इडा), जमुना (पिंगला) आणि सरस्वती (सुषुम्ना) या नाड्या वेगवेगळ्या होऊन प्रवाहित होतात आणि पुन्हा याच स्थानाला येऊन मिळतात. इथेच या तीन प्रमुख नाड्यांचा विलय होतो. हे चक्र विकारग्रस्त झाले किंवा त्याची हानी झाली, तर नेहमीच मानसिक रोगांचे भय असते. म्हणून दक्षतापूर्वक गुरूंच्या सूचनांप्रमाणे, त्याच्या मार्गदर्शनाखाली तत्त्वतः या चक्राचे ध्यान करून साधकाने आपले जीवन धन्य करून घ्यावे.

७. सहस्रार चक्र

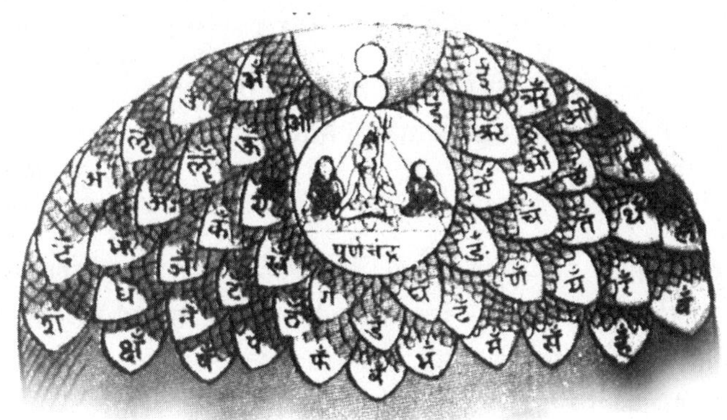

डोक्याच्या वरच्या भागात उच्चतम चेतनेचे केंद्र असते. सहस्र पाकळ्या असलेल्या पूर्ण चंद्रासारखे हे शुभ्र वर्णाचे अधोमुखी कमळ आहे. त्यामध्ये सूर्यासारखी कांती असलेल्या किरणांनी संस्कृतमधील सर्व वर्ण देदीप्यमान रूपात असतात. या सहस्र दलांची वीस मंडले आहेत. प्रत्येक मंडलात पन्नास दल आहेत. यामध्ये ब्रह्मरंध्राच्या ऊर्ध्वभागात विसर्ग आहे. हे संपूर्ण शक्तींचे केंद्रस्थान आहे. या कमळाच्या बीजकोषात प्रकाशित शिवलिंग आहे. ते आध्यात्मिक ऊर्जेचे प्रतीक आहे. ते आपल्या महाशक्तीसह तिथे विराजमान आहे. त्याचे तत्त्व तत्त्वातीत आहे. तत्त्वबीज विसर्ग आहे आणि तत्त्वबीज गती ही बिंदू आहे. याचे यंत्र शुभ्र वर्णाचा पूर्ण चंद्र आहे.

या परमात्मारूपी सहस्रार चक्राच्या सिद्धीने असंप्रज्ञात समाधीची अवस्था प्राप्त होते. इथे पोहोचल्यावर साधकाची चित्त वृत्ती लय पावते. इथे निर्विकल्पतेची किंवा निर्विकाराची स्थिती आहे. म्हणून साधक समाधीच्या अवस्थेपर्यंत सहजगत्या पोहोचतो. साधकाला इथे अनंत ज्ञान, अनंत दर्शन, अनंत सुख आणि अनंत शक्ती यांचा प्रारंभ होणाऱ्या दिव्य ज्ञानाची अनुभूती होते.

सहस्रार चक्र विकारग्रस्त झाल्यास व्यक्तीला शारीरिक आणि मानसिक अवस्थेचे ज्ञान उरत नाही. म्हणून हळूहळू धैर्यपूर्वक, धीराने चक्रांचे स्थान आणि स्थिती समजून घेत दक्षतापूर्वक योग्य गुरूच्या सान्निध्यात राहून साधकांनी आपल्या मार्गावर वाटचाल करावी.

मनोरोधे भवेद्रुद्धं विश्वमेव शरीरिभिः ।
प्रायोऽसंवृतचित्तानां शेषरोधोऽप्यपार्थकः ।।

– ज्ञानार्णव २२/६

ज्याने मनाचे नियमन केले, त्याने सर्व काही रोखून धरले. म्हणजेच, ज्याने आपल्या मनाला वश करून घेतले त्याने सर्वांना वश करून घेतले आणि ज्याने आपल्या मनाला वशीभूत केले नाही, त्याने इतर इंद्रियादिकांना रोखून धरणेही व्यर्थ होय.

तुमच्याकडून कोणालाही दिलेली शुभेच्छा
एक दिवस तुमचे भाग्य बनून तुमच्याकडे परत येईल.

– राजीव जैन त्रिलोक

नाभिविज्ञान परीक्षण

आपल्या संपूर्ण शरीराचे नाभी हे केंद्रस्थान आहे. मानवाला आरोग्य प्रदान करण्यात नाभी प्रमुख भूमिका बजावते.

आयुर्वेदाचार्यांच्या मते, नाभिचक्र जर आपल्या स्थानावरून सरकले, तर अनेक प्रकारचे रोग निर्माण करू शकते. नाभिचक्र आपल्या स्थानावरून घसरल्याने किंवा सरकल्याने उदरप्रदेशात असलेल्या मणिपूर चक्राचे सर्व भाग अनेक प्रकारच्या व्याधींनी त्रस्त बनतात. म्हणून, संपूर्ण शरीर निरोगी राखण्यासाठी नाभी आपल्या योग्य स्थानी असणे अत्यावश्यक असते.

नाभी सरकण्याची प्रमुख कारणे :

काही लोक नेहमीच नाभिचक्र सरकणे किंवा हटणे या प्रकारामुळे त्रस्त राहतात किंवा काही लोकांना आपले नाभिचक्र अव्यवस्थित आहे हेच माहिती नसते आणि संपूर्ण आयुष्यभर ते त्यामुळे होणाऱ्या रोगांमुळे चिंताग्रस्त असतात. नाभी सरकण्याची अनेक कारणे असू शकतात. उदाहरणार्थ, अचानक एखादी जड वस्तू उचलणे, चालताना पायांची स्थिती बिघडणे, उड्या मारणे, धावपळ करणे, धावणे, मल-मूत्र यांच्या आवेगांना रोखून धरणे, पुरेशी माहिती नसताना उदरप्रदेशाची मालीश करणे किंवा रगडणे, भूक-तहान रोखून धरणे, झोपणे आणि उठणे या वेळा निश्चित नसणे, भय, अत्याधिक चिंता, अत्याधिक क्रोध यांसारखे मानसिक विकार आदी. अशुद्ध भोजन किंवा वायू निर्माण करणारे भोजन करणे, अति आहार घेणे, शिंक किंवा जांभई रोखणे, अपान वायूला बाहेर पडण्यापासून रोखणे, योग्य प्रकारे योगक्रिया न करणे आदी अनेक कारणांमुळे नाभी आपल्या स्थानापासून सरकते किंवा बाजूला होते.

नाभी सरकल्यामुळे होणारे रोग

जर नाभी–स्पंदन आपल्या स्थानापासून बाजूला झाले, तर अनेक प्रकारची लक्षणे आणि रोग दिसू लागतात. मलावरोध होतो. मल रोखला जातो किंवा अत्यल्प प्रमाणात मल बाहेर पडतो किंवा वरचेवर कमी प्रमाणात मल बाहेर पडतो. आतड्यांना मल चिकटतो आणि त्यामुळे वायुविकाराची शक्यता अधिक बनते. नेत्रविकार, केसगळती किंवा केस अकाली पांढरे होणे, दुर्बलता, वीर्यविकार, तोंडाला दुर्गंधी येणे, रक्तविकार, हृदयविकार आदी विकारही होतात.

नाभी ठीक करणारी योगासने

नाभिचक्र व्यवस्थित करणारी किंवा ठीक करणारी अधिक उपयुक्त योगासने पुढीलप्रमाणे आहेत : सुप्त वज्रासन, पश्चिमोत्तानासन, उष्ट्रासन, चक्रासन, धनुरासन, नौकासन, हलासन, उत्तानपादासन आदी.

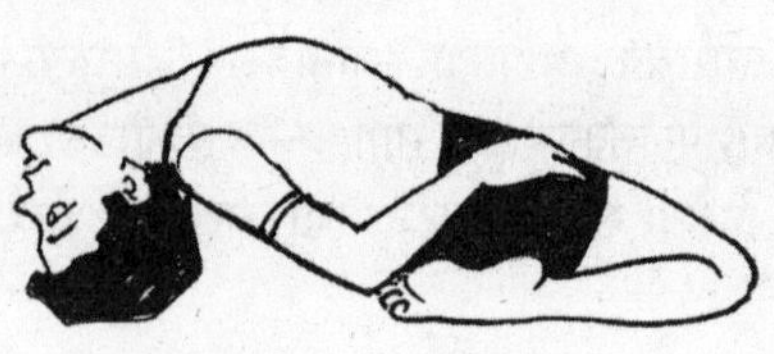

सुप्त वज्रासन

पश्चिमोत्तानासन

नाभी ठीक करणारी योगासने

उष्ट्रासन

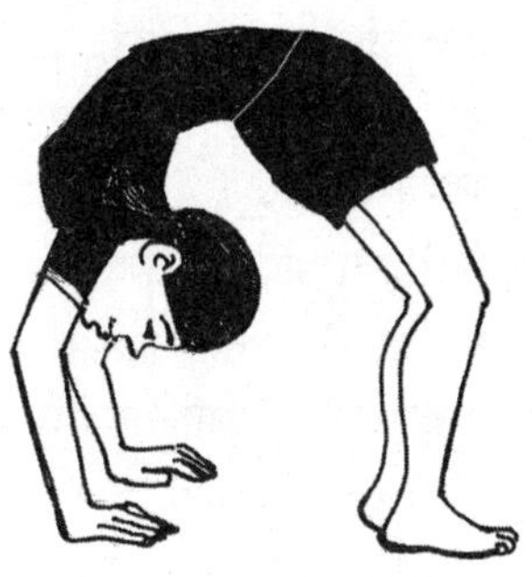

चक्रासन

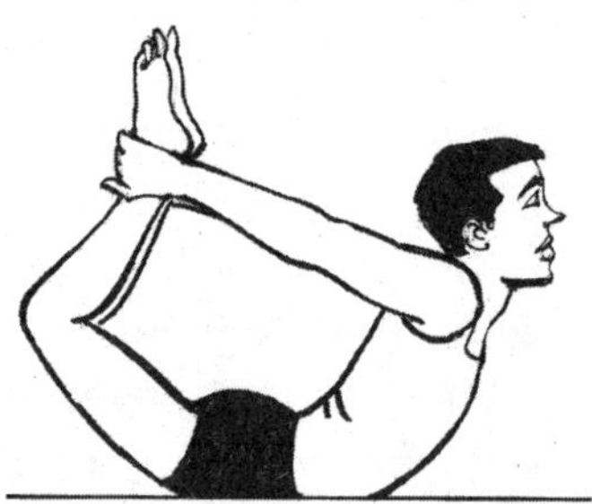

धनुरासन

नौकासन

हलासन

आयुर्वेदानुसार : आयुर्वेदात, नाभिचक्र ठीक करण्यासाठी कित्येक प्रकारच्या औषधी वनस्पतींचा वापरही केला जातो. यासाठी आयुर्वेदाच्या एखाद्या डॉक्टरांचा सल्ला घ्यावा.

१. सकाळी रिकाम्या पोटी दहा ग्रॅम बडीशेप आणि तितकाच गूळ एकत्र करून रोज (बरे होईपर्यंत) चांगल्या प्रकारे चावून खावे. नाभी आपल्या मूळ ठिकाणी येते.
२. निर्गुडीचा पाला पोटावर बांधल्याने लाभ होतो.
३. रुईच्या पिकलेल्या पानांना एरंडेल तेल लावून ही पाने विस्तवावर शेकून घ्या आणि गरम असतानाच पोटाला शेक द्या आणि पोटावर बांधून ठेवा. यामुळे नाभिचक्र ठीक होते आणि आतील सर्व प्रकारची सूज दूर होते.
४. अतिसाराच्या रोगात वडाच्या झाडाचा चीक नाभीमध्ये भरला, तर मुलांना होणारे जुलाब बरे होतात.
५. टोमॅटोचे मधोमध दोन तुकडे करा आणि त्यातील बिया काढून टाका आणि त्यामध्ये ९ रत्ती टाकणखार भरा आणि गरम करून चोखा. त्यामुळेही नाभिचक्र जाग्यावर येते.
६. बेहड्याच्या फळाच्या गाभ्याचा काढा बनवून दर तासाला प्यायला दिला, तर नाभिचक्र जाग्यावर येते आणि अतिसाराचा आजार बरा होतो.

आपल्या वेद-पुराणांमध्ये आणि प्राचीन ग्रंथांमध्ये नाभीचे महत्त्व दर्शवले गेले आहे. आज या संदर्भात संपूर्ण माहिती नसल्याने नकळत आपण योग्य प्रकारे आपल्यावर उपचार करू शकत नाही आणि कित्येक प्रकारच्या रोगांनी ग्रस्त होतो. म्हणून आपण यावर लक्ष केंद्रित केले, तर आपल्याला अधिक चांगले लाभ मिळतील. हा विषय खूपच मोठा आहे. या संदर्भात एखाद्या आयुर्वेदिक डॉक्टरांचा सल्ला घ्या. विस्तारभयास्तव आम्ही हा विषय इथेच आटोपता घेत आहोत.

योग्य आहार : एक दृष्टिक्षेप

एका प्राचीन वाक्प्रचाराप्रमाणे 'जसे खावे अन्न, तसे बनते मन' आणि 'जसे प्यावे पाणी, तशी बनते वाणी'. आपण जे जेवण करतो, ते आपल्या शरीरासाठीच तर करतो. मग आपण त्यासाठी कोणते परिमाण निश्चित केले आहे का? भोजनाविषयी काही निकष आहेत का? कोणत्या प्रकारचे भोजन हितकारक असेल? किती भोजन केले पाहिजे? कोणते भोजन योग्य असते? कोणत्या वेळी भोजन केले पाहिजे? भोजनाची गुणवत्ता कशी असली पाहिजे?

जर आपण शास्त्रसंमत विचार आणि आजच्या डॉक्टरांचे म्हणणे यांचा विचार केला, तर या दोहोंमध्ये एक गोष्ट समान दिसते. ती म्हणजे, शुद्ध आहार आणि शाकाहार हा सर्वोत्कृष्ट आहार आहे. शाकाहार माणसाला आवश्यक प्रमाणात जीवनसत्त्वे, प्रथिने आणि इतर अनेक खनिजद्रव्ये पुरवतो. आहाराचा आपल्या जीवनावर बराच मोठा प्रभाव असतो. त्याच्यामुळे आपल्या मानसिकतेवर खूपच प्रभाव पडतो आणि यामुळेच विद्वानांनी सात्त्विक आहारावर सर्वाधिक भर दिला आहे.

हठयोगात असे लिहिले आहे की,

सुस्निग्धमधुराहारश्चतुर्थांशविवर्जितः।
भुज्यते शिवसंप्रीत्यै मिताहारः स उच्यते॥ (ह.यो.प्र.१/५८)

म्हणजेच, साधकाने मिताहार केला पाहिजे. तो पूर्णपणे स्निग्ध आणि मधुर आहार असावा. पोटाचे चार भाग केले तर दोन भाग अन्नाने, एक भाग पाण्याने भरावा आणि चौथा भाग प्राणवायूसाठी मोकळा ठेवावा.

कुपथ्य आहार

सूत्रकारांच्या मते, साधकांनी खालील प्रकारचा आहार करता कामा नये. कडू, आंबट (चिंच वगैरे), तिखट (मिरची किंवा चटपटीत मसाले वगैरे.), खारट पदार्थांमध्ये मीठ, उष्ण पदार्थांत गूळ आदी. हिरव्या पानांच्या फळभाज्या, तीळ, मदिरा, मासे याला 'वर्ज्य' आहारच म्हटले गेले आहे. शिवाय मांसाहार, दही, मठ्ठा, कुळीथ, हिंग, लसूण, कांदा, सलगम (turnip), उडीद, मादक पदार्थ आदी सर्व उत्तेजक द्रव्यांचा आहारात समावेश असता कामा नये.

हठयोगात पुढे लिहिले आहे की, पुढील प्रकारचे भोजन करता कामा नये: विस्तवावर दुसऱ्यांदा गरम केलेले अन्न (डाळ, भात वगैरे.), कोरडे म्हणजे तुपादिकारहित आहार. ज्या भोजनात जास्त प्रमाणात मीठ असेल, ते भोजनही 'वर्ज्य'

मानले गेले आहे. स्कंद पुराणात असे लिहिले आहे की, कडू अन्न, मीठ आदींचा त्याग करून नेहमी दुधाचे सेवन केले पाहिजे. यात पुढे असा उल्लेख आहे की, मांस आणि कुजलेले अन्न, तिखट वगैरे अन्न वर्ज्य केले पाहिजे; म्हणजेच त्याचे सेवन करता कामा नये. दुर्गंधी येत असलेले आणि आदल्या दिवशीचे शिळे अन्न खाता कामा नये.

योगसाधकांनी आपल्या साधनेच्या वेळी स्त्रियांशी अतिसंग, दुष्टांचे सान्निध्य, अधिक फलाहार, अधिक उपवास, अधिक जड गोष्टी नेणे किंवा आणणे, अनेक वेळा सूर्यनमस्कार करणे आदी गोष्टींचा त्याग केला पाहिजे. इथे या सूत्राचा अर्थ असा आहे की, कोणतीही गोष्ट अति प्रमाणात करू नये. ब्रह्मचर्याचे पालन केले नाही किंवा अधिक प्रमाणात उपवास केले, तर शरीर कमजोर बनेल आणि तुम्ही योग्य प्रकारे साधना करू शकणार नाही. साधकाने विवेकाने वागले पाहिजे; तारतम्य बाळगले पाहिजे.

पथ्याचा आहार (घेण्याच्या योग्यतेचा आहार)

आचार्य महाराज असे म्हणतात की, साधकांनी आपले शरीर निरोगी राखण्यासाठी आणि चित्त प्रसन्न ठेवण्यासाठी हितकारक आणि परिपूर्ण शाकाहार केला पाहिजे. गहू, अन्न, दूध, तूप, लोणी, सुंठ, तोंडली, फळभाज्या, मूग, आणि शुद्ध पाणी (गाळून घेतलेले) हे सर्व हितकारक पदार्थ आहेत. या अन्नाचे अवश्य सेवन केले पाहिजे. शरीराच्या पोषणासाठी साखर आणि तूप घातलेले दूध (गायीचे असेल, तर उत्तम), धातू पोषक अन्न (लाडू वगैरे) आणि आपल्या मनाला हितकारक वाटेल असा शाकाहारी, सुयोग्य, शास्त्रसंमत मिताहार केला पाहिजे.

साधकाने वरील गोष्टी ध्यानात ठेवून आपल्या भोजनासाठी नियमावली तयार केली पाहिजे. रोज शुद्ध व ताजे अन्न ग्रहण केले पाहिजे. साधकाने संध्येच्या आधी (रात्र पडण्याआधी) भोजन केले पाहिजे. त्यामुळे अन्नाचे अधिक चांगल्या प्रकारे पचन होऊ शकेल. जर आहार घेतल्यानंतर काही वेळ रात्री विश्रांती घेतली गेली, तर रात्री उदरात भोजन तसेच पडून राहते. त्यामुळे आळसात वाढ होऊन मलावरोध होण्याची शक्यता असते आणि उदराच्या स्नायूंमध्ये आहारातील जीवनसत्त्वे, प्रथिने आदी महत्त्वपूर्ण घटक पूर्णपणे ग्रहण केले जात नाहीत. परिणामी, अनेक रोग निर्माण होण्याची शक्यता असते. म्हणून आपले शरीर सुंदर, सुडौल, बलशाली, निरोगी आणि तेजस्वी बनवायचे असेल, तर व्यक्तीने आहाराकडे पूर्ण लक्ष देऊनच जीवनाचे मार्गक्रमण केले पाहिजे.

योग्य आहाराचा उपयोग

जे पदार्थ शरीराने ग्रहण केल्यावर ऊर्जा उत्पन्न करत असतील; तंतू निर्माण करत असतील आणि तुटलेल्या-मोडलेल्या तंतूंची दुरुस्ती करत असतील, ते विविध शरीरक्रियांसाठी साहाय्यक असतात. त्यालाच 'भोजन' असे म्हणतात.

भूक लागल्यावर व्यक्ती जेवढे अन्न खाते, त्याला व्यक्तीचा 'खुराक' किंवा 'आहार' असे म्हणतात. प्रत्येक व्यक्तीचा आहार वेगवेगळा असतो. वय, ऋतू, शरीरयष्टी, सामाजिक परिस्थिती यांनुसार व्यक्तीचा आहार निश्चित होतो.

संतुलित भोजन

आपले भोजन जीवनसत्त्वे, कर्बोदके किंवा कार्बोहायड्रेट्स, प्रथिने, स्निग्ध पदार्थ, खनिजपदार्थ आणि मीठ यांनी युक्त असले पाहिजे. शरीराचे संतुलन साधण्यासाठी आहार ७५ टक्के क्षारप्रधान आणि २५ टक्के आम्लप्रधान असला पाहिजे. एकाच प्रकारचा आहार जास्त प्रमाणात घेतला जाता कामा नये; तर अनेक गुणांनी आणि रसांनी युक्त आहार घेतला पाहिजे.

भोजनाचे प्रकार

त्रिगुण सिद्धांतानुसार भोजन तीन प्रकारचे असते.

१. सात्त्विक भोजन २. राजसी भोजन ३. तामसी भोजन

१. सात्त्विक भोजन : जीवाला प्राण, आरोग्य, प्रसन्नता देणारे भोजनयोग्य पदार्थ आणि जीवनरसयुक्त नैसर्गिक पदार्थ; तसेच निसर्गाकडून सुलभतेने, सरळपणे प्राप्त केलेले पदार्थ आयुर्वर्धक आणि बुद्धिवर्धक असतात. असे भोजन मन शांत करते. तसेच, कुशाग्र बुद्धी आणि संतुलित आचरण यांची निर्मिती करते. असे भोजन अन्नमय, प्राणमय आणि मनोमय व विज्ञानमय कोश यांना समान पोषण पुरवते. तसेच, सर्व कोषांमध्ये संतुलन राखते.

डाळ, तांदूळ, गाईचे दूध, तूप, गोड फळे आदींपासून आणि वृक्ष-झाडे यांच्यापासून मिळणाऱ्या पदार्थांपासून बनवलेले; तसेच दूध, तुपापासून बनवलेले पदार्थ यांना 'सात्त्विक भोजन' असे म्हटले जाते. वय, बुद्धी, सामर्थ्य, आरोग्य, सुख, प्रीती वाढवणाऱ्या रसयुक्त, स्निग्ध, स्थिर राहणाऱ्या आहाराला 'सात्त्विक भोजन' म्हटले जाते.

२. राजसी भोजन : तिखट, आंबट, खारट, क्षारयुक्त, अत्यधिक उष्ण, जळजळ निर्माण करणारे, विविध प्रकारचे मसाले, तेल, तूप आदींमध्ये तळून स्वादासाठी मसालेदार बनवलेले पदार्थ यांचा राजसी भोजनात समावेश होतो. गरम मसाले, चहा, कॉफी, तंबाखू, काळी मिरी हे पदार्थ राजसी भोजनाच्या श्रेणीत येतात.

असे भोजन शरीराच्या प्रक्रियेला आत्यंतिक तीव्र बनवते. त्यामुळे शरीरात अति प्रमाणात प्राणाचा संचार होऊ लागतो. मात्र हे चांगले नसते. हे भोजन पंचकोषांमध्ये असंतुलन निर्माण करण्याचे कारण बनते. गीतेनुसार कडू, आंबट, मीठयुक्त भोजन दुःख आणि शोक उत्पन्न करते. हलवा-पुरीसारख्या तळलेल्या पदार्थांच्या 'समृद्ध आहाराचा' किंवा 'रिच डाएटचा' समावेश राजसी भोजनातच होतो.

३. तामसी भोजन : शिळे, मृत किंवा काही प्रमाणात सडवलेले पदार्थ तामसी भोजनात येतात. मांस, मासे, अंडी, शिळे अन्न यांचे सेवन आणि अधिक प्रमाणात भोजन केल्याने; तसेच दारू प्यायल्यामुळे तामसी प्रवृत्तीचा जन्म होतो. शिळ्या, प्रदूषित, डबाबंद पदार्थांचा भोजनात समावेश असेल तर ते भोजन तामसी भोजनाच्या श्रेणीत येते. गीतेनुसार, जे भोजन खूप आधी शिजवलेले असेल; रसहीन असेल; ज्याला दुर्गंधी येत असेल; जे अपवित्र असेल, त्याला 'तामसी भोजन' असे म्हटले जाते. लसूण आणि कांदा हे पदार्थही तामसी आहारांतर्गत येतात.

भिन्न प्रकारच्या भोजनांचा मनावर पडणारा प्रभाव

असे म्हटले जाते की, व्यक्ती जसे भोजन करेल, तसेच तिचे विचार असतील आणि तसेच कार्य तिच्याकडून केले जाईल. म्हणूनच म्हटले जाते की, 'जसे अन्न तसे मन.' भोजनाचे प्रकार आणि गुण यांचा व्यक्तीचे शरीर व मन या दोहोंवर प्रभाव पडतो.

१. सात्त्विक भोजनाचा प्रभाव : सात्त्विक भोजन केल्याने सत्त्वगुणासंबंधीचे विचार आणि क्रिया केल्या जातात. अशा भोजनामुळे सत्य, ज्ञान, कुशाग्र बुद्धी, शांतता, मनाचे स्थैर्य आणि गांभीर्य, हृदयाची शुद्धता, मनाचा सरळपणा, आनंद, सुख आदी सात्त्विक गुण निर्माण होतात आणि सकारात्मक परिणाम होतात. संयम आणि सहनशीलता यांचा विकास होतो. शरीर रोगरहित होऊन निरोगी बनते आणि चित्त निर्मळ राहते.

२. राजसी भोजनाचा प्रभाव : राजसी भोजनामुळे मनाची चंचलता, वागण्यात ईर्ष्या, द्वेष आणि भांडखोर प्रवृत्ती, बोलण्यात कठोरपणा आणि कर्कशपणा, तणाव आणि दुःख आदी परिणाम प्राप्त होतात. अशा प्रकारचे भोजन क्रोध, उत्तेजना आणि वासना यांना जन्म देते. मन सातत्याने चंचल राहते. शरीर जड बनल्याची अनुभूती येते. चित्त एकाग्र होत नाही आणि मज्जासंस्था उत्तेजित बनते.

३. तामसी भोजनाचा प्रभाव : तामसी भोजनाच्या सेवनामुळे आळस, अज्ञान, मोह, मद, क्रोध, जडपणा आदी दुष्परिणाम निर्माण होतात. या भोजनामुळे विचार आणि वर्तन यांमध्ये कठोरपणा, क्रौर्य आणि हिंसा आदी गोष्टी निर्माण होतात. व्यक्ती स्वार्थी, भांडखोर आणि असहिष्णू वृत्तीची बनते. तिचे वर्तन कोरडे, शुष्क आणि राक्षसी प्रवृत्तीचे होते. हे वर्तन त्रस्तता आणि दुःख यांना कारणीभूत ठरते.

उपयुक्त नसलेल्या भोजनाचा (आहाराचा) परिणाम आणि दुष्परिणाम

भोजन किंवा निरुपयोगी आहारामुळे किंवा अनैसर्गिक भोजनामुळे शरीरात अनेक प्रकारचे रोग एकत्रित येतात. अनेक रोगांनी शरीर ग्रस्त बनते. शरीराची शक्ती क्षीण होते. आजच्या युगात बहुतांश आजार हे चुकीच्या आहाराचा परिणाम म्हणून उद्‌भवल्याचे दिसते. मधुमेह, उच्च रक्तदाब, लठ्ठपणा, आतड्याचे आणि यकृताचे अनेक आजार यामुळेच होतात.

मांसाहाराचे दुष्परिणाम

- बहुतांश पशु घाणेरडे पाणी पितात आणि विषारी भोजन करतात. त्यामुळे त्यांच्या शरीरात विविध प्रकारची रासायनिक तत्त्वे शिरतात आणि मांस विषारी किंवा रोगयुक्त बनते. पशूंना ठार मारताना भयामुळे त्यांच्या शरीरात भीती, क्रोध, कुंठा आदींविषयीचे हार्मोन्स (ॲड्रेनॅलिन नावाचा हार्मोन) तयार होतात. हे हार्मोन्स मांसाहार करणाऱ्यांच्या शरीरात या पशूंच्या शरीराच्या माध्यमातून पोहोचतात आणि त्यांच्या शरीरात दुर्गुणांचा संचार करतात.
- मांसाहारी जीवांच्या दातांची संरचना मांसाची चिरफाड करण्यासाठी तीक्ष्ण आणि टोकदार असते. त्यांची नखे मोठी आणि कठोर असतात. मात्र, शाकाहारी जीवांचे दात भोजन चावण्यासाठी आणि बारीक करण्यासाठी अनुकूल असतात.
- मांसाहार माणसाच्या प्रकृतीच्या किंवा स्वभावाच्या विरुद्ध आहे.
- मानवी शरीराची रचना शाकाहारी मशीनसारखी आहे. माणसाच्या शरीरातील आतडे शरीराच्या तुलनेत सहा पटीने अधिक लांब असते. मांसाहारी प्राण्यांच्या आतड्याची लांबी त्यांच्या शरीराच्या लांबीच्या प्रमाणाएवढीच असते.
- मांसाहारी प्राण्यांच्या आतड्यांतून अधिक आम्लाची निर्मिती होते. त्यामुळे ते मांसाहार सहजपणे पचवू शकतात. परंतु, माणसाच्या आतड्यांतून कमी प्रमाणात आम्लाची निर्मिती होते. त्यामुळे माणूस मांसाहार योग्य प्रकारे पचवू शकत नाही.
- भोजन चावून खाताना मांसाहारी प्राण्यांच्या जबड्यांची हालचाल गतीने वर-खाली होत राहते. मात्र, शाकाहारी प्राण्यांचे जबडे बऱ्याच प्रमाणात स्वतंत्र गतीने कार्यरत असतात.या सर्व गोष्टी लक्षात घेता, असे म्हणणे शक्य आहे की, माणसासाठी शाकाहारच उपयुक्त व सर्वश्रेष्ठ भोजन आहे.
- मांस भक्षण केल्याने मानसिक तणाव निर्माण होतात आणि शारीरिक असंतुलन निर्माण होते. मात्र, शाकाहारी भोजनाने मानसिक शांतता आणि शारीरिक संतुलन राखण्यास संपूर्ण मदत होते.

- मांस खाल्ल्यामुळे मांसाबरोबरच एसकेट्स, टिनोसोलियम आणि इतर परजीवी जीवजंतू व्यक्तीच्या शरीरात शिरतात आणि अनेक रोग निर्माण होतात. काही जनावरांचे मांस खाल्ल्याने झटक्यांचा किंवा फिट्सचा त्रास होतो. शिवाय, मॅड काऊसारख्या आजाराची शक्यताही असते.

जागतिक आरोग्य संघटनेच्या (WHO) मते, मांसाहारामुळे सुमारे १६० आजार होतात. शाकाहारी लोकांच्या तुलनेत मांसाहारी लोकांना अपचन, मलावरोध, आम्लपित्त, हर्निया, पित्ताशयाचे विकार, मूळव्याध यांचे त्रास होण्याचे प्रमाण दुप्पट असते.

एका शास्त्रीय अभ्यासानुसार; स्तनाचा कर्करोग, मोठ्या आतड्याचा कर्करोग, प्रोस्टेट कर्करोग यांचे प्रमाण मांसाहारी लोकांच्या तुलनेत शाकाहारी लोकांमध्ये ५० टक्क्यांनी कमी असते, कारण शाकाहारी भोजनात कर्करोगापासून बचाव करणारी तत्त्वे असतात आणि त्यांच्यामुळे रोगप्रतिकारक्षमता वाढते.

शाकाहारी लोकांना टक्कल पडणे, अल्सर, साखरेचा आजार; म्हणजेच मधुमेह, फिट्स येणे, उच्च रक्तदाब आदी रोग कमी प्रमाणात होतात.

आहारावर एक विशेष टिपणी

एका सर्वेक्षणानुसार, आपण रोज पाच रंगांचा शाकाहार केला पाहिजे. तंतुमय पदार्थयुक्त (फायबरयुक्त) आहार घेतला पाहिजे. तो पचनक्रियेसाठी साहाय्यक असतो आणि चयापचयाच्या व प्रदीर्घ गंभीर आजारांपासून वाचण्यातही तो महत्त्वपूर्ण भूमिका पार पाडतो. तंतूमय पदार्थ तर केवळ शाकाहारी भोजनातच सापडतात.

नियमितपणे आठ-दहा ग्लास पाणी प्यायले पाहिजे. त्यामुळे, लठ्ठपणापासून आणि त्याबरोबरच इतरही अनेक प्रकारच्या रोगांपासून बचाव होण्यास मदत होते. अष्टांग योगाचे नियमित पालन केले पाहिजे आणि पोटात सुयोग्य शाकाहारी भोजनच टाकले पाहिजे; कारण तुमचे शरीर तुमचे असते, त्यामुळे या बाबतीत दक्षता बाळगलीच पाहिजे.

कधीही समाप्त न होणाऱ्या सुखासाठी केवळ
निर्विकल्प ध्यानच उपयुक्त असते.
– राजीव जैन त्रिलोक

कोणत्या आजारात काय खावे? काय खाऊ नये?

आजार	काय खावे, काय प्यावे, काय करावे	काय खाऊ नये, काय पिऊ नये काय करू नये
मधुमेह	**धान्ये :** गहू, जवस आणि हरभरा यांच्या पिठाची भाकरी, कोंड्यासह पिठाची भाकरी, मोड आलेली कडधान्ये यांचे सेवन करावे आणि सहज पचणारे भोजन करावे. **भाज्या :** सॅलड्स, आंबट फळे, लिंबू, मेथी, कारले, पालक, सलगम (turnip), दुधी भोपळा, तोंडली, पडवळ, चवळी, मुळा, मुळ्याचा रस्सा, दोडके, टॉमेटोचा वापर अधिक करावा. **फळे :** जांभूळ, आवळा, संत्रे, काकडी, मोसंबी. **सुका मेवा** : कच्चे खोबरे, शेंगदाणे, अक्रोड, काजू इत्यादी. **मसाले** : आले, सुंठ, हळद, लसूण, धणे, दालचिनी, ओवा इत्यादी. **अन्य**: सोयाबीन, दही, ताक, मेथीचे दाणे यांचे सेवन करा. तसेच, पोट नेहमी साफ ठेवा. मलावरोध होऊ देऊ नये	भात, मांसाहार, दूध पावडर, शिंगाडा, तूप, तेल, लोणी, साखर, गूळ, मध, ग्लुकोज, मिठाया, जॅम, जेली, टॉफी, चॉकलेट, आइसक्रीम, आंबा, केळे, शीतपेये, चहा, कॉफी, रबडी, तीळ, बटाट्याच्या चिप्स, ढेमसे, बीट, उडीद डाळ, पुरी,पराठे, सामोसे, कचोरी, दारू, बर्फ, थंड पाणी, मैद्यापासून बनवलेले पदार्थ, मिरची, मसाले, जड भोजन आदींपासून दूर राहावे. भय, चिंता, अशांती यांपासूनही दूर राहावे.
उच्च रक्तदाब	**धान्ये** : काबुली चणा व इतर चणे, मोड आलेली धान्ये, गहू आणि चणा यांच्या पिठाची भाकरी (खूप चावून-चावून खावी). **भाज्या** : पडवळ, तोंडली, अरबी ढेमसे, अळू, दोडके, पुदिना, दुधी भोपळा, पालक, चवळी उकडलेल्या हिरव्या भाज्या यांचा वापर करावा. **फळे :** द्राक्षे, सफरचंद, संत्री, पेअर्स हे खावे. **अन्य** : अपानवायू मुद्रा आणि शवासन किंवा योगनिद्रा यांचा अवश्य सराव करावा.	मिरची, तिखट, मसाले, तळलेले पदार्थ, खारट, शिळे अन्न, मांसाहार, चहा, कॉफी, दारू, तंबाखू, मलईयुक्त दूध, लोणी, लोणचे, चटणी, चमचमीत भोजन यांचा पूर्ण त्याग करावा. जास्त मीठ खाऊ नये आणि पचनास जड आणि उत्तेजक पदार्थांपासून दूर राहावे.

आजार	काय खावे, काय प्यावे, काय करावे	काय खाऊ नये, काय पिऊ नये काय करू नये
कमी रक्तदाब	हलके आणि पचण्यास हलके असलेले पौष्टिक भोजन, सोयाबीनचे पदार्थ. दूध, बेदाणे, मनुका, बदाम, काजू, पिस्ता, खजूर, तूप, तीळ **फळे** : द्राक्षे, गाजर, सफरचंद, गोड फळे आणि त्यांचा रस **भाज्या** : सर्व प्रकारच्या भाज्या, सॅलेड, दह्याचे रायते. रोज रात्री पाण्यात ३२ बेदाणे भिजवावेत आणि सकाळी चावून खावेत.	उत्तेजक पेये : चहा, कॉफी जड, पौष्टिक नसलेले, तळलेले पदार्थ, शीतपेये, दारू, तंबाखू यांचा वापर करू नये. कमी रक्तदाब असताना डावीकडच्या नाकपुडीने श्वसन सुरू असेल, तर लगेच उजव्या नाकपुडीने श्वसन सुरू करावे आणि डाव्या कुशीवर झोपून आराम करावा. ↗
हृदयरोग	**धान्ये** : कोंड्यासह पिठाच्या भाकऱ्या, गव्हाचा दलिया, सोयाबीन आणि सोयाबीनची वडी सालीसकट मूगडाळ .मोड आलेली धान्ये, सालीसकट देशी चणा. **भाज्या** : दुधी भोपळ्याचे रायते, पालक, गाजर, मुळा, टॉमेटो,कारले, आले, धणे, चवळी, अळू, दोडके, पुदिना आदी. **फळे** : अननस, डाळिंब, द्राक्षे, जांभूळ, आवळा, सफरचंद .लिची, पेरू, लिंबू, मोसंबी, संत्रे, पपई, केळे, शहाळ्याचे पाणी. **तेल** : सूर्यफुलाचे तेल, सोयाबीनचे तेल, मोहरीचे फिल्टर तेल. ताजे गोड दही, गायीचे दूध, गूळ, बदाम, पिस्ता, ताक, कॅल्शियम, सोडियम आणि व्हिटॅमिन बी-१ युक्त आहार घ्यावा.	जड, पचण्यास अवघड आहार, मिरची, मसालेदार भोजन, लोणचे, पापड, चटणी, तूप, लोणी, वनस्पती तूप, नारळाचे तेल, मलई, मावा, रबडी, ढेमसे, खीर, आइसक्रीम, केक, चॉकलेट, पनीर, मटण, मांसाहार, दारू,बिस्किट, कडक चहा, कॉफी, तंबाखू, शीतपेये.

आजार	काय खावे, काय प्यावे, काय करावे	काय खाऊ नये, काय पिऊ नये काय करू नये
मलावरोध	**धान्ये** : मोड आलेली धान्ये, गव्हाच्या तृणांकुराचा रस, गहू, चणे आणि जवस आदी धान्ये एकत्र करून केलेल्या पिठाची भाकरी, दलिया, कोंड्यासह पिठाची भाकरी खूप चावून-चावून खावी. **डाळी** : सालासकट मूग डाळ, मिक्स डाळ, तूर डाळ. **हिरव्या भाज्या** : कारले, दुधी भोपळा, सॅलेड, मेथी, पालक, काकडी. **फळे** : अननसाचा रस, केळे, सफरचंद, पपई, डाळिंब, गाजर, पेरू, आंबा, टरबूज, खरबूज, लिंबू आणि शहाळ्याचे पाणी. लवंग किंवा गूळ खा. फळांचा रस अधिक प्रमाणात घ्या. त्रिफळा चूर्ण किंवा मेथीचे दाणे रात्री झोपताना घ्यावे.	फक्त गव्हाच्या पिठाची पोळी, शिळे, थंड, पचायला जड, तळलेले, मसालेदार पदार्थ मिठाई, तिखट, मसाले, मसूर डाळ, हरभरा डाळ, उडीद डाळ, अळू, भेंडी, वांगे, कांदे, मुळा, मांसाहार आणि पुनःपुन्हा पोटभर जेवण, अधिक प्रमाणात चहा, कॉफी पिणे.
कावीळ	हलके, सहज पचणारे आणि ताजे भोजन **धान्ये** : तांदूळ, दलिया, खिचडी, बाजरी, जवस, गहू यांच्या कोंड्यासह पोळी. साबुदाण्याची खीर किंवा रव्याची खीर. **डाळ** : मूग, मसूर, तुरीची पातळ डाळ. **भाज्या** : मुळा, दुधी भोपळा, कारले, काकडी, पुदिना, फ्लॉवर, पालक कोथिंबीर, मेथी, दोडके, गाजर, टोमॅटो.**फळे** : पपई, टरबूज, खरबूज, आवळा, चिक्कू, खजूर, द्राक्षे, डाळिंब, मोसंबी, सफरचंद, संत्रे. **पेय पदार्थ** : मलई काढलेले दूध, उसाचा रस, फळांचा रस, उकळलेले पाणी, लिंबाचा रस असलेल्या पाण्याचा अधिकाधिक वापर करा आणि शहाळ्याचे पाणी प्या.	जड आणि पचण्यास त्रासदायक अन्न, मिरची-मसाले, खारट, आंबट पदार्थ, लोणचे, मैद्याचे पदार्थ, तेल, तूप, मांसाहार, बेसन, दूध, मिठाया, हिंग, अळू, उडीद डाळ, साखर, गूळ, चहा, कॉफी, तंबाखू, दारू आणि डबाबंद पदार्थांचे भोजन.

आजार	काय खावे, काय प्यावे, काय करावे	काय खाऊ नये, काय पिऊ नये काय करू नये
हगवण किंवा डायरिया	ओ.आर.एस.चे द्रावण, दही, भात, खिचडी, भाताची पेज, मूग डाळ, आरारूट, साबुदाण्याची खीर, ताक, दुधी भोपळ्याचे रायते, दह्याची लस्सी, केळे, लिंबू, मोसंबी, संत्रे, डाळिंबाचा रस, उसाचा रस, पपई, सफरचंद.	शिळे, तळलेले, जड, पचण्यास त्रासदायक सर्व पदार्थ
हिवताप	सात्त्विक आणि पचनास हलके अन्न खावे. ताप उतरल्यावर साबुदाण्याची खीर, भाताची पेज, द्राक्षे, जुन्या तांदळाचा भात, रव्याची खीर, हलके दूध, कच्चे केळे, दोडके, केळफुलाची भाजी यांचा आहारात वापर करा. गरम पाण्यात लिंबू आणि साखर घालून ते प्यावे. हिवतापाच्या ऋतूत तुळशीची चार पाने आणि चार काळी मिरी बारीक वाटून गोळी तयार करून रोज घेतल्याने हिवताप होण्याची शक्यता दूर होते.	जड, पचनास त्रासदायक, मसालेदार भोजन, (मलेरिया).मांसाहार, दारू आणि थंड प्रकृतीच्या सर्व गोष्टी
विषमज्वर (टायफॉईड)	तापाच्या सुरुवातीच्या स्थितीत बार्ली, साबुदाणा, आरारूट, पाणी (फाटलेल्या किंवा नासलेल्या दुधाचे पाणी), बिस्किट, एक लीटर पाण्यात आठ-दहा लवंगा घालून उकळा आणि नंतर ते पाणी गाळून थंड झाल्यावर प्या. चहा, कॉफी कमी प्रमाणात प्या. एक ग्रॅम दालचिनी वाटून पाकातून दिवसातून दोन वेळा घ्यावी. यामुळे विषमज्वरापासून बचाव होऊ शकतो.	जड आणि तिखट-मसाल्याचे भोजन,पोटात गॅस निर्माण करणारे भोजन, उघड्यावरचे दूषित खाद्यपदार्थ आणि दूषित जल यांचे सेवन करू नका.

एक म्हण

पोट हलके तर डोके हलके; पोट जड तर डोके जड,
पोट बिघडले तर सारे काही बिघडले; पोट साफ तर रोग माफ.

आजार	काय खावे, काय प्यावे, काय करावे	काय खाऊ नये, काय पिऊ नये काय करू नये
शीघ्रपतन	पचण्यास अधिक हलके भोजन करावे. झोपताना सफेद मुसलीची पूड टाकून दूध प्यावे. सुका मेवा खावा. केळे, सफरचंद, जांभूळ आणि नैसर्गिक गोड पदार्थ खावेत.	मलावरोध होऊ देऊ नये. उत्तेजक पदार्थ टाळावे वाईट विचारांपासून दूर राहावे. रात्री उशिरापर्यंत जागू नये. तेल, गरम मसाले आणि मांसाहार यांचा त्याग करावा. संध्याकाळी आंबट पदार्थ खाऊ नयेत.
गुडघ्याचे दुखणे आणि गुडघ्याचे रोग	कोंडायुक्त गव्हाच्या पिठाची पोळी खावी. जवसाची रोटी खावी. सातू, शेवग्याच्या शेंगा, ताज्या फळांचा रस, कारले, हिरवा मटार, कुळीथ, सलगम (turnip), बीट, जुना भोपळा, आले, आंबा, सफरचंद, खरबूज, टरबूज, पपई, द्राक्षे, काकडी, शहाळ्याचे पाणी, नासपती (pear), गाजर, वेलची आणि ऊस चावून खाणेही लाभदायक ठरते. अनेक वेळा थोडे थोडे गरम पाणीही प्यावे.	सुपारी, गुटखा, पचण्यास जड असे भोजन : उदाहरणार्थ, खारट पदार्थ, चटणी, पापड, लोणचे, चहा-कॉफी, दारू, बिअर, सोडा, शीतपेये, मांसाहार, पालक, वांगी, टोमॅटो, मुळा, सुरण,कांदे, भेंडी, बीट, भात, बेदाणे, मनुका, सुकामेवा, दूध व दुग्धजन्य पदार्थ, दही, पनीर, लोणी, चॉकलेट, जास्त सोडियम असलेले खाद्यपदार्थ, डबलरोटी, केक, पेस्ट्री आदी.
मायग्रेन	पचायला हलका आहार घ्यावा. खडीसाखर घातलेला दही भात सकाळ-संध्याकाळ जेवणात घ्यावा. गायीच्या ताज्या तुपाचे दोन ते चार थेंब सकाळ-संध्याकाळ नाकात टाकल्याने फायदा होतो. मोहरीच्या तेलाचे सात ते आठ थेंब दुखऱ्या भागाच्या बाजूला नाकात टाकल्याने लाभ होतो. सूर्योदयाआधी गरम दुधाबरोबर शुद्ध तुपात बनवलेल्या जिलब्या किंवा रबडी खावी. साखर, मीठ, जिरे पावडर यांनी बनवलेले लिंबू सरबत जेवणानंतर प्याव. जेवणाआधी सकाळ-संध्याकाळ एक कप द्राक्षाचा रस प्यावा. हिंग, सुंठ, मोहरीचे तेल, तुळस आदींचे सेवन करावे आणि यथाशक्ती ब्रह्मचर्याचे पालन करावे.	मांसाहार करू नये. उशिरा पचणाऱ्या आहाराचा त्याग करावा. लघवी, शौच, शिंक आदी क्रिया रोखू नयेत. उशिरापर्यंत झोपू नये आणि जागरणही करू नये. जेवणानंतर आंबट, तिखट आदी पदार्थांचा त्याग करावा. सतत चहा-कॉफी पिऊ नये. तूर डाळ, गरम मसाले, आणि गरम प्रकृतीच्या पदार्थांचे सेवन करू नये.

आजार	काय खावे, काय प्यावे, काय करावे	काय खाऊ नये, काय पिऊ नये काय करू नये
अस्थमा (दमा)	**धान्ये :** साधे, सहज पचणारे भोजन, कोंडायुक्त पिठाची भाकरी, पोळी, दलिया, मुगाची डाळ. **भाज्या :** उकडलेल्या भाज्या, पालक, दोडके, मेथी, सलगम (turnip), कारले, कोथिंबीर, पुदिना, चवळी, आले, ढेमसे, शेवग्याच्या शेंगा. **फळे :** पपई, चिक्कू, डाळिंब, गाजर, केळे, टरबूज, खरबूज, गूळ, द्राक्षे,बेदाणे, खजूर. **इतर :** हळद, सैंधव मीठ, छोटा वेलदोडा, चणे, लवंग, कॉफी, टाकणखार आणि ज्येष्ठमध बारीक वाटून गरम पाण्याबरोबर घ्यावा. उद्‌गीथ प्राणायाम करावा.	मिठाई, खारट पदार्थ, मैदा, तेल, भात, दही, अंडे, दूध, ताक, तूप, आमसूल, चिंच, शिळे अन्न, दारू, शीतपेये, बर्फ, आइस्क्रिम, उडदाची डाळ, बदाम, खोबरे, आंबवलेले पदार्थ, थंड पाणी, जड आणि पचण्यास कठीण भोजन, मुळा, केळे, तंबाखू. याखेरीज धूळ आणि धूर यांपासून दूर राहावे. कोणत्याही कफजन्य वस्तूचे सेवन करू नये.
ॲनिमिया (रक्तक्षय)	गहू, चणे, मुगाच्या मोड आलेल्या डाळीत लिंबू पिळून नाश्त्यात घ्या. सकाळ-संध्याकाळ गूळ-शेंगदाणे खा. आणि सोयाबीन खा. दूध आणि खजूर यांचे सेवन करा. पालक, मोहरी, चवळी, मटार, मेथी, सलगम (turnip),बीट, कोथिंबीर, पुदिना, टोमॅटो, पपई, द्राक्षे, डाळिंब, केळे, पेरू, सफरचंद, चिक्कू, लिंबू, धान्ये.डाळी, मनुका, बेदाणे, सुकलेली बोरे, गाजर, खजूर, संत्रे, आवळा, मुळ्याची पाने इत्यादी.	जड, पचायला त्रासदायक अन्न, तळलेले, तिखट, मसालेदार भोजन,दारू, तंबाखू, गुटखा, चहा, कॉफी, शीतपेये, मीठ, मांसाहार.

अनियमित मासिक पाळीसाठी :
काय खावे, काय प्यावे, काय करावे?

अनियमित मासिक पाळीमध्ये दोन प्रमुख समस्या असल्याचे समोर येते :

१. मासिक पाळीत अडथळे येणे. २. मासिक पाळीत अधिक स्राव होणे.

अनियमित मासिक पाळीत खालील आहार घेऊ शकता :

खोबरे : खोबरे खाल्ल्याने चांगला रक्तस्राव होतो.

मटार : मासिक पाळीतील अडथळे दूर होतात.

तुळस : तुळशीची मुळे सावलीत वाळवून वाटावीत. ती पाव चमचा पूड तुळशीच्या पानावर ठेवून खाल्ल्याने पाळीचा अनावश्यक रक्तस्राव बंद होतो. संतुलित भोजन करावे. लिंबू, मोसंबी, गरम चहा, कॉफी, गाजर, मोहरी, बडीशेप आदी पदार्थांचे सेवन करावे.

मासिक स्राव कमी करण्यासाठी :

डाळिंबाच्या सुकलेल्या साली वाटून चाळून घ्या. एक चमचाभर पूड बऱ्यापैकी थंड असलेल्या पाण्यात घालून प्या. यामुळे रक्तस्राव बंद होतो. हिंग खाणेही लाभदायक ठरते.

काय खाऊ नये, काय पिऊ नये, काय करू नये? : तेलकट, जड आणि जास्त तिखटाचे, मसालेदार जेवण, लोणचे, गोड पदार्थ, पॉलिश केलेले तांदूळ, मांसाहार आदी. अधिक कामक्रीडेपासून, वासनेपासूही दूर राहावे.

लठ्ठपणा दूर करण्यासाठी : सकाळी रिकाम्या पोटी रोज अर्ध्या लिंबाच्या रसाबरोबर दोन ग्लास पाणी प्यावे. रात्री तांब्याच्या भांड्यात पाणी भरून ठेवावे आणि सकाळी तेच पाणी प्यावे. जेवणात गव्हाचा दलिया, दुधी भोपळ्याची भाजी, पडवळ, पालक, कुळीथ आणि सॅलड्स यांचा जास्तीतजास्त वापर करावा. टोमॅटोचे सूप, दुधी भोपळ्याचा रस आणि ताक यांचा रोज आहारात समावेश करावा. नेहमी साधे, संतुलित आणि सहज पचणारे भोजन घ्यावे. रोज सकाळी फिरायला जावे. नियमितपणे हलके व्यायाम, योगाभ्यास आणि प्राणायाम करावा. स्थूलपणा वाढवणाऱ्या थायरॉईडसारख्या अवयवांकडे अधिक लक्ष पुरवावे. आळस सोडून द्यावा. क्षमतेनुसार जास्तीतजास्त काम अवश्य करावे.

काय खावे, काय करू नये, काय पिऊ नये : तुपात - तेलात तयार केलेले खाद्यपदार्थ, जड जेवण, मिठाई, भात, बटाटे, केळे, मांसाहार, दारू, चहा, शीतपेये, दिवसा विश्रांती घेणे, रात्री भोजन केल्यानंतर लगेच झोपणे, सकाळी उशिरा उठणे, आळसात राहणे आदी गोष्टींचा संपूर्णतः त्याग करावा.

सूचना : कोणत्या आजारात काय खावे, काय खाऊ नये या बाबींविषयी वर सर्वसामान्यपणे माहिती देण्यात आली आहे. आपल्या शरीराचा विचार करून तारतम्याने या पदार्थांचा वापर करा.

अधिक माहितीसाठी किंवा साहाय्यासाठी लेखकाशीही संपर्क साधू शकता.

वात, पित्त आणि कफ यांच्यामुळे शेकडो रोगांची उत्पत्ती होते. म्हणून इथे काही गोष्टी सांगणार आहोत. त्या लक्षात ठेवण्याजोग्या आहेत.

आजार	काय खावे, काय प्यावे, काय करावे?	काय खाऊ नये, काय पिऊ नये, काय करू नये?
वात	गायीचे दूध, गायीचे तूप, खडीसाखर, आले, पडवळ, दुधी भोपळा.चाकवत, चवळी, द्राक्षे, पपई, गव्हाची चपाती, उडीद, मोहरी, जुना तांदूळ गरम पदार्थ, गोड, आंबट, खारट पदार्थ, मेथीचे दाणे, वेलची हिरडा हे पदार्थ खावेत.	कडू पदार्थ, तिखट पदार्थ, शिळे अन्न, डबाबंद पदार्थ, फास्टफूड, कोल्डड्रिंक्स, चण्याची डाळ, तळलेले पदार्थ, हरभऱ्याची भाजी, मसूर डाळ, मटार, फ्लॉवर, चहा, कॉफी,दारू, मांसाहार, मादक द्रव्ये.
पित्त	गोड, थंड पदार्थ, थंड पाणी, सातू, मूग, मसूर, गायीचे दूध, गायीचे तूप. गोड लस्सी, दोडके, ढेमसे, काकडी, कोथिंबीर, पुदिना, लिंबू, लिंबू सरबत, टरबूज, सफरचंद, डाळिंब, आवळा, बेहडा, गुलकंद, पेठा.	उडीद डाळीपासून तयार करण्यात आलेले पदार्थ आंबट, गोड, गरम प्रकृतीचे पदार्थ, मांसाहार, दारू, कॉफी, उष्ण वातावरणात राहू नये आणि अधिक परिश्रमही करू नयेत.
कफ	जुन्या गव्हाचे पीठ, मूग, हरभरा, मसूर, जवाची भाकरी, शेळीचे दूध, गाजर, सफरचंद, टरबूज, सुका मेवा, सुंठ, आवळा, काळी मिरी हळद, लवंग, तुळस कोमट पाणी.	आंबट, गोड, खारट, जड भोजन, शिळे अन्न, नवीन गहू, नवीन तांदूळ, तूप, लोणी, म्हशीचे दूध, ऊस, बटाटा, वांगे, केळे, पेरू, मांसाहार, दारू यांचे सेवन करू नये.

या सर्व गोष्टींखेरीज आणखीही एक गोष्ट लक्षात ठेवावी :

'अत्यंत महत्त्वपूर्ण बाब म्हणजे : **होटल →** 'हो' सके तो 'टल'. म्हणजेच, शक्य झाल्यास हॉटेलमध्ये खाणे टाळा.

कोणत्या महिन्यात काय खावे?

प्राचीन वाक्प्रचार	क्र. महिना	खावे किंवा करावे
चैत चना, बैशाखे बेल	१. चैत्र (मार्च-एप्रिल)	चणे किंवा हरभरे
जेठे शयन, आषाढे खेल.	२. वैशाख (एप्रिल-मे)	बेल
सावन हरे, भादों तिल	३. ज्येष्ठ (मे-जून)	झोप किंवा शयन
कुवार मास गुड सेवै नित	४. आषाढ (जून-जुलै)	खेळ
कार्तिक मूली अगहन तेल	५. श्रावण (जुलै-ऑगस्ट)	हिरडा
पूस करे दूध से मेल.	६. भाद्रपद (ऑगस्ट-सप्टेंबर)	तीळ
माघ मास घी-खिच्चड	७. आश्विन (सप्टेंबर-ऑक्टोबर)	गूळ
खाय	८. कार्तिक (ऑक्टोबर-नोव्हेंबर)	मुळा
फागुन उठ नित प्रात नहाय	९. मार्गशीर्ष/अगहन (नोव्हेंबर-डिसेंबर)	तेल
	१०. पौष (डिसेंबर-जानेवारी)	दूध
	११. माघ (जानेवारी-फेब्रुवारी)	तूप-खिचडी
	१२. फाल्गुन (फेब्रुवारी-मार्च)	पहाटे स्नान

कोणत्या महिन्यात काय खाऊ नये?

प्राचीन वाक्प्रचार	क्र. महिना	खाऊ नये, करू नये
चैते गुड, बैशाखे तेल	१. चैत्र (मार्च-एप्रिल)	गूळ
जेठ के पंथ, आषाढे बेल	२. वैशाख (एप्रिल-मे)	तेल
सावन साग न भादों मही	३. ज्येष्ठ (मे-जून)	हिंडणे-फिरणे
क्वार करेला कातिक दही	४. आषाढ (जून-जुलै)	बेल
अगहन जीरा पुसै धना	५. श्रावण (जुलै-ऑगस्ट)	हिरव्या भाज्या, सातू.
माघै मिसरी फागुन चना	६. भाद्रपद (ऑगस्ट-सप्टेंबर)	ताक
जो कोई इतने परिहरै	७. आश्विन (सप्टेंबर-ऑक्टोबर)	कारले
ता घर बैद पैर नहि धरै	८. कार्तिक (ऑक्टोबर-नोव्हेंबर)	दही
	९. मार्गशीर्ष/अगहन (नोव्हेंबर-डिसेंबर)	जिरे
	१०. पौष (डिसेंबर-जानेवारी)	कोथिंबीर
	११. माघ (जानेवारी-फेब्रुवारी)	खडीसाखर
	१२. फाल्गुन (फेब्रुवारी-मार्च)	हरभरा किंवा चणा

वर केलेले वर्णन जुन्या वाक्प्रचारांनुसार केले आहे. त्यामुळे त्याचा उपयोग पैसा, क्षेत्र, काळ आणि शारीरिक स्थिती यांचा विचार करून तारतम्याने करावा.

मानवी शरीररचना आणि शरीरक्रिया विज्ञान

मानवी शरीर ही एक अद्भुत रचना आहे, ती परमेश्वराची अनमोल देणगी आहे आणि सत्कर्मांची भेट आहे.

या प्रकरणात मानवी शरीर आणि त्याच्याशी संबंधित क्रिया यांचा अभ्यास करण्यात येणार आहे. योगाशी संबंधित आसनांमध्ये तो साहाय्यभूत ठरेल.

स्नायू, ग्रंथी, पाठीचा कणा यांच्यावर योगासनांचा पडणारा विशेष प्रभाव आपण आधी पाहिला आहेच. त्यामुळे, आता या विलक्षण शरीराला समजून घेण्यासाठी या प्रकरणात संक्षिप्त माहिती दिली आहे.

शरीररचना विज्ञान (Anatomy)

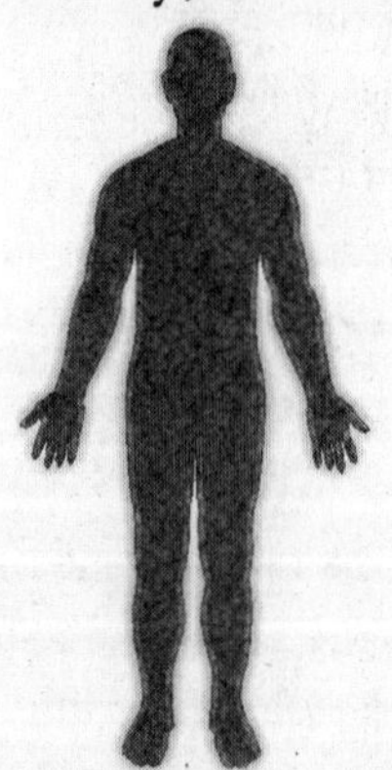

मानवी शरीर अनेक सूक्ष्म पेशींनी बनलेले आहे. या पेशी एकत्र आल्या की, त्यांचा समूह तयार होतो. त्यांनाच ऊती (tissue) म्हणतात. ऊतींनी स्नायूंची निर्मिती होते. अशा प्रकारे, विविध प्रकारचे स्नायू इतर सर्व ग्रंथींची आणि अवयवांची निर्मिती करतात. त्यांच्या साहाय्याने आपण शरीराला सहा भागांत विभागून त्यांचे स्वतंत्रपणे अध्ययन करू शकतो.

उदाहरणार्थ : डोके, मान व गळा, हात, पाय, पोट आणि छाती

डोके (Head)

डोक्याच्या सांगाड्याला कवटी (skull) असे म्हणतात. कवटी अनेक हाडांनी बनते. कवटीमध्ये दोन हाडांचा सांधा असतो. एक असतो क्रॅनियम (cranium) आणि दुसरा मॅंडिबल (mandible) म्हणजे जबडा. क्रॅनियममधील पोकळ भागाला 'ब्रेन बॉक्स' म्हणतात. त्यामध्ये मेंदू असतो.

गळा आणि मान (Neck)

गळा (neck) आपल्या डोक्याला धडाशी जोडतो. त्यामध्ये बरेचसे अवयव असतात. उदाहरणार्थ, थायरॉईड ग्रंथी, पॅराथायरॉईड ग्रंथी, थायमस ग्रंथी, धमन्या (आर्टरीज), शिरा (व्हेन्स), नसा (नर्व्हज), श्वासनलिका (ट्रॅकीया), अन्ननलिका (इसोफॅगस) इत्यादी.

बाहू (Upper limbs)

आपल्या हाताची रचना अशा प्रकारे असते :

१. खांदे
२. हात किंवा प्रबाहू
३. उपभुजा
४. तळहात

खांद्याला तीन भागांत विभाजित केले जाते.

१. वक्ष किंवा छातीशी संबंधित भाग (Pectoral region) २. काख (Auxillary region) ३. खांद्याचे हाड (Scapula)

पाय (Lower limbs)

सर्वसामान्यपणे सर्व जनावरे हातांचा आणि पायांचा वापर चालण्यासाठी करतात. त्याउलट, माणूस चालण्या-फिरण्यासाठी केवळ आपल्या पायांचा वापर करतो.

पायाची रचना मुख्यतः खालील अवयवांद्वारे करण्यात आली आहे.

१. पेल्व्हिक गर्डल (Pelvic girdle) – खुब्याचे हाड (Hip bone) + त्रिकास्थी (Sacrum) + पाठीच्या कण्याचा शेपटीसारखा भाग (Coccyx)
२. मांडीचे हाड (Femur)
३. गुडघ्याखालचे पायाचे मोठे हाड (Tibia) आणि पायाच्या मागील भागातील हाड (Fibula)
४. गुडघा आणि पायाची कमान यांतील हाडे. ही सात असतात. (Foot-tarsal) आणि (metatarsals)

पोट (Abdomen)

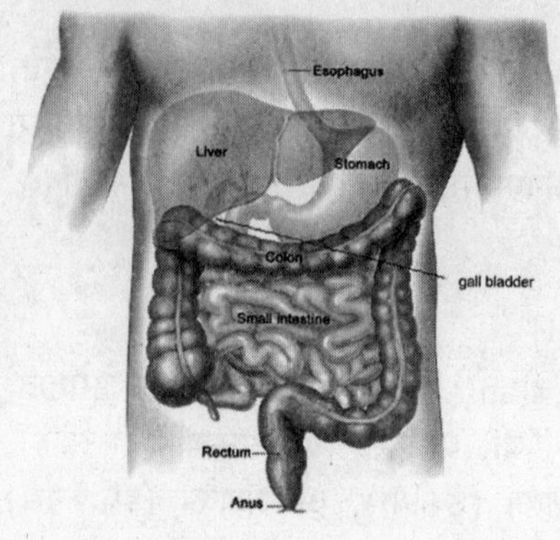

पोट हा शरीराचा खूप मोठा आणि महत्त्वपूर्ण भाग आहे. तो अनेक अवयवांनी बनलेला असतो. उदाहरणार्थ, यकृत (Liver), स्वादुपिंड किंवा क्लोम ग्रंथी (Pancreas), आमाशय (Stomach), लहान आणि मोठे आतडे (Lntestine - small & large), प्लीहा (Spleen), महिलांमध्ये गर्भाशय आणि रजःपिंड (Uterus & Overies), असतात; तर पुरुषांमध्ये वीर्यपिंड (Testies) असे अवयव असतात.

छातीचा पिंजरा (Thorax)

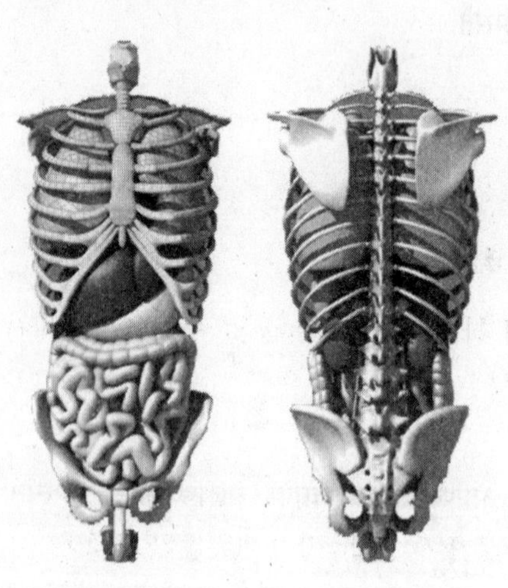

हा भाग गळ्याच्या खालच्या भागापासून सुरू होतो आणि झिफॉईड प्रोसेस ऑफ स्टर्नमपर्यंत असतो. छातीच्या पिंजरा ही हाडांची एक रचना असते. ती फासळ्यांनी बनलेली असते. हा पिंजरा समोरच्या बाजूला स्टर्नमशी आणि पाठीमागच्या बाजूला पाठीच्या कण्याशी जोडला गेलेला असतो. त्याच्या आत हृदय आणि फुप्फुसे असतात. हे अवयव अनुक्रमे श्वसन आणि रक्ताभिसरण या क्रियांना नियंत्रित करतात.

कवटीतील वायुपोकळ्या (Air Sinuses In The Skull)

डोक्याच्या हाडांमध्ये काही पोकळ्या आढळतात. त्यांच्यामध्ये वायू भरलेला असतो. त्यांना वायुपोकळ्या; म्हणजेच एअर सायनसेस असे म्हटले जाते.

फ्रंटल, स्फिनॉईड, एथमॉयडल आणि मॅक्झिलरी (Frontal, Spenoid, Ethmoidal, Maxillary) या ठिकाणी त्या जास्त प्रमाणात आढळतात. या सर्व पोकळ्या नाकात उघडतात. त्यांच्यामुळे स्वराचा प्रतिध्वनी निर्माण होतो. तसेच चेहऱ्यावरचा आणि कपाळावरचा भारही कमी होतो.

वायुपोकळ्यांचा क्षोभ (Sinusitis)

नाकातून जाणारा वायू या पोकळ्यांमध्ये पोहोचतो. त्यामुळे या पोकळ्यांमध्येही हालचाल निर्माण होते आणि त्यांना सूज येते. त्यामुळे त्यांच्यामध्ये दाह निर्माण होतो. यालाच वायुपोकळ्यांचा क्षोभ किंवा सायन्युसायटिस असे म्हटले जाते. या रोगात डोक्यात आणि विशेषतः ज्या ठिकाणी एखादी वायुपोकळी असते तिथे वेदना होतात आणि सर्दी टिकून राहते. रोग जुनाट झाल्यावर नाकपुडीतून स्राव बाहेर पडू लागतो. त्यामुळे दुर्गंधी येते. त्यालाच तीव्र क्षोभ किंवा क्रोनिक सायन्युसायटिस असे म्हणतात.

सांधे– संस्था (Articular System)

दोन किंवा दोनांहून अधिक हाडे एकमेकांशी जुळली की, त्याला 'सांधा' असे म्हणतात. सांध्यांच्या अभ्यासाला सांधेविज्ञान (Arthrology) असे म्हणतात. हाडे, कुर्चा (Aartilages), अस्थिबंधन (Ligaments), तंतुमय ऊती (fibrous tissue) आणि श्लेषक कला (Synovial Membranes) यांनी सांधे बनलेले असतात. सांध्यांचे तीन वर्गांमध्ये वर्गीकरण केले जाते.

१. तंतुमय सांधे (Fibrous Joints)

२. उपास्थि सांधे (Cartilaginous Joints)

३. सांध्यांच्या किनाऱ्यावरचे पेशीबंधन (Synovial Joints)

वात रोग : (गाऊट किंवा गाठी होणारा रोग) : या आजारात रक्तातील युरीक आम्लाचे प्रमाण आत्यंतिक वाढते आणि सांध्यांमध्ये सोडियम युरेटचे कण जमा होतात. त्यामुळे सांध्यांचा क्षोभ किंवा दाह होतो.

सर्वसामान्यपणे पायांची बोटे आणि अंगठे यांच्यापासून या रोगाची सुरुवात होते. पायांना सूज येते. ताप येतो. हात–पाय दुखतात. तसेच घामही येतो.

शरीरक्रिया विज्ञान

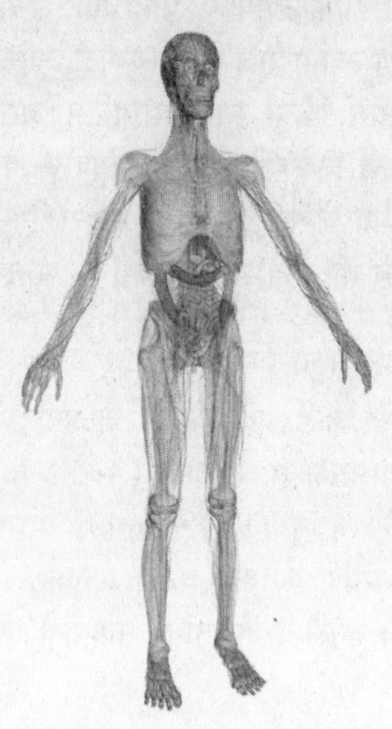

विभिन्न प्रकारच्या संस्था आपल्या शरीराचे संचालन करतात. वेगवेगळी कार्ये करण्यासाठी वेगवेगळ्या संस्था काम करतात. उदाहरणार्थ, संपूर्ण शरीरात रक्ताभिसरण व्हावे यासाठी 'रक्ताभिसरण संस्था' काम करते. त्याप्रमाणेच इतर सर्व संस्थाही आपापल्या ठिकाणी कार्यरत असतात.

आपल्या शरीराद्वारे जेवढ्या क्रिया केल्या जातात, त्यांचे संचालन करण्याचे कार्य या संस्थाच करतात.

विविध संस्थांची नावे

१. रक्ताभिसरण संस्था (Circulatory System)

२. लसिका संस्था (Lymphatic System)

३. आंतरद्रव्य जालिका संस्था (R.E. System)

४. पचनसंस्था (Digestive System)

५. श्वसनसंस्था (Respiratory System)

६. अंतःस्रावी संस्था (Endocrine System)

७. मूत्रसंस्था (Urinary System)

८. प्रजनन किंवा पुनरुत्पादन संस्था (Reproductive System)

९. मज्जासंस्था (Nervous System)

रक्ताभिसरण संस्था (Circulatory System)

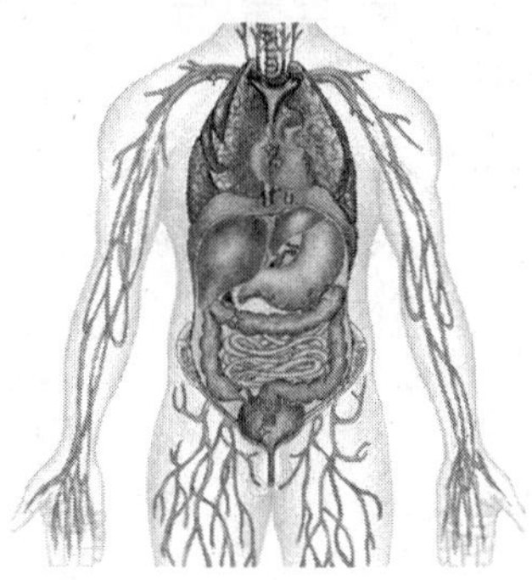

हृदय हा या संस्थेचा प्रमुख, मूलभूत अवयव आहे. शरीरभर पसरलेल्या आणि शरीराच्या सर्व भागांत रक्ताभिसरण करणाऱ्या सर्व रक्तवाहिन्या हृदयाशी जोडल्या गेलेल्या असतात.

आपल्या शरीरात दोन प्रकारच्या रक्तवाहिन्या असतात.

१. धमन्या (Arteries) २. शिरा (Veins)

हृदयाची स्थिती

हृदय हे छातीत फुप्फुसांच्या मधल्या आणि स्टर्नमच्या मागच्या भागात मीडियास्टिनममध्ये असते. डाव्या बाजूला त्याचा मोठा भाग असतो.

हृदयचक्र (Cardiac Cycle)

हृदय हे एखाद्या पंपासारखे असते. हृदयाद्वारेच संपूर्ण शरीरातील रक्ताभिसरणाशी संबंधित क्रिया पार पाडल्या जातात. या सर्व क्रियांना सामुदायिक रूपात हृदयचक्र असे म्हटले जाते. हृदयाची क्रिया सायनस आर्टेरियम नोडपासून सुरू होते आणि संपूर्ण हृदयातून ती जवनिकांपर्यंत (ventricle) पर्यंत पोहोचते. आर्टेरियम आणि व्हेंट्रिकल यांच्या क्रियांना दोन भागांत विभाजित केले जाते. आकुंचन (systol) आणि प्रसरण (diastole). आकुंचनात हृदयाच्या पेशी खेचल्या जातात आणि प्रसरणाच्या स्थितीत रक्त हृदयातून बाहेर पडते. त्याबरोबरच हृदय रक्ताने भरून फुलून जाते.

हृदयध्वनी (Heart Sounds)

व्हेंट्रिकल्स आकुंचित झाल्यावर ॲट्रियल व्हेंट्रिक्युलर व्हॉल्व्ह निष्क्रिय होऊन बंद होतात. ते बंद होत असताना जो ध्वनी किंवा आवाज होतो, त्याला प्रथम 'हृदयध्वनी' (फर्स्ट हार्ट साऊंड) असे म्हणतात. हा आवाज 'लब्ब' असा येतो. व्हेंट्रिकल्सचे आकुंचन समाप्त झाले की, महाधमनी म्हणजेच ॲओर्टा आणि फुप्फुसाचा ॲऑर्टिक व्हॉल्व्ह किंवा सेमीसर्क्युलर व्हॉल्व्ह बंद होतात. त्या वेळी दुसरा हृदयध्वनी (सेकंड

हार्ट साऊंड) ऐकू येतो. तो 'डब' असा ऐकू येतो. हृदयाच्या या संपूर्ण कार्यप्रणालीला हृदयाची धडधड (हार्ट बीट) असे म्हटले जाते. त्यामुळे हृदय चांगल्या प्रकारे, सुरळीतपणे कार्य करत असल्याचे समजते.

नाडी (Pulse) **म्हणजे काय?**

ज्या वेळी धमन्यांमध्ये दाबाचा आवेग निर्माण होतो आणि त्याबरोबरच हृदयातून रक्त बाहेर फेकले जाते, त्या वेळी या आवेगाची एक लहर जाणवते. तिलाच 'नाडी' असे म्हणतात. आपण रेडियल आर्टरीमध्ये मोठ्या प्रमाणात नाडी तपासतो. तसे पाहता, ब्रॅकियल आर्टरी, पॉप्लिटियल आर्टरी, फिमोरल आर्टरी, डॉर्सलिस पेडीस आर्टरी यांच्यामध्येही नाडी लागते. प्रौढ व्यक्तींमध्ये नाडीची आदर्श गती सर्वसामान्यपणे प्रति मिनिट ७२ असली पाहिजे आणि नवजात अर्भकात ती प्रति मिनिट १४० असली पाहिजे. आपल्या संपूर्ण शरीरात सुमारे पाच लीटर एवढे रक्ताचे प्रमाण असते.

रक्तदाब (Blood Pressure)

रक्तवाहिन्यांमधून (धमन्यांमधून आणि शिरांमधून) वाहणारे रक्त रक्तवाहिन्यांच्या भित्तिकांवर जेवढा पार्श्विक (कडांच्या दिशेने) किंवा लॅटरल दाब टाकते, त्याला 'रक्तदाब' किंवा 'ब्लडप्रेशर' असे म्हटले जाते. रक्तदाबाचे मापन करण्यासाठी स्फिग्नोमेनोमीटरचा वापर केला जातो. रक्तदाब वाढला, तर त्याला 'हायपरटेन्शन' किंवा 'उच्च रक्तदाबाचा विकार' असे म्हटले जाते आणि रक्तदाब कमी झाला, तर त्याला 'हायपोटेन्शन' किंवा 'कमी रक्तदाबाचा विकार' असे म्हटले जाते. सहाव्या संयुक्त राष्ट्रीय समितीने (Sixth Joint National Committee) उच्च रक्तदाब समजून घेण्यासाठी किंवा त्याचे वर्गीकरण करण्यासाठी खाली दिलेले निकष स्वीकारले आहेत.

जेएनसी VI **रक्तदाबाच्या वर्गीकरणासाठीचे निकष**

वर्ग	सिस्टोलिक मि.मी. एचजी	डायस्टोलिक मि.मी. एचजी
ऑप्टिमल	१२०	८०
नॉर्मल	१३०	८५
हाय नॉर्मल	१३०-१३९	८५-८९
स्टेज-१ उच्च रक्तदाब	१४०-१५९	९०-९९
स्टेज-२ उच्च रक्तदाब	१६०-१७९	१००-१०९
स्टेज-३ उच्च रक्तदाब	१८०	१००

पचनसंस्था (Digestive System)

पचनसंस्थेमध्ये अनेक अवयव असतात. पोषणाचे कार्य करण्यासाठी खालील अवयव साहाय्यभूत ठरतात.

१. तोंड किंवा मुख (Mouth)

२. फॅरिन्क्स (नासिका मार्ग आणि मुख यांना घशाशी जोडणारा घशाच्या वरच्या टोकाचा मृदू भाग घशाची पोकळी. (Pharynx)

३. अन्ननलिका (Oesophagus)

४. जठर किंवा आमाशय (Stomach)

५. लहान आतडे (Small Intestine)

६. मोठे आतडे (Large Intestine)

७. मलाशय (Rectum)

८. गुदद्वार (Anus)

९. यकृत (Liver)

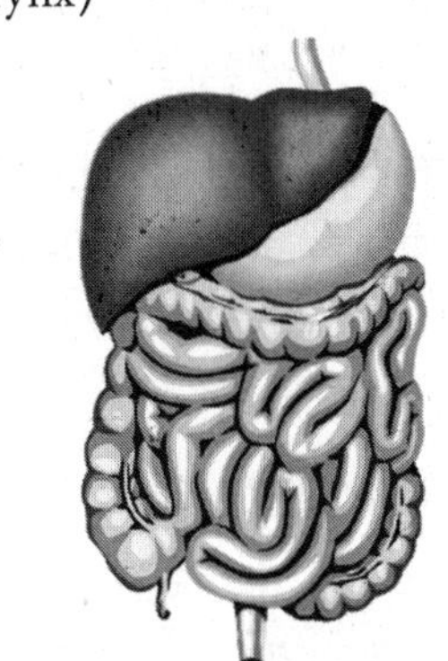

या सर्व अवयवांनी मिळून 'अन्नमार्ग' किंवा 'ॲलिमेंटरी कॅनॉल' बनतो. प्रामुख्याने पचनाची क्रिया ही तोंडापासून किंवा मुखापासून सुरू होऊन गुदद्वाराजवळ संपते. परंतु, या पचनक्रियेत आणखीही काही अवयव साहाय्य करतात. हे सर्व अवयव पचनक्रियेच्या प्रमुख अवयवांमध्ये येतात. उदाहरणार्थ, विविध ग्रंथी, लाळग्रंथी, स्वादुपिंड, पित्ताशय इत्यादी.

पचनक्रिया

ज्या वेळी आपण जेवणाचा घास तोंडात ठेवतो, त्या वेळी मुखातील ग्रंथींमधून रस स्रवू लागतो आणि त्या भोजनाच्या घासात तो मिसळतो. घास चावल्यानंतर तो अन्ननलिकेत जातो. तिथून तो जठरात पोहोचतो. इथे भोजनावर रासायनिक आणि भौतिक क्रिया होतात आणि त्यामध्ये इतरही काही प्रकारचे पाचकरस मिसळतात. अशा प्रकारे, आपण खाल्लेला घास हा पचलेले भोजन बनतो.

आता अन्न लहान आतड्यात जाते. तिथे त्यामधील रस शोषला जातो. लहान आतड्यांचे आकुंचन आणि प्रसरण होत असते. त्याद्वारे अन्न पुढे सरकून मोठ्या आतड्यापर्यंत पोहोचते. इथे अन्नातील उर्वरित रस शोषला जाऊन, नको असलेला चोथा मलाच्या स्वरूपात तयार होतो. मोठ्या आतड्याच्या खालच्या भागात हा मल पोहोचतो आणि अखेरीस गुदद्वारातून बाहेर टाकला जातो.

शरीरासाठी आवश्यक असलेले घटक

१. कर्बोदके (Carbohydrate)
२. प्रथिने (Protein)
३. स्निग्ध पदार्थ किंवा चरबी (Fats)
४. जीवनसत्त्वे (Vitamins)
५. खनिज क्षार (Mineral Salts)
६. पाणी किंवा जल (Water)

कर्बोदके (Carbohydrate)

आपल्या आहारातील सर्वाधिक प्रमाणात असलेला हा घटक आहे. कर्बोदके ही शरीरात उत्पन्न होणाऱ्या अधिकांश शक्तीचा स्रोतही असतात. स्टार्च आणि शर्करा (शुगर) हे कर्बोदकांचे दोन प्रमुख वर्ग आहेत.

प्रथिने (Protein)

प्रथिने हा आहाराचा अत्यावश्यक भाग आहे. प्रामुख्याने ही नायट्रोजनयुक्त असतात आणि त्यांच्यापासून शरीरातील पेशींमधील पेशीद्रव्याच्या किंवा रासायनिक जीवद्रव्याच्या (प्रोटोप्लाझमच्या) ऊतींची आणि कोष्ठांगाची निर्मिती होते. सर्वसामान्यपणे सोयाबीन, डाळी, दूध, पनीर, शेंगदाणे, चणे, मुगाची डाळ यांच्यामध्ये प्रथिने असतात.

स्निग्ध पदार्थ (Fat)

स्निग्ध पदार्थांमध्ये कर्बोदकांप्रमाणेच कार्बन, हायड्रोजन आणि ऑक्सिजन हे घटक असतात. मात्र, त्यांचे प्रमाण भिन्न असते. लोणी, तूप हे स्निग्ध पदार्थ आहेत. वनस्पतींपासून मिळणाऱ्या स्निग्ध पदार्थांचा वापर प्रामुख्याने आहारात केला जातो.

खनिज क्षार (Mineral Salts)

खनिज-क्षार हे आपल्या शरीरात होणाऱ्या सर्व जैवक्रियांसाठी आवश्यक असतात. शरीर हे क्षार अन्नातून ग्रहण करते. हे सर्व खनिज क्षार शरीरात राहतात. कॅल्शियम, फॉस्फरस, लोह, सोडियम, पोटॅशियम, मॅग्नेशियम, आयोडिन हे प्रमुख खनिज घटक आहेत.

कॅल्शियम (Calcium)

हे प्रामुख्याने हाडांमध्ये आणि दातांमध्ये असते आणि त्यांच्या निर्मितीसाठीही कॅल्शियम आवश्यक असते. कॅल्शियममुळे हाडे मजबूत आणि कठीण बनतात. सर्वसामान्यपणे प्रौढांसाठी रोज एक ग्रॅम कॅल्शियम आवश्यक असते. गर्भवतींसाठी

ही गरज दीड ग्रॅम असते. दूध, दही, पनीर, चुना, बदाम आणि मुळा, कोबीची पाने, मेथी, शेवग्याची पाने, गाजर यांच्यामध्ये कॅल्शियम असते.

फॉस्फरस (Phosphorus)

शरीरातील प्रत्येक पेशीत हे प्रामुख्याने असते. हाडे आणि दात यांच्या निर्मितीसाठी हे साहाय्यभूत असते. फॉस्फरसमुळे मज्जासंस्थाही निरोगी राहते. गर्भवतींना आणि मुलांना याची अधिक आवश्यकता असते. फॉस्फरस प्रामुख्याने कोबी, सफरचंद, मुळा, सोयाबीन, गाजर, कणीस यांमध्ये सापडते.

लोह (Iron)

रक्तातील लाल पेशींमध्ये हिमोग्लोबीन किंवा 'एचबी'च्या निर्मितीसाठी हे अधिक उपयुक्त असते. सर्वसामान्यपणे एका व्यक्तीला रोज २० ते ३० ग्रॅम लोहाची गरज असते. सफरचंद, पालक, मटार, मेथी, गूळ, गाजर, काकडी, कांदे, टोमॅटो, द्राक्षे यांमध्ये ते असते.

सोडियम (Sodium)

सर्वसामान्यपणे दैनंदिन भोजनातून मीठाच्या स्वरूपात आपण हे ग्रहण करतो. मिठात हे क्लोरीनबरोबर असते. म्हणून मिठाला 'सोडियम क्लोराईड' म्हणतात. रोज दोन ते पाच ग्रॅम सोडियमची आवश्यकता असते.

पोटॅशियम (Potassium)

आंतरपेशी द्रवात; म्हणजेच इंटरसेल्युलर फ्ल्युईडमध्ये पोटॅशियमचे सर्वाधिक प्रमाण असते. पेशींमध्ये होणाऱ्या रासायनिक क्रियांसाठी पोटॅशियमची आवश्यकता असते. ऊर्जावहनासाठी हे आवश्यक असते. एका व्यक्तीला रोज सुमारे चार ग्रॅम पोटॅशियमची गरज असते. विशेषतः प्रथिनयुक्त पदार्थांमध्ये हे सापडते.

मॅग्नेशियम (Magnesium)

हे शरीरातील हाडे आणि दात यांमध्ये सापडते. मानवी शरीरातील ५० टक्के मॅग्नेशियम हाडांमध्ये असते. एका सर्वसामान्य व्यक्तीला रोज सुमारे २०० ते ३०० मि.ग्रॅ. मॅग्नेशियमची आवश्यकता असते.

फळे आणि भाज्या यांमध्ये ते अधिक प्रमाणात आढळते.

आयोडिन (Iodine)

आपल्या शरीरात गळ्यात थायरॉईड नावाची एक ग्रंथी असते. तिचे कार्य सुरळीत सुरू राहाण्यासाठी आयोडिनची गरज असते. थायरॉक्झिन आणि ट्राय आयोडोथायरोमिनी

यांसारख्या थायरॉईड ग्रंथीच्या हार्मोन्सच्या निर्मितीसाठी आयोडिनची आवश्यकता असते. कांद्यात सर्वाधिक प्रमाणात आयोडिन सापडते. (मात्र आयुर्वेदात कांद्याला 'तामसी आहार' मानण्यात आले आहे.) आयोडिनच्या कमतरतेमुळे गॉयटर हा आजार होतो.

जीवनसत्त्वे (Vitamins)

जीवनसत्त्वे ही रासायनिक घटक असतात आणि जवळजवळ सर्वच खाद्यपदार्थांमध्ये ती सूक्ष्म प्रमाणात सापडतात. जीवनसत्त्वे दोन प्रकारची असतात. स्निग्ध पदार्थांत विरघळणारी आणि पाण्यात विरघळणारी.

जीवनसत्त्वे : (स्निग्ध पदार्थात विरघळणारी) आणि ए, डी, ई, के. (fat soluble) A, D, E, K –
(पाण्यात विरघळणारी) आणि बी किंवा सी : (water soluble) & B or C

अ जीवनसत्त्व

अ जीवनसत्त्व वनस्पतींमध्ये सापडते. कॅरोटिनच्या (Carotene) रूपात ते सापडते. हे प्रो-व्हिटॅमिन रेटिनॉलमध्ये रूपांतरित होते. ही क्रिया प्रामुख्याने आतड्यांमध्ये होते. अ जीवनसत्त्व दृष्टीची क्षमता वाढवते. हे जीवनसत्त्व रेटिनल पिग्मेंट्स बनवण्यात मदत करते. त्यामुळे कमी प्रकाशातही दिसू शकते. संसर्गजन्य रोगांपासून हे जीवनसत्त्व शरीराचे संरक्षण करते. ते प्रजननशक्ती टिकवून ठेवण्यासाठी साहाय्यभूत असते आणि अस्थी-पेशी निर्मितीवर नियंत्रण ठेवते. हे प्रामुख्याने हिरव्या भाज्या, गाजर, पपई, लोणी आणि दूध यांमध्ये सापडते. त्याच्या कमतरतेमुळे रातांधळेपणा (Night Blindness), डोळे चमकहीन व कोरडे पडणे (Xerophthalmia) आदी रोग होतात.

ड जीवनसत्त्व

याचे मुख्यत्वे दोन प्रकार असतात.

*व्हिटॅमिन डी-डी२ कॅल्सिफर ऑफ कोलेकॅल्सिफेरॉल डी ३ (*D2 Calcifer of Cholecalciferol D3)

ड जीवनसत्त्व आपल्या शरीरात कॅल्शियमच्या शोषणासाठी मदत करते. ते हाडांची निर्मिती करण्यास मदत करते. मूत्रपिंडात फॉस्फरसची निर्मिती करण्यातही ते साहाय्यभूत ठरते. सूर्यप्रकाशातून आपल्याला सर्वाधिक प्रमाणात डी जीवनसत्त्वाचा लाभ होतो. त्याच्या कमतरतेमुळे लहान मुलांमध्ये रिकेट्स (Ricketts) आणि प्रौढांमध्ये ऑस्टिओमॅलेशिया (Osteomalacia) नावाचा आजार होतो.

ई जीवनसत्त्व

हे जीवनसत्त्व त्वचेत मिसळून जाते. याला 'टोकोफेरॉल' या नावानेही ओळखले जाते. वनस्पती तेल, सरकी, सूर्यफुलाच्या बिया, लोणी यांमध्ये हे प्रामुख्याने आढळते. रोज ०.८ मि. ग्रॅ. एवढी त्याची आवश्यकता असते. हे ॲन्टिऑक्सिडंट असल्याने शरीरातील अनावश्यक ऑक्सिडेशनला प्रतिबंध करते. हे जीवनसत्त्व वंध्यत्व (Sterility) रोखते. गर्भाच्या विकासासाठी ते सर्वाधिक साहाय्यकारी ठरते.

के जीवनसत्त्व

याला आपण 'रक्तस्रावप्रतिरोधक जीवनसत्त्व' म्हणून ओळखतो. प्रामुख्याने हिरव्या भाज्या आणि फळे यांमध्ये हे आढळते. गायीच्या दुधात ते अधिक प्रमाणात असते.

पाण्यात विरघळणारी जीवनसत्त्वे :

ब जीवनसत्त्व : हे व्हिटॅमिन कॉम्प्लेक्समध्ये आढळते. उदाहरणार्थ,

व्हिटॅमिन बी १ कॉम्प्लेक्स Vitamin B1 Complex
व्हिटॅमिन बी २ रायबोफ्लेविन Vitamin B2 Riboflavin
व्हिटॅमिन बी ६ पायरीडॉक्सिन Vitamin B6 Pyridoxine
व्हिटॅमिन बी ३ पँटोथेनिक ॲसिड Vitamin B3 Pantothenic acid
व्हिटॅमिन बी १२ सायनोकोबालामिन Vitamin B12 Cyanocobalamin

क जीवनसत्त्व (Ascorbic acid)

या जीवनसत्त्वाला आपण 'ॲस्कॉर्बिक ॲसिड' म्हणून ओळखतो. हे जीवनसत्त्व जलात किंवा पाण्यात विरघळणारे आहे आणि उष्णतेत ते नष्ट होते. प्रामुख्याने संत्रे, लिंबू, मोसंबी, आवळा, टोमॅटो, पपई, द्राक्षे, बीट इत्यादी. citrus acid असणाऱ्या फळांमध्ये ते आढळते. इन्शुलिनच्या निर्मितीसाठी ते विशेषतः मदत करते. त्याच्या कमतरतेमुळे स्कर्व्ही (scurvy)रोग होतो.

अंतःस्रावी ग्रंथी संस्था (Endocrine System)

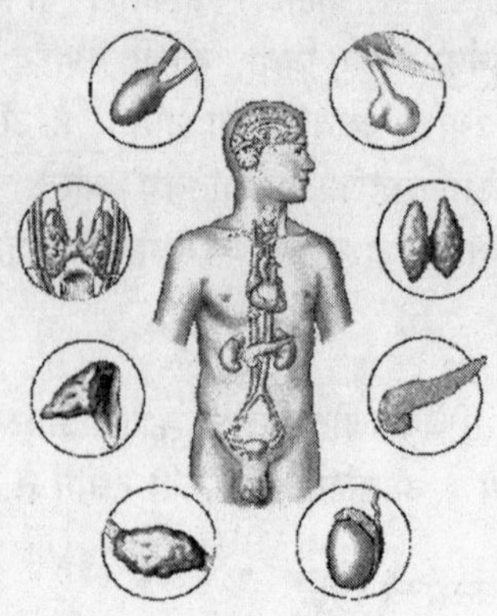

आपल्या शरीरातील ग्रंथींचे दोन प्रकारांत विभाजन केले जाते. पहिल्या प्रकारातील ग्रंथी आपला स्राव थेट रक्तात सोडतात. आणि या ग्रंथीमध्ये स्राव नलिकाविरहित ग्रंथी असतात. त्यांना आपण अंतःस्रावी ग्रंथी (एन्डोक्राईन ग्लँड्स) म्हणतो. दुसऱ्या प्रकारच्या ग्रंथींच्या स्रावाचे नलिकांमधून वहन होते. त्यांना आपण बहिःस्रावी ग्रंथी (एक्झोक्राईन ग्लँड्स) म्हणतो.

संप्रेरक (हार्मोन)

शरीरातील काही ग्रंथीमधून पाझरणारा स्राव निर्माण झाल्यानंतर रक्तात मिसळतो आणि रक्ताबरोबर शरिरात त्याचे संक्रमण होते आणि नंतर हा स्राव रक्तातून संपूर्ण शरीरात पोहोचवला जातो. या स्रावांमधील कार्यकारी तत्त्वांना आपण 'हार्मोन' किंवा 'संप्रेरके' असे म्हणतो.

अंतःस्रावी ग्रंथी

१. पियुष ग्रंथी (Pituitary gland)
२. थायरॉईड ग्रंथी (Thyroid gland)
३. पॅराथायरॉईड ग्रंथी (Parathyroid gland)
४. थायमस ग्रंथी (Thymus gland)
५. ॲड्रिनल ग्रंथी (Adrenal gland)
६. स्वादुपिंडातील आयलेट्स ऑफ लँगरहॅम (Isets of Langerhans in the Pancreas)
७. पिनियल ग्रंथी (Pineal gland)
८. प्रजनन किंवा लैंगिक ग्रंथी (Sexual gland)

पियुष ग्रंथी (Pituitary gland)

ही ग्रंथी मेंदूच्या आधारावर असते. या ग्रंथीचे पुढचा भाग (anterior lobe), मागचा भाग (posterior lobe) आणि या दोन्ही भागांच्या मधला भाग (पार्स इंटरमीडिया/ pars intermedia) असे तीन भाग असतात. ही किरमिजी रंगाची असते आणि तिच्यावर लालसर छटा असते. तिच्या पुढच्या भागातून वेगवेगळ्या प्रकारचे हार्मोन्स स्रवतात. ते असे :

१. **वाढीचा हार्मोन** (GH) : हा हार्मोन शरीराच्या वाढीसाठी आवश्यक असतो.

२. **ॲड्रिनोकॉर्टिकोट्रॉपिक हार्मोन** (Adrenocorticotropic) : हा हार्मोन ॲड्रिनल ग्रंथीच्या कॉर्टेक्सच्या (बाह्य पातळीच्या) वाढीसाठी आणि विकासासाठी आवश्यक असतो.

३. **थायरॉईड स्टिम्युलेटिंग हार्मोन** (Thyroid Stimulating Hormone) : हा हार्मोन थायरॉईड ग्रंथीच्या वृद्धीसाठी आणि तिची सक्रियता वाढवण्यासाठी कार्य करतो.

४. **गोनॅडोट्रॉपिक हार्मोन** (Gonadotropic Hormone) : स्त्रिया आणि पुरुष या दोहोंमध्ये वरच्या बाजूला असलेल्या पियूष ग्रंथीच्या खाली असलेल्या दोन प्रजनन ग्रंथींमधून पोषण किंवा लैंगिक हार्मोन निर्माण होतात. १. फॉलिकल स्टीम्युलेटिंग हार्मोन (Follicle Stimulating Hormone) २. ल्युटिनायझिंग हार्मोन (Luteinizing Hormone)

५. **फॉलिकल स्टीम्युलेटिंग हार्मोन** (Follicle Stimulating Hormone) : अंडाशयातील फॉलिकल्स ग्रॅफिअनला नियंत्रित करणाऱ्या लहान ग्रंथींच्या (ओव्हॅरियन फॉलिकल्सच्या) वृद्धीचे कार्य करतात.

६. **ल्युटिनायझिंग हार्मोन** (Luteinizing Hormone) : स्त्रियांमध्ये ओव्हॅरियन फॉलिकल्स किंवा फॉलिकल्स ग्रॅफिअनला पूर्णपणे परिपक्व बनवतात.

७. **प्रोलॅक्टिन हार्मोन** (Prolactine Hormone) : हा हार्मोन इस्ट्रोजेन आणि प्रोजेस्टेरॉन या हार्मोन्सबरोबरच स्तनांचा विकास घडवून आणतो. तसेच गर्भावस्थेच्या दरम्यान दूधनिर्मितीला उत्तेजन देतो.

मागच्या भागातून स्रवणारे हार्मोन

१. **ॲन्टिडाययुरेटिक हार्मोन** (Antidiuretic Harmone) : हा हार्मोन पाण्याच्या संदर्भात मूत्रपिंडाच्या वाहिन्यांची 'परमिॲबिलिटी' क्षमता (Permeability) वाढवून त्यांच्यामध्ये पाण्याचे पुनर्शोषण वाढवतो.

२. **ऑक्सटोसीन हार्मोन** (OXÿtocin Hormone) : स्त्रियांच्या स्तनांच्या मायोएपिथेलियल (Myoepithelial Cells) पेशींचे आकुंचन घडवून आणणे हे या हार्मोनचे प्रमुख कार्य आहे. त्याच्या कार्यामुळेच स्तनांतून दूध बाहेर पडते.

३. **थायरॉईड हार्मोन** (Thyroid Hormone) : हा हार्मोन थायरॉईड ग्रंथीतून बाहेर पडतो. थायरॉईडमधून थायरॉक्सिन (थायरॉक्सिन टी ४) (Thyroxine T4) आणि ट्रायआयोडोथायरोनीन १,३ (Thiodothyronine १,३) हे हार्मोन स्रवतात. त्यांच्या कमतरतेमुळे किंवा त्यांचे प्रमाण अधिक झाले, तर अनेक प्रकारचे आजार होतात. उदाहरणार्थ, थायरॉईडची अल्प सक्रियता; म्हणजेच हायपो-थायरॉयडिझम किंवा थायरॉईडची अतिसक्रियता; म्हणजेच हायपर-थायरॉयडिझम.

थायमस ग्रंथी (Thymus Gland)

ही ग्रंथी वक्षाच्या पोकळीत असते. तिचे दोन भाग असतात. विशेषतः बालपणी ती सक्रिय असते. अँटिबॉडी आणि रोगप्रतिकारक्षमता चांगली राखणे हे थायमस ग्रंथीचे कार्य असते.

ॲड्रिनल ग्रंथी (Adrenal Gland)

ही ग्रंथी मूत्रपिंडाच्या वर असते. तिच्यातून विविध प्रकारचे हार्मोन स्रवतात. उदाहरणार्थ, ग्लुको कॉर्टिकॉईड, मिनरलोकॉर्टिकॉईड, लैंगिक स्टेरॉईड इत्यादी.

स्वादुपिंडातील आयलंड्स ऑफ लँगरहॅन्स (Isets of Langerhans in the Pancreas**)**

या ग्रंथीच्या ऊतींमधून पाचकरस उत्पन्न होतात. ते पचनक्रियेसाठी उपयुक्त ठरतात. स्वादुपिंडाच्या पेशींच्या या समूहांना 'आयलंड्स ऑफ लँगरहॅन्स' असे म्हणतात. या अंतःस्रावी ग्रंथी होत. या पेशींना दोन भागांत विभाजित केले जाते. या पेशींमधून ग्लुकॅगॉन हार्मोन निर्माण होतो आणि त्यांच्या द्विपेशींमधून इन्शुलिन निर्माण होते.

पीनियल ग्रंथी (Pineal Gland**)**

ही ग्रंथी मेंदूच्या खाली तिसऱ्या व्हेंट्रिकलच्या मागे कॉर्पस कॅलोसमच्या जवळ असते. सुमारे दहा सेंटिमीटर लांबीचा हा भाग किरमिजी रंगाचा असतो.

लैंगिक ग्रंथी (Sexual Gland**)**

पुरुषांच्या आणि महिलांच्या शरीरांमध्ये अनुक्रमे शुक्राणू आणि अंडाणू यांची निर्मिती करणाऱ्या अवयवांची आणि नलिकांची ही यंत्रणा आहे.

ॲक्युप्रेशर

ज्या देशात असंख्य प्रकारच्या विद्यांचा जन्म झाला, असा भारत हा जगातील एकमेव देश आहे. काही कारणांनी अनेक विद्या जवळजवळ लुप्त झाल्या. परंतु तरीही जेवढे ज्ञान सध्या उपलब्ध आहे, त्याचा योग्य पद्धतीने क्रमबद्धपणे वापर केला गेला, तरीही आपण मृत्यूपर्यंत निरोगी जीवन जगू शकतो. त्यांपैकीच एक आहे – ॲक्युप्रेशर पद्धती. या शब्दाचा अर्थ आहे, दाब देणे किंवा दबाव टाकणे. भारत देशात प्राचीन काळापासून कोणत्या ना कोणत्या प्रकारे ॲक्युप्रेशरचा 'उपचारपद्धती' म्हणून स्वीकार करण्यात आला आहे. ॲक्युप्रेशर पद्धतीद्वारे शरीराच्या विशिष्ट ठिकाणी, विशिष्ट बिंदूवर योग्य प्रकारे आणि आवश्यकतेनुसार दाब टाकून त्या बिंदूशी किंवा ठिकाणाशी संबंधित आजार बरा केला जातो.

आपले शरीर पाच तत्त्वांनी बनलेले आहे आणि ते विशेष प्रकारच्या ऊर्जेद्वारे संचालित केले जाते. या ऊर्जेलाच आपण आत्मा, चेतना किंवा जैवविद्युत शक्ती या रूपात जाणतो. ही ऊर्जा आपल्या संपूर्ण शरीरात भरून असते. आपले तळहात आणि तळपाय यांच्यामध्ये आपल्या शरीरात प्रवाहित होणाऱ्या जैवविद्युत शक्तीचा स्विच-बोर्ड असतो. ॲक्युप्रेशर शास्त्रानुसार, असंयमित जीवन जगल्यामुळे आपल्या शरीरात अनेक विजातीय तत्त्वे जमा होतात. ज्या ठिकाणी अशी विजातीय द्रव्ये जमा होतात, त्या अवयवाशी संबंधित आजार निर्माण होतात. तळहात आणि तळपाय यांच्यामध्ये त्यांच्याशी संबंधित बिंदूंमध्ये टाकाऊ द्रव्ये, अवरोध किंवा स्फटिक जमा होतात आणि रोग जलद गतीने वाढू लागतो. हे रोग दूर करण्यासाठी तळहात आणि तळपाय येथील संबंधित रिफ्लेक्स बिंदूंवर आवश्यकतेप्रमाणे दाब दिला, तर ती अपद्रव्ये दूर केली जातात. त्यामुळे हळूहळू रोग बरा होतो.

ॲक्युप्रेशर पद्धतीचे डॉक्टर एफ एम घेस्टन यांच्या मते, आपल्या शरीरात जैवविद्युत शक्ती असते. ज्या वेळी आपल्या तळहातातून किंवा तळपायातून तिची गळती सुरू होते, त्या वेळी त्या बिंदूशी संबंधित अवयवात कोणता ना कोणता रोग निर्माण होतो. म्हणून ज्या वेळी आपण त्या बिंदूंवर दाब देतो, त्या वेळी ऊर्जा बाहेर

पडणे बंद होते. त्यामुळे विद्युतशक्तीचा प्रवाह त्या अवयवात सर्वसामान्य बनतो आणि रोग बरा होतो.

ही पद्धती सरळ-साधी, सुलभ, कमी वेळ लागणारी, अल्प खर्चाची आणि विशुद्ध रूपाने अहिंसक स्वरूपाचीही आहे. ती शरीराला आणि मनाला पूर्णपणे शांतता मिळवून देते आणि ऊर्जा विकसित करते. विस्तारभयास्तव, आम्ही इथे या पद्धतीची केवळ अल्प माहितीच देत आहोत. म्हणून, या पद्धतीचा वापर करणाऱ्या व्यक्तींनी या उपचारपद्धतीशी संबंधित विशेषज्ञाशी संपर्क साधून पूर्ण लाभ मिळवावा. आम्ही सोबतच्या चित्रात बिंदू आणि अवयवांची नावे दर्शवली आहेत. त्या बिंदूंवर योग्य दाब देऊन संबंधित अवयव बरे करता यावेत, हा यामागचा हेतू आहे.

आत्मबलाने वात, पित्त आणि कफ यांना संतुलित करा.
वात रोगाला शमवण्यासाठी चिंता सोडून द्या.
स्वाध्याय करा.
पित्त रोगाला शमवण्यासाठी भयाचा त्याग करा.
परमेश्वराला शरण जा.
कफ रोगाला शमवण्यासाठी हिंसेचा त्याग करा.
स्वभावात स्थैर्य आणा.

– राजीव जैन त्रिलोक

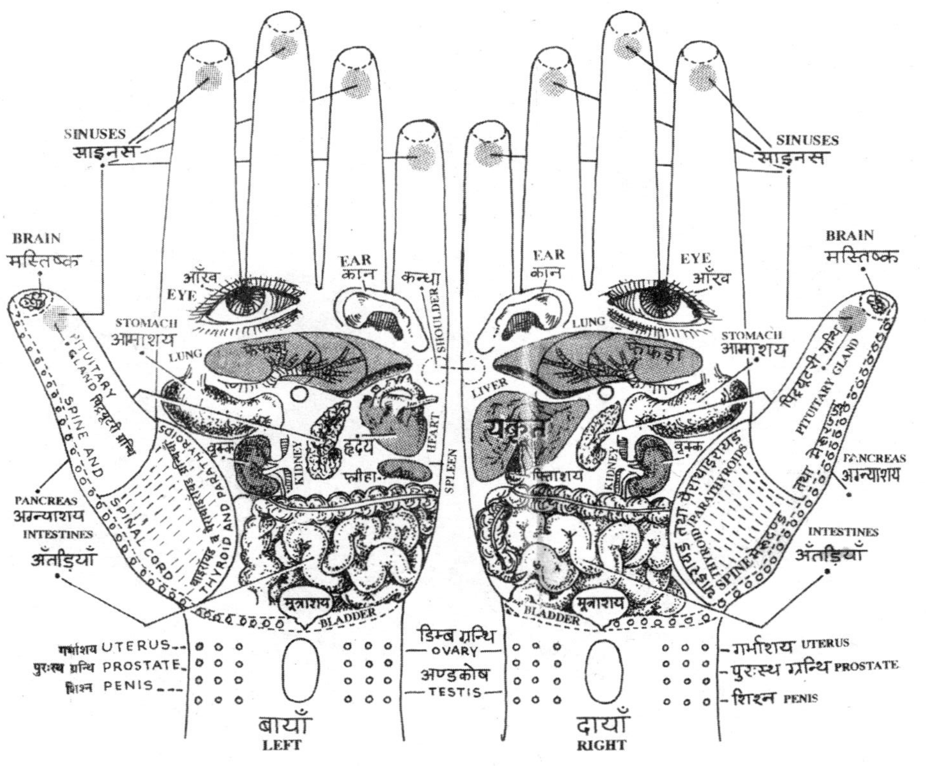

SINUSES
साइनस
BRAIN
मस्तिष्क
आँख
EYE
EAR
कान
कन्धा
SHOULDER
STOMACH
आमाशय
LUNG
PITUITARY GLAND
SPINE AND SPINAL CORD
THYROID AND PARATHYROIDS
KIDNEY
हृदय
HEART
SPLEEN
PANCREAS
अग्न्याशय
INTESTINES
अँतड़ियाँ
मूत्राशय
BLADDER
LIVER
यकृत
पित्ताशय
गर्भाशय UTERUS
पुरःस्थ ग्रन्थि PROSTATE
शिश्न PENIS
डिम्ब ग्रन्थि
OVARY
अण्डकोष
TESTIS
बायाँ
LEFT
दायाँ
RIGHT

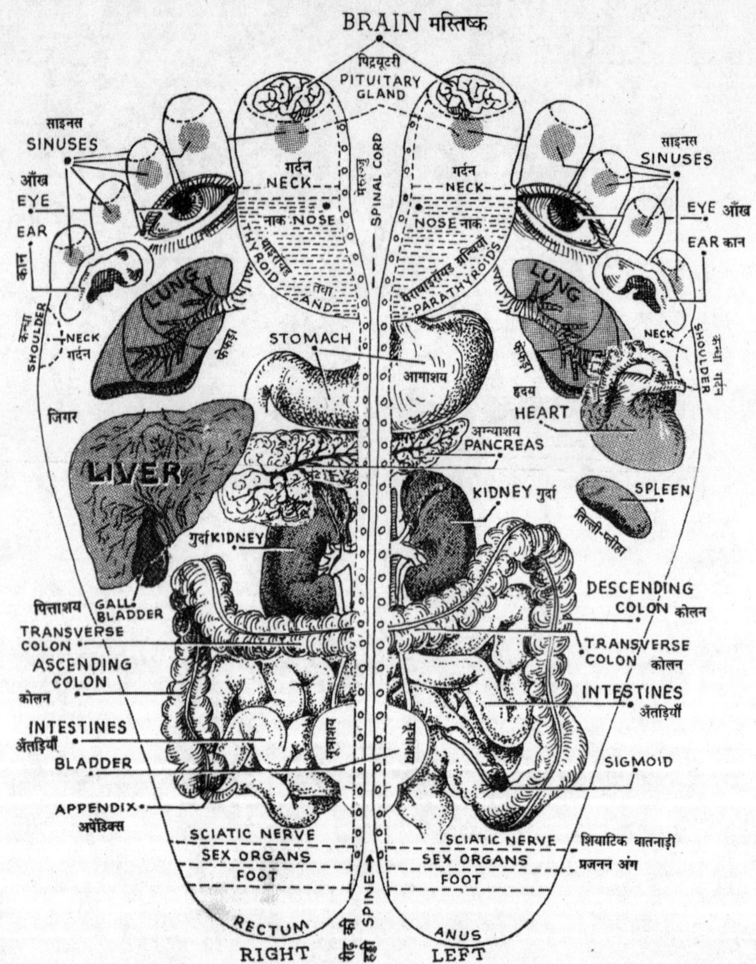
BRAIN मस्तिष्क
पिट्यूटरी
PITUITARY GLAND
साइनस
SINUSES
आँख
EYE
EAR
कान
गर्दन
NECK
नाक NOSE
SPINAL CORD
NOSE नाक
THYROID
AND
PARATHYROIDS
LUNG
SHOULDER
NECK
गर्दन
STOMACH
आमाशय
जिगर
LIVER
हृदय
HEART
अग्न्याशय
PANCREAS
KIDNEY गुर्दा
SPLEEN
तिल्ली-प्लीहा
गुर्दा KIDNEY
पित्ताशय GALL BLADDER
DESCENDING COLON कोलन
TRANSVERSE COLON
TRANSVERSE COLON कोलन
ASCENDING COLON
कोलन
INTESTINES
अँतड़ियाँ
INTESTINES
अँतड़ियाँ
BLADDER
मूत्राशय
SIGMOID
APPENDIX
अपेंडिक्स
SCIATIC NERVE
SCIATIC NERVE शियाटिक वातनाड़ी
SEX ORGANS
SEX ORGANS प्रजनन अंग
FOOT
FOOT
RECTUM
SPINE
ANUS
RIGHT
LEFT

योग आणि आयुर्वेद (एक अभ्यास)

पूर्वीच्या काळात भारतीय समाजात योग हे वैयक्तिक साधना आणि आध्यात्मिकता यांचे प्रतीक होते. परंतु, आजच्या भौतिकतावादी युगात योग बहुचर्चित आणि बहुप्रासंगिक बनला असून, आता तो आंतरराष्ट्रीय स्तरावरही आघाडीवर आहे. योगाचे स्थान केवळ वैयक्तिक साधना आणि आध्यात्मिकता यांहून पुढे जाऊन आज योग एक व्यापक समाजोपयोगी विद्या आणि शास्त्र बनले आहे.

आधुनिक योग हा योगाचा केवळ एक भाग आहे. मात्र योगाचे मूळ आध्यात्मिकतेतच आहे आणि योग हे तत्त्वज्ञान व तत्त्वानुभूतीचे शास्त्र आहे.

एके काळी आयुर्वेद आणि योग या दोन्ही विद्या समान उद्दिष्टे लक्षात ठेवूनच तयार करण्यात आल्या होत्या. आयुर्वेदाच्या व्याख्येवरूनच असे स्पष्टपणे दिसून येते की, आयुर्वेद हा सतत सुखमय आणि हितकारक जीवन जगून त्यानंतर मोक्षप्राप्ती मिळवून देणारे साधन आहे. आयुर्वेद या शब्दाचा शब्दशः अर्थ असा आहे : आयु = जीवन आणि वेद = ज्ञान किंवा विज्ञान. म्हणजेच आयुर्वेद जगण्याची कला शिकवतो.

आयुर्वेदाला आरोग्यासाठी बहुउद्देशीय विज्ञानाच्या रूपात विकसित करण्यात आले आहे. त्याच्या साहाय्याने धर्म, अर्थ, काम आणि मोक्षप्राप्ती ही जीवनाची चारही उद्दिष्टे सफल होतात. यांपैकी पहिली तीन उद्दिष्टे तर सुखकारक आणि हितकारक आयुष्याद्वारे प्राप्त करून घेता येतात. मात्र, चौथा पुरुषार्थ साध्य करण्यासाठी आयुर्वेदात औषधींबरोबरच योगाच्या अभ्यासाचेही वर्णन केले जाते.

आयुर्वेद शरीर, इंद्रिय, सत्त्व आणि आत्मरूपी जीवनाचे प्रतिपादन करतो; तर योग सत्त्व आणि चेतना यांचे विज्ञान आहे. ती तत्त्वज्ञान आणि तत्त्वानुभूती यांच्याबरोबरच आंतरिक दुःखापासून दूर करणारी मोक्षप्राप्ती करून देणारी विद्या आहे. योग आणि आयुर्वेद या दोन्ही विद्या मानस व चैतन्य आरोग्य आणि शारीरिक व मानसिक आरोग्य यांच्याशी संबंधित आहेत. त्यांची वैशिष्ट्ये भिन्न असली, तरीही योग हा आयुर्वेदाचाच एक भाग आहे. कदाचित, योगाच्या रूपात आयुर्वेदात मानस आणि चैतन्य चिकित्सेचे व्यापक स्वरूप समोर आले असण्याची शक्यता आहे.

याबरोबरच, अनेक विद्वानांचे असे मत आहे की, शरीर, मन आणि वाणी यांच्या शुद्धतेसाठी कोणत्या तरी एखाद्या आचार्यानेच शरीराचा विचार करून आयुर्वेद, मनाचा विचार करून योग आणि वाणीचा विचार करून व्याकरणशास्त्राची रचना केली आहे. हे आचार्य किंवा गुरू दुसरे-तिसरे कोणीही नसून योगाचे प्रवर्तक गुरू पतंजली आहेत. चरकसंहितेच्या पहिल्या श्लोकावर टिप्पणी करताना टीकाकार म्हणतात,

पतञ्जलमहाभाष्यचरक प्रति संस्कृतेः।
मनोवाक्कायदोषाणं हर्सेऽहियतये नमः।

आयुर्वेदाचा आदिग्रंथ चरकसंहितेत योगविद्येचे सर्व सिद्धांत सारांश रूपात आधीच देण्यात आले आहेत. चरकसंहितेतील नैष्ठिकी चिकित्सेअंतर्गत सांगण्यात आलेले तत्त्वज्ञान आणि तत्त्वानुभूती यांमधून मुळातच योगविद्या आणि सत्त्व बुद्धीचे वर्णन सापडते. याच सारांशरूपी योगविद्येचे वर्णन पतंजली यांनी लिहिलेल्या योगसूत्रांमध्ये विस्तारपूर्वक आले आहे.

श्री. अत्रिदेव विद्यालंकार यांच्या मते, 'यायावर' प्रजातीच्या कृष्ण यजुर्वेदाच्या चरक शाखेचे लोक आयुर्वेद आणि योगविद्या यांमध्ये पारंगत होते. ते सदैव भ्रमण करत राहात असल्यामुळे त्यांना 'चरक' असे म्हटले जात होते.

आयुर्वेद आणि योग यांचा मूळ सिद्धांत आणि शरीर शुद्धीकरण सिद्धांत यांमध्ये अनन्यसाधारण समानता आहे. आयुर्वेदाच्या प्रमुख शरीर शुद्धीकरण क्रिया म्हणजे पंचकर्मे होत. त्यांच्यामध्ये आचार्य चरक यांनी वमन, विरेचन, अनुवासन, अस्थापन आणि शिरोविरेचन यांचा समावेश केला आहे; तर योगसूत्रात महर्षी पतंजलींनी शरीर शुद्धीकरणासाठी षट्कर्मांचे वर्णन केले आहे. त्यासाठी त्यांनी धौती, बस्ती, नेती, नौली, त्राटक आणि कपालभाती या क्रिया सांगितल्या आहेत. त्यांच्यामध्ये आणि आयुर्वेदातील पंचकर्मांमध्ये अत्यंत साधर्म्य आहे. ही षट्कर्मे आयुर्वेदात पूर्णपणे; परंतु सूक्ष्म स्वरूपात आहेत. आयुर्वेदात त्यांचा विकास झाला आणि नंतर त्यांना हठयोगात समाविष्ट करून घेण्यात आले.

माणसाला मोक्षप्राप्ती करून देणे, हा योगाचा मूळ उद्देश आहे. हा उद्देश जीवनाचे विज्ञान असलेल्या आयुर्वेदाचा केवळ एक भाग आहे. आयुर्वेद हे संपूर्ण जीवनाचे मार्गदर्शक शास्त्र आहे आणि मोक्षप्राप्ती हे आयुर्वेदाचे अंतिम उद्दिष्ट आहे आणि ते आध्यात्मिक विकासाशी संबंधित आहे. आध्यात्मिक विकासाखेरीज आयुर्वेद शारीरिक आणि मानसिक विकासाचा उपदेशही करतो.

आयुर्वेद अनुक्रमे मानसिक, शारीरिक, आध्यात्मिक, आधिदैविक आणि आधिभौतिक कष्टांच्या निवारणाचे विज्ञान आहे. त्याला आयुर्वेद संपूर्ण आरोग्य मानतो. हेच संपूर्ण आरोग्य माणसाला धर्म, अर्थ, काम आणि मोक्ष हे चारही पुरुषार्थ साध्य करून देते. मात्र, योग हे आध्यात्मिक कष्टांचे निवारण करून मोक्ष प्राप्त करून देणारे साधन आहे.

आधी उल्लेख केल्याप्रमाणे; मन, वाणी आणि शरीर यांच्या शुद्धीकरणासाठी आचार्यांनी तीन भिन्न ग्रंथांची रचना केली आहे. चित्तशुद्धीसाठी पातंजल योगसूत्र, वाणी शुद्धीकरणासाठी पतंजलीकृत महाभाष्य आणि शरीर शुद्धीकरणासाठी पतंजलीकृत चरकसंहिता. या आधारावर आयुर्वेदाच्या आठ अंगांमध्ये (भागांमध्ये) आणि योगसूत्रात वर्णन करण्यात आलेल्या आठ अंगांमध्ये अत्यंत साधर्म्य दिसून येते.

योगसूत्रात वर्णन करण्यात आलेले पहिले अंग आहे – यम. त्या अंतर्गत अहिंसा, सत्य, अस्तेय, ब्रह्मचर्य आणि अपरिग्रह यांचे वर्णन येते. आयुर्वेदात त्यांचे अनुक्रमे स्वास्थ्य, आचार, रसायन, पापकर्म, त्रि-उपस्तंभ आणि हितकारी जीवन या संदर्भात विस्तृत वर्णन करण्यात आले आहे. योगसूत्राच्या दुसऱ्या अंगाच्या नियमांतर्गत शौच, संतोष, तप आणि स्वाध्याय व ईश्वर प्रणिधान याचे वर्णन आहे; तर आयुर्वेदात यांचे अत्यंत सुव्यवस्थितपणे आणि सुलभ पद्धतीने वर्णन आले आहे. स्वास्थ्य वृत्त आणि दिनचर्या यांच्या प्रमुख भागांच्या रूपात ते केले गेले आहे. अशा प्रकारे आसन, प्राणायाम, प्रत्याहार, धारणा आणि ध्यान व समाधी या सहा अंगांचे आयुर्वेदात अगदी विस्तारपूर्वक, स्पष्ट व प्रखर वर्णन आढळते. त्यांमध्ये आचार्यांनी धारणा, ध्यान आणि समाधी या अंगांचे मानसिक रोगांच्या उपचारपद्धतींच्या स्वरूपात वर्णन केले आहे. आयुर्वेदात वर्णन आलेली प्रज्ञा आणि योगी पुरुषाची लक्षणे ही योगसूत्रात वर्णन करण्यात आलेल्या ऋतुंभरा, प्रज्ञा आणि भगवत्गीतेतील योगी पुरुषाशी साधर्म्य दर्शवणारी आहेत.

अशा प्रकारे, आपल्याला असे दिसून येते की, योग हे आयुर्वेदाचे केवळ एक अंग आहे. आयुर्वेदाच्या सिद्धांतांकडे बारकाईने पाहिल्यानंतर असे लक्षात येते की, आयुर्वेदाची निर्मिती ही इहलोकीच्या आणि पारलौकिक सुखांची इच्छा लक्षात घेऊन करण्यात आली आहे. आयुर्वेद धर्म-अर्थ-काम-मोक्ष या पुरुषार्थांना साध्य करण्यासाठी आणि धन एष्णा व प्राण एष्णा व परलोक एष्णा या त्रि-एष्णांच्या सफलतेच्या प्राप्तीसाठी मार्गदर्शन करतो. आयुर्वेद हे औषधी, आहार आणि विहार यांच्याद्वारे इहलौकिक सुखाच्या प्राप्तीचे साधन आहे; तर अध्यात्म तत्त्वज्ञान आणि तत्त्वानुभूतीद्वारे पारलौकिक सुखप्राप्तीचे साधन असलेला योग आयुर्वेदाचे एक अंग आहे; एक भाग आहे आणि त्याबरोबरच योग आणि आयुर्वेद परस्परपूरकही आहेत. जिथे आयुर्वेदात देण्यात आलेल्या विविध शुद्धीकरणाच्या उपाययोजनांद्वारे शारीरिक, मानसिक आणि आध्यात्मिक शुद्धीकरणानंतर मोक्षप्राप्ती होते, तिथे योग हे केवळ मोक्षप्राप्तीचे साधन आहे. परंतु, जोपर्यंत व्यक्ती आरोग्यपूर्ण आणि प्रसन्न नसेल तोपर्यंत ती मोक्षप्राप्तीच्या दिशेने मार्गक्रमण करू शकत नाही. म्हणून सुखाने जीवन जगून त्यानंतर मोक्ष प्राप्त करून देणारे शास्त्र म्हणून आयुर्वेदाला प्राधान्य दिले जाते आणि योगाला त्याचे साहाय्यक अंग मानले जाते.

संपूर्ण आरोग्यासाठी काही टिप्स

- पहाटे सूर्योदयापूर्वी उठा.
- तांब्याच्या भांड्यात रात्री पाणी ठेवा आणि सकाळी किमान त्यातील दोन ग्लास किंवा त्याहून अधिक पाणी प्या.
- एक चमचा त्रिफळा चूर्णाचा वापर करा.
- नाश्त्यामध्ये शुद्ध आहार घ्या. (डबाबंद किंवा पाकिटबंद अगर बाटलीबंद आहार शक्य तितका टाळाच)
- मादक पदार्थांचे सेवन करू नका.
- आहारात शाकाहारी भोजन, सॅलड्स, फळ, फळांचे रस आदींचा समावेश करा.
- दुपार होण्याआधी आहार घेण्याचा प्रयत्न करू नका आणि रात्री झोपण्याआधी चार तास भोजन करा आणि रात्री लवकर झोपा.
- सात्त्विक आणि शुद्ध भोज्य (खाण्यायोग्य) पदार्थ आपल्या शरीरात ओज आणि तेज निर्माण करतातच; शिवाय मनात प्रेमाची आणि प्रसन्नतेची भावनाही निर्माण करतात.
- खोकला, शिंक, जांभई, उलटी, लघवी आणि शौच हे आवेग कदापिही रोखू नयेत. ते रोखल्यामुळे अनेक प्रकारचे आजार उत्पन्न होतात.
- जनावरांप्रमाणे दिवसभर रवंथ करत राहू नये. बबलगम, च्युईंगम, गुटखा, तंबाखू, पान, विडी, सिगरेट हे पदार्थ ज्या वेळी तुम्ही चघळता; खाता किंवा ओढता, त्या वेळी तेही तुम्हाला चावतात, खातात किंवा ओढून घेतात. आपले जीवन उगीचच अशा प्रकारे कोणीतरी चघळावे, खावे किंवा ओढून घ्यावे, असे तुम्हाला वाटते का? थोडक्यात, या पदार्थांचे सेवन कधीही करू नका.
- रात्री झोपण्यापूर्वी हात, पाय आणि चेहरा स्वच्छ पाण्याने अवश्य धुतला पाहिजे. असे केल्याने चांगली झोप येते आणि आरोग्याचाही लाभ होतो.
- पोटाचे रोग आणि मलावरोध, अजीर्ण, वात, पित्त, कफ हे सगळे उपवासाने नियंत्रित होतात.
- आयुष्य जगण्यासाठी खायचे असते, खाण्यासाठी जगायचे नसते.
- आहार शुद्ध असेल, तर अंतःकरणही शुद्ध होते. अंतःकरणाच्या शुद्धीमुळे निश्चल स्मृती प्राप्त होते. स्मृती प्राप्त झाल्यामुळे सगळ्या ग्रंथी खुल्या होतात.
- वात, पित्त, कफ हे तिन्ही दोष शरीराला रोगी आणि निरोगीही बनवतात, हे लक्षात घेऊन आपले खाणे-पिणे, आचरण, दिनचर्या आणि बाकी इतर सर्व

गोष्टी निश्चित करा. त्यामुळे वात, पित्त आणि कफ यांच्या प्रकोपापासून तुमचा बचाव होईल.

- आत्मबलाने वात, पित्त आणि कफ या त्रिदोषांना संतुलित करा. वात रोगाचे शमन करण्यासाठी चिंतेचा त्याग करा. पित्त रोग शांत करण्यासाठी आपल्या क्षमतांमध्ये वाढ करा आणि कफ रोग शांत करण्यासाठी आपल्या स्वभावात स्थैर्य आणा.
- रात्री दोन बदाम पाण्यात घाला आणि सकाळी ते सोलून आणि उगाळून दुधातून घ्या. यामुळे तुमच्या स्मरणशक्तीत वाढ होईल आणि बुद्धीही प्रखर बनेल.
- सूक्ष्म व्यायाम आणि हलकी आसने यांच्याबरोबर सूर्यनमस्कार घाला.
- चांगल्या आरोग्यासाठी नियमांचे पालन करून योगाभ्यास करा.
- ध्यान व प्रभुदर्शन करा.
- योगासनाविषयीच्या क्रिया आपल्याला केवळ आरोग्यच देत नाहीत; तर मानसिक शांतताही मिळवून देतात.
- ब्रह्मचर्याचा स्वीकार करा. त्यामुळे जीवन सामर्थ्यशाली बनते.
- केवळ योगामुळेच पाठीच्या कण्यात लवचीकता निर्माण करता येते. योग शरीराला, मनाला आणि मेंदूलाही चांगले आरोग्य व सुख, शांती प्रदान करतो. स्वस्थ शरीरात स्वस्थ मेंदूचा किंवा बुद्धीचा निवास असतो, असे म्हटलेही जाते.
- योगाभ्यासाच्या अग्नीने ज्याने आपले शरीर तापवले असेल, त्याला कोणताही रोग किंवा वृद्धत्व त्रास देत नाही. मृत्यूसुद्धा त्याच्या जवळ येण्यास घाबरतो : उपनिषद.
- सकारात्मक विचार करा.
- मोठ्या विचारांची मोठी जादू असते. ते विचार आचरणात आणा.
- चांगले साहित्य वाचा, ऊर्जावान बना.
- विनम्रता ठेवा. शक्तिशाली बना.
- दिवसभर कामात व्यग्र राहिलात, तरी आपल्या देहाविषयी जागरूक राहा.
- कुटुंबातील इतर लोकांकडून कसलीही अपेक्षा न बाळगता त्यांना तुमचे प्रेम, स्नेह द्या.
- दहा गोष्टींचे चिंतन करा आणि त्यांचे पालन करण्याचा प्रयत्न करा. त्या गोष्टी आहेत : क्षमा, मार्दव, आर्जव, शौच, सत्य, संयम, तप, त्याग, अकिंचन आणि ब्रह्मचर्य.
- चार गोष्टी सोडून द्या : क्रोध, मान, माया, लोभ.
- पाच गोष्टी लक्षात ठेवा : हिंसा, असत्य, चोरी, कुशील आणि परिग्रह या गोष्टी स्वीकारण्याच्या योग्यतेच्या नाहीत.

- तुम्हाला दुसऱ्यांच्या नजरेत किती वर चढायचे आहे, याचा विचार करू नका. स्वतः आपल्या नजरेत किती वर चढला आहात, त्याचा विचार करा.
- दुसऱ्यांच्या मार्गात फुले पसरण्यास सुरुवात करा. तुमच्या मार्गावरील काटेसुद्धा फुले बनतील.
- तुम्हाला किती भाषा येतात, ते महत्त्वाचे नाही. तुम्ही किती सुसंस्कारित आहात, हे महत्त्वाचे आहे.
- शुद्ध तेलाने डोक्याची अवश्य मालीश करा. बाजारात मिळणाऱ्या सुगंधी तेलांपासून दूर राहा. नारळाचे तेल, मोहरीचे तेल किंवा बदामाचे तेल यांचा वापर करा. ही तेले मेंदूला ताजेतवाने बनवतात.
- रोज चांगले साहित्य वाचण्याची सवय लावून घ्या. ज्ञान कधीच वाया जात नाही; निरर्थक ठरत नाही.
- ज्या वेळी शरीरात सात्त्विक रसरूपी मेघ बरसू लागतात, त्या वेळी आयुष्यरूपी नदी दिवसेंदिवस मोठी होत जाते – संत ज्ञानेश्वर.
- मनाने हरलेले लोक हरलेले असतात आणि मनाने जिंकलेले लोक जेते असतात, हे लक्षात ठेवा.
- ज्यांच्यामध्ये आत्मबल असेल, त्यांना देवताही मदत करतात.
- टेलीव्हिजन संचाच्या आतील थोडासाही भाग खराब झाला, तरी चित्र स्पष्ट दिसत नाही. ते अस्पष्ट दिसू लागते; पडद्यावर रेघा दिसू लागतात किंवा चित्र खराब दिसते. त्याप्रमाणेच आपल्या शरीराचा कोणताही अवयव जर प्रकोपित असेल तर आपले आयुष्य खराब टेलीव्हिजनसारखे बनते. आरोग्याकडे लक्ष द्या. आपले प्रतिबिंब नेहमीच चांगले दिसेल.
- आपले शरीर हे कित्येक रेणूंचा समूह आहे. अनंत अणू आणि रेणूंनी ते बनलेले आहे. त्या सर्वांमध्ये या ब्रह्मांडाचे रहस्य दडलेले आहे. स्वतःला जाणून घेण्याचा प्रयत्न करा. कोण जाणे; कोणते रहस्य कोणती शक्ती प्रदान करेल!
- ज्याप्रमाणे आपण घर बांधताना नकली मालाचा वापर केला, तर ते लवकरच ढासळेल आणि पडून जाईल, त्याप्रमाणेच तुम्ही जे भोजन करता, त्यातूनच तुम्ही बनत असता. आता आपल्या देहरूपी घराला तुम्ही कसे बनवणार आहात ते तुमच्यावर अवलंबून आहे.

तणाव प्रतिबंधामध्ये योगाची भूमिका

जीवनाच्या इतर गरजांप्रमाणेच तणावही गरजेचा असतो; परंतु तो आपल्या नियंत्रणाच्या बाहेर गेला, तर घातक बनू शकतो. जीवनाविषयीच्या आपल्या दृष्टिकोनाने आणि तत्त्वज्ञानाने तसेच उपचारांच्या माध्यमातून योग जीवनातील तणाव नियंत्रित ठेवतो. असा नियंत्रित तणाव हानिकारक नसतो; तर लाभदायक असतो. त्याला 'स्ट्रेस' असे म्हटले जाते. जीवनात गती व प्रगती त्याच्यामुळेच येते. परंतु, याच स्ट्रेसचे प्रमाण ज्या वेळी अति होते, त्या वेळी तो डिस्ट्रेस; म्हणजेच क्लेश निर्माण करतो.

आधुनिकता आणि आधुनिक उपकरणांचा जीवनात प्रवेश झाल्यामुळे व्यक्ती मानवी मूल्यांपासून दूर गेली आहे. तसेच, प्लेगप्रमाणे अत्यंत तणावग्रस्ततेचाही फैलाव झाला आहे. त्यामुळे, विविध प्रकारचे मनोकायिक आजार निर्माण होत आहेत. योगात एकीकडे यम, नियम, आसन, प्राणायाम, प्रत्याहार, धारणा, ध्यान आणि समाधी यांचे पालन करण्यास सांगण्यात आले आहे आणि काम, क्रोध, लोभ, मोह, मत्सर, ईर्ष्या आणि द्वेष यांपासून दूर राहण्यास शिकवण्यात आले आहे; तर दुसरीकडे जीवनाच्या उच्चतर उद्दिष्टांकडेही लक्ष पुरवले गेले आहे. जीवन उच्चतर आहे आणि ते जगणे शक्य आहे हे न समजल्यामुळे आपल्यापैकी कित्येक लोक संपूर्ण जीवनभर तणावाच्या आहारी जाऊन आयुष्य व्यतीत करत राहतात.

तणावाच्या सकारात्मक वापरामुळे स्पर्धेत चांगले निकाल प्राप्त होतात. अखेरपर्यंत सर्वोच्च कामगिरी करण्यासाठी योग्यता आणि ऊर्जा टिकवून धरली जाते. आपल्याला संघर्षामध्ये विजयी बनवण्यात आणि बेफिकीर होण्यापासून वाचवण्यात तणावच महत्त्वपूर्ण भूमिका बजावतो. तणावाला महत्तम रूपात उपयुक्त बनवण्यासाठी योगाचा आधार मिळतो.

तणावाचे नकारात्मक परिणाम म्हणून विविध प्रकारच्या रोगांचा जन्म होतो. उच्च रक्तदाब, मधुमेह, मलावरोध, पचनसंस्थेचे आजार, डोळ्यांची आणि विविध अवयवांची शक्ती कमी होणे, धाप लागणे, ॲड्रिनल ग्रंथींमधून अधिक स्राव निर्माण होणे, निद्रानाश, चिडचिडेपणा, उद्वेग, चिंता, सतत भीती वाटणे, कामात लक्ष न लागणे, हृदयरोग आणि हृदयविकाराचा झटका, मानसिक थकवा, संधिवात आदी रोग यांतून निर्माण होतात.

यमाअंतर्गत अहिंसा, सत्य, अस्तेय, अपरिग्रह आणि ब्रह्मचर्य यांचे आचरण केल्याने समाजात निरोगी आणि सुरक्षित वातावरण निर्माण होते. वैयक्तिक पातळीवर सर्वांनीच या तत्त्वांचे पालन केले पाहिजे. त्यामुळे सुंदर, निरोगी आणि सुरक्षित वातावरण निर्माण होऊन अनेक तणाव आपोआपच नष्ट होतील.

नियमाअंतर्गत शौच, संतोष, तप, स्वाध्याय, ईश्वर-प्रणिधान यांचा समावेश होतो. ही तत्त्वे आपल्याला संयमित आणि संतुष्ट जीवन जगण्यास शिकवतात. असंतुष्टपणा आणि अतृप्ती यांच्या भावना, चुकीचे तर्क आणि नकारात्मक चिंतन या

नकारात्मक बाबी तप, स्वाध्याय, ईश्वर-प्रणिधान यांच्या माध्यमातूनच दूर होतात; अन्यथा जीवन निरुद्देशपणे केलेल्या भटकंतीसारखे बनते.

आसनाअंतर्गत मनाला शरीराशी जोडून मन शक्तीशाली, सहनशील, शांत आणि तणावरहित बनवण्यास शिकवले जाते. आसनांमुळे क्षमता वाढतात. योगाच्या भाषेत यालाच 'सिद्धी' असे म्हणतात. उपचारपद्धती म्हणून मनोकायिक आजारांमध्ये आसनांचे सर्वाधिक लाभ मिळाल्याचे दिसून येते.

प्राणायामाद्वारे मन शांत बनते. भावनात्मक संतुलन वाढते. मन आत्म्याशी जोडले जाते. आत्मिक गुणांचा विकास होतो. मानव परिपूर्ण रूपाने खुलण्याच्या शक्यता वाढतात. अंतस्रावी प्रभाव निःष्प्रभ करू शकण्याची शक्यता निर्माण होते. त्या वेळी तणाव हा एखाद्या प्रेरकशक्तीचे कार्य करतो.

प्रत्याहारामुळे इंद्रियांना अंतर्मुखी बनवून त्यांचे विषय अंतःकरणातच प्राप्त करून देण्याची विद्या शिकवली जाते. त्यामुळे मन बाह्य वातावरणाकडे कमी प्रमाणात धाव घेते. त्याचे भटकणे आणि तणाव कमी होतो.

धारणा, ध्यान आणि समाधी यांमुळे मेंदूत अल्फा तरंग निर्माण होतात. त्यांच्यामुळे मन शांत आणि सर्जनशील बनते. झोप, हास्य, खेळ आणि एकांत यांचेही आरोग्यदायी परिणाम असल्याचे दिसून येते; परंतु ध्यानाच्या तुलनेत ते अत्यंत मर्यादित असतात.

योग सात्त्विक आणि संतुलित भोजन घेण्यासही प्रेरित करतो. त्याच्या मनोविकारांवरील प्रभावांना आधुनिक विज्ञानही मान्य करते. स्वाद व उत्तेजना यांचा शोध घेणारे मन योगामुळे पौष्टिकतेच्या आणि आरोग्याच्या शोधात राहते.

जिच्यात सर्व जिवांविषयी करुणेचा भाव असतो,
तीच सर्वोत्कृष्ट प्रार्थना असते.

– राजीव जैन त्रिलोक

एक गोष्ट लक्षात ठेवा : तुम्ही कोणतेही कार्य निसर्गाच्या विरोधात करत असाल, तर तो ब्रह्मांडातून उत्पन्न होणाऱ्या नादाचा (दिव्य ध्वनीचा) अवमान आहे. त्याचे परिणाम नेहमीच विस्फोटक आणि घातक असतात. म्हणून निसर्गाशी नैसर्गिक रूपानेच तादात्म्य पावा.

– राजीव जैन त्रिलोक

योग आणि मानसिक आरोग्य

व्यक्तिमत्त्व - व्याख्या आणि घटक

भारतीय आणि वैश्विक तत्त्वज्ञानाचे अवलोकन केल्यावर एक गोष्ट स्पष्ट होते. ती म्हणजे व्यक्तीला बाह्य वातावरणाविषयी ज्याप्रमाणे सातत्याने जिज्ञासा किंवा कुतूहल वाटत आले आहे, त्याप्रमाणेच दुसरीकडे मानवाने मानवी जीवनाचे गुण समजून घेण्याचाही यशाशक्ती प्रयत्न केला आहे. व्यक्तिमत्त्वाविषयी लोकांचे अनेक समज आहे. पौर्वात्य आणि पाश्चात्त्य देशांमध्ये व्यक्तिमत्त्वाचा शास्त्रीय अभ्यास, मापन आणि व्याख्या करण्याचे अनेक प्रयत्न केले गेले आहेत. मात्र तरीही, त्याची सर्वसंमत व्याख्या अद्याप करण्यात आलेली नाही. सुरुवातीच्या काळात काही मानसशास्त्रज्ञ मानसिक, जैविक, रासायनिक आणि शारीरिक बाजूंवर भर देत होते. तर इतर काही जण बाह्य वर्तनाचे निरीक्षण करत होते.

खालील विद्वानांनी वेळोवेळी व्यक्तिमत्त्वाची व्याख्या केली आहे. त्यांच्यामध्ये अल्पोर्ट यांची व्याख्या समाधानकारक असल्याचे मानले जाते.

१) मॉर्टन प्रिन्स, १९२४	२) वॉट्सन, १९२४	३) गथरी, १९४८
४) मरे, १९४८	५) गिलफोर्ड, १९५६	६) वॉरेन, १९३०
७) बोरिंग, १९५०	८) परवीन, १९७१	९) अल्पोर्ट, १९६१

प्रो गॉर्डन डब्ल्यू अल्पोर्ट यांनी १९३७ मध्ये प्रकाशित झालेल्या आपल्या 'पर्सनॅलिटी : अ सायकॉलॉजिकल इंटरप्रिटेशन' या पुस्तकात व्यक्तिमत्त्वाची व्याख्या अशी केली आहे. : पर्यावरणाशी व्यक्ती कशा प्रकारे समायोजन साधते, ते निश्चित करणाऱ्या मनोशारीरिक पद्धतींचे आंतरिक चैतन्यशील, जोशपूर्ण संघटन म्हणजे व्यक्तीचे व्यक्तिमत्त्व होय.

अल्पोर्टची ही व्याख्या सर्व सैद्धांतिक विचारांना समाविष्ट करते. बहुतांश मानसशास्त्रज्ञ प्रत्यक्षपणे किंवा अप्रत्यक्षपणे ही व्याख्या समाधानकारक असल्याचे मानतात. या व्याख्येचे तीन मुद्द्यांवर विश्लेषण केले जाते. हे मुद्दे असे आहेत :

१. मनोशारीरिक यंत्रणा

२. चैतन्यशील संघटन

३. अनन्य आंतरिक समायोजन

अशा प्रकारे हे स्पष्ट होते की, व्यक्तिमत्त्वाची कल्पना अत्यंत व्यापक आहे. तिच्यात व्यक्तीची संपूर्ण वैशिष्ट्ये समाविष्ट आहेत आणि त्यांच्यामध्ये समन्वय आढळून येतो.

व्यक्तिमत्त्वाचे घटक :

व्यक्तिमत्त्वाचे अनेक घटक असतात. त्यांच्याद्वारे व्यक्तीचा व्यवहार व वर्तन या गोष्टी नियंत्रित होतात आणि त्याला दिशाही मिळते. मुख्य शीलगुण खालील प्रकारचे असतात :

१. सामान्य सक्रियता
२. स्नायू-विकृती
३. संवेगिक अस्थैर्य
४. प्रभुत्व किंवा अधीनता
५. विषाद
६. सामाजिकता
७. अहं शक्ती

व्यक्तिमत्त्वाला प्रभावित करणारे कारक घटक

व्यक्तिमत्त्व हे व्यक्तीच्या अंतर्गत आणि बाह्य वैशिष्ट्यांचे चैतन्यशील संघटन असते. व्यक्तिमत्त्वाच्या विकासात जैविक, सांस्कृतिक, सामाजिक वातावरण आणि मनोवैज्ञानिक घटक यांचा विशेष प्रभाव पडतो. जन्मतःच मुलाला आई-वडिलांकडून अनेक गुण आनुवंशिकरीत्या प्राप्त होतात. त्याखेरीज; कुटुंब, शाळा, सामाजिक परिस्थितीचे स्वरूप आणि समूह किंवा समाज इत्यादी घटक बालकाच्या व्यक्तिमत्त्वाच्या निर्मितीत महत्त्वपूर्ण योगदान देतात.

व्यक्तिमत्त्वावर परिणाम करणाऱ्या कारणीभूत घटकांचे चार श्रेणींमध्ये विभाजन केले जाते.

१. जैविक २. सांस्कृतिक ३. सामाजिक ४. मनोवैज्ञानिक

१. व्यक्तिमत्त्व निर्धारित किंवा निश्चित करणारे जैविक घटक

यांना 'अंतर्गत निर्धारक (निश्चितीकरण करणारे) घटक' असे म्हटले जाते, कारण त्यांच्यावर व्यक्तीचे नियंत्रण नसते. या गुणांसाठी आनुवंशिकता आणि जीवाच्या निर्मिती प्रक्रिया कारणीभूत असतात. त्यांमध्ये अंतःस्रावी ग्रंथी, शारीरिक संरचना, शरीर रसायन आणि स्नायुमंडल यांचा समावेश होतो. व्यक्तिमत्त्वावर परिणाम करणाऱ्या घटकांमध्ये आनुवंशिकता आणि पर्यावरण या दोहोंना महत्त्वपूर्ण स्थान आहे.

आनुवंशिकता : प्रजननशास्त्राच्या साहाय्याने व्यक्तिमत्त्वाच्या जैविक निर्धारकांमधील आनुवंशिकतेची भूमिका जाणून घेण्याचा प्रयत्न करण्यात आला आहे. मंडलाच्या सिद्धांताच्या आधारावर प्रजननाचे तीन नियम असतात.

१. पृथःकरणाचा नियम
२. प्रभावी आणि गौण उद्दिष्टांचा नियम
३. स्वतंत्र एकक लक्षणांचा नियम

जीन्सच्या माध्यमातून एका पिढीकडून दुसऱ्या पिढीकडे आनुवंशिकतेचा परिणाम पोहोचतो, हे ज्ञात झाले आहे. जन्मानंतर बालकाचे व्यक्तिमत्त्व निश्चित करण्यात चार जैविक कारणे किंवा कारके विशेष भूमिका बजावतात.

१. अंतःस्रावी ग्रंथी
२. शारीरिक संरचना
३. शरीर रसायन
४. स्नायुमंडल

२. व्यक्तिमत्त्व निर्धारित किंवा निश्चित करणारे सांस्कृतिक घटक

प्रत्येक समाजाची संस्कृती वेगवेगळी असते. व्यक्तीचे खाणे-पिणे, आचार-विचार आणि व्यक्तिमत्त्व यांवर संस्कृतीचा सखोल प्रभाव पडतो. संस्कृतीच्या अंतर्गत रीतीरिवाज, सवयी, परंपरा, आचारपद्धती, राहण्याच्या पद्धती, वेशभूषा आणि खाणे-पिणे या प्रमुख बाबींचा समावेश होतो.

व्यक्तिमत्त्वावर पडणाऱ्या संस्कृतीच्या प्रभावांसंदर्भातील दाखले प्रयोगात्मक आणि मानवशास्त्रीय अशा दोन्ही प्रकारच्या विविध अभ्यासांद्वारे देण्यात आले आहेत.

संस्कृती दोन प्रकारची असते. १. भौतिक संस्कृती २. अभौतिक संस्कृती.

३. व्यक्तिमत्त्व निर्धारित किंवा निश्चित करणारे सामाजिक घटक :

बाळाच्या जन्मानंतर त्याला जे वातावरण मिळते, त्याचा स्पष्ट प्रभाव त्याच्या व्यक्तिमत्त्वावर दिसून येतो. हरलॉकने (१९७४) असे मांडले की, वयोमानानुसार शिकण्याची निश्चिती सामाजिक परिस्थितींद्वारे केली जाते. त्यामुळे, व्यक्तीच्या 'स्व'चा विकास होतो आणि त्याच्यामध्ये सामाजिक जबाबदारीची जाणीव वाढते. व्यक्तिमत्त्वाचे सामाजिक निर्धारक घटक उपलब्ध मूळ सामग्रीमध्ये पूर्ण परिवर्तन घडवून आणण्यास जबाबदार असतात. यांमध्ये कौटुंबिक आणि शालेय घटक अधिक मुख्य, महत्त्वपूर्ण भूमिका पार पाडतात.

४. व्यक्तिमत्त्व निश्चित करणारे मानसशास्त्रीय घटक

१. बुद्धी
२. प्रेरणा
३. रुची
४. नैसर्गिक कल किंवा प्रवृत्ती
५. चिंता
६. सुप्त किंवा दडपली गेलेली भावना (कुंठा)
७. मूल्य
८. संवेग
९. जीवनशैली

कौटुंबिक कारक :

आई, वडील आणि मूल यांचा संबंध. हार्लो (१९६६), मिशेल (१९५८), ग्रीन स्टीन (१९६६) यांनी केलेल्या अभ्यासानुसार कौटुंबिक कारकांमध्ये पुढील घटकांचा समावेश होतो.

- अति सजग किंवा सावध आई-वडील
- कठोर आई-वडील
- तिरस्कार करणारे आई-वडील
- पक्षपाती आई-वडील
- आई-वडलांचे परस्परांशी असलेले संबंध
- कुटुंबाचा आकार
- जन्माने मुलाचा इतर भावंडांमध्ये असलेला क्रमांक आणि व्यक्तिमत्त्वः पहिल्या क्रमांकाचे मूल किंवा मधल्या क्रमांकाची मुले, अखेरचे मूल

सामाजिक आर्थिक परिस्थिती

कुटुंबाचे नागरी किंवा ग्रामीण वातावरण व्यक्तिमत्त्वाच्या निर्धारणात महत्त्वपूर्ण भूमिका बजावते. कुटुंबाच्या सामाजिक स्थितीप्रमाणेच, त्याच्या आर्थिक परिस्थितीचाही व्यक्तिमत्त्वावर परिणाम होतो. अत्यंत श्रीमंत आणि अत्यंत गरीब असे दोन्ही प्रकारचे कौटुंबिक वातावरण मुलाच्या सर्वांगीण विकासासाठी बाधक ठरते.

समूहाचा प्रभाव

व्यक्ती ज्या समाजाची किंवा समूहाची सदस्य असते, त्याची संरचनाही व्यक्तिमत्त्वावर परिणाम करते. समूह हा प्रमुख किंवा गौण असू शकतो. त्याचे सदस्यत्व अनिवार्य किंवा ऐच्छिक असू शकते. अशा प्रकारे नेता आणि सदस्य यांचे व्यक्तिमत्त्व वेगवेगळे असल्याचे दिसते.

शाळेचा प्रभाव

१. अभ्यासक्रम
२. शिक्षक
३. शाळेचे सर्वसामान्य प्रशासन आणि शिस्त
४. शाळेतील सोबती
५. शाळेत जाण्याचे वय

हे घटक प्रामुख्याने व्यक्तिमत्त्वावर प्रभाव टाकतात.

योगसाधनेचे व्यक्तिमत्त्व निर्धारणातील स्थान

योगाच्या नियमित अभ्यासाने व्यक्तीच्या बुद्ध्यंकात वाढ होते. बुद्धीला व्यापून राहिलेली कुंठा, चिंता, एकटेपणा आणि हीनत्वाच्या भावना कमी होतात. व्यक्तीच्या रुचींचे परिमार्जन होते. त्याच्या व्यक्तिमत्त्वात समाजमान्य मूल्ये निर्माण होतात. त्याची जीवनशैली आधुनिक असूनही योगाने परिपूर्ण असते. एकूणच व्यक्तिमत्त्वाचा सकारात्मक विकास होतो.

व्यक्तिमत्त्व विकासावर योगाचा प्रभाव

बाह्य आणि अंतर्गत प्रभावांच्या आधारेच व्यक्तिमत्त्व योग्य प्रकारे समजून घेणे शक्य होते. प्रत्येक क्षणाला आपले जीन्स, आपले अनुभव, आपले पर्यावरण आणि आपली स्वतंत्र इच्छाशक्ती आपले व्यक्तिमत्त्व निर्धारित किंवा निश्चित करत असते. प्रत्येक व्यक्तीची काही बाबतीत स्वतःची खास वैशिष्ट्ये असतात. उदाहरणार्थ, भावना, आचरण, सामर्थ्य, आदर्शाच्या कल्पना इत्यादी. व्यक्ती ज्या कशाचा विचार करते, त्या प्रत्येक क्रियेत आणि विचारात त्याच्या व्यक्तिमत्त्वाचा आविष्कार होत असतो.

आधुनिक मानसशास्त्रानुसार, व्यक्तिमत्त्वविषयक दृष्टिकोन खालील पाच सिद्धांतांर्गत येतात.

१. **मनोविश्लेषणकारी दृष्टिकोन** : या दृष्टिकोनानुसार वर्तनाच्या सर्जनशील, चैतन्यशील रूपातून व्यक्तिमत्त्व दर्शवले जाते.

२. **शीलगुण दृष्टिकोन** : वर्तनातून व्यक्तिमत्त्व दिसते असे हा दृष्टिकोन मानतो.

३. **मानवतावादी दृष्टिकोन** : हा दृष्टिकोन मानवी विकासाच्या शक्यतेकडे लक्ष देतो.

४. **सामाजिक आकलनविषयक दृष्टिकोन** : समाज आणि पर्यावरण यांचा आपल्या व्यक्तिमत्त्वावर कशा प्रकारे प्रभाव पडतो यावर हा दृष्टिकोन भर देतो.

५. **विकासवादी दृष्टिकोन** : या अंतर्गत जीवाचे वर्तन हे त्याच्या झालेल्या विकासानुसार घडते असे मानले जाते.

आधुनिक मनोविज्ञानानुसार, व्यक्तिमत्त्वाच्या खालील घटकांना योगाद्वारे संतुलित व विकसित करण्यात आले तर व्यक्तिमत्त्वाचा विकास होतो.

१. **बुद्धी :** आसन आणि प्राणायाम यांच्या अभ्यासाबरोबर त्राटक आणि ध्यान यांच्याद्वारेही बुद्ध्यंकात वाढ होते.

२. **प्रेरणा :** साधक नेहमीच सकारात्मक भावाने आणि ऊर्जेने ओतप्रोत भरलेला असतो. त्यामुळे अनेक अडथळ्यांवर तो विजय मिळवतो

आणि त्याला आपण सतत उत्साहाने आणि प्रेरणेने भारले गेल्याचा अनुभव येतो.

३. **रुची :** रुचीनुसारच साधक अंतर्मुखी किंवा बहिर्मुखी बनतो. योग आणि ध्यान यांच्या साहाय्याने मन ऐहिक आणि आध्यात्मिक असे दोन्ही लाभ प्राप्त करून घेते. ज्या वेळी ते बहिर्मुखी असते त्या वेळी संसारी आणि ज्या वेळी ते अंतर्मुखी असते त्या वेळी आध्यात्मिक लाभही प्राप्त करून घेते. जगातील सर्वश्रेष्ठ जीवन निर्वाहासाठी दोन्ही दिशा आवश्यक असतात.

४. **कल किंवा प्रवृत्ती :** योग हा सेवा, प्रेम, त्याग आदी आत्मिक गुण शिकवतो. म्हणून व्यक्ती जीवनात नेहमी सकारात्मक वृत्ती ठेवते.

५. **चिंता व ६. निराशा :** एकटेपणा आणि स्वतःला कमी लेखण्याची; हीन समजण्याची भावना योग साधनेमुळे कमी होते. योगाच्या अभ्यासाच्या साहाय्याने एकाकीपणा आणि असाहाय्यता यांच्याऐवजी संपूर्ण जीवमात्रांशी संलग्नता आणि तादात्म्य निर्माण होत असल्याने व्यक्ती स्वतः परिपूर्ण असल्याचा अनुभव प्राप्त करते.

७. **मूल्ये :** एकूण सहा प्रकारची मूल्ये सांगितली गेली आहेत. १. ज्ञानप्रधान मूल्ये : या मूल्यांमुळे व्यक्ती सत्य आणि ज्ञान यांचा शोध घेऊ लागते. तत्त्वज्ञानविषयक व शास्त्रीय यांसारख्या मूल्यांचा यात समावेश होतो. २. सौंदर्यप्रधान मूल्ये : या मूल्यांमुळे व्यक्ती जीवनात सौंदर्यात रुची घेते. कला आणि सौंदर्य ही त्याची उद्दिष्टे असतात. उदाहरणार्थ, चित्रकार, कवी, गायक, नर्तक इत्यादी. ३. अर्थप्रधान मूल्ये : या व्यक्ती जीवनाकडे आर्थिक आणि उपयोगितावादी दृष्टिकोनातून पाहतात. उदाहरणार्थ, उद्योगपती, व्यापारी. ४. राजनीतिप्रधान मूल्ये : या व्यक्तींना राजकारणाची अधिक आवड असते. उदाहरणार्थ, राजकारणी व्यक्ती, नेते. ५. धर्मप्रधान मूल्ये : धार्मिक कृत्यांमध्ये अधिक रुची किंवा आवड असलेल्या व्यक्तींकडे हे मूल्य असते. धर्मगुरू, साधू-संत यांचा या गटात समावेश होतो. ६. समाजप्रधान मूल्ये : विविध सामाजिक प्रक्रियांमध्ये आणि त्यांच्यात सुधारणा करण्यात मग्न राहणारे लोक या श्रेणीत येतात. उदाहरणार्थ, समाजसुधारक, समाजसेवक, कार्यकर्ते आदी.

प्रत्यक्ष योगात यम व नियम यांच्या अंतर्गतही मूल्ये सांगितली गेली आहेत. उदाहरणार्थ, अहिंसा, सत्य, अस्तेय, अपरिग्रह, ब्रह्मचर्य, शौच, संतोष, तप, स्वाध्याय आणि ईश्वर प्रणिधान. यम-नियम साधनेने वरील नीतिगुणांचे पालन करणे सुलभ जावे, अशा प्रकारचे वातावरण निर्माण केले जाते.

८. **संवेग :** योगाद्वारे संवेगांवर नियंत्रण प्राप्त होते; अन्यथा व्यक्ती संवेगांच्या अधीन होऊन निरुपयोगी, नको ती कार्ये करते आणि नंतर पश्चात्तापदग्ध होते.

९. **जीवनशैली :** साधकाची जीवनशैली आधुनिक असूनही योग्याची जीवनशैलीही असू शकते. अशी व्यक्ती इंद्रियसुखांच्या तुलनेत आत्मिक सुखांना अधिक महत्त्व देते. भौतिकतेच्या मागे न लागता आत्मानुभूतीसारख्या उच्चतर उद्दिष्टांच्या पूर्ततेसाठी ती कार्यरत असते.

भारतीय दृष्टिकोनानुसार, आत्मा हे मानवी व्यक्तिमत्त्वाचे मूलतत्त्व आहे. भारतीय मानसशास्त्रानुसार, या आत्म्याचा अनुभव घेणे हेच मानवी जीवनाचे उद्दिष्ट आहे. आत्मानुभव आल्यानंतर व्यक्तीच्या आचारात आणि वर्तनात परिवर्तन घडून येते. मानवी व्यक्तिमत्त्व तीन गुणांनी आणि पाच कोषांनी बनलेले असते. त्यांच्यातील संतुलनाने आणि विकासाने व्यक्तिमत्त्वाचा विकास होतो. आहार-विहारावर नियंत्रण ठेवल्याने आणि चिंतन-मननाच्या नियमांचे पालन केल्याने सात्त्विक, राजस आणि तामस या तीन गुणांमध्ये संतुलन निर्माण होते. पाच कोषांमध्ये खालील कोषांचा समावेश होतो.

१. अन्नमय कोष
२. प्राणमय कोष
३. मनोमय कोष
४. विज्ञानमय कोष
५. आनंदमय कोष

योगशिक्षण आणि साधना यांच्याद्वारे या कोषांच्या विकासामुळे व्यक्तिमत्त्वाचा विकास होतो.

षट्कर्म शुद्धिक्रिया

नेती, धौती, बस्ती, नौली, त्राटक, कपालभाती या षट्कर्मांद्वारे आणि आसनांच्या साहाय्याने अन्नमय कोष; म्हणजेच स्थूल शरीराचे शुद्धीकरण होते आणि विकास होतो. प्राणायामाद्वारे प्राणमय कोषाचा विकास होतो. शरीरात प्राणाचे प्रमाण वाढले की, जीवनशक्ती आणि रोगप्रतिकारक्षमता यांचा विकास होतो. प्रत्याहार आणि धारणा यांद्वारे मनोमय कोषाचा, ध्यानाने विज्ञानमय कोषाचा आणि समाधीने आनंदमय कोषाचा विकास होतो.

प्रार्थना

'प्रार्थना' या शब्दाचा शब्दशः अर्थ आहे - ईश्वराकडे आत्मनिवेदन करणे किंवा खऱ्याखुऱ्या विनयाने वागणे.

संपूर्ण श्रद्धा, भक्ती आणि विश्वास यांनी ईश्वरचरणी स्वतःला समर्पित करणे; म्हणजे प्रार्थना होय. आपल्या विराट सत्तेच्या प्रवाहात आपल्या क्षुद्र अहम्‌चे शमन करणे, हीच खरी प्रार्थना होय. विश्वात पसरणाऱ्या प्रकाशात आपला आंतरिक प्रकाश मिसळतो आणि अनंत, अमर सत्तेच्या अनुभूतीमध्ये तुच्छ व्यक्तिगत सत्तेचा लोप करतो. असे झाल्यावर, एकीकडे आपला क्षुद्र अहम् नष्ट होतो आणि दुसरीकडे आपल्याला आपल्या खऱ्याखुऱ्या स्वरूपाचे ज्ञान होते.

प्रार्थना वाचिक असू शकते किंवा मानसिकही असू शकते. प्रार्थना परिस्थितीजन्यही असू शकते. प्रार्थनेची कनिष्ठ आणि श्रेष्ठ अशी अनेक स्वरूपे आणि स्तर आहेत. आपल्या शत्रूच्या विनाशासाठी किंवा मृत्यूसाठी किंवा एखाद्याचे वाईट, अनिष्ट व्हावे यासाठी व्यक्ती ईश्वराची प्रार्थना करते, तो प्रार्थनेचा सर्वाधिक कनिष्ठ स्तर होय. सर्वोच्च किंवा सर्वश्रेष्ठ स्तरातील प्रार्थनेत स्वार्थी प्रयत्न नसतात. ती पूर्णपणे निष्काम असते. तिच्यात कोणत्याही प्रकारच्या भोगाचा समावेश नसतो.

ऐहिक विषयात मन भरकटत राहिले, तर प्रार्थनेची प्रभावनिर्मितीची शक्ती नष्ट होते, कारण प्रार्थनेसाठी मन पूर्णपणे स्थिर आणि आपल्या उपास्यावर पूर्णपणे केंद्रित झालेले असणे अत्यावश्यक आहे.

खरी प्रार्थना संक्षिप्त असली पाहिजे, कारण प्रदीर्घ प्रार्थनेत मन भरकटण्याची शक्यता असते. जिथे प्रार्थनेची आवश्यकताच उरत नाही, अशा सर्वोच्च स्तरापर्यंत श्रेष्ठतम प्रार्थना घेऊन जाते, कारण उपासक त्या वेळी अनंतात पूर्णपणे विलीन झालेला असतो.

प्रार्थनेचे प्रकार

सामाजिक दृष्टिकोनाच्या आणि आध्यात्मिक दृष्टिकोनाच्या प्रार्थनेचे प्रत्येकी तीन प्रकार असतात.

१. सामाजिक दृष्टिकोनातून प्रार्थनेचे प्रकार :

अ) वैयक्तिक प्रार्थना

ब) सामुदायिक प्रार्थना

क) सार्वभौमिक प्रार्थना

२. आध्यात्मिक दृष्टिकोनातून प्रार्थनेचे प्रकार :

अ) सकाम प्रार्थना

ब) निष्काम प्रार्थना

क) अनिष्टकारी प्रार्थना

सामाजिक दृष्टिकोनाच्या प्रार्थनेच्या प्रकारांच्या व्याख्या –

१. वैयक्तिक प्रार्थना

ज्या प्रार्थनेत व्यक्ती स्वतःला समर्पित करून प्रार्थना करतो, ती 'वैयक्तिक प्रार्थना' होय. अशा प्रकारच्या प्रार्थनेतून ईश्वराचे दिव्य गुणांचे कीर्तन आणि देवकृपा प्राप्त करण्याची भावना व्यक्त होते. उदाहरणार्थ,

त्वमेव माता च पिता त्वमेव, त्वमेव बन्धुश्च सखा त्वमेव।
त्वमेव विद्या द्रविडम् त्वमेव, त्वमेव सर्वम् मम देव – देव।

२. सामुदायिक प्रार्थना

एखाद्या समूहात किंवा गुरू-शिष्य यांच्या दरम्यान, सामुदायिक किंवा समूहाच्या कल्याणार्थ केली जाणारी प्रार्थना; म्हणजे 'सामुदायिक प्रार्थना' असते. वेदांमध्ये आणि उपनिषदांमध्ये अशा प्रकारच्या प्रार्थनेची चांगली उदाहरणे सापडतात.

उदाहरणार्थ, अथर्ववेदात गुरू आणि शिष्य यांच्याद्वारे एकत्रितपणे खाली दिलेली प्रार्थना करण्यात आली आहे. ती या प्रकारच्या प्रार्थनेचे सुंदर उदाहरण आहे.

'सहनाभवतु, सहनौ भुनक्तु, सहवीर्यम् करवावहै।
तेजस्विनावधीतमस्तु मा विद्विषावहै,'
ॐ शांति शांति शांति।

३. सार्वभौमिक प्रार्थना

ही प्रार्थना समस्त विश्वाच्या कल्याणासाठी केली जाणारी प्रार्थना आहे. तिच्यात प्रार्थना करणाऱ्या व्यक्तीच्या मनात स्वतःची कोणतीही आकांक्षा, अपेक्षा नसते किंवा कोणतेही व्यक्तिवैशिष्ट्य प्राप्त करण्याची इच्छाही नसते. व्यक्ती निःस्वार्थीपणाने संपूर्ण विश्वाच्या कल्याणासाठी प्रार्थना करते.

उदाहरणार्थ,

सर्वेभवन्तु सुखिनः सर्वे सन्तु निरामयाः।
सर्वे भद्राणि पश्यन्तु, मा कश्चित् दुःखभाग्भवेत्।

आध्यात्मिक दृष्टिकोनातून प्रार्थनेचे तीन प्रकार आहेत :

१. सकाम प्रार्थना

आपल्या स्वतःच्या आणि आपले बांधव, मित्र यांच्या सुखासाठी, स्वास्थ्यासाठी, धनलाभासाठी किंवा जय-विजय यांच्या प्राप्तीच्या हेतूने करण्यात आलेल्या प्रार्थनेला 'सकाम प्रार्थना' असे म्हणतात. कोणत्याही व्यक्तीमध्ये सुधारणा घडवून आणण्यासाठी करण्यात येणारी सकाम प्रार्थना खालील प्रकारे केली जाणे शक्य असते.

सुधरे वह सुशील बन, पालन कर आचार।
कर्म धर्म में रत रहे, सब कुव्यसन निवार।

२. निष्काम प्रार्थना

स्वतःच्या चैतन्यभावाची जागृती, चित्तशुद्धी, मनाची शुद्धता आणि पापापासून निवृत्ती या हेतूंनी आणि निःस्वार्थ भावाने दुसऱ्याचे हित, सुख म्हणजेच परहित, परसुख, दुसऱ्याचे स्वास्थ्य, दुसऱ्याची पदोन्नती आदी हेतूंनी केली गेलेली प्रार्थना ही 'निष्काम प्रार्थना' होय. वर उल्लेख केलेल्या दुसऱ्यासाठीच्या प्रार्थनेतही एक प्रकारची इच्छा असतेच. परंतु यात ऐहिक स्वार्थ नसतो आणि परमार्थ असतो. त्यामुळे कर्त्याचे या लोकाविषयी, सांसारिक सुखाविषयी, यश आदीविषयी उद्दिष्ट नसेल, तर त्यामुळे त्याचे हे कर्म (प्रार्थना) निष्काम कर्म बनते. म्हणून, अशा पारमार्थिक आणि आत्मकल्याणाच्या हेतूने केल्या गेलेल्या प्रार्थना व्यक्तीच्या आध्यात्मिक उत्थानासाठी अत्यंत साहाय्यक असतात. तसेच, देशात सुधारणा होण्याच्या हेतूनेही त्या केल्या जाऊ शकतात.

उदाहरणार्थ, आत्मकल्याणाच्या हेतूने खालील प्रार्थना केली जाऊ शकते.

जगे चेतना विमलतम, हो सत्य सुप्रकाश।
शांती सर्व आनंद हो, पाप ताप का नाश।
बुद्धि वृद्धि, विवेक, बल, आत्मबल बढ जाए।
सदिच्छा मानस बल बढे, धृति धर्म को पाए।

अशा प्रकारे देशाच्या सुधारणेसाठी करता येऊ शकणाऱ्या प्रार्थनेचे एक उदाहरण पुढे दिले आहे.

सदाचार सत्कर्म का, करें पालन सब लोग।
मेल एकता साध के, हरे देश के रोग।

३. अनिष्टकारी प्रार्थना

आपल्या शत्रूच्या विनाशासाठी किंवा कोणाचे तरी अनिष्ट व्हावे यासाठी ईश्वराला साकडे घालणे, याला 'अनिष्टकारी प्रार्थना' असे म्हटले जाते. अशा प्रार्थनेवर काम, क्रोध, लोभ, मद, मोह आदी भावनांनी प्रेरित होऊन केलेल्या स्वार्थी प्रयत्नांचा प्रभाव असतो. ही प्रार्थना कनिष्ठस्तरीय किंवा अधम स्तराची प्रार्थना असते. तिच्यातून कोणाचेही कल्याण होत नाही; उलटपक्षी ती करणाऱ्याचे आध्यात्मिक पतन होण्यास अशी प्रार्थना कारणीभूत ठरते.

कोणालाही कष्ट व्हावेत, क्लेश व्हावेत या हेतूने प्रार्थना करणे, कोणाची शारीरिक हानी किंवा कोणाच्या धनाची हानी व्हावी या हेतूने प्रार्थना करणे, एखाद्यावर अन्याय व्हावा यासाठी प्रार्थना करणे, एखाद्या प्राथमिक स्तरावरील शक्तीला खरी ठरवण्यासाठी केलेली प्रार्थना, एखाद्या अपराध्याला शिक्षेतून मुक्त करावे यासाठी प्रार्थना करणे आदी बाबी कनिष्ठस्तरीय समजून संतांनी वर्ज्य मानल्या आहेत.

दैनंदिन जीवनात प्रार्थनेचा उपयोग आणि महत्त्व

मानवी जीवनात प्रार्थनेला अत्यंत महत्त्व आहे. प्रार्थना ही एका बाजूला शक्ती प्रदान करते आणि दुसरीकडे भयमुक्त बनवते. प्रार्थना आपल्याला जीवन जगण्यासाठी आधार देते आणि दुसरीकडे आपल्या व्यक्तिमत्त्वावरही परिणाम करते.

१. संपूर्ण आरोग्यप्राप्तीचे साधन

संपूर्ण मानवी आरोग्याची तीन अंगे किंवा बाजू आहेत. शरीर हे पहिले अंग आहे आणि ते स्थूल आहे. मन हे दुसरे अंग आहे आणि ते सूक्ष्म आहे. तिसरे अंग किंवा घटक आध्यात्मिक आहे आणि तो आत्म्याशी संबंधित आहे. या तिन्ही अंगांमध्ये एक घनिष्ठ पारंपरिक संबंध आणि ताळमेळ आहे. प्रार्थनेच्या अभावामुळे आध्यात्मिक बाजूची सातत्याने अवहेलना केली जाते. परिणामी, आत्मिक बाजू दुःखांनी व्याप्त होते आणि त्यानंतर मन अशांत, अस्थिर आणि क्लेशयुक्त बनते. अशी स्थिती दीर्घकाळ राहिली, तर अनेक मानसिक रोग निर्माण होतात आणि त्यांच्यामुळे उच्च रक्तदाब, मधुमेह, हृदयरोग, वायुविकारासारखे पोटाचे विकार आणि उन्माद किंवा हिस्टेरिया आदी मनोकायिक रोग निर्माण होतात.

प्रार्थनेमुळे आध्यात्मिक बाजू बलवान, सामर्थ्यशाली बनते. त्यामुळे तणाव, द्वंद्व (परस्परविरोधी विचार) आणि विपरीत परिस्थिती यांमध्ये आपण समतोल साधण्यास शिकतो. सतत प्रार्थना केल्याने रोगांशी लढा देण्याची शक्ती वाढू लागते आणि दुसरीकडे रोगांचा प्रकोपही कमी होऊ लागतो. परिणामी, रोग नाहीसे होण्यात खूप साहाय्य मिळते. सतत प्रार्थना केल्याने स्वरूपाच्या तिन्ही बाजू किंवा अंगे सामर्थ्यशाली बनतात आणि संपूर्ण आरोग्य प्राप्त होते हे स्पष्ट आहे.

२. आत्मशुद्धीचे साधन

प्रार्थना करण्यामागे आपल्या जीवनातील एक महत्त्वपूर्ण उद्दिष्ट आहे. ते आहे – आत्मोन्नती. पहिल्यांदा साधक स्वतःच्या हातून झालेल्या पातकांबद्दल पश्चात्ताप व्यक्त करतो आणि पापाचार पुन्हा न करण्याचा संकल्प करतो. चोरांना आणि समाजविघातक तत्त्वांना घराजवळ येण्यापासून रोखणाऱ्या एखाद्या कर्तव्यपरायण नियमित पाहरेकऱ्याप्रमाणे प्रार्थना साधकाच्या जीवनात कार्य करते. पुनःपुन्हा प्रार्थना केल्याने साधकाला पुनःपुन्हा आत्मपरीक्षणाची आणि आत्मनिरीक्षणाची संधी मिळते. त्यामुळे दोन प्रार्थनांच्या दरम्यानच्या काळात तो मन, वचन आणि कर्म यांच्याद्वारे होणारे स्खलन समजू शकतो. अशा प्रकारे, ध्यानात बसल्यावर प्रार्थनेची जागा पश्चात्ताप घेतो आणि साधक पुन्हा अपराध न करण्याचा निश्चय करतो. ज्याप्रमाणे स्नान आणि शुद्धीकरणाच्या औषधींद्वारे आपल्या शरीराचे बाह्य व आंतरिक शुद्धीकरण होते, त्याप्रमाणेच प्रार्थना हे आत्मशुद्धीकरणाचे साधन आहे.

३. आध्यात्मिक सामर्थ्याच्या प्राप्तीचे साधन

प्रार्थनेमुळे केवळ शुद्धीकरणाचेच कार्य होत नाही; तर ती आपल्याला आध्यात्मिक सामर्थ्यही प्रदान करते. सतत प्रार्थना केल्याने मनाची चंचलता समाप्त होऊ लागते आणि मनाला स्थैर्य प्राप्त होते. चित्ताच्या वृत्तींवर साधकाचे नियंत्रण निर्माण होते. निरंतर आणि नियमित प्रार्थना केल्याने मानसिक एकाग्रतेचा स्तरही हळूहळू वाढू लागतो आणि मग क्षुद्र अहम्‌चा विनाश होतो. अशा प्रकारे, जिथे साधकाला ईश्वराच्या सर्वव्यापकतेची अनुभूती येते, अशा उच्च स्तरापर्यंत प्रार्थना साधकाला घेऊन जाते आणि साधकाचा अनंताशी संपर्क स्थापन होतो.

४. कैवल्यप्राप्तीचे साधन

सतत प्रार्थना केल्याचा परिणाम म्हणून चित्ताच्या वृत्तींवर नियंत्रण प्राप्त होते. चित्तात आणि मनात संयमाबरोबरच प्रार्थनेमुळे रक्षाकवच प्राप्त होते. त्यामुळे, ध्यानासारख्या उच्च अभ्यासाच्या वेळी साधकाजवळ पोहोचणाऱ्या सांसारिक प्रलोभनांच्या वेळी साधकाच्या मनात आध्यात्मिक सफलतेचा अभिमान जागृत होऊ शकतो. अशा स्थितीत उत्पन्न झालेल्या या अहम्‌चा आणि अभिमानाचा प्रार्थनेमुळे विनाश करणे शक्य होते.

प्रार्थनेच्या साहाय्याने कठिणातील कठीण काळी आत्यंतिक दुःखात असतानासुद्धा जीवनात सामंजस्य दाखवू शकलेल्या अनेक महापुरुषांची उदाहरणे आपल्या सामाजिक क्षेत्रात आपल्याला सापडतात. येशू ख्रिस्ताने आपल्या अंतःकाळी स्वतःवर अत्याचार करणाऱ्यांच्या कल्याणासाठी प्रार्थना करून घोर शारीरिक क्लेशांपासून मुक्ती मिळवली आणि ईश्वर सर्वव्यापी असल्याचे सिद्ध केले. महात्मा

गांधींनी प्रार्थनेच्या बळावरच अहिंसा आणि सत्य यांना आधारभूत बनवून देशाला स्वातंत्र्य मिळवून देण्यात प्रमुख भूमिका पार पाडली. कैवल्यप्राप्तीसाठी निःसंग संत असणे आणि आत्म्याचे चिंतन, मनन व निर्विकल्प ध्यान यांची आवश्यकता असते.

आज वैज्ञानिक युगात प्रार्थनेच्या उपयोगावर गांभीर्याने विचार केला, तर आपल्याला असे दिसून येते की, आज अनेक रोग दूर करण्यात प्रार्थनेचा औषधी म्हणून वापर केला जात आहे. आज ओमवर झालेल्या संशोधनांमधून असे स्पष्ट झाले आहे की, प्रार्थनेमुळे (ओमच्या उच्चारणाच्या रूपातील) उच्च किंवा कमी रक्तदाबासारखे रोग दूर होऊन व्यक्ती आरोग्यपूर्ण बनू शकते.

आधुनिक जीवनातील तणाव, द्वंद्वे आणि नैराश्य

तणाव, द्वंद्वे आणि नैराश्य ही आधुनिक जीवनातील मानसिक व्याधींच्या वाढत्या संख्येची कारणे आहेत. समाजातील आपली स्थिती दृढ आणि समर्थ बनवणे, कौटुंबिक व सामाजिक बाबींशी आणि मूल्यांशी जुळवून घेणे आणि इच्छापूर्तीमध्ये अयशस्वी बनणे आदी प्रसंगी तणाव निर्माण होतो.

तणावाचा अर्थ

मानसशास्त्रात 'तणाव' या शब्दाचा वापर कारण आणि प्रभाव या संदर्भात केला जातो.

मानसिक तणावाच्या कारणाच्या स्वरूपात प्रतिशक्ती :

तणावाचा संबंध मनावर तितक्याच शक्तीने तणाव आणणाऱ्या घटकांशी किंवा कारकांशी आहे. अर्थातच, मानसिक त्रस्तता निर्माण करणारी कोणतीही घटना किंवा कारण म्हणजे, मानसिक तणावाचे कारक होय. ही कारणे शारीरिक, सामाजिक आणि मनोवैज्ञानिक असतात. उदाहरणार्थ, थकवा, क्लेश, रोग आदी शारीरिक कारणे होत. सामाजिक कारणांमध्ये, मानसिक क्लेश किंवा त्रस्तता निर्माण करणाऱ्या सामाजिक कारणांचा समावेश होतो. गरिबी, बेरोजगारी, स्पृश्यास्पृश्यता आदी कारणे ही याची उदाहरणे होत. मानसशास्त्रीय कारणांमध्ये ज्या घटना व्यक्तीमध्ये मानसिक वैषम्य उत्पन्न करतात, त्या घटनांचा समावेश होतो. उदाहरणार्थ, नोकरी सुटणे, एखाद्या प्रिय व्यक्तीचा मृत्यू, वैवाहिक तंटे इत्यादी.

मानसिक तणावाचे परिणाम म्हणून प्रतिशक्ती

दुसऱ्या अर्थाने विचार करता, तणावाचा संबंध मानसिक स्थितीशी किंवा मनोविज्ञानाशी आहे. याचा अर्थ तणाव हा प्रत्यक्षात एखाद्या घटनेचा परिणाम असतो, कारण नसतो.

विविध शास्त्रज्ञांनी तणावाची व्याख्या वेगवेगळ्या प्रकारे केली आहे. मुख्यतः रेथस आणि नेव्हिड (१९९१) यांची, रेबर (१९९५) तसेच डेव्हिसन आणि नील (१९९६) यांची व्याख्या अधिक सर्वसंमत मानली जाते.

तणावाचे प्रकार

तीव्रतेच्या आधारावर

१. मंद २. तीव्र

तणाव टिकून राहिलेल्या काळाच्या आधारावर

१. तात्पुरता किंवा क्षणिक तणाव

२. चिरकालिक किंवा कायमस्वरूपी तणाव

चेतनेच्या आधारावर

१. चेतन तणाव २. अचेतन तणाव

प्रवृत्तीच्या आधारावर

१. कार्यप्रवृत्त करणारा २. अहम्च्या दिशेने प्रवृत्त करणारा

आधुनिक जीवनातील तणावाची कारणे

आजच्या स्पर्धात्मक सामाजिक वातावरणात विविध कारणांमुळे व्यक्तीला तणावांचा सामना करावा लागतो. धावपळीच्या व्यस्त जीवनात दैनंदिन मागण्यांमध्ये समन्वय राखण्याच्या प्रयत्नात थकवा जाणवणे आणि विटून जाणे या गोष्टींचा अनुभव येऊ लागतो. जीवन आनंददायी आणि सुलभ राहिलेले नाही असे वाटू लागते. कुटुंब, शेजार आणि कार्यक्षेत्र यांच्याशी संबंधित अडचणी योग्य वेळी दूर केल्या जात नाहीत. परिणामी, आणखी तणाव उत्पन्न होतो. त्याची प्रमुख कारणे खालीलप्रमाणे आहेत :

१. दैनंदिन अडचणी

१. घरगुती अडचणी

२. आरोग्याशी संबंधित अडचणी

३. वेळेच्या दबावामुळे जाणवणाऱ्या अडचणी

४. अंतर्गत अडचणी

५. पर्यावरणीय अडचणी

६. आर्थिक जबाबदाऱ्यांविषयीच्या अडचणी

७. व्यावसायिक अडचणी

८. भविष्याच्या सुरक्षिततेसंबंधीच्या अडचणी

२. जीवनात परिवर्तन

जीवनात अचानक, नको असलेले किंवा अवांछित परिवर्तन घडून आले, तर ते तणावाचे प्रमुख कारण असते.

३. क्लेश आणि द्वंद्व

शारीरिक हानी किंवा रोग

४. निराशा आणि द्वंद्व

आपल्या किंवा आपल्या कुटुंबाच्या गरजा पूर्ण करू न शकल्याने भावना दडपल्या जाण्याचा किंवा निराशेचा अनुभव येतो. कालांतराने त्याचे रूपांतर तणावात होते. द्वंद्वातूनही तणाव उत्पन्न होतो.

५. नैसर्गिक आणि औद्योगिक महासंकटे

आधुनिक जीवनातील तणावाची ही मोठी कारणे आहेत. वादळ, पूर, स्फोट, साथीचे रोग आदी नैसर्गिक संकटाची उदाहरणे आहेत. त्यांचा परिणाम प्रत्यक्ष किंवा थेटपणे होतो. त्यामुळे लोकांच्या जीवनावर परिणाम होतो आणि ते तणावाची शिकार बनतात.

औद्योगिक संकटेही गंभीर तणाव निर्माण करतात. भोपाळ वायू दुर्घटना, जयपूरमधील पेट्रोल डेपोला लागलेली आग, अणूस्फोट आदी घटनांमुळे परिसरातील कित्येक किलोमीटरच्या भागातील लोक तणावग्रस्त बनतात.

द्वंद्व किंवा संघर्ष

द्वंद्वाचे प्रकार

१. समतुल्य सकारात्मक बाबींच्या निवडीचा संघर्ष : ज्या वेळी व्यक्तीसमोर दोन समान बलशाली सकारात्मक उद्दिष्टे असतात, त्या वेळी तो कोणते उद्दिष्ट प्रथम आणि कोणते नंतर पूर्ण करावे, ते ठरवू शकत नाही. उदाहरणार्थ, पहिल्यांदा भोजन करावे की झोपायला जावे. अशा प्रकारच्या द्विधा मनःस्थितीची समस्या सोडवणे सोपे नसते. अशा वेळी व्यक्तीने प्रथम भोजन करावे आणि नंतर झोपायला जावे.

२. समतुल्य नकारात्मक बाबींतून निवडीचा संघर्ष : हा संघर्ष दोन प्रकारचा असतो. उदाहरणार्थ, एका बाजूला वाघ असेल आणि दुसऱ्या बाजूला खोल दरी असेल, तर व्यक्ती कशाची निवड करेल? थोडक्यात, इकडे आड आणि तिकडे विहीर अशी ही परिस्थिती असते. बहुतेक वेळा, व्यक्ती यातून तिसराच पर्याय शोधण्याचा आणि निवडण्याचा प्रयत्न करते.

३. समतुल्य सकारात्मक-नकारात्मक बाबींतून निवडीचा संघर्ष : या प्रकारच्या मानसिक संघर्षात व्यक्ती एकाच वेळी सकारात्मक आणि नकारात्मक उद्दिष्टांच्या मध्ये अडकलेली असते आणि कोणत्या गोष्टीची निवड करावी हे तिच्यासाठी कठीण बनते. उदाहरणार्थ, आपण जिला शत्रू समजता, अशा व्यक्तीने तुम्हाला

रात्रीच्या जेवणासाठी निमंत्रित केले आहे. अशा वेळी तुम्ही ते नाकारले, तर त्यामुळे तुम्हाला नावे ठेवली जाण्याची भीती असते आणि निमंत्रणाचा स्वीकार केला तर तुमचा अहम् दुखावला जाणार असतो. हा संघर्ष म्हणजे, समतुल्य सकारात्मक-नकारात्मक बाबींतून निवडीचा संघर्ष होय.

संघर्षांचे स्रोत

१. विभाजित कुटुंब
२. माता-पित्याची सदोष मनोवृत्ती
३. सदोष शिक्षणयंत्रणा
४. चुकीचे व्यवसाय नियोजन
५. सामाजिक प्रतिबंध
६. विरोधी सांस्कृतिक मूल्य
७. इड (भूक, तहान, राग, आनंद मिळवण्याची इच्छा आदी मूलभूत नैसर्गिक मानवी गरजांचे प्रतिनिधित्व करणारा सुप्त मनाचा सखोल भाग) आणि सर्वोच्च अहम्चे विरुद्ध स्वरूप

'नैराश्य किंवा कुंठा' हा शब्द प्रत्यक्षात लॅटिन शब्दापासून तयार झाला आहे. त्याचा अर्थ 'व्यर्थ' असा आहे.

नैराश्याची कारणे

बाह्य कारक		अंतर्गत कारक	
१	भौतिक कारक	१	शारीरिक दोष
२	सामाजिक कारक	२	मानसिक दोष
३	आर्थिक कारक	३	विरोधी इच्छा किंवा उद्दिष्टे
		४	आत्यंतिक अभिलाषा
		५	अहम्मुळे दुर्बलता
		६	चुकीची मानसिक वृत्ती
		७	निष्कपटपणा आणि दृढनिश्चयाची कमतरता

नैराश्यावरची प्रतिक्रिया

नैराश्याचे परिमाण, कारक आणि प्रकार आदींनुसार व्यक्ती नैराश्याविषयी प्रतिक्रिया व्यक्त करते. ही प्रतिक्रिया दोन प्रकारची असते.

सर्वसाधारण प्रतिक्रिया

१. प्रयत्नांत वाढ. २. परिस्थितीशी तडजोड ३. परिहास
४. विनम्रता ५. उद्दिष्टात परिवर्तन

तीव्र प्रतिक्रिया

१. आंतरिक आक्रमकता : व्यक्ती आत्महत्येपर्यंतही पोहोचते.

२. बाह्य आक्रमकता : नोकर, पत्नी किंवा मुले यांच्यावर ओरडणे किंवा त्यांना मारझोड करणे.

नैराश्य आणि द्वंद्व दूर करण्याचे उपाय

मानसिक संघर्ष दोन प्रकारचे असतात. त्यांना 'जागृत' संघर्ष आणि 'सुप्त' संघर्ष असे म्हटले जाते. मनाच्या जागृत स्तरावर जे संघर्ष होतात, त्यांना 'जागृत' किंवा 'सजग' संघर्ष आणि सुप्त स्तरावर होणाऱ्या संघर्षांना 'सुप्त' संघर्ष असे म्हटले जाते. मनाच्या जागृत किंवा चेतनेच्या पातळीवर होणारा संघर्ष; म्हणजे 'जागृत संघर्ष' होय. व्यक्तीला अशा संघर्षांची जाणीव असते. अशा संघर्षाची कारणे, त्याचे स्वरूप आणि परिणाम यांची माहिती व्यक्तीला असते. त्याउलट, सुप्त संघर्ष हा मनाच्या सुप्त पातळीवर होत असतो. त्याची व्यक्तीला माहिती नसते. जागृत संघर्षांशी सामना करणे आणि त्यावर उपाय शोधणे अपेक्षेप्रमाणेच सोपे असते. मात्र सुप्त संघर्ष जटिल प्रकारचे असतात आणि त्यांच्यावरचे उपाय शोधणे कठीण असते.

जागृत संघर्षांवरचे उपाय

१. तर्क-वितर्काची स्थिती
२. निर्णयाची स्थिती
३. संकल्पाची स्थिती
४. प्रत्यक्ष वर्तन

सुप्त संघर्षांवरचे उपाय

सुप्त मनाच्या पातळीवर व्यक्ती मानसिक संघर्षांवर किंवा द्वंद्वांवर उपाय योजते. या मानसिक प्रक्रियेला 'मनोरचना' किंवा 'मानसिक यंत्रणा' असे म्हणतात. याला 'प्रतिकार रचना' असेही म्हटले जाते. या मानसिक प्रक्रियेद्वारे इड आणि सुपर इगो यांच्या परस्परविरुद्ध स्वरूपामुळे निर्माण झालेली द्वंद्वे मनोरचनांच्या माध्यमातून दूर करून इगो स्वतःला चिंता आणि तणाव यांपासून वाचवण्याचा प्रयत्न करतो. म्हणून याला 'इगो प्रतिकार' असे म्हटले जाते.

मनोरचनांचे किंवा मानसिक यंत्रणांचे प्रकार

१. दमन २. रूपांतरण ३. उदात्तीकरण ४. तर्कशुद्ध किंवा बुद्धिप्रामाण्यवादी
५. परागती (विकासाच्या विरुद्ध दिशेने जाण्याची वृत्ती) ६. प्रतिक्रिया निर्मिती

गौण मनोरचना किंवा यंत्रणा

१. विस्थापन २. प्रक्षेपण ३. ओळख
४. अंतःक्षेपण ५. प्रतिपूरण किंवा भरपाई ६. माघार घेणे किंवा नकारात्मकता

ध्यानाचा मनावर परिणाम

सहसा, मनात स्थैर्य नसते आणि मनाचे स्थैर्य सहजपणे विचलित होत राहते. ध्यान करण्यामागे 'मनाला स्थैर्य प्राप्त करून देणे' हा प्रमुख उद्देश असतो. अस्थिर मन कोणतीही समस्या जाणून घेणे, तिचे निदान करणे आणि तिच्यावर उपाय शोधणे यासाठी पात्र नसते. त्याउलट, अस्थिर मन समस्या अधिक गुंतागुंतीची बनवते. अस्ताव्यस्त, अव्यस्थित मन परिस्थितींचा केवळ थोडाच लाभ घेऊ शकते आणि बहुतेक वेळा ते अयशस्वीच बनते.

प्रत्येकाला मानसिक शांती मिळाली पाहिजे. परंतु, मनात इच्छा असतील, तर मानसिक शांती मिळणे शक्य नसते. आपल्या अनंत इच्छा याच मानसिक अशांततेला कारणीभूत असतात. मानव समाजात राहत असताना त्याचे मन सतत चंचल असते. जर मानवाला समाजात राहून शांतता हवी असेल, तर त्याला ध्यानाचा आधार घ्यावा लागेल; अन्यथा परिस्थितींपासून आणि समस्यांपासून तो पळ काढेल.

भारतीय ऋषींच्या मते, आत्माच ज्ञानाचा मूळ किंवा आदिस्रोत आहे. ज्या वेळी मन पूर्णपणे शांत आणि अंतर्मुखी असेल, त्याच वेळी हे ज्ञान हृदयातून प्रवाहित होते. मनाच्या अस्थैर्यामुळे ज्ञानाचे बरेचसे दरवाजे बंद होतात. मात्र, शांत व अंतर्मुखी मन ज्ञानाचे नवनवीन आयाम खुले करते. म्हणजेच, ज्ञानासाठी मनाची स्थिर, एकाग्र, शांत आणि अंतर्मुखी अवस्था असली पाहिजे, अन्यथा मन अकारणच कल्पनांमध्ये हरवून जाईल. मनातील कोणतीही कल्पना काढून टाकण्याचा उपाय आहे ध्यान. त्यामुळे मन सहनशील, शांत, सूक्ष्म आणि हलके बनते. ध्यानाच्या दैनंदिन वापराने सातत्यपूर्ण शांतता प्रवाहित होते आणि मनात शालीनता, निरहंकारिता, साहस आणि शौर्य जागृत होते. ध्यानाने मिळालेली विश्रांती मनाला तणावांपासून मुक्त करते. निराश मनात आशेचा संचार होतो. थोडक्यात, ध्यानामुळे मनाला एका नवीन ताजेतवानेपणाने, उत्साहाने भरलेल्या पुनर्जीवनाचा लाभ होतो.

ध्यानाच्या साहाय्याने मन ऐहिक किंवा सांसारिक आणि आध्यात्मिक असे दोन्ही लाभ प्राप्त करते. ज्या वेळी ते बहिर्मुखी असते, त्या वेळी ते प्रापंचिक असते. ज्या वेळी ते अंतर्मुखी असते, त्या वेळी ते आध्यात्मिक लाभ प्राप्त करून घेते. जगातील सर्वोच्च जीवन जगण्यासाठी दोन्ही दिशा आवश्यक आहेत. मनाला कोणत्यातरी एकाच विषयावर रोज एकाग्र केल्याने त्याची क्षमता वाढते. ध्यानाच्या या शास्त्राचा उपयोग करून मनाच्या क्षमतांचा विकास केला जातो. लेखक, कलाकर, संगीतज्ञ, चित्रकार, गायक आणि वैज्ञानिक यांच्यामध्ये अशा प्रकारे मनाची क्षमता विकसित झाल्याचे दिसून येते. कळत-नकळत प्रत्येक व्यक्ती दर वेळी ध्यानच करत असते; परंतु आपली अंतर्यामीची क्षमता जागृत व्हावी अशा

प्रकारे ती एकाच विषयाचे ध्यान करत नाही. हातांनी काम करणारे श्रमिक आणि मन व मेंदू म्हणजेच बुद्धीने काम करणारे बुद्धिजीवी हे दोन्ही प्रकारचे लोक ध्यानाच्या द्वारे शक्ती आणि शांतता प्राप्त करतात.

ध्यानामुळे मेंदूमधून अल्फा तरंग निघतात. त्यांच्यामुळे मनाला शांतता मिळते आणि मन सर्जनशील बनते. ध्यानाचा उपयोग करू न शकणाऱ्या लोकांना झोप आणि मनःशांती यांसाठी औषधे घेण्याची गरज भासते. परंतु त्यांचे दुष्परिणाम किंवा साईड-इफेक्ट्स अधिक प्रमाणात असतात. ध्यानामुळे मेंदूच्या उजव्या आणि डाव्या गोलार्धांच्या कार्यांमध्ये संतुलन येते. मेंदूची चयापचय क्रिया योग्य कार्य करते. ध्यान केल्याने इंद्रियांच्या बोध क्षमतेचा आणि मन व बुद्धी यांच्या समजून घेण्याच्या व निर्णयाच्या क्षमतेचा आश्चर्यजनक विकास झाल्याचे दिसून आले आहे. स्मरणशक्ती, भावनात्मक सहानुभूती आणि झोप यांच्यामध्ये दर्जात्मक सुधारणा होते. अकारण चिंता आणि व्यसने कमी होतात. आपल्या सवयी बदलणे आणि नवीन सवयी लावून घेण्यात ध्यान साहाय्यभूत ठरते.

अध्यात्मात मनापासून आणि विचारांपासून दूर जाण्याची इतकी प्रवृत्ती का दिसून येते? कारण मनच बंधने, मोक्ष आणि सुख-दुःख यांचे कारण आहे. मन नसेल तर ना बंधन, ना मोक्ष, ना सुख-दुःख. ध्यानाद्वारे मनाची अशी अवस्था मिळवली जाते, जिच्यात मन अ-मन (शांती) आणि नमन (परमेश्वराला समर्पित) बनून जाते.

योगाविषयीच्या गैरसमजुती

योगाविषयी कित्येक प्रकारच्या गैरसमजुती पसरलेल्या आहेत. सर्वसामान्यपणे आपल्या समाजात योगाविषयी प्रचलित असलेला पहिला गैरसमज म्हणजे योगाचा संबंध एखाद्या विशेष व्यक्तीशी किंवा एखाद्या महान आत्म्याशी अथवा योग्याशी किंवा संन्याशाशी असतो. ही विद्या अत्यंत कठीण असून काही विशिष्ट व्यक्तींसाठीच आहे. सर्वसामान्य व्यक्तींसाठी योग नाही. सामान्य व्यक्ती योगाचा वापर करू शकत नाही किंवा त्याची माहिती मिळवू शकत नाही. मात्र हे सर्व पूर्णपणे गैरसमज आहेत. उलटपक्षी, या गैरसमजांच्या अगदी विरुद्ध स्थिती आहे. म्हणजेच, योग हा अत्यंत सहजगत्या अनुसरता येणारा सुलभ मार्ग आहे. आपले जीवन, आपले शरीर आणि आपले मन यांना सुंदर आणि स्वच्छ बनवण्यात योग विशिष्ट भूमिका बजावतो.

योग हा जीवन जगण्याच्या कलेच्या स्वरूपात विकसित झालेला एक शास्त्रीय मार्ग आहे. खाली दिलेल्या तक्त्याच्या माध्यमातून आपण ही बाब सहजगत्या समजून घेऊ शकतो.

१. योग सामान्य व्यक्तींसाठी नाही.

क्र.	गैरसमजुती	वास्तव
१.	योग केवळ साधू-संन्याशांसाठीच आहे	योगाचा स्वीकार साधूंपासून अत्यंत सामान्य व्यक्तींपर्यंत सर्व लोक करू शकतात.
२.	योग साधण्यासाठी ब्रह्मचर्यपालन आवश्यक आहे.	योगाचा अभ्यास विवाहित व्यक्तीसुद्धा करू शकते.
३.	योग साध्य करण्यासाठी घर सोडून एकांतवासात राहण्याची आवश्यकता असते	गृहस्थाश्रमात राहूनही व्यक्ती योगाचा अभ्यास करू शकते.
४.	योगाचा संबंध केवळ हिंदू धर्माशीच आहे	योग एक प्रयोगशील कला आहे. तिला कोणताही वर्ण, धर्म किंवा जात यांच्याशी जोडणे शक्य नाही. म्हणून प्रत्येक व्यक्ती आत्मउत्थानासाठी योगाचा वापर करू शकते.

२. केवळ 'आसने, प्राणायाम म्हणजेच योग' होय.

केवळ 'आसने, प्राणायाम म्हणजेच योग' अशी योगाविषयी चुकीची कल्पना आहे. बहुतांश व्यक्ती आसने, प्राणायाम यांनाच योग समजून त्याचा अभ्यास केला की, आपल्याला योगसाधना करता आली असे समजतात. मात्र, प्रत्यक्षात योग हा एक 'व्यापक' विषय आहे. कैवल्यप्राप्ती हे त्याचे सर्वोच्च अंतिम उद्दिष्ट आहे. कैवल्यप्राप्ती हे व्यक्तीच्या विकासाचे सर्वोच्च शिखर आहे. महर्षी पतंजलींनी योगाचा विस्तार यमापासून ते समाधीपर्यंतच्या अष्टांग मार्गाच्या रूपात सांगितला आहे. त्यामधून त्यांनी आपल्याला असे सांगितले आहे की, आसने, प्राणायाम हे योगाचे केवळ दोन घटक आहेत. म्हणून, केवळ आसने आणि प्राणायाम म्हणजे योग नव्हे. याहूनही कित्येक पुढच्या पायऱ्यांचे उद्दिष्ट योग आपल्यासमोर ठेवतो.

३. योग हा एक 'चमत्कार' आहे.

योगाच्या संदर्भात आणखी एक प्रचलित गैरसमज म्हणजे, योग हा एक चमत्कार आहे किंवा त्याच्यामुळे प्राप्त होणारे लाभ हे चमत्कारांनी भरलेले असतात. मात्र, योगाचा संबंध कोणत्याही प्रकारच्या चमत्कारांशी नाही. त्याउलट, साधनेच्या मार्गावर प्रगती करण्यासाठी चमत्कार हा अडथळा असल्याचे योग मानतो. योगांतर्गत ज्या सिद्धींचे

वर्णन करण्यात आले आहे, त्यांचा उल्लेख व्यक्तीसाठी एखाद्या इशाऱ्याच्या स्वरूपात केला जातो, चमत्काराच्या स्वरूपात नव्हे. म्हणून योग हा चमत्कार नव्हे; असे आपण म्हणू शकतो.

४. योग एक 'उपचारशास्त्र' आहे.

योग हे निव्वळ रोगनिदानाचे व उपचाराचे शास्त्र आहे हा एक गैरसमज आहे. वस्तुस्थिती अशी आहे की ज्याप्रमाणे गव्हाच्या पिकाबरोबर आपोआपच कडबा मिळतो, त्याप्रमाणे योगमार्गातून विविध शरीरअंगांचा वापर झाल्याने शारीरिक स्वास्थ्यलाभ होतातच. पण स्वास्थ्यलाभ होणं हा योगमार्गाचा मूळ हेतू नसून, कैवल्यप्राप्ती हेच त्याचे अंतिम उद्दिष्ट आहे. त्यामुळे कैवल्यप्राप्ती होईपर्यंत आपोआपच योगाचे विविध लाभ मिळतात.

५. योग केवळ 'तत्त्वज्ञान' आहे.

योगाविषयी अनेक तत्त्वज्ञांनी चर्चा केली आहे आणि योगात समाविष्ट असलेल्या अनेक सत्यांचा वापर केला आहे. त्यामुळे सर्वसामान्य लोकांमध्ये असा समज पसरला आहे की, योग हा तत्त्वज्ञानाचा एक विषय आहे. त्याअंतर्गत ईश्वर, आत्मा, मोक्ष या सर्व गोष्टींचे विवेचन केले जाते. त्याउलट, खरेतर योग या सर्व गोष्टींची चर्चा फक्त त्या जाणून घेणे आणि आपला मार्ग स्पष्ट करणे यांसाठी करतो. त्यामुळे, आपण ज्या उद्दिष्टाच्या दिशेने प्रगती करत असतो, त्याच्या अंतिम ठिकाणाचे आपल्याला सर्वांगीण ज्ञान होते. योग हा एक 'प्रयोगशील' विषयही असल्यामुळे आपण असे म्हणू शकतो की, योग म्हणजे केवळ 'तत्त्वज्ञान' नव्हे.

६. योग एक 'व्यायामपद्धती' आहे.

योगाविषयी अनेक लोकांची अशी धारणा आहे की, योग ही एक व्यायामपद्धती आहे. तिचा उपयोग शारीरिक आरोग्य प्राप्त करण्यासाठी केला जातो. मात्र हे पूर्णपणे चुकीचे आहे, कारण केवळ शारीरिक आरोग्याची प्राप्ती हे योगाचे उद्दिष्ट नाही; तर मानसिक आणि आध्यात्मिक लाभ मिळवणे हीसुद्धा योगाची उद्दिष्टे आहेत. योग या तिन्ही आयामांवर काम करतो. शरीर हा जीवनाचा आधार आहे. त्याच्या साहाय्यानेच व्यक्ती कैवल्याची प्राप्ती करून घेते. म्हणून, शरीर निरोगी राखण्याची नितांत आवश्यकता आहे. या हेतूने योगाशी शारीरिक क्रिया जोडल्या गेल्या आहेत. मात्र याचा अर्थ, योग ही एक 'व्यायामपद्धती' आहे, असा नाही. योगाचे उद्दिष्ट याहून कितीतरी पटींनी उच्च आहे.

निष्कर्ष

अशा प्रकारे आपल्याला असे दिसून येते की, योग ही एक साधी आणि सुलभ कला आहे. ती कोणत्याही धर्माची, जातीची, वर्णाची व्यक्ती स्वीकारू शकते. गृहस्थधर्म पत्करलेली व्यक्ती किंवा ब्रह्मचारी व्यक्तीही तिचा वापर करू शकते. योगाच्या नियमित अभ्यासाने कोणतीही व्यक्ती लाभ प्राप्त करून घेऊ शकते. म्हणूनच, वर दिलेल्या सर्व चुकीच्या समजुती आणि त्यांच्याशी संबंधित सत्य गोष्टी यांच्या प्रकाशात आपण योगाविषयीच्या प्रचलित गैरसमजांचा त्याग करून योगाविषयी एक नवीन आणि सकारात्मक दृष्टिकोन स्वीकारला पाहिजे.

गैरसमजुतींचा मनावर परिणाम

योगाविषयी जनसामान्यांमध्ये गैरसमज पसरलेले आहेत. त्यामुळे, समाजाच्या आणि व्यक्तीच्या मनावर त्या गैरसमजांचा परिणाम असल्याचे दिसते. त्यातूनच पुढे योग आणि योगी यांच्याविषयी अपप्रचार केला जातो. अशा चुकीच्या समजुतींचा आपल्या मनावर काय प्रभाव पडतो, हे आपल्याला पुढील मुद्द्यांच्या साहाय्याने समजून घेणे शक्य आहे.

१. योगाविषयी उदासीनता
२. योगक्रिया आणि त्याच्या घटकांविषयी भय
३. योगाच्या प्रत्यक्ष उद्दिष्टाविषयी गैरसमज आणि भ्रम
४. योगाच्या तसेच साधकाच्या प्रति दुय्यम दृष्टिकोन
५. योगग्रंथांविषयी नावड निर्माण होणे

गैरसमजुतींचे स्रोत

१. काल्पनिक किंवा केवळ ऐकिवातील गोष्टी

केवळ काल्पनिकतेचा आधार घेऊन किंवा कोणीतरी सांगितलेल्या अगर ऐकिवातील गोष्टींवरून योगाविषयी समज निर्माण करून घेणे, गैरसमजुतींवर आधारित विचारांचे अनुकरण करणे किंवा त्याविषयी तर्कविसंगत, हास्यास्पद गोष्टी करणे.

२. बाह्य अवडंबर किंवा वेशभूषा

योग्यांच्या बाह्यरूप किंवा वेशभूषा यांविषयी प्रचलित असलेली एक रूपरेषा तयार करून नेहमी त्या दृष्टिकोनातूनच योग किंवा योगी यांच्याविषयी विचार करणे किंवा त्यांच्याकडे पाहणे.

उदाहरणार्थ,
- योग्याची दाढी आणि केस वाढलेले असतात.
- योगी पांढरे किंवा भगवे वस्त्र परिधान करतो.

३. परंपरांमधील भिन्नत्व आणि संकुचित दृष्टिकोन

महर्षी पतंजलींपासून ते आधुनिक युगापर्यंत विविध परंपरांमधून किंवा महर्षींकडून योग समजून घेण्याच्या किंवा समजावून देण्याच्या विविध प्रक्रिया स्वीकारल्या गेल्या आहेत. त्यामुळे निर्माण झालेली संभ्रमाची स्थिती आणि आपल्याच प्रक्रियेविषयी अति विश्वास बाळगणे यांमुळे संकुचित दृष्टिकोनाचा जन्म होतो.

४. विषयाची अर्धवट जाण

योगाविषयी प्रायोगिक किंवा शास्त्रीय स्वरूपाचे कसलेच ज्ञान नसलेल्या बहुतांश व्यक्तींनी समाजात आणि देशात योगाविषयी सातत्याने योगाची व्याख्या करणे किंवा त्याविषयी टिप्पणी करणे यामुळे विषयाची अर्धवट जाणीव निर्माण होते.

५. वैचारिक भिन्नत्व

विविध मते आणि विविध संप्रदायांच्या मार्गांची भिन्नता यांमुळे त्यांच्याद्वारे किंवा त्यांच्या विद्यार्थ्यांद्वारे आपापले ज्ञानच योग्य असल्याचे मानून त्याचाच प्रचार केला जाण्याने वैचारिक भिन्नत्वाचा जन्म होतो.

६. अपरिपक्व बुद्धी

अल्प ज्ञान आणि अविकसित पद्धती स्वीकारून त्यांचे निरंतर पालन केल्याने एक प्रकारचा हट्टीपणा निर्माण होतो आणि त्यातून अपरिपक्व बुद्धी आकारास येते.

७. संकुचित व्याख्या

योग एक संपूर्ण शास्त्र आहे. परंतु, हट्टीपणामुळे किंवा आपल्या मनातील विचार सिद्ध करण्यासाठी आपण ज्या बाबींना महत्त्व देतो त्या बाबींचे स्वरूपच योगातून दिसेल अशा प्रकारच्या व्याख्या करणे, हे संकुचित व्याख्यांच्या श्रेणीत येते.

८. योगाच्या साध्य-साधनाच्या विश्वासाचा अभाव

योग म्हणजे काय आहे किंवा त्यापासून कोणता लाभ अपेक्षित आहे, हे बहुतांश व्यक्तींना माहितीच नसते. याविषयी अर्धवट ज्ञान असल्याने योगाचे घटक कोणते आहेत, त्यांचे महत्त्व काय आहे, त्यांचे अनुक्रम काय आहेत, हे त्यांना माहिती नसते. त्यामुळे, असे लोक चुकीच्या पद्धतीने उलटसुलट व्याख्या करतात आणि त्यातून गैरसमजांचा किंवा चुकीच्या धारणांचा जन्म होतो.

९. योगांच्या विविध अंगांचे भाव समजणे अवघड

बहुतांश व्यक्तींना योग शिकण्यापासून ते, तो शिकल्यानंतरही त्याची अंगे काय आहेत ते माहिती नसते. एवढेच नव्हे; तर त्या अंगांचे महत्त्व काय आहे आणि त्यांचा अनुक्रम तसाच का आहे, हेही त्यांना माहिती नसते. त्यामुळे त्यांच्याकडून उलटसुलट पद्धतीने त्यांची व्याख्या केली जाते आणि योगाविषयीच्या चुकीच्या समजुती किंवा भ्रामक धारणा निर्माण होतात.

गैरसमजुती दूर करण्याचे उपाय

योगाविषयीचे प्रचलित गैरसमज दूर करण्याचे उपाय पुढीलप्रमाणे आहेत :

१. योगाविषयीच्या सकारात्मक दृष्टिकोनाचा प्रचार करणे.

२. योगशास्त्रे आणि योगाविषयीचे ग्रंथ वाचण्यासाठी समाजाला प्रेरित करणे.

३. योगाच्या योग्य आणि उचित माहितीचा प्रचार करणे.

४. योगक्रिया आणि आसने त्यांच्या लाभासह दाखवून देणे.

५. साध्या आणि सोप्या भाषेत ग्रंथांचा अनुवाद करणे आणि समाजात त्यांचा प्रचार, प्रसार करणे.

६. योगाची साधना करणे आणि योगाचे शिक्षण देणे या गोष्टी आर्थिक लाभासाठी न करण्यास शिकवणे.

आहार शुद्ध असेल, तर अंतःकरणाचे शुद्धीकरण होते.
अंतःकरणाच्या शुद्धीमुळे मन निर्मळ होते.
मनाच्या निर्मळतेमुळे आत्म्याचे पावित्र्य वाढते आणि
आत्म्याच्या पावित्र्यामुळे परमात्म्याच्या जवळ जाता येते.

– राजीव जैन त्रिलोक

योगाच्या सर्व क्रिया आत्मविश्वासपूर्वक रीतीने करा. किंबहुना,
योगाच्या साहाय्याने आपल्याला आत्मिक तसेच शारीरिक लाभ
प्राप्त होतील, याबाबत पूर्ण विश्वास बाळगा.

– राजीव जैन त्रिलोक

हास्ययोग चिकित्सा

आपण फक्त हसायचे आणि हसवायचे आहे : हा-हा-हा ....ही-ही-ही....हा-हो-हो-हो.....

आजचे जनमानस पाहिले, तर लोक हसणे विसरून गेले आहेत, असे वाटू लागते. मात्र, शरीराच्या आरोग्यासाठी भोजनाएवढेच हसणे आणि हसवणेही महत्त्वपूर्ण आहे. माणूस हळूहळू अनेक नैसर्गिक गोष्टी विसरत चालला आहे. परिणामी, त्याच्यामध्ये अनेक प्रकारच्या विकृती निर्माण होत आहेत. आपल्याला गंभीरपणा नसलेला खुशमस्कऱ्या किंवा थट्टेखोर समजले जाऊ नये, केवळ यासाठीच काही लोक हसत नाहीत; तर काही श्रीमंत व्यक्ती किंवा उच्च पदाधिकारीही आपल्याहून कनिष्ठवर्गीय कर्मचाऱ्यांबरोबर हसत नाहीत. कारण, 'यांच्याशी मी हसलो किंवा थट्टामस्करी केली, तर हे लोक मलाही यांच्या श्रेणीचाच मानू लागले तर?' असा विचार त्यांच्या मनात असतो. या सगळ्या गोष्टी निरर्थक आहेत. हसल्याने एकाच वेळी अनेक प्रकारच्या गोष्टी घडतात. संपूर्ण वातावरणात बदल होतो. संपूर्ण वातावरण निर्मळ मनाच्या सुगंधाने सुगंधित होऊन जाते. प्रत्येक व्यक्तीच्या चेहऱ्यावर स्मित झळकते. संपूर्ण शरीरात एक प्रकारचे कंपन निर्माण होते. त्यामुळे, संपूर्ण उदरप्रदेशावर किंवा पोटावर परिणाम होतो आणि पचनक्रियेच्या सर्व क्रिया अधिक चांगल्या प्रकारे कार्य करू लागतात श्वासाची गती नियंत्रित राहते. त्यामुळे, कमी रक्तदाबाचा आजार असलेल्या रुग्णांना तसेच उच्च रक्तदाबाचा आजार असलेल्या रुग्णांनाही लाभ मिळतो. रक्ताभिसरण जलद गतीने झाल्यामुळे हृदयप्रदेशाची कार्यप्रणाली अधिक चांगली बनते. संपूर्ण ७२,००० नाड्या खुल्या होतात. त्यामुळे, अनेक प्रकारच्या व्यायामांचे लाभ केवळ हसण्याने प्राप्त होतात. जर तुम्ही हसलात, तर समोरची व्यक्तीही हसते. तुम्ही स्मित केले, तर समोरची व्यक्तीही स्मित करते. कोणतीही व्यक्ती कितीही संतापलेली असली, तरी आपल्या खऱ्याखुऱ्या हास्याने ती प्रसन्न बनते. कठिणातील कठीण अशी कित्येक कामे सोपी बनतात. मनमोकळेपणाने भरपूर हसा. त्यामुळे, जीवनातील कित्येक प्रकारच्या तणावांपासून आणि अडचणींपासून मुक्ती मिळते. आपल्या अंतर्यामी एका नवीन ऊर्जेचा संचार होतो. ही एक नैसर्गिक उपचारपद्धती आहे. ती तुमच्या अंतरंगातील अपशकुनी गोष्टी आणि नकारात्मकता यांना दूर फेकून देते. पैशांच्या

आदान-प्रदानाखेरीज होणारी कदाचित, जगातील हीच एकमेव क्रिया असावी. ही क्रिया प्रत्येक वेळी वाढतच राहते. ही क्रिया सामाजिक वातावरणालाही भक्कमपणा मिळवून देते, कारण ज्या वेळी तुम्ही एखाद्या समूहात हसता, त्या वेळी आपण एकटे नसून आपल्यासोबत योग्य शिष्टाचार पाळणारे लोकही आहेत, याची जाणीव तुम्हाला होते. तुमच्या चेहऱ्यावर सातत्याने स्मित झळकत असेल, तर तुम्ही कुठेही गेलात तरी, तेथील लोकांच्या चेहऱ्यांवरसुद्धा स्मित येते आणि तेथील वातावरण आनंदी, उत्साही बनते.

हसण्याने क्रोध समाप्त होतो. तुमचा अहंकार आपोआपच गळून पडतो. लोभ आणि मोह या दोहोंचाही लोप होतो. तुमच्या अंतःकरणात करुणा उत्पन्न होते. तुमच्या मनात क्षमा, मार्दव, आर्जव, शौच, संयम, तप, त्याग, अकिंचन आणि आत्म-अनुशीलन यांच्या मार्गावरून चालण्याची उत्कंठा निर्माण होते. अशा प्रकारे, तुम्ही काही प्रमाणात धार्मिकतेलाही स्पर्श करता.

चला तर मग, आपण सर्व मिळून 'हसणे' आणि 'हसवणे' यांना आपल्या जीवनाचा एक भाग बनवू या आणि आपले शरीर, मन आणि आत्मा यांनाच नव्हे; तर शेजारपाजार, समाज, देश आणि संपूर्ण विश्व यांना आनंद, प्रसन्नता आणि निर्मळता यांनी भरून टाकू या.

या तर मग, आता आपण हसू या! हा-हा-हा...ही-ही-ही...हो-हो-हो-हो...!

कोणत्या रोगात कोणती आसने करावीत?

दमा आणि श्वासाविषयीचे रोग (अस्थमा)

शीर्षासन समूह, सर्वांगासन, भुजंगासन, शलभासन, धनुरासन, वीरासन, उष्ट्रासन, पर्यंकासन, पश्चिमोत्तानासन, सुप्त वीरासन, नाडी-शोधन प्राणायाम, सूर्यभेदन प्राणायाम, उड्डियान बंध, योगनिद्रा.

उच्च रक्तदाब (हाय ब्लडप्रेशर)

पद्मासन, पश्चिमोत्तानासन, सिद्धासन, पवनमुक्तासन, नाडी-शोधन प्राणायाम (कुंभक करू नका), सीतकारी प्राणायाम, शीतली प्राणायाम, चंद्रभेदन प्राणायाम, उज्जायी, योगनिद्रा.

मनात शांततेचा भाव निर्माण करून ईश्वराचे ध्यान करा आणि नेहमीच तेल व मसाले यांचा वापर न करता शाकाहारी भोजन घ्या.

कमी रक्तदाब (लो ब्लडप्रेशर)

सालंब शीर्षासन, सर्वांगासन, हलासन, कर्ण पीडासन, वीरासन, सूर्यनमस्कार, शशांकासन, नाडी-शोधन प्राणायाम, भस्त्रिका, कपालभाती, सूर्यभेदन प्राणायाम आणि शवासन.

मधुमेह (डायबेटीस)

शीर्षासन आणि त्याचा समूह, सूर्यनमस्कार, सर्वांगासन, महामुद्रा, मंडुकासन, पश्चिमोत्तानासन, उष्ट्रासन, सुप्त वज्रासन, भुजंगासन, गौमुखासन, हलासन, अर्ध-मत्स्येंद्रासन, शवासन, नाडी-शोधन प्राणायाम (अंतर्कुंभक न करता)

डोकेदुखी

पद्मासन, शीर्षासन, हलासन, सर्वांगासन, पवनमुक्तासन, पश्चिमोत्तानासन, वज्रासन, मार्जारासन, नाडी-शोधन प्राणायाम/अनुलोम-विलोम प्राणायाम, योगनिद्रा.

फेफरे/झटके येणे/अपस्मार

हलासन, महामुद्रा, पश्चिमोत्तानासन, शशांकासन, भुजंगासन आणि कुंभक न करता नाडी-शोधन प्राणायाम, अंतर्कुंभकासह उज्जायी प्राणायाम, शीतली प्राणायाम, शाकाहारी भोजन, ध्यान, योगनिद्रा.

अर्धशिशी (मायग्रेन)

शीर्षासन, सर्वांगासन, पश्चिमोत्तानासन, पद्मासनात किंवा सिद्धासनात ध्यान करा. वीरासन, शवासन, कुंभक न करता नाडी-शोधन प्राणायाम, उद्‌गीथ प्राणायाम, योगनिद्रा.

छातीचे रोग

सूर्यनमस्कार, शीर्षासन, सर्वांगासन, भुजंगासन, धनुरासन, पद्मासन, आकर्ण धनुरासन, पश्चिमोत्तानासन, अर्ध-मत्स्येंद्रासन, बकासन, बद्धकोनासन, चक्रासन, कपोतासन, नटराजासन, मागे झुकून करावयाची आसने, उज्जायी आणि नाडी-शोधन प्राणायाम, योगनिद्रा.

कंबरदुखी

उभे राहून मागच्या बाजूला झुकण्याची सर्व आसने केली जातात. सुप्त वज्रासन, धनुरासन, भुजंगासन, अर्ध -मत्स्येंद्रासन, पर्वतासन, सर्वांगासन, शीर्षासन, चक्रासन, नाडी-शोधन प्राणायाम, कपालभाती.

मेंदू आणि स्मरणशक्ती यांच्या विकासासाठी

शीर्षासन आणि त्याचा समूह, सर्वांगासन, पश्चिमोत्तानासन, उत्तानासन, योगमुद्रासन,पाद-हस्तासन, पद्मासनात किंवा सिद्धासनात ध्यान, सामान्य त्राटक, शवासन, नाडी-शोधन प्राणायाम, सूर्यभेदन आणि भस्त्रिका प्राणायाम, योगनिद्रा.

पोटदुखी/उदरशूळ

शीर्षासन, सर्वांगासन, हलासन, उत्तानासन, वीरासन, सुप्त वीरासन, वज्रासन आणि नौकासन, नाभी सरकली असेल, तर नाभी योग्य जागी आणणारी आसने करा.

मूत्रपिंडाचे आजार (किडनीचे आजार)

सूर्यनमस्कार, सर्वांगासन, शीर्षासन आणि त्याचा समूह, हलासन, पश्चिमोत्तानासन, उष्ट्रासन, शलभासन, धनुरासन, अर्ध-नौकासन, मत्स्येंद्रासन, भुजंगासन, हनुमानासन, कपोतासन.

नपुंसकता दूर करण्यासाठी आणि कामशक्ती योग्य राखण्यासाठी

शीर्षासन आणि त्याचे समूह, सर्वांगासन, उत्तानासन, पश्चिमोत्तानासन, महामुद्रासन, अर्ध-मत्स्येंद्रासन, हनुमानासन, कपालभाती, अनुलोम-विलोम, नाडी-शोधन प्राणायामाबरोबर अंतर्कुंभक लावा. उड्डियान बंध, वज्रोली मुद्रा आणि विपरीतकरणी मुद्रा.

आळस

शीर्षासन, सर्वांगासन, पश्चिमोत्तानासन, उत्तानासन, कुंभक न करता नाडी-शोधन प्राणायाम

जुलाब किंवा हगवण

शीर्षासन आणि त्याचे समूह, सर्वांगासन, जानुशीर्षासन, कुंभक न करता नाडी-शोधन प्राणायाम, नाभीची स्थिती तपासावी.

आतड्याचा अल्सर

शीर्षासन आणि त्याच्याशी संबंधित समूह, सर्वांगासन, पश्चिमोत्तानासन, योगनिद्रा, अर्ध-मत्स्येंद्रासन, उज्जायी आणि नाडी-शोधन प्राणायाम, अंतर्कुंभकासह उड्डियान बंध.

पोटाचा अल्सर

वज्रासन, मयुरासन, नौकासन, पाद-हस्तासन, उत्तानासन, पादांगुष्ठासन, शलभासन.

हर्निया

शीर्षासन आणि त्याचा समूह, सर्वांगासन, आकर्ण धनुरासन.

अंडकोश-वृद्धी

शीर्षासन आणि त्याचा समूह, सर्वांगासन, हनुमानासन, समकोनासन, पश्चिमोत्तानासन, बद्धकोनासन, योग मुद्रासन, ब्रह्मचर्यासन, वातयनासन, वज्रासन आणि गरुडासन.

हृदयात वेदना होणे/हृदयविकार

शवासन, कुंभक न करता उज्जायी प्राणायाम, योगनिद्रा, सुखासनात किंवा शवासनात ध्यान आणि नाडी-शोधन प्राणायाम.

बद्धकोष्ठता/मलावरोध/गॅस होणे/अजीर्ण/मल बाहेर टाकण्यास त्रास होणे/आम्लपित्त आणि वातरोग/श्वासदुर्गंधी यांसारखे पोटाचे विकार

शीर्षासन आणि त्याचा समूह, सर्वांगासन, नौकासन, पश्चिमोत्तानासन, मत्स्येंद्रासन, धनुरासन, भुजंगासन, मयुरासन, योगमुद्रासन, उत्तानासन, पद्मासन, उभे राहून करावयाची आसने, वज्रासन, पवनमुक्तासन आणि त्याच्याशी संबंधित आसने, त्रिकोणासन, महामुद्रा, शलभासन, मत्स्यासन, अर्ध-चंद्रासन, शशांकासन, पादांगुष्ठासन आणि शंखप्रक्षालनाची आसने, नाभीची स्थिती पाहा.

संधिवात/सांधेदुखी/पाठीच्या कण्याचे विकार/खांद्याचे विकार

शीर्षासन आणि त्याचा समूह, सर्वांगासन, पद्मासन, सिद्धासन, वीरासन, पर्यंकासन, गोमुखासन, उत्तानासन आणि पश्चिमोत्तानासन, पवनमुक्तासन समूहाच्या क्रिया.

दातांचे विकार/हिरड्यांचे विकार/पायरिया/टक्कल/चेहऱ्यावर प्रसन्नता आणणे/सुरकुत्या दूर करणे/ सर्वसामान्य नेत्रविकार

शीर्षासन आणि त्याचा समूह, सर्वांगासन, हलासन, विपरीतकरणी मुद्रा, पश्चिमोत्तानासन, शलभासन, वज्रासन (डोक्याच्या आधारावर करावयाची सर्व आसने), भुजंगासन, सूर्यनमस्कार, सिंहासन आणि दृष्टिवर्धक योगाभ्यास.

लठ्ठपणा दूर करण्यासाठी

ऊर्जादायी विशेष आसने आणि क्रिया, सूर्यनमस्कार, शीर्षासन आणि त्याचा समूह, सर्वांगासन, हलासन, पवनमुक्तासन समूहाच्या क्रिया, विपरीतकरणी मुद्रा आणि पोटाच्या विकारांशी संबंधित व अजीर्ण झाल्यास करावयाची सर्व आसने. आहाराकडे विशेष लक्ष पुरवा.

फुप्फुसे

शीर्षासन आणि त्याचा समूह, सर्वांगासन, पद्मासन, सूर्यनमस्कार, लोलासन, वीरासन, उभे राहून केली जाणारी आसने, चक्रासन, धनुरासन, अंतर्कुंभकासह सर्व प्राणायाम.

स्लिप डिस्क/सायटिका/कंबरदुखी/पाठदुखी/सर्व्हायकल वेदना/स्पाँडिलायटिस

उभे राहून करावयाची आणि मागे झुकण्याची आसने. उदाहरणार्थ, भुजंगासन, शलभासन, धनुरासन, उत्तानपादासन, वज्रासन, सुप्त वज्रासन, गोमुखासन, ताडासन, उत्कटासन, मकरासन.

शरीराची उंची वाढवण्यासाठी

ताडासन, सूर्यनमस्कार, धनुरासन, हलासन, सर्वांगासन आणि पश्चिमोत्तानासन.

लकवा/पक्षाघात/पोलिओ

शलभासन, धनुरासन, मकरासन, भुजंगासन, पद्मासन, सिद्धासन, कंधरासन, हलासन, सर्वांगासन, शवासन, उज्जायी आणि नाडी-शोधन प्राणायाम.

रोग्याच्या अवस्थेचा विचार करून एखाद्या डॉक्टरच्या सल्ल्याने योगक्रिया करवून घेतल्या जाणे, ही सर्वांत चांगली बाब आहे. बहुतांश वेळा, पोलिओ हा जन्मतःच होतो आणि बाल्यावस्थेनंतर लकव्याचा आजार होतो. रोग किती जुनाट आहे, त्या हिशेबाने आयुर्वेदिक औषधांसह योगक्रिया केल्या गेल्यास, त्या अधिक लाभदायक ठरतात.

रक्ताल्पता किंवा रक्तक्षय

शीर्षासन आणि त्याचा समूह, सर्वांगासन, पश्चिमोत्तानासन, सूर्यनमस्कार, उज्जायी प्राणायाम, नाडी-शोधन प्राणायाम, कपालभाती प्राणायाम.

मूळव्याध (गुदाविकार, भगंदर)

जर मलावरोधही असेल, तर त्यावर उपचार करावेत. त्यानंतर शीर्षासन आणि त्याचा समूह, सर्वांगासन, हलासन, विपरीतकरणी मुद्रा, मत्स्यासन, सिंहासन, शलभासन, धनुरासन, कुंभक न करता उज्जायी आणि नाडी-शोधन प्राणायाम.

खोकला

शीर्षासन आणि त्याचा समूह, सर्वांगासन, उत्तानासन करावे. सर्दी असेल, तर सूर्यनमस्कारही करा. पश्चिमोत्तानासन, अर्ध-मत्स्येंद्रासन ही आसने करा आणि दमा रोगावरची सर्व आसने करा.

निद्रानाश, चिंता, उन्माद, निराशा, मानसिक दौर्बल्य

सूर्यनमस्कार आणि त्याचा समूह, सर्वांगासन, कूर्मासन, पश्चिमोत्तानासन, शशांकासन, योगमुद्रा, उत्तानासन, कुंभक न करता भस्त्रिका, नाडी-शोधन आणि सूर्य भेदन प्राणायाम, त्याबरोबरच भ्रामरी, मूर्च्छा, शीतली आणि सीतकारी प्राणायाम आणि योगनिद्रा अवश्य करा. 'योगाद्वारे जीव जगण्याची कला' अवश्य वाचा आणि ऊर्जादायक विशेष आसने व क्रिया करा.

अनियमित ऋतुस्राव, मासिक पाळी, अंडाशय व त्याच्याशी संबंधित रोग

सर्वांगासन, भुजंगासन, वीरासन, वज्रासन, शशांकासन, मार्जारी आसन, योगनिद्रा, नाडी-शोधन प्राणायाम, मूलबंध, उड्डियान बंध, विपरीतकरणी मुद्रा, वज्रोली मुद्रा, योनिमुद्रा आणि योगमुद्रासन.

महिलांसाठी योग

अधिक मासिक स्राव होत असेल, तर बद्धकोनासन, जानुशीर्षासन, पश्चिमोत्तानासन, उत्तानासन आणि पवनमुक्तासन समूहाच्या क्रिया केल्या पाहिजेत. तसेच महिलांच्या रोगांविषयीचा भागही वाचावा.

वीर्यग्रंथीचे आजार, मूत्रदोष (मूत्रविकृती)

शीर्षासन आणि त्याचा समूह, सर्वांगासन, हलासन, शलभासन, धनुरासन, उत्तानासन, नौकासन, सुप्तवज्रासन, बद्धकोनासन, उड्डियान बंध, नाडी-शोधन.

स्वप्नदोष

शीर्षासनाशी संबंधित आसनसमूह, सर्वांगासन, पश्चिमोत्तानासन, बद्धकोनासन, मूलबंध, वज्रोली मुद्रा, योनिमुद्रा, नाडी-शोधन प्राणायाम (चांगले विचार ठेवा.) आणि रात्री थंड पाण्याने हात-पाय धुवून झोपा व देवाचे ध्यान करा.

गुप्त अवयवांविषयीचे दोष

सूर्यनमस्कार, वज्रासन, शशांकासन, उष्ट्रासन, ताडासन, उत्तानासन, त्रिकोणासन, योग मुद्रासन, चक्रासन, तोलांगुलासन, धनुरासन, मकरासन, वीरासन, धनुराकर्षणासन, ब्रह्मचर्यासन, मयुरासन आणि कपालभाती प्राणायाम.

गर्भावस्था

हलके व्यायाम (योगविषयक सूक्ष्म व्यायाम), योग्य योगशिक्षकाच्या मार्गदर्शनाखाली आणि देखरेखीखाली पवनमुक्तासनासंबंधीची आसने आणि कुंभक न करता प्राणायाम करा.

वांझपणा

सर्वांगासन, हलासन, पश्चिमोत्तानासन, पद्मासन किंवा सिद्धासन, चक्रासन, गरुडासन, वातायनासन, सर्व मुद्रा (वज्रोली मुद्रा, योनी मुद्रा), नाडी-शोधन प्राणायाम, कपालभाती प्राणायाम.

दुर्बल आणि अशक्त व्यक्तींसाठी

रोज मनात भाव धरून प्रार्थना करा. सूर्योदयाच्या सुमारास किमान १० ते १५ मिनिटे प्राणायाम, अनुलोम-विलोम करा. त्याबरोबरच ध्यानयोग, हलके व्यायाम (रोगानुरूप), पद्मासन आणि मध्यम समूहातील आसने करा. संपूर्ण आरोग्याच्या टिप्स पाहा. कोणत्या महिन्यात काय खावे आणि काय खाऊ नये याचे प्रयोग अवश्य करा. तसेच, गव्हाचा आणि ज्वारीचा वापर करा.

सौंदर्यवृद्धिकारक आसने

ताडासन, वज्रासन, पद्मासन, सूर्यनमस्कार, मत्स्यासन, त्रिकोणासन, मार्जारी आसन, उत्तान कुर्मासन, भुजंगासन, चक्रासन, धनुरासन, पश्चिमोत्तानासन, गोमुखासन, तिर्यक भुजंगासन, मेरू वक्रासन, सर्वांगासन, हलासन, नौकासन, पवनमुक्तासन, मर्कटासन, अनुलोम-विलोम प्राणायाम, कपालभाती प्राणायाम, भस्त्रिका प्राणायाम, योगनिद्रा आणि ध्यान.

अशक्तपणा किंवा दौर्बल्य दूर करण्यासाठी

आनुवंशिकता हेसुद्धा अशक्तपणाचे एक कारण असू शकते. याखेरीज, थायरॉईड, पिट्युटरी ग्रंथी, अॅड्रिनल ग्रंथीच्या कार्यात गोंधळ निर्माण होणे, हार्मोन्समधील असंतुलन, चुकीचे खाणे-पिणे ही कारणे असून चिंता हेसुद्धा सर्वांत मोठे कारण असू शकते.

आवश्यकतेहून अधिक भोजन शरीरासाठी चांगले नसते; तर त्यामुळे शरीरात दोष उत्पन्न होतात. भोजनाविषयी आदरभाव बाळगावा आणि प्रसन्नतेने भोजन करावे. सुयोग्य आहार घ्यावा. चिंता सोडून देऊन सकारात्मक विचार करावा. रोज ध्यान करावे. दुबळ्या आणि अशक्त व्यक्तींनी चांगल्या आरोग्यासाठी प्रार्थना करावी. अशा प्रकारची प्रार्थना तुमच्या शरीराला सुडौल आणि सशक्त बनवेल. रोज योग करावा आणि प्राणायामही अवश्य करावा.

संपूर्ण आरोग्यासाठी

पुस्तकात दिले गेलेले नियम आणि पवनमुक्तासनाच्या समूहातील आसने, शीर्षासनाशी संबंधित आसने, सर्वांगासन, हलासन, विपरीतकरणी मुद्रा, पश्चिमोत्तानासन, धनुरासन, तिर्यक भुजंगासन, तिर्यक ताडासन, शलभासन, मार्जारासन, मर्कटासन, व्याघ्रासन (पहिला प्रकार), पद्मासन, योगमुद्रा, मूलबंध, नाडी-शोधन प्राणायाम, वज्रोली आणि योनिमुद्रा, महामुद्रासन आणि कपालभाति, भस्त्रिका प्राणायाम.

विशेष सूचना : संपूर्ण योगाभ्यासाची संख्या खूपच जास्त असल्याने अनेक वेळा कोणते आसन केले पाहिजे आणि कोणते करू नये हे ठरवणे कठीण बनते. इथे आम्ही सर्व रोग/वर्ग यांचा विचार करून आसनांची सूची दिली आहे. एखाद्या योग्य शिक्षकाच्या देखरेखीखाली शरीराची लवचीकता, वेळ, रोगी आणि रोग यांची अनुकूलता, ऋतू तसेच आपले तारतम्य यांचा वापर करून लक्षपूर्वक योगाभ्यास केला पाहिजे. कृपया, सर्व गोष्टी लक्षात ठेवा आणि रोगांना पळवून लावा. आसने आणि प्राणायाम यांच्याबरोबरच त्यांचे लाभ आणि दक्षता यांचाही जरूर अभ्यास करा.

प्राणायाम केल्याने शरीरातील सूक्ष्म कोषांमधील अडथळे दूर होतात आणि त्यांचे शुद्धीकरण होऊन नाड्यांमध्ये प्राणांचा समान संचार होतो.

– राजीव जैन त्रिलोक

तुमचे शरीर तुमचेच आहे. त्याला आरोग्यपूर्ण स्थितीत ठेवले, तर ते तुम्हाला या धरतीवरच स्वर्गासारखी सुख-संपदा देईल.

– राजीव जैन त्रिलोक

प्रत्येक व्यक्तीने आपल्या जीवनात योगसाधनेचा स्वीकार केला पाहिजे; परंतु साधकाने सर्वप्रथम योगाभ्यासाविषयीच्या सर्व गोष्टी चांगल्या प्रकारे समजून घेऊन नंतर योगाभ्यासास सुरुवात करणे अधिक चांगले ठरेल. त्यामुळे अधिक लाभ मिळतो.

– राजीव जैन त्रिलोक

कोणत्या रोगात कोणती आसने करू नयेत?

उच्च रक्तदाब/चक्कर येणे/मानसिक रोग/गुंतागुंतीचा हृदयरोग/गळ्यासंबंधीचे जुनाट आजार

शीर्षासन, हलासन, विपरीतकरणी, धनुरासन, सर्वांगासन (जास्त वेळ करू नये) आणि प्रत्येक योगासनात दिल्या गेलेल्या दक्षतेच्या सूचनांकडे लक्ष द्यावे.

कानांत मळ/स्थानांतरित चक्षुपटलाचा त्रास

उलटसुलट करण्याची आसने.

ॲपेन्डिक्स/हर्निया

पश्चिमोत्तानासन, योगमुद्रासन, मागे वाकण्याची आसने, मंडुकासनासारखी इतर आसने.

स्लिप डिस्क/सायटिका/सर्व्हायकल वेदना

समोरच्या बाजूला झुकून करावयाची आसने.

गर्भावस्थेच्या दरम्यान

उदरप्रदेशावर कोणत्याही प्रकारे दबाव येणारी किंवा दाब पडणारी आसने करू नयेत. आसन करण्याआधी योग्य शिक्षकाचा सल्ला जरूर घ्यावा.

गर्भावस्थेनंतर

प्रसूतीनंतर किमान तीन महिने कोणतेही आसन करू नये. त्यानंतर हलकेफुलके सूक्ष्म व्यायाम करणे शक्य असते.

महिलांसाठी

मासिक स्राव सुरू असताना; म्हणजेच मासिक पाळीच्या काळात कोणतेही आसन करू नये. सर्वांगासन, शीर्षासन, मयुरासन यांसारखी आसने कदापि करू नयेत.

विशेष बाब

- उच्च रक्तदाब, हृदयरोग, हर्निया हे आजार असलेल्या रुग्णांनी आणि ज्यांना योग्य प्रकारे अभ्यास करणे शक्य होत नसेल, त्यांनी एखाद्या योग्य शिक्षकाच्या देखरेखीखालीच आसने करावीत.
- काही ठिकाणी आम्ही आसनांच्या माहितीच्या खालीच ती कोणत्या रोगाशी संबंधित आहेत, त्याचा उल्लेख केला आहे. म्हणून कृपया, अभ्यास करण्याआधी या गोष्टीकडे विशेष लक्ष द्यावे.
- तसे पाहायला गेले, तर योगाची सर्वच आसने लाभदायक आहेत; परंतु विशेषतः एखाद्या रोगग्रस्त व्यक्तीला कोणती आसने करावीत आणि कोणती आसने करू नयेत, हे माहिती असणे अत्यावश्यक असते. म्हणून योगाभ्यासाला प्रारंभ करण्याआधी या पुस्तकाचा तारतम्याने अभ्यास करा.

वातरोगाचे शमन करण्यासाठी करुणेचा भाव बाळगा.
पित्तरोगाचे शमन करण्यासाठी क्षमेचा भाव बाळगा.
कफरोगाचे शमन करण्यासाठी संयम बाळगा.

– राजीव जैन त्रिलोक

आपण किती काळ किंवा किती प्रकारचे योग करतो हे महत्त्वाचे नाही;
तर आपले विचार, क्रिया आणि पद्धती किती विकसित
आणि योग्य आहेत हे महत्त्वाचे आहे.

– राजीव जैन त्रिलोक

अभ्यासक्रम (एक दृष्टिक्षेप)

सर्व व्यक्तींसाठी समान अभ्यासक्रम तयार करणे उचित नाही, कारण प्रत्येक व्यक्तीची शरीरयष्टी, वय, लवचीकता, विचार भिन्न असू शकतात. त्याप्रमाणेच प्रत्येकाला वेगवेगळे रोगही असू शकतात. हे पुस्तक आम्ही प्रत्येक दृष्टिकोनातून संपूर्ण बनवण्याचा प्रयत्न केला आहे. म्हणून आम्ही असे आवाहन करू इच्छितो की, हे पुस्तक अनेक वेळा वाचा आणि आपल्याला हवे त्याप्रमाणे एका पानावर आसन, प्राणायाम आदींचे टिपण करत पुढे जा. चांगली सुरुवात करण्यासाठी आम्ही पुढील भागात हा अभ्यासक्रम विभागून तयार केला आहे.

प्रारंभिक अभ्यासक्रम

ज्या व्यक्तींना योगाभ्यासाची सुरुवात करायची असेल, त्या व्यक्ती या अंतर्गत येतील. ज्यांची शरीरे कडक असतील किंवा ज्यांना एखादा बराच गुंतागुंतीचा आजार असेल आणि एखाद्या कारणाने मध्यम किंवा उच्चस्तरीय अभ्यास करू शकत नसतील, त्यांनी प्रारंभिक अभ्यासक्रमापासून सुरुवात करावी. गर्भवती स्त्रियांनीही सुरुवातीचे तीन ते चार महिने अत्यंत सुलभ आसने केली पाहिजेत. ही आसनेही योगशिक्षकाच्या सल्ल्यानेच करावीत.

पहिल्या महिन्यासाठी एक तास

योगाचे सूक्ष्म व्यायाम/पवनमुक्तासन समूह आणि ऊर्जादायी विशेष आसने आणि क्रिया ४० मिनिटांपर्यंत कराव्यात. अनुलोम-विलोम प्राणायाम दहा मिनिटांपर्यंत करावा. शवासन/हास्ययोग/योगनिद्रा यांचा दहा मिनिटांपर्यंत सराव करावा.

दुसऱ्या महिन्यासाठी एक तास

योगाचे सूक्ष्म व्यायाम/पवनमुक्तासन समूह आणि ऊर्जादायी विशेष आसने आणि क्रिया ४० मिनिटांपर्यंत कराव्यात. अनुलोम-विलोम/उज्जायी प्राणायाम दहा मिनिटांपर्यंत करावा. मकरासन, शवासन/हास्ययोग/ योगनिद्रा यांचा दहा मिनिटांपर्यंत सराव करावा.

तिसऱ्या महिन्यासाठी एक तास

पवनमुक्तासन समूह व ऊर्जादायक विशेष आसने आणि क्रिया ३० मिनिटांपर्यंत कराव्यात. वज्रासन, मार्जारासन, शवासन १५ मिनिटे करावे. अनुलोम-विलोम प्राणायाम, उज्जायी, योगनिद्रा, हास्ययोग १५ मिनिटांपर्यंत करावा.

मध्यम समूह

पहिल्या महिन्यासाठी एक तास : पवनमुक्तासन समूह व ऊर्जादायक विशेष आसने आणि क्रिया १५ मिनिटांपर्यंत कराव्यात. वज्रासन, मार्जारासन, व्याघ्रासन (पहिला

प्रकार), शशांकासन, भुजंगासन, ताडासन, अर्धशलभासन २० मिनिटे करावे. अनुलोम-विलोम, उज्जायी १५ मिनिटे आणि मकरासन, शवासन, योगनिद्रा, हास्ययोग दहा मिनिटांपर्यंत करावा.

दुसऱ्या महिन्यासाठी एक तास किंवा ८० मिनिटे : पवनमुक्तासन समूह (व्यक्तीने आपल्या हिशेबाप्रमाणे निवड करावी.) सूर्यनमस्कार दोन ते तीन आवर्तने, १५ ते २० मिनिटे. सुखासन, अर्ध-पद्मासन, वज्रासन, शशांकासन, भुजंगासन, तिर्यक भुजंगासन, शलभासन, ताडासन, त्रिकोणासन, चक्रासन, धनुरासन, हस्त-पादासन, शवासन, उज्जायी प्राणायाम, भ्रामरी प्राणायाम, उद्‌गीथ प्राणायाम, योगनिद्रा, हास्ययोग.

तिसऱ्या महिन्यासाठी एक तास किंवा ८० मिनिटे : सूर्यनमस्कार दोन ते तीन आवर्तने. पद्मासन, वज्रासन, सुप्त वज्रासन, शशांकासन, भुजंगासन, तिर्यक भुजंगासन, सर्वांगासन त्रिकोणासन, चक्रासन, धनुरासन, हलासन, मत्स्यासन, ताडासन, पश्चिमोत्तानासन, शवासन, उज्जायी प्राणायाम, कपालभाति (हळूहळू), भ्रामरी, उद्‌गीथ प्राणायाम, योगनिद्रा, हास्ययोग.

मध्यम गटातील आसनांबरोबर काही उच्च अभ्यासाची आसनेही सुरू केली पाहिजेत. वर सर्वसामान्य लोकांसाठी अभ्यासक्रम तयार केला आहे. त्याचा वापर गुरूच्या देखरेखीखाली तारतम्याने केला पाहिजे. योगासनांसाठी एक ते दीड तासाचा वेळ काढला पाहिजे. त्यांमध्ये जवळजवळ सर्व प्रकारचे आसन समूह येतात. अनेक प्रकारचे आजार दूर करण्यासाठी त्यांचा उपयोग होतो.

जे सूक्ष्म व्यायाम, स्थूल व्यायाम, ऊर्जादायी विशेष आसने आणि क्रिया, पवनमुक्तासनाच्या गटातील क्रिया संबंधित गटाला किंवा व्यक्तीला अत्यावश्यक वाटतात त्या त्यांनी अवश्य १० ते १५ मिनिटे कराव्यात, त्यामुळे पुढे केल्या जाणाऱ्या आसनांसाठी शरीर शक्ती प्राप्त करते आणि त्यांमधील कठीणपणा दूर करू शकते. यानंतर पद्मासनाच्या गटातील किंवा ताडासनाच्या गटातील आसनांना सुरुवात करावी. परंतु, एक गोष्ट अत्यावश्यक व लक्षात ठेवण्याजोगी आहे. ती म्हणजे, आपण ज्या प्रकारची आसने करतो, त्याच्या उलट शारीरिक स्थितीतील आसनेही अवश्य केली पाहिजेत. यामुळे, संबंधित आसन केल्याने कदाचित शरीरात एखादी कठीण स्थिती उद्‌भवली असली, तर ती विपरीत आसनाने दूर होते. उदाहरणार्थ, शीर्षासन केले, तर ताडासन करावे. धनुरासन केल्यावर पश्चिमोत्तानासन करावे आणि पद्मासनात जर डावा पाय पहिल्यांदा वर घेतला असेल, तर आसन समाप्तीनंतर उजवा पाय वर ठेवून पुन्हा तेच आसन करावे. अशा प्रकारे, योगाच्या सर्व क्रिया आणि कार्यकारण समजून घेऊन आपल्याला जीवनात योगाचा स्वीकार करून त्याचा संपूर्ण लाभ घेतला पाहिजे.

मध्यम व उच्च गटातील आसने : मध्यम गटातील आसनांच्या नंतर आपल्या क्षमता लक्षात घेऊन हळूहळू उच्च अभ्यासाच्या आसनांचा तक्ता तयार करावा.

आठवड्यातील वारानुसार केली जाणारी आसने

सोमवार : वायुरोधक क्रिया, गतिमय अद्वासन, गतिमय गोमुखासन, मकरासन, गतिमय मकरासन, सर्पासन, अर्ध शलभासन, शलभासन, भुजंगासन, सूर्यनमस्कार, अनुलोम-विलोम प्राणायाम, उज्जायी प्राणायाम, योगनिद्रा (सूक्ष्म व्यायाम आपल्या क्षमतेनुसार आणि इच्छेनुरूप पाच मिनिटे करा).

मंगळवार : उदरप्रदेशाच्या क्रिया, तिर्यक भुजंगासन, विपरीत नौकासन, पश्चिमोत्तानासन, गतिमय पश्चिमोत्तानासन, पद्मासन, त्रिलोकासन, गतिमय त्रिलोकासन, कटिवृत्तासन, सूर्यनमस्कार, अनुलोम-विलोम प्राणायाम, उज्जायी प्राणायाम, योगनिद्रा (सूक्ष्म व्यायाम आपल्या क्षमतेनुसार आणि इच्छेनुरूप करा).

बुधवार : शक्तिबंधाच्या क्रिया, गोमुखासन, गतिमय गोमुखासन, शलभासन, गतिमय शलभासन, भुजंगासन, तिर्यक भुजंगासन, बेडूक उड्या आणि कुक्कुट आसनात्मक क्रिया, कटिवृत्तासन, अनुलोम-विलोम प्राणायाम, उद्‌गीथ प्राणायाम, कपालभाती प्राणायाम, योगनिद्रा (सूक्ष्म व्यायाम आपल्या क्षमतेनुसार आणि इच्छेनुरूप करा).

गुरुवार : वायुरोधक क्रिया, आपल्या क्षमतेनुसार आणि इच्छेनुरूप सूक्ष्म व्यायामाच्या क्रिया, आपल्या क्षमतेनुसार पद्मासन, सिद्धासन, वज्रासन, आनंद मदिरासन, पादादिरासन, मार्जारासन, ताडासन, त्रिकोणासन, सूर्यनमस्कार, उज्जायी प्राणायाम, कपालभाती प्राणायाम, लहान मुलाप्रमाणे खिदळण्याची क्रिया, योगनिद्रा.

शुक्रवार : उदरप्रदेशाच्या क्रिया, पद्मासन, मुक्तासन, शशांक आसन, उष्ट्रासन, व्याघ्रासन (पहिला प्रकार), ताडासन, त्रिकोणासन, गतिमय त्रिकोणासन, पादहस्तासन, सर्वांगासन, हलासन, पश्चिमोत्तानासन, उद्‌गीथ प्राणायाम, उज्जायी प्राणायाम, कपालभाती प्राणायाम, योगनिद्रा.

शनिवार : शक्तिबंधाच्या क्रिया, ताडासन, तिर्यक ताडासन, कटिवृत्तासन, पद्मासन, बद्ध पद्मासन, पश्चिमोत्तानासन, सर्वांगासन, हलासन, धनुरासन, चक्रासन, मार्जारासन, व्याघ्रासन (पहिला प्रकार), गोमुखासन, गतिमय गोमुखासन, शशांकासन, मंडुकासन, वज्रासन, सूर्यनमस्कार, हास्ययोग, उज्जायी प्राणायाम, भस्त्रिका प्राणायाम, कपालभाती प्राणायाम, योगनिद्रा.

रविवार : पवनमुक्तासन गटाच्या क्रिया (क्षमतेनुसार), ऊर्जादायक विशेष आसने आणि क्रिया, पद्मासन, बद्ध पद्मासन, वज्रासन, शशांकासन, मंडुकासन, मार्जारासन, व्याघ्रासन, (पहिला प्रकार), पश्चिमोत्तानासन, गतिमय पश्चिमोत्तानासन, सर्वांगासन, हलासन, चक्रासन, धनुरासन, भुजंगासन, तिर्यक भुजंगासन, ताडासन, तिर्यक ताडासन, भस्त्रिका, अनुलोम-विलोम प्राणायाम, योगनिद्रा, हास्ययोग.

हा तक्ता सर्वसामान्य लोकांसाठी बनवण्यात आला आहे. आपल्या शारीरिक अवस्थेनुसार सर्व आसनांचा अनुक्रमे अभ्यास करावा. तसेच ऊर्जादायक आसने आणि क्रिया, पवनमुक्तासन गटाच्या क्रिया, योगाचे सूक्ष्म व्यायाम आणि स्थूल व्यायामही आपल्या शारीरिक परिस्थितीनुसार निवडून त्यांचा सराव करा.

मुलांसाठी योग

मुलांचा शारीरिक विकास असो वा मानसिक क्षमता विकसित करायच्या असोत; त्यासाठी जेवढा खेळ आणि इतर गोष्टी आवश्यक असतात, तेवढाच योगही महत्त्वाचा आहे.

मुलांच्या होणाऱ्या क्रमिक विकासासाठी योग सक्तीचा केला पाहिजे. योगाच्या नियमित अभ्यासाने मुले आपल्या शरीरात लवचीकता निर्माण करू शकतात आणि त्यामुळे योगाचा उच्च अभ्याससुद्धा सहजगत्या करू शकतात. रोज योगाभ्यास केल्याने शरीराचे सर्व अवयव अधिक सुरळीतपणे कार्य करू लागतात.

सुमारे आठ वर्षे वयापासून ते १६ वर्षे वयापर्यंतच्या मुलांचे आयुष्य हे ओल्या मातीसारखे असते. जसा आकार द्याल, तसे ते बनते. म्हणूनच, मुलांना अष्टांग योगात यम आणि नियम यांचे शिक्षणही द्यावे. त्याद्वारे त्यांना संस्कारी बनवून त्यांचे भविष्य उज्ज्वल बनवणे शक्य असते.

संपूर्ण योगशिक्षण हे स्मरणशक्ती वाढवणे, उंची वाढवणे, दृष्टिदोष दूर करणे यांसारख्या शारीरिक आणि मानसिक गरजा पूर्ण करण्याचे सर्वांत चांगले माध्यम आहे. म्हणून, मुलांनी आपल्या जीवनात योगाचा अवश्य स्वीकार केला पाहिजे.

इथे आम्ही एक संक्षिप्त अभ्यासक्रम देत आहोत. सर्वप्रथम, मुलांनी दोन ते सहा महिन्यांपर्यंत योगाच्या सूक्ष्म क्रिया, योगाचे स्थूल व्यायाम, पवनमुक्तासन गटातील क्रिया आणि ऊर्जादायक विशेष आसने व क्रिया शिकल्या पाहिजेत. असे केल्याने शरीरात उत्साह, ताजेतवानेपणा आणि सुदृढता येईल आणि योगातील त्यांची रुची वाढेल.

हळूहळू हलकाफुलका योग, अनुलोम-विलोम प्राणायाम, उज्जायी, भ्रामरी, उद्गीथ प्राणायाम आणि योगनिद्रेचा सराव करावा. त्यामुळे त्यांच्या मनात एक

नवीनच आत्मविश्वास निर्माण होऊ शकेल. मुलांच्या भविष्याचा विचार करता, ती त्यांची जमेची बाजू असेल. आपल्या क्षमतेनुसार मुलांनी योगाभ्यासासाठी एक तक्ता तयार करावा आणि नियमित अभ्यास करून ही कला आत्मसात करून घ्यावी.

महिलांसाठी योग

महिलांना आपल्या आरोग्याची नेहमीच सतत चिंता वाटत असते. बहुतांश महिलांना असे वाटत असते की, त्यांना कोणता ना कोणता आजार जडलेला आहे. अत्यल्प महिलाच स्वतःला पूर्णपणे निरोगी समजतात. आज महिलांचे जीवन आधीच्या काळापेक्षा खूपच बदलले आहे. कारण आधीच्या काळातील स्त्रिया सकाळपासून संध्याकाळपर्यंत घरगुती कामांमध्ये गुरफटलेल्या असत. त्यामुळे त्यांच्याकडून नकळतच अनेक योगक्रिया केल्या जात होत्या. उदाहरणार्थ, सूर्योदयापूर्वी उठणे, झाडू मारणे, साफसफाई करणे, पाणी भरणे, धान्य स्वच्छ करणे, जेवण तयार करणे, जात्यावर दळणे, दही घुसळणे, लोणी काढून तूप बनवणे अशा प्रकारच्या कामांमध्ये त्या व्यग्र असत आणि त्यामुळेच त्यांना थकवा आल्याने रात्री झोपही चांगली लागत असे. परंतु, आजचे वातावरण, पर्यावरण आणि परिस्थिती बदलल्या आहेत. आजच्या महिला नोकरी आणि व्यवसाय सांभाळू लागल्या आहेत. त्यामुळे, घरातील त्यांच्या कामांची जबाबदारी आता नोकर-चाकर आणि विद्युत मशिन्सवर पडली आहे. त्याबरोबरच, आणखीही काही कारणे आज उत्पन्न झाली आहेत. म्हणून अलीकडे महिलांना अनेक आजार खूप लवकर जडतात. लठ्ठपणा, कंबरदुखी, प्रदर, संधिवात, उन्माद, डोकेदुखी, वायुदोष, लिकोरिया, निद्रानाश, मधुमेह, हृदयरोग, मलावरोध, संधिवात आणि मानसिक तणाव आदी आजारांचा यात समावेश आहे.

योगाभ्यास हे संपूर्ण आरोग्यासह सौंदर्य प्रदान करू शकणारे माध्यम आहे. म्हणून योगासने आणि प्राणायाम यांसाठी नियमितपणे रोज एक तास काढणे अत्यावश्यक बनले आहे. हे पुस्तक वाचून आपल्या रोगानुसार आसने आणि प्राणायाम यांची निवड करा. आपल्याला संपूर्ण आरोग्य लाभावे यासाठी पुढील आसनांचा अभ्यास करून लाभ मिळवून घेणे महिलांना शक्य आहे.

साध्या अभ्यासापासून सुरुवात करा. त्यात योगाचे सूक्ष्म व्यायाम, योगाचे स्थूल व्यायाम, पवनमुक्तासन गटातील अभ्यास, ऊर्जादायक आसने आणि क्रिया, अर्ध-पद्मासन, पद्मासन, वज्रासन, शशांकासन, भुजंगासन, तिर्यक भुजंगासन, चक्रासन, शलभासन, मकरासन, गोमुखासन, उष्ट्रासन, ताडासन, तिर्यक ताडासन, पाद-हस्तासन, त्रिकोणासन, हस्तोत्तानासन, पश्चिमोत्तानासन, मंडुकासन, मार्जारासन, सर्वांगासन, विपरीतकरणी, शवासन, योगनिद्रा आदींचा समावेश होतो. नाडी शोधन प्राणायाम, अनुलोम-विलोम, उज्जायी, भस्त्रिका, भ्रामरी, उद्‌गीथ आणि कपालभाती प्राणायाम आदी योगाभ्यास महिलांना निरोगी आणि सुंदर बनवू शकतो.

अशा प्रकारे, महिला स्वतः निरोगी राहून आपल्या कुटुंबीयांना आरोग्य प्रदान करण्यास मदत करू शकतात.

कार्यालयांमध्ये काम करणाऱ्या व्यक्तींसाठी योग

कार्यालयांमध्ये काम करणाऱ्या व्यक्ती स्वतःमध्ये थोडेसे परिवर्तन घडवून आणून निरोगी राहू शकतात. उदाहरणार्थ, कार्यालयात पोहोचल्याबरोबर मानसिक स्तरावर ताजेतवाने असल्याची भावना निर्माण करून स्मित करत आपल्या खुर्चीवर बसावे, पाठीचा कणा ताठ ठेवावा आणि डोळे बंद करून ॐ चा किंवा आपल्या इष्ट देवतेच्या मंत्राचा जप करावा. पाच वेळा दीर्घ श्वास घ्यावा आणि सोडावा. त्यानंतर आत्मविश्वासाने काम करण्यास सज्ज व्हावे.

टेबल-खुर्चीवर काम करत राहिल्याने पाठीचा कणा, मान, डोळे आणि मेंदू यांच्यावर अधिक भार पडतो. म्हणून खुर्चीवर बसण्याच्या पद्धतीत बदल घडवा. पाठीचा कणा ताठ ठेवा. मान झुकवून काम केल्याने मानेचे विकार निर्माण होतात; म्हणून खुर्चीवर बसल्या-बसल्या दोन ते पाच मिनिटे ग्रीवाशक्तीच्या विकासक क्रिया करा. डोळ्यांसाठी दृष्टिवर्धक क्रियाही अवश्य करा आणि मानसिक विकासासाठी रोज पहाटे किंवा सकाळी योगनिद्रा, ध्यानयोग आणि प्राणायाम नियमितपणे करा.

सकाळी एक तासाचा वेळ काढा. सर्वप्रथम, साध्या अभ्यासाने सुरुवात करा. पवनमुक्तासन गटातील आसनांचा अभ्यास, ऊर्जादायक आसने आणि क्रिया, अर्ध-पद्मासन, पद्मासन, बद्ध पद्मासन, वज्रासन, शशांकासन, मंडुकासन, भुजंगासन, तिर्यक भुजंगासन, चक्रासन, धनुरासन, पश्चिमोत्तानासन, सर्वांगासन, विपरीतकरणी, ताडासन, तिर्यक ताडासन, आदी अभ्यास आणि प्राणायामात अनुलोम -विलोम, उज्जायी, भस्त्रिका, कपालभाती, उद्गीथ आणि भ्रामरी प्राणायाम करा आणि त्यानंतर योगनिद्रेचा सराव अवश्य करा.

आम्ही साधी आणि सोपी आसने व सुलभ प्राणायाम करण्याच्या दृष्टीने वर दिलेल्या आसनांचा आणि प्राणायामांचा उल्लेख केला आहे. संपूर्ण पुस्तक वाचून आपल्या रोगानुसार आसनांचा आणि प्राणायामांचा आणि इतर अभ्यासांचा तक्ता तयार करा आणि प्रसन्न चित्ताने व मनाने रोज अभ्यासाला सुरुवात करा.

राष्ट्रीय योग स्पर्धा

नियमावली

१. राष्ट्रीय योग स्पर्धा बालकांसाठी आणि बालिकांसाठी वेगवेगळ्या तीन वयोगटांत आयोजित करण्यात येईल.
   १. मिनी गट (१४ वर्षांपर्यंत)
   २. ज्युनिअर गट (१७ वर्षांपर्यंत)
   ३. सीनियर गट (१९ वर्षांपर्यंत)

२. एका गटात सात स्पर्धक असतील. ए गटातील स्पर्धेत ४+१, बी गटातील स्पर्धेत (आर्टिस्टिक) एक स्पर्धक आणि सी गटातील (ऱ्हिदमिक) स्पर्धेत एक स्पर्धक सहभागी होईल. अशा प्रकारे सात बालके आणि सात बालिका असे एकूण १४ स्पर्धक असतील.

३. योगासन स्पर्धेसाठी १८ आसने ए, बी आणि सी गटात विभाजित करण्यात आली आहेत.

ए गट	बी गट	सी गट
पश्चिमोत्तानासन	पूर्ण चक्रासन	व्याघ्रासन
धनुरासन	गर्भासन	उत्मंगासन (पद्म बकासन)
सर्वांगासन	कुक्कुटासन	सांख्यासन
मत्स्यासन	बकासन	उत्थित पादहस्तासन
मत्स्येंद्रासन	भूमासन	टिट्टिभासन
उत्तानपादासन	शलभासन	शीर्षासन

४. वेळ : ए गटातील आसन १४ वर्षांपर्यंतच्या स्पर्धकांसाठी असून त्यांच्यासाठी एक मिनिटाचा वेळ आहे. १७ ते १९ वर्षांपर्यंतच्या स्पर्धकांसाठी दोन मिनिटे वेळ निश्चित करण्यात आली आहे. बी गटातील आसनांसाठी मिनी गटासाठी २० सेकंद आणि ज्युनिअर व सीनिअर गटासाठी ३० सेकंद अशी वेळ आहे. ए, बी आणि सी गटांना १+१+१ = ३ आसने करावी लागतील. १८ आसनांखेरीज स्पर्धकांना आणखी दोन आसने स्वतंत्रपणे करावी लागतील. त्याकरिता सर्वांसाठी दहा सेकंदांची वेळ निश्चित करण्यात आली आहे. कोणत्याही परिस्थितीत वेळेची मर्यादा वाढवली जाणार नाही. जर परीक्षक मंडळांची संमती असेल, तर ही वेळमर्यादा कमी करणे शक्य आहे.

५. आसनांची निवड : ए आणि बी गटातील बालकांसाठी आणि बालिकांसाठी प्रत्येक वयोगटाचा विचार करून आसनांची निवड ड्रॉ द्वारे केली जाईल. सी गटातील आसनांची निवड स्पर्धक आपल्या मनाने करून शकतात. आसनांची निवड केल्यानंतर त्यांमध्ये बदल करता येणार नाही.

६. ए आणि बी गटातील आसने संपादित करताना कोणतीही संधी दिली जाणार नाही. मात्र, सी गटासाठी आसनांसाठी तीन संधी दिल्या जातील.

७. आसनांचे मार्किंग करताना पुढील मुद्द्यांकडे लक्ष दिले जाते. आसन लावण्याची आणि पूर्वस्थितीत येण्याची पद्धत. या दोन्ही पद्धतींसाठी प्रत्येकी एक गुण ठेवण्यात आला आहे. निश्चित करण्यात आलेल्या मर्यादेपर्यंत आसनात थांबण्यास दोन गुण निश्चित करण्यात आले आहेत. परफेक्ट पोश्चरसाठी चार गुण आणि तणावरहितपणे आणि कंपन न होता आसन लावण्यासाठी दोन गुण दिले जातात. अशा प्रकारे, प्रत्येक आसनासाठी एकूण दहा गुण निश्चित करण्यात आले आहेत.

८. ऐच्छिक आसनांची ए, बी आणि सी अशा तीन भागांमध्ये वर्गवारी करण्यात आली असून, त्यांच्यासाठी अनुक्रमे दहा, आठ आणि सहा गुण निश्चित करण्यात आले आहेत.

९. परीक्षकांचा गट : बालकांसाठी आणि बालिकांसाठी असे परीक्षकांचे दोन वेगवेगळे गट असतील. प्रत्येक गटात आठ व्यक्ती असतात. त्यांच्यामध्ये एक मुख्य परीक्षक, पाच परीक्षक, एक स्कोअरर आणि एक टाईमकीपर असतो.

१०. प्रत्येक परीक्षक स्कोअरिंग शीटवर आकडे लिहितो आणि आसन समाप्त झाल्यानंतर ते आकडे डिस्प्ले पट्ट्यावर डिस्प्ले केले जातात.

११. परीक्षण करण्यासाठी प्रत्येक परीक्षक स्वतंत्र असतो. जर गरज भासलीच, तर तो कोणतेही आसन पुन्हा करण्यास सांगू शकतो.

१२. वेशभूषा : ट्रॅक सूट घालून आसन करण्यावर बंदी आहे. शॉर्ट्स, स्लॅक्स, स्वीमिंग कॉस्च्युम घालणे सक्तीचे आहे. स्पर्धकांनी घट्ट अंडरवेअर (इलॅस्टिक असलेली) वापरणेही बंधनकारक आहे.

१३. दोन किंवा अधिक स्पर्धकांना समान गुण मिळाले तर...

अ) सर्व परीक्षकांनी दिलेले गुण एकत्र करून आलेल्या गुणानुसार.

ब) जर तरीही दोन स्पर्धकांच्या गुणांची बेरीज समानच येत असेल, तर दोन ऐच्छिक आसनांना मिळालेल्या गुणांच्या आधारावर.

क) जर तरीही गुण समान होत असतील, तर सी गटात मिळालेल्या आकड्यांच्या आधारावर.

ड) जर तरीही गुण समान होत असतील, तर दोन्ही स्पर्धकांना 'संयुक्त विजेते' म्हणून जाहीर करण्यात येईल आणि नाणेफेक करून विजेत्याची निवड केली जाईल.

१४. गुणांचा समावेश : १८ आसनांपैकी ए, बी आणि सी गटातील एकेक आसन करावयाचे असते. त्यासाठी ३० गुण असतात. याखेरीज, दोन ऐच्छिक आसनांना १०+१०=२० गुण आणि सूर्यनमस्कारासाठी १० गुण असे सगळे मिळून एकूण ६० गुण असतात. त्यांच्या आधारावरच स्पर्धा घेतली जाते.

१५. सूर्यनमस्कारासाठी गुणांची निश्चिती खालीलप्रमाणे केली जाते.

बॉडी पोश्चरसाठी	३ गुण
पुढे झुकण्याच्या स्थितीसाठी	३ गुण
मागे झुकण्याच्या स्थितीसाठी	३ गुण
आणि पोशाखासाठी	१ गुण

१६. जन्मतारखेची पात्रता आणि प्रोटेस्ट, एसजीएफआय नियम यांच्या अंतर्गत निश्चित करण्यात आलेल्या निकषांच्या आधारावर असेल.

ऱ्हिदमिक आणि आर्टिस्टिक स्पर्धेसाठीची नियमावली पुढीलप्रमाणे आहे :

१. आर्टिस्टिक :
१. स्तंभ शीर्षासन
२. पूर्ण वृश्चिकासन
३. द्वि-पाद स्कंदानसन
४. कंदपीडासन
५. नटराजासन
६. फ्लॅग पोश्चर
७. लिंगकारासन

यांपैकी कोणतीही पाच आसने करून दाखवावयाची असतात. प्रत्येक आसनाची कालमर्यादा १५ सेकंद निश्चित करण्यात आली आहे. पाच आसनांसाठी ५० गुण आणि प्रणव ध्वनीसाठी दहा गुण निश्चित करण्यात आले आहेत. असे एकूण ६० गुण निर्धारित करण्यात आले आहेत.

२. **ऱ्हिदमिक योग स्पर्धा :** या स्पर्धेत आठ वर्षांहून कमी आणि दहा वर्षांहून अधिक वयाचे स्पर्धक भाग घेऊ शकत नाहीत. आसने करून दाखवण्यास अडीच मिनिटांचा वेळ दिला जातो. स्पर्धेत विविध आसने करून दाखवायची असतात. या आसनांचे बॅलन्सिंग (तोल राखणे), बेंडिंग (झुकणे किंवा वाकणे) आणि आसनांत राहण्याची किंवा धारण क्षमता यांच्या आधारावर गुण दिले जातात. यासाठी आवश्यक असलेल्या संगीताची व्यवस्था; म्हणजे रेकॉर्ड प्लेअर आणि सीडी वगैरेंची व्यवस्था स्पर्धकाने स्वतः करायची असते.

संदर्भग्रंथ सूची

पातंजल योगप्रदीप, घेरंड संहिता, वसिष्ठ संहिता, हठयोग प्रदीपिका, मरण्यकण्टिका, स्कंदपुराण, मनुस्मृती, श्रीमद्योगगीता, श्रीमद्भगवद्गीता, योग तत्त्वोपनिषद, योग कुण्डल्योपनिषद, योग चुडामणी, शांडिल्योपनिषद, कूर्मपुराण उत्तरार्ध, ज्ञानार्णव, समाधीतंत्र, लिंगपुराण पूर्वार्ध, स्वरविज्ञान, वायुपुराण, मार्कंडेय पुराण, नारद पुराण, अग्निपुराण, योगांक–गीता प्रेस, योगसार, योग और आयुर्वेद, योगदर्शन, शिवसंहिता, तंत्रसार, ध्यानबिंदू उपनिषद, अमृताशीति–श्रीमद् आचार्य योगीन्दुदेव, योगवसिष्ठ, मांडुक्य उपनिषद, कल्याण–गीता प्रेस, तंत्रक्रिया और योगविद्या – स्वामी सत्यानंद सरस्वती, आसन प्राणायाम मुद्रा बंध – स्वामी सत्यानंद सरस्वती, शक्ती का जागरण और कुंडलिनी – म.म.प. गोपीनाथ कविराज, सावित्री कुंडलिनी तंत्र – श्रीराम शर्मा आचार्य, अमेरिकन योगा – केरीस्नेडर, आयुर्वेदिक चिकित्सा – झा, हठयोग विद्या–स्वामी विज्ञानानंद सरस्वती, मानव शरीररचना और शरीरक्रिया विज्ञान – विजयकुमार, यौगिक सूक्ष्म व्यायाम – धीरेन्द्र ब्रह्मचारी, लाईट ऑन योगा – बी. के. एस अय्यंगार, फूड अॅन्ड न्यूट्रिशन – स्वामीनाथन, न्युट्रेट व्हॅल्यू ऑफ इंडियन फूड – राजगोपालन, अॅनाटॉमी अॅन्ड फिजिऑलॉजी – टोरा टोरा, प्राकृतिक चिकित्सा सिद्धांत एवं व्यवहार – डॉ. पी. डी. मिश्रा, योगासन – स्वामी कुवल्यानंद, फर्स्ट स्टेप टू हायर योगा – श्री योगेश्वरानंद परमहंस, आरोग्य अंक–गीता प्रेस, ध्यान विचार – आचार्य श्री विजय कलापूर्ण सुरी जी, स्टॅटिक्स इन सायकॉलॉजी अॅन्ड एज्युकेशन –गॅरेट, भारतीय दर्शन – राधाकृष्ण, फाउन्डेशन ऑफ बिहेवियर्स अॅन्ड रिसर्च – किरलिंगर, सामान्य मनोविज्ञान – डॉ अरुण कुमार, पातंजल योगप्रदीप – ओमानंद तीर्थ, ऑफिस योगा – फ्रेड बर्गर, थेअरी ऑफ पर्सनॅलिटी – स्वामी विद्यानंद विदेह, हठयोग प्रदीपिका – स्वात्माराम योगी, साधनांक – गीता प्रेस, स्वास्थ्यवृत्त – रामहर्ष सिंह, शिव स्वरोदय – अनु. हरेकृष्णा स्वामी, योगसार प्राभृत – आचार्य अमित गती, योगपथ – प्रभूवाद स्वामी, योगशास्त्र – आचार्य हेमचंद्र, मोक्ष पाहुण– आचार्य श्री. कुन्द कुन्द स्वामी, फिलॉसॉफी ऑफ उपनिषद, वसिष्ठ संहिता (योगकांड) – स्वामी दिगंबरजी, योग दर्शन, हरिकृष्ण दास, योग के सिद्धांत एवं अभ्यास – डॉ कालिदास एवं डॉ गणेश शंकर, कल्याणकारक – उग्रादित्याचार्य, पातंजल योग एवं जैन योग का तुलनात्मक अध्ययन – अरुणा आनंद, योगदर्शन – संपूर्णानंद, विवेक चूडामणी एवं सौंदर्यलहरी, शांडिल्य उपनिषद, जिनेंद्र सिद्धांत कोष.

उपसंहार

न धर्मस्य कर्ता न चार्थस्य हर्ता, न कामस्य भोक्ता न मोक्षस्य पाता।
नरो बुद्धिमान धीरसत्वोऽपि रोगी, यतस्तद्विनाशादभवेन्नैव मर्त्यः ।।

कल्याणकारक
(श्री. उग्रदित्याचार्य महाराज)

अर्थ : मनुष्य बुद्धिमान, दृढनिश्चयी असला, तरीही जर तो रोगी असेल, तर ना तो धर्मकार्य करू शकतो ना धन कमवू शकतो, ना काम भोगू शकतो आणि मोक्षही साधू शकत नाही. म्हणजेच; धर्म, अर्थ, काम आणि मोक्ष हे चारही पुरुषार्थ तो पार पाडू शकत नाही. तो मनुष्यजन्माला येऊनही मनुष्य म्हणवून घेण्याच्या योग्यतेचा नसतो. कारण मनुष्यजन्माची सफलता पुरुषार्थ पार पाडण्यात आहे.

शेकडो वर्षांपूर्वी लिहिल्या गेलेल्या गोष्टी नेहमीच प्रत्येक मनुष्याला लागू पडतात, कारण मानवी जन्माची सार्थकता त्याच्या निरोगी असण्यावरच अवलंबून असते. श्री. उग्रादित्याचार्य महाराज वर दिलेल्या श्लोकात असे म्हणतात की, जर तुम्ही रोगी असाल, तर प्रथम तुमचा रोग बरा करा आणि मग चारही पुरुषार्थांचा तारतम्याने, विवेकाने वापर करा.

वर दिलेल्या गोष्टी प्रत्यक्षात आणण्यासाठीच या पुस्तकाची रचना करण्यात आली आहे. सुमारे २८ वर्षांपासून मी अष्टांग योगाचा आपल्या जीवनात प्रत्यक्ष वापर करत आहे. परंतु, मला नेहमीच एक कमतरता जाणवत होती. ती म्हणजे, ज्यामध्ये अष्टांग योगाबरोबरच त्याच्याशी संबंधित सर्व विषयही असतील आणि त्यामुळे ज्याला पूर्णत्व प्राप्त होईल, असे पुस्तक उपलब्ध नव्हते. याच चिंतनातून हळूहळू परमेश्वरी कृपेने हे पुस्तक शब्दांकित होत गेले.

मी २८ वर्षे 'योग' विषयाशी संबंधित जे बारकावे शिकलो आणि शिकवले, ते सर्व या पुस्तकाच्या माध्यमातून आपल्याला देण्याचा मी प्रयत्न करत आहे. एक गोष्ट आणखी महत्त्वपूर्ण आहे. ती म्हणजे, या पुस्तकात मी वैज्ञानिक कारणेही दिली आहेत. रोगांच्या दृष्टिकोनातून एक तक्ता दिला आहे. आजचे वातावरण लक्षात घेऊन जीवन जगण्याची कला दर्शवली आहे. त्याबरोबरच योग म्हणजे काय आहे, योग काय करतो, काय देतो आदी आवश्यक दृष्टिकोनसुद्धा या पुस्तकात मी लिहिले आहेत. वाचकांनी हे पुस्तक अनेक वेळा वाचावे आणि यात दिलेली तंत्रे आणि सिद्धांत यांचा तारतम्याने वापर करावा, असे मला वाटते.

तुम्ही आणि तुमचे शरीर यांना निरोगी राखणे, सौंदर्य प्राप्त करवून देण्याबरोबरच शारीरिक, मानसिक, भौतिक आणि आध्यात्मिक सुख, शांती, समृद्धी आणि परमानंद प्रदान करणे, हे या पुस्तकामागचे आमचे हेतू आहेत.

आपल्याला जीवनात संपूर्ण सम्यक स्वास्थ्य लाभो, हीच माझी (त्रिलोकची) इच्छा आहे.

इति शुभम्
योगाचार्य राजीव जैन 'त्रिलोक'

शांतिपाठ १

ॐअसतो मा सद्गमय,
तमसो मा ज्योतिर्गमय, मृत्योर्माऽमृतंगमय।
लोकाः समस्ताः सुखिनो भवन्तु।
ॐत्र्यम्बकं यजामहे सुगंधिम् पुष्टिवर्धनम्।
उर्वारुकमिव बन्धनात्मृत्योर्मुक्षीयमाऽमृतात।।
ॐशांतिः शांतिः शांतिः

शांतिपाठ २

ॐ सर्वे भवन्तु सुखिनः सर्वे सन्तु निरामयाः।।
सर्वे भद्राणि पश्यन्तु मा कश्चिद् दुःख भाग्भवेत्।
ॐ शांतिः शांतिः शांतिः
सब सुखी हो, सब निरोगी हो
सब निरामय हो, सबका मंगल हो
कोई दुःखी न हो।

संकल्प

योगसत्राचा शेवट पुढील संकल्पाने करा.

१. आपले मन आपण नेहमीच संतुलित ठेवले पाहिजे. त्यातच आत्मकल्याण सामावलेले आहे. मी स्वतःविषयी, कुटुंबाविषयी, कार्य, समाज आणि विश्वाविषयी शांतता, आनंद आणि स्वास्थ्याच्या प्रचारासाठी कटिबद्ध आहे.

२. मी असा संकल्प करतो की, आपल्या विचारांमध्ये मी नेहमीच संतुलन ठेवेन. अशी मनःस्थिती माझ्या उच्चतम आत्मविकासाच्या असीम शक्यता प्रदान करते. मी माझे कर्तव्य पार पाडण्याचा, कुटुंबाविषयीचे कर्तव्य करण्याचा, कार्य करण्याचा आणि समाज व संपूर्ण विश्वात शांतता, स्वास्थ्य आणि सौहार्द यांच्या प्रसाराचा दृढ संकल्प करतो.

आंतरराष्ट्रीय योग दिवस

२१ जून आंतरराष्ट्रीय योग दिवस. या दिवशी केल्या जाणाऱ्या आसनांची सूची

१. प्रार्थना **३२**

२. शरीर शिथिलीकरण अभ्यास

१. मानेचे व्यायाम/गतिमय ग्रीवा शक्तिवर्धक क्रिया १२४

२. खांद्यांच्या हालचालीची क्रिया (स्कंध संचालन क्रिया) १२३

३. कटिशक्तीच्या विकासाची क्रिया ९९ ते १०१

४. गुडघ्याच्या शक्तीच्या विकासाची क्रिया १०४

३. योगासन

क) उभे राहून केली जाणारी आसने

ताडासन	२१२
वृक्षासन	२१८
पाद-हस्तासन	२२०
कटिशक्तीच्या विकासाची क्रिया ९९ ते	१०१
त्रिकोणासन	२४०

ख) बसून करायची आसने

भद्रासन	२०५
वज्रासन	१९९
अर्ध-उष्ट्रासन/उष्ट्रासन	२०४
शशकासन/शशांकासन	२०१
उत्तानमंडुकासन	२०७
वक्रासन /मरिचासन	२९५

ग) पोटावर झोपून केली जाणारी आसने

मकरासन	१४६
भुजंगासन	२५६
शलभासन	१५०

घ) पाठीवर झोपून केली जाणारी आसने

सेतुबंधासन/कंधरासन	३०१
उत्तानपादासन	१२६
अर्ध-हलासन	२६७
पवनमुक्तासन	२९९
शवासन	१६५

४. कपालभाती **३८६**

५. प्राणायाम

नाडी-शोधन प्राणायाम/अनुलोम-विलोम प्राणायाम	३६८
शीतली प्राणायाम	३७६
भ्रामरी प्राणायाम	३७९
६. ध्यान	४५७, ५३८
७. संकल्प	५६८
८. शांतिपाठ	५६८

अनुक्रमणिका

ख

ग

फ

ब

श